Í LEIT AÐ KONUNGI

Ármann Jakobsson

Í LEIT AÐ KONUNGI

KONUNGSMYND ÍSLENSKRA KONUNGASAGNA

Háskólaútgáfan
Reykjavík 1997

Menningarsjóður styrkti þessa útgáfu.

Í LEIT AÐ KONUNGI
Konungsmynd íslenskra konungasagna
© 1997 Ármann Jakobsson
Háskólaútgáfan

Bók þessa má eigi afrita með neinum hætti, svo sem með ljósmyndun, prentun, hljóðritun eða á annan sambærilegan hátt, að hluta eða í heild, án skriflegs leyfis höfundar og útgefanda.

Hönnun kápu: Dægradvöl
Umbrot: Guðmundur Þorsteinsson
Prentumsjón: PMS
Bókband: Bókavirkið

ISBN 9979-54-208-X

Efnisyfirlit

Formáli 7

I. Inngangur 11
  1. Íslensk sagnaritun fyrir 1262 11
  2. Íslenskar konungasögur 12. aldar 16
  3. Safnrit um Noregskonunga frá 12. öld 23
  4. Sverrissaga 27
  5. Skjöldungasaga 28
  6. Morkinskinna 30
  7. Fagurskinna 34
  8. Heimskringla 36
  9. Knýtlingasaga 39
  10. Um rannsóknir á íslenskum konungasögum 40
  11. Ágrip af sögu konungsvalds í Evrópu á miðöldum . 47
  12. Vestur-evrópskt konungsvald í þremur ríkjum .. 76
  13. Konungsvald á Norðurlöndum 83

II. Konungur á jörðu og himni 89
  1. Nafn konungs 89
  2. Ásýnd konungs 96
  3. Lækningamáttur konungs 112
  4. Hegðun konungs og stórmennska 114
  5. Konungur í upphæðum 117
  6. Konungur og aðrir konungar 125
  7. Einvaldurinn 133
  8. Náð Guðs 143
  9. Samband við guðdóminn 148

III. Stoðir konungsvalds 155
  1. Fjórar stoðir 155
  2. Konungsættir verða til 156
  3. Konungur, lýður og lög 171

IV. **Hlutverk konungs** 177
1. Inngangur 177
2. Hlífskjöldur lands og þegna 179
3. Dómari og lagabætir 180
4. Friðarkonungurinn 185

V. **Hinar konunglegu dyggðir** 191
1. Höfuðdyggðir konunga 191
2. Hinar andlegu dyggðir 197
3. Hin konunglega viska 202
4. Hinn konunglegi styrkur 212
5. Hin konunglega stilling 222
6. Hið konunglega réttlæti 228

VI. **Konungur og veldi hans** 241
1. Konungur og ríki 241
2. Konungur og land 246
3. Konungur og þegnar 254

VII. **Konungsímynd íslenskra konungasagna** 265
1. Inngangur 265
2. Ágrip af Noregskonungasögum 267
3. Sverrissaga 268
4. Skjöldungasaga 271
5. Morkinskinna 272
6. Fagurskinna 278
7. Heimskringla 280
8. Knýtlingasaga 286
9. Íslendingar og konungar á 13. öld 288

VIII. **Lokaorð** 305

Viðauki 307
English summary 309
Heimildaskrá 321
Nafnaskrá 361

Formáli

Í BANDARÍSKA VESTRANUM UNFORGIVEN frá árinu 1992 heldur kúrekinn enski Bob (leikinn af Richard Harris) ræðu yfir rithöfundinum Beauchamp (leikinn af Saul Rubinek) um yfirburði Englands yfir Bandaríkin á öllum sviðum sem birtist á táknrænan hátt í að Englendingar hafi konung en Bandaríkjamenn forseta. Konungur hafi tign umfram aðra menn sem forseti hafi ekki. Andspænis konungi hljóti menn að glúpna, tign konungs sé slík að ekki sé hægt að skjóta hann. Það gildi ekki um forseta. Þá sé ekkert mál að skjóta. Hér verður ekki fjallað um ágæti þess að skjóta forseta en hins vegar um það hvers vegna menn glúpna andspænis konunglegri tign. Þar eru íslenskir konungasagnaritarar sömu skoðunar og enski Bob.

Fyrir réttum 50 árum, 17. júní 1944, var mikill fjöldi Íslendinga samankominn á Þingvöllum við að lýsa Ísland lýðveldi. Á fundinn bárust ýmsar kveðjur og í eftirlætisbók undirritaðs á barnaskólaárunum, Öldinni okkar, er sagt sérstaklega frá viðtökum einnar:

> Þegar hér var komið, ávarpaði Björn Þórðarson forsætisráðherra mannfjöldann og skýrði frá því, að nýkomið væri skeyti frá Kristjáni konungi tíunda, þar sem hann léti í ljós beztu árnaðaróskir til íslenzku þjóðarinnar og von um að tengsl hennar við Norðurlönd mættu styrkjast. Svaraði mannfjöldinn þessari kveðju með miklum fagnaðarlátum og ferföldu húrrahrópi.[1]

Í Morgunblaðinu kemur fram að á móti hafi Kristjáni verið send kveðja og því svo lýst: „Þegar forsætisráðherra bar fram óskir um heill og blessun fyrir konung, drotningu og fjölskyldu konungs, tók mannfjöldinn undir með miklum fögnuði."[2] Eftir 682 ár undir erlendum konungum voru Íslendingar ekki bitrari en svo að hrópað var húrra fyrir þeim seinasta og fjölskyldu hans með. Þó hafði sá konungur erft landið eftir ýmsum krókaleiðum frá Hákoni Hákonarsyni, fyrsta konungi Íslands, sem íslenskir sagnfræðingar fyrr á þessari öld töldu að hefði náð undir sig Íslandi með því að leika „á alla lægstu strengi mannlegs eðlis til að koma fram vilja sínum, enda hefði hann aldrei fengið honum framgengt með öðru móti."[3] Þjóðin sem hafði gegn vilja sín-

---
1 Öldin okkar, 203–4.
2 Morgunblaðið 19. júní 1944.
3 Jón Jónsson (Aðils). Íslenzkt þjóðerni, 101. Að skoðunum Jóns og annarra íslenskra sagnfræðinga á 20. öld á Hákoni hef ég áður vikið (Hákon Hákonarson — friðarkonungur eða fúlmenni?, 167–71).

Í LEIT AÐ KONUNGI

um gert Noregskonung að konungi sínum hyllti nú þann sem hafði tekið hana tæp 700 ár að losna við. Hér verður fjallað um forsögu húrrahrópanna á Þingvöllum 17. júní 1944.

Umfjöllunarefnið eru íslenskar konungasögur sem ritaðar voru undir lok goðaveldisaldar, seinustu konungslausu áratugi Íslandssögunnar fyrir 1944. Reynt verður að greina hvaða augum þær líta konunga og konungsvald. Hvaðan kemur valdið að þeirra mati? Hverjar eru stoðir þess? Hverjar eru hinar konunglegu skyldur og dyggðir? Hvernig er afstöðu konungs til ríkis, lands eða þegna háttað? Hvernig skal konungur vera ásýndum? Reynt verður að gera grein fyrir hugmyndaheimi konungasagnanna í ljósi samtíðar sinnar og greina þær að nokkru leyti sem heild. En sú greinargerð hefur einnig áhrif á hvernig samtími sagnanna, fyrri hluti 13. aldar, er skilinn. Við þá þversögn búa bókmenntarannsóknir sem styðjast við samfélagsfræði og sagnfræði.

Þegar tekist er á við konungsvald og afstöðu manna til þess er rétt að byrja á að negla þann varnagla að rannsóknarefnið er ótæmandi. Það er viðlíka gerlegt að gera grein fyrir öllu sem skrifað hefur verið um það og að breyta vatni í vín. Þó að ég hafi kappkostað að kynna mér skrif íslenskra og erlendra fræðimanna um efnið eru vanrækslusyndirnar eflaust margar. Þannig hef ég ekki hirt um að lesa öll erlend rit sem ég hef hagnýtt mér á frummálinu heldur gripið til þess sem hendi var næst. Eins er með útgáfur á þeim konungasögum og öðrum íslenskum miðaldaritum sem vísað er til. Þar læt ég nægja viðurkenndar útgáfur sem sumar hafa samræmt stafsetningu. Mér til afbötunar er að enginn grundvallarþáttur þessa verks byggir svo mjög á nákvæmu orðalagi og því vegur ekki svo þungt hvaða útgáfa er notuð, svo fremi sem hún er vísindalega unnin og viðurkennd. Einnig er rétt að geta þess hér að ég vísa til helstu rita í meginmáli með skammstöfunum og eru þessar helstar: HARN er Historia de antiquitate regum Norwagiensium, Ágr. er Ágrip af Noregskonungasögum, Svs. er Sverrissaga, Skjöld. er Skjöldungasaga, Fsk. er Fagurskinna, Msk. er Morkinskinna, Hkr. er Heimskringla og Knýtl. Knýtlingasaga.

Takmarka varð rannsóknina við konunga innan konungasagna þó að eðli málsins vegna hljóti margt af því sem hér er sagt um konungsvald að gilda um konunga innan annarra íslenskra bókmenntagreina. Um kvæði er ekki heldur fjallað hér þó að mynd konunga í dróttkvæðum sé verðugt rannsóknarefni og tengist mynd þeirra í þeim sögum þar sem flest þeirra eru. Auk þess lét ég hina heilögu konunga að mestu liggja á milli hluta. Heilagir konungar eru í senn konungar og dýrlingar og því öðruvísi en hinn venjulegi konungur. Því eru sögur Ólafs Tryggvasonar og Ólafs helga lítt til umfjöllunar hér. Eftir standa í forgrunni Fagurskinna, Morkinskinna og Heimskringla, Sverrissaga og sögur Danakonunga, Skjöldungasaga og Knýtlingasaga. Aðrar konunga-

FORMÁLI

sögur falla á einn eða annan hátt ekki að sviði rannsóknarinnar. Ágrip af Noregskonungasögum er að svo miklu leyti forveri hinna sagnanna að til hennar verður að taka tillit en á hinn bóginn er það rit tæpast íslenskt. Hákonarsaga er aftur á móti sannanlega rituð af íslenskum manni en eftir 1262, þegar goðaveldisöld lýkur.

Þetta verk á sér margan aðdraganda. Undirritaður minnist þess að hafa sjö ára horft á sjónvarpsútsendingu frá 25 ára ríkisstjórnarafmæli Bretadrottningar og hrifist af þeirri viðhöfn sem þar var en ekki síst af drottningu sjálfri og þótt hún mesta undrið. Ekki fór milli mála að konungar og drottningar væru sérstök, hafin yfir aðra. Krýningarathafnir og aðrar fornar hefðir tengdar nútímakonungum voru raunar flestar fundnar upp á öldinni sem leið.[1] Elísabet 2. er ekki litin sömu augum og forveri hennar, Hinrik 3. (1216–1272), var á 13. öld og þó að Danadrottning sé afkomandi Gorms gamla er hvort þeirra um sig þjóðhöfðingi síns tíma og veröldin á 20. öld gjörólík þeirri sem nú verður haldið til. Í umfjöllun um Fagurskinnu, Morkinskinnu, Heimskringlu og aðrar konungasögur er 13. öldin í öndvegi. Túlkun sagnanna verður að taka tillit til samtíma þeirra.

Næsta skref að þessu verki var BA-ritgerð undirritaðs, Sannyrði sverða, sem var að mestu skrifuð sumarið 1992 en lokið í desember sama ár. Niðurstöður hennar bentu til að Íslendingasaga héldi fram sterku konungsvaldi enda rituð af embættismanni Noregskonungs. Fundust ýmis dæmi um fylgi Íslendinga við konunga og konungsvald.[2] Þó var ljóst að ekki væru öll kurl komin til grafar og þegar ég vann grein úr ritgerðinni sumarið eftir varð ég ráðinn í að kanna málið betur. Leiðbeinandi minn í BA-verkefninu var Ásdís Egilsdóttir og hvattur af henni vann ég drög að fyrirlestri sem síðar birtist í ráðstefnuriti 9. alþjóðlega fornsagnaþingsins og var fluttur í sólbjörtum og sveittum sal Verkmenntaskólans á Akureyri 5. ágúst 1994. Nefndist hann Nokkur orð um hugmyndir Íslendinga um konungsvald fyrir 1262. Þegar hér var komið sögu höfum við Ásdís nánast bundið það fastmælum að ég myndi skrifa MA-ritgerð um þetta efni.

Síðan hef ég unnið sex smærri verkefni sem tengjast þessu verkefni. Í ágúst 1994 og janúar 1995 skrifaði ég grein sem birtist í Sögu undir heitinu: Hákon Hákonarson — friðarkonungur eða fúlmenni? Haustið 1994 skrifaði ég um samskipti konungs og þegna í Íslendingaþáttum og öðrum þáttum Morkinskinnu í námskeiðinu Þættir og samfellur hjá Ásdísi Egilsdóttur og vorið 1995 um konungsímynd Skjöldungasögu og Knýtlingasögu í nám-

---

[1] Sbr. það sem segir um breskar krýningarathafnir í: The Invention of Tradition, einkum grein Cannadine. The Context, Performance and Meaning of Ritual.
[2] Öll prentuð rit um þetta efni eftir sjálfan mig eru í heimildaskrá undir fullu heiti.

Í LEIT AÐ KONUNGI

skeiðinu Sagnaritun 12. aldar hjá Bjarna Guðnasyni. Sumarið 1994 hafði ég gert frumgerð að fyrirlestri um viðhorf Oddaverja og Haukdæla til konungsvalds og var hann þýddur á ensku vorið 1995 og fluttur á alþjóðlegu miðaldaþingi (International Medieval Congress) í Leeds 12. júlí 1995 og hét þá Electing Bishops in Iceland. Political Tendencies in the Bishops' Sagas and Sturlunga en mun síðar birtast á íslensku undir heitinu: Byskupskjör á Íslandi. Stjórnmálaviðhorf byskupasagna og Sturlungu. Sumarið 1995 skrifaði ég einnig ritdóm um tvö nýleg rit um Heimskringlu sem einnig bíður birtingar og ræddi þar afstöðu hennar og Íslendinga til konungsvalds. Jólin 1995 skrifaði ég síðan grein þar sem vikið var að afstöðu Heimskringlu til konungsvalds og birtist í Lesbók Morgunblaðsins. Var hún verulega breytt gerð ritgerðar sem ég skrifaði í námskeiði hjá Ásdísi Egilsdóttur vorið 1992.

Forsaga þessa verks hefur því verið alllöng og forverarnir margir. En auk þess er vert að nefna að ýmsir hafa lagt hönd á plóg þó að sjálfur beri ég einn ábyrgð á öllu sem hér fer á eftir. Rannsóknin var studd myndarlega af rannsóknarnámssjóði Háskóla Íslands og var sú aðstoð ómetanleg. Einnig hlaut ég styrk úr minningarsjóði dr. Jóns Jóhannessonar. Ásdís Egilsdóttir var með mér í ráðum frá upphafi og hefur manna mest mótað afstöðu mína til verkefnisins og rannsóknaraðferð og á því ríkari þátt í verkinu en hægt er að rekja í stuttu máli. Bjarni Guðnason las einnig verkið og kom með þarfa gagnrýni. Þórður Ingi Guðjónsson gerði nafnaskrá og las seinustu próförk að ritinu. Aðrir sem hafa lesið hluta ritgerðarinnar eða hana alla og fært margt til betri vegar eru Þorfinnur Skúlason, Andri Snær Magnason, Jón Yngvi Jóhannsson, Kristín Bjarnadóttir og afi minn, Ármann Jakobsson. Kjartani Erni Ólafssyni þakka ég margvíslega aðstoð. Einnig vil ég þakka starfsliði Þjóðarbókhlöðu sem sinnti ýmsu kvabbi af stakri þolinmæði. Bróðir minn, Sverrir Jakobsson, hefur verið mér stoð og stytta. Las hann verkið oftar en talið verði, aðstoðaði mig við að bera saman tilvitnanir og heimildir og veitti mörg góð ráð.

Að síðustu þakka ég þeim sem mest er að þakka. Það eru foreldrar mínir, Jakob Ármannsson og Signý Thoroddsen, sem ég tileinka þetta verk; án þeirra væri ekkert.

Reykjavík, ágúst 1997
Ármann Jakobsson

I. Inngangur

1. Íslensk sagnaritun fyrir 1262

ÍSLENSK SAGNARITUN hefst um 1118, tæplega hálfri annarri öld áður en Íslendingar gerðust þegnar Noregskonungs. Á því stutta skeiði eru Íslendingar afkastamiklir svo að furðu sætir. Fyrstu rit þeirra voru lög, ættfræði og mannfræðirit sem síðar urðu uppistaða Landnámabókar, rit tengd kristni og kirkju og hið ágripskennda sagnfræðirit Ara fróða. Þá fylgja þýðingar erlendra helgisagna og fræðirita og þá konungasögur, elsta íslenska bókmenntagreinin. Hryggjarstykki Eiríks Oddssonar hefur verið nefnt „fyrsta sagan" og ekki eru heimildir um eldri konungasögu. Eldri eru Eddukvæði, dróttkvæði og stofn Landnámu, eiga uppruna sinn á munnmenntaöld fyrir ritöld og jafnvel eitthvað af því sem síðar varð að Íslendingasögum og öðrum frásagnarbókmenntum.

Fyrir 1262 hefur dregið til frekari tíðinda í íslenskri sagnaritun. Flestar konungasögur hafa verið ritaðar og ýmsar nýjar bókmenntategundir eru orðnar til. Um 1200 er konungasagnaritun komin á fullt skrið og byskupasagnaritun einnig. Byskupasögur ná þegar þroska í kjölfar beinauppröku Þorláks og Jóns helga enda voru þar til erlendar fyrirmyndir. Á næstu hálfu öld berast riddarabókmenntir til Íslands og verða að sögum hliðstæðum þeim sem fyrir eru. Elstu fornaldarsögur eru sennilega ritaðar þá og eru riddarasögur fyrirmynd þeirra um viðhorf og efnistök. Yngsta bókmenntagreinin er sennilega Íslendingasögur. Þessar þrjár bókmenntagreinar og yngri byskupasögur heyra fyrst og fremst til öðru skeiði, norsku öldinni á Íslandi. Á síðari hluta 13. aldar og fram á þá 14. taka íslenskar bókmenntir annan vaxtarkipp. Þá eru ritaðar flestar sögur Sturlungusafnsins, hinar varðveittu Landnámabækur, Kristnisaga, Konungsbók Eddukvæða, margar Íslendingasögur og fornaldarsögur. Eftir fer 14. öldin sem ekki síður en sú 12. eða 13. verðskuldar heitið sagnritunaröld.

Á hinn bóginn eru flestar konungasögur ritaðar fyrir 1262 og kann að þykja þversagnakennt að flestar sögur sem gerast að verulegu leyti á Íslandi og snúast um Ísland eru ritaðar af þegnum Noregskonungs en sagnaritun hinna frjálsu og óháðu goða og stórbænda beindist einkum að erlendum konungum og dýrlingum. Einnig er kynlegt að þessi bókmenntagrein á sér ekki skýrar erlendar fyrirmyndir eins og byskupasögurnar íslensku. Þvert á móti er hún því sem næst séríslensk. Íslendingar eru ekki fyrstir til að rita frásagnir

Í LEIT AÐ KONUNGI

eða sögur af konungum; á hinn bóginn gera þeir það á afar sérstakan hátt. Hinar miklu konungasögur Fagurskinna, Morkinskinna og Heimskringla eiga sér engan hliðstæður erlendis. Þó að norskar konungasögur séu til eru þær aðeins að hluta fyrirmyndir hinna íslensku enda íslenska sagnaritunin að mestu eldri en sú norska.

Ekkert verður þó til úr engu. Íslenskar konungasögur eru ekki elsti norræni skáldskapurinn sem snýr að konungum. Þær eiga sér forvera í dróttkvæðum sem eru orðin til á 9. öld, áður en Ísland byggist. Þau virðast falla úr tísku annarstaðar á Norðurlöndum um 1000 og eftir það eru nær öll þekkt dróttkvæðaskáld íslensk. Íslendingar varðveita þennan samvesturnorræna bókmenntaarf sem gæti stafað af því að Ísland var nýtt land og íbúar þess höfðu meiri þörf fyrir að hyggja að rótum sínum en aðrir. Fyrir vikið þykja þeir hallærislegir og gamaldags en einnig sérstakir og spennandi, ekki síst með vaxandi fortíðaráhuga. Vera má að það liggi að baki því að þeirra er sérstaklega getið sem heimildarmanna í Historia de antiquitate regum Norwagiensium og Gesta Danorum og þeir eru síðar fengnir til að rita sögur norrænna konunga. Fyrir öðrum norrænum mönnum er Ísland staðurinn þar sem fortíðin er geymd. Ísland hafði sömu stöðu gagnvart Norðurlöndum og sveitin í hugum borgarbúa 19. og 20. aldar sem fóru þangað að safna þjóðsögum í fullvissu þess að þar ætti fortíðin heima. Sem handhafar fortíðarinnar nutu Íslendingar því góðs af fornmenntaáhuga 12. og 13. aldar og jókst það enn frá 1260–1400 þegar bækur voru í stórum stíl fluttar út frá Íslandi til Noregs.[1]

Íslenskar konungasögur eru því einstök bókmenntagrein en meðal allra Evrópuþjóða voru til sögur í bundnu og óbundnu máli á þjóðtungum, sagnfræði hinna ólærðu, aðalsmanna sem almúga, sem komst ekki á bók fyrr en

---

1 Um upphaf íslenskrar sagnaritunar hafa feiknin öll verið rituð og skal hér fátt eitt talið. Auk bókmenntasagna Sverris Tómassonar (Íslensk bókmenntasaga I, 265–89 o.v), Paasche (Norges og Islands litteratur, einkum 369–88) og Turville-Petre (Origins of Icelandic Literature) hefur Kurt Schier samið yfirlit um um sagnaritun með töflum og kemur að miklu gagni (Schier. Sagaliteratur) og þá má nefna grein Bekker-Nielsen (Den ældste tid). Um upphaf og þróun byskupasagnaritunar, sjá: Bjarni Aðalbjarnason. Bemerkninger om de eldste bispesagaer; Ásdís Egilsdóttir. Eru biskupasögur til? Um munnmenntir og konungasögur, sjá: Beyschlag. Möglichkeiten mündlicher Überlieferung in der Königssaga. Upphaf íslenskrar konungasagnaritunar verður rætt í niðurstöðum. Um það eru til nýlegar yfirlitsgreinar eftir Andersson (Kings' Sagas), Whaley (The Kings' Sagas) og Knirk (Konungasögur). Bjarni Guðnason kallar Hryggjarstykki „fyrstu söguna" og hefur fært rök fyrir. Hér er m.a. byggt á hugmyndum hans um upphaf íslenskrar konungasagnaritunar (t.d. Um Skjöldungasögu; Theodricus og íslenskir sagnaritarar; Fyrsta sagan; The Icelandic Sources of Saxo Grammaticus). Um stöðu Íslands gagnvart Norðurlöndum spinn ég við hugdettur Schiers (Iceland and the Rise of Literature in 'Terra nova'), Sørensen (Fortælling og ære, 79–100) og Davíðs Erlingssonar (Útlegð og sögur Íslendinga, 16–18). Um bókaútflutning Íslendinga, sjá: Stefán Karlsson. Islandsk bogeksport til Norge i middelalderen.

INNGANGUR

á 13. öld. Hin norrænu Eddukvæði eru dæmi um slíka sagnfræði en þau eiga sér hliðstæður í hinni þýsku Hildibrandskviðu og hinni ensku Bjólfskviðu. Annars eru germönsk Eddukvæði að mestu horfin bókmenntagrein en sagnfræði í ljóðum lifði góðu lífi allar miðaldir. Hafa Íslendingar nokkra sérstöðu í að færa munnmenntir á bók og þeir eru einir um að rita fremur sagnfræði á móðurmálinu en á latínu allar miðaldir. Auk söguljóða eru til þjóðarsögur (origines gentis) sem eru skriflegt framhald þeirra. Þar sameinast germönsk og rómversk sagnahefð þegar rómverskir sagnaritarar skrifa sögur germanskra þjóða. Þar má nefna Gotasögur Cassiodórs og Jordanesar en í kjölfar þeirra kemur Frankasaga Gregoríusar frá Tours (Historia Francorum) frá 6. öld. Engilsaxar hafa Beda munk, Langbarðar Pál djákna og þá má nefna hina rússnesku Nestorskróniku (Povest vremennikh let). Frá suðri til norðurs, austur og vestur, fara þjóðir Evrópu að rita sögu sína, hver með sínu nefi. Í sögum germanskra þjóða frá ármiðöldum mætast ólíkar hefðir. Rómversk sagnahefð sem kirkjufeður og kristnir sagnfræðingar ármiðalda höfðu fellt að heimsmynd kristni blandaðist hefðum og gildum samfélagsins fyrir kristni. Það átti ekki síður við á Karlungatíð þegar mikill vöxtur var í sagnagerð og á 12. öld þegar endurreisn varð í menningarlífi Evrópu og aukinn fortíðaráhugi. Þá er uppi Geoffrey frá Monmouth sem verður ættfaðir fornaldarsagna með Bretasögum sínum þar sem ævintýralegri forsögu er bætt framan við hina þekktu sögu. Í riti hans sameinast hin lærða þjóðarsaga og söguljóð hinna ólærðu. Saxi hinn málspaki fylgir í kjölfar hans undir lok 12. aldar, Skjöldungasaga, rit Snorra Sturlusonar og hinar íslensku fornaldarsögur.

Íslenskar konungasögur heyra til þjóðarsögum en einnig hafa þær nokkuð af eðli ævisagna. Þannig er Sverrissaga fyrst og fremst ævisaga. Konungaævir eru eldforn bókmenntagrein. Ævisöguritari Karls mikla, Einhard, byggði á keisaraævum Suetoníusar en ekki varð þó til samfelld ævisagnahefð í kjölfarið. Ýmsar aðrar konungaævir eru frá ármiðöldum, þjóðarsögur Gregoríusar frá Tours og Beda eru einnig ævisögur konunga. Samkenni ævisagna konunga er að þær eru jafnan öðrum þræði konungsskuggsjá. Eins og þeir sem rita helgar ævisögur byskupa og helgra manna eru sagnaritararnir meðvitaðir um að hið einstaka hafi almennt gildi. Þær snúa í senn að almennum konungsdyggðum og einstökum konungum og viðurðum ævi þeirra. Þannig fá þessar staðalmyndir raunsætt yfirbragð. Einnig settu sagnaritarar saman ævisagnasöfn (gestae) þar sem ævisagnaröðin fær heildarmerkingu. Ber að skilja einstaklinga í samhengi hennar. Hamborgarbyskupasaga Adams frá Brimum er slíkt safn en hún hefur Páfabók (Liber pontificalis) að fyrirmynd. Af ævisagnasöfnum konunga má nefna konungasögu Vilhjálms frá Malmesbury frá 12. öld en 100 árum yngri eru Fagurskinna, Morkinskinna og Heimskringla.

Í LEIT AÐ KONUNGI

Önnur sagnfræði miðalda hefur áhrif á konungasögur, til að mynda hin kristilega veraldarkróníka sem er hliðstæða hinna veraldlegu þjóðarsagna. Þá er þjóðarsagan sett í samhengi við hina kristnu sögu, Biblían tengd sögu Rómar og hinum og þessum gömlum fróðleik. Kirkjufeðurnir Hieronymus og Ágústínus þýddu verk rómversku sagnaritaranna Eusebíosar og Sextusar Júlíusar Africanusar á mál kristni og varð framhald á slíkri ritun allar miðaldir. Karlungar áttu sagnaritara sem ritaði sögur Rómarkeisara (Kaiserchronik) í Reichenau, Rómsögu frá sjónarhorni hinna nýju keisara. Í íslenskum konungasögum gætir þessa kristna veraldarsögueðlis, til að mynda í Skjöldungasögu og Ynglingasögu Snorra. Þá er ekki allt upp talið. Mikil annálaritun var í Evrópu, í klaustrum og við hirðir, til voru lands- og borgarkróníkur og margt annað. Og á 13. öld fór gengi samsteypunnar vaxandi þar sem reynt var að safna saman í eitt rit sem mestri sögulegri vitneskju. Mörg íslensk dæmi eru um slík rit og er Flateyjarbók einna merkust.[1]

Þó að íslenskar konungasögur séu ekki einar í heiminum eru þær nýjung í bókmenntum Norðurlanda. Í Noregi hófst sagnaritun seint og fyrir áhrif frá Íslandi. Elstu norsku sagnaritin eru á latínu, það er fyrst um 1200 að Norðmenn taka að rita konungasögur á norrænu máli og þá er konungasagnaritun hafin á Íslandi. Svíar voru enn síðar á ferð enda kristnuðust þeir seinastir Norðurlandaþjóða og ritöld hefst þar fyrir vikið vart fyrr en um 1200. Fyrst á 13. öld verða til sænsk sagnarit á móðurmálinu, Västgötakrönikorna.[2] Danir eru á hinn bóginn fyrri til en Íslendingar og á 12. öld er þar veruleg ritun,

---

1 Hér er einkum stuðst við: Grundmann. Geschichtsschreibung im Mittelalter, 5–51; Schmale. Funktion und Formen mittelalterlicher Geschichtsschreibung, 105–23; Smalley. Historians in the Middle Ages, 15–105, 175–80 o.v.; Breisach. Historiography, 60–152; Haskins. The Renaissance of the Twelfth Century, 224–75; Hay. Annalists and Historians, 38–62; Classen. Res Gestae, Universal History, Apocalypse; Goffart. The Narrators of Barbarian History. Gott yfirlit um rómverska sagnaritun er hjá Breisach og Ørsted (Romersk historieskrivning). Um samhengið milli þessara erlendu rita og norrænnar sagnaritunar, sjá m.a. Bjarni Guðnason. Um Skjöldungasögu, 255–71; Lönnroth. Tesen om de två kulturerna, 9–32; Blatt. Saxo, en repræsentant for det 12. århundredes renæssance; Skovgaard-Petersen. Saxo, historian of the Patria; Skovgaard-Petersen. Gesta Danorums genremæssige placering; Amory. Saga Style in some Kings' Sagas, and Early Medieval Latin Narrative; Weber. Intellegere historiam; Bagge. Snorri Sturluson und die europäische Geschichtsschreibung; Íslensk bókmenntasaga I, 281–91.

2 Stutt yfirlit um elstu sagnaritun Svíþjóðar er hjá Holm (Swedish Literature) en nánari umfjöllun er hjá Bolin. Om Nordens äldsta historieforskning, 141–60 o.áfr. Samanburður á norskum og íslenskum bókmenntum á 12. öld er hjá Strömbäck (The Dawn of West Norse Literature). Um íslensk áhrif á norska sagnaritun: Bjarni Guðnason. Theodricus og íslenskir sagnaritarar. Sumir telja að öflug sagnaritun hafi verið í Noregi en verkin séu glötuð, m.a. Berntsen (Fra sagn til saga, 11–22), Koht (Norsk historieskrivning under kong Sverre, sjá einnig: Finnur Jónsson. Sverrissaga, 131–8), Kvalén (Den eldste norske kongesoga, 85–100) og Hanssen (Omkring Historia Norwegiae, 32–6). Önnur hugmynd var að norska og íslenska

INNGANGUR

einkum að frumkvæði konunga og kirkju. Þar eru rituð lög seint á 12. öld og helgisögur á latínu, m.a. sögur Knúts helga og Knúts lávarðar og Vita Catilli. Annálaritun á latínu hefst um 1130 og nær miklum blóma á 12. öld. Merkustu sagnarit Dana eru þó ekki rituð fyrr en um lok 12. aldar, um leið og fjörkippur hleypur í íslenska sagnaritun. Þá eru settar saman Brevis historia regum Daciae eftir Svein Ákason og Gesta Danorum eftir Saxa hinn málspaka. Báðir vitna þeir í kvæði og sögur Íslendinga og hafa að mati Bjarna Guðnasonar stuðst við íslensk rit. Rit Sveins er stutt en Danasaga Saxa hvalkynjuð. Hún er fyrsta ítarlega norræna sagnaritið með dæmisögum og skýrum siðaboðskap, rituð á vegum Absalons erkibyskups sem er þar í svipuðu hlutverki og Gissur Ísleifsson í Íslendingabók, holdgervingur sterks og kristins ríkisvalds. Hjá Saxa eru Íslendingar handhafar forns menningararfs, sjálfur telur hann sig sérstakan vin þeirra og hefur byggt á íslensku efni þó að erfitt sé að greina hversu mikið. En einnig eru talsverð áhrif úr suðri á Danasögu Saxa, frá menningarheimi Geoffrey frá Monmouth.[1]

Íslendingar virðast því ásamt Dönum vera upphafsmenn norrænnar sagnaritunar. Ekki er þó til neitt íslenskt rit eldra en Danasaga Saxa sem er áþekkt henni. Á hinn bóginn er í henni efni sem íslenskir sagnaritarar nota síðar í fornaldarsögum auk þess sem Snorri Sturluson er um margt hliðstæða Saxa og kemur þegar í kjölfar hans. Heimskringla er Noregssaga fornmenntastefnunnar, rétt eins og Saxi ritar Danasögu þeirrar stefnu. Munurinn er að Saxi ritar latínu, Snorri móðurmál sitt. Það er grundvallarmunurinn á danskri og íslenskri sagnaritun, Danir rita latínu en Íslendingar íslensku. Á hinn bóginn er ekki hægt að líta fram hjá dönskum áhrifum á sagnaritun Íslendinga. Frá 1104 til 1153 heyrir Ísland undir erkibyskupinn í Lundi og sex íslenskir bysk-

---

hefðin væru óháð hvor annarri (sjá t.d. Storm. Norske historieskrivere paa kong Sverres tid, 429–31) en flestir munu nú afhuga því, t.d. Ellehøj (Studier over den ældste norrøne historieskrivning, 175–276), Jakobsen (Om Fagrskinna-forfatteren), Bjarni Guðnason (Theodricus og íslenskir sagnaritarar) og Andersson (Ari's konunga ævi and the Earliest Accounts of Hákon Jarl's Death, King's Sagas, 200–11). Vísast er réttara að Ísland og Noregur hafi verið eitt menningarsvæði á síðari hluta 12. aldar og 13. öld. Sjá einnig: Magerøy. Norsk-islandske problem, 81–3, 97–106.

1 Um tengsl danskrar og íslenskrar sagnaritunar, sjá rit Bjarna Guðnasonar (Um Skjöldungasögu, einkum 146–223; Saxo och Eiríksdrápa; Fyrsta sagan, 55–66; Formáli, viii–xviii) og Christensen (Om kronologien i Aris Íslendingabók og dens laan fra Adam af Bremen, 31–4). Um upphaf danskrar konungasagnaritunar og Svein Ákason, sjá: Bolin. Om Nordens äldsta historieforskning, einkum 41–62. Nýrri umræða um Svein, sjá: Christensen (Forholdet mellem Saxo og Sven Aggesen; Om overleveringen af Sven Aggesens værker). Um Saxa hefur margt verið skrifað, m.a. grundvallarrit Olrik (Kilderne til Sakses Oldhistorie), Weibull (Saxo, einkum bls. 3–45) og Skovgaard-Petersen (Da Tidernes Herre var nær) og tvö nýleg ráðstefnurit (Saxostudier; Saxo Grammaticus). Um hugmyndafræði Saxa: Johannesson. Saxo Grammaticus. Tengsl þeirra Geoffrey frá Monmouth: Lukman. Sagnhistorien hos Saxo.

Í LEIT AÐ KONUNGI

upar eru vígðir af honum, allir miklir lærdómsmenn. Tveir, Ketill Þorsteinsson og Þorlákur Runólfsson, eru guðfeður ritunar á Íslandi, upphafsmenn Kristniréttar og verndarar Ara fróða. Dönsk menningaráhrif hafa verið veruleg hér á fyrri hluta 12. aldar og Íslendingar höfðu margt til Dana að sækja. En Ari hefur önnur fordæmi fyrir sér þegar hann ákveður að rita íslensku en ekki latínu þó að prestslærður sé. Hér voru enskir byskupar á 11. öld og tengjast upphafi ritaldar. Á Englandi rituðu menn á þjóðtungu, ekki síst á 9. öld þegar sjálfur konungur studdi þjóðtungubókmenntir af kappi. Þær hafa aftur á móti lagst að mestu af á 12. öld. Vera má að Ari hafi eins og Íslendingar löngum síðan verið heldur seinn að tileinka sér erlenda tísku.[1]

Íslendingabók Ara fróða hefur eins og dönsk sagnarit 12. aldar þann megintilgang að festa í sessi ríkjandi stofnanir og vald. Hún er opinber saga þar sem Gissur Ísleifsson sameinar í einum manni ríki, kirkju, friðarviðleitni og lög. Söguþekkingin er afl sem virkjað er í þágu þessa boðskapar. Eins er áróðurinn ekki fjarri elstu íslensku konungasögunum. Þær eru um margt líkar mestu sagnaritum Evrópu, til að mynda ritum Saxa og Geoffreys. Einstæðara er að rita sögur á þjóðtungu í kjölfar Englendinga, löngu eftir að þeir hafa lagt þann sið af. Orsök þeirrar sérvisku er óráðin gáta og verður væntanlega enn um sinn helsti leyndardómur íslenskrar bókmenntasögu. Íslenskar konungasögur eru eins og íslensk sagnaritun almennt um sumt engu líkar í evrópskri sagnaritun. Eigi að síður eru í Evrópu skrifuð rit um konunga allar miðaldir og íslensk sagnaritun heyrir þeirri hefð til enda talsverð menningartengsl milli Íslands og annarra landa í norðanverðri Evrópu.

2. Íslenskar konungasögur 12. aldar

ELSTI NAFNKUNNI íslenski konungasagnaritarinn er Sæmundur fróði Sigfússon í Odda. Konungarit hans er ekki til umfjöllunar hér, enda glatað, en skiptir þó máli sem forveri hinna sem varðveitt eru. Aðalheimildin um konungasagnaritun Sæmundar fróða er kvæðið Noregskonungatal þar sem

---

1 Um ensk áhrif á Íslandi, sjá: Turville-Petre. Origins of Icelandic Literature, 70–76; Jón Stefánsson. Rúðolf af Bæ and Rudolf of Rouen, 179–80; Spehr. Der ursprung der isländischen schrift und ihre weiterbildung bis zur mitte des 13. jahrhunderts, 1–10, 32–4, 50–1, 60–1, 155–66; Hreinn Benediktsson. Early Icelandic Script, 21–8. Sjá einnig: De Vries. Normannisches Lehngut in den isländischen Königssagas. Annars eru þau lítt könnuð. Um stöðu þjóðtungunnar í Evrópu, sjá: Price. Medieval Thought, 102–9. Björn Sigfússon (Um Íslendingabók, 86–101) hefur fjallað um Ara og þjóðtungubókmenntir á 12. öld en niðurstöður hans eru fremur óljósar. Ítarlegri er umræða Ólafíu Einarsdóttur (Studier i kronologisk metode i tidlig islandsk historieskrivning, 19–90) sem tengir Ara m.a. við enska annálahefð.

INNGANGUR

hann er talinn heimild um konungaröð frá Hálfdani svarta til dauða Magnúss góða: „ævi þeirra / sem Sæmundr / sagði enn fróði." Hefur verið ályktað að saga Sæmundar hafi sagt frá þessum konungum. Kvæði þetta er lofdýrðarkvæði um Jón Loftsson frá lokum 12. aldar en tímatal þess hið sama og Fagurskinnu og talið að rit Sæmundar sé heimild hennar.[1] Í öðru aðalhandriti Ólafssögu Odds Snorrasonar (AM 310 4to) er vitnað til þess: „Sua hefir Sæmundr ritað um Olaf konung isinni bok." (Odd., 114)[2] Frásögnin sem höfð er eftir Sæmundi er um þing á Dragseiði og skírn manna þar, friðun Noregs, löggjöf og siðbót. Hefur þessi tilvísun þótt benda til að rit Sæmundar hafi verið ágrip þar sem sagt er frá öllu þessu á einum stað.

Sæmundur er einnig nefndur á öðrum stað í Ólafssögu Odds, í unglegu handriti Jómsvíkingasögu (AM 510 4to) og í Konungsannál sem heimild um frostavetur á Norðurlandi 1047. Einnig er vísað til hans í Sturlubók Landnámu og Kristnisögu og hann er talinn heimild fyrir alls kyns klerklegum lærdómi, t.d. í AM 624 4to og AM 724 4to en þar gæti verið vísað til hans sem kennivalds (auctoritas) eins og lenska var. Þannig var honum síðar eignuð Konungsbók Eddukvæða án þess að fótur væri fyrir enda er hann þegar í Jónssögu Gunnlaugs Leifssonar en enn frekar á seinni öldum menningarhetja (culture hero) sem þjóðsögur myndast um. Sæmundur kemur við Íslendingabók, Kristnisögu, Hungurvöku, Jónssögu, annála og ættartölur. Hann er sagður stuðningsmaður Gissurar byskups, vinur Jóns byskups, ráðgjafi Ara og sjálfstæður lærdómsmaður. Í Sturlusögu (1. kap.) er hann sagður fóstra Odda Þorgilsson sem hafi orðið fróður fyrir vikið og Oddi er menntasetur í tíð sonar hans. Jón Sigurðsson, Einar Ólafur Sveinsson og Bjarni Guðnason telja að hann sé upphafsmaður að ættartölum sem runnar eru frá Oddaverjum.

Tilvitnanir í rit Sæmundar benda til að það hafi náð frá Hálfdani svarta til Magnúss góða, verið ágrip og ef allar vísanir í Sæmund eru í eitt rit hefur það verið alfræðiættar eins og m.a. Turville-Petre og Ólafía Einarsdóttir telja. Einnig er talið að Sæmundur hafi ritað á latínu og helstu rök fyrir því eru þessi orð í formála Heimskringlu: „Ari prestr [...] ritaði fyrstr manna hér á

---

[1] Kvæðið er varðveitt í Flateyjarbók (II, 524). Um tímatal Sæmundar og Noregskonungatal: Ólafía Einarsdóttir. Studier i kronologisk metode i tidlig islandsk historieskrivning, 171–83; Mogk. Das Noregs Konungatal. Ekki verður hér vikið nánar að því hvaða rit eru talin hafa stuðst við rit Sæmundar en um það hefur verið deilt, sjá m.a. Gjessing. Sæmund frodes forfatterskab; Bjarni Aðalbjarnarson. Om de norske kongers sagaer, 30–42; Ellehøj. Studier over den ældste norrøne historieskrivning, 109–10; Bjarni Guðnason. Theodricus og íslenskir sagnaritarar; Ulset. Det genetiske forholdet mellom Ágrip, Historia Norwegiæ og Historia de Antiquitate Regum Norwagiensium, 16–42; Lange. Die Anfänge, 98–120.

[2] Bjarni Aðalbjarnarson (Om de norske kongers sagaer, 33–4) taldi að þessu hefði verið bætt í frumrit Odds. Eftir sem áður vitnar þessi kafli um tilvist konungasögu Sæmundar.

Í LEIT AÐ KONUNGI

landi at norrœnu máli frœði, bæði forna ok nýja."[1] Þessi orð kveða upp úr um að Ari sé fyrstur til að rita á íslensku. Það framtak er stórmerkilegt, ekki síst ef helsti forveri hans og ráðgjafi við ritun Íslendingabókar skrifaði á latínu. Íslendingabók er nær örugglega yngri en konungarit Sæmundar sem nær ekki nema til Magnúss góða (d. 1047) og gæti þess vegna verið frá yngri árum Sæmundar. Ekki er þó fullvíst að Snorri eigi við hana og Ari er talinn hafa ritað fleira. Ekki getur því talist útkljáð hvort Sæmundur skrifaði á latínu eða íslensku. Raunar töldu Storm og Meissner óvíst að verk Sæmundar hefðu yfirleitt verið rituð en Gjessing og nær allir fræðimenn síðan hafa talið það hafið yfir allan vafa. Í ljósi þess að Oddur Snorrason segir „í sinni bók" er hæpið að um munnmæli ein sé að ræða enda Oddaverjar bókmennta- en ekki munnmenntaætt.[2]

Næstur á eftir Sæmundi er Ari fróði Þorgilsson sem nefnir „konunga ævi" í formála Íslendingabókar:

> Íslendingabók gørða ek fyrst byskupum órum, Þorláki ok Katli, ok sýndak bæði þeim ok Sæmundi presti. En með því at þeim líkaði svá at hafa eða þar viðr auka, þá skrifaða ek þessa of et sama far, fyr útan áttartǫlu ok konunga ævi, ok jókk því es mér varð síðan kunnara ok nú es gerr sagt á þessi en á þeiri.[3]

Aðalheimildin um konungasögu Ara er þó formáli Heimskringlu þar sem Snorri Sturluson segir frá Ara og lýsir efni Íslendingabókar en bætir svo við: „Hann tók þar ok við mǫrg ǫnnur dœmi, bæði konunga ævi í Nóregi ok Danmǫrku ok svá á Englandi eða enn stórtíðendi, er gǫrzk hǫfðu hér á landi, ok

---

1 Hkr. I, 5. Héðan af verður vitnað til Heimskringlu í meginmáli. Um formála Heimskringlu og afstöðu hans til formála Ólafssögu helga, sjá: Wessén. Om Snorres prologus till Heimskringla och till den särskilda Olovssagan.
2 Um höfundarverk og ævi Sæmundar hafa m.a. fjallað: Storm. Snorri Sturlasöns Historieskrivning, 14–16; Gjessing. Sæmund frodes forfatterskab; Meissner. Die Strengleikar, 35–8; Halldór Hermannsson. Sæmund Sigfússon and the Oddaverjar, 5–9, 29–36; Bjarni Aðalbjarnarson. Om de norske kongers sagaer, 30–42; Einar Ólafur Sveinsson. Sagnaritun Oddaverja, 11–16; Beyschlag. Konungasögur, 275–80; Turville-Petre. Origins of Icelandic Literature, 81–7; Bjarni Guðnason. Um Skjöldungasögu, 152–9; Ólafía Einarsdóttir. Studier i kronologisk metode i tidlig islandsk historieskrivning, 165–71, 200–13; Ellehøj. Studier over den ældste norrøne historieskrivning, 15–25; Andersson. Kings' Sagas, 199. Um Sæmund sem menningarhetju, sjá m.a.: Halldór Hermannsson. Sæmund Sigfússon and the Oddaverjar, 45–8; Buckhurst. Sæmundr inn fróði in Icelandic Folklore. Um auctoritas-hugtakið og gildi þess fyrir íslenska sagnaritun á miðöldum: Sverrir Tómasson. Tækileg vitni, 278–85; Sverrir Tómasson. Formálar íslenskra sagnaritara á miðöldum, 222–7 o.v. Um munnmennta- og bókmenntaættir: Gísli Sigurðsson. Bók í stað lögsögumanns. Ættartala Oddaverja til Danakonunga er prentuð í Diplomatarium Islandicum I, 501–6 og útgefandi (Jón Sigurðsson) leiðir þar að því getum að Sæmundur sé upphafsmaður hennar.
3 Íslendingabók, 3.

INNGANGUR

þykkir mér hans sǫgn ǫll merkiligust." (Hkr. I, 6) Ari er hér ótvírætt bendlaður við konungasagnaritun en umfjöllun hans um konunga í Íslendingabók hefur þótt of veigalítil til að réttlæta að Snorri geri hann að aðalatriði í formála sínum. Þessi mörgu „dœmi" væru fáeinar setningar um tímatal og ættartölur en beinar vísanir í Ara eru raunar fáar og gefa ekki tilefni til að ætla að konungaævi hans hafi verið mikil að vöxtum.

Tvær hugmyndir eru helst á lofti um hvernig konungaævi Ara hafi verið. Annars vegar gæti Ari hafa samið tvær Íslendingabækur, fyrri með ættartölu og konungaævi og sé sú glötuð, en síðan þá sem varðveitt er. Þessa skoðun hafa flestir fræðimenn á 19. og 20. öld aðhyllst eftir Konrad Maurer sem hafði hana frá Werlauff. Þá er deilt um umfang hinnar eldri Íslendingabókar og tildrög þess að Ari sleppti henni í seinni gerð. Telja flestir að konungaævin í hinni eldri bók hafi verið stutt greinargerð, ef til vill svipuð umfjöllun hans um lögsögumenn á Íslandi, og séu leifar þeirrar konungaævi í hinni varðveittu Íslendingabók. Aðrir telja að hún hafi verið mun meiri að vöxtum. Hin hugmyndin, ættuð frá Árna Magnússyni og fleirum, naut almennrar viðurkenningar á 18. öld. Árni skildi formála Íslendingabókar þannig að hin þekkta gerð sé aukin frá þeirri eldri og endurbætt, þ.e. bætt við áttartölu og konungaævi. En auk þess hefði Ari skrifað Landnámu og sögu Noregskonunga. Á 19. öld varð sú skoðun ofan á að Ari hefði ekki skrifað sérstaka konungasögu heldur söguleg samsteypurit um allt sem hann vissi um sögu Noregs og Íslands og Maurer taldi það vera Íslendingabók eldri.

Á 20. öld er Johan Schreiner nánast stakasteinn í hópi fræðimanna í að telja að Ari hafi ritað sjálfstæða konungabók og byggði á því að í báðum gerðum Ólafssögu helga eftir Snorra og í Flateyjarbók er talað um bækur Ara en ekki bók. Nýlega hefur þessi gamla skoðun þó verið endurvakin. Sverrir Tómasson telur að Ari fróði sé í formála Heimskringlu kennivald til að vekja traust á frásögninni en sé ekki fremur en dróttkvæði heimild í raun. Því beri fremur að byggja á formála Ara sjálfs en Heimskringlu. Sá formáli gefi á hinn bóginn ekki tilefni til að ætla annað en að Íslendingabók eldri hafi verið uppkast og aldrei gengið í eftirritum. Konungasaga Ara hljóti því að hafa verið sjálfstætt verk. Else Mundal hefur bent á að í formála Íslendingabókar sé ekki sagt að byskuparnir eða Sæmundur hafi viljað taka neitt úr bókinni, þvert á móti hafi þeir viljað auka við og ritið sé því ítarlegra en uppkastið. Telur Mundal að í formála Heimskringlu sé Snorri að lýsa safnriti eftir Ara sem Íslendingabók hafi verið í en fyrir aftan hana önnur rit, ættartala og konunga ævi. Nafnið Íslendingabók eigi ekki við bók sem er full af efni um norska, enska og danska konunga en enginn vafi sé á að uppkast Ara hafi borið það nafn. Mundal telur eins og Sverrir fráleitt að fyrri bókin hafi verið í umferð eftir gagnrýni byskupanna og Sæmundar. Hugmynd hennar um safnrit skýri aftur á móti að í Heimskringlu sé bæði minnst á *bók* Ara og *bækur* eins og Schreiner benti á. Margt mæli með því að ritum Ara hafi verið safnað saman og lok Íslendingabókar séu einnig eðlilegri ef á eftir hafi komið tvö önnur rit, ættartala og konungaævi. Íslendingabók sé auk heldur í handriti kölluð „schedæ Ara fróða" sem sé skiljanlegra ef hún var í upphafi hluti handrits en hafi síðan verið ein afrituð þar sem hinir hlutarnir hafi þótt úreltir.[1]

Sterkar líkur eru þannig á því að Sæmundur og Ari hafi ritað konungasögur en um afstöðu þeirra til konunga eða konungsvalds verður ekkert fullyrt. Trúlegt er og að rit þeirra hafi verið ágrip. Þau eru aldrei nefnd „saga" en í Morkinskinnu er það orð notað um annað rit. Hryggjarstykki er ekki varðveitt en nefnt í Heimskringlu og einnig höfundur þess, Eiríkur Oddsson. Þar og í Morkinskinnu er sagt að ritið hafi sagt frá Haraldi gilla og sonum hans, Magnúsi blinda og Sigurði slembi „allt til dauða þeira." (Hkr. III, 319). Þar sem ritið er glatað hefur verið deilt um efni þess og hvernig ætti að túlka orð Heimskringlu og Morkinskinnu um það. Hefur Bjarni Guðnason leitt rök

---

1 Þeir sem aðhylltust fyrri skýringuna voru m.a. Maurer (Über Ari Thorgilssohn und sein Isländerbuch, 307–12. Über Ari fróði und seine Schriften, 65–6), Guðbrandur Vigfússon (Prolegomena, xxxii–xxxiii), Storm (Snorre Sturlassöns Historieskrivning, 13–14), Gjessing (Undersøgelse af Kongesagaens fremvæxt I, 1–7), Björn M. Ólsen (Om forholdet mellem de to bearbejdelser af Ares Islændingebog), Heusler (Are's Íslendingabók und Libellus Islandorum) Schneider (Ari und seine Bücher über Isländer und Island), Bjarni Aðalbjarnason (Om de norske kongers sagaer, 42–7, 177–80), Eva Hagnell (Are frode och hans författarskap, 92, 109–13, 130–4 o.v.), Einar Arnórsson (Ari fróði, 28–30, 56–61), Björn Sigfússon (Um Íslendingabók, 11–19), Beyschlag (Konungasögur, 280–5), Turville-Petre (Origins of Icelandic Literature, 93–100), Ellehøj (Studier over den ældste norrøne historieskrivning, 28–35, 47–53) og Jakob Benediktsson (Formáli, viii–xii). Á hinni síðari voru m.a. Árni Magnússon (Árni Magnússons Levned og Skrifter II, 1), Jón Sigurðsson, Jón Þorkelsson (í bréfum, sjá: Björn M. Ólsen. Om forholdet mellem de to bearbejdelser af Ares Islændingebog, 343) og á þessari öld Schreiner (Saga og oldfunn, 1–20, 60–85), Sverrir Tómasson (Tækileg vitni) og Else Mundal (Íslendingabók, ættartala og konunga ævi). Í flestum þessara rita er veitt mun ítarlegra yfirlit um þessa umræðu en hér eru tök á að veita, ekki síst um umræðu fræðimanna á 18. og 19. öld, auk þess koma þar fram margar vangaveltur um rit Ara sem hér verður ekki nánar fjallað um. Um áhrif Ara á önnur rit er rétt hér en vísað til rita Berntsens (Fra sagn til saga, 71–8), Bjarna Aðalbjarnarsonar (Om de norske kongers sagaer, 7–19 o.v.), Schreiners (Saga og oldfunn, 1–20, 60–85), Ellehøjs (Studier over den ældste norrøne historieskrivning, 60–62, 277–86 o.v.), Ulset (Det genetiske forholdet mellom Ágrip, Historia Norwegiæ og Historia de Antiquitate Regum Norwagiensium, 16–42, 152–82), Langes (Die Anfänge, 98–120) og Krags (Ynglingatal og Ynglingesaga, 143–62) en auk þess hafa komið að umræðunni Bjarni Guðnason (Theodricus og íslenskir sagnaritarar) og Andersson (Ari's konunga ævi and the Earliest Accounts of Hákon Jarl's Death) og er þeirri umræðu lýst í yfirlitsritgerð Anderssons (Kings' Sagas, 200–11). Umræða um heimildir og fyrirmyndir Ara er hjá Ólafíu Einarsdóttur (Studier i kronologisk metode i tidlig islandsk historieskrivning, 19–90), Ellehøj (Studier over den ældste norrøne historieskrivning, 62–8), Bekker-Nielsen (The Use of *Rex* in Íslendingabók), Christensen (Om kronologien i Aris Íslendingabók og dens laan fra Adam af Bremen), Louis-Jensen (Ari og Gregor), Skårup (Ari frodes dødsliste for året 1118) og Mundal (*Íslendingabók* vurdert som bispestolskrønike).

INNGANGUR

að því að Hryggjarstykki hafi fyrst og fremst verið saga Sigurðar slembis. Nafnið vísi til þess að sagan hafi komist fyrir á einu kálfskinni en af frásögn Morkinskinnu og Heimskringlu að dæma er það líklegt. Hryggjarstykki hefur þá verið lítil saga um afmarkað efni og þykir Bjarna eðlilegt að elsta sagnaritið hafi verið smátt í sniðum. Hryggjarstykki hafi verið hliðhollt Dönum sem studdu kröfu Sigurðar og vildu gera hann að dýrlingi. Það hafi verið píslarsaga sem fellur vel að þróun norrænnar sagnagerðar þar sem píslarsögur eru eldri en konungasögur, auk þess sem Hryggjarstykki heyrir til „danska skeiðinu" í íslenskri sagnaritun, 1104–1153.[1]

Frá 12. öld eru einnig elstu sögur hinna heilögu konunga, Ólafs Tryggvasonar og Ólafs helga. Ólafssaga helga hin elsta er rituð um 1200 en ennþá eldri er latínuritið Translatio Sancti Olavi, sem er glatað en nefnt hjá Theodricusi, og frá miðri 11. öld er enskt handrit með Ólafstíðum þar sem efni úr Saltaranum og Síraksbók hefur verið snúið upp á Ólaf helga. Adam frá Brimum segir einnig frá honum í Hamborgarbyskupasögu sinni (Gesta Hammaburgensis ecclesiae pontificum). Þá eru til helgisögur í ýmsum gerðum á latínu og norrænu máli, t.d. í ensku handriti frá lokum 12. aldar. Er hald manna að Ævi (vita) Ólafs hafi verið til árið 1153 ásamt átta jarteinum en Eysteinn Erlendsson erkibyskup í Niðarósi hafi endursamið latneska textann og aukið við tólf jarteinum en í útlegð sinni í Englandi 1180–1183 samið lengstu gerðina og bætt við 27 jarteinum. Nefnist það rit Passio et miracula beati Olavi. Elsta sagan svokallaða er á hinn bóginn aðeins varðveitt að takmörkuðu leyti, sex blöð úr handritinu NRA 52 en tvö blöð í AM 325 IV a 4to hafa reynst vera úr sérstöku jarteiknasafni Ólafs en ekki úr Elstu sögu. Afsprengi hennar er í handriti í Uppsölum, þrænsku frá miðri 13. öld (Delag. 8 fol), og hefur verið nefnt „Helgisagan" sem er þó rangnefni þar sem hér er dæmigerð konungasaga á ferð. Þar er texti Elstu sögu styttur og skotið inn Kristniþætti, frásögnum af trúboði Ólafs. Auk þess er jarteinum bætt aftan við söguna.

Helgisagan hefur þótt ómerkileg af íslenskum fræðimönnum, sögð „mesti óskapnaður meðal fornra sagna" og „með afbrigðum grautarleg" af Bjarna Aðalbjarnarsyni. Slíkir smekksdómar eru algengir í umfjöllun um íslenskar konungasögur og miða yfirleitt að hinu sama, að upphefja konungasögur Snorra Sturlusonar með því að lasta aðrar konungasögur. Helgisagan hefur

---
1 Bjarni Guðnason. Fyrsta sagan. Samkvæmt Bjarna er Hryggjarstykki varðveitt í Heimskringlu (Hkr.) III, 297–320; Fagurskinnu (Fsk.), 341–51; Morkinskinnu (Msk.), 405–438. Bjarni rekur skoðanir annarra (Fyrsta sagan, 13 nmgr. 1 og 2) um efni sögunnar. Holtsmark (Hryggjarstykki) á heiðurinn að tilgátunni um merkingu orðsins Hryggjarstykki sem er lykilatriði í kenningu Bjarna (Fyrsta sagan, 67–72). Hallberg (Hryggjarstykki) tók undir margar af skoðunum Bjarna. Sverrir Tómasson (Hryggjarstykki) gagnrýndi hugmyndir Bjarna og Holtsmark um merkingu orðsins.

verið meginheimild Ólafssögu Snorra ásamt glataðri Ólafssögu Styrmis Kárasonar sem nokkrir kaflar eru úr í Flateyjarbók. Því mun Bjarna Aðalbjarnarsyni hafa þótt hallað á Snorra ef henni væri gert of hátt undir höfði. En Helgisagan er að mörgu leyti stórmerkilegt rit eins og rannsóknir Heinrichs og ýmissa annarra hafa sýnt. Hér verður hún þó lítt rædd þar sem hún fjallar um helgan konung þó að ekki sé hún helgisaga. Sama gildir um sögur Ólafs Tryggvasonar.[1]

Elsta saga Ólafs Tryggvasonar var af Finni Jónssyni og fleirum talin svar við Elstu sögu Ólafs helga þar sem Oddur Snorrason munkur hefði viljað gera honum betri skil sem kristniboðskonungi Íslands. Fyrst skráði hann sögu sína á latínu en af henni er ekki varðveitt nema ein vísa sem að mati Finns Jónssonar sýnir að latína Odds hafi ekki verið góð. Í Ólafssögu er vitnað í Sverri og líklegt þykir að Karl ábóti, yfirmaður Odds, sé heimildarmaður hennar. Því er hún yfirleitt talin yngri en Sverrissaga, þ.e. frá lokum 12. aldar en að minnsta kosti rituð eftir 1170 því að færsla Sunnifu til Björgyn er nefnd. Oddur munkur er talinn hafa notað rit Sæmundar, Ara og Theodricusar munks en Ólafssaga hans hefur að öllum líkindum verið notuð af höfundum Ágrips, Fagurskinnu og Heimskringlu. Er talið að í Heimskringlu og Fagurskinnu sé notað afrit sem var nær frumriti Odds en þau sem nú eru til. Þau eru AM 310 4to (A) sem Storm og Finnur Jónsson töldu skrifað eftir íslensku frumriti og er að mati Kålunds frá síðari hluta 13. aldar. Það er talið best en á það vantar upphafið og þá kemur til skjalanna Sth. 18 mbr. 4to (S), íslenskt handrit frá fyrsta fjórðungi 14. aldar, en einnig er til Uppsalahandrit frá miðri 13. öld sem

---

[1] Mikið hefur verið ritað um sögur af Ólafi helga og styðst ég einkum við rit Sigurðar Nordals (Om Olaf den helliges saga; Snorri Sturluson) og Jónasar Kristjánssonar (Um Fóstbræðra sögu, 151–223) og fjalla þeir t.a.m. um tengsl sagna af Ólafi við aðrar sögur, t.d. Ágrip, Fagurskinnu og Heimskringlu. Samanburður Sigurðar Nordals á Heimskringlu og öðrum sögum (Snorri Sturluson, 184–99) hefur gengið aftur í smekksdómum manna í umfjöllun um konungasögur síðan og myndi æra óstöðugan að nefna öll dæmi um það. Af öðrum mikilvægum ritum um sögur Ólafs helga má nefna: Johnsen. Olavssagaens genesis; Schreiner. Tradisjon og saga om Olav den hellige, 3–49 (meðal niðurstaðna hans var að Elsta saga væri eftir Ara fróða); Holtsmark. Sankt Olavs liv og mirakler; Bjarni Aðalbjarnarson. Formáli, v–xiii; Turville-Petre. Origins of Icelandic Literature, 175–90; Gunnes. Om hvordan passio Olavi ble til; Jónas Kristjánsson. The Legendary Saga; Anderssen. On the Historicity of Certain Passages in the Saga of Olaf Haraldsson; Frankis. An Old English Source for the Guðbrandsdal Episode in Ólafs saga helga; Heinrichs. Episoden als Strukturalelemente in der Legendarischen Saga und ihre Varianten in anderen Olafssagas; Heinrichs. „Intertexture" and Its Function in Early Written Sagas; Hallberg. Direct Speech and Dialogue in Three Versions of Óláfs saga helga; Schach. Icelandic Sagas, 48–55; Andersson. Kings' Sagas, 212–6; Henriksen. St. Olav of Norway; Heinrichs. Christliche Überformung traditioneller Erzählstoffe in der 'Legendarischen Olafssaga'; Whaley. Heimskringla and Its Sources; Andersson. Lore and Literature in a Scandinavian Conversion Episode; Heinrichs. Der Ólafs þáttr Geirstaðaálfs. Um varðveislu Elstu sögu: Louis-Jensen. „Syvende og ottende brudstykke."

er norskt. Bæði síðarnefndu handritin eru stytt og breytt og hér verður því vitnað í A en annars er ekki byggt svo mjög á Ólafssögu Odds munks fremur en sögum um Ólaf helga.

Um ritstjórnarstefnu Odds munks segir Finnur Jónsson: „hele hans fremstilling viser, at kritik ikke var hans stærke side; han var meget lettroende og undertiden fortæller han det samme to gange uden at se, at det i grunden er det samme."[1] Hér gildir hið sama og um Helgisöguna af Ólafi helga, rit Odds er vanmetið vegna kirkjulegrar hneigðar sinnar en raunar hefur Oddur fengið nokkra uppreisn æru undanfarið. Auk sögu Odds er Ólafssaga Tryggvasonar rituð af Gunnlaugi Leifssyni um aldamótin 1200 en er síðar þýdd á íslensku og ásamt sögum Odds og Snorra tekin upp í Ólafssögu Tryggvasonar hina mestu á fyrri hluta 14. aldar. Saga Gunnlaugs er því ekki til sem slík og verður því ekki vikið að henni sérstaklega hér þar sem hún er að auki saga heilags konungs. Líklegt þykir að Gunnlaugur hafi byggt sögu sína á sögu Odds.[2]

3. Safnrit um Noregskonunga frá 12. öld

NORÐMENN TAKA VIÐ SÉR seint á 12. öld og fara að semja rit um alla Noregskonunga, væntanlega í anda Sæmundar og Ara. Í riti Theodricusar munks, Historia de antiquitate regum Norwagiensium, er fullyrt að það sé brautryðjendaverk í Noregi. Formáli þess veitir tilefni til að ætla að ritið sé samið eftir fall Eysteins meylu (d. 1177) en á tíð Eysteins erkibyskups (d. 1188). Um höfund þess er ekkert vitað nema latínugerð nafns hans. Almennt er þó talið að hann sé munkur í Niðarósi og Arne Odd Johnsen sýndi fram á tengsl hans við Viktorsklaustur í París þar sem í bókasafni voru ýmis rit sem hann virðist þekkja. Er talið að munkur hafi heitið Þórir á norsku og lært í

---

1 Finnur Jónsson. Indledning, ii.
2 Um sögur Odds og Gunnlaugs hefur nokkuð verið ritað. Er helst að nefna skrif Bjarna Aðalbjarnarsonar (Om de norske kongers sagaer, 55–135). Einnig: Bugge. Sandhed og digt om Olav Tryggvason; Indrebø. Fagrskinna, 84–93; Finnur Jónsson. Ólafs saga Tryggvasonar (hin meiri); Finnur Jónsson. Indledning, i–ii, xi–xii, xx–xxii o.v.; Holtsmark. Om de norske kongers sager; Gordon. Die Olafssaga Tryggvasonar des Odd Snorrason; Lönnroth. Studier i Olaf Tryggvason saga; Baetke. Die Óláfs saga Tryggvasonar und die Jómsvíkinga saga; Andersson, The Conversion of Norway according to Oddr Snorrason and Snorri Sturluson; Hoffmann. Die Vision des Oddr Snorrason; Holm-Olsen. Forfatterinnslag i Odds munks saga om Olav Tryggvason; Bagge. Helgen, helt og statsbygger. Um heimildargildi norrænna sagna um Ólaf, sjá þessi rit og einnig: Baetke. Christliches Lehngut in der Saga-religion, 59–135; Ellehøj. The location of the fall of Olaf Tryggvason. Þess má geta að Lönnroth (Studier i Olaf Tryggvason saga, 90–3) hefur leitt að því líkum að viðhorf Ólafssögu til konungsins sé að hann sé í senn yfirmaður lands og kirkju, eins og síðar verður nefnt um aðra konunga.

Í LEIT AÐ KONUNGI

Viktorsklaustri eins og erkibyskuparnir Eysteinn Erlendsson og Eiríkur Ívarsson og aðrir norrænir klerkar á 12. og 13. öld. Hafa menn getið sér þess til að þar sé á ferð Þórir Guðmundsson erkibyskup eða Þórir byskup í Hamri. Theodricus segist hafa farið eftir sögn íslenskra manna. Bjarni Guðnason og Andersson telja að þar eigi hann við rit Sæmundar, Ara og fleiri en ekki eingöngu munnlegar heimildir eins og t.d. Johnsen taldi. Þó að norskur sé hefur hann áhuga á Íslandi og eyðir miklu púðri í kristnun þess, nefnir Gissur hvíta og Hjalta Skeggjason og hælir Ísleifi Gissurarsyni (HARN, 19–21).

Upplýsingar um stjórnarár norskra konunga sækir hann þó ekki til íslenskrar hefðar heldur glataðs rits sem nefnist Catalogus regum Norwagiensium. Einnig hefur hann stuðst við Acta Sancti Olavi og Translatio Sancti Olavi. Í sama handriti og rit Theodricusar er Historia de profectione Danorum in Hierosolymam. Theodricus er talinn undir áhrifum frá erlendum krónikum og hefur mönnum orðið starsýnt á lærða útúrdúra (digressiones) þar sem hann vitnar í hin og þessi kennivöld á miðöldum, þar á meðal Huga frá Viktorsklaustri sem bendir til áhrifa úr Viktorsklaustri á hann. Í sumum tilvikum er norræn saga leiðrétt með þessum heimildum en oftast eru útúrdúrarnir vandskýrðir. Taldi Suhm að þeir ættu að sýna lærdóm höfundar en Storm og Ellehøj að þeir sýndu fylgispekt munksins við tísku 12. aldar. Johnsen og Hanssen töldu aftur á móti að þeir hefðu úrslitaþýðingu fyrir heild ritsins og væru leið til að tengja sögu Noregs heimssögunni, Róm og Biblíunni. Nýlega hefur Bagge tekið undir það en einnig túlkað útúrdúrana í ljósi heildar verksins sem hann telur dæmigert fyrir evrópska sagnfræði 12. aldar.[1]

Þó að Theodricus sé þannig brautryðjandinn færði Bjarni Aðalbjarnason sterk rök fyrir að á sama tíma hefði verið skrifuð önnur norsk konungasaga á latínu sem að mestu byggði á norskum og íslenskum sögnum og væri notuð

---

1 Um Theodricus og rit hans hefur ekki verið mikið ritað miðað við önnur sagnarit þess tíma en nefna má: Storm. Indledning, i–xiv; Lehmann. Skandinaviens Anteil an der lateinischen Literatur und Wissenschaft des Mittelalters, 69–75; Johnsen. Om Theodoricus og hans Historia de Antiquitate Regum Norwagiensium; Hanssen. Observations on Theodricus Monachus and his History of the Old Norwegian Kings from the End of the XII. Sec.; Hanssen. Theodricus monachus and European Literature; Bjarni Guðnason. Theodricus og íslenskir sagnaritarar; Andersson. Ari's *konunga ævi* and the Earliest Accounts of Hákon Jarl's Death; Lange. Die Anfänge; Bagge. Theodricus Monachus. Ellehøj (Studier over den ældste norrøne historieskrivning, 182–96) hefur gert ítarlega tilraun til að gera grein fyrir efni Catologus regum Norwagiensium. Meðal þeirra sem fjallað hafa um afstöðu Historia de antiquitate (HARN) til annarra rita eru Sigurður Nordal (Om Olaf den helliges saga, 7–29), Berntsen (Fra sagn til saga, 53–94), Finnur Jónsson (Ágrip, 262–74), Bjarni Aðalbjarnarson (Om de norske kongers sagaer, 1–54), Anne Holtsmark (Om de norske kongers sagaer), Beyschlag (Konungasögur, 116–248), Ellehøj (Studier over den ældste norrøne historieskrivning, 175–276), Ulset (Det genetiske forholdet mellom Ágrip, Historia Norwegiæ og Historia de Antiquitate Regum Norwagiensium) og Lange (Die Anfänge).

INNGANGUR

í Historia Norvegiae og Ágripi. Þetta hefði í för með sér að til hefðu verið tvær hefðir í norskri konungasagnaritun þegar á 12. öld. Á hinn bóginn töldu Ellehøj og Ulset að það rit væri konungaævi Ara og endurvöktu þar gamla hugmynd Bugges. Ulset bætti um betur og færði rök fyrir að Historia Norvegiae og rit Theodricusar hefðu bæði verið notuð af Ágripi en ekki hið týnda latínurit. Aðrir hafa talið að þetta glataða rit væri rit Sæmundar og enn aðrir bent á munnlega geymd. Eftir stendur að Theodricus hafi trúlega notað íslensk sagnarit og Catalogus sem meginheimild. Historia Norvegiae og Ágrip byggja einnig á öðrum heimildum en óvíst er um tilvist hins glataða norska latínurits.[1]

Historia Norvegiae varðveittist í orkneysku handriti frá 15. öld sem í eru aðrir sögutextar um Orkneyjar, Skotland og Noreg. Storm og Maurer töldu ritið frá ofanverðri 12. öld en Bugge og fleiri töldu það ritað nær 1230 og verið gæti að ritið sé frá 1211 þar sem lýst er eldgosi og jarðskjálftum sem koma heim við atburði þess árs í annálum. Höfundur Historia Norvegiae hefur verið lærður maður norskur. Hann styðst við Hamborgarbyskupasögu Adams frá Brimum og hefur þótt líkja markvisst eftir stíl Adams. Auk þess hefur hann þekkt enskan annál úr safnriti Rogers frá Hoveden, Liber de legibus Angliæ, frá um 1170 og verk eftir Honoríus Augustodunensis, Solinus og Giraldus Cambrensis. Hann hefur verið lærdómsmaður sem hefur fylgst með straumum 12. aldar. Enda er rit hans undir áhrifum alfræði, lýsing á Noregi og „skattlöndum" hans (insulæ tributariæ), Íslandi, Færeyjum og Orkneyjum, er fyrirferðameiri en sjálf konungasagan.

Historia Norvegiae er sérstæð fyrir það að spanna tímann frá Ynglingum fram til ársins 1015. Fremst eru frásagnir af Ynglingum í símskeytastíl undir heitinu De ortu regum sem eru vitnisburður um nýja stefnu í sagnaritun. Fornmenntaáhugi höfundar Historia Norvegiae kemur heim við lærdóm hans annan og minnir sagan því mjög á Skjöldungasögu sem er frá svipuðum tíma. Höfundur Historia Norvegiae ávarpar Agnellus nokkurn í formála en á honum þekkja menn engin deili og ekki vísar hann á höfundinn. Ritið er almennt talið norskt en þó er þar nokkuð fjallað um Ísland. Óvíst er hvernig eigi að skilja það að Ísland sé talið skattland Noregs þó að ritið sé skrifað fyrir 1260. Hafa menn séð hér áhrif frá Adam frá Brimum en lýsingin geti vísað til þess að milli Íslendinga og Noregskonungs sé samband af einhverju tagi fyrir þann tíma. Íslendingar voru farnir að gerast hirðmenn konungs í Noregi þegar á 12. öld og í íslenskum konungasögum er fjallað um Íslendinga í þjónustu konungs, t.d. í Morkinskinnu og Heimskringlu. Hvað sem því líður er talið víst

---

1 Þessi deila er rakin af Andersson (Kings' Sagas, 201–11) en um hana er fjallað í þeim ritum sem fjalla um hinar sögurnar tvær.

Í LEIT AÐ KONUNGI

að Theodricus og höfundur Historia Norvegiae hafi ekki þekkt rit hvor annars sem bendir þá til að Historia Norvegiae sé ekki ritað af Niðarósklerki.[1] Þriðja norska safnritið um Noregskonunga frá um 1200 er Ágrip af Noregs konunga sögum. Það heiti er raunar frá 17. öld en ritið er varðveitt í íslensku handriti frá fyrri hluta 13. aldar, AM 325 II 4to, alls 24 blöð, en það handrit er eftir norsku frumriti sem hefur verið eitthvað lengra. Ágrip er talið yngra en rit Theodricusar, Historia Norvegiae og trúlega Sverrissaga en eldra en Ólafssaga Odds, Morkinskinna, Fagurskinna, Heimskringla og Helgisagan. Flestir telja höfundinn norskan, nánar tiltekið úr Þrándheimi. Verið gæti þó að hann hafi verið Íslendingur sem hafi dvalið langdvölum í Þrándheimi en hitt verður að teljast líklegra. Þar sem Ágrip er óheilt er óvíst hversu langt það náði í báðar áttir en líklegt verður að teljast að það hafi náð frá Haraldi hárfagra til Magnúss Erlingssonar.

Talsvert er um útúrdúra og endurtekningar í þessari annars stuttu sögu sem fer sínar eigin leiðir um margt en er allmikið notuð í ritum sem fylgja í kjölfarið. Hér verður ekki vikið svo mjög að þeim tengslum þó að auðvitað verði að taka tillit til þess að mörg dæmi um afstöðu hinna íslensku konungasagna til konungs og konungsvalds eru ættuð úr Ágripi sem flestir telja norskt. Hvað sem því líður er hið varðveitta handrit íslenskt sem sýnir að Íslendingar hafa lesið ritið og mótast af því. Áhugi höfundar á Íslandi og Íslendingum er auk þess greinilegur. Efans vegna getur Ágrip þó ekki verið í öndvegi hér og er auk heldur úr litlu að moða þar sem ritið er stutt. Á hinn bóginn hefur það haft of mikil áhrif á þau rit sem yngri eru til að hægt sé að láta það alveg liggja milli hluta.[2]

---

1 Um Historia Norvegiae hefur verið fjallað nokkuð, einkum um tengsl hennar við aðrar konungasögur. Sjá nánar: Storm. Norske historieskrivere paa kong Sverres tid; Bugge. Bemærkninger om den i Skotland fundne latinske Norges krønike; Storm. Snorre Sturlassöns historieskrivning, 22–5; Storm. Yderligere Bemærkninger om den skotska Historia Norvegiæ; Storm. Indledning, xiv–xxx; Hægstad. Det norske skriftgrunnlaget i „Historia Norwegiæ"; Paasche. Norges og Islands litteratur, 421–32; Finnur Jónsson. Ágrip, 274–7; Skard. Målet i Historia Norwegiæ; Lehmann. Skandinaviens Anteil an der lateinischen Literatur und Wissenschaft des Mittelalters, 75–8; Bjarni Aðalbjarnarson. Om de norske kongers sagaer, 1–54; Holtsmark. Om de norske kongers sagaer; Steinnes. Ikring Historia Norvegiæ; Hanssen. Omkring Historia Norvegiae; Koht. Historia Norvegiæ; Steinnes. Meir om Historia Norvegiæ; Robberstadt. Ordet patria i Historia Norvegiæ; Beyschlag. Konungasögur, 116–248, 290–8; Ellehøj, Studier over den ældste norrøne historieskrivning, 109–18, 142–74 og 197–276; Krag. Ynglingatal og Ynglingesaga, 143–62; Ulset. Det genetiske forholdet mellom Ágrip, Historia Norvegiæ og Historia de Antiquitate Regum Norwagiensium; Chestnutt. The Dalhousie Manuscript of the Historia Norvegiae; Lange. Die Anfänge, 141–63; Santini. Historia Norvegiae.

2 Sjá: Storm. Norske historieskrivere paa kong Sverres tid, 425–9 o.v.; Sigurður Nordal. Om Olaf den helliges saga, 29–48; Koht. Norsk historieskrivning under kong Sverre, 82–6; Indrebø. Fagrskinna, 34–43; Indrebø. Aagrip; Berntsen. Fra sagn til saga, 32–94; Finnur Jónsson. Ágrip; Bjarni Aðalbjarnarson. Om de norske kongers sagaer, 1–54; Holtsmark. Om de norske kong-

INNGANGUR

4. Sverrissaga

Í FORMÁLA SVERRISSÖGU er sagt að fyrri hluti hennar, Grýla, sé ritaður eftir bók sem Karl Jónsson ábóti hafi sett saman en Sverrir setið yfir og ráðið hvað ritað væri. Karl var ábóti að Þingeyrum frá 1169, hann lést 1213 en var í Noregi 1185–1188 og er almennt talið að þá hafi hann hafist handa við ritun sögunnar. Enginn veit hins vegar hve mikill hluti hinnar varðveittu Sverrissögu var ritaður þá. Einnig leikur nokkur vafi á hvenær það sem ekki var ritað þá var samið eða af hverjum. Sumir telja að Karl ábóti hafi skrifað söguna alla og átt frumkvæði að henni. Hann hafi skrifað fyrri hlutann undir eftirliti Sverris en lokið verkinu á Íslandi. Aðrir telja að hann hafi verið fenginn til verksins af Sverri konungi sem sé þá nánast meðhöfundur sögunnar. Sverrir hafi fengið íslenskan klerk til að rita söguna vegna óvináttu við norsku kirkjuna auk þess sem Íslendingar hafi verið kunnir fyrir skáldskap og fræði. Enn aðrir telja að hin varðveitta Sverrissaga sé sett saman fyrir miðbik 13. aldar en eftir að Hákon Hákonarson var orðinn traustur í sessi. Þá er höfundur seinni hlutans, formálans og heildarinnar annar en Karl. Virðist þá líklegast að það sé Styrmir fróði en hann er í Flateyjarbók sagður hafa ritað Sverrissögu eftir bók Karls ábóta. Magnús Þórhallsson, ritari Flateyjarbókar, hafi svo farið eftir bók Styrmis.[1]

Hér verður ekki leyst úr þessu en trúlegt virðist að Sverrissaga sé öll rituð af Karli ábóta eins og til að mynda Finnur Jónsson, Holm-Olsen, Brekke, Lárus

---

ers sagaer; Beyschlag. Konungasögur, 116–248, 307–59; Steinnes. Om kjeldene til eit arbeid av Anders Foss om kongsætti i Noreg og sumt om dei eldste Noregs-sogene; Ellehøj. Studier over den ældste norrøne historieskrivning, 197–276; Bjarni Einarsson. Formáli, v–lix; Ulset. Det genetiske forholdet mellom Ágrip, Historia Norwegiæ og Historia de Antiquitate Regum Norwagiensium; Lange. Die Anfänge, 163–76.

[1] Ágreiningi um höfund Sverrissögu og hversu langt Grýla náði er lýst í stuttu máli af Holm-Olsen (Studier i Sverres saga, 30–5; Sverris saga, 551–3). Einnig: Lárus H. Blöndal. Um uppruna Sverrissögu, 1–11). Indrebø var í vafa um hvort einn eða tveir höfundar væru að sögunni og Holm-Olsen taldi fyrst að þeir væru fleiri. Koht taldi að þeir væru margir auk safnara sem byggi til heild úr mörgum sögum. Bagge hefur fært rök fyrir að ekki beri að líta á Sverrissögu sem áróðursrit. Sjá: Koht. Norsk historieskrivning under kong Sverre, 87–102; Indrebø. Innleiding; Finnur Jónsson. Sverrissaga; Lárus Blöndal. Grýla; Schreiner. Omkring Sverres saga; Holm-Olsen. Studier i Sverres saga; Brekke. Sverre-sagaens opphav; Helle. Omkring Bøglungasǫgur; Koht. Mennene bak Sverre-soga; Koht. Opphavet til Sverre-saga; Holm-Olsen. Til diskusjonen om Sverres sagas tilblivelse; Knirk. Oratory in the Kings' Sagas, 99–125; Lárus H. Blöndal. Um uppruna Sverrissögu; Loescher. Die religiöse Rhetorik der Sverrissaga; Ulset. Sturla Þórðarson og Sverris saga; Sverrir Tómasson. Formálar íslenskra sagnaritara á miðöldum, 230–6, 388–94; Íslensk bókmenntasaga I, 391–7; Gurevich. From saga to personality, 80–7; Bagge. La Sverris saga. Um hinn sögulega Sverri: Storm. Smaating fra Sverressaga; Cederschiöld. Konung Sverre; Paasche. Kong Sverre; Nilson. Kva slag mann var kong Sverre?; Koht. Kong Sverre; Gathorne-Hardy. A Royal Impostor; Helle. Norge blir en stat, 48–64; Holm-Olsen.

Blöndal og Knirk hafa leitt rök að. Þó að henni kunni að hafa verið lokið 1220–1230 á hún rætur að rekja til samtíðar Sverris. Hún er dæmigerð samtíðarsaga hvað varðar nálægð, ítarlega frásögn og skýra hneigð. Hún er rituð á vegum Sverris en er þó ekki áróðurs- eða varnarrit hans heldur íslensk saga. Höfundur hennar er sjálfstæður sagnaritari en ekki málpípa Sverris í einu og öllu. Um Sverrissögu verður því töluvert fjallað hér. Hún er dæmi um sýn Íslendings á goðaveldisöld á konung og konungsvald þó að Sverrir konungur hafi ef til vill átt frumkvæði að rituninni.

5. Skjöldungasaga

UM ÞAÐ LEYTI sem Karl ábóti tekur að rita Sverrissögu hleypur vöxtur í íslenska sagnaritun. Þær konungasögur sem ritaðar eru á Íslandi á 12. öld eru sögur Noregskonunga en þáttaskil verða í íslenskri sagnaritun um 1200 er Íslendingar taka að rita sögur Danakonunga, Orkneyinga, Jómsvíkinga, Færeyinga og Grænlendinga. Þá eiga einnig að hafa verið ritaðar fleiri sögur sem hafi glatast, til að mynda Hlaðajarlasaga og Hákonarsaga Ívarssonar. Þá eru í burðarliðnum þær bókmenntagreinar sem setja svip á íslenska sagnaritun næstu aldir, byskupasögur, fornaldarsögur og Íslendingasögur. Sögur Danakonunga eru tvær, Skjöldungasaga er einna elst þeirra sagna sem hér eru til umræðu en Knýtlingasaga yngst og athyglisvert er því að bera þær saman. Þær eru að uppruna sjálfstæðar sögur, hvor frá sínum tíma og með sínum blæ. Það er þó gömul tíska að telja þær heild. Ekki síðar en um 1300 hefur þeim verið steypt saman í handritum og hefur Heimskringla þá trúlega verið fyrirmynd.

Íslensk konungasagnaritun snýr einkum að norskum konungum enda eru menningarleg og stjórnmálaleg tengsl Íslendinga að mestu við Norðmenn eftir 1150. Á hinn bóginn heyrir íslensk kirkja undir erkibyskupinn í Lundi þegar ritöld hefst á Íslandi og þar eru vígðir þeir byskupar sem eiga þátt í upphafi sagnaritunar á Íslandi, Ketill Þorsteinsson og Þorlákur Runólfsson. Bjarni Guðnason hefur sýnt fram á að mikið sagnaefni um Danakonunga hafi verið til á Íslandi og Saxi fari ekki með fleipur er hann vitnar til íslenskra heimilda. Þá má nefna að voldugasta höfðingjaætt Íslands um 1200, Oddaverjar, taldi til frændsemi við Danakonung og þegar ættarlaukur hennar, Páll

---

Kong Sverre i sökelyset; Gunnes. Kongens ære; Lunden. Norge under Sverreætten, 18–139; Ólafía Einarsdóttir. Sverrir — præst og konge. Bók Sverre Bagge, From Gang Leader to the Lord's Anointed, barst mér ekki í hendur fyrr en frá þessu verki var gengið og því er hvorki hér né annarstaðar hægt að taka niðurstöður hennar til athugunar.

INNGANGUR

Jónsson, verður byskup í Skálholti 1195 er hann vígður í Lundi vegna ófriðar Sverris konungs og norsku kirkjunnar. Það er einmitt sá Páll sem hefur verið bendlaður við flestar nýjungar í íslenskri sagnaritun um aldamótin 1200. Hann er ótvíræður upphafsmaður byskupasagnaritunar á Íslandi og er talinn eiga frumkvæði að ritun Orkneyingasögu og Skjöldungasögu sjálfrar. Tengsl Danmerkur við upphaf sagnaritunar á Íslandi eru ótvíræð og ekki öll kurl komin til grafar enn í þeim efnum.

Skjöldungasaga mun tekin saman um aldamótin 1200. Aðalheimild hennar hefur verið ættartala Skjöldunga, tekin saman af Oddaverjum. Telur Bjarni Guðnason að höfundur hennar sé Páll Jónsson. Hann hafi ekki aðeins komið heim með byskupstign sína frá Lundi heldur einnig nýja strauma í sagnaritun. Hann hafi ef til vill hitt þar Saxa sjálfan og orðið fyrir verulegum áhrifum frá þeim fornmenntaáhuga sem sjáist í verkum þeirra Sveins Ákasonar. Sá áhugi kemur sunnan úr Evrópu, frá hinu ensk-franska menningarsvæði þar sem Geoffrey frá Monmouth semur Bretasögur sínar en aðrir söguljóð um Karlamagnús og kappa hans. Þessi sagnaritunarbylgja er liður í endurreisn fornra mennta í Evrópu á 12. öld. Bjarni Guðnason lýsir þessu svo:

> Hin svokallaða endurreisn 12. aldar var að sjálfsögðu margþætt, en römmustu taugarnar voru fornaldardýrkun og þjóðerniskennd. Af því leiðir, að forneskjusögur verða helztu tízkubókmenntir aldarinnar. Um eða eftir 1180 brotnar þessi menningaralda af meiri þunga en áður á Norðurlöndum og bergmálar í ritum Dananna Sveins Ákasonar og Saxa og Norðmannsins Theodoricusar [...] Skjöld.s. er skilgetið afkvæmi þessa tíðaranda og hugsjónastefnu, og er fyrsta rit í íslenzkum bókmenntum sinnar tegundar.[1]

Höfundur Skjöldungasögu veitir nýjum straumum í sagnaritun Íslendinga. Þeir taka í auknum mæli að skrifa forna sögu. Heimskringla Snorra Sturlusonar er eitt dæmi, annað fornaldarsögur Norðurlanda, riddarasögur þar sem sviðið er ekki Bretland Artúrs eða Frakkland Karlamagnúss heldur Norðurlönd Sigurðar Fáfnisbana, Ragnars loðbrókar og Hrólfs kraka.[2] Auk þess eiga Íslendingasögur sér eina rót í þessari sagnaritunarstefnu.

---

1 Bjarni Guðnason. Um Skjöldunga sögu, 144. Bjarni fjallar nánar um endurreisn, fortíðaráhuga, Oddaverja og Skjöldungasögu á bls. 243–83.

2 Um endurgerð hins forna hetjusagnaarfs undir áhrifum riddaramenningar eru til ógrynni skrifa, frá upphafi aldarinnar (Ker. Epic and Romance; Schlauch. Romance in Iceland) til loka (Wolf. Der Verschriftlichung von europäischen Heldensagen als mittelalterliches Kulturproblem). Umfjöllun Kalinke (Riddarasögur, fornaldarsögur, and the problem of genre) um tengsl íslensku fornaldarsagnanna við íslenskar, norrænar og evrópskar bókmenntir er fræðandi og eins og sjá má er hér tekið undir það sjónarmið hennar að varast beri of skýran greinarmun þar á milli. Einnig hefur Torfi H. Tulinius (La „Matière du Nord", 43–64 o.v.; Íslensk bókmenntasaga II, 169–217) haldið fram svipuðum hugmyndum en gerir þó heldur lítið úr sagnfræðihlið ritanna (sbr. Ármann Jakobsson. Nokkur orð um Íslenska bókmennta-

Sú Skjöldungasaga sem rituð var um 1200 er glötuð en Bjarni Guðnason hefur endurgert hana með aðstoð sagna þar sem hún er varðveitt að meira eða minna leyti: Danasögu Arngríms lærða, Upphafs allra frásagna, Snorra-Eddu, Sögubrots af fornkonungum, Svíakonungatals Arngríms lærða, Ragnarssonaþáttar og Ólafssögu Tryggvasonar hinnar mestu. Telur Bjarni að saga Arngríms sé góð endursögn á Skjöldungasögu og óstytt svo langt sem hún nái en þó vanti síðari helming sögunnar, Upphaf sé aftur á móti endursaminn texti, Ynglingasaga fari frjálslega með efni Skjöldungasögu, Sögubrot sé aukið og endursamið undir áhrifum frá riddarasögum og fornaldarsögum en texti Ólafssögu Tryggvasonar hinnar mestu sé lítt laskaður texti söguloka Skjöldungasögu. Hér verður stuðst við þessa endurgerðu Skjöldungasögu sem Bjarni hefur gefið út.[1]

Skjöldungasaga er of stutt til að vera notuð að verulegu marki hér auk þess sem hæpið væri að draga of ítarlegar ályktanir um hugmyndaheim konungasagna á endurgerðri sögu. Á hinn bóginn veita þær Knýtlingasaga heim sanninn um að ekki skipti öllu máli hvaða landi konungur stýrði.

6. Morkinskinna

SJÁLFT HANDRITIÐ MORKINSKINNA er frá síðari hluta 13. aldar en hlýtur að hafa átt sér frumrit sem síðan mun hafa verið notað í Fagurskinnu og Heimskringlu. Texti Morkinskinnu er einnig í handritabrotunum AM 325 IV b og XI 3 4to frá 14. öld, í yngri gerð Flateyjarbókar frá 15. öld og í ýmsum

sögu). Þó að efnistök t.d. Hrólfssögu kraka og Skjöldungasögu séu ólík myndar sama sagnahefð grunn þeirra og verður vikið að þessu síðar. Um endurreisn 12. aldar, sjá m.a. Haskins. The Renaissance of the Twelfth Century; Brooke. The Twelfth Century Renaissance, einkum 155–83; Ferruolo. The Twelfth-Century Renaissance. Nánar: Renaissance and Renewal in the Twelfth Century, einkum grein Nykrogs (The Rise of Literary Fiction).

1 Helstu rit um Skjöldungasögu sem hér hefur verið stuðst við eru eftir Bjarna Guðnason (Um Skjöldunga sögu. Formáli, v–lxx. The Icelandic Sources of Saxo Grammaticus) og hafa niðurstöður hans ekki verið dregnar í efa svo neinu nemi (sjá: Einar Ól. Sveinsson: Skjöldungasaga; Jakob Benediktsson. Doktorsvörn). Einar Ólafur Sveinsson tengdi Oddaverja við Orkneyingasögu og Skjöldungasögu (Sagnaritun Oddaverja, 16–42) en Finnbogi Guðmundsson (Formáli, xc–cviii) hefur andmælt því og telur hana verk margra manna, m.a. Ingimundar Þorgeirssonar og Snorra Sturlusonar. Sjá einnig: Olrik. Skjoldungasaga i Arngrim Jonssons Udtog; Olrik. Danmarks Heltedigtning; Heusler. Die gelehrte Urgeschichte im altisländischen Schrifttum; Boer. Studier over Skjoldungedigtningen, 229–37 o.v.; Lukman. Skjoldunge og Skilfinge; Jakob Benediktsson. Icelandic Traditions of the Scyldings; Ellehøj. Studier over den ældste norrøne historieskrivning, 90–5; Skovgaard-Petersen. Saxo, historian of the Patria, 64–5; Faulkes. The Genealogies and Regnal Lists in a Manuscript in Resen's Library; Ólafur Halldórsson. Um Danakonunga sögur, 73–8. Samstaða er um að Orkneyingasaga, Jómsvíkingasaga, Færeyingasaga og Grænlendingasaga séu frá þessu skeiði íslenskrar sagnaritunar (sjá umræðu hjá Andersson. Kings' Sagas, 213–6).

INNGANGUR

safnritum, s.s. Jöfraskinnugerðum Heimskringlu, Codex Frisianus og Huldu og Hrokkinskinnu. Áður var talið að Morkinskinna væri safnhaugur smærri rita um hina einstöku konunga sem nú eru glötuð. Bjarni Aðalbjarnarson nefnir þau í formála sínum að Heimskringlu:

> Nær 1200 — og fremur eftir en fyrir aldamótin — munu Íslendingar hafa samið svo margar sögur af Noregskonungum og aðrar sögur skylds efnis, að furðu sætir. Fæstar þeirra sagna eru nú til í frummynd sinni, en efnið hefir verið tekið að miklu leyti upp í ýmis rit, sem varðveitzt hafa. Þessar sögur hafa að líkindum verið til: Haralds saga hárfagra, Hákonar saga góða, Hlaðajarla saga, Jómsvíkinga sögur tvær, Hákonar saga Ívarssonar, ef til vill Magnúss saga góða, Haralds saga harðráða, Magnúss saga berfætts, Magnússona saga (Eysteins, Sigurðar og Ólafs), og enn fremur hefir bilið milli Hryggjarstykkis og Sverris sögu verið fyllt. Allar þessar sögur munu hafa verið á íslenzku.[1]

Hlutverk Morkinskinnuhöfundar hafi verið að safna þessu efni saman. Hér tekur Bjarni sömu afstöðu og t.d. Finnur Jónsson áður en honum þótti „meningsløst, at tale om eller tænke på en forfatter-individualitet" í Morkinskinnu. Síðar færði Indrebø sannfærandi rök fyrir að Morkinskinna væri sjálfstæð konungasaga. Grundvallarafstaða hans var að hugmyndir sem gerðu ráð fyrir fjölda glataðra sagna væru í raun byggðar á sandi. Aðferð miðaldasagnaritara var vissulega sú að taka smærri rit upp í hin stærri og auka jafnan við og auðvitað hefur Morkinskinnuhöfundur sótt efni sitt eitthvert. Hér verður aftur á móti tekið undir með Indrebø um að Morkinskinna sé heild en ekki safn sjálfstæðra sagna og því beri að meta hana sem slíka.[2]

Eftir sem áður veldur aldur Morkinskinnu vandræðum. Hin yngri Morkinskinna er frá ofanverðri 13. öld en færð hafa verið rök að því að hún hafi verið svipuð þeirri eldri nema að í yngri gerð hafi verið bætt við nokkru efni, einkum Íslendingaþáttum. Eru höfuðrökin fyrir því, t.d. hjá Bjarna Aðalbjarnarsyni, að þeir eigi illa heima í sögunni, séu útúrdúrar og því greinilega viðbætur. En eins og Louis-Jensen hefur bent á vantar stílrannsókn á mun þátta og „meginsögu" svo að textafræðileg rök fyrir að þættir séu viðbætur eru ónóg. Sjálfum virðast mér þættir Morkinskinnu falla svo þétt að efni hennar að leitað sé langt yfir skammt með því að telja þá viðbætur. Því virðist

---

1 Bjarni Aðalbjarnarson. Formáli (Heimskringla I), xvi–xvii.
2 Um handrit og varðveislu Morkinskinnu og tengsl við önnur konungasagnarit, sjá: Storm. Snorre Sturlasöns historieskrivning, 28–31; Indrebø. Fagrskinna, 11–34; Kvalén. Den eldste norske kongesoga; Bull. Håkon Ivarsons saga; Finnur Jónsson. Indledning, einkum viii–x, xxxv–xl (tilvitnun bls. xl); Bjarni Aðalbjarnarson. Om de norske kongers sagaer, 135–73 (einkum 154–9); Indrebø. Nokre merknader til den norröne kongesoga, 62–76; Hreinn Benediktsson. Early Icelandic Script, xxxviii; Louis-Jensen. Den yngre del af Flateyjarbók; Louis-Jensen. Et forlæg til Flateyjarbók?; Gimmler. Die Thættir der Morkinskinna, 15–66; Louis-Jensen. Kongesagastudier, 62–108 (einkum 66–70).

Í LEIT AÐ KONUNGI

óþarft að gera ráð fyrir því að hið varðveitta rit sé verulega frábrugðið hinni elstu Morkinskinnu og þar sem hún er rituð 1220 er hin varðveitta Morkinskinna hér talin heimild um viðhorf Íslendinga á goðaveldisöld. Um þjóðerni Morkinskinnu þarf ekki að efast ef hin eldri Morkinskinna er að mestu svipuð hinni varðveittu gerð. Í henni kemur skýrt fram áhugi höfundar á Íslandi og öllu íslensku, ekki síst í þáttunum en auk þess er gjarnan lýst afstöðu konunga til Íslendinga og þegar sagt er frá falli Magnúss blinda er þess getið sérstaklega að tveir „islenzkir menn" hafi fallið, eins og enn er gert á Íslandi þegar sagt er frá hamförum í útlöndum.[1]

Morkinskinna byggir eins og önnur sagnarit íslensk á eldra efni. Því má ljóst vera að einstakar sögur hennar eru eldri en hún sjálf og einnig einstakir þættir. Þó að sumar frásagnir Morkinskinnu kunni að hafa verið til sjálfstæðar eru þær innan Morkinskinnu byggingareindir í stærri heild, eins og hver annar sögukafli í þættri sögu. Morkinskinna er þætt en þar með er ekki sagt að hún sé sundurlaus, fremur en Njálssaga eða aðrar þættar sögur. Þó að smáfrásagnir um Íslendinga kunni að hafa verið til sjálfstæðar hafa þær merkingu innan sögunnar sem er önnur en ef þeim er kippt úr samhengi hennar og fjallað um þær sem sjálfstæðar smásögur.[2] Bjarni Guðnason hefur talið aðalpersónur Íslendingaþátta vera Íslendinga en þá er aðeins miðað við þættina sem sjálfstæðar einingar en ekki sem hluta konungasögu auk þess sem horft er fram hjá þeim smáfrásögnum Morkinskinnu þar sem erlendir menn, einkum Norðmenn, gegna sama hlutverki og Íslendingar í þáttum.[3] Flétta þessara frásagna krefst tveggja aðalpersóna, konungs og þegns, og myndun trúnaðarsambands milli þeirra er kjarni þáttanna.[4] Frá því sjónarhorni eru tvær aðalpersónur í hverjum þætti og það er sjónarhorn Morkinskinnu.

Á 20. öld er rætt um Ívarsþátt Ingimundarsonar en sú frásögn heitir „Frá Eysteni konvngi oc Ivari" í Morkinskinnu (Msk., 354). Samkvæmt öllum hlut-

---

1 Morkinskinna, 434. Athugasemd Louis-Jensen er í Kongesagastudier, 69 nmgr. 12.
2 Harris (Genre and Narrative Structure in Some Íslendinga þættir; Theme and Genre in some Íslendinga þættir; Þættir) hefur manna mest fjallað um þætti sem sjálfstæða bókmenntagrein með tiltekin samkenni. Gimmler (Die Thættir der Morkinskinna, 44–66) telur að í Morkinskinnu séu bæði þættir sem hafi verið settir inn í söguna og smáfrásagnir sem aldrei hafi verið til utan hennar. Hann fjallar einnig (71–134) um frásagnarhátt og byggingu þátta Morkinskinnu. Lönnroth hefur á hinn bóginn fært fyrir því sterk rök að ekki hafi verið litið á þætti sem sjálfstæða bókmenntagrein á miðöldum (The Concept of Genre in Saga Literature) og undir það tekur Lindow (Old Icelandic þáttr). Ásdís Egilsdóttir (The Icelandic Dream) og Würth (Elemente des Erzählens, 148–159) hafa fjallað um þætti innan sögu. Auk Lönnroth (Njáls saga, 41–55 og 68–82) hafa Ryding (Structure in Medieval Narrative, einkum 115–161), Clover (The Medieval Saga, einkum 61–108) lýst þeirri miðaldaaðferð að segja sögu í þáttum og Clover (The Medieval Saga, 172–3) nefnir Morkinskinnu í því samhengi.
3 Bjarni Guðnason. Þættir, 406.
4 Sbr. Vésteinn Ólason. Íslendingaþættir, 62

INNGANGUR

lægum greiningaraðferðum er Eysteinn aðalpersóna „Ívars þáttar". Hann talar oftar og er margorðari, þátturinn er persónulýsing hans fremur en Ívars og hann er „hetja" þáttarins, sá sem leysir vandann. Síðast en ekki síst verður að hafa í huga að þátturinn er í konungasögu. Hann hefst á þessum orðum: „I þeima lvt ma marca er nv mon ec segia hveR dyrþar maþr EysteiN konvngr var e. hve mioc hann var vinhollr. oc hvgqvemr eptir at leita viþ sina astmenn hvat þeim vere at harmi." (Msk., 354) En á undan er lýst ríkisstjórn Eysteins og lýkur svo: „Eysteinn konvngr [...] var spekingr mikill at viti. oc allra manna var hann friþastr sionom. hvitr a har. meþal maþr avoxt. sniallr i mali. oc eN milldasti af fe. oc allra konvnga hefir hann verit ast sẹlastr viþ sina menn. glaðr oc litillatr imali." (Msk., 353–4) Sá þáttur sem er mest áberandi í þessari lýsingu er ástsæld Eysteins við menn sína en á honum er hert í Ívarsþætti. Þessi frásögn er ekki varðveitt utan Morkinskinnu og á heima þar. Hún fellur að samhengi hennar eins og flís við rass.[1]

Þátturinn af Ívari og Eysteini undirstrikar þá þætti í fari Eysteins sem sagan leggur áherslu á og það gera þættir Morkinskinnu almennt. Haraldi gilla er svo lýst: „Haralldr konvngr var allra manna milldastr." (Msk., 404) Á eftir fylgir svo þáttur um gjafir hans við íslenska byskupinn Magnús Einarsson sem lýkur á orðunum: „I þessom lvt ma marca storleti Harallz konvngs." (Msk., 405) Flestir af þáttum Morkinskinnu gerast á tíma Haralds harðráða og í þeim koma fram ýmis einkenni hans sem getið er í lýsingu hans í sögunni. Þar er hann sagður spakvitur og ráðsnjallur, mikill höfðingi, áhugamaður um kvæði og sögur, vinur Íslendinga en „þessa heims hofdingi hinn mesti" og þótti lofið gott (Msk., 169–71). Þættir sem hann kemur við gerast gjarnan í veislum og Íslendingar koma við sögu. Oft reynir á ráðsnilld hans og viskan bregst honum sjaldan. Þættir sem Haraldur kemur við verða því til að styrkja lýsingu sögunnar á honum en á nýjan og ferskan hátt, í samskiptum konungs og þegns.

Morkinskinna er þannig systir Heimskringlu að efni, aldri og þjóðerni. Þær eru báðar mun fyllri en eldri sagnarit um Noregskonunga. Eldri sögur um Noregskonungaröðina fjalla um konungana sjálfa og annarra gætir þar lítt, þær eru ágrip og lýsa með orðum fremur en sýna með dæmum. Morkinskinna boðar því nýja tíma í konungasagnaritun enda er hún samtíða fyrstu riddarasögum og e.t.v. einnig fornaldarsögum og Íslendingasögum. En vegna nálægðarinnar við Heimskringlu og Snorra Sturluson hefur Morkinskinna ekki notið sannmælis, snilld Snorra hefur slegið margan fræðimanninn blindu á gildi hennar. Bjarni Aðalbjarnarson lýsir Noregskonungasögum eldri en Heimskringlu svo: „Noregskonunga sögur voru að sumu leyti heldur ömurlegar bók-

---

[1] Bjarni Einarsson (Skáldasögur, 50–1) hefur áður bent á það.

menntir, áður en Snorri tók að fást við þær, margar illa saman settar, illa stílaðar og fullar af ómerkilegu efni."[1]

Þannig afgreiðir Bjarni Morkinskinnu, Ólafssögu Odds munks, Helgisöguna og Sverrissögu í einni setningu en þessi rit eru fyrirmyndir Heimskringlu. Bjarni og Finnur Jónsson töldu Morkinskinnu vera safn konungasagna án heildarhugsunar en jafnvel þeir sem hafa talið að hún hafi átt sér safnara hefur þótt hún sundurlaus og illa samin. Oft eru þá um leið áréttaðir yfirburðir Snorra Sturlusonar og Heimskringlu. Hér er á ferð sama tilhneiging og nefnd var áður, að hefja Snorra upp á kostnað annarra, eins og menn telji að snilld Heimskringlu minnki við að ágæti Morkinskinnu sé viðurkennt.[2] Morkinskinna er misskilið sagnarit. Hún er fyrsta íslenska konungasagan sem sameinar breidd og dýpt með því að fjalla um marga konunga á ítarlegan hátt.

7. Fagurskinna

MILLI MORKINSKINNU og Heimskringlu er Fagurskinna. Hún hefur mátt þola sömu glósur og aðrar konungasögur sem ekki eru eftir Snorra Sturluson, hefur verið sögð samin „í allmiklum flýti" og höfundurinn ekki „rómaður fyrir orðsnilld".[3] Vissulega er Fagurskinna ekki jafn frumleg og Morkinskinna í efnistökum og virðist hafa þegið margt frá henni, oft tekið upp heilu kaflana orðrétt enda er hún helst til vitnis um hina eldri gerð Morkinskinnu. Einnig hefur höfundur hennar notað Ágrip og Helgisögu Ólafs helga. Fagurskinna er að öllum líkindum rituð á 3. áratug 13. aldar en eftir stendur hver var að verki og um það er deilt. Alfred Jakobsen taldi að hann væri Norðmaður en Bjarni Einarsson hefur nýlega endurvakið gamla hugmynd Jóns Þorkelssonar og telur hann íslenskan. Telur Bjarni rök Jakobsens

---

1 Bjarni Aðalbjarnarson. Formáli (Heimskringla I), xxxi.
2 Þannig fór sjálfur frumkvöðullinn Indrebø (Nokre merknader til den norröne kongesoga, 62) háðuglegum orðum um byggingu Morkinskinnu og stíl. Einnig gagnrýna Clover (The Medieval Saga) og Whaley (Heimskringla, 103) hana þó að báðar átti sig vel á hlutverki þátta í sögubyggingu og Whaley hefur bent á mikilvægi Morkinskinnu (The Kings' Sagas, 54). Hér eru væntanlega á ferð áhrif frá Sigurði Nordal (Snorri Sturluson, 192–6) en bæði hann og Hallvard Lie (Studier i Heimskringlas stil, 66–8) hafa lýst yfir yfirburðum Heimskringlu yfir Morkinskinnu í ritum sínum út frá mannjöfnuði Eysteins og Sigurðar sem Kalinke hefur andmælt (Sigurðar saga Jórsalafara, 164–5). Hún, Lönnroth (Den dubbla scenen, 68–70) og Andersson (The Politics of Snorri Sturluson) hafa stigið næsta skref í kjölfar niðurstöðu Indrebø og fjallað um konungasöguna Morkinskinnu á sama hátt og fjallað hefur verið um t.d. Heimskringlu.
3 Bjarni Aðalbjarnarson. Formáli (Heimskringla I), xvii; Bjarni Einarsson. Formáli, lxxxi.

INNGANGUR

aðeins sanna að ritunin tengist Noregi, Fagurskinna sé rituð á vegum Hákonar Hákonarsonar og hann muni eins og faðir hans og sonur hafa treyst Íslendingi best fyrir slíkri sagnaritun. Það má að nokkru leyti taka undir þetta enda eru ekki aðeins Sverrissaga og Hákonarsaga til vitnis heldur einnig ummæli Theodricusar og Saxa. Íslendingar voru með réttu eða röngu taldir handhafar sögunnar á 12. og 13. öld. Auk þess er tímatal Fagurskinnu talið fengið frá Sæmundi fróða.

Höfundur Fagurskinnu hefur verið vísnakær. Saga hans er byggð upp um vísur sem eru þar alls 271 en auk þess eru nefnd kvæði sem ekki eru höfð með. Slíkur vísnaáhugi er sjaldgæfur meðal Norðmanna undir lok 12. aldar ef marka má Einarsþátt Skúlasonar. Einnig eru í Fagurskinnu langir kaflar um Íslendinga á borð við Sighvat skáld og Úlf stallara. Ekki er Fagurskinna þó ótvírætt íslensk eins og Morkinskinna og Heimskringla. Indrebø taldi að Fagurskinna væri skrifuð fyrir Hákon Hákonarson og á það hafa Jakobsen og Bjarni Einarsson fallist. Indrebø taldi einnig að sumir hlutar hennar væru árás á Skúla jarl. Því andmælti Paasche enda væri forföður Skúla, Skúla konungsfóstra, hælt mjög og hann sagður vitrari en konungur og ráða fyrir honum. Vera má að þar sé skírskotað til annars konungs og annars Skúla. Á hinn bóginn er eitt að vita betur en konungur en annað að vilja vera konungur. Í Fagurskinnu virðist gerður skýr greinarmunur á konungi og jarli enda felst Paasche á að í verkinu sé „kongelig tendens". En það er ekki sérkenni Fagurskinnu og sannar ekki eitt sér að hún hafi verið rituð við hirð Hákonar Hákonarsonar.[1]

Vitað er að Íslendingar skráðu sögur að beiðni norrænna konunga og einnig að Hákon Hákonarson hafði mikinn áhuga á sagnaritun af ýmsu tagi. Eru áhrif hans á íslenska bókmenntasögu eflaust talsvert meiri en almennt hefur verið talið. Með því að fjalla hér um Fagurskinnu fellst ég á rök Bjarna Einarssonar og tel Fagurskinnu íslenskt verk en hitt er víst að Jakobsen hefur margt til síns máls. Noregur og Ísland voru eitt menningarsvæði á 13. öld og erfitt að fjölyrða hvort Íslendingur eða Norðmaður skrifar. Erfitt er að hafna því að höfundur Fagurskinnu kunni að hafa verið Norðmaður en þessi rannsókn stendur ekki og fellur með því; sá Norðmaður sækir þá margt til Íslendingsins sem skrifaði Morkinskinnu. Þó að Hákon Hákonarson kunni að hafa átt hlut að máli má velta fyrir sér tengslum Fagurskinnu og Noregskonunga-

---

1 Um Fagurskinnu hefur lítið verið ritað miðað við ýmis önnur konungasagnarit. Sjá: Jón Þorkelsson. Um Fagrskinnu og Ólafs sögu helga; Inderbø. Fagrskinna, einkum 263–84; Paasche. Tendens og syn i kongesagaen, 6–9; Bjarni Aðalbjarnarson. Om de norske kongers sagaer, 173–236; Jakobsen. Om forholdet mellom Fagrskinna og Morkinskinna; Jakobsen. Om Fagrskinna-forfatteren; Ólafía Einarsdóttir. Harald Dovrefostre af Sogn; Jakobsen og Hagland. Fagrskinna-studier; Fidjestøl. Det norrøne fyrstediktet, 27–8 o.v.; Bjarni Einarsson. Formáli, lxi–cxxxi; Kolbrún Haraldsdóttir. Fagrskinna.

tals. Oddaverjar rituðu sögu Danakonunga og líklegt má teljast að þeir hafi einnig ritað um forfeður Jóns Loftssonar í móðurætt. En erfitt verður að sýna fram á að Fagurskinna hafi verið sú saga.

8. Heimskringla

Um Heimskringlu hefur svo mjög verið fjallað að óþarfi er að bæta miklu við. Almenn samstaða ríkir um að hún sé eftir Snorra Sturluson og rituð á árabilinu 1220–1235. Snorri hefur lengi verið miðpunktur íslenskrar konungasagnaritunar og með kenningum Sigurðar Nordals um þróun íslenskrar sagnaritunar jókst vegur hans enn. Um Heimskringlu er mest fjallað allra konungasagna og hún slæðist alstaðar inn þar sem um konungasögur eru rætt, hún er sem skuggi yfir umfjöllun um konungasögur. Gleymast vill að þrátt fyrir óumdeilda snilld verksins, bæði samsetningarinnar og nýrra frásagna, er Heimskringla ein konungasaga af mörgum, ef til vill sýnu glæsilegust en í grundvallaratriðum af sama meiði og aðrar.

Fyrir vikið er Heimskringla sú íslensk konungasaga sem einna rækilegast hefur verið sett í samhengi við erlendar bókmenntagreinar. Sem sagnfræðirit er Heimskringla undir áhrifum fornmenntastefnu. Hún hefst á langri forsögu, fyrst íslenskra Noregskonungasagna, og fetar þar í fótspor Historia Norvegiae og Skjöldungasögu. Hún ber vitni lærðs fornmenntaáhuga eins og rit Geoffreys frá Monmouth, Saxa og önnur erlend sagnarit samtímans. Fortíðin er áhugavert rannsóknarefni, séð með kristnum augum lærdómsmanns 13. aldar. Snorri breytir hinum fornu guðum norrænna manna í heiðna konunga frá Asíu sem héldu norður á bóginn í þjóðflutningum en eru dýrkaðir sem guðir eftir sinn dag. Þannig er hin forna trú aðlöguð kristinni heimsmynd og réttlætt sem viðfangsefni. Sömu aðferð er beitt í Eddu. Ynglingasaga byggir einkum á kvæðinu Ynglingatali sem er einnig notað í ættartölu Ara og Historia Norvegiae sem eru um margt samsaga gegn Ynglingasögu og ber um sumt saman við Þátt af Upplendingakonungum í Hauksbók en um annað við sögukaflann Hversu Nóregur byggðist. Ynglingasaga virðist á hinn bóginn nota Ynglingatal sjálfstætt. Það er varðveitt í Heimskringlu og talið ort á síðari hluta 9. aldar. Einnig er Skjöldungasaga notuð í Ynglingasögu.

Sjá má vinnubrögð sagnaritarans Snorra í fyrstu sögum Heimskringlu, Hálfdanarsögu svarta, Haraldssögu hárfagra og Hákonarsögu góða. Efnið er að mestu fengið úr Fagurskinnu eða Ágripi en Heimskringla sækir viðbótarefni til Skjöldungasögu og notar þjóðsagnaefni mun meira en fyrri sagnarit.

INNGANGUR

Leitast er við að koma fyrir efni héðan og þaðan þannig að allt falli í röklega heild. Eins er með Ólafssögu Tryggvasonar. Þar byggir Snorri einkum á sögu Odds munks auk Ágrips og öll saga Ólafs er eins og rómansa. Á öldinni sem leið töldu flestir norskir og íslenskir sagnfræðingar Snorra aðeins byggja á ævintýrum í barnæskusögu Ólafs en Lauritz Weibull dró flest úr sögu hans í efa, þar á meðal Svoldarorrustu. Taldi hann Adam frá Brimum og Historia Norvegiae traustari en hina yngri norrænu hefð. Um Adam hefur síðar verið efast en í meginatriðum hefur verið fallist á rök Weibulls. Í ritum eldri sagnfræðinga og ekki síst íslenskra fræðimanna má þó langt fram eftir öldinni sjá vilja til að trúa Snorra öðrum fremur. Bjarni Aðalbjarnarson hafnar þannig því sem sagt er um Harald harðráða í Hamborgarbyskupasögu Adams, helgisagnasafni frá Lübeck og landalýsingu frá 15. öld og bætir við:

> Þessar fráleitu hugmyndir um Harald hafa að sjálfsögðu þokað, síðan menn kynntust sögu Haralds í íslenzkum ritum, einkum Hkr. Þar er mynd Haralds þann veg mótuð, að flestir munu hafa látið sannfærast um, að hún væri sönn.[1]

Þessi setning lýsir vel afstöðu fræðimanna fyrir daga Weibull og fram á seinustu 20–30 árin. Í Heimskringlu sé sagt satt af því að þar er allt rökrétt og eðlilegt.

Seinasti hluti Heimskringlu er að mestu byggður á Fagurskinnu og Morkinskinnu. Bætt er við frásögnum um menn og málefni sem koma við Ólafssögu helga en ýmsum þáttum Morkinskinnu sleppt. Ekki verður þó vart verulegra breytinga, til að mynda er Eysteinn konungur augljós sigurvegari mannjafnaðar þeirra Sigurðar Jórsalafara í báðum sagnaritum. Eins fylgir Snorri í fótspor fyrri sagnaritara með því að meta Inga mest Haraldssona. Ólafur kyrri fær afar snautlega meðferð hjá Snorra, jafnvel umfram eldri sagnarit. Einkum er þó í Haraldssögu harðráða breytt frá eldri söguskoðun, mun minna gert úr sundurþykki Magnúss og Haralds þegar báðir eru konungar en meira úr vináttu Haralds og Halldórs Snorrasonar. Merkasta nýjung Heimskringlu er á hinn bóginn Ólafssaga helga en þar eru flestir þeir kaflar sem samdir eru af Heimskringluhöfundi. Dæmi um slíkar frásagnir eru endurkoma Ólafs helga þar sem Snorri endurskapar persónur Sigurðar sýrs, Ástu og Hræreks konungs blinda úr nöfnunum einum. Þá endursemur hann söguna um samskipti Ólafs við Ólaf sænska og friðgerðarsöguna og bætir þar við nýjum persónum, t.d. Þórgný lögmanni. Hann endursemur hluta af frásögnum um Orkneyinga og eykur við frásögn um Færeyjar upp úr Færeyingasögu og hann einn fjallar um samskipti Ólafs helga og Íslendinga og byggir þar á ævintýraminnum. Í Heimskringlu er miklu aukið við um löggjöf og kristniboð Ólafs helga

---
[1] Bjarni Aðalbjarnarson. Formáli (Heimskringla III), xli–xlii.

og einnig prjónað við frásagnir Helgisögunnar um innanlandsátökin sem leiða til falls Ólafs. Einkum er eytt rými til að skýra og rökstyðja atburðarásina. Þannig skýrast persónur Erlings Skjálgssonar, Háreks úr Þjóttu, Kálfs Árnasonar og Þóris hunds. Almennt auka viðbætur Snorra dramatík sögunnar og í mörgum tilvikum eru þær undir áhrifum riddarabókmennta, t.d. sagan um heitstrengingu Haralds hárfagra.

Í Heimskringlu er greint ítarlega frá hernaði Ólafs á unga aldri og notar dróttkvæði meira en Helgisagan. Margt sækir Snorri þó í hana og eru þessi rit samstíga í ríkum mæli. Snorri Sturluson gerir ekki minna úr helgi Ólafs en Helgisagan og mun meira en aðrar konungasögur og í Heimskringlu eru nokkar jarteinir (Hkr. III, 135–8, 208–9, 232–3). Fræðimenn á 20. öld hafa stundum viljað gera Snorra vísindahyggjumann eins og þeir hafa talið sig sjálfa vera, óháðan trúarbrögðum og skynsemissinna. Getur það leitt í nokkrar ógöngur, eins og þegar Bjarni Aðalbjarnarson telur að ályktunarorð Heimskringlu um Hákon jarl hljóti að vera ættuð úr Ólafssögu Gunnlaugs Leifssonar þar sem þau séu „[f]urðu klerkleg". En það er ekkert furðulegt við að veraldlegur höfðingi á 13. öld sé kristinn, það voru þeir allir og ekki hefur verið sýnt fram á það á sannfærandi hátt að heimsmynd Heimskringlu sé frábrugðin heimsmynd samtímarita eftir klerka. Á hinn bóginn er höfundur Heimskringlu gjarn á að setja fram orsakarskýringar, útskýra samhengi milli atburða og fylla í eyður. Það veldur sennileikablæ frásagnarinnar sem hefur ginnt margan til að taka meira mark á Heimskringlu en heimildarýni veitir tilefni til. Þessi aðferð breytir því ekki að höfundur Heimskringlu trúir á sama Guð og aðrir sagnaritarar og í Heimskringlu eru jarteinir, tröll, finnar og annað ævintýraefni. Skynsemi Heimskringlu miðast við trú síns tíma eins og öll skynsemi. Skynsemishyggja og orsakarskýringar Snorra útiloka hvorki álfa né meyfæðinguna. Varast ber því að nota hugtök eins og „rökvísi" sem andstæðu við trú á Guð, djöfla og skessur.[1]

Heimskringla hefur verið rannsökuð meira undanfarin fimmtíu ár en aðrar norrænar konungasögur til samans og ber allt að sama brunni. Höfundur hennar er útfarinn íslenskur sagnfræðingur sem safnar saman gömlu efni héðan og

---

1 Ekki er nokkur leið að telja hér allt sem ritað hefur verið um Heimskringlu en að mestu er hér miðað við kenningar síðari ára. Um handrit Heimskringlu, texta, rittengsl, aldur, höfund, frásagnaraðferð o.þ.h: Storm. Snorre Sturlassöns historieskrivning, 77 o.áfr.; Paasche. Heimskringlas Olavssaga; Sigurður Nordal. Snorri Sturluson; Schreiner. Saga og oldfunn, 85–105; Bjarni Aðalbjarnarson. Om de norske kongers sagaer, 177–236; Lie. Studier i Heimskringlas stil; Bjarni Aðalbjarnarson. Formáli (Heimskringla I–III); Jakob Benediktsson. Hvar var Snorri nefndur höfundur Heimskringlu?; Stefán Karlsson. Kringum Kringlu; Sogge. Vegar til eit bilete; Jónas Kristjánsson. Egilssaga og konungasögur; Ciklamini. Snorri Sturluson; Berman. Egilssaga and Heimskringla. Einnig má nefna ritgerðasöfnin Snorri, átta alda minning (einkum grein Ólafs Halldórssonar. Sagnaritun Snorra Sturlusonar) og Snorri Sturluson. Um Snorra

þaðan og reynir að finna öllu stað innan heildar. Hann er fornmenntasinni sem hefur sérstakan áhuga á lögum og fornum siðum og hvers kyns þjóðtrú auk þess sem veruleg áhrif eru frá öðrum samtímabókmenntum, t.d. riddarasögum og hinni íslensku útgáfu þeirra, fornaldarsögum. Hann er rökvís í framsetningu og hefur meiri áhuga á orrustum en guðrækni. Eigi að síður er hann kristilegur lærdómsmaður og hjá honum eins og flestum samtíðarmönnum hans er hinn kristilegi sannleikur hinn æðsti.

9. Knýtlingasaga

KNÝTLINGASAGA hefur frá því um 1300 verið tengd við Skjöldungasögu. Skjöldungasaga er glötuð en ekki vantar nema upphafið á Knýtlingasögu sem hefur horfið er henni var skeytt aftan við Skjöldungasögu. Um efni þess eða lengd verður ekki fjölyrt. Knýtlingasaga mun rituð síðar en 1235 en

---

sem sagnfræðing, sjá m.a: Koht. Sagaens opfatning av vor gamle historie, 385–91; Johnsen. Snorre Sturlasons opfatning av vor ældre historie; Moberg. Olav Haraldssons hemkomst; Sandvik. Hovding og konge i Heimskringla; Gurevich. Saga and History; Kuhn. Narrative Structure and Historicity in Heimskringla; Holloway. History, Science, and the Icelandic Intellectual Tradition in the Middle Ages, 222–311; Moberg. Snorre Sturlasson, Knut den store och Olav den helige, 75–9 o.v.; Bagge. Snorri Sturluson und die europäische Geschichtsschreibung; Bagge. Society and Politics in Snorri Sturluson's Heimskringla, einkum 23–63 og 192–231; Whaley. Heimskringla, 112–43; Bandle. Tradition und Fiktion in der Heimskringla; Andersson. The Politics of Snorri Sturluson. Um Snorra og fornmenntastefnu: Heusler: Die gelehrte Urgeschichte im altisländischen Schrifttum, 37–48; Beyschlag. Konungasögur, 21–111; Ciklamini. Ynglinga saga: Its Function and Its Appeal; Óskar Halldórsson. Snorri og Edda; Clunies-Ross. Skáldskaparmál, 151–76; Krag. Ynglingatal og Ynglingesaga, 83–9, 99–172; Weber. Intellegere historiam; Snorrastefna, einkum: Sørensen. Snorris fræði; Faulkes. The sources of Skáldskaparmál; Beck. Gylfaginning und Theologie. Um Snorra sem heimild: Weibull Kritiska undersökningar i Nordens historia omkring år 1000, einkum 111–43; Weibull. Historisk-kritisk metod och nordisk medeltidsforskning, 38–40 o.v.; Baetke. Christliches Lehngut in der Saga-religion, 59–135; Ellehøj. The location of the fall of Olaf Tryggvason (og ívitnuð rit); Anderssen. On the Historicity of Certain Passages in the Saga of Olaf Haraldsson. Um afstöðu Snorra til þjóðsagna og riddarabókmennta, sjá m.a: Almquist. Den fulaste foten; Ciklamini. The Folktale in Heimskringla (Hálfdanar saga svarta-Hákonar saga góða). Um viðbætur Snorra í Ólafssögu, sjá m.a: Von Friesen. Fredsförhandlingarna mellan Olov Skötkonung och Olav Haraldsson; Bjarni Aðalbjarnarson. Formáli (Heimskringla II), xxi–xxviii, xxvii–lxxv; Hallberg. Direct Speech and Dialogue in Three Versions of Óláfs Saga Helga, 130–7; Ármann Jakobsson. Konungur og bóndi. Um afstöðu Heimskringlu til kraftaverka Ólafs helga o.fl.: Sogge. Vegar til eit bilete, 76–80 o.v.; Andersson. The Conversion of Norway according to Oddr Snorrason and Snorri Sturluson; Bjarni Guðnason. Frásagnarlist Snorra Sturlusonar, 147–51; Whaley. The Miracles of S. Olaf in Snorri Sturluson's Heimskringla; Sverrir Tómasson. Ólafur helgi, eilífur konungur; Bagge. Society and Politics in Snorri Sturluson's Heimskringla, 208–30; Ármann Jakobsson. Tvö nýleg rit um Heimskringlu.

Í LEIT AÐ KONUNGI

fyrir aldamótin 1300 og nýlega hefur Bjarni Guðnason rennt styrkum stoðum undir gamla kenningu P.E. Müllers að höfundur hennar sé Ólafur Þórðarson hvítaskáld, höfundur Þriðju málfræðiritgerðarinnar og bróðir Sturlu sagnaritara. Ólafur lést árið 1259 svo að sagan hefur verið rituð fyrir þann tíma, áður en Íslendingar gengu Noregskonungi á hönd. Bjarni telur söguna sýna óvefengjanleg tengsl við dönsk sagnarit en sé að takmörkuðu leyti byggð á íslenskum arfsögnum. Hvað sem því líður er ljóst að höfundur Knýtlingasögu hefur byggt á ýmsum ritum sem nú eru glötuð en mun ekki hafa þegið frá Danasögu Saxa. Bjarna þykir líklegt að til sögunnar hafi verið aflað fanga á bókasafninu í Lundi, miðstöð danskra fræða, en verkinu hafi verið lokið á Íslandi. Bjarni telur líklegt að sagan sé rituð að hvatningu danskra ráðamanna en sé í eðli sínu sagnfræðirit höfundar með sjálfstætt mat á mönnum og málefnum sem hafi Heimskringlu að leiðarljósi um byggingu, stíl og list.

Frásögn Knýtlingasögu af elstu konungum Dana, fram til 1074, er ágrip og saga Dana á 12. öld uppistaða Knýtlingasögu. Að mati Bjarna hefur höfundur haft við höndina íslensk, dönsk og ensk sagnarit auk lofkvæða en skýr merki séu um sjálfstæð efnistök og fræðilegan metnað. Söguskoðunin er að mestu sú sama og í Danasögu Saxa, hin opinbera söguskoðun Valdimarsættarinnar í Danmörku. Vera má þó að fleira hafi verið í huga frænda Snorra Sturlusonar en Danmörk þegar ritið var tekið saman á seinustu árum íslenska goðaveldisins. Hvað sem því líður er höfundur Knýtlingasögu þaulkunnur evrópskum hugmyndastraumum.[1]

10. Um rannsóknir á íslenskum konungasögum

NÚ HEFUR VERIÐ gerð grein fyrir þeim sögum sem hér verða teknar til athugunar. Hugmyndir þeirra um konungsvald veita vísbendingar um viðhorf Íslendinga til konungsvalds á goðaveldisöld almennt. Tími og staður af-

---

[1] Hér er einkum stuðst við athuganir Bjarna Guðnasonar (Aldur og uppruni Knúts sögu helga. Formáli, lxxi–clxxxvii). Sbr. einnig: Finnur Jónsson. Knytlingasaga; Weibull. Saxo, 179–236; Albeck. Knytlinga, 143–64 o.v.; Moberg. Två historiografiska undersökningar, 6–25; Campbell. Knúts Saga; Ellehøj. Omkring Knýtlingas kilder; Weibull. Knytlingasagan och Saxo; Malmros. Blodgildet i Roskilde historiografisk belyst; Breengaard. Muren om Israels hus, 27–72; Breengaard. Det var os, der slog kong Knud ihel!; Sørensen. To gamle historier om Knud den Hellige — og de moderne; Ólafur Halldórsson. Um Danakonunga sögur, 78–101. Um höfundarverk Ólafs Þórðarsonar: Hallberg. Ólafr Þórðarson hvítaskáld, Knýtlinga saga och Laxdæla saga; Heller. Knytlinga saga; Heller. Knýtlinga saga und Laxdœla saga. Schöpfungen eines Mannes?; Hallberg. Ja, Knýtlinga saga und Laxdœla saga sind Schöpfungen eines Mannes.

INNGANGUR

marka því efnið sem hér er byggt á. Sagnaritin sem eru í forgrunni eru öll að mati fræðimanna rituð fyrir 1262 og færð hafa verið rök fyrir að þau séu íslensk. Þó eru hér ekki til umræðu öll íslensk sagnarit sem talin eru rituð fyrir 1262. Umfangsins vegna er hér einvörðungu byggt á konungasögum þó að konungar komi einnig við fornaldarsögur, riddarasögur, Íslendingasögur, byskupasögur og heilagra manna sögur sem skrifaðar eru fyrir 1262. En á þessu skeiði eru konungasögur miðja íslenskrar sagnaritunar og mun ég víkja að öðrum ritum hér á eftir. Hér verður lýst viðhorfum Íslendinga 12. og 13. aldar til konungsvalds í konungasögum en niðurstöðurnar eiga við allar íslenskar bókmenntir þess tíma að minni hyggju. Ekki verður heldur byggt á öllum konungasögum þessa skeiðs. Ágrip flýtur með þó að það sé sennilega norskt. Þjóðerni Fagurskinnu er umdeilt. Sneitt verður að mestu hjá helgum konungum. Eins er ekki fjallað jafn mikið um allar sögur sem hér eru til umfjöllunar. Í fyrsta lagi eru þær mislangar en þar að auki eru viðhorf sumra skýrari en annarra. Þá eru sögur Noregskonunga miðlægari í íslenskri konungasagnaritun en sögur Danakonunga og fá því meira vægi. Tilgáta mín er að í afstöðu til konungsvalds séu samkenni sagnanna fleiri en sérkenni og dæmi úr einni geti átt við allar.

Hér að framan var ekki sögð rannsóknarsaga íslenskra konungasagna heldur farið nokkrum orðum um hverja konungasögu fyrir sig. Það segir sína sögu um stöðu rannsókna á íslenskum konungasögum. Þær hafa beinst fremur að hinu sértæka en hinu almenna. Ekki var heldur vikið að umræðu um viðhorf sagnanna til konungsvalds enda hefur hún nær engin verið. Rannsóknir á íslenskum konungasögum hafa beinst að varðveislu og vandamálum þar að lútandi, sannfræði og rittengslum. Það sést í yfirlitsgreinum um konungasögur. Þar eru jafnan nefndar konungasögur sem þekktar eru og innbyrðis skyldleiki þeirra rakinn en ekki rætt um konungasögur sem heild, eðli þeirra og einkenni.[1] Theodore Andersson og Diana Whaley hafa þó nýlega lýst helstu vandamálum konungasagnarannsókna sem ég mun nú ræða.[2]

Ekkert nýlegt yfirlitsrit er til um íslenskar konungasögur með þeim afleiðingum að um bókmenntagreinina sjálfa hefur lítið verið rætt eða reynt að endurmeta hana. Að vísu skiptir Sverrir Tómasson þeim í ævisögur (vitae) og þjóðarsögur (origines gentis) í Íslenskri bókmenntasögu og telur þær vera tvær bókmenntagreinar en fjallar um þær sem heild eigi að síður enda annað erfitt þegar á engum rannsóknum er að byggja.[3] Mestu rannsóknir seinni ára

---

1 Sjá t.d. greinar Holtsmark (Kongesaga), Andersson (Norse Kings' Sagas) og Knirk (Konungasögur).
2 Andersson. Kings' Sagas; Whaley. The Kings' Sagas.
3 Íslensk bókmenntasaga I, 358–401.

(t.d. Jónasar Kristjánssonar og Bjarna Guðnasonar) hafa snúið að einstökum sögum, ekki konungasögum sem heild. Í öðru lagi hafa konungasagnarannsóknir fyrst og fremst snúist um textafræði og rittengsl en um konungasögurnar sem bókmenntir og hneigð þeirra hefur lítið verið fjallað. Þar sker Heimskringla sig úr. Fyrir réttum sextíu árum rannsakaði Hallvard Lie stíl hennar en engin sambærileg rannsókn hefur verið gerð á öðrum konungasögum. Á sumum sögum hefur ekki einu sinni verið gerð nákvæm textarannsókn og er Morkinskinna gott dæmi um það. Eins og fram kom áður hafa aðeins um 3–4 fræðimenn fjallað að nokkru ráði um Morkinskinnu sem heild en ekki þætti hennar sérstaka. Rannsóknir á Fagurskinnu hafa verið nánast 2–3 manna tal í hálfa öld.

Á 19. öld beindist áhugi manna einkum að konungasögum sem heimildum um sögu Norðurlanda. Eftir gagnrýni Weibullbræðra og annarra fór vegur þeirra sem heimilda minnkandi en enginn grunnur hafði verið lagður að því að fjalla um þær sem sagnfræðirit. Halvdan Koht varð fyrstur til að vilja flokka sögurnar „ikke bare etter deres kildesammenheng, men også etter deres partistilling, deres historiske filosofi". Svo dró hann sögurnar í dilka eftir hugmyndafræði þeirra en Paasche taldi hann ganga of langt þar sem sögurnar væru fyrst og fremst frásagnir úr fortíð, ekki deilurit um samtímaviðburði. Sömu gagnrýni setti Lie fram á greiningu Brekke á Sverrissögu sem áróðursriti. Bent var á að sögurnar ættu að skemmta og fræða en ekki aðeins að boða.[1] Seinustu ár hafa svo verið gerðar nokkrar tilraunir til að meta konungasögur í senn sem sagnfræði og bókmenntir og tengja evrópskri sagnaritun út frá nýjum hugmyndum um sagnfræði.[2] Hér verður farið sömu leið og fjallað um konungasögur sem heimildir um hugarfar en þær eru eigi að síður sagnfræði eins og flestar íslenskar bókmenntir 13. aldar og verður að takast á við þær sem slíkar, þrátt fyrir vandamál sem því fylgja.

Meginvandamál slíkrar sögulegrar rýni er sú ófyrirleitni að freista þess að lesa hugarfar úr rituðu máli, að gera nær þúsundæran texta að heimild um hugsun horfinna kynslóða. Í raun réttri er það óframkvæmanlegt vegna fjar-

---

1 Koht. Sagaernes opfatning av vor gamle historie (tilvitnun bls. 381); Paasche. Tendens og syn i kongesagaen; Brekke. Sverre-sagaens opphav, 49–52; Lie. Eigil Nygaard Brekke. Sverresagaens opphav. Af öðrum sem hafa reynt að greina viðhorf konungasagna til sögunnar má nefna Johnsen (Om Theodoricus og hans Historia de Antiquitate Regum Norwagiensium) og Beyschlag (Konungasögur, 290–335; Arbeitsthesen zum Geschichtswissen der Königssaga).

2 Sjá t.d. rit Bagges (Snorri Sturluson und die europäische Geschichtsschreibung. Society and Politics in Snorri Sturluson's Heimskringla), Whaleys (Heimskringla, 112–43) og Anderssons (The Politics of Snorri Sturluson). Verður vikið að hugmyndum þeirra síðar. Þór Hjaltalín (Um Hirðskrá Magnúsar lagabætis og Sturlunga sögu) hefur nýlega nýtt sér Hirðskrá Magnúsar lagabætis sem heimild um konungsmynd norrænna manna en enn hafa Íslendingar nær ekkert fjallað um konungasögur á þennan hátt.

lægðar við tímann en auk þess er erfitt þeim sem ekki les hugsanir að álykta um annarra viðhorf. En sá vandi lýtur að öllum mannlegum og sögulegum fræðum. Þau eru í eðli sínu glíman við hið ómögulega en þar með er ekki sagt að rétt sé að leggja árar í bát. Sagnarit miðalda geta ekki gert okkur kleift að sjá inn í huga þeirra sem þá lifðu en eftir sem áður eru þau vísbending sem ekki má líta fram hjá. Annar vandi lýtur sérstaklega að sögulegum bókmenntarannsóknum og hann er sá að ætla að greina hin flóknu tengsl bókmennta og samfélags. Allir textar eru mótaðir af samfélaginu sem þeir verða til í en um leið geta þeir mótað það samfélag. Hér verður reynt að hafa samfélagið að heimild um bókmenntirnar og þær sem heimildir um samfélagið og virðist ef til vill vera ein hringavitleysa en þó er ekki annað hægt vegna heimildafæðar. Vitneskja okkar um samfélag miðalda er fengið úr bókum. Síðan notum við þá vitneskju til að fjalla um þær hinar sömu og aðrar bækur. Það hljómar ef til vill ekki vísindalega en að neita sér um aðgang að þessari þekkingu væri álíka skynsamlegt og að hjóla með aðra hönd bundna fyrir aftan bak.

Það bakar viðbótarvanda, eins og Paasche og Lie bentu á, að þeir textar sem fengist er við eru sögur en ekki fræðirit um konungsvald eða konungsskuggsjár. Hugmyndir þeirra sem settu saman ritin koma ekki grímulausar fram heldur klæddar í listrænan búning og þarf að greina þær í ljósi heildarskilnings á verkunum. Því þarf rannsakandinn að gera sér skýra grein fyrir um hvers konar rit er að ræða. Ekki er hann þó fordæmalaus í því að álykta um hugarfar rita sem hylja það listrænum klæðum. Hugarfarssaga og sögulegar bókmenntarannsóknir seinustu áratuga hafa að verulegu leyti snúist um þetta og hafa leitt í ljós að þessi vandi er ævinlega fyrir hendi. Þurrpumpulegustu embættisskjöl, gagnorðir annálar og hádramatísk sviðsetning atburða úr fortíðinni eru textar hvert á sinn hátt, viðfangsefni bókmenntarýna og heimildir um þann sem ritar. Allt verður að greina sem texta áður en ályktað er um heimildagildið.[1]

Ekki er því hægt að flýja frá textavandanum með því að telja einungis máldaga og annála sögulegar heimildir. Jafnfráleitt er að hunsa heimildagildi verkanna á þeirri forsendu að hér séu „listaverk" á ferð. Því miður verður raunin oft sú um miðaldabókmenntir. Einn kýs að ræða sannfræði Njálssögu og líta fram hjá framsetningu hennar, annar list hennar og láta sem hún sé

---

1 Að þessu hef ég áður vikið og rökstutt (Tröllasagnfræði; Tvö nýleg rit um Heimskringlu). Sjá einnig: Hamilton. Historicism, 7–29, 205–9 o.v.; Skovgaard-Petersen. Studiet af kildene til den ældste nordiske historie, 17–19; Vésteinn Ólason. Norrøn litteratur som historisk kildemateriale; Mundal. Refleksjonar kring historie, sanning og diktning; Bagge. Udsigt og innhogg, 71–4; White. Metahistory, 1–38; Graus. Mentalität — Versuch einer Begriffsbestimmung und Methoden der Untersuchung.

skáldsaga. Hvorugt leiðir til skilnings á heild sögunnar. Af þessu stafar sambandsleysi sem Eve Picard lýsir í riti sínu um Germaníu Tacítusar:

> Die Konzentration auf Erhellung „des Kunstwerkcharakters" der Germania einerseits, die Fixierung auf die germanische Realienkunde andererseits, hat zu einer weitgehenden Kommunikationslosigkeit zwischen beiden Forschungsrichtungen geführt.[1]

Hér er rætt um Tacítus en ástandið sem Picard lýsir ríkir einnig í fræðilegri umræðu um íslensk sagnarit miðalda.[2]

Um íslenska sagnfræði 13. aldar þarf að gera þrjá fyrirvara. Sagnfræði (historia) þess tíma verður að meta eftir ætlun höfundar og tilgangi ritsins en ekki eftir því hvernig ritin nýtast nútímasagnfræðingum sem heimildir um atburði síns tíma. Íslensk sagnarit 13. aldar eru ekki að öllu leyti tæk sem heimildir um atburði úr fortíð og alltaf verður að hafa í huga hver skrifar, fyrir hvern og af hverju. Annað víti að varast er að nota fjölda þess sem nú heitir „yfirnáttúruleg" atvik sem mælikvarða á hvort rit séu meiri eða minni sagnfræði. Það hefur verið alsiða í umfjöllun um íslensk sagnarit að telja allt sem stangast á við raunveruleikasýn 20. aldar lýti á sögunni. Orð Bjarna Einarssonar í formála Fagurskinnu eru dæmigerð: „Að öðru leyti einkennir það þenna söguhöfund að hann er laus við hjátrú og hindurvitni og ekki til baga guðrækinn."[3] Orðin hjátrú, hindurvitni og guðrækni eru hér myllusteinn um háls fræðilegrar umfjöllunar. Oft eru þau rit sem helst er hægt að treysta um atburði á jörðu einmitt hlaðin kraftaverkum og náttúruundrum. Pálssaga hefur reynst segja rétt frá greftrun Páls í steinkistu sinni en einnig er sagan full af jarteinum um stöðu Páls á jörðu og himni sem voru eðlilegur þáttur heimsins.[4]

Í þriðja lagi hafði öll sagnfræði miðalda tilgang sem var mikilvægari en að rétt væri farið með smáatriði. Sagnfræði var ekki sjálfstæð vísindagrein á miðöldum. Hún var ekki kennd í skólum, ekki talin ein hinna sjö frjálsu lista (artes liberales) en var notuð við biblíuskýringar og sem undirgrein siðfræði og hjálpartæki við að leiðbeina um siði og setja fram jákvæð og neikvæð dæmi. Öll sagnfræði varð að taka mið af guðfræði enda voru sagnfræði og guðfræði Vesturlanda á miðöldum mótuð af sama manni, Ágústínusi kirkjuföður. Því máttu sagnfræðingar þeirra alda raða staðreyndum á nýjan hátt og auka við lýsingum á samræðum og atburðum til að draga siðalærdóminn

---

1 Picard. Germanisches Sakralkönigtum?, 45.
2 Sjá umræðu í: Whaley. Heimskringla, 112–43; Sørensen. Fortælling og ære, 17–32.
3 Bjarni Einarsson. Formáli, cxxiii.
4 Sjá: Kristján Eldjárn o.fl. Skálholt, 111–113, 147–58, 177–86. Um þetta hef ég áður fjallað (Ástvinur Guðs, 135–8).

skýrar fram. Sagnfræðin hafði þá sem nú leiðbeinandi hlutverk og snerist ekki síður um samtímann en þá fortíð sem lýst var. Miðaldasagnfræðirit verður því að túlka í ljósi heildarmerkingar, aðeins þannig er hægt að skilja einstaka þætti þeirra.

Ekki er heldur hægt að losa sig við Guð þannig að úr verði sagnfræði á 20. aldar vísu fremur en „að ef galdur er tekinn úr galdrasögu, verði afgangurinn sönn saga."[1] Ekkert sagnfræðirit miðalda er annað hvort „andlegt" eða „veraldlegt", þau eru ævinlega hvorttveggja í senn. Eins er ekki hægt að telja „klerkleg" og „höfðingleg" viðhorf höfuðandstæður í íslenskum eða erlendum ritum. Sagnaritarar þess tíma trúðu á Guð, hann var jafnmikið til fyrir þeim öllum og rit þeirra einkennast af stöðugri nærveru hans. Eins eru konungar bæði andlegir og veraldlegir í kristinni heimsmynd miðalda, í krafti konungsvalds sáu þeir í tvo heima. Í sagnfræðiritum var saga þjóðar í flestum tilvikum jafnframt saga kirkju, kirkja og konungur voru samtvinnuð. Andstæðurnar „klerklegt" og „höfðinglegt" eiga ekki við um rit sem kirkjunnar maður sem er sonur höfðingja skrifar fyrir konung. Á Íslandi voru völd og áhrif byskupa og kirkju síst minni en annarstaðar og íslenskir sagnaritarar voru ýmist klerkar eða menntaðir af klerkum enda oftast erfitt að fullyrða um hvort höfðingi eða klerkur heldur á penna. Viðhorf kirkjunnar eru því ráðandi í íslenskum bókmenntum, þó að eðli ritanna hafi áhrif á hvernig þau birtast. Á hinn bóginn var kirkjunni stjórnað af höfðingjum eins og Oddaverjum og Haukdælum og í byskupasögum sést samruni höfðinglegs og kirkjulegs hugsunarháttar.[2]

Eins og fram kom í deilu Kohts og Paasches er ekki hægt að sjá skýra niðurstöðu í konungasögum um gang sögunnar. Eins og Koht benti á er að baki rituninni söguspeki af einhverju tagi. Á hinn bóginn er það rétt hjá

---

1 Jón Helgason. Höfuðlausnarhjal, 156.
2 Um sagnfræði innan menntakerfis miðalda og Ágústínus: Breisach. Historiography, 60–152; Goetz. Die „Geschichte" im Wissenschaftssystem des Mittelalters; Grundmann. Geschichtsschreibung im Mittelalter, 52–75; Milburn. Early Christian Interpretations of History; Schmale. Funktion und Formen mittelalterlicher Geschichtsschreibung, einkum 38–104; Smalley. Historians in the Middle Ages, einkum 27–49; Hay. Annalists and Historians, 12–37 o.v.; Cook & Herzman. The Medieval World View, 81–112; Weber. Intelligere historiam. Um menntunar- og menningarástand á Íslandi er stutt en gott yfirlit í Íslenskri bókmenntasögu (I, 263–81) en um menntun í Evrópu, sjá: For Court, Manor, and Church, einkum 23–75. Um þátt klerka í konungasagnaritun er rætt hjá Whaley (The Kings' Sagas, 50–2). Ég hef áður fjallað um samruna höfðinglegra og kirkjulegra viðhorfa í byskupasögum (Nokkur orð um hugmyndir Íslendinga um konungsvald fyrir 1262, 38–41; Ástvinur Guðs, 138; Byskupskjör á Íslandi) en frekari umræða er hjá Lönnroth (Tesen om de två kulturerna; Sponsors, Writers, and Readers of Early Norse Literature). Ekki verður skilist við hugmyndina um andstæðurnar „klerklegt" og „höfðinglegt" án þess að geta þess að Bagge hefur á undanförnum árum sett fram kenningu um tvo sagnritunarskóla, höfðinglegan og klerklegan sem að verður vikið síðar.

Í LEIT AÐ KONUNGI

Paasche að erfitt er að greina viðhorf sagnaritaranna og enn hæpnara að búa til andstæðuþrennu úr konungasögum þar sem ein sýnir viðhorf kirkju, önnur konungsvalds, hin þriðja höfðingja. Annars vegar er margt sem þeim er sameiginlegt og fyrst verður að greina, áður en sérkennin koma fram. Hins vegar eru sögurnar fróðleikur um fortíðina og skemmtun. Þær eru meðvitaðar um að vera sögur. Lífi Sverris konungs er líkt við ævintýri í upphafi sögu hans: „i þeiri ferþ fecc hann mikit vaſ oc ærviðe. var þvi licazt ſem i fornum ſogum er ſagt at verit hæfði. þa er konunga born urðo fyrir ſtiup-mæðra ſkopum" (Svs., 7). Hafa verður til hliðsjónar við greiningu hneigðar verkanna að þeim er ætlað að segja sögu, skemmta. Á hinn bóginn er það engin fjarvistarsönnun (alibi) fyrir heimildargildið, eftir sem áður verður að nálgast það.

Hlutverk sagnanna sem bókmennta er eitt af því sem hafa verður í huga en annað eru tengsl þess sem var og átti að vera (teóríu og praxis) í sagnfræðirituninni. Hið siðferðislega eðli miðaldasagnfræði felur í sér að sögurnar lýsa gjarnan hvernig málum ætti að vera háttað fremur en hver raunin var. Í sagnfræðiritum er lögð áhersla á það sem er til fyrirmyndar. Þegar lýst er einstökum konungum er fyrirmyndarkonungurinn í sjónmáli og ætlast til að konungar tækju sér til fyrirmyndar þá forvera sem þóttu hafa skarað fram úr. Hinir almennu þættir konungshugtaksins, hlutverk konungs, konungsdyggðir og konunglegir eiginleikar koma fram í lýsingu einstakra konunga í sögunni. Hið einstaka verður lykill að hinu almenna. Þorri ævisagna og sagnfræðirita á miðöldum einkennist af lítilli áherslu á einstaklingseðlið. Þess í stað er kapp lagt á að láta einstaklinginn spegla hið almenna sem hefur meira gildi. Áherslan er á hið dæmigerða sem jafnframt er til eftirbreytni óháð tíma og rúmi.[1] Einstakir konungar verða sagnfræðingum dæmi um birtingu hins konunglega. Hin þýska Regensburger Kaiserchronik, Rómarkeisarasaga í bundnu máli frá 12. öld, er fremur handbók um góða og vonda stjórnendur en saga hinna raunverulegu keisara. Hið einstaka og almenna togast á eins og í lærðum konungsskuggsjám kirkjunnar manna en þeirri togstreitu er komið á framfæri í sögum á þjóðtungu eins og í íslenskum konungasögum og væntanlega fyrir svipaðan viðtökuhóp.[2]

Þrátt fyrir sérstöðu íslenskra konungasagna eru þær í grundvallaratriðum sama eðlis og Regensburger Kaiserchronik. Á þjóðtungu eru sagðar sögur til-

---

[1] Sjá m.a. Morris. The Discovery of the Individual, 64–95; Dronke. Poetic Individuality in the Middle Ages; Benton. Consciousness of Self and Perceptions of Individuality; Bynum. Jesus as Mother, 82–109; Heffernan. Sacred Biography, 72–184; Bagge. Society and Politics in Snorri Sturluson's Heimskringla, 174–9; Bagge. Helgen, helt og statsbygger, 27–30; Ásdís Egilsdóttir. Um biskupasögur, 49–52; Bagge. La Sverris saga, 122–7.
[2] Myers. Medieval Kingship, 256–68.

tekinna konunga með konungshlutverkið og hið konunglega eðli í sjónmáli. Viðtakendur þessa þýska rits og íslenskra konungasagna voru sami hópur, leikir höfðingjar. Í Evrópu á 12. og 13. öld keppa öflugar höfðingjabókmenntir við lærða ritun. Hin leika aðalsstétt tók undir það sem kirkjunnar menn sögðu þó að orðræðuaðferðin sé önnur. Erfitt er að greina að viðhorf leikra og lærðra til konungsvalds. Auk þess er sjónarhorn vígðra manna ekki einsleitt, þannig studdu margir klerkar keisara Hins heilaga rómverska keisararíkis í deilu hans við páfa. Allar raddir sem heyrast segja hið sama. Ómögulegt er að greina hefð hverrar þjóðar fyrir sig, alstaðar er myndin svipuð.[1]

Áður en lengra er haldið má því slá þessu föstu: Íslenskar konungasögur eru sagnfræðirit. Á miðöldum merkir það listræna frásögn með hneigð og boðskap sem rekur sögu konunga með því að láta hið einstaka varpa ljósi á hið almenna og öfugt. Konungshlutverkið og hið konunglega er stöðugt í sjónmáli. Íslenskar konungasögur eru ritaðar af höfðingjum og klerkum fyrir höfðingja og klerka á tíð þegar klerkar menntuðu höfðingja, höfðingjar gátu orðið klerkar og hlið við hlið í sömu fjölskyldu voru höfðingjar og klerkar. Að þessu leyti er bókmenntaumhverfið á Íslandi eins og í Evrópu þess tíma þó að nálægðin sé meiri hér. Íslenskar konungasögur sýna ekki hvað vinnumönnum eða kotbændum fannst um konunga og konungsvald. Þær eru höfðingjabókmenntir undir áhrifum frá hugsunarhætti kirkju sem var enda höfðingjakirkja. Íslenskir klerkar voru hluti af alþjóðlegri stofnun og íslenskir höfðingjar eins og evrópskir höfðingjar. Við búið er að viðhorf íslenskra konungasagna til konungsvalds séu svipuð og viðhorf evrópskra rita sama tíma. Það merkir ekki að Íslendingar kokgleypi erlend áhrif. Á miðöldum er Vestur-Evrópa eitt menningarfélag og þó að Ísland sé þar á jaðri sáu Íslendingar um heim allan í ritun sinni.

11. Ágrip af sögu konungsvalds í Evrópu á miðöldum

EKKI ER UNNT að gera vitræna grein fyrir viðhorfum Íslendinga til konungsvalds án þess að fyrst sé lýst þróun konungsvalds í Evrópu en einkum og sér í lagi þó í Vestur-Evrópu og á Norðurlöndum. Eins verður að gera grein fyrir því sem hæst bar í umræðu Evrópumanna um konungsvald á miðöldum og helstu deiluefnum. Hætt er við að þeim sem ekki eru gagnkunnugir evrópskri miðaldasögu muni þykja sú umfjöllun sem hér fer á eftir of stutt en þeim sem vel þekkja til kann að þykja margt óþarfi. Það sem eink-

---
1 Um bókmenntir höfðingjastéttarinnar, sjá ívitnuð rit í nmgr. á bls. 29–30. Nánar: Duby. The Culture of the Knightly Class; Barber. The Knight & Chivalry, 37–55 og 59–149.

um vakir fyrir mér er sýna fram á samhengið milli íslenskrar umræðu um konungsvald og sögu konungsvalds í Evrópu. Á 12. og 13. öld er konungsvald nánast algilt í Evrópu. Skilningur á stjórnskipan miðalda er skilningur á konungshugtakinu. Jafnvel samfélög án konungs hafa flest konungsígildi. Það er ekki bundið við Evrópu á hámiðöldum. Konungsvald fylgir undantekningalítið mannlegu samfélagi og sumir þættir þess eru sammannlegir en aðrir til svo víða að ógjörningur er að segja til um hvort það hafi breiðst út frá einum stað (monogenesis) eða hvarvetna orðið til (polygenesis). Það sem sagt er um evrópskt konungsvald í þessum kafla getur því átt við víðar þó að það sé ekki tekið fram. Á hinn bóginn heyrir Ísland til vestur-evrópsku menningarsvæði þá sem nú og því verður sjónum einkum beint að því.

Konungsvald er jafnan trúarvald. Þó að konungsríki væru eina stjórnskipulagið var skipt um konung og konungsættir og hver konungur gat þurft að berjast fyrir valdi sínu og sýna það. Tengsl við trúarbrögð festu konunga í sessi. Trú á guðlegt eðli konunga hefur verið talin elstu þekktu trúarbrögð veraldar. Það leikur á huldu hvort kemur á undan, trú á konunga eða trú á guði en ef til vill hafa aldrei verið til konungar án guða eða öfugt, hvorttveggja fellur að öðru. Konungur er æðri vera sem menn binda traust við og óttast, eins og guð. Misjafnt er þó í hverju guðlegt eðli konungsins felst. Hann getur haft hlutverk við trúariðkun, verið eins konar prestur. Hann getur verið endurholdgaður guð eða afkomandi guða, sonur guðs. Hann getur verið kallaður spámaður, faðir og móðir manna. Ævinlega er hann þó mitt á milli guðs og manna, tengir himin og jörð.

Oft eru trúarbrögð nátengd stjórnarfyrirkomulagi í ríkinu, einvaldskonungar fara saman við einn guð en ef valdi er dreift verða guðir gjarnan fleiri eins og gerðist í borgríkjum Grikkja og Róm lýðveldistímans. Í elstu menningarsamfélögum sem vitneskja er um eru náin tengsl milli konunga og guða. Í Egyptalandi var Ra álitinn skapari, viskan persónugerð, konungur og dómari. Hjá Súmerum voru konungar guðir en hjá Hebreum dómarar og staðgenglar guða eða guðs. Konungar Hómerskviða eru afkomendur guða, prestar og árkonungar og rómverskir konungar gegndu prestshlutverki. Indverskir konungar voru kallaðir deva, í Japan er keisari guð og afkomandi sólarinnar og svipaða sögu má segja frá Ceylon, Madagaskar, Kyrrahafseyjum og Norður-Ameríku. Kalífar höfðu trúarhlutverk, í Kína voru forfeður konunga milligöngumenn við háguðinn Ti en konungur gat talað við þá fyrir hönd þegna sinna. Í Saudi-Arabíu er konungur enn bæði einvaldur og trúarleiðtogi sem hefur löggjafar- og framkvæmdavald. Engu máli skiptir hvort konungar eru valdamiklir. Þegar shogunar voru allsráðandi í Japan var vald þeirra fengið frá himnum en fulltrúi þess á jörðu var keisarinn sem enn situr. Þar er konungs-

INNGANGUR

vald táknrænt og völdin annarstaðar. En það er þá táknrænt fyrir ójafnvægið á jörðu og himni. Tengsl konungs við guðdóminn greina þá fáu sem stjórna frá hinum mörgu sem er stjórnað. Það er hin samfélagslega nauðsyn að baki hugmynda um guðlegt eðli konungsvalds.[1]

Trúarlegt eðli konungsins er tengt samfélagslegu eðli hans í kenningakerfi Dumézils sem telur að konungur taki að sér þrjú hlutverk (les trois fonctions) guða alstaðar í heiminum sem endurspegli mismunandi störf mannanna. Guðir voru ýmist konungar eða prestar (dieux souverains) eins og Óðinn og Týr, sterkir og hraustir bardagaguðir (le dieu essentiellement fort et guernèr) eins og Þór eða náttúru- og frjósemisguðir (dieux jumeaux donneurs de santé, de jeunesse, de fécondité, de bonheur) eins og Njörður og Freyr. Taldi Dumézil að Týr hefði verið dómguð og fulltrúi konungsins sem dómara (dieu juriste) og goðsagan um handarmissi hans væri um gagnsleysi laganna. Óðinn væri afskrifaður töfraguð. Í mörgum tilvikum hafa þessar hugmyndir reynst byggja á sandi og standast ekki frekari athugun heimilda þannig að minna gagn er af þeim en skyldi. Á hinn bóginn eru ótvíræð tengsl milli þjóðfélagsins, hlutverks konungs og hlutverks guðs eða guða í ýmsum samfélögum og Dumézil er fyrst og fremst að búa til kerfi um þau tengsl.[2]

Þannig er konungsvald skilgreint hér og þar en þó að konungar séu alstaðar til og gegni svipuðu hlutverki er konungshugtakið félagslegt og menningarlegt fyrirbæri og undirorpið stöðugum breytingum. Sýn sagnaritara á konungsvald er háð félagslegri stöðu þeirra, menntun, samfélagi og umræðu í því. Viðhorf íslenskra konungasagna til þess skýrast af íslensku og vestur-evrópsku menningarumhverfi 12. og 13. aldar, eru í senn sérstæð vegna sérstöðu Íslands og í samræmi við hugmyndir annarra Evrópumanna. Í þjóðfélagi 12. og 13. aldar í Evrópu áttu 1–2% þjóðarinnar helming allra eigna án þess að nokkur hreyfði mótmælum. Konungur gerði bæði gagn og naut trúar á guðlegt eðli

---

1 Sbr. Hocart. Kingship, 7–20; Bendix. Kings or People, 3–60; Kalugila. The Wise King; Gunnes. Divine kingship; Frazer. The Golden Bough; Edsman. Zum sakralen Königtum in der Forschung der letzten hundert Jahre; Holz. Zur Dialektik des Gottkönigtums; Allwohn. Des religionspsychologische Aspekt des sakralen Königtums; Rochedieu. Le caractère sacré de la souveraineté à la lumière de la psychologie collective; Hidding. The High God and the King as symbols of totality; James. The Sacred Kingship and the priesthood; Mowinckel. General Oriental and Specific Israelite Elements in the Israelite Conception of the Sacral Kingdom; Widengren. The Sacral Kingship of Iran; Lanczkowski. Das Königtum in Mittleren Reich; Gonda. The Sacred Character of Ancient Indian Kingship; Ringgren. Some Religious Aspects of the Caliphate; Tucci. La regalità sacra nell'antico Tibet; Thierry. La personne sacrée du Roi dans la littérature populaire Cambodgienne; Van Bulck. La place du roi divin dans les cercles culturels d'Afrique Noire.
2 Hugmyndin er sett fram í Mitra-Varuna, 21–32, 113–24 o.v. Um notkun hennar í tengslum við norræna guði, einnig: Dumézil. Les Dieux des Germains, einkum 23–9. Gagnrýni á kenningar Dumézils: Page. Dumézil Revisited.

Í LEIT AÐ KONUNGI

hans sem er bein afleiðing guðstrúar evrópskra miðalda. Trú á æðri máttarvöld fól í sér trú á að heiminum væri stjórnað af Guði og að konungar væru fulltrúar hans. Ef til vill er sú trú meginmunur á okkar samfélagi og samfélagi þeirra alda, menn sættu sig við yfirvöldin í þeirri trú að konungsstjórn væri hið eðlilega stjórnarfar, hluti gangvirkis náttúrunnar.[1]

Hið kristna hugmyndakerfi miðalda sem leiddi af sér þessa þrautseigju átti tvær fornar rætur. Annars vegar var tekið mið af konungum Gamla testamentisins. Öfugt við ýmsa aðra forna konunga var Ísraelskonungur aldrei talinn guð en fulltrúi Yahweh og jafnvel kallaður sonur hans. En einnig var hann fulltrúi þjóðar sinnar andspænis Yahweh. Sem slíkur var hann kennari og ráðgjafi. Davíð var dómari, Salómon viskan persónugerð en fyrirmyndarkonungur Gamla testamentisins er Messías. Lykilhlutverk Ísraelskonunga tengist viskunni sem er frá Guði sem birtist konunginum í draumum og víðar. Konungurinn var enda valinn af Guði í bókstaflegum skilningi og vígður. Hin rótin stóð í Róm. Rómverjar voru andvígir konungum á lýðveldistímanum og drápu ýmsa sem þóttu líklegir til að gerast konungar. Í stað þess höfðu þeir pontifex maximum sem sá um helgiathafnir og öðru hvoru mátti velja alræðismann (dictator). Þegar Ágústus gerðist keisari forðaðist hann konungstitla á borð við konungur (rex) og herra (dominus). Hann kallaði sig hinn fyrsta (princeps), var landstjóri (proconsul), æðstiprestur (pontifex maximus) og herstjóri (imperator). Þetta voru lýðveldistitlar sem hann valdi sér af kænsku og uppgerðarhógværð til að sýna að hann ríkti í krafti virðingar en ekki embættis og alls ekki sem konungur. Merking þessara titla breyttist aftur á móti með nýrri notkun. Keisari (imperator) varð yfir konungum en ekki undir, nafn Sesars fór að merkja slíka stöðu og eftir andlát sitt voru þeir Ágústus dýrkaðir sem guðir. Vald Ágústusar kom í orði kveðnu frá öldungaráðinu en þó sá hann bæði um helgiathafnir, herstjórn og dómsvald. Vald hans var heilagt og þaðan í frá var allt sem tengdist keisaranum talið koma frá guði.

Þegar á 1. öld eftir Krist lét Dómitíanus keisari kalla sig guð (deus) og herra (dominus) en var drepinn vegna andúðar á keisaraveldi sem braust út öðru hvoru á öldinni eftir að Ágústus gerðist einvaldur. Í kjölfarið fylgdu góðu keisararnir fimm, Nerva, Trajanus, Hadríanus, Antóníus Píus og Markús Árelíus, og eru taldir sanna yfirburði keisaraveldis. Eini vandinn virtist að finna einvaldinn. Erfðakeisaraveldi festist þó ekki í sessi í Róm fyrr en síðar. Á 3. öld eftir Krist eru austræn áhrif áberandi og keisarar líkjast fremur austrænum konungum en embættismönnum Rómar enda tóku þeir margir austræna trú, til að mynda Elagabalus. Slíkar hugmyndir höfðu borist að austan frá

---
1 Sbr. umræðu hjá Bendix. Kings or people, 5–8.

INNGANGUR

dögum Alexanders sem sagðist vera sonur Seifs í austrænum anda og var hugmyndin sú að elsti sonur konungs væri sonur guðs sem hefði tekið mannsmynd til að leggjast með drottningunni. Saga austrænna áhrifa í Evrópu hefst þannig fyrir daga Rómarveldis en úr þeim dregur síst þegar miðja þess færist vestur á síðfornöld. Fyrir vikið var konungsímynd ármiðalda í Suður-Evrópu sambland keisaraímyndar síðfornaldar og hellenískra konungshugmynda.

Á dögum Díókletíanusar (284–305) eru áhrifin mest frá Persakonungum. Þá hefur keisari verið hafinn í upphæðir og yfir dauðlega í ríkara mæli en nokkru sinni fyrr í sögu Rómar. Engu skipti þó að þeir væru margir og skiptust í ágústa (augusti) og sesara (caesares), allir voru guðlegir. Keisari er ekki einu sinni á tyllidögum sagður fremstur meðal jafningja (primus inter pares) eins og Ágústus heldur guð fyrir og eftir dauðann. Austrænar hugmyndir um konungsvald hafa leyst þær rómversku af hólmi.[1] Frá lokum 3. aldar er hið forna konungsheiti *rex* aftur notað í jákvæðri merkingu að hætti Persa þar sem keisari var nefndur konungur konunganna (shahanshah) og á 4. öld eru keisararnir Valentíanus og Valens kallaðir Rómarkonungar (reges romanorum). Þetta sést einnig í biblíuþýðingum, gríska konungsorðið *basileus* er notað jákvætt í Biblíu Hieronymusar og á 4. öld er það þýtt með orðinu konungur (rex) en áður var notað keisari (imperator).[2]

Kerfi Díókletíanusar lifði hann sjálfan tæplega, entist aðeins fjóra áratugi. Segja má að miðaldir verði til nóttina þegar eftirmann hans dreymir kross sem fylgdu orðin „In hoc signo vinces." Þá varð Konstantínus (306–337) einvaldur með hjálp kristni og þá hefst hjúskapur kristni og rómverska keisararíkisins sem mótaði miðaldir meira en nokkuð annað. Þjónar kristinnar kirkju urðu embættismenn Rómar en höfðu áður verið ofsóttir leiðtogar sértrúarsafnaðar. Konstantínus skilaði eignum kirkjunnar og gerði hana skattfrjálsa en um leið varð hún stofnun í ríki hans og byskupar embættismenn hans og dómarar. Kristni var leið hans til sigurs í hernaði, sigur hans á Licíníusi varð dæmi um sigursæld hins kristna guðs. Persónugerður í Konstantínusi vinnur hann sigur á Júpíter í líki Licíníusar. Konstantínus ætlaði sjálfum sér lykilhlutverk í kristni. Hann tók þátt í kirkjudeilum og átti öðrum ríkari þátt í sigri katólskra á dónatistum og harðlínumönnum sem ekki vildu vinna með hon-

---

1 Kalugila. The Wise King, 102–32; Taylor. The Divinity of the Roman Emperor; Myers. Medieval Kingship, 7–18; Heiler. Fortleben und Wandlungen des antiken Gottkönigtums im Christentum; Schlesinger. Herrschaft und Gefolgschaft in der germanisch-deutschen Verfassungsgeschichte, 225–40; Bayet. Prodromes sacerdotaux de la divinisation impériale; Aland. Der Abbau des Herrscherkultes im Zeitalter Konstantins; Hocart. Kingship, 15–16; Taeger. Alexanders Gottkönigsgedanke und die Bewusstseinlage der Griechen und Makedonen. Sjá einnig umræðu um heitið *princeps* hér á eftir.
2 Wolfram. Intitulatio I, 33–38.

Í LEIT AÐ KONUNGI

um. Þannig stjórnaði hann sjálfur Níkeuþinginu árið 325 og hlutaðist til um ályktanir um guðfræði. Keisari var ráðandi í þessu nýja bandalagi. Hann stillti til friðar, dæmdi í málum kirkjunnar og verndaði hana. Hann lét kalla sig æðstaprest (pontifex maximus) eins og hinir heiðnu keisarar höfðu gert og taldi sig trúarleiðtoga eins og þá. Konstantínus var eins og Ágústus æðstiprestur í Rómarveldi. Helgi keisara var fundinn staður í hinni nýju trú. Hann er ekki lengur sonur Seifs eða sjálfstæður guð heldur fulltrúi og staðgengill Guðs á jörðu. Á holdgervingu guðs og fulltrúa er bita munur en ekki fjár, tengsl keisara við guðdóminn eru söm og áður. Kristur er keisari, keisarinn Kristur. Á myndum frá 4. og 5. öld eru keisarar gjarnan sýndir með geislabaug. Þeir eru leiðtogar kirkju en byskupar þjóna þeirra. Afskipti keisara af kristni héldu áfram eftir lát Konstantínusar. Synir hans studdu kristni af krafti, bönnuðu fórnir og ofsóttu dónatista. Tveir voru katólskir en Konstantíus gældi við Aríusarvillu, setti af byskupa og rændi sjálfum páfa. Varð hann fyrstur keisara til að skipa andpáfa. Síðar líktu kirkjunnar menn honum í riti við illræmdustu konunga sögunnar, Ahab, Belsh, Neró og Desíus. Seinustu ofsóknir keisara gegn kristnum voru á dögum Júlíanusar guðníðings en afskipti af trúmálum héldu þó áfram. Þeódósíus (379–395) gerði kristni að ríkistrú og aríusarsinnar voru brotnir á bak aftur. Keisari varð helsti verndari katólskunnar.

Slík vernd þótti sjálfsögð en á hinn bóginn var kirkjan undir lok 4. aldar orðin þreytt á að keisari skipti sér af sjálfri kenningunni. Gratíanus keisari neitaði að láta kalla sig pontifex maximum og eftir það létu keisarar í vestri af því. Ambrósíusi byskupi í Mílanó lenti saman við Þeódósíus keisara um innbyrðis afstöðu keisara og kirkju og bannfærði keisara. Eftir það var vald keisara yfir kirkju aldrei óskorað og smám saman mynduðu páfi og kirkja andsvar við hugmyndum Konstantínusar um yfirráð yfir kirkjunni.[1] Nú fer að draga í sundur með vestur- og austurhluta Rómar. Á Khalkedonþinginu 451 var Leó 1. páfi í forsæti eins og Konstantínus forðum en í austri er keisari æðstur í kirkjunni (caesaropapism). Eftir fall vesturhluta Rómarveldis lifði sú hugsun í austurhlutanum, í Konstantínópel. Keisarinn var jarðneskur leiðtogi kirkjunnar og verndari, einvaldur í andlegum og veraldlegum efnum. Helgi hans byggði á konunglegum uppruna, hylli alþýðu og stöðu hans sem trúarleiðtoga. Vilji hans var guðlegur. Í Konstantínópel mættust austræn trúarbrögð og hinn gamli hellenismi sem varð til við samruna austurs og vesturs í heimsveldi Alexanders mörgum öldum fyrr.

Austurrómverskar hugmyndir um tengsl keisara og kirkju eru hvergi jafn

---

[1] Sjá m.a. Myers. Medieval Kingship, 18–53; Greenslade. Church & State from Constantine to Theodosius, 9–36; Aland. Der Abbau des Herrscherkultes im Zeitalter Konstantins; Brown. The World of Late Antiquity, einkum 82–94; Barraclough. The Medieval Papacy, 19–27.

INNGANGUR

sýnilegar og í lögum Jústiníanusar keisara (527–565), í skrauti á skjöldum frá tíð hans, byggingum og steinum. Jústiníanus sameinaði hinar gömlu rómversku hugmyndir um hlutverk keisarans og heiðinn hellenisma í bland við austræna dulhyggju og konstantínska kristni. Hann er guðlegt vald í eigin persónu, hin ósigrandi sól (sol invictus), einvaldur (autokrator) á jörðu eins og Kristur á himni. Alheimskeisararíki hans er hliðstætt himnaríki. Frá keisara koma lögin, valdið og kristnin. Hann er keisari fyrir guðs náð (imperator Dei gratia), orðalag sem ættað er frá Níkeuþinginu. Allar stjórnvaldsaðgerðir hans eru innblásnar af Guði og hann getur leyst öll guðfræðileg vandamál. Gegn Jústiníanusi getur hvorki páfi né aðrir rönd við reist. Guð einn er yfir hann hafinn. Þessi kynlega blanda var í orði kveðnu rómverskt keisararíki en keisarinn í Konstantínópel var ekki síður grískur, eins og Konstantínus var hann talinn prestur og konungur í einum manni (rex et sacerdos) eins og Davíð og Kristur sjálfur. Austurrómversku keisararnir Þeódósíus 2. og Marsíanus voru þannig nefndir prestkonungar (sacerdos imperator) öld á undan Jústiníanusi og eftirmenn hans báru sama titil.[1]

Jústiníanusarlög fóru aftur að njóta hylli í Vestur-Evrópu á 12. öld eftir að hafa gleymst þar um aldir.[2] En hugmyndin um hið eilífa rómverska keisararíki, eitt alheimskeisararíki af Guðs náð undir forystu kristins keisara, hvarf aldrei og hafði áhrif í austri og vestri allar miðaldir og enn lengur.[3] Útfærslan var þó með ýmsu móti. Á ármiðöldum var keisarinn í Konstantínópel viðurkenndur sem sá keisari enda ekki öðrum til að dreifa. Vald hans var viðurkennt enda fjarlægt og raunveruleg stjórn hans í Vestur-Evrópu var engin. Gregoríus mikli kallar hann herra (dominus) og föður Evrópu (pater Europae) en konungar Vestur-Evrópu eru synir (filios) hans. En á jóladag árið 800 krýnir páfi Karl Frankakonung keisara í Róm og endurreisir rómverska keisararíkið í vestri. Eftir það eru keisarar tveir og báðir telja sig æðstan, standa bæði saman og keppa innbyrðis. Austurrómverska keisararíkið var þó til muna sterkara og betur skipulagt. Rómarkeisari í vestri er settur upp gegn Rómarkeisara í austri og sem arftaki bæði hans og hinna fornu Rómarkeisara. En sú Róm varð til í öðrum menningarheimi en hinar fyrri. Rétt eins og keisarinn í Konstantínópel var fremur grískur en rómverskur keisari var Karlamagnús fyrst og fremst germanskur konungur. En aðgreining á milli germansks og róm-

---

1 Sjá: Ullmann. The Growth of Papal Government in the Middle Ages, 1–43; Brown. The World of Late Antiquity, 137–59; Myers. Medieval Kingship, 53–9; Barraclough. The Medieval Papacy, 22, 27–9; Ewig. Zum christlichen Königsgedanken im Frühmittelalter, 8–17; Graus. Volk, Herrscher und Heiliger im Reich der Merowinger, 303–13; Aufhauser. Die sakrale Kaiseridee in Byzanz; Norwich. Byzantium (3 bindi).
2 Sjá: Post. Studies in Medieval Legal Thought, 61–90.
3 Kempf. Das mittelalterliche Kaisertum; Folz. The Concept of Empire in Western Europe.

versks er lítils verð þar sem germanskar hugmyndir um konungsvald renna saman við rómverskar hugmyndir og hugmyndir Biblíunnar í vestur-evrópskum menningarheimi.

Úr verður konungsímynd sem væntanlega sækir sitthvað til Biblíunnar og gyðinga, sitthvað til Rómverja og sitthvað til Germana. Mikill skortur er á heimildum um Germani fyrir kristni þannig að hrein germönsk sýn á konunginn, óháð kristni, er torfundin. Þó hefur mikið verið fjallað um germanskt konungsríki og einkenni þess en þá byggt á misgóðum heimildum. Í fornensku kvæði segir: „Cyning sceal rice healdan".[1] Það má túlka svo að konungur sé eina þekkta stjórnarformið á Englandi fyrir innrás Saxa. Adam frá Brimum telur einnig að Germanir hafi haft konunga frá öndverðu: „Reges habent ex genere antiquo, quorum tamen vis pendet in populi sententia."[2] Villimennirnir hafa sem sé haft konung en sá konungur byggir vald sitt á þjóðarvilja. Hér er komið að einu lykilatriði í umræðu um germanskt konungsríki en hún hefur einkum snúist um fernt: völd, ætt, hermennsku og trúarhlutverk. Orð Adams benda til að vald germanskra konunga sé ekki jafn afgerandi og konungsvald í Suður-Evrópu heldur sé konungur háðari lýðnum. Það er viðhorf kristins 11. aldar manns til fjarlægrar fortíðar og eins og vikið verður að var það almenn goðsögn í Evrópu að konungar sæktu vald sitt til lýðsins. En Tacítus og fornháþýsk og fornsaxnesk orð um konunga benda í sömu átt, að þeir séu fremstir meðal jafningja eða fjölskyldufeður. Þar á meðal eru *fro*, *drohtin*, *herro* og *furisto* en hið síðastnefnda svarar til orðsins *princeps* sem Ágústus notaði um sjálfan sig til að láta sem lýðveldið lifði enn.[3]

Ekki er þetta mikill grunnur en á þessu hefur verið byggð kenning um að hjá Germönum hafi verið „charismatische Herrschaft" þar sem konungsvaldið byggði einkum á eiginleikum konungs. Þeim hefur Grønbech lýst svo:

> Ærgerrig og altid på vagt, at ingen i nogen henseende satte sin fod lidt foran hans; aldrig tilfreds med æren, hvis den kunde blive større.
>
> Dyb og langskuende i planer; snild til at benytte alle midler som kunde føre til målet; veltalende og overbevisende, så at mænd intet andet vilde have end det han foreslog.
>
> Glad, munter, gavmild mod sine mænd, vindende, så at alle unge, kække mænd higede til han.

---

1 Shippey. Poems of Wisdom and Learning in Old English, 76.
2 Adam von Bremen. Hamburgische Kirchegeschichte, 252.
3 Sjá: Schlesinger. Herrschaft und Gefolgschaft in der germanisch-deutschen Verfassungsgeschichte, 225–40; Schlesinger. Über germanisches Heerkönigtum, 105–9, 128–31; De Vries. Das Königtum bei den Germanen.

INNGANGUR

Rådhuld og trofast; grum mod sine fjender og sine venners fjender; sine venners fuldkomne ven.[1]

Þannig var hinn norræni leiðtogi samkvæmt Grønbech og ýmsum öðrum sem voru sama sinnis fyrr á öldinni en eins og fram mun koma geta þessir eiginleikar átt við fleiri en heiðna, germanska og norræna konunga.

Önnur en skyld hugmynd um germanskt konungsvald er að ættin sem heild ráði meiru en sá einstaklingur sem er konungur. Germanska konungsorðið vísar til ættarinnar. Það er *kuningaz í frumgermönsku en cyning í fornensku þar sem einnig er til orðið æþeling sem einnig hefur ættarskírskotun. Þetta hefur verið tengt við orðalag í Germaníu Tacítusar þar sem sagt er að konungar séu valdir vegna ætternis: „reges ex nobilitate, duces ex virtute sumunt".[2] Hafa margir túlkað þau orð svo að hugmynd Tacítusar um germanskan konung sé höfðingi ættbálks en ekki prestur eða herforingi, hann sé ættgöfugur en herforingjar séu valdir vegna hæfileika. Margir hafa á hinn bóginn talið að þeir sem rómverskir sagnaritarar kalla konunga séu fyrst og fremst stjórnendur herflokka en alls ekki skýrt afmarkaðs landsvæðis. Völd þeirra hafi byggst á trúnaði við hermenn, valdi til að kveða menn í her og hafi einkum verið bundin við ófrið.[3]

Aðaldeilumálið sem Tacítus blandast inn í eru tengsl konungs við helgihald. Orð hans hafa verið túlkuð svo að konungar Germana (reges) hafi verið helgir og haft hlutverk við trúariðkun en ekki alræðisvald. Hinn germanski konungur sé goði eða pontifex maximus, stjórnmálamaður sem stjórni helgiathöfnum. Hjá Germönum hafi því veraldlegir höfðingjar jafnframt haft stöðu prests eða öllu heldur verið verndarar heilbrigðis þegna sinna og séð um samskipti þeirra við guðdóminn. Þetta sé lykilatriði germanskrar stjórnskipunar. William Chaney telur að einhyggja Germana hafi leitt til þess að trúarlegt og stjórnmálalegt vald hafi hlotið að vera á einni hendi, andstætt kristinni tvíhyggju sem leiddi af sér að kirkja og ríki voru greind í tvennt.[4] Jan De Vries skilur á hinn bóginn Germaníu svo að Germanir hafi haft tvenns konar konunga. Sumir hafi verið prestkonungar en aðrir herkonungar. Síðan hafi herkonungarnir smám saman tekið við hlutverki prestkonunganna. De Vries telur þetta birtast í þróun guðanna Týs (Tiwaz) og Óðins (Woden). Týr hafi verið

---

1 Grønbech. Vor folkeæt i oldtiden I, 155. Hugtakið „charismatische Herrschaft" er frá Max Weber (Wirtschaft und Gesellschaft I, 140–2 o.v.).
2 Tacitus. Agricola. Germania. Dialogus, 140.
3 Schlesinger. Über germanisches Heerkönigtum; Wenskus. Stammenbildung und Verfassung, einkum 299–428. Stutt og gagnrýnin umræða um germanska konunga í árdaga, herstjórnarhlutverk, ætt, völd o.s.frv. er hjá Wallace-Hadrill (Early Germanic Kingship in England and on the Continent, 1–20) en um konunga Kelta hjá Binchy (Celtic and Anglo-Saxon Kingship).
4 Sjá: Chaney. The Cult of Kingship in Anglo-Saxon England, 7–25, 173.

yfirguð (rex) en Óðinn herguð (dux) sem síðar hafi orðið yfirguð þegar herstjórnarhlutverk konunga varð æðra en önnur hlutverk þeirra. Til varð „charismatische Herrschaft" með stríðsguðinn Óðinn í öndvegi. Schlesinger tók undir þetta, taldi að önnur konungsgerðin hafi haft göfgi og verið æðstiprestur og ættarhöfðingi, hin ríki og verið herforingi en að lokum hafi hún tekið við öllum hlutverkum konunga.[1]

Það sýnir heimildafátækt um germanskt konungsvald að umræða um alla þætti þess byggir á einni setningu frá Tacítusi. Nýlega hefur Eve Picard rætt heimildagildi Tacítusar og telur menn ekki hafa gætt nógu vel að tilgangi Germaníu sem „Sittenspiegel, der dem dekadenten Rom das unverdorbene Naturvolk gegenüberstellen sollte". Að auki sé verið að vara við germönsku hættunni og ritið sé innlegg í umræðu um útþenslu Rómar á dögum Trajanusar. Picard telur Tacítus ekki duga sem undirstöðu undir kenningar um germanskt konungsvald enda sé hann í fyrsta lagi Rómverji og í öðru lagi fáorður og ekki ævinlega skýrt hvað hann á við. Því hafi hann verið túlkaður eftir þörfum hvers og eins. En í öllu falli segi hann fátt um hlutverk konungs við trúariðkanir og fáheyrt sé að nota hann sem undirstöðu undir kenningar um prestshlutverk konungs. Allra síst sé hann næg forsenda kenningar um einhyggju Germana. Fremur virðist hann gefa tilefni til að ætla að aðgreining prests og herstjóra sé skýrari hjá Germönum en í Róm.[2]

Þar með er ekki sagt að germanskir konungar hafi ekki haft tengsl við guðdóminn, það hafa allir konungar á öllum tíðum en vandamálið er hvernig þeim var háttað og hvaða heimildum beri að taka mark á. Vinsælasta hugmyndin er jafnframt sú óskýrasta, að germanskir og norrænir konungar hafi haft sérstaka konungsgæfu, „lycka", „Heil" eða „mana", innbyggða sérgáfu sem gerði þá í senn helga og nátengda þjóð sinni og fremsta meðal jafningja. Þá er álitið að Germanir hafi valið konunga sína en þeir hafi eigi að síður verið heilagir. Þessi gæfa kom fram sem sigursæld og sem ár og friður í ríkinu sem konungur var þá ábyrgur fyrir. Hann var því dýrkaður af þegnum sínum þar sem gæfan var í honum og guðdómurinn á einhvern hátt innbyggður í hann. Hann var fulltrúi árs og friðar en var fórnað guðunum ef illa gekk. Sumir telja að hann hafi verið hofgoði eða prestur og stundum er talið fylgja að konungar séu taldir afkomendur guða. Sumir hafa tengt þetta fornu mæðraveldi og frjósemisdýrkun, aðrir víkingatíð og tengslum herforingja og manna hans (comitatus), enn aðrir hafa bent á mikilvægi ættarinnar í germönsku og norrænu menningarsamfélagi og inn í þetta fléttast hlutverk konunga meðal

---
1 De Vries. Das Königtum bei den Germanen; Schlesinger. Über germanisches Heerkönigtum, 128–33.
2 Picard. Germanisches Sakralkönigtum?, 40–45, 89–113 (tilv. bls. 40).

INNGANGUR

Kelta og tengsl þeirrar menningar og hinnar germönsku. Þeir sem lengst ganga telja að þessi helgi hafi verið aðalatriði germansks konungsvalds og germanskt réttarfar og stjórnvald sé trúarlegt að uppruna. Aðrir telja að hin guðlegu tengsl séu einungis þáttur þess.[1]

Þá hefur verið velt vöngum yfir því hvort germanskar hugmyndir um konungsvald hafi lifað fram yfir kristnitöku og sett svip sinn á vestur-evrópskt konungsvald allar miðaldir. Hugmyndir kristinna evrópumanna á miðöldum um stöðu konunga milli Guðs og manna séu þá ekki síður fengnar úr germanskri heiðni en að sunnan. Talsmaður þessa viðhorfs er Chaney sem leggur áherslu á að kristið menningarsamfélag Englands hafi haldið flestöllum einkennum menningarinnar sem fyrir var. Meginkenningin er þá sú að hin nýja trú hafi lagað sig að því sem fyrir var, norrænni menningu. Þannig sé samfella í hugmyndum norrænna manna um konungsvald frá því löngu fyrir kristni út allar miðaldir. Hugmyndin um Guð sem konung sé dæmi um að heiðin konungadýrkun hafi verið felld að kristni og eins hafi Freyr lifað í konungum og Kristi.[2] Bæði Chaney og Erich Hoffmann telja að heilagir konungar kristni séu arftakar heiðinnar germanskrar konungshelgi enda séu margir enskir og norrænir dýrlingar konungbornir. Germanskir konungar hafi verið milligöngumenn milli guða og manna á sama hátt og Ólafur helgi gangi sem dýrlingur á milli Guðs og manna (intercessor).[3]

Chaney nefnir dæmi um að þátttaka enskra konunga í fórnarathöfnum í heiðni hafi þau áhrif að kristnir konungar séu allsráðandi í trúmálum lengi eftir kristnitöku. Hann rekur sögu margra kristinna hefða til heiðni, finnur til að mynda samfellu í orðanotkun frá blótum til messufórna.[4] Víst er að konungar léku lykilhlutverk í kristnitöku flestallra germanskra þjóða og höfðu áhrif á hvernig hin nýja trú mótaðist. Einnig fer ekki milli mála að kristin trú er í eðli sínu gleypin. Kirkjufeðurnir lögðu áherslu á að kristni lagaði sig að

---

1 Sjá m.a. Höfler. Der Sakralcharakter der germanischen Königtums (2 greinar); Chaney. The Cult of Kingship in Anglo-Saxon England, 7–42; Ström. The King God and his connection with Sacrifice in Old Norse Religion; Picard. Germanisches sakralkönigtum? 15–39; Ström. Nordisk hedendom, 42–51; McTurk. Sacral Kingship in Ancient Scandinavia; Steinsland. Det hellige bryllup og norrøn kongeideologi, 310–3; McTurk. Scandinavian Sacral Kingship Revisited, 19–31. Sjá nánar: Von Friesen. Har det nordiska kungadömet sakralt ursprung?; Naumann. Altdeutsches Volkskönigstum, 30–75; Höfler. Der Runenstein von Rök und die germanische Individualweihe.
2 Chaney. The Cult of Kingship in Anglo-Saxon England, 1–6, 43–54 o.v.
3 Hoffmann. Die heiligen Könige bei den Angelsachsen und den skandinavischen Völkern, 46–58 o.v.; Chaney. The Cult of Kingship in Anglo-Saxon England, 77–85. Sjá einnig: Kummer. Ein Lebensbeispiel zur Frage nach Ursprung und Fortwirkung demokratischen und sakralen Königums in Skandinavien.
4 Chaney. The Cult of Kingship in Anglo-Saxon England, 54–71.

siðum og nýtti sér allt gamalt og gott. Ágústínus taldi kristninni mikilvægt að nota hvaðeina sem vel heppnað var í heiðni og á það lagði Gregoríus mikli áherslu í trúboði sínu meðal Germana. Eru sjálf jólin trúlega þekktasta dæmið um hvernig heiðinn arfur er felldur að kristni. Margir heiðnir munu við kristnitöku einfaldlega hafa bætt nýjum og mjög öflugum guði við það sem fyrir var, héldu áfram að dýrka heiðin goð en gerðu Krist að yfirgoði. Eru margir kristnir siðir upphaflega fengnir úr heiðni.[1]

Á hinn bóginn hafa Chaney og Hoffmann sætt gagnrýni fyrir að sjá samfellu milli konungshelgi í heiðni og heilagra konunga síðari tíma þar sem nýja helgin eigi sér aðrar forsendur en sú gamla. Konungar verði helgir í kristni þrátt fyrir að vera konungar en ekki vegna þess. Elstu helgu konungar, til að mynda hinn franski Guntram, séu dæmigerðir dýrlingar en ekki sé lögð áhersla á konunglegar dyggðir fyrr en síðar. Eins sé lækningamáttur konunga fyrst eignaður helgum konungi sem lifði dæmigerðu dýrlingslífi en sé síðar yfirfærður á alla konunga.[2] Ekki er þó hægt að hafna því að konungbornir virðast eiga fremur innangengt í dýrlingahóp en aðrir, fram að upprisu förumunkaregla með tilheyrandi fátæktardýrkun. En helgi konunga á sér fleiri en eina rót:

> Royal sainthood was born in the early Middle Ages, taking its elements from three different traditions: the sacral and divine attributes of Hellenistic rulers and Roman emperors (perpetuated in the Middle Ages by Byzantium); the „charismatic" capacities ascribed to Germanic and other medieval pagan princes or kings; and of course the cult of Christian saints, formed in late Antiquity.[3]

Þar er þriðja atriðið skilgreinandi. Allar miðaldir eru heilagir konungar skildir í ljósi kristinnar heildarhugsunar um milligöngu. Þó að heiðnar hefðir lifi innan þess samhengis er samhengið sjálft kristið. Heilagir konungar eru dýrlingar á sama hátt og aðrir dýrlingar.[4]

Nær algilt er að konungar séu tengdir æðri máttarvöldum og þeir sem fjalla um germönsku konungshelgina hafa það til síns máls að Germanir skæru sig úr ef þeir hefðu ekki tengt á einhvern hátt saman konunga og æðri máttarvöld. Sérstæðara væri að efast um helgi konunga meðal Germana en hitt.[5] Eins er enginn vafi á að germönsk kristni blandast þeirri menningu sem

---

1 Sjá t.d. Wallace-Hadrill. Early Medieval History, 115–37.
2 Graus. Volk, Herrscher und Heiliger im Reich der Merowinger, 142–96; Von See (ritdómur); Klaniczay. From sacral kingship to self-representation, 62–7.
3 Klaniczay. From sacral kingship to self-representation, 62.
4 Um dýrlinga á síðfornöld og miðöldum, sjá: Brown. The Cult of the Saints; Vauchez. Le saint.
5 Sjá: Höfler. Der Sakralcharakter der germanischen Königtums, 75–6; Gunnes. Divine kingship.

INNGANGUR

fyrir verður og gefur auga leið þegar málin sem töluð voru, sjálfir miðlar hugsunar og tjáningar, voru germönsk. Það breytir því ekki að hugmyndafræðin um germanskt heilagt konungsríki á við mikla fræðilega erfiðleika að etja. Þeir sem um málið fjalla nota alls kyns hugtök um helgi sem eru hvert á sveimi innan um annað án þess að skýrt sé við hvað er átt. Picard nefnir þýsku hugtökin sakral, heilig, magisch, kultisch, religiös, mystisch, göttlich, tranzcendent, charismatisch og übermenschlich sem öll eru notuð en ekki er sama hver á heldur.[1]

Aðalvandamál þeirra sem fjalla um germanska konunga fyrir kristni snýr þó að heimildum. Í sjálfu sér er rökrétt að álykta að germanskir konungar hafi haft helgi eins og flestallir konungar. Þar með er ekki sagt að dæmin sem notuð eru til að styðja þessa kenningu séu góð og gild. Chaney telur þannig að helgi konunga, eldri en kristni, sé orsök þess að franskir og enskir konungar gátu læknað á miðöldum sem er skynsamlegt í sjálfu sér en saga þess síðar styður það ekki. Dæmi hans um norræna heiðni eru öll úr ritum frá 12. og 13. öld. Eitt er ættrakning norrænna konunga til Óðins, dæmi um hana eru gömul en þó öll úr kristni. Eins er með frásagnir af Ólafi Geirstaðaálfi og Hálfdani svarta í íslenskum konungasögum, þær eru innan rita sem sýna skýr merki þess að hneigð þeirra og hugarfar eru kristin. Og sögnin um fórnardauða konungsins og endurholdgun þarf ekki heldur að vera heiðin enda má túlka allar þessar sagnir innan kristinnar heimssýnar eins og Lönnroth og Martin hafa nýlega bent á og feta þar að nokkru leyti í spor Baetke og Graus sem álitu að flestar þessar „heiðnu" hugmyndir væru kristnar og heyrðu til 9. eða 10. öld eða væru enn yngri.[2]

Líklegt er að í heiðnum sið hafi konungar haft tengsl við æðri máttarvöld, verið „i skjæringspunktet mellom himmel og jord, mellom gudene og det menneskelige samfunn."[3] Eigi að síður liggur ekki ljóst fyrir hvernig konungar voru metnir innan heiðinnar trúar eða hvaða hlutverk þeir höfðu. Því miður verður að taka undir þá fullyrðingu Picard að fimbulfamb um heilagt konungsríki í heiðni sem sé aðeins samsuða líkinda, tilgátna og ósannaðra fullyrðinga muni seint veita öruggar vísbendingar um hvernig þessu var háttað.[4] Vísbendinga um stöðu konungsins verður að leita í heiðni en ekki í ís-

---

[1] Picard. Germanisches Sakralkönigtum?, 31.
[2] Sjá: Baetke. Yngvi und die Ynglinger; Graus. Volk, Herrscher und Heiliger im Reich der Merowinger, 142–96, 313–34. Chaney. The Cult of Kingship in Anglo-Saxon England, 94–7; Martin. Some Thoughts on Kingship in the Helgi Poems, 378–81; Lönnroth. Dómaldi's death and the myth of sacral kingship, 78–86. Sjá einnig umræðu Picard um fórnarkonunginn (Germanisches Sakralkönigtum?, 131–58).
[3] Gunnes. Kongens ære, 31.
[4] Sbr. orð hennar í Germanisches Sakralkönigtum?, 223.

lenskum konungasögum frá 13. öld. Þær eru ritaðar í samfélagi sem hafði verið kristið í rúmar tvær aldir auk þess sem kristni hafði verið boðuð og haft mikil áhrif á Norðurlöndum í þrjár aldir áður en Íslendingar tóku kristni árið 1000.

Áður var bent á að sagnarit miðalda snerust ekki síður um samtíð sína en fortíðina. Hugmyndir frá heiðinni tíð sem varðveitast innan kristni eru þar hluti af kristinni heimssýn og kristnu samhengi og sagnfræði- eða guðfræðirit á 13. öld eru fyrst og fremst heimild um viðhorf þess tíma. Þó að fortíðin eigi að vera viðfangið fléttast nútíðin inn í og hefur áhrif. Þannig er afsetning seinasta Meróvekingakonungsins, Childeric 3., árið 751 sett í samhengi við deilur keisara og páfa eftir ofanverða 11. öld.[1] Og íslenskir sagnaritarar sem skrifa um heiðna guði, heiðna siðu og heiðna konunga nálgast þessi fyrirbæri með hugarfari kristins fornmenntamanns. Heiðinn arfur er endurskilgreindur til að falla að kristinni heimsmynd. Óðinn verður að Tyrkjakonungi sem rétt eins og Ágústus Rómarkeisari er dýrkaður sem guð eftir dauðann, forfaðir Skjöldunga og Ynglinga. Margir kristnir íslenskir sagnaritarar virðast gefa því undir fótinn að Óðinn sé til. Í Skjöldungasögu er hann látinn veita Hrólfi kraka sigurgæfu sem hann missir síðan er hann neitar að þiggja gjafir Óðins (Skjöld., 33, 36). Hann kemur sjálfur í heimsókn til Ólafs Tryggvasonar (Hkr. I, 313–4). Fleiri öfl en Guð og englar hans eru á ferð í íslenskum konungasögum. Blót Hákonar jarls veldur hríð (Hkr. I, 283 og 6) og tröllkonur, ernir, vargar og hrafnar sjást (Hkr. III, 176–7). Enginn vafi leikur hins vegar á að þessar gælur við tilvist Óðins eru fornmenntaáhugi. Í Heimskringlu og Skjöldungasögu er skemmt sér yfir heiðni en hún ekki tekin alvarlega, hún er krydd sem gerir fortíðina að skemmtilegu rannsóknarefni, svipað og þeir sem kanna þjóðsögur á 19. og 20. öld skemmta sér yfir draugum og kynjaverum án þess að trúa endilega á tilvist þeirra. Bæði í Heimskringlu og Snorra-Eddu kemur fram hvað hinir heiðnu guðir eru í raun og veru, heiðin goðafræði er gabb heiðins töframanns við naumvitran Svía.[2]

Í Ólafssögu Odds munks er þannig upplýst að sá sem birtist mönnum í gervi Óðins og Þórs er djöfullinn sjálfur (131–4, 173–4) en tröll eru djöflar af öðru tagi (174–9) þó að þau séu greinilega sömu ættar. Eyvindur kinnrifa segist sjálfur vera djöfull: „ec em eigi maðr" (140) en kristnin vinnur sigur á þessu. Kristnir fornmenntaáhugamenn undir lok 12. og við upphaf 13. aldar, sumir vígðir en aðrir ekki, eru svo öruggir um þann sigur að þeir geta leyft sér að skemmta sér og öðrum með sögum um Óðin og Þór og blanda þeim inn í

---

1 Sjá: Peters. The Shadow King, 30–80. Um fortíðar- og tímaskilning miðalda, sjá: Burrows. The Ages of Man, 79–92.

2 Um fræðimanninn Snorra hefur margt verið skrifað seinustu ár, sjá bls. 38–39 nmgr.

INNGANGUR

sögur sem áttu að gerast í fjarlægri fortíð. En speki þeirra um heiðna trú og heiðna siðu er sett fram í kristnu samhengi, sjónarhornið er kristins manns. Þó að sumt í ritum Saxa, Snorra Sturlusonar og höfunda Skjöldungasögu og Historia Norvegiae kunni að byggjast á heimildum úr heiðni þekkja þeir hana ekki sjálfir og hugarfar sagnanna er kristið. Þær eru varasamar heimildir um heiðinn sið.

Eins eru viðhorf Germana til konunga á miðöldum sambland germanskra, kristinna og rómverskra hugmynda en orðin sem eru notuð eru kristin. Kristin menning náði til Germana frá og með 4. öld og vinnur sér sess þar næstu aldir. Kristnitöku Germana lýkur um 1000 þó að á Norðurlöndum og sérstaklega í Svíþjóð komist kristni ekki fyllilega á fyrr en um 1200. Erfitt er að fjölyrða um stöðu germanskra konunga fyrir kristni en á hinn bóginn léku þeir lykilhlutverk í kristnitöku og eftir það. Á Englandi réðu konungar alstaðar kristnitöku á 7. öld sem er ein forsenda þess að Chaney telur að þeir hljóti að hafa haldið fyrra trúarhlutverki. Menn tóku hvergi kristni í Englandi án þess að konungur væri því samþykkur og ekki getur um að þjóð hafi kristnast á undan konungi sínum. Þegar germanskir konungar tóku kristni á 5. og fram á 7. öld tóku þeir að sér trúboð en fengu um leið nýja stoð undir veldi sitt og ættar sinnar, vald frá Guði og um það eru konungar meðvitaðir frá upphafi. Þeir eru kristnir konungar (reges christiani), hafa völd yfir kirkjunni og stuðning hennar. Kirkjan sjálf var á sama hátt hlynnt konungum, frá og með bandalaginu við Konstantínus, og þá aðstoð þeirra við að koma á kristni. Kirkjan studdi konung og við kristna kenningu bættist helgi konungsvalds. Það varð í auknum mæli hluti af kristinni trú og mikilvægi þess fer vaxandi fram undir 1000 þegar keisari Hins heilaga rómverska keisararíkis var orðinn nánast höfðingi páfakristni.[1]

Frá 7. og fram til 10. aldar vex hinu germanska konungsvaldi fiskur um hrygg. Það einkennist af náinni samvinnu kirkju og konungs þar sem konungur er þó ótvírætt æðstur. Í Englandi var Offa (757–796) verndari kirkjuþinga og beitti sér fyrir nýjum erkibyskupsdæmum. Elfráður ríki (871–901) festi þessa skipan enn frekar í sessi. Kirkjan tekur virkan þátt í ríkisstjórn og er vernduð af konungi en á hinn bóginn telur hún konungsvaldið heilagt og konung andlegan sem veraldlegan leiðtoga, ekki vegna þess að hann hafi verið krýndur af kirkjunni heldur sakir ættar sinnar og skýrra dæma um guðlega velþóknun á henni. Ekki spillti fyrir að Elfráður stóð í baráttu við vík-

---

1 Wolfram. The Shaping of the Early Medieval Kingdom; Chaney. The Cult of Kingship in Anglo-Saxon England, 156–73. Einnig: The Conversion of Western Europe, einkum 51–92; Wallace-Hadrill. Early Germanic Kingship in England and on the Continent, 21–71; Graus. Volk, Herrscher und Heiliger im Reich der Merowinger, 334–53.

inga úr norðri, var verndari kristni í baráttu við heiðna andstæðinga. England er dæmi um germanskt konungsríki þessa tíma en alstaðar í Vestur-Evrópu komst á bandalag konungsvalds og kirkju þar sem kirkjan studdi konungsvald og predikaði helgi konunga sem röktu ættir sínar til heiðinna guða. Sá stuðningur hélt áfram á lénstímabilinu. Byskupar, prestar og munkar voru embættismenn konunga hjá Germönum eins og hjá Konstantínusi. Á Spáni og Englandi tilnefndu konungar byskupa og þeir stjórnuðu sýnódum í Englandi og Frankaríki.[1]

Keisari í Konstantínópel og germönsku konungarnir í vestri voru samstíga um hlutverk konungs innan kristni og þeir voru studdir af helstu kennimönnum ármiðalda. Þannig aðhylltist Kloðvík sambland af sýn Eusebíosar frá Caesarea og Ágústínusar frá Hippo á konungsvald. Eusebíos var sagnaritari alheimskeisarans Konstantínusar en Ágústínus varð að lokum grundvöllur keisarafjandsamlegrar kenningar páfa á hámiðöldum. Báðir voru á einu máli um að konungsríkið væri kristið. Konungar voru verkfæri Guðs og ef þeir þjónuðu honum ekki væri konungsríkið ekki annað en hermdarverk. Eins og Ágústínus sagði: „Remota itaque justitia, quid sunt regna nisi magna latrocinia?" Sömu sögu sögðu aðrir kirkjufeður, t.d. Gregoríus frá Tours og Isidór frá Sevilla. Kirkjunnar menn á ármiðöldum eru sammála um að konungar hafi trúarlegt hlutverk og það umfram hertoga eða greifa. Þeir töldu konunga hafa sérstakt samband við kristni umfram aðra höfðingja. Bæði var auðveldara að eiga við einn konung en marga höfðingja en Biblían sagði sömu sögu. Þar var sagt frá því hvernig Guð valdi Ísraelskonunga og í Nýja testamentinu (1 Pét. 2, 17) var kristnum mönnum sagt að heiðra keisara.[2]

Staða hinna germönsku konunga gagnvart keisaranum í austri var um margt flókin. Gotakonungar töldu sig ekki keisara. Þeir voru kallaðir *þiudans* og *reiks* en bæði *rex* og *dux* í rómverskum sagnaritum. Það gilti einnig um Odoacar sem setti seinasta vesturrómverska keisarann af árið 476. Sjálfur varð hann þó ekki keisari en kallaði sig Odovakar rex án þess að nákvæmlega væri skilgreint yfir hverju hann væri konungur. Einnig bar hann titlana *patricius* og *flavius*; sá síðarnefndi skírskotaði til Rómarkeisara hinna fornu. Hann var síðan drepinn af Þjóðreki (Þiðrik af Bern) og þeir tveir stjórnuðu Róm samfellt í hálfa öld. Þjóðrekur (493–526) heitir á frummálinu þiuda

---

1 Sjá: Gunnes. Kongens ære, 33–6; Loyn. The Governance of Anglo-Saxon England, 56–93; Wallace-Hadrill. Early Germanic Kingship in England and on the Continent, 98–151; Ewig. Zum christlichen Königsgedanken im Frühmittelalter, 17–41. Sjá nánari umræðu í: The Origins of the Anglo-Saxon Kingdoms; Collins. Julian of Toledo and the Royal Succession in Late Seventh-Century Spain.

2 De civitate Dei, 115. Sjá umræðu í: Gunnes. Kongens ære, 25–30 og 37–41; Lynch. The Medieval Church, 118–9.

INNGANGUR

reiks, þjóðkonungur, og hann var að mörgu leyti dæmigerður ármiðaldakonungur. Hugmyndir hans um konungsvald eru torræðar. Hann virtist fyrst telja sig staðgengil keisara en lét svo hylla sig í Ravenna og kallaði sig Flavius Theodericus rex án þess að upplýsa hvort hann væri Gota- eða Rómarkonungur. Zenó Miklagarðskeisari viðurkennir hann sem konung Ostrógota en Þjóðrekur bæði vildi og vildi ekki verða Rómarkonungur, ekki endurreisa Rómaveldi en á hinn bóginn telur hann sig nýjan Valentíanus eða Trajanus og vill koma á rómversku (romanitas) í ríki sínu. Samtíðarmenn hans hafa trúlega séð í honum framtíðarveldi Vestur-Evrópu en hann var aríusarsinni og önnur kristni varð yfirsterkari.[1]

Samtíðarmaður Þjóðreks var dæmigerður ármiðaldakonungur hvað varðar samstarf við kirkju og afstöðu til Rómarkeisara í austri. Frankar voru hópur smárra ættbálka sem bjuggu í skógunum austan við Rín en fluttust vestur frá og með 3. öld og lögðu undir sig ríki keltneskra og rómverskra þjóða þannig að úr varð blanda Germana, Kelta og Rómverja. Fornleifar úr ríki Meróvekinga eru blanda huglægs (abstract) smekks nýju herraþjóðarinnar og gull-, gler- og málmsmíðalist Rómverja. Listrænn smekkur Childerics, fyrsta þekkta konungs Meróvekinga, sýnir vilja hans til að tileinka sér menningu Rómar enda taldi hann sig arftaka rómverskra herra Frakklands. Sonur hans var Kloðvík (481–511) sem er talinn ættfaðir Frakkakonunga síðan. Fyrir daga hans voru flestir Germanir aríusarsinnar en Kloðvík var skírður til þrenningartrúar og páfagarðskristni sem farin var að vinna verulega á. Um leið stældi hann rómverska stjórnskipan en þóttist fremri Rómverjum vegna kristni sinnar. Hann leit upp til keisara í austri og þá frá honum rómversk virðingarheiti, lét kalla sig patricius og varð austrómverskur konsúll. Um leið stældi hann rómverskar hefðir og rausnarskap keisara sem hann vildi jafnast á við. Hann lét jafnvel snúa sögunni um turnun Konstantínusar mikla upp á sjálfan sig og var ekki seinastur germanskra konunga til þess. Innan ríkis hans ríkti rómversk-germanskur andi. Hann sótti lög (Lex Salica), stjórnskipunarreglur og skattkerfi frá Róm en hugmyndir hans um konungsvald og helga konungsætt hafa þótt í germönskum anda. Oft er þó erfitt að draga mörkin þar á milli. Hugmyndir germanskra konunga um sambúð kirkju og höfðingja voru svipaðar og í Konstantínópel.

Þegar Kloðvík lést var Frankakonungur (rex Francorum) viðurkenndur af Rómaveldi sem mesti konungur Germana sem birtist í að hann var rómverskur konsúll og patricius. Um leið var hann æðsti yfirmaður réttarins og kirkjunnar í Frakklandi og kallaði saman sýnódur en byggði einnig á fornum

---

1 Sjá: Wolfram. The Shaping of the Early Medieval Kingdom; Myers. Medieval kingship, 59–77.

Í LEIT AÐ KONUNGI

hefðum, var síðhærður konungur (rex crinitus) sem naut helgi sakir ættar sinnar en sítt hár einkenndi hana. Í Frankasögu Gregoríusar frá Tours er hann ættfaðir og fyrirmyndarkonungur sem sameinar Franka undir kristni. En við lát hans klofnaði ríkið í fernt því að allir synir hans höfðu erfðarétt: Parísarríkið, Soissons, Orleans og Ástrasíu og þó að sonur hans, Klótar 1., næði að sameina það aftur árið 558 klofnaði það aftur í tvennt og við tóku bræðravíg uns ríkið sameinast aftur árið 613.[1] Þar var á ferð Klótar 2. en eftir valdatíma hans og Dagóberts 1., sonar hans, fór að halla undan fæti. Við hlið Klótars voru sterkir menn, höfðingjarnir Pippinn frá Herstal og Örnólfur byskup frá Metz en börn þeirra giftust og mynduðu nýja valdaætt sem tók að sér starf húsameistara (major domo) sem við lok 7. aldar var valdamesti maður Frankaríkis. Vegna helgi ættar hinna síðhærðu konunga veigraði þessi nýja valdaætt sér við að setja þá af og taka sér konungsnafn fyrr en árið 751 og höfðu þeir þó fátt annað sér til ágætis en síða hárið. Sú helgi var bæði forn og ný, hugmyndir frá Konstantínópel áttu greiðan aðgang að Frankaríki á 7. öld og einnig þar var lögð áhersla á helgi keisarans með þeim afleiðingum að konungsnafn Meróvekinga lifði af völd þeirra. Á meðan er Örnólfs- og Pippinsætt smám saman að taka upp prinsatitla, láta sverja sér eiða og leita að nýrri helgun valds, svari við hinu helga hári Meróvekinga.[2]

Þá kemur páfi til sögu. Hann hafði lengi haft áhyggjur af keisaranum í Konstantínópel sem var eini verndari Rómar og fór sínu fram gagnvart kirkjunni. En frá og með Gregoríusi mikla fóru páfar að horfa til vesturs. Á 7. öld er England kristnað af páfa og þaðan bárust áhrif hans á meginlandið. Á miðri 8. öld kemur frá Englandi postuli Þýskalands svokallaður, Bónifatíus, sem eftir mikið starf austan Frankaríkis er kallaður til hirðar Pippins stutta majors domo (741–768) og þá hefst nýr kafli samstarfs kirkju og ríkis sem lagði línu næstu alda. Bónifatíus endurskipulagði Frankakirkju og í þakklætisskyni veitti Sakarías páfi Pippin heimild til að setja af seinasta Meróvekingakonunginn og var hann krýndur og vígður af Bónifatíusi. Þar með varð hann fyrstur germanskra konunga á eftir Vísigotakonungum á Spáni til að fá vígslu. Var það liður í viðleitni páfa til að auka sjálfstæði sitt gagnvart Rómarkeisara og ekki seinna vænna því að skömmu síðar brást keisari honum þegar

---

[1] Wallace-Hadrill. The Long-haired Kings, 148–231; Myers. Medieval kingship, 60–4, 81–96; Lasko. The Kingdom of the Franks, 25–41; Wolfram. Intitulatio I, 108–35; Wood. Kings, Kingdoms and Consent, 23–6. Sjá nánar: Tessier. Le Baptême de Clovis, 51–126 og 171–218; Goffart. The Narrators of Barbarian History, 203–27.

[2] Lasko. The Kingdom of the Franks, 42–89; Wallace-Hadrill. The Long-haired Kings, 231–48; Buchner. Das merowingische Königtum; Wallace-Hadrill. Early Germanic Kingship in England and on the Continent, 47–51; Myers. Medieval Kingship, 99–108; Wolfram. Intitulatio I, 141–56, 206–17; Wood. The Merovingian Kingdoms.

INNGANGUR

ógn steðjaði að. Stefán 2. páfi hélt því til Pippins Frankakonungs sem hann vissi að hafði áhuga á Ítalíu og kastaði sér grátandi við fætur hans. Pippinn kom til hjálpar. Þá var hann vígður aftur til konungs, í þetta skipti af páfa og ásamt sonum sínum og var síðan kallaður verndari Rómar (patricius Romanorum). Með því að snúa sér til Pippins stutta viðurkenndi páfi þörf sína fyrir vernd en fyrir vikið varð páfi ráðandi aðili í þessu nýja samstarfi konungs og kirkju. Konungar, Frankakonungur sem Rómarkeisari, áttu því að venjast að ráða yfir byskupum. En nú færði páfi sig vestar í Evrópu sem var forsenda þess að páfastóll yrði sjálfstæð valdastofnun. Páfar höfðu verið að færa sig vestur frá tíð Gregoríusar mikla og rufu þeir endanlega tengslin við Miklagarð á 11. öld. Á 8. öld var páfi aftur á móti milli germönsku konunganna í vestri og keisara í austri og með því að leita til Frankakonungs hafði hann tekið sér tvo verndara, Frankakonung og Miklagarðskeisara, sem hann gat att saman að vild. Páfar höfðu á þessum tíma þegar lagt grunn að hugmyndafræðinni um alvald páfa sem ekki var þó tekin í gagnið að fullu fyrr en á 11. öld. Páfi hélt áfram að leggja þann grunn á 8. öld með því að búa til goðsöguna um gjöf Konstantínusar með tilheyrandi falsriti þar sem fram kom að Konstantínus keisari hefði gefið Silvester páfa skrúða sinn og flutt til Konstantínópel til að víkja fyrir páfa. Síðan sé páfi hinn eini sanni Rómarkeisari og sá keisari sem ekki hlýðir honum sé grískur en ekki rómverskur. Þetta falsbréf var síðar mikið notað í deilu páfa og keisara en þegar það er skrifað stendur vilji páfa til að losa sig frá Konstantínópel og finna nýjan Rómarkeisara. Samband páfa og Frankakonungs var skref í þá átt. Róm var staðfest sem miðja kristni óháð Konstantínópel. Orðin *Róm* og *rómverskur* fara að merkja kristnina sjálfa (christianitas), rómverska en ekki gríska kristni. Stefán á sjálfur frumkvæði að því að króna Pippin og staðfestir þar með að hann ráðstafar titlinum verndari Rómar.

Sonur Pippins stutta var Karl sem hlaut viðurnefnið mikli eða Karlamagnús (768–814). Hann hélt áfram útþenslu Franka til Ítalíu, lagði undir sig ríki Langbarða og hlaut sæmdarheitið verndari páfagarðs. Kennari hans, Alcuin, hikaði ekki við að lýsa hann yfirmann kristni, eins og Konstantínus áður, og þar með páfa. Páfi brást við með því að krýna Karl keisara Hins heilaga rómverska keisararíkis í Róm á jóladag árið 800 í þakklætisskyni fyrir aðstoð gegn andstæðingum sínum þar. Jókst þá virðing Karls enn frekar en um leið var staðfest að páfi veitti hana. Annars gætti páfi sín að styggja Karl ekki, þeir voru saman í trúboði, nýtt afl í Evrópu sem spornaði við valdi keisarans í Konstantínópel sem nú var ekki lengur Rómarkeisari að mati páfa. Við krýningu Karls verða vígsla og krýning skyndilega lykilatriði í helgi kristins konungs. Germanskur konungur er orðinn Rómarkeisari og rómverskar hugmyndir eiga nú enn greiðari leið vestur en áður. Um leið eru nú fram komin flest deilumál síðari tíma um hvaðan virðing konunga sprettur, beint frá Guði eða hvort páfi sé nauðsynlegur milliliður.[1] Karlamagnús verður hinn dæmigerði evrópski miðaldakonungur og fyrirmynd annarra konunga. Aðrir konungar þóttust erfingjar hans, Frakkakonungar og Þýskalandskeisarar fyrst og fremst. Þegar Ottó 1. endurreisir Hið heilaga rómverska keisararíki lætur hann fyrst krýna sig í Aachen 936 en heldur til Rómar 962; hvorttveggja er skírskotun til Karlamagnúss. Aðrir keisarar létu krýna sig á jóladag, á 14. öld var Karl 4. sagður Karlamagnús endurborinn og Karlamagnús var einnig fyrirmynd Skotakonunga og annarra. Sjálfur kallaði hann sig Davíð eftir fremsta konungi Biblíunnar og eftir það var Davíðsnafnið einnig vísun til Karlamagnúss. En hann var ekki aðeins Biblíukonungurinn Davíð heldur einnig hinn rómverski Konstantínus. Á 12. öld var Karlamagnús tekinn í dýrlinga tölu en í lifanda lífi var hann talinn hafa beint samband við guðdóminn og jafnvel geta læknað með aðstoð hans. Við hirð Karlamagnúss runnu saman germanskir og rómverskir siðir og arfur Ágústínusar. Hin latneska menning Karlungatímans kom frá páfagarði með millilendingu í Englandi þar sem hún rann saman við óvenjuöflugar þjóðtungubókmenntir. Þaðan koma Bónifatíus sem krýndi Pippin stutta og helsti kennari Karlamagnúss, Alcuin, sem að öðrum ólöstuðum er frumkvöðull endurreisnar Karlungatímans og þeirrar byltingar sem þá varð í menntun. Hugsjónir þess tíma eru orðaðar með orðum kristinnar heimspeki og rómverska hefðin kemur þar fram en sú germanska liggur undir (substratum). Erfitt er að greina nákvæmlega hvað er hvurs því að þessi jafningur stjórnmálaskoðana Gamla testamentisins, rómverskra laga og keltneskra og germanskra hefða hrærist saman í heilsteypta en þó fjölþætta hugmyndafræði um konungsvald og stjórnarfar.

Kjarni þessa nýja konungsríkis er sérstakt samband Frankakonungs og páfa sem gerir Frankakonung jafnan Rómarkeisara. Á kirkjuþinginu í Frankfurt árið 794 stýrir Karlamagnús umræðum um trúmál eins og Konstantínus á Níkeuþinginu forðum, í kvæðum árið 799 er hann kallaður augustus eins og Rómarkeisarar. Þannig er hann smátt og smátt tekinn að hegða sér eins og keisari þegar Leó 3. páfi (795–816) tekur af skarið og krýnir hann. Sjálfur krýndi hann sonu sína konunga á Ítalíu og Aquitaníu og kannaðist ekki við að vald sitt væri frá páfa. Karlamagnús var keisari en einnig konungur óháður

---

[1] Ullmann. The Growth of Papal Government in the Middle Ages, 44–118; Myers. Medieval Kingship, 107–31; Barraclough. The Medieval Papacy, 27–55;. Lasko. The Kingdom of the Franks, 121–9; Peters. The Shadow King, 47–57; Büttner. Aus den Anfängen des abendländischen Staatsgedankens; Ewig. Zum christlichen Königsgedanken im Frühmittelalter, 41–65; Collins. Julian of Toledo and the Royal Succession in Late Seventh-Century Spain, 38–48. Nánar: Folz. Le Couronnement impérial de Charlemagne, 46–208.

INNGANGUR

páfa og borinn til ríkis. Fyrst og fremst þá hann vald sitt frá Guði eins og kom fram í heiðurstitlum hans. Hann var konungur Langbarða (rex Langobardorum) og miðaði ríkisár sitt við dauða föður síns árið 768. Um leið var hann krýndur af Guði (imperator Romanorum a Deo coronatus) og páfanum sem fulltrúa hans en hann var einnig valinn af Guði við fæðingu, óháð páfa. Karlamagnús var að eigin mati arftaki Konstantínusar, staðgengill Krists (vicarius Christi), yfirmaður allra kristinna þjóða (rector populi Christiani), fullkomlega sjálfráði (autonom) og handhafi bæði andlegs og veraldlegs valds. Páfi sá til þess að litið var á Róm (romanitas) og kristni (christianitas) sem eitt og hið sama og var með gjöf Konstantínusar í bakhöndinni. Hann kom Rómarkeisaraheitinu á Karl árið 800. Sjálfur vildi Karl vera keisari allra kristinna, féllst á að kalla sig rómverskan keisara en í annarri merkingu en páfi. Róm merkti hið sama og kristni, endurreisn Rómar (renovatio Romani imperii) var andleg en ekki veraldleg. Rómarveldi lifði áfram í stjórnskipun keisarans í austri, keisarinn í vestri var trúarlegur Rómverji. Í fullum keisaratitli Karls eru bæði heiðurstitlarnir andlegu og raunveruleg undirstaða valds hans sem konungs Franka og Langbarða: Karolus serenissimus augustus a Deo coronatus magnus pacificus imperator Romanorum gubernans imperium, qui et par misericordiam Dei rex Francorum et Langobardorum.

Karlamagnús var ekki alheimskeisari í þágu kirkjunnar. Hann gegndi tveimur störfum, var konungur yfir ákveðnu landsvæði og hafði hlutverk innan kristni sem verndari kirkju eins og germanskir konungar áður. Hann var sjálfráður einvaldur (monarch) undir Guði einum en tók um leið að sér að vera kristinn embættismaður (patricianus eða imperator Romanorum). Hann er bæði konungur og kirkjunnar maður (rex et sacerdos) eins og Melchisedek í Biblíunni sem oft var vitnað til á Karlungatíð. Sem konungur var hann staðgengill Guðs og aðeins undir honum. Það stóð í Gamla testamentinu: cor regis in manu Dei. Sem prestur var hann kjörsonur Guðs og byskup byskupanna. Karlamagnús var þannig bæði heilagur konungur eins og forfeður hans höfðu verið en einnig á nýjan hátt þar sem hann hafði sérstöku hlutverki að gegna innan kirkjunnar og var vígður til þess. Þessi kenning um konungsvald er að hluta arfleifð frá Róm og keisarar eru merkisberar hennar fram á 12. og 13. öld þegar aðrir konungar yfirfæra allt á sig. Þannig hafði prestkonungurinn Melchisedek verið í umræðunni þegar á dögum Meróvekinga í Frakklandi en kemur upp af auknum krafti á Karlungatíð og aftur á 11. og 12. öld.[1]

Sonur Karlamagnúss, Loðvík guðhræddi (814–840), viðurkenndi þátt páfa

---

[1] Ullmann. The Carolingian Renaissance and the Idea of Kingship; Myers. Medieval kingship, 108–31; Ullmann. The Growth of Papal Government in the Middle Ages, 87–122; Wallace-Hadrill. The Via Regia of the Carolingian Age; Nelson. Kingship and empire in the Caro-

Í LEIT AÐ KONUNGI

í valdi sínu og lét Stefán 4. páfa krýna sig í Rheims árið 816. Sjálfur vildi hann vera munkur eða spámaður. Hann fékk vígslu og krýningu í einu frá páfa og var kallaður annar Davíð til að leggja áhersla á þetta þar sem Ísraelskonungar hinir fornu höfðu verið vígðir. Þeir páfi eru báðir taldir hafa bæði andlegt og veraldlegt vald. Keisaraíki Loðvíks var talið Rómarveldi og ríki kristinna á jörðu (imperium Romanum et imperium Christianum) og það er fengið frá Guði og vitnað í Biblíuna: „non est potestas nisi a Deo / per me reges regnant". Páfi túlkar þau orð þannig að valdið sé frá Guði um páfa sem hafi krýnt hann. Loðvík var sagður einkasonur hans (unicus filius), Kristsgervingur en páfi fulltrúi Guðs föður. Sonur Loðvíks var krýndur árið 817 en af páfa árið 823. Þar með voru keisarar tveir og páfi taldi sig yfirmann beggja sem Loðvík gat ekki þolað. Sjálfur vildi Loðvík vera yfirbyskup og lenti saman við byskupa landsins sem settu hann af þó að hann kæmist aftur til valda. Smám saman komst hefð á að páfi krýndi keisara. Loðvík 2. var krýndur 850 en neitaði að búa í Róm og taldi sig þýskan konung. Það var fyrst með Karli 2. að páfi fékk keisara sem var sáttur við að vera rómverskur konungur fyrst og fremst (rex romanorum) en hann var krýndur eftir guðlega vitrun páfa.[1]

Konungsvígslan er vitnisburður um breyttar áherslur í hugmyndum manna um hlutverk konungs innan kirkjunnar og helsta arfleifð 9. aldar. Konungur hafði ævinlega haft stöðu verndara kirkju sem nú birtist formlega í helgiathöfn. Hið heilaga rómverska keisararíki var nafn á bandalagi Frankakonungs og páfa en ríki Karlunga lenti í kröggum og fór hnignandi alla 9. öldina. Tímabilið frá 850 til 950 var óróaskeið í Evrópu og reyndist kirkjunni erfitt. Deilur voru ofsafengnar og snerust um veraldargæði, heilög stríð voru ekki orðin til og vald páfa var veikt. Eins og áður sagði hafði Karlamagnús fyrst og fremst verið konungur Franka. Frá og með 10. öld fór keisararíkið að hlutgerast og var skilgreint út frá yfirráðum yfir Ítalíu. Þar með færðist miðja þess austur frá Aachen til Þýskalands. Ætt Hinriks fuglara réð Þýskalandi frá 919 en þó að Hinrik væri kallaður imperator var hann fyrst og fremst konungur og taldi sig ekki nýjan Karlamagnús. Það gerði aftur á móti sonur hans, Ottó 1., sem lét krýna sig í Aachen, höfuðborg Karls, árið 936 og var síðan krýnd-

---

lingian world; Kern. Gottesgnadentum und Widerstandsrecht im früheren Mittelalter, 68–106; Folz. Le Couronnement impérial de Charlemagne, 243–64; Folz. The Concept of Empire in Western Europe, 16–25; Ewig. Zum christlichen Königsgedanken im Frühmittelalter, 65–73. Konungstitill Karls og merking hans, sjá: Wolfram. Intitulatio I, 206–36. Um Melchisedek: Bloch. The Royal Touch, 34–41. Um endurreisn Karlungatíðar, sjá: Contreni. The Carolingian Renaissance. Nánara yfirlit yfir menningarsamfélag Karlunga er í ráðstefnuritinu Carolingian culture og bók Heers (Charlemagne and his World).

1 Ullmann. The Growth of Papal Government in the Middle Ages, 123–66; Ullmann. The Carolingian Renaissance and the Idea of Kingship, 64–70; Folz. Le Couronnement impérial de Charlemagne, 211–42; Folz. The Concept of Empire in Western Europe, 26–35.

INNGANGUR

ur af páfanum í Róm 2. febrúar 962. Hugmyndir Karlamagnúss voru endurtúlkaðar og settar í nýtt samhengi af Ottó 1. (936– 973) og afkomendum hans. Hið heilaga rómverska keisararíki var endurvakið og hlutgert. Í hinu nýja keisararíki var Ottó verndari kirkjunnar í eigin skilningi en ekki skilningi páfa. Fyrsta verk hans var að setja páfann af. Héðan í frá skyldi keisari samþykkja kjör páfa og sjálfur skipaði hann byskupa. Páfi krýndi hann en valdið var hans. Hann var höfuð heimsins (caput totius mundi) og herra Evrópu (dominus pene totius Europae), keisari eins og Rómarkeisarar og keisarinn í Konstantínópel (rex imperator augustus). Ottó 1. var konungur eins og germanskir konungar höfðu alltaf verið en miklu voldugri og gat því keppt við Miklagarðskeisara. Hið andlega Rómarveldi Karlamagnúss var orðið að veraldlegu og stjórnmálalegu Rómarveldi. Ottó 1. var konungur og prestur eins og Konstantínus hafði verið fremur en Karlamagnús, pontifex maximus fremur en patricius. Sonur Ottós 1., Ottó 2., giftist konu af keisaraættinni í austri. Í því fólst ákveðin viðurkenning þó að Miklagarðskeisarar viðurkenndu engan jafningja á jörðu. Siðvenjur Miklagarðs höfðu haft áhrif á vesturkeisara frá upphafi en nú náðu þær hámarki.

Grísk áhrif á Rómarkeisara hina nýju náðu hámarki hjá Ottó 3. (983– 1002) sem taldi sig keisara alheimsins. Karlamagnús var fyrirmynd hans, Ottó notaði jafnvel innsigli hans. Munurinn var hins vegar sá að Róm Karlamagnúss var hin nýja kristna Róm en Ottó 3. horfði til hinnar gömlu keisaralegu Rómar. Hann vildi taka upp rómverska keisaratitla og stæla allt sem gert var í Konstantínópel, hjá móðurættingjum sínum. Hin saxneska keisaraætt yrði helg í samstarfi við kirkju við að breiða út hinn rómverska anda. Sjálfur lifði hann goðsögn. Hann taldi sig ekki aðeins nýjan Rómarkeisara heldur einnig nýjan postula, inn í opinber heiti hans var bætt að hann væri þjónn Krists (servus Iesu Christi) og postulanna (servus apostolorum). Sem arftaki postulanna og einkum Péturs var hann páfi um leið og keisari, þ.e. prestur og konungur (rex et sacerdos) í einu, eins og Karlamagnús og Konstantínus. Páfi er aðalráðgjafi hans en keisari kirkjueigandinn sem gefur prestum lönd og embætti og skipar byskupa og hans er valdið.[1]

Ottó 3. lést árið 1002, aðeins 22 ára gamall, en arftakar hans fylgdu sömu stefnu. Næsti keisari á eftir, Hinrik 2. (1002–1024), lýsti Guð erfingja sinn til að undirstrika guðlegt eðli keisaravaldsins. Hann kallaði sig servus servorum Christi og bar alheimskápuna (Weltenmattel) sem sýndi yfirráð hans yfir

---

1 Ullmann. The Growth of Papal Government in the Middle Ages, 229–46; Leyser. Rule and Conflict, 9–47, 77–107; Hill. Medieval Monarchy in Action, 17–60; Focillon. The Year 1000, 163–83; Wolfram. Lateinische Herrschertitel im neunten und zehnten Jahrhundert, 79–162; Kantorowicz. The King's Two Bodies, 61–78; Folz. The Concept of Empire in Western Europe, 44–74.

Í LEIT AÐ KONUNGI

öllum heiminum og tvöfalt hlutverk hans sem konungs og prests. Allir keisarar frá 962 til 1056 studdu við kristni, byggðu kirkjur, skipuðu byskupa og hegðuðu sér eins og yfirmenn kirkjunnar. Byskupar höfðu mikil völd í ríki þeirra, réðu stólum sínum sem ríkjum en studdu keisara ákveðið. Afskipti keisara af Þýskalandi minnkuðu smám saman á tímabilinu en afskiptin af Róm jukust. Um miðja 11. öld staðfesti þáverandi keisari, Hinrik 3. (1039–1056), kjör hvers páfa og var fljótur að koma þýskum klerkum í flest embætti Rómar. Hann bar heitið patricius en það var ekki skilið á sama hátt og á dögum Pippins stutta og Karlamagnúss heldur táknaði yfirráð hans yfir Rómarveldi hinu nýja, í andlegum sem veraldlegum efnum. Kirkjan var nánast eign hans og kirkjunnar menn embættismenn. Þetta var kölluð samvinna en keisari hafði forystuna. Árið sem hann lést var Ísleifur Gissurarson vígður byskup í Skálholti og íslensk kirkja stofnuð. Þá náðu yfirráð keisara yfir Rómarkirkju hámarki.[1]

Skömmu síðar sauð upp úr og þá hófust deilur páfa við keisara og síðar konunga um afstöðu andlegs og veraldlegs valds sem stóðu það sem eftir lifði miðalda og settu svip á alla umræðu um konungsvald frá 11. öld. Fyrir kaldhæðni örlaganna skipaði hinn ráðríki keisari Hinrik 3. þýska páfa sem áttu að reisa við páfagarð og styrkja hann. Svo vel gekk þeim ætlunarverkið að sonur hans lenti í mestu vandræðum með páfa. Í þjónustu þeirra komst til metorða Hildibrandur sem varð páfi undir nafninu Gregoríus 7. (1073–1085) og þá fór allt í bál og brand. En grunnurinn var löngu lagður. Í Biblíunni er sagt frá því að Pétur þiggur lykla að himnaríki úr höndum Krists (Mt. 16, 13–20). Þær ritningargreinar eru grunnur þeirrar kenningar að páfi hafi algjört vald (plenitudo potestatis) yfir hinum kristna heimi. Þetta var upphaflega sett fram af Leó 1. (440–461) en Gregoríus 7. varð fyrstur til að hegða sér samkvæmt þessu. Leó 1. sagðist stjórna kirkjunni í nafni Péturs (cuius vice fungimur) og átti við að hann einn gæti stjórnað kirkjunni sem einvaldi. Við þetta studdust páfar síðari alda og páfi enn þegar verja á sjálfstæði kirkjunnar. Kirkjan var einn líkami með eitt höfuð og einn höfðingja (princeps) sem var páfi.

Skömmu síðar varð Gelasíus 1. (492–496) páfi. Hann ræddi fyrstur páfa sverðin tvö, andlegt og veraldlegt, aðskilin en hið andlega þó æðra. Kristur var bæði konungur og trúarleiðtogi (rex et pontifex) og samkvæmt Gelasíusi var hann sá seinasti sem gat sameinað þetta. Hann hafði bæði vald (potestas) og kennivald (auctoritas). Páfi hefði aðeins kennivald en keisarar aðeins veraldlegt vald: „Duo [...] auctoritas sacrata pontificum, et regalis potestas." Keisari og konungar höfðu því hið veraldlega sverð Krists en páfi hið and-

---

[1] Ullmann. The Growth of Papal Government in the Middle Ages, 246–53; Hill. Medieval Monarchy in Action, 61–106; Barraclough. The Medieval Papacy, 63–80.

INNGANGUR

lega og var hann kennari keisara og eftirlitsmaður. Gelasíus hataðist við Melchisedeksögn Biblíunnar (Gen. 14, 18, Hebr. 7,1–2) sem fól í sér að konungar gætu einnig verið prestar en keisarar á hans tíma kölluðu sig pontifex. Samkvæmt honum var keisararíkið gjöf Guðs (donum Dei) sem hefði sínar takmarkanir.[1]

Vald páfa var ekki svo mikið á 5. öld að þessar hugmyndir hefðu veruleg áhrif en páfagarður lagði þær aldrei á hilluna og styrkti stöðu sína með tíð og tíma. Keisararíkinu í vestri var komið á fót í samkeppni við það í austri. Þar með voru keisarar tveir en páfi einn og varð smám saman óskoraður leiðtogi byskupa. Þrátt fyrir styrk Karlamagnúss leikur enginn vafi á að með því að þiggja krúnuna úr hendi páfa lagði hann grunn að síðari kröfum páfa um íhlutunarrétt í veraldleg mál því að sá sem vígði hlaut að hafa meira vald en sá sem var vígður, eins og Gregoríus 7. benti síðar á. Karlamagnúsi var enda í nöp við þessa vígslu, taldi sig óháðan páfa og krýndi sjálfur son sinn. Gregoríus 1. (590–604) hafði lýst keisararíkið ómissandi fyrir útbreiðslu kristni en með því að krýna Karlamagnús hafði páfi komist undan keisaranum í Konstantínópel. Ekki mátti styggja hinn nýja bandamann og páfar laumuðu að túlkun sinni á innbyrðis afstöðu sín og konunga með því að kalla þá andlega sonu.

Á 9. öld styrktist kenning Gelasíusar um sverðin tvö. Árið 769 var ályktað að keisarar skyldu ekki kjósa páfa en þó var kjör Leós 3. árið 795 sent Karlamagnúsi til samþykkis. Sjálfstraust páfagarðs og byskupa jókst hins vegar svo mjög næstu ár að árið 833 settu byskupar Frankaríkis Loðvík guðhrædda af. Þá benti Gregoríus 4. páfi á að í raun lægi allt vald hjá páfa þó að hann skipti sér ekki af öllu. Á sama máli var byskupasýnóda árið 849 og Benedikt 3. kallaði sig höfðingja (caput et princeps) kirkjunnar. Eftir 850 var hefð að keisari skyldi krýndur í Róm og af páfa sjálfum sem var áréttað af Nikulási 1. (858–867) sem var ákveðinn og ákafur páfi. Hann var kallaður staðgengill Guðs (vicarius Dei) af Miklagarðskeisara og sjálfur taldi hann mikilvægt að Rómarkirkja yrði viðurkennd miðja kristni og alheimsins. Hann taldi Pál postula taka af öll tvímæli um að páfi væri hafinn yfir allt jarðneskt (principes super omnem terram) og ætti þar af leiðandi að skipta sér af öllu. Byskupar væru undirmenn hans og einskis annars og með því að krýna keisara afhenti hann honum hluta af valdi því sem hann hefði í raun. Pétur hefði fengið bæði sverðin frá Kristi og páfagarður væri því uppspretta bæði andlegs og veraldlegs valds á jörðu þó að hægt væri að fela konungum veraldlega sverðið.

Nikulás var einnig á því að þar sem grískir keisarar töluðu ekki latínu

---

1 Ullmann. The Growth of Papal Government in the Middle Ages, 1–31; Barraclough. The Medieval Papacy, 26–9.

Í LEIT AÐ KONUNGI

væru keisarar Hins heilaga rómverska keisararíkis í vestri hinir einu sönnu Rómarkeisarar. Eftirmaður hans, Hadríanus 2., hnykkti á þessu. Hann taldi sig fjölskylduföður (pater familias) eina samfélagsins á jörðu sem væri kirkjan. Í því væri aðeins einn keisari og hann rómverskur. Hinn gríski keisari (basileus) væri aðeins konungur eins og hver annar. Vald keisara og allra konunga væri hins vegar guðlegt að uppruna og færi því um páfagarð. Eftirmenn þessara hörkutóla voru aftur á móti ekki menn til að halda þessari kenningu til streitu og þegar Ottó 1. rak páfa beið hún augljósan hnekki. Næstu öld verða páfar að lúta valdi keisara uns hinn ráðríkasti allra keisara, Hinrik 3., hefur umbætur á páfagarði með því að gera fjóra þýska byskupa í röð að páfum. Einn þeirra var Leó 9. (1049–1054) sem umbylti páfagarði og á næstu árum kom Nikulás 2. á þeirri reglu að einungis hinir æðstu byskupar (kardínálar) kysu páfa og dró þá úr völdum keisara. Frá 1061 eru stigin mörg smáskref uns Gregoríus 7. krafðist þess árið 1075 (Dictatus papae) að höfðingjar misstu allt vald yfir embættum kirkjunnar. Páfi væri eini yfirmaður hennar og um leið yfirmaður keisara og gæti sett hann af eins og hann hefði sett af Childeric 3. og gert Pippin stutta konung í staðinn árið 751. Hann einn gæti það og hefði til þess fullan rétt. Með þessu færði hann hugmyndir Leós 1. og eftirmanna hans margra á svið veruleika stjórnmálanna.

Gregoríusi 7. mistókst að knésetja keisara, þeir settu hvor annan af og komu upp andpáfa og andkeisara og öllu lauk í pattstöðu. Páfagarður reyndist þó sterkari og á dögum Úrbans 2. (1088–1099) er hafin sú þróun sem einkennir næstu tvær aldir. Páfagarður verður öflugt stjórnvald með páfa sem konungi yfir. Um leið styrkir hann siðferðislega forystu páfagarðs með því að hvetja til krossferðanna. Næstu aldir skapast öflugt páfaveldi, margir lögfræðingar verða páfar og styrkja páfagarð (t.d. Eugeníus 3. og Alexander 3.) en enginn páfi sem þá situr var tekinn í tölu dýrlinga. Páfavald nær hámarki á dögum Innócensínusar 3. (1198–1216) og fram á daga Innócensínusar 4. (1243–1254). Sá styrkur fólst í að forðast deilur við höfðingja en þó gerir páfagarður skýra kröfu um algjör yfirráð yfir öllum vígðum mönnum, siðferðislega forystu yfir konungum og áskilur sér rétt til að hlutast til um málefni Hins heilaga rómverska keisararíkis sérstaklega. Veldi kardínála og hirðar páfa eykst, páfi nær auknum tökum á kirkjum, fær nýtt hlutverk við sættir, málamiðlun og friðargæslu. Um 1250 eru tekjustofnar páfa fastir í sessi og lítt er deilt um yfirráð hans yfir byskupum.[1]

Allar þessar aldir er deilt um hver þiggi vald frá hverjum. Fyrst deildu páfi og keisari Hins heilaga rómverska keisararíkis en frá 12. öld stóð deilan milli páfa og allra konunga enda færðu konungar hugmyndir keisara um keisara-

---

1 Sjá yfirlit hjá: Ullmann. The Growth of Papal Government in the Middle Ages, 167–228 og 262–343; Ullmann. Principles of Government and Politics in the Middle Ages, 138–149;

vald yfir á sig. Báðir aðilar sögðust vera beint undir Kristi og þar með yfir hinum aðilanum, notuðu sömu rök fyrir ólíkum málstað, bæði konungar og páfi sögðust vera konungar og kirkjunnar menn í senn og allir sögðust vera staðgenglar Krists. Auk þess var deilt um ýmis hagnýt atriði, annars vegar um hvernig túlka bæri krýningu og vígslu konunga, hvort hún merkti að kirkjan afhenti konungum vald sitt. Hins vegar var deilt um yfirráð yfir byskupum og kirkjueignum. Germanskir konungar höfðu öldum saman skipað byskupa en á þessum tíma var fjórum sinnum ítrekað á kirkjuþingum að leikir mættu ekki kjósa páfa (1059, 1122, 1139, 1171). Patríarkinn í Konstantínópel hafði krýnt keisarann þar frá 5. öld og páfi keisarann í vestri frá 800 en keisarar töldu sig ekki vera þar með að viðurkenna vald kirkju yfir sér. Einnig var í umferð falsbréfið Gjöf Konstantínusar (Donatio Constantini) en samkvæmt því þá keisari vald sitt frá páfa. Á kirkjuþinginu í Worms árið 1122 náðist samkomulag og fallist var á að byskupar væru formlega undirmenn páfa en gætu þó verið embættismenn konunga í veraldlegum efnum. Eftir það þróuðust ríki í tvær áttir. Sumstaðar var náin samvinna konungs og kirkju, til að mynda í Frakklandi fram undir lok 13. aldar. Önnur ríki lentu upp á kant við páfagarð, t.d. England og Þýskaland en upp úr 1150 fara konungar að færa sig á skaftið með Þýskalandskeisarann Friðrik rauðskegg og Hinrik 2. Englandskonung í fararbroddi og lýsa yfir algjöru valdi konungs yfir kirkju.

Á 12. og 13. öld senda talsmenn beggja viðhorfa frá sér rit og styðja sumir kröfu páfa, aðrir keisara og enn aðrir telja að nást verði samkomulag þar sem báðir teljast hafa nokkurn rétt. Á 12. öld er mikil lagabylting og reynt að undirbyggja vald með lögum, bæði í páfagarði og hjá konungum og hefur í för með sér mikla lögfræðilega umræðu um þessa deilu. Inn í hana dragast guðspjöllin og eru notuð til að sanna hvað sem mönnum sýnist. Áberandi eru hugmyndir um alheiminn sem einn líkama og þá er deilt um hver hafi völdin þar, keisari eða páfi, og hver hafi sverðin tvö og þá hvernig. Yrði of langt mál að rekja það allt hér. Um 1200 er almennt viðurkennt í Vestur-Evrópu að konungur hafi hlutverk við að vernda kirkju (advocatio et tuitio ecclesiae) en sums staðar er talað um hann sem eiganda, t.d. í Hinu heilaga rómverska keisaraíki. Ekki skipti öllu máli hvaða kenningu menn aðhylltust, konungar höfðu jafnan áhrif á skipun byskupa þó að lög segðu annað.

Páfamenn voru í sókn þessar tvær aldir. Þeir lögðu yfirleitt áherslu á að hið jarðneska vald væri aðeins eitt. Páfi væri þar æðstur og valdið holdgert. Hann hefði allt tímabundið vald (temporalia), væri eini staðgengill Krists (vicarius Christi) en konungar aðeins innan kirkju með skýrt afmarkað hlutverk (intra Ecclesiam continentur sicut pars in toto) og væru þjónar páfa. Páfi

---

Barraclough. The Medieval Papacy, 63–117; Peters. The Shadow King, 30–47, 116–34 o.v. Nánari umræða er hjá: Morris. The Papal Monarchy.

væri konungur og byskup (rex et sacerdos, dux et caput) og hefði bæði sverð Gelasíusar en afhenti konungi hið veraldlega tímabundið. Samband hans og konungs væri eins og sálar og líkama. Páfi setti konunga og keisara að eigin vilja og aðeins þess vegna. Hann væri lögin sjálf í eigin persónu (lex animata) en konungur aðeins eins konar lögregluþjónn sem framkvæmdi vilja hans. Páfi mætti setja keisara af og skipta sér af hverju sem honum sýndist þó að honum leyfðist líka að fela konungum tiltekin störf. Páfi er ímynd Krists (imago Christi) en konungur stjórnar í ímynd páfa (rex imago papae). Keisararíkið er til fyrir náð páfa (ex gratia papae) en þó lögðu margir áherslu á að páfi hefði afsalað sér dómsvaldi í veraldlegum málum, hefði valdið en nýtti það ekki. Páfa leyfðist því að bannfæra konunga og setja af og talið var að hann yrði sjálfur konungur milli konunga (interrex) í nafni Krists.

Sem konungur hefur páfi mítur og tekur upp kórónu (tiara) á 11. öld, embættismenn, höll og skrifstofu og býður á 12. og 13. öld hinum og þessum ríkjum að verða lénsdrottinn þeirra. Á dögum Innócensínusar 3. (1198–1216) er páfi talinn hinn eini sanni keisari (summus et verus imperator) og í stað þess að hatast við Melchisedeksögnina hefur henni verið snúið upp á páfa (rex et sacerdos et secundum ordinem Melchisedek). Gelatíanisminn birtist í að keisarar eru taldir tilheyra stétt leikra (ordo laicalis) en ekki lærðra (ordo sacerdotalis) og megi því ekki stjórna kirkju, aðeins vernda hana. Stétt lærðra eigi að stjórna kristnu samfélagi en það nær yfir allt, andlegt og veraldlegt vald. Í hlutverki alheimsstjórnara er páfi fulltrúi Guðs, miðlari milli Guðs og manna (mediator inter Deum et hominem) og réttlætið holdgert (Iustitia mediatrix). Orð hans eru orð Guðs (sententia igitur papae et sententia Dei una sententia est) og hann er Guð á jörðu (Deus in terris). Hann getur allt, er alvaldur, höfuð sem enga limi þarf, allir eru þjónar hans. Hann er hafinn yfir lögin (non potest esse magis lex quam legislator) og jafnvel æðri englum. Hann hefur guðlegt og mannlegt eðli, gagnvart mannkyninu er hann Kristur sjálfur. Hann hefur alla þekkingu og getu á valdi sínu. Eigi að síður er hann ekkert í eigin persónu og á ekkert. Yfirráð hans helgast af því að hann er staðgengill (vicarius, fiscus) guðdómsins.

Konungsmenn voru lengi vel í vörn, frá tíð Gregoríusar fram til 14. aldar. Hinrik 4. (1056–1106) játaði vald Gregoríusar 7. í Canossa. Fyrst í stað tóku konungar upp tvíhyggju (dualitas). Kirkjan og samfélag kristinna (ecclesia) væru tvískipt og Guð stjórnaði hvoru tveggju en hefði tvo staðgengla (vicarii Christi) sem sæktu vald sitt beint til hans og væru engum öðrum háðir, keisara og páfa. Á 12. og þó einkum 13. öld komu fram síðrómverskar hugmyndir um konungsvald. Endurvaktar voru hugmyndir Konstantínusar og Karlamagnúss um konunginn sem stjórnanda kirkjunnar og hinn eiginlega staðgengil Guðs á jörðu sem hefði völd yfir byskupum. Þessi nýja konungshug-

INNGANGUR

mynd var í tengslum við uppgötvun Jústíníanusarlaga þar sem fram kom að Rómarlýður hefði látið keisarann fá vald yfir sér í eitt skipti fyrir öll og var oft vitnað í setningu úr lögunum: Quid principi placuit, legis habet vigorem. Friðrik rauðskeggur keisari (1152–1190) var í broddi fylkingar og sagðist sjálfur vera Kristur og Guð. Og undir lok 13. aldar lýsti Filippus fagri Frakkakonungur (1285–1314) yfir að kirkjan væri Frakkland og hann höfuð hennar sem konungur þess, keisari og páfi í einni persónu. Örfáir gengu svo langt að fullyrða að páfi væri aðeins byskup og þeir væru allir jafnréttháir. Postular hefðu allir verið jafnir og Pétur ekki skorið sig úr þar. Það sagði hinn nafnlausi Normanni (Norman Anonymous) sem ritaði á 12. öld. Hann taldi að Kristur hefði fyrst og fremst verið konungur en einnig prestur. Konungur ætti á sama hátt að vera kennari og prestur, eins og Móses og Ísraelskonungar. Konungur væri æðstiprestur (summus pontifex) í krafti þess að hann væri ímynd Krists (figura Christi) og manngúð (Deus-Homo).

Þetta gátu konungar fyrst leyft sér að segja undir lok 12. aldar og á 13. öld þegar konungsvald hafði styrkst verulega. Þó var það aldrei sterkara en svo að deila konungs og páfa kann að verka hlægileg á öld þar sem ekki var nokkur leið að hafa fulla stjórn á stórum stjórnareiningum. Enda varð umræðan á 13. öld smám saman fræðilegri og missti að lokum öll tengsl við raunveruleikann. Deilunni lýkur á 14. öld sem hófst á páfabullu Bónifatíusar 8. (1294–1303) árið 1302, Unam Sanctam, þar sem hann lýsti yfir algjöru valdi páfa yfir hinum kristna heimi. Konungar og þeir sem þá studdu andmæltu kröftuglega og töldu bæði konung og páfa fá völd sín beint frá Guði en hvorugan vera hinum háðan og var gengið lengra en nokkru sinni fyrr í að lýsa yfir guðlegu eðli allra deiluaðila. Í orði eru þá völd páfa meiri en nokkru sinni en í raun átti páfagarður í kröggum. Lagadeilur og fégræðgi drógu úr virðingu hans, stjórnmálaafskipti voru farin að leiða til vandræða og með því að draga úr byskupsvaldi hafði páfi veikt eigin undirstöðu. Við yfirlýsingu Bónifatíusar 8. blossar upp deilan um hver sé æðstur sem aldrei fyrr og páfi bíður hæðilegan ósigur fyrir Filippusi 4. Frakkakonungi sem lét flytja páfagarð til Avignon. Á 14. öld fer páfaveldi stöðugt hnignandi, páfi glatar siðferðislegri forystu sinni, alvald hans (plenitudo potestatis) er dregið í efa og í lok aldarinnar hlýða engir konungar páfa enda þá að jafnaði tveir eða þrír páfar. Deiluna um hver eigi að ráða dagar uppi þar sem allir voru lentir í mótsögn við sjálfa sig. Fræðileg umræða um málið lognaðist út af eftir mikinn kraft á 14. öld, þegar útkoman úr henni var í raun hætt að skipta máli. Önnur hugmyndafræði tekur við þar sem greint er milli persónu og embættis á skýrari hátt en áður.[1]

---

[1] Sjá m.a: Leyser. The Polemics of the Papal Revolution; Ullmann. The Growth of Papal Government in the Middle Ages, 262–456; Wilks. The Problem of Sovereignty in the Later Middle

12. Vestur-evrópskt konungsvald í þremur ríkjum

EVRÓPA UMHVERFÐIST milli 1000 og 1300. Árið 1000 var hún landsvæði þakið skógi með fáum og smáum borgum þar sem allt stjórnvald var frumstætt. Jafnvel ríki Karlamagnúss hafði minni áhrif á venjulegan þegn hans en aumasti konungur 14. aldar gat haft á þegna sína. Á 300 árum fóru bæir að verða til í Evrópu með mörkuðum og peningum og kaupmannastétt, skógar eru ruddir og samgöngur batna. Árið 1000 er austrómverska keisararíkið eina raunverulega ríkið í Evrópu en um 1300 hefur stöðugleiki í stjórnmálum aukist og nokkrir helstu þættir nútímaríkisvalds eru komnir fram. Efnahagskerfi og réttarkerfi skipta þar mestu máli, á 300 árum verður mikil þróun á þessum sviðum.[1] Fyrir vikið er villandi að ræða um miðaldir sem heild sem oft verður þó að gera. Evrópskt samfélag ármiðalda var ekkert líkt því sem Evrópumenn á 14. öld þekktu.

Þessi ár einkennast framan af af stjórnmálalegri og hugmyndalegri forystu Hins heilaga rómverska keisararíkis sem fyrir vikið varð seinna til að taka upp ýmsar nýjungar í stjórnarháttum sem England, Frakkland og spænsku konungsríkin höfðu tileinkað sér. Að lokum hlýtur því að fara svo að það dragist aftur úr en þar skiptu nokkru deilur keisara við páfa þegar páfavald var mest. Samanburður á þróun konungsvalds í Englandi, Frakklandi og Hinu heilaga rómverska keisararíki á þessum 300 árum sýnir því að nokkru hver samkenni þess voru en einnig að það gat verið mismunandi eftir efnum og aðstæðum. Þessi þrjú ríki mynduðu hið vestur-evrópska menningarsvæði þegar ritöld hófst á Íslandi og fram til 1262. Ensk áhrif voru hér allnokkur í upphafi og fram til 1104 höfðu Íslendingar þýskan erkibyskup. Eftir það sækja þeir menntun til Þýskalands, Englands og Frakklands og dæmi eru frá 12. öld um ferðir nafngreindra Íslendinga til þessara landa. Konungsríkin Kastilía og Aragónía voru á hinn bóginn fjarlæg Íslandi þó að mörgu leyti þróaðist konungsvald þar með svipuðum hætti.[2]

Frá því að germanskir konungar tóku kristni töldu konungar sig sambæri-

---

Ages; Kantorowicz. The King's Two Bodies; Barraclough. The Medieval Papacy, 118–64; Kern. Gottesgnadentum und Widerstandsrecht im früheren Mittelalter, 46–119; Folz. The Concept of Empire in Western Europe, 75–118 o.v.; Gunnes. Kongens ære, 50–114 o.v.; Myers. Medieval kingship, 172–86; Struve. Die Stellung des Königtums in der politischen Theorie der Salierzeit; Maccarrone. Il sovrano „vicarius Dei" nell'alto medio evo; Tellenbach. Church, State and Christian Society at the Time of the Investiture Contest; Post. Studies in Medieval Legal Thought, 3–238.

1 Um þessa þróun og orsakir hennar er fjallað hjá Strayer (On the Medieval Origins of the Modern State), Guenée (States and Rulers in Later Medieval Europe) og enn nánar hjá Mitteis (Der Staat des hohen Mittelalters) og Reynolds (Kingdoms and Communities in Western Europe).

2 Um konunga annarstaðar í Evrópu, sjá m.a. Hellmann. Schlawisches, inbesondere ostslawisches Herrschertum.

INNGANGUR

lega við keisara en um leið viðurkenndu þeir yfirráð hans. Eftir 800 eru keisarar tveir og vesturkeisari talinn jafnhár þeim í austri á sínu áhrifasvæði og stælir af veikum mætti alræðisvald hans. En þar með er hugmyndinni um yfirburði eins keisara ógnað. Vesturkeisari styrkti mjög stöðu sína á kostnað austurkeisara með yfirráðum yfir Ítalíu frá og með 10. öld en Miklagarðskeisari var þó talinn voldugri lengi enn. Niðurlæging hans varð þó smám saman meiri og meiri og fyrri hluta 13. aldar er keisari í útlegð. En vesturkeisari var ekki lengi í Paradís. Á 12. og 13. öld fara konungar að lýsa yfir að keisari sé einungis sem hver annar konungur, allir konungar séu keisarar. Það varð kjörorð þeirra sem þessu héldu fram: „rex in regno suo est imperator." Þá afneita þeir hver af öðrum yfirráðum keisara Hins heilaga rómverska keisararíkis, taka upp heitið imperator og veldistákn keisara. Frakklands- og Englandskonungar tóku að kalla sig rex Franciae og rex Angliae um aldamótin 1200 en höfðu áður verið rex Francorum og rex Anglorum.

Rótin var myndun þjóðríkja (Englands, Frakklands, Danmerkur, Portúgals og Póllands og síðar Noregs, Svíþjóðar og Spánar) og aukin þjóðarvitund sem sést í vaxandi notkun orðsins patria og auknu vægi þjóðtungna, frönsku, þýsku og jafnvel ensku. Til verða þjóðardýrlingar og þjóðargoðsögur. Hugmyndin um hina eilífu Róm og hið eilífa keisararíki var endurskilgreind, nú var talið að allir konungar væru eftirmenn Rómarkeisara og Róm lifði í öllum ríkjum. Páfi átti nokkurn hlut að máli, einkum Innócensínus 3. sem taldi sjálfan sig og engan annan yfirmann konunga. Hann lýsti yfir að Filippus 2. Ágúst Frakkakonungur væri engum háður nema Guði: rex ipse superiorem in temporalibus minime recognoscat. Sjálfur taldi Innócensínus 3. sig fulltrúa Guðs á jörðu og jafngildan Guði sjálfum. Þetta bragð páfa varð svo eftirmanni hans til ama síðar þegar Frakkakonungur fór að þykjast öðrum konungum merkari eins og keisari áður og jafnvel yfir páfa hafinn. Á þessum tíma verða ekki til ný viðhorf til konungsvalds. Í stað þess eru þau gömlu sveigð að nýjum þjóðarhugmyndum og hugmyndir um keisarann heimfærðar á konunga, rétt eins og Þjóðrekur og Kloðvík höfðu áður gert og germanskir konungar ármiðalda. Bretakonungar, til að mynda Aðalsteinn og Játgeir, báru keisaranafn í 10. öld; sama átti við um þá konunga sem réðu yfir öllum Spáni. Keisaralaust var í vestri frá um 850 fram til 960 og þá var gjarnan bent á að virðing keisara nái einnig til konunga en auk þess var keisaranafn í þessum tilvikum notað um konunga sem réðu yfir mörgum fornum konungsríkjum.[1]

---

1 Post. Studies in medieval legal thought, 453–82; Myers. Medieval Kingship, 203–9, 325–43. Vale. The Civilization of Courts and Cities in the North, 297–318; Guenée. States and Rulers in Later Medieval Europe, 6–22; Folz. The Concept of Empire in Western Europe, 16–19, 40–44, 53–8, 155–7. Kleinschmidt. Die Titularen englischer Könige im 10. und 11. Jahrhundert, 88–98; Nelson. Inauguration Rituals, 63–70; Focillon. The Year 1000, 57–59, 164.

Hugmyndir lifa þó oft forsendur sínar og allar miðaldir er hugmyndin um Hið heilaga rómverska keisararíki sterk. Árið 1312 var Hinrik 7. krýndur keisari og lýsti yfir alheimsvaldi, að vísu við dræmar undirtektir, ekki síst Frakkakonungs. Eins eru keisararnir Wenceslas og Sigismund kallaðir konungar heimsins svo seint sem 1379 og 1412 og árið 1519 sá Frakkakonungur sér hag í að verða keisari þó að það hefði ekki sömu merkingu lengur og fimm öldum fyrr. Keisari gnæfði enn yfir Ítalíu og hafði töluverð ítök í Austur-Evrópu en eftir miðaldir varð keisararíkið smám saman þýskara og missti hina alþjóðlegu vídd, lifði áfram sem úrelt hugmynd fram á vora tíma.[1] En sérstaða keisara var lítil nema þegar stjórnmálaáhrif þeirra voru hvað mest, til að mynda á fyrri hluta 9. aldar og frá miðri 10. öld fram á miðja 11. öld. Á hinn bóginn ríkti lengi sérstakt samband milli páfa og keisara í vestri sem talinn var arftaki Karlamagnúss.

Hið heilaga rómverska keisararíki var fyrst og fremst hugmynd um ríki. Það eru raunar öll ríki en fá á jafn skýran og afgerandi hátt og Hið heilaga rómverska keisararíki sem Voltaire sagði á 18. öld að væri hvorki heilagt, rómverskt né keisararíki. Tengsl þýsku keisaranna við Róm voru fyrst og fremst andleg. Jafnvel þeir keisarar sem dvöldu hvað mest í Róm töldu Þýskaland undirstöðu valds síns, til að mynda Sikileyjarkonungurinn Friðrik 2. sem fannst Þýskaland þó vera ömurlegt, kalt, blautt og hnipið land. Við lát Loðvíks guðhrædda erfði sonur hans, Loðvík þýski, austurhluta ríkis hans, þ.e. þau ríki sem höfðu nýlega bæst við Frankaríki. Þar á meðal voru þau ríki sem síðar mynduðu Þýskaland og höfðu hvert sinn herra. Árið 911 varð hertogi Franken keisari sem þá var aðeins nafnbótin ein. Saxakonungar voru öflugri og 919–1002 komu keisarar úr þeirra röðum. Valdsgrunnur þeirra var Saxland og með því að draga úr valdi hertoga Svafa og Bæjaralands og gera bandalag við kirkjuna urðu þeir ótvíræðir konungar Þýskalands.

Árið 962 bætti Ottó 1. norðurhluta Ítalíu við veldi Loðvíks þýska og verður keisari en fyrst og fremst var hann þýskur konungur sem vildi tryggja að enginn annar næði áhrifum á Ítalíu. Hinir saxnesku konungar höfðu ekki sterkt embættiskerfi en byggðu á virðingu, hinni germönsku konungshefð og á því að tryggja vinum sínum meðal höfðingja aukin völd. Seinastur þeirra var Ottó 3. sem lést barnlaus og fór þá titillinn til frænda þeirra, Hinriks 2., og þar með til Bæjaralands. Hann átti heldur engin börn og Salíukonungarnir sem síðan tóku við (1024–1125) töldu Schwaben og Franken valdagrunn sinn. Þannig flakkaði miðja valdsins um Þýskaland í tvær aldir en árið 1075

---

1 Folz. The Concept of Empire in Western Europe, 3–15, 132–44 o.v. Fyrir átta árum lést ekkja seinasta keisara Habsborgaraættarinnar en ríki hans var hugmyndalegur arftaki Hins heilaga rómverska keisararíkis sem er á sama hátt arftaki ríkja Jústiníanusar, Konstantínusar og jafnvel Ágústusar.

INNGANGUR

hafði Þýskaland þó fengið vísi að embættismannakerfi og tekjur keisara voru tryggar. Þá hófust deilur við páfa sem veiktu keisararíkið næstu ár enda var það veikt fyrir.

Næsta keisaraætt var Hohenstaufenættin og af henni var Friðrik rauðskeggur sem varð keisari 1152. Honum fannst ekki nóg að vera þýskur konungur og kirkjueigandi heldur vildi hann vera heilagur keisari og stjórnandi kristinna manna eins og Jústíníanus. Miðja keisararíkisins færðist suður til Ítalíu og Karlamagnús varð dýrlingur. Að lokum tók hann að sér að stjórna þriðju krossferðinni til að árétta stöðu sína sem keisari allra kristinna manna en drukknaði þar. Á tíma krossferðanna var Miðjarðarhafið á ný álitið miðja heimsins og sonur Friðriks sat á Sikiley. Hann lést ungur og barnungur sonur hans, Friðrik 2., varð ekki keisari fyrr en árið 1212. Eins og áður kom fram fannst honum Þýskaland ljótt og leiðinlegt og var þar sjaldan og þrátt fyrir ýmsar tilraunir tókst honum ekki að styrkja innviði ríkisins eins og öðrum konungum á 13. öld. Auk þess lenti hann upp á kant við páfa sem réðst harkalega gegn keisararíkinu og árið 1268, nokkrum árum eftir lát Friðriks 2., missti ættin Þýskaland. Þá tók við kjörkonungsdæmi í Þýskalandi og undir lok 13. aldarinnar var það í raun bandalag sjálfstæðra ríkja. Konungur átti ekkert land sem slíkur, stjórnveldi hans var nánast ekkert og hann aðeins nafnið tómt.[1]

England var á hinn bóginn lénsveldi eins og Frakkland og konungar Engla erfðu ekki ríkið sem heild heldur ýmis smákonungsdæmi og sveitir sem landið hafði áður skipst í og hverju þeirra fylgdu sérstök réttindi og skyldur. Enska kirkjan var hins vegar heild og hafði áhrif til sameiningar. Þeir konungar Englands sem stjórnuðu því öllu töldu sig eins konar keisara og kölluðu Aðalsteinn og Játgeir sig basileus á grískan vísu á 10. öld. Skattkerfi Englands varð þegar á 9. og 10. öld sterkara en í Þýskalandi vegna innrása víkinga sem kölluðu á sérstakan skatt (Danagjöld). Eftir innrás Normanna kom ný yfirstétt til landsins og Vilhjálmur bastarður (1066–1087) úthlutaði lénum upp á nýtt með þeim skilmálum að hann erfði öll lén og væri því formlegur eigandi landsins. Þá lét hann kjósa sig að fornri hefð á þingi (witenagemot) og krýna sig af kirkjunni. Var samband konungs og kirkju stirt á Englandi í tíð sonar hans, Vilhjálms 2. (1087–1100), en Hinrik 1. (1100–1135) kom á jafnvægi þar á milli. Hann efldi friðar- og réttargæslu og þá var tekið að líta svo á að sumir glæpir beindust gegn konungi sjálfum og hann refsaði fyrir.

---

1 Sjá m.a.: Painter. The Rise of the Feudal Monarchies, 85–131; Leyser. Rule and Conflict, 9–47, 77–107; Hill. Medieval Monarchy in Action, 17–106; Kempf. Das mittelalterliche Kaisertum; Folz. The Concept of Empire in Western Europe, 44–167; Barraclough. The Origins of Modern Germany, 3–246; Reuter. Germany in the early middle ages (og ívitnuð rit þar); Heer. The Holy Roman Empire, 1–93.

Eftir borgarastyrjöld í nær 20 ár komst Hinrik 2. til valda árið 1154. Hann átti auk Englands hálft Frakkland (Normandí, Anjou og Aquitaníu) og raunar stærri hluta en Frakkakonungur sem þó var að nafni til lénsdrottinn hans. Auk þess hertók hann Bretagne 1158, var hylltur yfirkonungur Írlands árið 1171 og fór eina herferð til Skotlands og þrjár til Wales. England var á tíð hans svipað samfélag og Normandí enda var konungur oftar sunnan við Ermarsund og kunni ekki ensku. Hinrik 2. taldi sig alvaldan eins og Friðrik rauðskeggur og var eins og hann undir áhrifum frá Jústiníanusarlögum og þeim skilningi að vilji konungsins sé lög. Hann taldi sig vígðan og hafa lækningamátt, tryggði erfðir til elsta sonar og kom upp þjóðardýrlingi. Ekki voru þó allir sáttir við hann, t.d. ekki Jón frá Salisbury sem skrifaði gegn harðstjórum. En Hinrik 2. kom á embættiskerfi, bæði við hirðina (kanslara, féhirði og dómara) og um sveitir landsins (skerfurum) sem sáu um lög og frið. Einnig setti hann lög og kom á kviðdómakerfi. Sjálfur átti hann skóga og stjórnaði her og flota landsins. Hinrik 2. átti í fullu tré við Frakka alla stjórnartíð sína en lenti í vandræðum með konu og börn. Son hans, Ríkarð ljónshjarta (1189–1199), dreymdi um enn meiri landvinninga og þá í suðri. Hann fór í þriðju krossferðina og eftir lát Hinriks 6. keisara freistaði hann þess að verða keisari en það gekk ekki eftir. Eftir að hafa gert England að stórveldi í Evrópu kunnu þeir feðgar sér ekki hóf.

Í upphafi 13. aldar stjórnaði Englandi bróðir Ríkarðs, Jóhann (1199–1216). Honum mistókst allt sem hann tók sér fyrir hendur. Hann lenti í stríði við erkibyskupinn af Kantaraborg og síðan páfa sem lauk með því að Innócensínus 3. bannfærði hann ásamt þjóð sinni í 6 ár uns Jóhann gafst upp og viðurkenndi formlegt vald páfa til að skipa byskupa. Um leið fór hann í misheppnaða herferð til Frakklands og veðjar á rangan hest í deilunni um keisaraembættið þýska og lýkur svo að hann neyðist til að láta undan höfðingjum sínum og veita þeim aukin réttindi árið 1215 (Magna carta). Eftir það var það stefna eftirmanna hans að vera hlýðnir við páfagarð og England var talið páfalén. Sonur Jóhanns, Hinrik 3. (1216–1272), reyndi að styrkja konungsvald og auka miðstýringu en um leið lagði hann áherslu á valddreifingu. Undir hans stjórn lenti England í ólgusjó og barúnar gerðu uppreisn en konungsríkið lifði af þó að um tíma léti konungur undan síga. Undir Játvarði 1. (1272–1307) styrktist það á ný. Hann stóð fyrir mikilli löggjöf og réðst inn í Skotland. Hefur hann verið nefndur Jústiníanus Englands. Innviðir Englands undir lok 13. aldar voru sterkir þrátt fyrir hremmingar aldarinnar.[1]

---

1 Sjá m.a.: Petit-Dutaillis. The Feudal Monarchy in France and England, 36–74, 99–177 og 327–71; Painter. The Rise of the Feudal Monarchies, 43–78; Warren. The Governance of Norman and Angevin England; Harding. England in the Thirteenth Century, einkum 264–323; Clanchy. England and its Rulers; Barlow. The Feudal Kingdom of England.

INNGANGUR

Árið 1000 var Þýskaland stórveldi, England smáríki en Frakkland varla til sem ríki. Frakklandshluti Karlungaveldisins var á 9. og 10. öld hrjáður af duglausum konungum sem misstu nánast allt landið úr hendi sér og þegar Kapetættin leysti Karlungaætt af hólmi árið 987 var Frakkland héraðið í kringum París, umkringt sjálfstæðum ríkjum, Gascoigne, Búrgundí, Aquitaníu, Normandí, Bretagne, Poitiers, Anjou, Blois, Flanders og fleirum og var hvert með sínu sniði. Ríkin voru það sem stjórnendur þeirra áttu. Þar voru engin lög og engir skattar. Hirðin var hópurinn sem hittist til að samþykkja herferðir. Kirkjan var aftur á móti sjálfstæð og einlit og dreymdi um Hið rómverska kristna fyrirmyndarkeisararíki. Því studdi hún Kapetættina og þegar konungar voru krýndir héldu þeir ræðu sem nær eingöngu fjallaði um skyldur þeirra við kirkjuna. Konungur var sjálfur ábóti í fjórum klaustrum og réð yfir kirkjum á landi (demesne) sínu en kirkjan taldi hann stjórnanda alls landsins. Frakkakonungar eru vígðir frá 848 og frá 11. öld í Rheims en undir lok hennar kemur upp sú hugmynd að þeir hafi lækningamátt. Í fyrstu átti Kapetættin varla annað en nafn og kórónu en fyrstu konungar hennar, t.d. Róbert guðhræddi (996–1031), trúðu á að þeir væru konungar eins og Kristur og helgir. Smám saman komst ættin yfir þennan öldudal og Frakklandi óx ásmegin.

Á 11. öld dró þó ekki til tíðinda. Lengst var þá konungur Filippus 1. (1060 –1108) sem síðar var sagður gagnslaus (inutilis), feitur, latur, metnaðarlaus og sljór. Eftir það gat leiðin aðeins legið upp á við og á árunum 1108–1314 gekk ríkið frá föður til sonar án innanlandsátaka og margir ríktu lengi þannig að Frakkland var aðalstórveldi Evrópu undir lok þessa skeiðs. Sonur Filippusar 1. var Loðvík 6. sem kallaður var digri (1108–1137). Hann var krýndur að föður sínum lifanda og sonur hans, Loðvík 7. (1137–1180), einnig. Þannig hélst konungsvald í ættinni og erfðaregla skapaðist. Loðvík 6. átti í mikilli deilu við barúna sína en náði að verða fastur í sessi og þó að sonur hans væri lítill stjórnvitringur náði hann Aquitaníu undir vald sitt með giftingu en missti síðar konuna og land hennar með til Hinriks 2. Englandskonungs. Báðir höfðu þeir sama kanslara, Suger, sem jók trú manna á konungsvaldið. Samkvæmt honum var konungur verndari kirkju og tryggði frið og á hans tíð jókst trú Frakka á konunginn þó að enn væri ríki hans lítið.

Við lát Sugers seig nokkuð á ógæfuhliðina og eftir lítil afrek á langri stjórnartíð lamaðist Loðvík 7. árið 1179 og dó ári síðar. Þá tók við sonur hans, Filippus 2. Ágúst (1180–1223), sem í fyrstu virtist ætla að verða mesta óhapp Frakklands. Hann var taugaveiklaður, tilfinningasamur og hrjáður af ofskynjunum og ofsóknaræði og átti að auki við ýmsa erfiðleika í einkalífinu, gat ekki fullnægt konu sinni og varð sköllóttur af veikindum. Hann átti í deilum við páfa og Jóhann Englandskonung en svo lauk að hann græddi á öllu saman vegna mistaka Englandskonungs sem fór í herferð á meginlandið en missti allt úr höndum sér. Á dögum Filippusar styrktist ríkisvald verulega og tók að sér dómgæslu og friðargæslu auk þess sem samstaða var með ríki og kirkju og tekjur streymdu inn, krossfaraskattur og fleira. Þá varð París höfuðborg Frakklands. Eins og áður kom fram átti Hinrik 2. meira af Frakklandi en Frakkakonungur sjálfur en árið 1259 missti sonarsonur hans, Hinrik 3., Normandí, Maine, Anjou, Touraine og Poitou og var þá lítið eftir af veldi afa hans. Þrettánda öld var sannkölluð gullöld Frakka. Stöðugar erfðir tryggðu festu þannig að ríkiskerfið gat vaxið ótruflað. Stéttaþing og skattkerfi þróast og til verða baillis sem samsvara hinum ensku skerfurum. Landsvæðið undir beinni stjórn konungs stækkaði. Bandalag kirkju og konungs hélst stöðugt og á tíð trúboðskonungsins Loðvíks 9. (1226–1270) varð konungur ráðandi þar. Hann var í senn stjórnlyndastur og guðhræddastur konunga þannig að stirt var stundum milli þeirra páfa. Þessi aukni styrkur hefur í för með sér trú á yfirburði Frakklands og Frakka. Frakkakonungur er þá talinn hinn æðsti herra (dominus superior) og konungur konunganna og aukið sjálfstraust hans kemur fram hjá Filippusi fagra sem stríddi við Bónifatíus 8. um aldamótin 1300.[1]

Lykillinn að velgengni Frakkakonunga er að hafa haldið friðinn og náð að færa sér í nyt vandræði konunga Englands og Þýskalands. Margt er þó svipað í þróun Englands og Frakklands. Þar fóru jafnan saman hugmyndir um konung af Guðs náð og konung sem hinn æðsta lénsherra í hópi jafningja þó að þær virðist ósættanlegar andstæður. Þau eru nánast sama stjórnunarsvæði þannig að styrkur Englands 1150–1200 fer saman við niðurlægingu Frakklands en styrkur Frakklands 1200–1300 táknar lægra gengi Englands. Á 13. öld verða stjórnsýsla og siðvenjur tengdar henni fastari í sessi en um leið verður til ákveðin trú á konungsvald. Upplausnarskeið var í Evrópu frá 800 fram til 1250 en þá fer ríkisvald að styrkjast, fyrr í Englandi en á 13. öld í Frakklandi. Trú á konungsvald styrkist um leið. Hún einkenndi Austurrómverska keisararíkið á ármiðöldum, ríki Karlamagnúss og Hið heilaga rómverska keisararíki á fyrstu öld þess. Þá kom fram ádeila Gregoríusar 7. á konungsvald en konungatrú Karlunga var endurvakin hjá Friðriki 1. og Friðriki 2. og sást einnig á tíð sterkustu lénskonunga Breta og Frakka á 12. og 13. öld, Hinriks 2. og Játvarðar 1., Filippusar 2. Ágústs, Loðvíks 9. og Filippusar 4. fagra.

Styrk staða konunga á 12. öld leiddi af sér endurvakningu gamallar konungsímyndar sem var sett í nýtt samhengi lénskerfis, krossferða og riddaramennsku. Karlamagnús, Artúr, Alexander og Trója voru hafin til aukinnar virðingar, ekki síst af þeim konungum sem þóttust mestir, t.d. Hinriki 2. og Friðriki rauðskeggi. Riddarahugsjónin fléttaðist við menningarbyltingu 12.

[1] Sjá m.a.: Petit-Dutaillis. The Feudal Monarchy in France and England, 7–35, 76–96, 179–227 og 233–326; Painter. The Rise of the Feudal Monarchies, 8–42; Fawtier. The Capetian Kings of France; Duby. France in the Middle Ages; Baldwin. The Government of Philip Augustus.

aldar sem einkenndist eins og áður sagði af auknum þrótti í sagnaritun og endurliti til klassískrar fornaldar. Á Englandi, Frakklandi og Norðurlöndum fór saman upprunaleit sagnfræðingsins og hugarfar lénskerfis og riddarabókmennta.[1] Þá jókst sérstaða konunga, þeir fóru að klæða sig á sérstakan hátt, bera sérstök veldistákn og talið var að þeir hefðu sérstaka konunglega eiginleika sem greindu þá frá öðrum, þar á meðal að geta sett lög, dæmt og varðveitt frið og reglu. Um leið eykst trú alþýðu manna á helgi konungsvalds og einnig vex þjóðsögum og hjátrú um konunga almennt og einstaka konunga fiskur um hrygg, ekki síst á 12. og 13. öld. Til verður heilsteypt konungshugsjón úr blandi hefða og nýjunga og sérhver þáttur hennar — hugmyndir um uppruna konunga, konunglega virðingu og hlutverk konungs við lagagjöf og stjórnun — efldist í samhengi við hina. Áhersla var lögð á að konungar væru ekki aðeins höfðingjar og tindur lénspíramídans heldur fylgdi konungsnafninu sérstök náð Guðs. Smám saman verða konungar fjarlægari þegnum sínum og fara í auknum mæli að bera svipmót af konungshlutverkinu. Konungur birtist fremur sem tákn en persóna, á mynt, innsiglum og í athöfnum, íklæddur fatnaði sem hylur hann sjálfan en dregur fram „hið konunglega".[2]

13. Konungsvald á Norðurlöndum

FÁTT ER VITAÐ MEÐ VISSU um Norður-Evrópu fyrr en á 11. og 12. öld. Heiðinn siður er ríkjandi þar fram á 11. öld en heimildir um Norðurlönd eru meira og minna kristnar. Samtímaheimildir eru ekki frá norrænum mönnum heldur þeim sem þeir áttu í stríði eða viðskiptum við. Norrænar heimildir eru aftur á móti frá 12. öld og síðar og lýsa hinni heiðnu fortíð 9. og 10. aldar út frá samtíma sínum. Þannig eru Danmörk, Noregur og Svíþjóð í norrænum sagnaritum frá 12. og 13. öld frá upphafi eindir með einn konung þar sem sonur tekur við af föður á reglubundinn hátt. Sú mynd á ekki við Norðurlönd á 9. og fram á 12. öld heldur er verið að lýsa veruleika síðari hluta 12. aldar. Víkingar sem réðust á Frakkland og England voru ekki taldir Danir, Svíar eða Norðmenn heldur frá tilteknum smærri landsvæðum (Vestfold, Jótlandi, Hálogalandi) eða jafnvel kenndir við leiðtoga sinn fremur en landsvæði. Óvíst

---

1 Að þessu hefur verið vikið áður (sjá einkum bls. 29–30 nmgr.). Um lénskerfið og hugmyndakerfi þess, sjá: Ganshof. Feudalism; Bloch. The Feudal Society; Barber. The Knight & Chivalry; Duby. The Three Orders; Duby. La société chevaleresque.

2 Sbr. stutt yfirlit hjá Myers (Medieval Kingship, 149–68) og Vale (The Civilization of Courts and Cities in the North, 297–304) og nánari umfjöllun hjá Kantorowicz (The King's Two Bodies, 24–41, 314–450).

Í LEIT AÐ KONUNGI

er hver völd konunga eru fram á 11. öld og einnig hversu margir konungar eru á Norðurlöndum en sumir virðast gegna svipuðum skyldum og konungar sunnar í Evrópu á 9. öld. Völd þeirra hafa aukist við kristnitöku enda kristni hvarvetna tekin að frumkvæði konungs og sterkara konungsvald og sterkari kirkja haldast í hendur. Árið 1120 eru sjö byskupar í Danmörku, fimm í Svíþjóð og þrír í Noregi. Konungar studdu þessa byskupa og kirkjan þá því að í kristni höfðu konungar hlutverk. Og konungsvald heldur áfram að eflast á 12. og 13. öld.[1]

Um Danmörku er mest vitað fyrir 1050 og þar varð konungsvald fyrst sterkt. Þegar á 9. öld er Danakonunga getið í frakkneskum heimildum en þeir réðu þá aðeins yfir hluta af ríki síðari Danakonunga. Þeir sem trúboðsbyskupinn Ansgar átti samskipti við réðu aðeins yfir Jótlandi en ekki eyjunum en frá og með 11. öld hefur ríki Danakonunga vaxið í það sem nú er og raunar gott betur. Svo virðist sem seinni hluta 8. aldar og á 9. öld deili konungar af tveimur ættum um yfirráð yfir Danmörku. Valdi virðist oft hafa verið skipt og öll ættin haft erfðarétt en synir tóku ekki endilega við af feðrum, hvað þá elstu synir. Vísbendingar eru einnig um eins konar konungskjör. Þetta ríki átti í miklum viðskiptum suður á bóginn en Jótland var miðja þess. Þegar yfirráð Danakonunga voru traustust, t.d. á dögum Guðröðar konungs, hafa þeir verið viðurkenndir yfirkonungar yfir stóru svæði en aðrir höfðingjar hafa ráðið smærri héruðum og verið sjálfstæðir.

Frá lokum 9. aldar fram á miðja 10. öld eru heimildir óljósar en þá tekur ætt Gorms gamla völd í Danmörku og Haraldur Gormsson er talinn ættfaðir Danakonunga í sagnaritum. Á einni öld byggja hann og afkomendur hans, Sveinn tjúguskeggur og Knútur ríki, upp mikið ríki. Í áratug er Knútur ekki aðeins konungur Danmerkur og Englands heldur ræður hann einnig yfir Noregi og hluta Svíþjóðar. Ríki hans var aftur á móti laust í reipum þó að víðfeðmt væri og leystist upp eftir dauða hans þannig að tíu árum eftir lát hans eru afkomendur hans hvergi við völd. Ekki er hægt að gera ráð fyrir að hann hafi haft sömu völd yfir þegnum sínum og konungar á 13. öld, ekki er vitað til að hann hafi komið á föstum sköttum eða embættiskerfi. Vísir að því er á hinn bóginn kominn á 12. öld. Þá voru suðurlandamæri Danmerkur við ána Eider en auk þess tilheyrðu henni Skánn, Halland og Blekinge sem nú teljast til Suður-Svíþjóðar. Sveinn Úlfsson verður konungur um miðja 11. öld og afkomendur hans ríkja síðan lengi. Allir afkomendur hans virðast hafa talist eiga erfðarétt sem olli deilum og lyktaði í borgarastyrjöld 1131–1157. Þó héldust völdin í ætt Sveins og á þessari öld styrkist konungsvald í Danmörku efnahagslega, stjórnsýslulega og hugmyndalega. Sagnarit 12. og 13.

---

1 Sawyer. Kings and Vikings, 8–38, 50–56, 136–47.

INNGANGUR

aldar stilla þeirri öld upp í miðju stöðugleika og einveldis fyrir og eftir en þó að Sveinn tjúguskeggur og Knútur ríki hafi verið sterkir konungar miðað við aðra norræna konunga 11. aldar er ólíku saman að jafna. Eftir 1157 er hins vegar friður í landinu sem hefur í för með sér útþenslu í austurveg. Ríki og kirkja vinna saman, erfðir eru tryggar og konungsvald eflist.

Tengsl Danmerkur við Frakkland og Þýskaland voru sterkari en hinna norrænu konungsríkjanna. Virðast danskir sagnaritarar 12. aldar hafa fylgst með umræðu um konungsvald annarstaðar í Evrópu. Þannig kallar Aelnoth Nikulás konung „Dei gratia rex Danorum" eins og siður var konungshollra höfunda og fram kemur að konungurinn er að mati Aelnoths staðgengill Guðs, konungsríkið guðleg stofnun (divina institutio). Í Danakonungasögum sýnist sitt hverjum um þá sem um völdin deila en hugmyndir þeirra um konung og konungsvald eru í flestum atriðum á sömu lund og hið sama gildir um embættisskjöl Danakonunga, þau sýna skýr merki sams konar konungshugsjónar og í Evrópu á sama tíma. Danir fóru ekki varhluta af endurreisn 12. aldar og þá var í Danmörku svipað menningarástand og sams konar hugmyndir um riddaramennsku og konungsvald og í Englandi og Frakklandi. Í Noregi koma þær fram nokkru síðar.[1]

Saga Svíþjóðar fyrir 13. öld er mistur og þoka en ljóst er þó að sterkt konungsvald komst þar seinna á. Heimildir frá 13. öld og síðar gera ráð fyrir að á 11. öld hafi Svíþjóð haft einn konung eftir að Svíar úr Mälardalen ásamt Gautum féllust á að viðurkenna Uppsalakonung. Svo mun þó ekki hafa verið. Árið 1081 hafa þannig Vestur- og Austur-Gautar hvor sinn konung. Gagnrýnin skoðun á heimildum hefur leitt í ljós að milli þeirra eru mótsagnir svo miklar að ekki er nokkur leið að endurgera sænsku konungaröðina fyrr en í fyrsta lagi frá um 990 og raunar er ekki hægt að tala um einn Svíakonung svo snemma. Ástandið batnar lítið þegar kemur fram á 12. og 13. öld, um Svíþjóð eru rýrar heimildir á þeim tíma og ekki er hægt að fullyrða að konungsvald hafi náð þar sama styrk og í Danmörku og Noregi fyrr en á 14. öld þó að nöfn konunga séu þekkt.[2]

---

1 Um konungsvald í Danmörku, sjá yfirlit hjá Sawyer (Da Danmark blev Danmark, 37–48, 105–29, 215–245, 257–309 o.v) og Fenger („Kirker rejses alle vegne", 27–97, 126–43, 159–70, 202–45 o.v). Nánari umræða um eflingu konungsvalds í Danmörku á 11. og 12. öld er hjá Hoffmann (Königserhebung und Thronfolgeordnung in Dänemark bis zum Ausgang des Mittelalters, 23–125; The Unity of the Kingdom and the Provinces in Denmark during the Middle Ages), Damsholt (Kingship in the Arengas of Danish Royal Diplomas) og Breengaard (Muren om Israels hus, 108–319). Um danska menningu og hugmyndafræði danskra sagnarita á 12. öld, sjá m.a. rit Bjarna Guðnasonar (Formáli); Skovgaard-Petersen (Da Tidernes Herre var nær); Johannesson (Saxo Grammaticus) og ráðstefnuritin Saxostudier og Saxo Grammaticus.

2 Fátækt rannsókna um stjórnkerfi Svíþjóðar fyrir 1250 kemur fram hjá Dahlbäck. Svensk medeltid i historiskt perspektiv, 40–3. Sjá nánar: Sawyer. Kings and Vikings, 9. Greinar í Den svenska historien eftir Åberg (De första sveakonungarna) og Rosén (Kampen om kronan, Samhället vid

Í LEIT AÐ KONUNGI

Um Noreg eru hins vegar til miklar heimildir en ekki að sama skapi gamlar og traustar. Norrænir sagnaritarar 12. og 13. aldar bjuggu til Harald hárfagra sem ættföður Noregskonunga og í ritum þeirra er staða hans svipuð og konunga þeirra tíma, hann er einhvers konar norskur Karlamagnús sem nær valdi yfir dómgæslu og friðargæslu, kemur á skattkerfi og verður yfirkonungur yfir mörgum sérríkjum í stíl lénsveldis. Síðan leysist ríki hans upp vegna þess að allir afkomendur hans hafa erfðarétt. Það lendir undir stjórn erlendra konunga svo að bæði Ólafur Tryggvason og Ólafur helgi verða endurreisnarmenn Noregs og Ólafur helgi hinn endanlegi sameinandi ríkisins. Um allt þetta eru nær engar samtímaheimildir. Hvort sem Haraldur hárfagri var til eða ekki er engin ástæða til að ætla að hann hafi stjórnað Noregi einn, um slíkan herra gæti varla verið svo hljótt í samtímaheimildum sem raunin er um Harald. Fram undir lok 11. aldar hefur vald Noregskonunga tæpast náð langt og fátt bendir til að þeir hafi komið á varanlegum sköttum eða embættiskerfi. Sagnaritarar 12. og 13. aldar eru sammála um þróun bæði norskrar og danskrar sögu. Eftir stöðuga stjórn eins konungs í fjarlægri fortíð kemur upplausn og ættardeilur í nálægari fortíð. Í bæði Danmörku og Noregi einkennist 12. öldin af stöðugum deilum konungsefna og sjaldan ríkir einn konungur í einu.

Smám saman kemst hins vegar á sterkara ríkisvald og norska kirkjan á ótvírætt þátt í því, eins og Johnsen hefur bent á, þó að deilt sé um hve mikill hann hafi verið. Einnig leikur nokkuð á tveimur tungum hvort konungur hafi nánast verið handbendi aðalsins eða ekki. Hitt fer ekki milli mála að milli 1100 og 1250 styrkist konungsvald í Noregi eins og annarstaðar í Vestur-Evrópu. Athuganir á þremur norskum textum hafa og leitt í ljós að viðhorf til konungsvalds í Noregi eru svipuð og annarstaðar í Vestur-Evrópu.[1] Sá

1100-tallets början. Kungamakt och riksenhet) veita yfirlit um vitneskju manna um konungsvald í Svíþjóð fyrir 1250.

[1] Yfirlit um sögu Noregs er að finna hjá: Gunnes. Rikssamling og kristning, 63–108, 201–287, 332–410; Andersen. Samlingen av Norge og kristningen av landet; Lunden. Norge under Sverreætten, 14–208, 297–312, 369–403; Helle. Norge blir en stat. Nánari umræða um stjórnmálasögu Noregs fyrir 1260 er m.a. hjá: Sars. Om Harald Haarfagres Samling af de norske Fylker og hans Tilegnelse af Odelen; Storm. Slaget i Havrsfjord; Nielsen. Studier over Haralds Haarfagres Historie; Taranger. Harald Haarfagres Tilegnelse af Odelen; Hertzberg. Haralds Hårfagres Skattepaalæg og saakaldte Odelstilegnelse; Bull. Borgerkrigene i Norge og Haakon Haakonssons kongstanke; Bull. Sagaenes beretning om Haralds Haarfagres tilegnelse av odelen; Koht. Kampen om makten i Noreg i sagatiden; Paasche. Kong Sverre; Schreiner. Trøndelag og rikssamlingen; Schreiner. Olav den hellige og Norges samling; Bull. Olav den hellige og Norges samling; Taranger. Om kongevalg i Norge i sagatiden; Seip. Problemer og metode i norsk middelalderforskning; Johnsen. Fra ættesamfunn til statssamfunn, 207–80 o.v.; Seip. Fra ættesamfunn til statssamfunn; Helle. Tendenser i nyere norsk høymiddelalderforskning; Von See. Studien zum Haraldskvæði; Helle. Konge og gode menn i norsk riksstyring, einkum 559–73; Lunden. Det norske kongedømme i høgmellomalderen; Helle. Norway in the high middle ages, 176–89; Birkeli. Hva vet vi om kristningen av Norge?; Krag. Perspektiv på tidlig middelalder; Bagge. Udsigt og innhogg.

INNGANGUR

fyrsti er vígslueiður Magnúss Erlingssonar sem norskir sagnfræðingar fyrr og síðar hafa fjallað ítarlega um, seinast Torfinn Tobiassen. Magnús er krýndur konungur árið 1163 og sór eið sem í fólust ný erfðalög en einnig að Magnús þægi konungsríkið að léni frá Ólafi helga sem væri hinn eilífi konungur Noregs. Fulltrúi Ólafs var erkibyskup og konungur þurfti að sverja að vera „fidelis [...] et obediens" kirkjunni og Alexander 3. páfa sem fól í sér sérstæða viðurkenningu á rétti kirkjunnar. Eiðurinn tryggir stöðu kirkjunnar og leyfir hugsanleg afskipti páfa af landinu, að vísu takmörkuð. Staðgengill lénsherrans Ólafs var Eysteinn erkibyskup en hvergi kemur fram að Eysteini leyfist að setja Magnús af þó að hann sé umboðsmaður, lénsmaður og riddari Ólafs helga. Eiðurinn er fremur staðfesting á bandalagi þar sem kirkjan ver konung og hann þiggur ráð hennar.[1]

Annar textinn er ræða Sverris konungs gegn byskupunum sem Erik Gunnes hefur gert einna rækilegust skil. Með valdatöku Sverris gliðnaði bandalag ríkis og kirkju. Í ræðunni birtir Sverrir hugmyndir sínar um konungsvald. Innócensínus 3. hafði bannfært hann og þar með eiginlega sett af sem kristinn konung en ekki var einhugur um að páfa leyfðist það. Ræðan er vörn Sverris. Lykilatriði hennar eru að konungsríkið sé guðleg stofnun og konungur settur yfir kirkjuna. Þar segir: „konongr er skipadr ifuir allar adrar tignir". Konungur er fullvaldur (souverain), höfuð og stjórnandi kirkju og kristinna manna (caput et rector ecclesiae). Hann „samtenger gud sealfuer saman veralldar riki ok æmbætte heilagrar kirkiu ok eigu konungar vald ok gætslu heilagrar kirkiu" og hefur „hina hæsto tighn heilagrar kirkiu". Kirkjan er „vndir þeira vorn ok giætslo". Ræðan er í nánum tengslum við evrópska umræðu á 12. öld, fylgir ritum sem verja stöðu konungs fyrir páfa.[2]

Konungsskuggsjá (Speculum regale) er frá miðri 13. öld. Þá hefur ætt Sverris styrkst í sessi og konungur og kirkja myndað nýtt bandalag. Telur Sverre Bagge að Konungsskuggsjá sé sátt milli viðhorfa krýningareiðs Magnúss og ræðu Sverris. Hákon Hákonarson tryggði erfðir í Noregi eins og Valdimar Knútsson hafði gert í Danmörku tæpri öld fyrr. Konungsskuggsjá er rituð á hans vegum og sýnir hugmyndir hans. Þar er tekinn upp þráðurinn úr ræðu Sverris um að vald konungsins komi beint frá Guði sem hann spegli og sé fulltrúi fyrir. En í Konungsskuggsjá er aukin vitund um hlutverk konungsins sem dómara og gæslumann friðar og höfuðáhersla er lögð á viskuna sem hina

---

1 Sjá umræðu í: Koht. Noreg eit len av St. Olav; Schreiner. Lovene om tronfølgen i Norge 1163–1273; Seip. Problemer og metode i norsk middelalderforskning, 57–91; Vandvik. Magnus Erlingssons kroningseid; Vandvik. Konstantins dåp og Magnus Erlingssons kroning; Tobiassen. Tronfølgelov og privilegiebrev; Holmsen. Erkebiskop Eystein og tronfølgeloven av 1163; Blom. Kongemakt og privilegier i Norge inntil 1387, 90–106; Gunnes. Erkebiskop Øysten som lovgiver, 139–49; Gunnes. Kongens ære, 132–48; Krag. Skikkethet og arv i tronfølgeloven av 1163.

2 Gunnes. Kongens ære.

Í LEIT AÐ KONUNGI

æðstu konungsdyggð. Bagge telur þessa hugmyndafræði í nánum tengslum við ástand mála í Noregi þar sem Hákon hafi haft sömu stöðu og konungurinn í Konungsskuggsjá. Á ríkisárum hans styrktist staða Noregskonungs til mikilla muna og því fylgir ný konungsímynd þar sem fjarlægð konungsins eykst, hann er hafinn upp og aukin áhersla er á embætti hans fremur en manninn sem gegnir því.[1]

Þannig var ástand mála í Danmörku, Svíþjóð og Noregi. Á Íslandi var enginn konungur fyrir 1262 en þaðan af síður var hér lýðveldi eða jafnræðissamfélag, fremur er deilt um hversu fámenn stétt höfðingja hafði hér tögl og hagldir. Að þessu verður vikið nánar síðar en fyrst víkur sögu til íslenskra rita sem fjalla um konunga og konungsvald. Þar er hvorki til að dreifa krýningareið, ræðu né konungsskuggsjá. Íslenskar konungasögur eru einu heimildir frá 12. og 13. öld um viðhorf Íslendinga til konungsvalds.

---

1 Sjá: Bagge. Den politiske ideologi i Kongespeilet (stytt útgáfa á ensku er The Political Thought of the King's Mirror). Einnig: Bagge. The Formation of the State and Conceptions of Society in 13th Century Norway; Bagge. Kingship in Medieval Norway; Bagge. The Norwegian Monarchy in the Thirteenth Century. Umræða um Konungsskuggsjá: Storm. Om Tidsforholdet mellem Kongespeilet og Stjórn samt Barlaams og Josafats Saga; Paasche. Om Kongespeilets forfatter; Schreiner. Kongespeilet som kamp-skrift; Vandvik. A New Approach to the Konungs skuggsiá; Schreiner. Bidrag til datering av Kongespeilet; Schreiner. Omkring Kongespeilet; Holtsmark. Kongespeilliteratur; Holm-Olsen. The Prologue to the King's Mirror; Einar Már Jónsson. Staða Konungsskuggsjár í vestrænum miðaldabókmenntum; Einar Már Jónsson. Efnisskipan Konungsskuggsjár.

II. Konungur á jörðu og himni

1. Nafn konungs

ÍSLENSKAR KONUNGASÖGUR fjalla um alla þætti konungsvalds, innri og ytri. Nafn konungs er sjálft til umræðu með öðru. Í Ynglingasögu er sagt um nöfn konunga:

> Dyggvi var fyrst konungr kallaðr sinna ættmanna, en áðr váru þeir dróttnar kallaðir, en konur þeira dróttningar, en drótt hirðsveitin. En Yngvi eða Ynguni var kallaðr hverr þeira ættmanna alla ævi, en Ynglingar allir saman. (Hkr. I, 34–5)

Fyrr í sögunni hafði verið greint frá að *dróttinn* sé fornt konungsheiti og frá upphaflegri notkun konungsheitanna *gramur* og *díar* en annað vísar til herstjórnar, hitt til hlutverks við trúarathafnir (Hkr. I, 11, 23, 36). Konungar eiga mörg nöfn, eins og hlutverk þeirra eru mörg. Áhersla Ynglingasögu á merkingu þeirra stafar einum þræði af heimildinni, Ynglingatali, kviðfullu af kenningum og skáldskaparheitum um konunga, öðrum þræði af alfræðihneigð hennar en áður kom fram að Ynglingasaga er undir áhrifum fornmenntastefnu.

Í Ynglingasögu er greinilega ákveðið skref stigið þegar Dyggvi er fyrstur ættmenna sinna nefndur *konungur*. Upphafleg merking orðsins tengdist ætt konungs en á 12. og 13. öld er heitið fallið saman við fyrirbærið, vísar ekki lengur til eins þáttar þess. Það er hið almenna nafn yfir stjórnanda ríkisins og felur í sér alla merkingarauka hlutverks hans. Menn taka það ekki sér í munn að ástæðulausu. Sverrir er nefndur konungur frá upphafi Sverrissögu en eftir fall Erlings skakka „þa ox sva mioc riki Sverris konungſ. at engi maðr var ſa i Noregi at eigi callaði hann þa konung. nema Magnus konungr oc hanſ menn." (Svs., 45) Það skiptir öllu máli að aðrir noti heitið um Sverri þar sem það sýnir viðurkenningu lýðsins. Um leið fær háðsleg nafngift liðsmanna hans nýja merkingu: „þar til þotti oc haðulict hvar ſem rikiſ-menn varo ſtaddir i caupſtoðum eða i oðrum ſtoðum ef Birkibeinar varo meɴ callaþir. En þaðan ifra þotti þat vera nafn-bot oc þeir mikilſ verþir er sva heto." (Svs., 45) Þannig þróast nöfnin með þeim sem þau bera.

Eins er í Fagurskinnu áhersla lögð á að Sveinn Úlfsson teljist ekki konungur í Danmörku fyrr en Magnús góði deyr: „þaðan í frá kalla menn hann konung í Danmǫrku, en eigi fyrr." (Fsk., 250) Er það ítrekun á stefnu Magnúss frá upphafi: „Magnús konungr ok hans menn kǫlluðu Svein jarl, þó at sjálfr kallaði hann sik konung ok hans vinir." (Fsk., 224) Magnús einn er konungur. Með því er ekki gert lítið úr Sveini, hann er konungur af eðli og verður það við dauða Magnúss en „eigi fyrr".[1] Það er ómark þegar Þorkell geysa gefur Sveini konungsnafn enda kallað „ofdirfþar verc" af Haraldi harðráða (Msk., 158). Haraldur er raunar í sömu stöðu, verður konungur í Noregi við andlát Magnúss en frá því að hann kemur til Noregs er hann „callaðr konvngr af bvondom" og þykir þó „diorfvng [...] at lata heita annan mann konvng at honom [Magnúsi] lifanda." (Msk., 93) Nú er Haraldur réttur konungur en er síðan sagður hljóta konungs nafn af lendum manni, Þóri á Steig, þá aðeins 15 ára. Frá því er sagt í Morkinskinnu (93) og Fagurskinnu (242–3) en í Heimskringlu gefur Þórir Haraldi ekki konungs nafn fyrr en eftir að Magnús hefur gefið honum hálfan Noreg (III, 99). Haraldur verður þó greinilega ekki konungur þegar Þórir á Steig gefur honum nafnið heldur er það gjöf frá Magnúsi góða (Ágr., 36; Msk., 94; Fsk., 244; Hkr. III, 98). Konungar eiga ekki að þiggja nafn frá bóndum. Einnig er uppi sú kenning að Haraldur sé orðinn konungur löngu fyrr: „segja sumir, at hann tœki konungs nafn í Nóregi, en sumir synja". Telst hann þá konungur frá því skömmu eftir fall bróður síns á Stiklustöðum (Ágr., 32). Enn merkari hefur þó þótt viðurkenning Ólafs helga á konunglegu eðli hans. Í Heimskringlu segir hann um Harald þrevetran: „Hér muntu konung upp fœða, móðir." (II, 108) Sagan um fund þeirra brœðra er einnig í Helgisögu Ólafs helga (80) en þar er orðið *konungur* ekki notað. Heimskringluhöfundur gerir það aftur á móti. Haraldur er konungur að náttúru frá blautu barnsbeini en fær nafnið frá bróður sínum og byggist réttur hans til þess á því.

Bæði Sveinn og Haraldur eru réttir konungar. Eigi að síður verður Sveinn ekki konungur fyrr en Magnús deyr, Haraldur ekki fyrr en Magnús hefur gefið honum það nafn. En þar sem Haraldur er konungur að ætt og eðli er ekki glæpur hjá Þóri á Steig að kalla hann konung. Öðru máli gegnir þegar hann „reisti upp mann þann, er Sveinn var kallaðr, [...] fyr ofmetnaðar sakar" gegn Magnúsi berfættum (Ágr., 43).[2] Sá er óættborinn og fyrir vikið lætur Þórir lífið en Sveinn þessi er svo ómerkilegur að enginn virðist hafa áhyggjur þó að hann komist lífs af. Kemst hann síðar í sætt við Eystein konung. Sveinn er enginn konungur en það er Ólafur helgi og ber konungsnafn áður en hann

---

[1] Einnig er sagt frá þessu í Heimskringlu (III, 41, 46) og Morkinskinnu, þegar sagt er frá kvæði Þjóðólfs Arnórssonar: „Hier visar til þess jafnan j kuedskapnum ath Magnus konungr og aller hans menn kollodu Suein jall þott hann sialfr kallade sig konung edr hans vinir." (Msk., 51)

[2] Fagurskinna (303), Morkinskinna (298–9) og Heimskringla (III, 213) segja einnig frá þessu en aðeins Ágrip notar orðið ofmetnaður og Heimskringla leggur ekki jafn mikla áherslu og hin ritin á að þetta sé svívirðing gegn konungi.

KONUNGUR Á JÖRÐU OG HIMNI

berst til ríkis eins og sagt er í Heimskringlu: „Þá er Óláfr tók við liði ok skipum, þá gáfu liðsmenn honum konungsnafn, svá sem siðvenja var til, at herkonungar, þeir er í víking váru, er þeir váru konungbornir, þá báru þeir konungsnafn þegar, þótt þeir sæti eigi at lǫndum." (Hkr. II, 4–5) Ekkert er athugavert við að kalla þann sem er konungur að náttúru því nafni áður en hann tekur við völdum en þó þykir Heimskringluhöfundi ástæða að greina sérstaklega frá þessu enda áhugamaður um forna siði og venjur.

Nafn konungs er aldrei orðið tómt. Þegar sambúð Ólafs helga og Ólafs sænska er verst neitar sá síðarnefndi að kalla hinn fyrrnefnda konung: „En þat er Konongsund kallat siðan, oc fara menn skipum siðan giægnum sundet. Oc Olafr en svænsce matte æigi længi siðan hæyra, at Konongssund være kallat, oc villdi hann hins digra mannz sund kalla lata." (Helg., 62) Ólafur sænski viðurkennir ekki Ólaf helga, fremur en Magnús Svein Úlfsson. Honum virðist sama þó að sundið sé nefnt eftir nafna hans (þó að tillaga hans sjálfs að nafni sé ekki mjög þjál) en þolir ekki að Ólafur helgi sé kallaður konungur. Í þessu tilviki er þetta yfirgangur og helgast af kröfum hans til Noregs en hjá Magnúsi nauðsyn, aðeins má vera einn konungur í hverju landi og hann er sjálfur konungur Dana. Af sömu ástæðu er við valdatöku Haralds gilla lögð áhersla á að Magnús blindi beri ekki konungsnafn lengur: „vrþo þa/ orrøþi. at M. var fra riki tekiN. oc at hann metti þa eigi konvngr kallaz." (Msk., 401)[1] Magnús er keppinautur Haralds um krúnuna og því hættulegt fyrir Harald að menn kalli hann konung. Meðferð Haralds á Magnúsi væri enda enn svívirðilegri ef Magnús er viðurkenndur konungur. Þá virðist skipta máli að menn kalli Magnús ekki konung þó að hann hafi auðvitað verið það áður en Haraldur steypti honum.

Íslenskir sagnaritarar lögðu ekki nafn konungs við hégóma. En það er hégómi að kalla þann konung sem ekki ber heitið með réttu, hefur ekki þá eiginleika sem konunglegir eru. Þetta sést þegar hinn slægvitri Úlfur jarl Sprakaleggsson, faðir Sveins sem síðar varð konungur, reynir að gera Hörða-Knút, son Knúts ríka, barnungan að konungi og ná sjálfur völdum í Danmörku meðan Knútur er erlendis. Þó að Hörða-Knútur verði síðar konungur hefur hann enn ekki náð þeim styrk sem til þarf og lætur því undan við lítinn orðstír og móðir hans, Emma drottning, þarf að biðja honum griða. Þá segir Knútur: „Nú ef hann vill nǫkkura sætt við mik gera, þá fari hann á fund minn ok leggi niðr hégómanafn þat, er hann hefir sik konung látit kalla." (Hkr. II, 276) Nafn konungs er lagt við hégóma ef því er klínt á þann sem er óverðugur eða stendur ekki undir því.

Orðið *konunglegt* er einnig hlaðið merkingu. Aðalsteinn Englandskonungur

---

1 Nánast sama orðalag er í Hkr. III, 287.

sendir mann á fund Haralds hárfagra með sverð sem hann kallar gjöf en þegar Haraldur tekur við því upplýsir sendimaðurinn að þar með sé Haraldur „þegn hans ok sverðtakari." Haraldur íhugar að drepa sendimanninn en hættir við: „Þá minntisk Haraldr konungr [...] at þat var eigi konungligt at drepa sendimenn annars konungs [...] heldr at láta koma ráð ráði í móti ok orð orði" (Fsk., 72).[1] Haraldur sér að sér og hegðar sér eins og konungi sæmir, konunglega. Notkun orðsins sýnir hvernig konungur á að hegða sér. Sagt er við Harald gráfeld að það sé „eigi konungligt at þora eigi at sœkja vináttu til slíks konungs sem Danakonungr var." (Fsk., 107) Úr verður að Haraldur treystir nafna sínum en fellur með svikum. Það þarf ekki að merkja að hann hafi breytt rangt, vera má að höfundur Fagurskinnu telji hann betri mann við að hafa verið svikinn.[2] Eins er hryðjuverk Haralds gilla á Magnúsi blinda og öðrum kallað „verc illt oc okonvnglict." (Msk., 401) Hákon Ívarsson bendir Haraldi á að það sé „konungligt at hallda vel orþ sinn." (Msk., 220) Um Sigurð Jórsalafara er sagt að hann veiti „konvngliga" (Msk., 351) og Jarisleifi konungi í Garðaríki þykir konunglegt þegar sveinninn Magnús góði hefnir sjálfur móðgana hirðmanns við sig (Msk., 5). Það er engin tilviljun að orðið ber á góma í mannjafnaði konunga sem snúast um hvað sé konunglegt og hvað ekki. Sigurður Jórsalafari segir „ekki konungligt" að Eysteinn efni ekki það sem hann heitir en í svari Eysteins kemur fram að hann sé saklaus af því (Hkr. III, 260). Orðið lýsir því til hvers er ætlast af konungi.

Herra er fastur titill, notaður í ávarpi um konung oftar en taki að nefna. Orðið er fornt miðstig af *hár*, merkir þann sem hærri er en í íslenskum konungasögum er það notað sem formlegt ávarp án merkingarauka. Öðru máli gegnir um *drottinn* sem Ynglingasaga taldi eldra heiti yfir konung. Það er almennt notað um drottin á himnum frá kristnitöku og nær eingöngu á síðari öldum en sjaldan haft um konunga í þeim sagnaritum sem hér er fjallað um. Þegar það er gert kemur stundum til greina að það sé notað í háði (t.d. í Hkr. II, 301). Vissulega hefur það sín áhrif að sömu orð séu notuð um Guð og konung og ber vitni þeim tengslum sem menn sáu milli þessara fyrirbæra. Slík orðanotkun er ekki bundin við dróttkvæði. Frá kristnitöku germanskra þjóða er Kristur nefndur jarðarkonungur eða himnakonungur, um hann notuð sömu orð og um jarðneska konunga, um það eru heimildir frá 7. öld og allar miðaldir. Árið 1075 er Hinrik 4., keisari Hins heilaga rómverska keisara-

---

[1] Frásögnin af viðskiptum þeirra konunga er í Fagurskinnu (Fsk., 71–3) og Heimskringlu (I, 143–5)

[2] Sbr. hugmyndir Hoffmanns (Die heiligen Könige bei den Angelsachsen und den skandinavischen Völkern, 14–46 o.v.) um að konungar sem séu sviknir séu líklegri en aðrir til að verða helgir og dæmi þar um (58–89, 101–27). Í Heimskringlu er þessi setning ekki enda virðist höfundur hennar setja viskuna ofar öðrum dyggðum.

ríkis, minntur á að hann beri nafn konungsins á himnum. Í gömlum kveðskap voru konungar stundum kenndir við Æsi en eftir kristni bregður svo við að nöfn Ása, t.d. Baldurs, eru notuð bæði í kenningum um konung og Krist og kann að virðast þversagnakennt.[1]

Þegar hið germanska og rómanska mættist á þjóðflutningatímanum höfðu hinir rómversku keisarar þróað titlatog sitt betur en germanskir smákonungar virðast hafa gert. Ekki er unnt að rekja alla þá sögu hér en smám saman verður hefð að germanskur konungur sé nefndur *rex* og kenndur við þjóð sína. Það heiti er latnesk samsvörun nafnsins *konungur*, notað frá kristnitöku. Óvíst er hversu mörg heiti konungar báru þá utan skáldamáls en kristnir germanskir konungar báru heitið *rex*, þar á meðal Frankakóngar. Karlungar héldu þeim forna titli Meróvekinga eftir að þeir höfðu svipt hina fornhelgu ætt konungsríkinu og árið 768 bættist gratia Dei (fyrir Guðs náð) við titilinn sem sýnir hvaðan vald konungsættarinnar kom. Þar í er táknuð ný helgi sem Karlungar þurftu þar sem þeir gátu ekki byggt helgi sína á fornri ætt að sama skapi og Meróvekingar. Einnig báru þeir heitið patricius Romanorum sem merkti að þeim bæri að vernda páfakirkju. Titill Karls mikla fyrir 800 var *Carolus gratia Dei rex Francorum et Langobardorum ac patricius Romanorum vir inluster*. Sýnir hann að grundvöllur veldis þeirra Pippins var Frankaríki og þeir töldu sig óháða keisara.[2] Eftir 800 kallar Karl sig fullu nafni *Karolus serenissimus augustus a Deo coronatus magnus pacificus imperator Romanorum gubernans imperium, qui et per misericordiam Dei rex Francorum et (atque) Langobardorum*. Einnig var hann kallaður *basileus* að sið keisarans í Konstantínópel en sá titill hafði verið opinbert heiti þar eystra frá 629.

Þetta titlatog sýnir þær hefðir sem Karl þurfti að sameina og þá merkingarauka sem fólust í heitinu *rex*. *Dominus* sýndi að hann var engum háður, einnig er þó tekið fram að miskunn Guðs sé forsenda valdsins. *Imperator* sýnir að hann er herforingi, serenissimus (sem tók við af piissimus) var ættað úr titli fyrri keisara. Nafnbótin *augustus* vísar til heiðurstitils Oktavíanusar, herforingjans sem varð keisari, og gegnir svipuðu hlutverki og hið gríska basileus. *Romanum gubernans imperium* sýnir að keisararíki Karls og konungsríki eru tvennt ólíkt þó að saman kunni að fara í einum manni. Heildaráhrifin eru rómversk. Titlatogið er yfirlýsing. Til viðbótar er Karl gjarnan nefndur *imperator caesar* eins og Rómarkeisarar hinir eldri og vantar þá aðeins heitið *flavius* sem Alcuin eykur stundum við. Austur-Rómarkeisarar eru

---

[1] Sjá: Snorri Sturluson. Edda, 121–2; Chaney. The Cult of Kingship in Anglo-Saxon England, 50–2, 193–200; Fidjestøl. Det norrøne fyrstediktet, 190–3; Leyser. Rule and Conflict in an Early Medieval Society, 79. Um germönsk og norræn orð yfir hirð, sjá: Lindow. Comitatus, Individual and Honor.

[2] Sjá: Wolfram. Intitulatio I; Wolfram. The Shaping of the Early Medieval Kingdom.

einnig nærri í titlatogi Karls, frá þeim koma ýmis sæmdarheiti og undirstrika að Karl er eins og Konstantínus mikli kirkjulegur og kristinn keisari með beinan aðgang að Guði. Eftirmenn Karls notuðu imperator et augustus sem samsvara austrómverskum titlum (autokrator og basileus) og eftir að Ottó 2. giftist inn í keisaraættina í austri var bragð af því að Rómarkeisaratitlar tækju við af titlum Franka. Ekkja hans, Theophano, stjórnaði nokkur ár fyrir son þeirra og var þá bæði kölluð imperator og imperatrix. Sonur þeirra var Ottó 3. sem fyrir 996 var *Otto divina favente clementia rex* en varð síðan imperator og að lokum Romanorum imperator augustus. Árið 1000 hafa bæst við heitin servus Iesu Christi og servus apostolorum auk þess sem Ottó er kallaður s*anctarumque ecclesiarum devotissimus et fidelissimus dilatator* og *Romani orbis imperator augustus*. Þessi heiti eru yfirlýsing um stöðu Ottós í heiminum, annarlegt bland auðmýktar og hroka. Hann er í senn keisari og þjónn, að vilja Krists, yfirmaður kirkju, trúaðastur trúaðra, þjónn postulanna og frelsarans, fyrir náð Guðs keisari alls heimsins, rómverskur, saxneskur, ítalskur og þannig mætti lengi telja.

Þannig sýnir titlatog keisaranna hugmyndir þeirra. Þegar Karlamagnús gerðist keisari varð hann fyrstur konunga á ármiðöldum til að gera rómverska keisara að fyrirmynd sinni til fulls. Titlatog Ottós 3. er á hinn bóginn til vitnis um hugmyndina um keisarann sem postula sem bætist við það sem fyrir er.[1] Rannsóknir á öðru titlatogi evrópskra konunga hafa sýnt að það helst í hendur við viðhorf samtímans. Ekki var þó í öllum tilvikum verið að stæla rómverska titla, til að mynda ekki hjá Englandskonungum á 10. og 11. öld. Hið Heilaga rómverska keisararíki hefur sérstöðu í að fylgja dæmi Karlunga en keisari hættir þó aldrei að vera konungur, rex, sem sýnir styrkar germanskar stoðir. Sumir eru einnig nefndir keisarar (imperator) en nafn konungs er þó jafnan kjarni heitisins. Friðrik rauðskeggur keisari er eftir 1184 nefndur Romanorum rex semper augustus. Þessi tvöfeldni sést einnig hjá Frankakonungum en þessi tvö lönd eru handhafar arfsins eftir Karlamagnús og undir mestum rómverskum áhrifum.[2]

Þá víkur sögu til Norðurlanda en þar er menningarástand með nokkrum öðrum hætti. Eins og áður sagði voru enskir konungar fjarri Róm á 10. og 11. öld en áður höfðu þeir að mestu kennt sig eingöngu við landið og þróunin er

---

[1] Wolfram. Lateinische Herrschertitel im neunten und zehnten Jahrhundert, 19–58, 79–96 og 153–62; Wolfram. Schlußwort, 553–555

[2] Sjá: Kleinschmidt. Die Titularen englischer Könige im 10. und 11. Jahrhundert, 118 o.v.; Brunner. Der fränkische Fürstentitel im neunten und zehnten Jahrhundert, 179–340; Garms-Cornides. Die langobardischen Fürstentitel; Schneidmüller. Herrscher über Land oder Leute?; Merta. Die Titel Heinrichs II. und der Salier; Lohrmann. Die Titel der Kapetinger bis zum Tod Ludwigs VII.

þar frá þjóð til lands, frá rex Cantuariorum til rex Cantiae. Offa hættir aftur á móti að kalla sig rex Merciorum og lét nægja konungsheitið eitt, Offa rex. Veldi Englakonungs er aldrei meira.[1] Ekki eru hér tök á að kanna titlatog norrænna konunga en mörg konungsheiti í norrænum kveðskap vísa til stöðu konungs, hlutverks og æskilegra dyggða. Bragningur, dróttinn, gæðingur, goði, gramur, harri, hildingur, hilmir, jöfurr, konungur, lofðar, mildingur, ræsir, stillir, vísir, þjóðann og öðlingur eru aðeins nokkur dæmi. Þó að dróttkvæði séu ekki til umfjöllunar hér verður ekki litið framhjá því að þau eru jafnan geymd í konungasögum og eru því þáttur þeirra. Í konungasögum ber lítið á að konungar séu kallaðir annað en konungar. Samheitafjöldi dróttkvæðanna er í hróplegu ósamræmi við orðfæð textanna sem ramma þau af. Velta má fyrir sér hverju það sætir og má vera að hin einfalda skýring sé hin rétta. Dróttkvæðin fjalla í stuttu máli og myndrænt um það sem sögurnar greina frá í lengra máli. Í einu konungsheiti þurfa þau að lýsa þeim konunglegu eiginleikum sem sagan getur sýnt með dæmisögu eða lýsingu á framgöngu konungs. Konungasagan þarf ekki að kalla Harald harðráða herkonung, hún hefur færi á að sýna hann í hernaði. Til að nefna hann notar hún aðeins orðið *konungur* sem fær alla þá merkingarauka sem lýsingar á konungum og hegðun þeirra skapar. Norrænir konungar konungasagna eru konungar eins og Offa, þurfa engin frekari heiti. Það sem orðið *drottinn* felur í sér sýna sögurnar en segja aldrei vegna þess að það liggur í augum uppi og það er að konungur er táknmynd Guðs.[2]

Orð um konung eru ávallt merkingarþrungin, því skiptir máli hvaða orð eru notuð. Þar gildir hið sama og rannsóknir á titlatogi konunga hafa sýnt. Þau nöfn sem konungar nota um sjálfa sig sýna hvaða augum þeir líta sjálfa sig og stöðu sínu, nöfn sem aðrir nota veita einnig upplýsingar um þær hugmyndir sem að baki liggja. Þar er jafnan á ferð kynleg blanda ímyndar og veruleika, titlatog konunga er túlkun á rétti og stöðu þeirra í þessum heimi og öðrum. Eins hafa nöfn konunga ákveðna merkingu. Þegar Þorsteinn Hallsson biður Magnús góða um nafn hans sést að Magnúsi þykir ekki hæfa að nafn hans sé almenningseign: „þo eg hafa litils hattar konungr verit þaa er þo nauckr so diorfung otignum monnum ath kalla born sin eptir mier." Hann bætir við: „þat segir mer hugr vm ath mune liggia (a) þessu nafne harmr og

---

1 Scharer. Die Intitulationes der angelsächsischen Könige im 7. und 8. Jahrhundert.
2 Snorri Sturluson. Edda, 122–6, 139–42. Um nöfn konunga í dróttkvæðum, sjá stuttar greinar Boyer (Pagan Sacral Kingship) og Martin (Some Thoughts on Kingship in the Helgi poems). Ég hef ekki rekist á heildarúttekt á þessu. Nánar um dróttkvæði og hlutverk þeirra: Lie. Skaldestil-studier; Lie. 'Natur' og 'unatur' i skaldekunsten; Turville-Petre. Scaldic Poetry (formáli); Frank. Old Norse Court Poetry; Fidjestøl. Det norrøne fyrstediktet; Kuhn. Das Dróttkvætt; Marold. Kenningkunst.

tign." (Msk., 143) Nafn konungs er ekki aðeins eign konunga einna, á því er náttúra. Á ritunartíma Morkinskinnu höfðu fjórir með þessu nafni orðið konungar til viðbótar: Magnús Haraldsson, Magnús berfættur Ólafsson, Magnús blindi Sigurðsson og Magnús Erlingsson. Enginn varð eldri en þrítugur og þrír féllu í bardaga. Það er harmurinn sem tigninni fylgir. Tignin sést í þeirri skýringu sem veitt er á upphafi nafnsins í Heimskringlu: „Konungr mælti: „Hví léztu sveininn Magnús heita? Ekki er þat várt ættnafn." Sigvatr svarar: „Ek hét hann eptir Karla-Magnúsi konungi. Þann vissa ek mann beztan í heimi.""(Hkr. II, 210) Nafn Magnúss konungs minnir á aðra konunga og engan minni en sjálfan Karlamagnús. Konungar gáfu stundum börnum sínum nöfn gagngert til þess að minna á aðra konunga. Sjálfur Karlamagnús skírði son sinn eftir Kloðvík, landsföður Franka, og varð hann síðar keisari undir nafninu Loðvík guðhræddi.[1]

Konungi ber að heita konungs nafni. Þegar Svíakonungur er skírður Jakob „líkar Svíum illa ok kǫlluðu, at aldrigi hefði Svíakonungr Jákob heitit." (Hkr. II, 130) Á sama hátt eru nöfn enskra og franskra konunga merkingarþrungin, þeir voru kenndir við hildi (Child-), sigur (Segi-) og fyrir kristni við heiðna guði (Os-) og hrafna (Chramn-). Nafn konungs á að greina hann frá öðrum og þykir hæfa að í konungsættum tíðkist sérstök nöfn.[2] Það er samsafn tákna sem sameinuð mynda nýtt tákn og þegar saman fara hlutlægur frásagnarháttur íslenskra sagnarita og alþjóðleg ritskýringarhefð þess tíma verður táknið sérstaklega mikilvægt. Nafnið táknar konunginn í manninum.

2. Ásýnd konungs

ÁÐUR EN SVERRIR KONUNGUR DEYR biður hann um að vera hafinn í hásæti sitt til að deyja þar og hlakkar um leið yfir Nikulási Árnasyni sem hafði að hans sögn viljað „at ek mvnda hoGínn nidr fem bu-ſmali firi hund ok rafnn" (Svs., 193). Hvergi er konungurinn konunglegri en í hásæti sínu og aldrei er tign hans mikilvægari en í dauðanum sem endurspeglar lífið allt. Konungur mætir konungi sínum með reisn, seta hans í hásæti sýnir tign hans umfram aðra. Eins er sagt frá því í Skjöldungasögu að Danur hinn mikilláti

---

1 Buchner. Das merowingische Königtum.
2 Sbr. Chaney. The Cult of Kingship in Anglo-Saxon England, 22–3. Á 13. öld er Magnús alltítt mannsnafn á Íslandi og virðist algengara en önnur konunganöfn, s.s. Haraldur og Hákon. Sennilegt er að höfundur Morkinskinnu hafi talið Magnús, son Þorsteins Síðu-Hallssonar, elsta dæmið um nafnið enda ekki útilokað að nafnið hefjist í hans ætt.

haldi hásæti sínu eftir dauðann (Skjöld., 12). Konungleg tign sigrar ekki dauðann en konungur mætir honum uppréttur. Hið sitjandi lík er minni í íslenskum sagnaritum. Skallagrímur og Auður djúpúðga eru upprétt í dauðanum, Ingimundur gamli beinlínis í hásæti. Í því sést tign sem dauðinn getur ekki unnið á og það er engin tilviljun að þeir ókrýndu Íslendingar sem hér voru nefndir eru höfðingjar ættar sinnar. Það sem hér skiptir máli er sýnileiki virðingarinnar. Hið sama á við þegar Erlingur skakki krýpur fyrir Valdimari Danakonungi sem síðan gerir hann að jarli sínum og kyssir á hönd hans (Hkr. III, 405). Innbyrðis afstaða þeirra er tákngerð, með þessu sýna þeir virðingarröð á himni og jörðu í leikrænni athöfn.

Það sést á konunginum að hann er sérstakur, hann þekkist frá öðrum. Orðið *afbragð* í lýsingu Ólafs helga (Ágr., 27) ber að taka bókstaflega, hann er frávik frá hinu vanalega, einstakur. Engin furða er að spámaðurinn í eynni Syllingum viti þegar sendimaður Ólafs Tryggvasonar leitar til hans að hér er ekki konungur sjálfur á ferð því að „Óláfr var þá frægr orðinn af því um ǫll lǫnd, at hann var fríðari ok gǫfugligri ok meiri en allir menn aðrir." (Hkr. I, 266) Hið sama gildir um Hákon góða: „hann var auðkenndr fyr hæðar sakar ok yfirbragðs." (Ágr., 10)[1] Um Sigurð slembidjákn segir: „at allri atgǫrvi var hann vmfram langt alla sina iafnalldra oc naliga hverN maN aNan iNoregi." (Msk., 406) Og Magnús blindi er „hverjum manni fríðari, er þá var í Nóregi." (Hkr. III, 278) Það segir því sitt um konungdóm Haralds Guðinasonar þegar Haraldur harðráði segir um hann: „Lítill konungr var þessi" (Fsk., 284). Sérstaða konunga býr innra með þeim en kemur fram í útliti þeirra. Þegar reynt er að villa um fyrir þeim sem leita Ólafs Tryggvasonar barnungs með því að setja ambáttarson í staðinn tekst það ekki því að konungsbörn þekkjast (Odd., 13). Og þó að byskup haldi að Ólafur helgi sé Knútur ríki er aðalatriðið að hann sér að hér fer „sannr kononngr" (Helg., 54).

Dæmisagan um Úlf auðga sem Haraldur harðráði jafnar um (Msk., 189–94) snýst um þetta: Konungur er konungur, þræll er þræll. Það reginbil er ógerningur að má út. Þræll getur ekki sett á sig krónu og þóst vera konungur því að konungur þekkist.[2] Vini Tryggva Ólafssonar konungs bregður þegar hann sér Harald konung því að „a vallt bregðr mer við er ec sec tigna Menn." (Msk., 250) Konungur svarar þá: „vera kann þat s. hann at nocqvor éttar svipr veri með okr T. konungi." Það eru ekki einvörðungu blóðbönd sem tengja þá Harald. Eðli þeirra sem konunga er eitt og hið sama og fær ekki dulist. Þegar

---

1 Sjá nánar um þetta minni í konungasögum og víðar: Arent Madelung. Snorri Sturluson and Laxdœla.

2 Í Landsbókasafni (Lbs. 362, 4to) er í sögusafni frá 18. öld saga sem ber heitið: Þræll vill heita herra, hvað má kallast verra. Ég hef ekki lesið hana en nafnið sýnir að Íslendingar hafa öldum saman áttað sig á þessum mun.

Magnús góði neitar að víkja fyrir Haraldi lætur Haraldur undan en kveðst gera það af visku, kapp Magnúss beri æsku hans vitni. Þá svarar Magnús því til að gerðir hans sýni „ettar bragþ en eigi øsco bragþ." (Msk., 98) Sú ætt sem átt er við er fyrst og fremst norska konungsættin en einnig sú ætt sem allir konungar heimsins mynda. Þeir eru allir eitt og það sýnir útlit þeirra. Það speglar jafnan innrætið. Útlit Sveins Úlfssonar blekkir eigi að síður Magnús góða: „Magnus konungr [...] fann at hann var vitr madr og virduligr synum og hugde ath hann munde so nockuth j trunade og vinfeinge sem hann var asyndar." (Msk., 35–6)

Afbragðsútlit konunga á sér einnig hagnýta hlið. Konungur gat orðið gagnslaus (inutilis) og þar með vanhæfur ef hann þjáðist af líkamlegu meini. Það gat átt við um veika konunga (eins og Baldvin 4.) og geðveika konunga (Karl 6. Frakkakonung) rétt eins og konunga á barnsaldri og konunga sem voru langdvölum fjarri, t.d. í krossferðum, eins og Ríkarð ljónshjarta og heilagan Loðvík 9. Andstæðingar konungs gátu hagnýtt sér líkamleg mein þeirra. Í Austurrómverska keisararíkinu tíðkaðist að blinda eða gelda keppinauta um krúnuna, eins og gert var við Hrærek blinda og Magnús blinda í Noregi, eða skera af þeim nefið.[1] Þegar konungar eru blindaðir eða nefið skorið af er ef til vill verið að gelda þá táknrænt því að bæði augu og nef geta haft slíkt tákngildi á miðöldum. Einnig má benda á að neflaus konungur er lítið augnayndi og sá sem ekki sér stjórnar engum her.[2] Eins eru háaldraðir konungar illa settir í hernaði og viska þeirra og styrkur tekinn að dofna. Hákon jarl færir sér í nyt að aldur Haralds Gormssonar er talinn veikleiki þegar hann blekkir Gull-Harald til að verða vopn sitt gegn Noregskonungi (Hkr. I, 236). Til eru undantekningar á þessu: „Ingi var hryggbrotinn ok var þó vinsælastr þeira." (Fsk., 335)[3] Það veldur eigi að síður því að bræður hans ætla að taka af honum ríki: „þeim þótti hann eigi hafa heilsu til at vera konungr." (Fsk., 335) Verra er ef konungur er óður, eins og Sigurður Jórsalafari á seinni hluta ævi sinnar: „Illa ero þer at staddir Noregs menn at hafa øran konvng ifir yþr." (Msk., 397)

Kona getur ekki orðið konungur fremur en geldingur. Þó að konur hefðu hlutverk innan konungsætta og væru jafnvel krýndar með mönnum sínum er

---

1 Sjá umfjöllun hjá: Hocart. Kingship, 162; Le Goff. Le roi dans l'Occident médiéval, 27–29; Peters. The Shadow King, 68–9, 185; Norwich. Byzantium, 328–40 o.v.

2 Sbr. MacKay. Signs Deciphered, 290–2; Bagge. Society and Politics in Snorri Sturluson's Heimskringla, 112.

3 Svipað orðalag er í Morkinskinnu (445–6) en í Heimskringlu (III, 331) koma sömu þættir í fari Inga fram. Ingi er haltur (Ágr., 52; Msk., 416; Hkr. III, 305) og er því vanhæfur, bæði af hagnýtum ástæðum auk þess sem haltur konungur er heldur léleg táknmynd fullkomins Guðs og þar með réttlætisins.

konungur í eðli sínu karl.¹ Í íslenskum konungasögum eru konungar ekki konur eins og fram kemur þegar Norðmenn kvarta yfir Alfífu, móður Sveins: „er þæir sælldu konong sinn oc toko i mote mæri oc hon nyfolat [...] Mego menn hælldr biða hæima vanrettes, en sœkia æigi aller i æinn stað oc lyða þar æinnar kono orðom" (Helg., 208). Í því ljósi má skilja háðslega athugun Sverrissögu þegar eins árs piltur varð konungur Svía: „hofdu þa Suíar konung broklaufann." (Svs., 195) Brækur og ekki síður það sem í þeim er skiptir máli fyrir konung. Þegar konungar eru geltir er dregið úr karlmennsku þeirra og konungur sem ekki er karlmaður ræður ekki við hlutverk sitt.

Í konungslýsingum íslenskra konungasagna er útlit höfuðatriði. Knútur ríki er „manna mestr vexti ok sterkr at afli, manna fríðastr, nema nef hans var þunnt ok eigi lágt ok nǫkkut bjúgt. Hann var ljóslitaðr, fagrhárr ok mjǫk hærðr. Hverjum manni var hann betr eygðr, bæði fagreygðr ok snareygðr." (Knýtl., 127) Haraldur harðráði er „fríðr maðr ok tíguligr, bleikhárr ok bleikt skegg ok langa kampa, nǫkkuru brúnin ǫnnur ofar en ǫnnur, miklar hendr ok fœtr ok vel vaxit hvárt tveggja. Fimm alna er hátt mál hans." (Hkr. III, 198–99) Og þegar Noregskonungur, Danakonungur og Svíakonungur hittast í Konungahellu eru þeir hver öðrum glæstari: „Þá er þessir þrír konungar stóðu allir saman á einum velli, þá mæltu liðsmenn þeira, at eigi myndu fásk aðrir þrír vaskligri sjónum, var Ingi konungur ellztr þeira, var hann ok mestr bæði á hæð ok á digrleik. En Eiríkr konungr hafði fegrsta ásjón allra þeira. Magnús konungr var allra þeira hermannligastr ok harðligastr, ok váru þó allir miklir menn ok vaskligir." (Fsk., 311)²

Það heyrir til undantekninga að útliti konungs sé ekki lýst. Greinilegt er að sagnaritarar leitast við að lýsa konungum af nákvæmni og draga fram útlitssérkenni. Magnússynir eru hver með sínu lagi: „Eysteinn konungr var maðr inn fríðasti sýnum, bláeygr ok nǫkkut opineygr, bleikhárr ok hrokkinhárr, ekki hár meðalmaðr [...] Sigurðr konungr var maðr mikill vexti ok jarpr á hár, skǫruligr, ekki fagr, vel vaxinn, snœfurligr [...] Óláfr konungr var maðr hár ok mjór, fríðr sýnum" (Hkr. III, 256). Hið sama gildir um Haraldssonu: „Sigurðr konungr gerðisk maðr mikill ok sterkr, vaskligr maðr sýnum, jarpr á hár, munnljótr ok vel at ǫðrum andlitsskǫpum [...] Eysteinn konungr var svartr maðr ok døkklitaðr, heldr hár meðalmaðr [...] Ingi konungr var manna fegrstr í andliti. Hann hafði gult hár ok heldr þunnt ok hrǫkk mjǫk." (Hkr. III, 330–1) Sigurður slembir er „mikill maþr oc veN iarpr ahar. oc nacqvat eNisna/þr. bla-

---

1 Sbr. Leyser. Rule and Conflict, 48–73; Hocart. Kingship, 103–4.
2 Sjá Msk., 329 og Hkr. III, 229. Orðalagi er breytt, mest í Heimskringlu, en ekki inntaki að marki. Eins og Hughes hefur nefnt (The Ideal of Kingship in the Fornaldar sögur Norðurlanda, 2–7) eru konungasögur ekki nærri jafn uppteknar af útliti konunga og t.d. fornaldarsögur.

Í LEIT AÐ KONUNGI

eygr oc rettletir. liþr anefino afrhendr oc fimr. oc hveriom manne gørvare at ser. vm alla lvti." (Msk., 424) Magnús Erlingsson er „helldr hár maðr a voxt oc harðvaxiN miðmior limaðr vel oc fagrliga. hann var friðr maðr fionum at oðru en hann var noccot munnliotr." (Svs., 105) Ólafur helgi er „ekki hár, meðalmaðr ok allþrekligr, sterkr at afli, ljósjarpr á hár, breiðleitr, ljóss ok rjóðr í andliti, eygðr forkunnar vel, fagreygr ok snareygr, svá at ótti var at sjá í augu honum, ef hann var reiðr." (Hkr. II, 4) Haraldur gilli er „maðr hár ok grannvaxinn, hálslangr, heldr langleitr, svarteygr, døkkhárr, skjótligr ok fráligr, hafði mjǫk búnað írskan, stutt klæði ok létt klæddr." (Hkr. III, 267) Þannig er flestum konungum lýst í íslenskum konungasögum.

Eins og konungur heldur tign sinni fram í dauðann með því að sitja í hásæti sínu sýna lík konunga ódauðleika konunglegrar virðingar. Sverrissaga leggur áherslu á þetta. Þegar Magnús Erlingsson finnst er lík hans furðu líflegt: „ecki var brugðit yfir-bragþino oc eigi roðinn or kinnunum oc ecki ftirðnat." (Svs., 102) Um Sverri sjálfan segir aftur á móti: „engi þottiz fét hafa fegra likama dauds mannz enn hans. var hann ok medan hann lifdi allra manna fegrftr a hǫrundít." (Svs., 194) Lífs er hann á þessa leið:

> Sverrir var allra manna bezft lætadr. hann var lægr madr a voxt ok þyckr. fterkr at afli madr breidleítr ok vel farit andlítinu. optaz fkapat fkeGít. raudlitud augun ok lægu faft ok fagrt [...] hann var fæmiligr hofþingi þar er hann fat i hæfætínu med vegligum buníngí. hann var hær i fætínu enn fkammr fotleGrínn (Svs., 194)

Þannig er konungur í útliti. Hann er sterkur og hár í sæti ef ekki á velli og vakin er athygli á hvernig hári hans og augum sé farið. Ef litið er yfir aðrar konungslýsingar sem hér voru birtar er hið sama á ferð. Konungar eru fríðir sýnum, háir, miðmjóir, kraftalegir með mikið hár. Enginn er þó allt þetta og háralitur og augnalitur er breytilegur. Saman fara hið almenna og hið sérstaka. Um leið og hver konungur er með sínum hætti hafa þeir samkenni sem eru forskrift að því hvernig konungur lítur út.

Hár og augu eru mikilvægust. Hár leikur sérstaklega mikið hlutverk í sögu norsku konungsættarinnar, afkomenda Haralds hárfagra. Upphaf hennar er nátengt hári og það áður en Haraldur kemur til. Í Fagurskinnu og Heimskringlu er sagt frá því að Hálfdan svarti hafi haft það sérkenni að dreyma aldrei. Er það galli á konungi þar sem draumar geta nýst honum til að komast í samband við æðri máttarvöld en þegar að því kemur að Hálfdan dreymir

> birtisk hónum draumr þessi: Hónum sýndisk, at hann væri maðr berr ok hár hans allt í lokkum. Váru sumir síðir til jarðar, en sumir í miðjan legg eða í miðjan kálfa eða <á> kné eða miðja síðu, en sumir eigi lengra en á háls, en sumir ekki meirr en sprottnir ór hausi sem knýflar, en á lokkum hans var

hverskyns litr, en einn lokkr sigraði alla aðra með fegrð ok með fríðleik ok ljósleik. (Fsk., 58)[1]

Þarna dreymir hann afkomendur sína, konungsætt Noregs, og sá lokkur sem allra er fegurstur er Ólafur helgi, eins og tekið er fram. Þessi draumur er eins og aðrir í sögum hlaðinn merkingu. Norska konungsættin birtist í draumi sem dýrlegt hár.

Á eftir Hálfdani svarta kemur Haraldur hárfagri og hið fyrsta sem um hann segir er: „Hans hárvǫxtr var mikill með undarligum lit, því líkastr at sjá sem fagrt silki"(Fsk., 58) en síðar (Fsk., 70) segir að hann hafi verið nefndur lúfa vegna þess hve hár hans var sítt og flókið en Rögnvaldur Mærajarl hafi skorið hár hans sem var þá fegurra og hann því nefndur hárfagri. Í Fagurskinnu er þetta skyndilega undanhald undan hártískunni ekki skýrt en höfundur Heimskringlu gerir þessa sögn uppistöðu sögunnar um einingu Noregs. Hjá honum veldur þrá Haralds eftir dóttur konungsins af Hörðalandi því að Noregur verður eitt ríki. Hann biður hennar en hún vill ekki þýðast annan konung en þann sem er einvaldur yfir öllum Noregi. Haraldur ákveður að taka þessu ekki sem móðgun heldur sem guðlegri áminningu og sver þess eið að kemba ekki né skera hár sitt fyrr en hann hafi eignast allan Noreg. Vegna þessa heits er hár hans orðið úfið og ófagurt þegar hann vinnur Noreg og hann réttnefndur lúfa en þá getur hann látið skera hár sitt og Rögnvaldur gefur honum nýtt nafn (Hkr. I, 96–7, 122). Í Heimskringlu er hár Haralds hárfagra fellt í röklegu samhengi rómönsu með heiti og efnd þar sem það er einkenni en ekki aðalatriði.

Öðru máli gegnir um frásögn Ágrips sem er elst af þessum ritum. Þar er frásögnin um hárið í upphafi: „[Var] hann þá einn tekinn til [konungs], var hann þá kallaðr [Haral]dr lúfa, því at maðrinn var þá eigi [hárfa]gr. En síðan b[rey]ttisk nafn hans ok var kallaðr Haraldr h[á]rfagri, því at manna va[r hann] listuligastr ok hærðr bezt." (Ágr., 3) Hárfegurð Haralds stafar af konungdóm hans. Áður en hann er konungur er hann lúfa. Síðan verður hann hinn hárfagri. Breytingin úr lúfu í hárfagra er upphaf norsku konungsættarinnar sem er táknger í fögru hári í draumi Hálfdanar svarta. Þessi tengsl konungsættar og hárs er ekki einsdæmi. Frankakonungar af ætt Meróvekinga nefndust hinir síðhærðu konungar. Hárið var lykilþáttur helgi þeirra. Þar voru miklar helgiathafnir í tengslum við hár og hárskurð og þegar sá seinasti af þeirri ætt, Childeric 3., er settur af árið 751 er hann krúnurakaður og settur í klaustur. Enginn vafi leikur á að þessi hármissir táknaði missi konunglegrar

---

[1] Frásögnin er einnig í Heimskringlu (I, 90–1) og mjög svipuð þar. Í A-gerð Fagurskinnu (365) virðist Hálfdan tryggja hárfegurð ættarinnar með því að ganga að eiga konu sem nefnd er Helga hárprúða.

virðingar. Áður hafði konungur af sömu ætt orðið veikur og við dauðans dyr hlaut hann iðran og var krúnurakaður. Þegar hann jafnaði sig aftur var hann talinn hafa glatað krúnunni með þeirri athöfn. Hárdýrkun Meróvekinga er ekki einsdæmi, hún þekkist líka í Austurrómverska keisararíkinu þar sem hár keisara var skorið í helgiathöfn, hjá Langbörðum og óhætt er að bæta Noregi við.[1]

Hári norskra konunga er ævinlega lýst í konungasögum. Hálfdan svarti hlýtur nafn sitt af hári: „Var hann brátt mikill ok sterkr ok svartr á hár. Var hann kallaðr Hálfdan svarti." (Hkr. I, 84) Hákon góði er aftur á móti með „hárit þat á hǫfði sem silki gult væri." (Ágr., 8) Hákon jarl er „bæði vel hærðr ok skeggjaðr" (Fsk., 104) og sonarsonur hans Hákon Eiríksson „hafði hár mikit ok fagrt sem silki ok bundit um hǫfuð sér gullhlaði." (Fsk., 171)[2] Ólafur Tryggvason er „hvítur á hárslit allan, rétthærðr ok manna snøriligastr" (Ágr., 22), Ólafur helgi hefur „jarpt hár [...] ok rauðara skegg" (Ágr., 26),[3] Magnús góði er „ljóss á hár" (Hkr. III, 107), Haraldur harðráði er „bleikhárr" (Hkr. III, 198) og hefur lokka sem eru eftirsóttir af drottningum (Msk., 60) og Ólafur kyrri „gult hár sem silki ok fór afar vel" (Hkr. III, 203).[4] Eysteinn konungur er „hvitr a har" en bróðir hans, Sigurður Jórsalafari „svartr ahár" (Msk., 353 og 356).[5] Haraldur gilli er „døkkhárr" (Hkr. III, 267) en Sigurður slembir „iarpr ahar" (Msk., 424). Eysteinn Haraldsson er „svartr maðr ok døkklitaðr", Sigurður „jarpr á hár" og Ingi „hafði gult hár" (Hkr. III, 330–1).[6] Með örfáum undantekningum hafa íslenskir sagnaritarar fært á blað háralit allra norskra konunga frá Haraldi hárfagra, slíkt er gildi hársins fyrir norska konunga. En ekki aðeins fyrir þá. Í Skjöldungasögu segir frá því að þegar Álof niðurlægir Helga konung lætur hún skera hár hans og nýr tjöru og fiðri í höfuð honum (Skjöld., 24). Sú athöfn hefur átt að spilla fyrir Helga með því að draga úr konunglegri virðingu hans, á konung er ráðist með því að ráðast á hár hans. Og í lýsingu Knúts ríka er sagt rækilega frá hári hans. Aðeins augun fá sama vægi.

Frá augum Ólafs Tryggvasonar er sagt í sögu Odds munks. Þar er saga af spákonu sem sér konungseðli hans með því að líta í augu honum:

---

[1] Wallace-Hadrill. The Long-haired Kings, 155–8, 206–31 o.v.; Wallace-Hadrill. The Barbarian West, 134; Aufhauser. Die sakrale Kaiseridee in Byzanz, 541; Garms-Cornides. Die langobardischen Fürstentitel, 373–4; De Vries. Das Königtum bei den Germanen, 297–8.

[2] Sbr. Hkr. II, 37.

[3] Einnig Hkr. II, 4.

[4] Sjá Fsk., 291 og Msk., 286.

[5] Einnig Hkr. III, 256.

[6] Sbr. Ágr., 52.

væntir mek at ec myna skynia huerr styrandi er þessi hamingio ef ec fæ litið
sialldr augna hans. oc eigi man þa leynaz mega huerr þessar naturu er.
[...] Hon leit augu hans. oc skildi hon þegar at hann var þessar hinnar haleitu
giptu. (Odd., 27)

Augun koma upp um hinn innsta kjarna, þess vegna hafa konungur sérstakt
og hvasst augnaráð. Sagt var um augu Ottós 1. keisara að frá þeim hefðu
stokkið geislar eins og eldingar.[1] Ólafur helgi er „eygðr forkunnar vel, fagr-
eygr ok snareygr, svá at ótti var at sjá í augu honum, ef hann var reiðr." (Hkr.
II, 4) Sagan af Ólafi og bræðrum hans tekur til þess hve hvasseygur Haraldur
harðráði, konungurinn í hópnum, sé (Hkr. II, 107–8) og í Skjöldungasögu er
sagt frá hvössu augnaráði hins konungborna Ála (Skjöld., 18–19). Ef til vill
er verið að vísa til hins sama þegar Hákon góði er sagður „haukligr" (Ágr.,
10). Konungar sjá eins og ránfuglar, um það er Hálfdan svarti gott dæmi:
„Hálfdan konungr sá, at þeir fóru um vatsísinn, því at hann var allra manna
skyggnstr." (Hkr. I, 89).

Oft er greint frá augnlit konunga þó að ekki séu augun jafnmikilvæg og
hár norsku konungsættarinnar. Mikilvægi þeirra kemur þó best fram ef þau
vantar. Magnús Sigurðarson er blindaður um leið og hann kemst í hendur and-
stæðinga sinna.[2] Blindur konungur er ekki konungur. Konungur þarf að vera
sjáandi, hann er fulltrúi visku og réttlætis. Auk þess var áður nefnt að kon-
ungur var talinn vanhæfur ef eitthvað skorti á líkamlega yfirburði hans, m.a.
í Austurrómverska keisararíkinu en það er einmitt stólkonungur í Miklagarði
sem Haraldur harðráði blindar (Fsk., 285; Hkr. III, 87) og virðist þykja sér-
stök ástæða til að klifa á heimildargildi þeirrar sögu: „eigi þarf orð at gera hia
þvi at sialfan Griccia konvng blindaþi hann. iafn vel metti nefna til þess greifa
einnhvernn e. hertoga ef þat þøtti sannara. en iollom qveþom Harallz konungs
s. þetta eina lvnd." (Msk., 84) Með því að ræna stólkonunginn sýn rænir Har-
aldur hann um leið valdi því að sá sem er blindur getur ekki verið konungur.
Mikið er því vald hins norræna víkingahöfðingja sem ræður örlögum sjálfs
stólkonungsins.[3]

Í þriðja lagi er nefnt að konungar séu fríðir og oft tekið fram að þeir beri
af öðrum um fríðleik („allra manna fríðastur"). Það er sagt um Harald hár-
fagra (Fsk., 58) og alla konunga Noregs síðan og jarla, hvern fram af öðrum.
Í öllum konungasögum er fríðleikur konunga höfuðatriði en fegurðaráhugi

---

1 Leyser. Rule and Conflict in an Early Medieval Society, 83.
2 Fsk., 326; Msk., 401; Hkr. III, 287.
3 Um heimildargildi þessarar sögu, sjá m.a.: Sverrir Jakobsson. Haraldur harðráði í samtíð og
sögu.

Fagurskinnu og Heimskringlu sker sig þó úr.¹ Um Danakonunga gegnir sama máli, eins og sést á lýsingu Gorms hins gamla: „Þá er Gormr, son Hǫrða-Knúts, óx upp, var hann allra manna fríðastr sýnum, þeira er menn hǫfðu sét í þann tíma." (Skjöld., 87) Í Knýtlingasögu er sagt að Sveinn konungur Úlfsson hafi verið „allra manna fríðastr" (Knýtl., 137) en Valdimar „vænn ok mikill ok afbragðligr um flesta hluti." (Knýtl., 256) Andstæða þessara réttlátu konunga er Ólafur hungur: „Hann var lítill maðr ok ljótr, ófríðr sýnum" (Knýtl., 148). Í Knýtlingasögu endurspeglar útlit konungs verðleika hans en á því ber ekki í sagnaritum um norska konunga. Þeir eru flestir sagðir fríðir, hversu ómögulegir konungar sem þeir eru, jafnvel Sveinn Alfífuson (Fsk., 201) sem að engu öðru leyti er hæfur til konungdóms. Eiríkur blóðöx og synir hans eru fríðir, Hákon jarl og niðjar hans, Eysteinn meyla og nornin Gunnhildur (Fsk., 74). Fegurð konungs virðist almennari en gott innræti. Á hinn bóginn er Sigurður Jórsalafari sem að mörgu leyti er góður konungur þó að hann eigi við geðveiki að stríða seinni hluta ævinnar sagður „ekki fagr" (Hkr. III, 256). Stefna Heimskringlu, Fagurskinnu, Ágrips og e.t.v. Morkinskinnu virðist því sú að konungar séu almennt fagrir.

Fegurð konungs sýnir tign hans eins og fram kemur í lýsingu Ólafs kyrra: „Nú var Óláfr einn konungr í Nóregi eptir andlát Magnúss, bróður síns. Hann var mikill á allan vǫxt, ok þat er allra manna sǫgn í Nóregi, at engi maðr hafi sét fríðara mann eða tígurligra sjónum." (Fsk., 290–1)² Fegurðin fer saman við stærð. Sveinn Úlfsson er ekki aðeins allra manna fríðastur heldur einnig „hverjum manni meiri ok sterkari" (Knýtl., 137). Stærð og fegurð einkenna jafnvel raðir af konungum. Haraldur harðráði, Ólafur kyrri og Magnús berfættur eru allir „miklir menn ok fríðir sýnum." (Ágr., 45) Hæð og fegurð Magnúss eru borin við föður hans: „Hann var manna friþastr sionom. þegar fra var tekiN Olafr faðir hans. oc manna hestr var hann." (Msk., 291) Haraldur hárfagri er „allra manna mestr ok sterkastr ok fríðastr sýnum, vitr maðr ok skǫrungr mikill" (Hkr. I, 94) en sonur hans, Hákon Aðalsteinsfóstri, er „snimma fríðr ok mikill vexti ok mjǫk líkr feðr sínum." (Hkr. I, 143) Styrk, hæð og fegurð þeirra feðga er svo lýst tvisvar á næstu fimm síðum (Hkr. I, 146, 148) þannig að ekki þarf að efa að ytri einkenni tengja þá saman.³

Fegurð og hæð eru samkenni konunga. Eins og fegurðin er hæðin einnig

---

1 Sbr. m.a. Ágr., 12, 15, 26, 35, 40 og 45; Fsk., 74, 104, 171, 201, 212, 290–1 og 359; Msk. 24, 286, 291 og 353; Hkr. I, 91, 143, 146, 148, 149, 204, 213, 231, 266 og 372; Hkr. II, 3 og 37; Hkr. III, 199, 203, 256, 278, 330–1; Svs., 105.
2 Einnig í Msk., 286 og Hkr. III, 203.
3 Þær niðurstöður sem Klingenberg (Das Herrscherportrait in Heimskringla: +/- groß — +/- schön) fær úr athugun sinni á útlitslýsingu Heimskringlu eiga tvímælalaust við allar íslenskar konungasögur.

aðgreinandi. Í mannjafnaði konunga í Heimskringlu (III, 260) kemur fram að Eysteinn er afbragð annarra hvað fríðleik snertir: „Eigi er þat síðr einkanna hlutr, at maðr sé fríðr, ok er sá ok auðkenndr í mannfjǫlða. Þykki mér þat ok hǫfðingligt, því at fríðleikinum sómir inn bezti búnaðr." Á sama hátt er Sigurður Jórsalafari „mikill í flokki, sterkr ok vápnfœrr betr en aðrir menn ok auðsær ok auðkenndr, þá er flestir eru saman." Hann er afbragð að hæð eins og Eysteinn að fegurð. Það er ekki síst Haraldur harðráði sem ber þannig af öðrum. Um hann er sagt að hann sé „hæri en aðrir menn" (Fsk., 283) og þegar hann herjar á England kveðst Haraldur Guðinason „honum unna af Englandi: sjau fóta rúm eða því lengra sem hann er hæri en aðrir menn." (Hkr. III, 187) Hæð Haralds er víða nefnd og skilur hann frá öðrum. Aðrir konungar eru þó einnig háir, til að mynda Hákon Aðalsteinsfóstri, Ólafur Tryggvason og Haraldur gilli og synir hans en Hákon jarl er „ekki hár" og Ólafur helgi er „riðvaxinn meðalmaðr". Greinilegt er að í Ágripi er mikilvægt að geta hæðar konunga, það sést af fjölda dæma.[1] Þar segir að Sigurður Jórsalafari hafi verið „manna hæstr sem faðir hans ok forellrar." (Ágr., 50) Sigurður er sonur Magnúss berfætts en líkamsvöxtur hans er eins og vitnað var til áðan borinn við föður hans og afa, Ólaf kyrra og Harald hárfagra, í Ágripi. Í yngri konungasögum er frásögnin um krossana þrjá sem klappaðir voru á vegg Maríukirkju í Kaupangi og teikna hæð konunganna þriggja (Msk., 291; Fsk., 301–2; Hkr. III, 230). Að baki er sú hugmynd að hæð konunga sé eitt þeirra ytri einkenna sem sýni guðlegt eðli þeirra. Hún er til víða í Evrópu eins og dæmi frá Ungverjalandi sýna.[2]

Þar eru fegurð, hæð og styrkur heilög þrenning. Um krafta konunga er oft getið í íslenskum konungasögum, oft í tengslum við hæð og fegurð.[3] Líkamsstyrkur konungs helst í hendur við hernaðarstyrk hans og andlegan styrk. Kraftar einir eru þó ekki lykilatriði fyrir konung, eins og fram kemur í mannjafnaði Eysteins og Sigurðar. Þar stærir Sigurður Jórsalafari sig af kröftum sínum en Eysteinn telur upp aðra kosti jafnmerka: „Þat etla ec E. konvngr at ec mon vera maþr stercari oc syndr betr. sva er þat s. E. konvngr. Ec em maþr hagari oc teflig hneftafl betr. era þat miNa vert en afl þitt." (Msk., 383) Líkamlegt atgervi konunga er ekki allt en skiptir þó máli. Svíakonungi einum er svo lýst: „Steinkell konungr var Maþr feitr oc þungr aser. var hann dryccioMaðr micill" (Msk., 227). Er skemmst frá því að segja að þessir líkamlegu ágallar veikja Steinkel og stappar nærri að hann sé vanhæfur (inutilis) af þeim sökum.

---

1 Ágr., 7–8, 15, 22, 26, 45, 50–2.
2 Szovak. The Image of the Ideal King in Twelfth-Century Hungary, 251–9.
3 Sjá m.a. Ágr., 7, 39, 52; Msk., 400, 406; Fsk., 58, 74, 261; Hkr. I, 94, 146, 204, 213; Knýtl., 137.

Í LEIT AÐ KONUNGI

Útlit konungs er eitt fjölmargra ytri einkenna um þá tign sem býr innra, vísbending um annað og meira eins og fram kemur í orðum Geiru drottningar um Ólaf Tryggvason:

> En þo er sa einn er lanct er um fram aðra menn oc at visu hygg ec at þar leyniz konungr. þui at þessi maðr man vera mikils hattar oc dasamlegrar naturu. hann er hár oc uel vaxinn oc hefir gafuglega asionu oc friðan licama. hann hefir oc augu sua snor oc fogr at alldri fyrr sa ec mann sua tiguligan Oc sannliga ma ec yðr þat segia at mer lizc þessi vera um fram mannlegan hatt. oc ðöli er þessi maðr hefir. Með honum hygg ec vera monu vit mikit oc ageta speki oc undir þessi henni gafuglegu asionu ætla ec leynaz tign konunglegrar uegsemðar. (Odd., 31–2)

Snör og fögur augu, gáfuleg ásjóna og fríður líkami vitna um ágæti þess sem lýst er. Þetta útlit endurspeglar sérstakt innræti. Enn betra er þegar við útlit bætast hættir, hegðun, skrúð og tignarmerki, eins og í þessari lýsingu Ólafs:

> Óláfr konungr var mestr íþróttamaðr í Nóregi, þeira er menn hafa frá sagt, um alla hluti. Hverjum manni var hann sterkari ok fimari, ok eru þar margar frásagnir ritaðar um þat. [...] Hann vá jafnt báðum hǫndum ok skaut tveim spjótum senn. Óláfr konungr var allra manna glaðastr ok leikinn mjǫk, blíðr ok lítillátr, ákafamaðr mikill um alla hluti, stórgjǫfull, sundrgerðamaðr mikill, fyrir ǫllum mǫnnum um frœknleik í orrostum, allra manna grimmastr, þá er hann var reiðr ... (Hkr. I, 333)

Ólafur sker sig úr að öllu leyti. Auk styrks og fimleika er hann „sundrgerðamaðr."

Klæðnaður konungs er eitt af því sem greinir hann frá öðrum. Klæði Ólafs tryggja að hann þekkist á Orminum langa: „Hann hafði gylltan skjǫld ok hjálm, þunga hringabrynju ok svá trausta, at ekki festi á henni, ok er þó svá sagt, at ekki skorti vápnaburðinn at lyptingunni, fyrir því at allir menn kenndu konunginn, af því at vápn hans váru auðkennd, ok hann stóð hátt í lypting." (Fsk., 158–9)[1] Sjálfur Ormurinn langi er tákn um rausn og skörungsskap Ólafs, rétt eins og klæði hans. Eins og Ormurinn er auðkendur frá öðrum skipum þekkist Ólafur frá öðrum mönnum.[2] Eins er með Magnús berfætt:

> Magnús konungr var auðkenndr; hann hafði hjálm gullroðinn ok skrifat á león af gulli. Sverð hans var kallat Leggbítr; váru á tannhjǫlt ok gulli vafiðr meðalkaflinn ok var allra sverða bitrast. Hann hafði dregit silkitreyju ermalausa rauða yfir skyrtu, ok var þat mál allra manna, at eigi hefði sét vígligra mann við jafnmǫrgum vápnum eða vaskligra eða tíguligra. (Fsk., 314)[3]

---

1 Svipuð lýsing er í Hkr. I, 357. Í sögu Odds munks segir: „KonungriN var i rauðum silki kyrtli sua fogrum sem rosa veri." (Odd., 211)

2 Fsk., 150; Hkr. I, 346 og 354.

3 Einnig í Msk., 335 og Hkr. III, 235. Lýsingin í Ágripi (46) er ívið fáorðari.

Gull og litklæði konungs sjást langar leiðir og stafar af birta sem sýnir sérstöðu hans: „Hákon konungr var auðkenndr, meiri en aðrir menn. Lýsti ok af hjálminum, er sólin skein á." (Hkr. I, 189) Klæðum konungs er iðulega lýst er mikið liggur við. Þegar Magnús Erlingsson heldur í lokaorrustu við Sverri þar sem hann fellur er sagt að hann „hafði halfſciptan kyrtil af ſcarlati. halfr hvitr oc halfr ra/ðr." (Svs., 97) Silkiskyrta nafna hans, Magnúss góða, í orrustunni á Hlýrskógsheiði verður aðalatriði þeirrar frásagnar, þar berst hann brynjulaus og silkiskyrtan verður einkenni hans.[1] Og áður en Ólafur helgi heldur til Nesjaorrustu þar sem hann heggur Noreg úr hendi Sveins jarls er búnaði hans lýst (Hkr. II, 60) og aftur þegar hann verður eilífur konungr Noregs á Stiklarstöðum:

> Óláfr konungr var svá búinn, at hann hafði hjálm gylltan á hǫfði, en hvítan skjǫld ok lagðr á með gulli kross inn helgi. Í annarri hendi hafði hann kesju þá, er nú stendr í Kristskirkju við altára. Hann var gyrðr sverði því, er Hneitir var kallat, it bitrasta sverð ok gulli vafiðr meðalkaflinn. Hann hafði hringabrynju." (Hkr. II, 367)

Þáttur krossins í þeirri frásögn tekur af öll tvímæli um að hér fer mynd af kristnum konungi.

Klæðnaður konungs hefur merkingu. Þegar Sverrir konungur og Magnús Erlingsson ræða deilur sínar bendir Magnús á að kóróna hans sé ekki tildur á höfði hans heldur sé vald hans þaðan komið: „Ec var vigðr oc coronaðr af legatanum af Ruma-borg oc at raði allz laɴzfolcſ." (Svs., 67). Í því ljósi er auðskiljanlegt að Sverrir tekur „alla gripi hanſ. þar toc hann oc coronuna oc gullvondiɴ er hann var vigðr með oc allt vigſlu-ſcruð hanſ" (Svs., 84) þegar hann hrekur hann frá Björgyn. Rændur þessu skrúði er Magnús sem afsettur konungur, hann hefur misst sjálf valdstákn sín og þau skipta hinn vígða konung öllu. Þegar gripirnir skipta um hendur gerir konungsvaldið það einnig. Þannig verður Haraldur harðráði konungur í Noregi: „Þá mælti Magnús konungr: „Með þessum reyrsprota gefum vér yðr hálft Nóregsveldi..." (Fsk., 244).[2] Í sprota úr reyr felst hálft konungsríkið. Sköpum skiptir þegar slíkur gripur færist milli manna. Í Heimskringlu (III, 101) gefur Magnús Haraldi einnig hring Ólafs helga og minnir þar með á uppsprettu valds síns. Hann er konungur og sonur konungs og það hins heilaga eilífa konungs Noregs.

Á þennan hátt geta gripir orðið tákn og klæði fá nýja merkingu. Tvöfalt eðli Sigurðar sýrs er sýnt í klæðum hans. Þegar hann sést fyrst í Heimskringlu er hann sem bóndi á akri en skiptir síðan um ham með því að skipta um klæði,

---

[1] Ágr., 35; Fsk., 221–2; Msk., 43–5; Hkr. III, 43.
[2] Sbr. Msk., 94; Hkr. III, 98–99.

breytir sér úr bónda í konung þegar hann heldur til fundar við stjúpson sinn, Ólaf helga:

> Nú er konungr hafði þetta mælt, þá sezk hann niðr ok lét draga af sér skóklæði ok setti á fœtr sér kordúnahosur ok batt með gylltum sporum, þá tók hann af sér kápuna ok kyrtilinn ok klæddi sik með pellsklæðum ok yzt skarlatskápu, gyrði sik með sverði búnu, setr gylltan hjálm á hǫfuð sér (Hkr. II, 42)

Fötin skapa manninn en maðurinn getur einnig breytt merkingu þeirra. Það gerir Haraldur Eiríksson þegar hann fær sér gráfeld „[e]n áðr þeir røri í brot, hafði hverr hans manna feld keyptan. Fám dǫgum síðar kom þar svá mart manna, þeira er hverr vildi feld kaupa, at eigi fengu hálfir, þeir er hafa vildu." (Hkr. I, 212) Haraldur fær viðurnefnið gráfeldur fyrir að valda þessari tískusveiflu. Þegar konungur fær sér gráan feld verða gráfeldir konungleg klæði.

Sum klæði öðlast konunglegt tákngildi á þann hátt, önnur virðast almennari, til að mynda skarlatskyrtlar eins og Magnúsarnir klæddust í dæmunum hér að framan. Skarlat var höfðinglegur klæðnaður en blár konungslitur. Maður í bláu hefur því vakið aðdáun hinum megin á vígvellinum, ekki síst ef hann var að auki hærri en aðrir menn. Ef til vill er spurning Haralds Guðinasonar við Stanforðabryggjur því meðvituð um svar sitt: „Kenndu þér þann enn mikla <mann> með þeim blá kyrtli ok enn fagra hjálm". Jáyrðið leiðir af sér þessa athugun sem sagan dæmir síðan réttmæta: „Mikill maðr ok hǫfðingligr er hann, ok hitt er nú vænna, at farinn sé at hamingju." (Fsk., 282–3)[1] Hinn konunglegi blái litur myndar skarpa andstæðu við þá staðreynd að hamingjan hefur nú yfirgefið hinn mikla mann. Útlit konungs og gersemar mynda saman ytra byrði konungsríkisins, glysið umhverfis konung sem skiptir máli í íslenskum konungasögum. Það sést þegar Haraldur harðráði kemur til Noregs, áður en Magnús fær honum reyrsprotann: „ekki skip eitt mun þat verit hafa á Norðrlǫndum, er jafnmikit gull mun á hafa verit eða dýrligir steinar eða pell eða margs konar aðrar gersimar." (Fsk., 226)[2] Ríkidæmið á gullhlöðnu skipi Haralds sýnir veldi hans. Hið sama gildir um skip sonarsonar hans, Magnúss berfætts, en glæsibragur þess minnir á aðra og merka konunga: „eigi mun gørt hafa verit iafn fritt scip siþan Ormr ᴇɴ langi var ɢᴏʀ." (Msk., 302)

Morkinskinna, Fagurskinna og Heimskringla eru rituð á öld þegar vöxtur hljóp í mikilvægi hvers kyns ytri tákna sem einkenna konunga á sama hátt og fríðleikur og styrkur verða hlutgerving hugsjóna um konungsvald. Mestu máli skipti kórónan, veldistáknið sem Magnús Erlingsson missti í Björgyn. Hún var tákn um þjónustu konungs við Krist og einnig var hún oft talin ósýni-

---

1 Einnig Hkr. III, 186.
2 Í Morkinskinnu er lýsingin sumpart smekklegri. Þar sjá menn fyrst gullið og pellið og purpurann og undrast en síðan kemur í ljós hver er á ferð (Msk., 55).

KONUNGUR Á JÖRÐU OG HIMNI

legt band milli ríkis og konungs, til voru sýnileg og ósýnileg kóróna (corona visibilis et invisibilis) og er sú ósýnilega eilíf. Þegar á 12. öld er hún talin band milli konungs og konungsríkis og samnefnari þessa tveggja, veruleiki sem hafinn er yfir persónu konungs, aðgreind frá honum (distinctio) en þó ekki aðskilin (separatio). Á síðmiðöldum og síðar fær hún huglæga merkingu. Eftir því sem ríkisvald verður óháðara persónu konungs verður kórónan sjálf tákn fyrir hina huglægu veru, „ríkið" eða „krúnuna". Á hámiðöldum var hún tákn ríkisheildar sem var nátengd konungi sjálfum, ekki síst í Hinu heilaga rómverska keisararíki sem var ekki landfræðileg eining heldur hugmynd sem var hlutgerð í kórónu Ottós mikla. Sama gilti um hinar heilögu kórónur í Ungverjalandi og víðar í Austur-Evrópu.

Sprotinn sem Magnús góði afhendir Haraldi harðráða er annað slíkt tákn sem á sér hliðstæður. Hinn konunglegi stafur Ríkarðs 2. var brotinn þegar hann var settur af árið 1399 sem táknaði glataðan konungdóm. Án sprotans er enginn konungur og hið sama gat gilt um önnur veldistákn, vald konungs gat verið í hættu ef þau skorti. Það átti við um Stefánskórónuna í Ungverjalandi og árið 1024 þurfti Konráð 2. að fá innsigli Hinriks 2. frá ekkju hins síðarnefnda til að fullvissa landsmenn um að ríkið væri hans. Þessi veldistákn tákngerðu konungsríkið og helgi þess er færð yfir á þau. Allar miðaldir verða krýningarsiðir konunga smám saman glæsilegri, hefðbundnari og færast nær byskupsvígslu. Eins fer með greftrunarsiði. Mannfræðingar hafa sýnt fram á að krýningarathafnir konunga séu víðast hvar í heiminum af sama toga og leggja áherslu á að þar í sé táknuð guðdómleg staða konungs. Þannig sé sagt að keisarinn í Konstantínópel sé krýndur af Guði, hann er kallaður sigurvegari, sver eið, klæðist sérstökum skrúða og skóm, er krýndur með kórónu og vígður með heilagri olíu, sest í hásæti og fær veldissprota. Krýning keisarans í vestri bar þess á hinn bóginn merki að hann væri fyrst og fremst konungur en keisari að auki. Hann sór einnig eið þar sem hann lofaði friði, réttlæti og vernd. Hann fastaði, hlýddi á messu, var vígður með heilagri olíu, bar sérstaka kórónu, fékk sverð sem táknaði að hann væri verndari kirkju, sprota, hring og keisarahempu. Sungnir eru lofsöngvar, laudes, til heiðurs konungi sem er ímynd Krists konungs.

Athafnirnar eru alstaðar til en einstakir siðir einkenna hámiðaldir. Sennilegt er að sumir krýningarsiðir germanskra konunga séu óbreyttir frá heiðni. Aðrir koma inn fyrir rómversk áhrif. Þróun konungsvalds birtist í ytri umgjörð þess. Á ármiðöldum voru konungar staðlausir, ferðuðust á milli en áttu enga fasta höfuðborg. Smám saman taka þeir upp fasta búsetu í nokkrum höllum sem öðlast þá sérstaka helgi enda eru þar konungshásæti. Að lokum verða til höfuðborgir, ákveðnir krýningarstaðir og greftrunarstaðir konunga festast í sessi og verða um leið tákn konunglegrar helgi, til að mynda Rheims í Frakklandi og Westminster í Bretlandi. Um leið festast veldistákn í sessi. Sum breiðast út til allra konungsríkja Evrópu, önnur verða bundin einstökum ríkjum. Örninn var tákn Þýskalands, Frakkakonungar báru tvo stafi en á hinn bóginn breiddist hnötturinn (orbs) um alla Evrópu, var tekinn upp sem veldistákn Aragóníukonungs árið 1204, Bretakonungs á 14. öld. Hin ytri tákn skapa konungum ímynd sem hæfir helgi þeirra, hvers fyrir sig. Merking konungstákna ræðst af samhenginu. Það er yfirlýsing um konungsvald þegar Formósus páfi tekur upp konungleg veldistákn og á sama hátt fólust í krýningu Ottós 1. árið 936 þau skilaboð að hann væri í senn konungur og prestur. Keisari bar ýmsa muni sem sýndu yfirlýst yfirráð yfir öllum heiminum og hlutverk hans innan hinnar heilögu kirkju, þar á meðal heimskápuna (Weltenmattel). Þegar á 10. öld komu keisarar sér upp flóknu kerfi helgra gripa, veldistákna og annarra birtingarmynda yfirlýstrar helgi þeirra. Þegar fram koma hugmyndir um að sérhver konungur sé keisari í sínu ríki fara konungar smám saman að herma veldistáknin eftir honum (imitatio imperii) frá og með 12. öld. Þar bar hæst lokuðu krónuna, tákn alheimsvalds keisara sem aðrir konungar tóku upp.[1]

Íslensku konungasögurnar eru frá 13. öld. Áhersla þeirra á útlit konunga og klæðnað ber keim af stefnu evrópskra konunga þeirrar aldar þegar konungsvald var að festa sig í sessi en jafnframt stóð yfir hugmyndalegt stríð við páfagarð um uppsprettu valdsins. Konungar lögðu áherslu á að vera óháðir páfa og urðu því að leita að öðrum forsendum valds síns en kirkjulegri vígslu. Hin ytri tákn konungsvalds urðu bæði tæki og tákn, helgi þeirra var stundum talin óháð kirkjunni, hluti af innbyggðri helgi konunga. Frakkakonungar eru skýrt dæmi en á ofanverðri 13. öld stóð deila Filippusar fagra og páfa hæst. Frakkakonungar töldu sig hafa sérstakan lækningamátt og voru nefndir undrakonungar (magi reges) af þeim sökum og öðrum. Þeir gátu einnig státað sig af olíu Klóðvíks (sainte ampoule) sem var persónuleg gjöf frá Guði og sagt var að engill færði til Rheims í hvert sinn sem nýr konungur væri krýndur. Vígslan var stolin frá konungum Vísigota á Spáni en frá og með 9. öld tilheyrði hin heilaga olía Frökkum og var auðvitað eignuð sjálfum Klóðvík. Fyrst

---

1 Sjá m.a. Nelson. Inauguration Rituals; Goldammer. Die Welt des Heiligen im Bilde des Gottherschers, 514–21; Guenée. States and Rulers in Later Medieval Europe, 25–31, 74–80, 83–4; Kantorowicz. The King's Two Bodies, 336–83; Hocart. Kingship, 70–97; Beumann. Zur Entwicklung transpersonaler Staatsvorstellungen; Zotz. Carolingian Tradition and Ottonian-Salian Innovation; Folz. The Concept of Empire in Western Europe, 69–73; Klaniczay. The Paradoxes of Royal Sainthood as Illustrated by Central European Examples, 353–4; Leyser. Rule and Conflict in an Early Medieval Society, 87–91; Sadler. The King as Subject, the King as Author; Vale. The Civilization of Courts and Cities in the North, 297–302; Le Goff. Le roi dans l'Occident médiéval, 6–7 o.v. Um greftrunarstaði Bretakonunga: Loyn. The Governance of Anglo-Saxon England, 19–22; Chaney. The Cult of Kingship, 135–51.

og fremst var máttur Frakkakonungs ekki frá páfa, hann fylgdi þeim frá fæðingu og á 13. öld hafði hann verið órjúfanlega hnýttur við þjóðsögur um turnun Kloðvíks og heilagt smjör hans og við bættust heilagur fáni, örlagasteinn, heilagt ljósker og fæðingarblettur. Þrettánda öldin var gullöld þjóðsagna um Frakkakonunga og ætt þeirra sem varð eldri og helgari með hverju ári. Þá voru látnir konungar gerðir að dýrlingum og ættin fékk þar með beinlínusamband við himnaríki. Frakkakonungur er hinn eini sanni kristni konungur (rex christianissimus). Helgi hans verður helgi landsins. Frakkland er talið heilagt og Frakkar útvalin þjóð. Að þjóna Frakklandi var að þjóna Guði. Spánarkonungar þóttust einnig öðrum konungum helgari og voru kallaðir „hinir katólsku konungar". Evrópskir konungar voru flestir goðumlíkir á myndum frá 13. öld. Hinrik 3. Englandskonungur gekk ekki jafn langt og Frakkakonungar í að helga vald sitt en jók þó helgiathafnir til muna, Westminsterkirkja var helguð sem konungskirkja með styttum og öllu tilheyrandi og Játvarður játari varð þjóðardýrlingur. Hann vildi að enska þjóðin teldi hann föður og nefndi sig gjarnan svo en krafðist ekki sama sjálfstæðis gagnvart páfa og Frakkakonungar. Þar af leiðandi myndaðist aldrei sama þjóðsagnafjöld um enska konunga og franska á 13. öld.[1]

Á 14. öld verður vart við að tekið sé að aðskilja konunginn frá embætti sínu. Veldistáknin fá þá nýtt mikilvægi. Innsiglishringur konungs varð tákn giftingar konungs og ríkis. Þegar Ríkarður 2. afhendir hann Hinrik 4. árið 1399 merkir það skilnað konungs frá konungsríkinu og sýnir að embætti og maður eru ekki lengur eitt. Á 12. og 13. öld voru gripirnir aftur á móti óaðskiljanlegir frá þeim hávaxna, fagra, sterka, hárprúða og hvasseyga manni sem bar þá. Saman mynda útlit, klæði og veldistákn hið ytra byrði sem sýnir hina innri virðingu sem aldrei deyr. Sá er merkingarauki konungsins sem mætir dauða sínum í hásætinu, hins sitjandi líks. Konungleg virðing deyr ekki. Það sést í lýsingu á líkfylgd Sveins Úlfssonar (Knýtl., 137), í viðbrögðum Eysteins konungs áður en hann er höggvinn (Hkr. III, 345) og fegurð Haralds hárfagra og stórmennska eru enn sýnileg þegar Fagurskinna er rituð: „Hann var allra manna fríðastr ok sterkastr ok svá mikill sem sjá má á legsteini hans" (Fsk., 58). Sú ásýnd sem legsteinninn sýnir er óbrotgjarn minnisvarði um það sem býr innra með fyrsta Noregskonunginum, konunglegt eðli hans.

---

1 Sjá m.a. Kantorowicz. The King's Two Bodies, 232–58; Rougier. Le caractère sacre de la royauté en France; Guenée. States and Rulers in Later Medieval Europe, 86–8; Bloch. The Royal Touch, 37–8, 128–50; Ullmann. Principles of Government and Politics in the Middle Ages, 193–211; Ullmann. The Carolingian Renaissance and the Idea of Kingship, 91–110; Strayer. On the Medieval Origins of the Modern State, 49–56; Le Goff. Le roi dans l'Occident médiéval, 4–5 o.v.; Warren. The Governance of Norman and Angevin England, 171–84, 218–29; Clanchy. England and its Rulers, 282.

Í LEIT AÐ KONUNGI

3. Lækningamáttur konungs

SÉRSTAÐA KONUNGS birtist í nafni og útliti og sérstökum kröftum sem konungar búa yfir og nýtast þegnunum þegar mikið liggur við. Þannig læknar Ólafur helgi Egil Hallsson: „Óláfr konungr lagði hendr sínar yfir síðu Egils, þar er verkrinn lá undir, ok sǫng bœnir sínar, en jafnskjótt ók ór verk allan." (Hkr. II, 287)[1] Nú er einfalt að útskýra krafta Ólafs með því að hann sé nú þegar orðinn sá milligöngumaður (intercessor) sem hann er ótvírætt eftir dauðann þó að hann vilji ekki svo vera láta þegar hann býðst til að lækna Þóri Ölvisson: „Hefir þú eigi spurt þat, at ek em læknir? Ok láttu mik sjá sullinn." (Hkr. II, 301). Þessi tvö læknisverk vinnur Ólafur áður en hann verður heilagur en það er túlkað öðruvísi þegar hann læknar kverkasull í Garðaríki:

> „Var þá fyrst á þannug virt sem Óláfr konungr hefði svá miklar læknishendr sem mælt er um þá menn, sem mjǫk er sú íþrótt lǫgð, at þeir hafi hendr góðar, en síðan er jartegnagørð hans varð alkunnig, þá var þat tekit fyrir sanna jartegn." (Hkr. II, 342)

Síðari helgi Ólafs verður þannig lykill að skilningi á þessari lækningu en ekki er minnst á hana þegar segir frá fyrri læknisverkum hans. Bæði virðist mega telja þau gömul kraftaverk eða einfaldlega læknisverk konungs sem síðar verður heilagur enda geta fleiri konungar læknað en Ólafur.

Haraldur harðráði læknar konu í Miklagarði (Msk., 60–2) og hamstola svein í félagi við Magnús góða (Msk., 118–20). Einnig læknar hann hina veiku Ingibjörgu (Msk., 195–9) og virðist það vera fóstureyðing. Sverrir konungur fær líka að spreyta sig á Hreiðari sendimanni: „Reidar var lengi fiukr ok lagdi Sverrir konungr þar til morg lækningar-brogd." (Svs., 192) Nú eru þetta aðeins fáir konungar og bæði Magnús og Haraldur nátengdir hinum helga Ólafi en þó verður ekki annað séð en hugmyndin um konunginn sem lækni lifi góðu lífi í íslenskum konungasögum. Hvernig á að skilja frásögnina þegar Magnús strýkur lófa manna sinna og tilnefnir síðan tólf sem honum þykja hafa læknishendur til að binda sár? Þó að það sé ekki sagt virðist snerting hans talin eiga sinn þátt í að gera þessa menn að læknum, að hann veiti þeim af lækningamætti sínum. Tekið er skýrt fram að þeir séu allir læknar eftir það en það voru þeir ekki áður (Hkr. III, 45).[2]

Það er gömul hugmynd að konungar hafi í sér kraft sem þeir geti eftir atvikum miðlað öðrum og læknað. Í Kastilíu var konungur sem vann bug á djöflum en þekktustu tilvik um konunglega lækna eru lækningar franskra og

---

[1] Einnig í Helg., 118.

[2] Talið var að snerting keisara Austurrómverska ríkisins gerði alla hluti heilaga (Aufhauser. Die sakrale Kaiseridee in Byzanz, 541).

KONUNGUR Á JÖRÐU OG HIMNI

enskra konunga á eitlakröm (scrofula). Þann eiginleika hefur Marc Bloch rannsakað og telur forsendu hans vera að konungar voru taldir í sérstöku sambandi við guðdóminn. Franska Meróvekingaættin hafi verið helg og þess vegna enst lengur en styrkur leyfði, eins og Japanskeisarar á shogunaskeiðinu. Á hinn bóginn hafi Karlungar orðið að helga vald sitt á annan hátt og það hafi þeir gert með því að kalla sig prestkonunga. Þar með hafi þeir komist í tæri við lækningamátt sem heyrði til prestum. Sagt er að Karlamagnús hafi læknað blindu Leós 3. páfa eða öllu heldur Guð með hans hjálp. Það er ekki einsdæmi meðal konunga. Rómarkeisararnir Vespasíanus og Hadríanus gátu læknað og öll kalífaættin. Árið 1081 reið Hinrik 4. keisari Hins heilaga rómverska keisararíkis um Toulouse og mannfjöldinn þyrptist að honum til að læknast. Og í Danasögu Saxa segir frá að þýskar mæður hafi streymt að Valdimari Danakonungi til að láta hann lækna börn sín þegar hann fór um Rínarlönd.[1]

Eins og áður sagði hefur mestri birtu verið brugðið yfir lækningar enskra og franskra konunga á eitlakröm sem eru ef til vill fyrirmynd lækninga Ólafs helga á kverkasulli og öðrum lækningum konunga í íslenskum konungasögum. Hugmyndin um lækningamátt konunga er í fullu fjöri frá 10. og 11. öld fram á 17. öld án þess að hnigna verulega þó að lækningarnar yrðu formbundnari með árunum. Bloch hefur komist að því að fyrstu konungarnir sem læknuðu eitlakröm sem síðar var nefnd konungsveiki (mal de roi) voru Róbert 2. Frakkakonungur (996–1031) og Hinrik 1. Englandskonungur (1100–1135). Síðar var látið sem Frakkakonungar hefðu læknað frá upphafi og á 16. öld er því haldið fram að Klóðvík hafi verið fyrstur og Játvarður játari fyrstur Englandskonunga en sumir eignuðu það hinum forsögulega Lúsíusi. Fyrstu heimildirnar um lækningar eru aftur á móti frá 12. öld og engar heimildir eru til um að afkomendur Klóðvíks eða Pippins hafi þóst getað læknað í krafti konungstignar. Eina samtímafrásögnin af konunglegum lækni er af Guntram hinum franska á 6. öld sem var talinn helgur og engin ástæða er til að samfella hafi verið í læknislist konunga frá honum til Kapetinga á 11. öld. Á hinn bóginn segir ævisöguritari Róberts guðhrædda, Helgaud, að hann hafi læknað holdsveiki með snertingu sem hafi fremur verið náðargáfa en ættareinkenni. Þangað rekur Bloch upphaf goðsagnarinnar um lækningamátt Frakkakonunga. Einn konungur er talinn geta læknað en sá eiginleiki erfist síðan til afkomenda hans, verður sértækari og beinist að eitlakröm og er að lokum talin konungleg gáfa. Eiginleiki konungs færist yfir á konunga, lækningin er talin konungseinkenni í Frakklandi þegar á 11. öld. Hjá Bretum kom þessi hugmynd fram sem hluti af stefnu Hinriks 1. en Játvarður játari er endurgerður upphafsmaður.

---

1 Sbr. Bloch. The Royal Touch, 28–48. Sjá einnig: Hocart. Kingship, 37; Myers. Medieval Kingship, 165–6; Gunnes. Divine Kingship, 152–3.

Í LEIT AÐ KONUNGI

Síðan þróast þessar lækningar og urðu að formföstum sið. Enskir og þó einkum franskir konungar notfærðu sér hæfileikann í áróðursskyni, í Frakklandi er hann tengdur olíu Kloðvíks og notaður sem rök fyrir kröfu Frakkakonunga um að eiga einkarétt á heitinu rex christianissimus. Myndir sýna að talið er að lækningamátturinn geri konunginn að eins konar klerki. Aðrir konungar vildu ólmir geta læknað líka þó að sumir gerðu lítið úr eigindinni. Á 14. öld er fullyrt að Kastilíukonungur geti læknað, Karl af Anjou er sagður lækna á 13. öld og á 16. öld er ungverskum konungum eignað að geta læknað svokallaða konungsveiki (morbus regis). Afleiðingin varð aukin trú á helgi konunga sem er kaldhæðnislegt í ljósi þess að trú á helgi konunga var einnig forsenda trúar á lækningamátt þeirra. Athöfnin lifði forsendur sínar lengi, seinasta dæmi um formlega eitlakramarlækningu konungs er frá 31. maí 1825. Þá var Karl 10. konungur, 32 árum eftir að Frakkar afhelguðu konungsvald með því að taka bróður hans, Loðvík 16., af lífi.[1]

4. Hegðun konungs og stórmennska

ÞAÐ KEMUR AÐ ÞVÍ í skiptum Magnúss Erlingssonar og Sverris konungs að þeir hittast og Magnús býður Sverri einvígi en Sverrir neitar því og segir: „all-u-konunglict fyniz mer þat at beriaz i einvigi fem þær kempur en engra maNa hafa forræði" og býður Magnúsi í staðinn að ríða í „turniment" (Svs., 68). Nú hefur komið fram að orðið *konunglegt* ber að taka alvarlega, ekki síst ef það er notað í konungasögu af sjálfri söguhetjunni. Orð konungs hér eru því vísbending um hvernig konungar eigi að hegða sér og þeir eiga ekki lengur að saurga sig með því að berjast sjálfir heldur ríða með mönnum sínum í burtreiðum. Hegðun konungsins á að vera riddaraleg. Það er því engin furða að lýsingarorðið *kurteis* sé notað um konung. Ættfaðir Noregskonunga, Haraldur hárfagri, er „fullkominn til mannanar allrar, þeirar er kurteisum konungi byrjaði at hafa." (Fsk., 58) Niðjar hans erfa þá kurteisi, Magnús berfættur er sagður „maNa kvrteisastr" (Msk., 291) og Ólafur Tryggvason „bezt at sér gǫrr í allri korteisi." (Ágr., 22)

En hvað er átt við með þessu orði? Lýsingarorðið *kurteis* er tökuorð úr frönsku, er þar *courtois* og merkir 'það sem hæfir við hirðina'.[2] Þar sem hirðin er ekkert annað en föruneyti konungs kann að virðast óþarfi að taka fram

---

[1] Bloch. The Royal Touch, 11–27, 51–107, 177–228 o.v. Einnig: Hocart. Kingship, 37–40; Gunnes. Divine kingship, 150–1; Weber. Das „Toucher Royal" in Frankreich zur Zeit Heinrichs IV. und Ludwigs XIII.; Sturdy. The Royal Touch in England.

[2] Sbr. Fischer. Die Lehnwörter des Altwestnordischen, 79–80, 88.

að konungar séu kurteisir en notkun orðsins um konunga sýnir þó að svo hefur ekki þótt. Konungar eru ekki endilega kurteisir eða konunglegir. Kurteisi snýst því um kjarna hins konunglega. Orðið eitt sér sýnir vitund um tilvist konunga og tignarmanna og hefur verið kallað kjarni norrænnar riddarahugsjónar.[1] Það skýst inn í Íslendingasögur og byskupasögur. Rétt er að taka fram að orðið á sér jafn margar hliðar og samband konungs og þegns, kurteisi konungs er ekki sambærileg við kurteisi þegns þó að stundum sé erfitt að greina hvort átt sé við konunglega eða þegnlega kurteisi. Kurteisi þegns er öðruvísi en konungs en kurteisi þess sem aldrei hefur við hirð verið er engin, sá sem ekki hefur dvalið við hirð kann ekki að hegða sér við hirð. Þess vegna veitir orðið mestar upplýsingar um þá sem ekki eru innfæddir hirðmenn, t.d. Íslendinga.

Kurteisi konungs felst þá í því að hegða sér eins og konungi sæmir. Dæmin um konunglega hegðun eru mörg. Hákon Aðalsteinsfóstri er kurteisastur allra konunga, í „ǫllum ridderaskap ok korteisi um fram of aðra menn." (Ágr., 8) Í Heimskringlu er sagt að hann hafi numið við ensku hirðina af Aðalsteini konungi „rétta trú ok góða siðu ok alls konar kurteisi" (I, 145) og í Fagurskinnu er hann sagður „kurteisari í allri atgervi en aðrir menn til vápns eptir afli ok atgervi." (75) Notkun orðsins um Hákon sýnir að hann er fyrirmynd um konunglega kurteisi. Síðan er okkur sagt að þessi kurteisi konungur „fór með sér vitrliga ok listuliga, beiddisk enskis, vingaðisk við alla, þýddisk ráðamenn, minntisk gamalla manna með spakligum ráðum, miðlaði gjafar leikmǫnnum ok œskumǫnnum, tamði sik með þeim í leika ok gleði, sýndi í fjǫlmenni atgervi sína á marga lund." (Fsk., 75–6) Konungur á að vera kátur og lítillátur eins og sagt er um Hákon. Hið sama kemur fram í tali konunganna Eysteins og Sigurðar við upphaf mannjafnaðar þeirra (Msk., 382). Þar sést þunglyndi Sigurðar sem ekki er kurteisi og kemur niður á hirð hans en Eysteinn er ekki eins skapi farinn enda annarstaðar sagður „manna glaðastr ok lítillátastr", bróðir þeirra, Ólafur, er sagður „glaðr ok lítillátr" en Sigurður „fámæltr ok optast ekki þýðr" (Hkr. III, 256). En alúðleg hegðun hefur eins og konunglegt útlit áhrif á vinsældir konungs eins og sagt er um Harald hárfagra: „Haraldr tók þegar í bernsku sinni við mikilli vinsælð bæði fríðleiks sakar ok blíðlætis, er hann hafði við hvern mann." (Fsk., 365)

Fleiri dæmi eru um að konungar séu hrokar alls fagnaðar en þessi frásögn af Ólafi kyrra er ef til vill besta dæmið úr konungasögum um hinn blíða, góða og vinsæla konung sem hegðar sér þannig að þegnum hans líður vel:

> Ok hver gœzka hans hafi verit ok ástsemð við lýðinn, þá má skilja af orðum þeim, er hann mælti dag nǫkkurn í Miklagildi. Var hann kátr ok í skapi góðu,

---

1 Bjarni Einarsson. On the Status of Free Men in Society and Saga, 49.

Í LEIT AÐ KONUNGI

ok gerðusk þeir til, er þetta mæltu: „Hérnú, fǫgnuðr er oss á, konungr, attu ert svá kátr." En hann svaraði: „Hví,["] kvað hann, [„]skal ek nú eigi vera kátr, er ek sé bæði á lýð mínum kæti ok frelsi ok sit ek í samkundu þeiri, er helguð er helgum fǫðurbróður mínum. Um daga fǫður míns þá var lýðr undir aga miklum ok ótta, ok fálu flestir menn gull sitt ok gersimar, en ek sé nú at á hverjum skínn, er á, ok er þeira frelsi mín gleði. (Ágr., 40–1)[1]

Ólafur er fulltrúi tiltekinnar konungsímyndar, hinn káti, blíðláti og kurteisi konungur. Hann er konungur sem þegnunum líkar. Annar þáttur hegðunar konungs er íþróttaiðkun hans. Magnús góði er á unga aldri „þegar kønn við marga leica oc iþrottir. hann [gecc a hondom eptir borþom] með miclom fimleic. oc syndi i þvi micla atgervi" (Msk., 4) og hirðmenn hans þekkjast fyrir „cvrteisligan roþr" (Msk., 120). Faðir hans, Ólafur helgi, er „íþróttamaðr mikill um marga hluti, kunni vel við boga ok syndr vel, skaut manna bezt handskoti, hagr ok sjónhannarr um smíðir allar, hvárt er hann gerði ok aðrir menn." (Hkr. II, 4) Konungur ber af öðrum í íþróttum sem útliti, er jafnvel völundarsmiður.

Blíða er eitt einkenni konunglegrar hegðunar, íþróttamennska annað, stórlyndi hið þriðja. Konungur hopar ekki fyrir neinum, um hann á að vera hægt að segja eins og Miklagarðsdrottning um Sigurð Jórsalafara: „Vist er sia konvngr storlyndr." (Msk., 351) Í konungi eiga að sameinast lítillæti og stórlyndi en eins og verða vill er það illsamræmanlegt og konungar Noregs verða fulltrúar fyrir annað tveggja. Hákon Aðalsteinsfóstri og Ólafur kyrri eru dæmigerðir lítillátir konungar. Ólafur helgi er á hinn bóginn „kappsamr í leikum ok vildi fyrir vera ǫllum ǫðrum, sem vera átti fyrir tígnar sakir hans ok burða." (Hkr. II, 4) Ekki er heldur lítillætinu fyrir að fara í sögunni af hálfbræðrum Ólafs þar sem konungurinn í hópnum sker sig úr með því að glápa á móti, vera hefnigjarn og hafa meiri áhuga á að eiga húskarla en kýr (Hkr. II, 107–8). Sá er Haraldur harðráði sem er bæði faðir Ólafs kyrra og andstæða hans meðal konunga.

Konungar eiga að vera stórlyndir en helst eiga þó að fara saman stórmannlegt útlit, klæðnaður og hegðun. Konungar bera konungs nafn, þeir hafa konunglega ásýnd, klæða sig konunglega, hafa krafta sem aðrir hafa ekki og þeir hegða sér konunglega. Þetta er hið ytra byrði konungsvaldsins, yfirborð þess. Það sem mestu skiptir er undir þessu yfirborði en eigi að síður skiptir yfirborðið máli. Það hefur sitt að segja að Hákon góði sýnir af sér heiðna hegðun þegar hann snýst til vinganar við Þrændi: „Svá er sagt, at hann biti á hrosslifr, ok svá, at hann brá dúki umb ok beit eigi bera, en blótaði eigi ǫðruvís." (Ágr., 8) Hákon er kristinn en eigi að síður er þessi sýndarmennska mót-

---

[1] Einnig í Msk., 291–2. Þessi saga er á hinn bóginn ekki í Heimskringlu.

gjörð við Guð eins og fram er tekið í Ágripi (11). Þó að kjarninn sé kristinn má hið ytra ekki vera heiðið því að yfirborðið er eina sýnilega vísbendingin um hina konunglegu tign sem innra býr.

5. Konungur í upphæðum

HIN KONUNGLEGA TIGN er eins og áður kom fram óljósasti þáttur konungsímyndar íslenskra konungasagna, þessi plús Ex með aungvu nafni og óglöggu vegabréfi sem vantar til að jafnan gangi upp og konungur sé konungur, óháð völdum, auði, dyggðum eða ytri þáttum. Hún veldur því að Sigurður Jórsalafari getur gert Rogeir jarl í Sikiley að konungi þó að ríki hins síðarnefnda sé síst minna en smáríkið í norðri sem Sigurður ræður að þriðjungi: „þá leiddi Sigurðr konungr Rogeir jarl til hásætis með sér ok gaf hónum konungs nafn. Rogeirr konungr helt síðan lengi konungdómi ok œxlaði mjǫk ríki í marga staði." (Fsk., 318)[1] Hvað sem líður sanngildi þessarar frásagnar er boðskapur hennar skýr, jafnvel hinn frægasti og ríkasti jarl í miðju alheimsins er undir konungi Noregs vegna þess að hann er konungur.

Einn angi hinnar konunglegu virðingar er ósnertanleiki. Ekki má leggja hendur á konunga eða ganga á tign þeirra. Hermönnum er fullkomlega óleyfilegt að drepa konungborið fólk. Þetta er almenn regla í heiminum sem sums staðar gengur svo langt að beinlínis er bannað að snerta konunga. Ekki hefur hún þó ávallt verið jafn vel haldin. Í Evrópu er sjaldgæft á miðöldum að konungar séu drepnir en nokkur dæmi eru þó um það, til að mynda á Norðurlöndum. Úr því dró mjög frá og með 13. öld og var nánast bannað síðan. Konungar, kristnir sem heiðnir, höfðu óskýranlega og óhöndlanlega tign sem ekki varð af þeim tekin og einkennir það afstöðu almennings til konunga og tignarfólks fram á okkar öld. Þessi ósnertanleiki er síðan hlutgerður á ýmsan hátt, til að mynda í ákvæðum um grið og konungsfund sem síðar verður fjallað um, ekki á að vanhelga konung með blóði. Ólafur helgi verður því ofsareiður við víg Sel-Þóris og spyr: „Er eigi þat dauðasǫk [...] er hann drap mann í konungs herbergi, ... [og] hafði fœtr mína fyrir hǫggstokkinum?" (Hkr. II, 200) Sjálfur forðast hann að úthella konunglegu blóði Upplendingakonunganna fimm (Hkr. II, 105–7) og telur sig vinna þar mikinn sigur: „trauðr em ek at týna þeim sigri, er ek fekk á Upplendingakonungum, er ek tók þá fimm á einum morgni, ok náða ek svá ǫllu ríki þeira, at ek þurfta einskis þeira

---

1 Einnig í Hkr. III, 247–8.

banamaðr verða, því at þeir váru allir frændr mínir." (Hkr. II, 125)[1] Annað dæmi um útfærslu ósnertanleikans er að konunga má ekki móðga á nokkurn hátt. Eru mörg dæmi í Morkinskinnu um að aðgát skal höfð í nærveru konungssálar. Konungar gleyma ekki, eins og Þorkell geysa kemst að þegar hann reynir að kaupa sig í sætt við konung: „Þat var vvizca mikil at gøra slict spott oc gabb til hofþingia sem þer hafit [...] gort til var." (Msk., 158)

Engin tök eru á að telja hér öll dæmi þess að menn virði konunga eða sé refsað fyrir að gera það ekki. Fátítt er á hinn bóginn að menn komist upp með hátignarmóðgun. Þó tekst Halldóri Snorrasyni það í Morkinskinnu en hann ryðst að Haraldi harðráða og frú í rúminu án þess að sagan hafi nokkuð við það að athuga (Msk., 153–4). Einnig kallar kerling nokkur Svein Úlfsson „hvartveggia halltan oc ragan" (Msk., 214) og virðist fremur þykja fyndið en óvirðing.[2] Þessi dæmi eru algjör undantekning en athyglisvert er að Ágrip sker sig úr fyrir sérkennilega afstöðu til tignarfólks. Þar er Gunnhildi konungamóður drekkt í mýri sem hverri annarri norn en sú frásögn hverfur síðan alveg úr íslenskum konungasögum.[3] Einnig er Hákoni jarli sýnd meiri óvirðing en síðar virðist leyfast: „lauk svá saurlífismaðr í saurgu húsi sínu dǫgum [...] Var þá hǫfuðit flutt í Hólm, ok kastaði hverr maðr steini at" (Ágr., 17). Hann er auðvitað ekki konungur en í Ágripi virðist oft gert lítið úr sérstöðu konunga. Fullyrt er að Hákon Eiríksson hafi verið „konungr" á Suðureyjum (Ágr., 25) og fyrir kemur að þar sé gantast með muninn á konungi og jarli:

> En Hersir missti hennar ok vildi týna sér eptir hana, ef dœmi fyndis<k> til, at þat hefði nekkverr konungr fyrri gǫrt. En dœmi fundusk til, at jarl hefði þat gǫrt, en eigi, at konungr hefði þat gǫrt. Ok hann fór þá á haug nekkvern ok veltisk fyrir ofan ok kvaðsk þá hafa velzk ór kónungs nafni ok hengði sik síðan í jarls nafni (Ágr., 18).

Í Heimskringlu er einnig gamansaga þar sem segja má að konungsnafn sé haft í flimtingum:

> Þá bauð hann Þrœndum, hvárt þeir vildu heldr hafa at konungi þræl hans, er hét Þórir faxi, eða hund, er Saurr hét, en þeir kuru hundinn, því at þeir þóttusk þá mundu heldr sjálfráða. Þeir létu síða í hundinn þriggja manna vit, ok gó hann til tveggja orða, en mælti it þriðja. (Hkr. I, 164)[4]

---

1 Þar sýnir hann smákonungum meiri virðingu en Sigríður stórráða sem brennir inni Harald grenska: „Sigríðr sagði þat, at svá skyldi hon leiða smákonungum at fara af ǫðrum lǫndum til þess at biðja hennar." (Hkr. I, 289)
2 Sagan er einnig í Hkr. III, 152–4.
3 Sagan er runnin frá Theodricusi (HARN, 12).
4 Þessi saga er ættuð frá Saxa (7. bók) og er til hjá klassískum, indverskum og arabískum höf-

En svo fátíð eru slík dæmi að þau gera ekki annað en að sýna regluna, að fyrir konungum er borin mikil virðing.

Erfitt er að greina þætti hinnar konunglegu tignar en víst er að þar skipta máli þau einkenni konungs sem fjallað hefur verið um hér að framan, útlit, klæðnaður, hegðun og kraftar. Tign konungsins er bæði sýnileg og ósýnileg. Hún birtist í útliti, til að mynda er Haraldur harðráði „mikill vexte og med tiguligu yfirbragdi" (Msk., 56) og Hákon jarl „virðiligr" (Ágr., 15). Hún kemur fram í skrauti og hegðun hjá Knúti ríka: „Engi maðr hefir sá farit af danskri tungu Rúmaveg, er með þvílíkri tign fœri." (Fsk., 205) Saman mynda þessir sýnilegu þættir, ásamt hinum áðurnefnda óskilgreinanlega plús Ex, tign sem aðrir glúpna andspænis. Menn geta sett sig í spor Sveins, frænda Hræreks konungs blinda sem hann hefur töfrað til að myrða Ólaf helga þegar hann stendur skyndilega augliti til auglitis við þá tign sem hann hefur setið á svikráðum við: „En er konungr gekk út ór stofunni, þá bar hann skjótara at en Svein varði, ok sá hann í andlit konunginum. Þá bliknaði hann ok varð fǫlr sem nár, ok fellusk honum hendr." (Hkr. II, 119) Það reynist þjóðráð hjá Ólafi að blinda Hrærek konung. Þá þarf hann að fá aðra menn og ókonungborna til að ráða á Ólaf og þá fer sem fer.

Sveinn á auðvitað nokkuð á hættu en jafnvel andspænis konungi sem menn eiga í fullu tré við fer mönnum eins og frammi fyrir öðrum kröftum sem þeir skilja ekki nema að takmörkuðu leyti, þeir missa mátt sinn og óttast. Þetta upplifa andstæðingar Ólafs helga á Stiklarstöðum: „Þá er Óláfr konungr gekk fram ór skjaldborginni ok í ǫndurða fylking ok bœndr sá í andlit honum, þá hræddusk þeir, ok fellusk þeim hendr." (Hkr. II, 380) Á sama hátt verður andstæðingum Ólafs Tryggvasonar hverft við fyrir Svoldarorrustu þegar þeir líta Orminn langa: „Þá þǫgnuðu þeir allir, ok varð at ótti mikill, ok margr maðr hræddisk þar við sinn bana." (Fsk., 151)[1] Skelfing manna á þessari stundu er ekki af sama tagi og önnur hræðsla við dauðann fyrir orrustu. Menn óttast Ólaf Tryggvason vegna þess að hann er konungur og hefur tign sem er ekki aðeins af þessum heimi. Ólafur helgi og Ólafur Tryggvason hafa sérstöðu meðal konunga en ekki að þessu leyti. Magnús góði hefur sömu áhrif á menn í bardaga: „konungrinn sjálfr gekk undir vápn heiðinna manna hlífðarlauss ok hjó óvini sína, ok engi þorði í móti hónum vápn at bera" (Fsk., 222). Hann er auðvitað sonur Ólafs helga eins og tekið er fram í frásögnum af þessum bardaga og hefur það án efa nokkur áhrif.[2]

---

undum (Weiser-Aall. En studie over sagnet om hundekongen, sbr. einnig Steinnes. Hundekongen).

1 Orðalagið er aðeins öðruvísi hjá Oddi Snorrasyni (Odd., 204).
2 Sbr. einnig Msk. 46 og Hkr. III, 45.

Í LEIT AÐ KONUNGI

Fyrst og fremst er hann konungur og andspænis konunglegri tign fyllast menn skelfingu, hvort sem í hlut á sonur Ólafs helga eða Sigurðar munns, eins og sést í uppreisn bænda gegn Sverri konungi:

> konungr ſialfr reið a fylking buanda oc freiſtaði ſvigſ a. en ef þar gecc eigi þa reið hann at i oðrum ſtað. for hann æ sva. com fram i oðrum stoðum. Bøndr kendo fullgerla konungiɴ oc mœlti hverʀ til annarſ. drepi hann hoɢi hann. leɢi hann. drepi heſtiɴ undir honum. þetta var mœlt en eigi gert. (Svs., 179)

Andspænis konungi glúpna bændur og flýja að lokum. Þó að þeir vilji hann feigan er ekki þar með sagt að þeir þori að vega gegn honum sjálfir. Hvers vegna ekki? Þar er hin konunglega tign á ferðinni, sýnileiki innra eðlis konungs. Nærvera konungs skiptir máli. Sverrir konungur hvetur menn sína með því að mun merkara sé að berjast við Magnús konung sjálfan en menn hans (Svs., 33). Væntanlega er hann á sama máli, maðurinn sem segir andspænis dauðanum: „eigi mon betri maðr veita mer liflat en konvngr er." (Msk., 138) Menn óttast konung í bardaga, svo mjög að menn Inga konungs hafa hann með sér tvævetran í orrustu (Msk., 415–6). Menn óttast hina konunglegu tign en ekki styrk konungs, jafnvel Ingi gerir gæfumuninn. Hann er ekki einn evrópskra konunga um að hafa verið tekinn barnungur með á vígvöllinn til að blása mönnum sínum kapp í kinn, postulakeisarinn Ottó 3. er barnungur á vígvelli 986 og 992 og dæmin eru fleiri.[1]

Nærvera konungs er höfuðatriði en hvað táknar hún? Þegar Sverrir konungur hefur unnið lokasigur á Magnúsi konungi og fellt hann þakkar hann mönnum sínum og segir: „gvð laʋni yðr aſt-ſamliga fylgð er þer hafit mer veitt. ſcal ec oc launa yðr með goðu oc eptir hinum beztum fongum þeim er ec hefi til." (Svs., 101) Guð launar og konungur launar. Miskunn þeirra fer einnig saman. Eftir uppreisnartilraun Orkneyinga gegn Sverri konungi fer Haraldur jarl á fund hans og leggur mál sitt „a guðſ valld oc yðart heʀa" en á móti heitir Sverrir honum „guðſ griþum oc minum." (Svs., 132) Eins ógnar Magnús Erlingsson með tvöfaldri reiði, Guðs og sinni: „hafi þer fyrir þat guðſ reiði oc sva mina." (Svs., 76) Konungi og Guði slær saman, þeir mynda eina heild. Þess vegna eru menn Ólafs helga á Stiklarstöðum „[k]ristsmenn, krossmenn, konungsmenn" (Hkr. II, 355). Allt fer þar saman og engin þversögn í því.

Í þessum dæmum er það sagt sem oftast er látið ósagt: konungur er stjórnandi eins og Guð er stjórnandi nema þá að réttara sé að segja að Guð sé stjórnandi eins og konungur er stjórnandi því að vonlaust er að fullyrða hvort kemur á undan. Konungur er eins og Guð, ímynd Guðs. Í einhverjum skiln-

---

[1] Leyser. Rule and Conflict in an Early Medieval Society, 88–9; Contamine. War in the Middle Ages.

ingi er hann Guð. Og á 12. og 13. öld trúðu því sem næst allir Evrópumenn á Guð og allt stjórnarfar var sett í samhengi hinnar guðlegu stjórnar á himnum, stjórn konunga var talin smækkuð mynd heimsstjórnar Guðs. Þegar á 4. öld hafði sagnaritarinn Eusebíos kallað Konstantínus keisara konung í Guðs mynd (rex imago Dei) í einveldi sem Guð hafði skapað. Konstantínus lét kalla sjálfan sig og Guð sömu nöfnum, hinir jarðnesku og himnesku konungar voru eins. Á sama tíma er konungur sagður ímynd (imago) og staðgengill (vicarius) Guðs í verkum eignuðum Ambrósíusi og Ágústínusi. Það er ekki sérkenni kristinna hugmynda, hliðstæða konunga við guði er eðlileg og nánast algilt að konungum sé líkt við þá. Í helgiathöfnum Benediktsreglu er Kristur fyrst og fremst konungur og dómari. Þegar vestrænir kóngar beittu sér fyrir kristnitöku lögðu þeir frá upphafi áherslu á þann þátt Krists. Á fornum steini frá Frankaríki er Kristur sýndur sem himnakóngur með lensu og hefur lagt orm að velli.

Hinir konstantísku konungar ríktu í austri allar miðaldir og þegar vestrænt konungsvaldi eflist á Karlungatíð er algengt að himnaríki sé lýst sem hinu eina konungsríki sem öll jarðnesk konungsríki spegli. Fyrir sér höfðu menn hina og þessa staði í Biblíunni (t.d. Matt., 3, 2 og Lúk. 17, 21) þar sem himnaríki er nefnt konungsríki Guðs. Þar við bætist að Ágústínus hafði gert táknrænan lestur á Biblíunni (typologia) að undirstöðu kristinnar kenningar. Samkvæmt þeim lestri var Kristur konungur og konungar Gamla testamentisins með Davíð í broddi fylkingar forverar hans, tákn hins eina sanna konungs sem koma skal. Táknræni lesturinn var undirstaða siðferðislegs skilnings á sögunni sem öll var skilin í ljósi Krists konungs og hinnar ágústínsku hugmynda um guðsríki á jörð sem hliðstæðu hins himneska guðsríkis. Guðsríki á jörð er síðar heimfært upp á kirkjuna sem stofnun en Ágústínus lagði áherslu á samvinnu konunga og kirkjunnar. Ekki er því nema von að hugmyndakerfi Ágústínusar fái stjórnmálavægi umfram önnur þegar keisari og páfi ganga í eina sæng á Karlungatíð; Karlungar sáu stjórnmál í ágústínsku ljósi.

Kjarni konungshugmyndar miðalda er að konungurinn sé öðruvísi en aðrir menn þar sem staða hans á jörðu sé hin sama og Guðs í konungsríkinu á himnum. Í konungsembætti er hann ímynd Guðs (typus Christi eða figura Christi) og þar með heilagur. Sem slíkur er hann hafinn yfir hið mannlega og dauðlega (transcendentalis). Vald konungsins er vald Guðs, hann er ekki aðeins maður heldur einnig Guð og Kristur fyrir guðlega náð. Í konunginum er Guð nálægur (presentaliter), hinu heilaga er fundinn staður. Kristur var hinn eini konungur, staðgengill annarra þannig að milli konunga var sagt að Kristur ríkti (regnante Christo). Þannig var sérstaða konunga tákngerð á guðlegu sviði og eftir 8. öld helguð með því að aðeins konungar voru krýndir af kirkj-

Í LEIT AÐ KONUNGI

unni og gátu teygað þann virðingarbrunn sem hún réð yfir í krafti alltumlykjandi eðlis ágústínskra hugmynda og táknræns lesturs á Biblíunni. Í táknrænum skilningi hefur konungur sérstakt samband við guðdóminn sem jafnvel prestar hafa ekki. Þá kemur Melchisedek til sögu.

Ágústínus var kennivald (auctoritas) á miðöldum en byggði á enn meira kennivaldi, Páli postula. Á miðöldum var gjarnan vitnað til orða hans í Hebreabréfinu (5, 1–10, 7, 1–3, 11–12) um Melchisedek sem sameinaði hlutverk prests og konungs í einu embætti og er þannig forveri Krists. Oft var talið að að honum látnum væru þau aðgreind, konungar færu með konungsvald Krists en byskupar með prestsvald hans. Konungsembættið er þar með álitið staða innan kirkju. Í Austurrómverska ríkinu lifir sú hugmynd góðu lífi að keisari sé Melchisedek, konungur og prestur í einni persónu, og á Frankfurtþinginu 794 er sú hugmynd komin vestur, þar er Karlamagnús kallaður konungur og prestur (rex et sacerdos). Það verður aldrei almennt en hinn óþekkti normannski höfundur sem samdi ritgerð um konungsvald á 12. öld kallar konunginn prest: „alter Christus per adoptionem post Christum cui Christus verus vices suas credere dignatur et regnum." Hann var andstæðingur páfavalds en almennt var talið að konungsríki og klerkdómur (regnum et sacerdotium) færu saman. Forsenda þess að konungur eða keisari sé nefndur prestur eru líkindi hans og biskups, bæði störfin eru helg stjórnunarstörf. Auk þess eru bæði konungar og byskupar vígðir og í þýskum skjölum kemur fram sú skoðun að það sé vígslan sem geri hann að klerki: ibique facit eum clericum.

Sem Kristur sér konungur í tvo heimana, er tvær persónur (persona mixta eða gemina persona) með tvöfalt eðli (duae naturae) Krists sem var sannur maður og sannur Guð. Hann er táknmynd Guðs (figura et imago Christi et Dei) og staðgengill Guðs á jörðu (vicarius Christi et Dei), orðalag sem ættað er úr Rómverjabréfi Páls postula (13, 1–7). Hann er jafnvel nefndur Guð á jörðu (Deus in terris). Hann er heilagur og það eru allir konungar, óháð persónu sinni. Konungur er miðlari milli guðs og manna, eins og fram kemur í titlum og skjölum og tengist dómarahlutverki hans (iustitia mediatrix). Í táknrænum skilningi er konungur Guð og hafinn yfir menn þó að fáir konungar lýstu því beinlínis yfir eins og páfi hikaði ekki við að gera þegar mestur völlur var á honum og var þá einmitt kallaður miðlari milli Guðs og manna (mediator inter Deum et hominem). Páfi og konungur voru ekki guðir heldur menn sem hlutu guðlegt eðli sitt frá hinum eina sanna Guði. Það er hin konstantíska hefð um guðlegt eðli konungs sem á ármiðöldum tókst á við austræna hefð þar sem konungur var beinlínis Guð en hana aðhylltust Rómarkeisarar á borð við Commódus og Elagabalus. Hefðirnar mættust í Díokletíanusi en eftir það verður kristin hefð allsráðandi. Í austrænni hefð er guðlegt vald konungs sjálfsprottið en í hinni kristnu er það Guðs en konungs af náð hans. Konungur er Guð af Guðs náð.[1] Staða konungs milli Guðs og manna er trúaratriði allar miðaldir, hún er fyrst dregin í efa á dögum Gregóríusar 7. Í kristinni trú var hlutverk konunga í brennidepli frá upphafi en á 12. öld eykst áhersla á embætti konungs með vaxandi lagaumræðu. Í kjölfarið fylgir aðskilnaður milli konungseigna og séreigna konungs, í Englandi eftir innrás Normanna, síðan í Danmörku en ekki í Noregi fyrr en á 13. öld. Síðar er skilið á milli konungsembættis og þess sem gegnir því. Sinn tíma tók að stíga það skref og vart hægt að tala um að aðskilnaður manns og embættis sé hafinn fyrr en á 14. öld. Þá verða til tvær hliðar konungs, sú sem deyr og sú sem lifir. Forsendur þeirrar aðgreiningar eru nokkrar. Í fyrsta lagi varanlegir skattar en áður höfðu þeir verið lagðir á vegna einstakra atburða, s.s. stríðs. Í öðru lagi er efling ríkisvalds og aukið faglegt eðli konungs, endalok einkastríða og varanlegur her. Stjórn verður varanleg og ríkið verður til sem eins konar persona mystica. Einn konungur tekur við um leið og annar deyr en áður var talið að Kristur væri millikóngur (interrex). Afleiðingarnar gátu orðið stjórnleysi. Þegar Hinrik 2. dó árið 1024 eyðilagði múgur keisarahöllina og árin 1135 og 1272 fóru ræningjar á kreik þegar Englandskonungur dó. Í þriðja lagi styrkjast ríkiserfðir og festa kemst á ríkisstjórn. Tímaskilningur manna er að breytast. Tíminn er hættur að vera andstæða eilífðarinnar. Menn telja ekki lengur að honum sé að ljúka hvað úr hverju, andstæðurnar tímabundið og eilíft, grundvöllur ágústínskrar hugmyndafræði, verða óskýrari.

Ottó 3. hafði lýst því yfir að gjafir keisara til kirkju væru óafturkræfar og því sama héldu kirkjunnar menn fram á 11. og 12. öld. Var gjöf Konstantínusar tekin sem dæmi en konungar voru á öðru máli. Bæði Hinrik 2. og Friðrik rauðskeggur drógu ákvarðanir forvera sinna til baka sem gat skapað hættulegt fordæmi. Í krýningareiðum 12. og 13. aldar taka konungar að sverja að láta engin réttindi konungs af hendi og í réttindaskjölum sama tíma er farið að taka

---

1 Sjá m.a. Brown: Saint Augustine; Wallace-Hadrill. The Via Regia of the Carolingian Age; Kantorowicz. The King's Two Bodies, 42–93, 135–43, 159–92 o.v.; Cook & Herzman. The Medieval World View, 23–5, 79–112; Kern. Gottesgnadentum und Widerstandsrecht im früheren Mittelalter, 46–119. Gunnes. Kongens ære, 37–49; Myers. Medieval Kingship, 24–5, 42–50, 131–47 o.v.; Wallace-Hadrill. Early Germanic Kingship in England and on the Continent, 47–59; Wilks. The Problem of Sovereignty in the Later Middle Ages, 163–81 og 354–61; Ullmann. Principles of Government and Politics in the Middle Ages, 117–49; Bloch. The Royal Touch, 40–1, 108–28 o.v.; Kleinschmidt. Die Titularen englischer Könige im 10. und 11. Jahrhundert., 120–8; Le Goff. Le roi dans l'Occident médiéval. Um ágústínskan tímaskilning, sjá: Burrows. The Ages of Man, 55–94. Hið tvöfalda eðli kemur fram í Rígsþulu þar sem Rígur (konungurinn) er miðlari milli guða og manna, er sjálfur guð en á sér jarðneska birtingarmynd, Kon ung (sbr. Dronke. Marx, Engels and Norse Mythology, 39–40).

fram að veitt réttindi séu óafturkræf. Þó að konungur deyi halda skuldbindingar hans velli. Um leið þróa hugmyndafræðingar páfa kenningar um páfavald í þá átt að embætti páfa sé Guð en ekki maðurinn. Allir páfar séu sá sami, þ.e. Kristur. Einnig var páfi byskup Rómar og óljóst var hvernig það hlutverk tengdist guðshlutverkinu og hvort aðrir byskupar væru þá einnig staðgenglar Krists á jörðu en kenningasmiðir páfa fóru að skipta páfahlutverkunum í tvennt. Páfi sem byskup (papa ut episcopus Romae) var annað en páfi sem páfi (papa ut papa). Sú aðgreining var forsenda þess að páfi gæti flutt frá Róm á 14. öld en þeir sem ósáttir voru við það lögðu áherslu á að í raun væri það Róm sem væri forsenda helgi páfa, hinn heilagi staður.

Sama þróun nær til konungsvalds þegar ríkið hefur fest sig í sessi. Keisararíkið var sagt eilíft (imperium semper est) vegna þess að konungleg tign (dignitas) getur ekki dáið. Þó að sá sem situr í konungsembættinu deyi, getur konungurinn ekki dáið (Le roi ne meurt jamais). Á 14. og einkum 15. öld fara útfararsiðir konunga að bera þessarar kenningar merki en elstu dæmi þess eru frá Bretlandi og Frakklandi. Þar er aukin áhersla lögð á konunglegan ódauðleika sem sést hvergi skýrar en í kallinu sem smám saman verður hefðbundið aðalatriði konungsskipta: Konungurinn er dauður, konungurinn lifi (Le roi est mort! Vive le roi!). Þegar embætti konungs og sá sem gegnir því hafa verið aðgreind verður afleiðingin fyrst í stað aukin tilhneiging til að gera konunginn að goðumlíkri veru, holdgervingi ódauðlegs ríkisvalds sem þegnarnir sjá æ sjaldnar. Aldrei er guðlegu eðli konunga haldið meir á loft en á 17. öld þegar Loðvík 14. sagðist vera ríkið. En þegar til lengra tíma litið er afhelgun konunga óhjákvæmileg afleiðing þessarar aðgreiningar. Þó að konungur falli heldur stjórnkerfið velli og á það létu menn reyna þegar Karl 1. Bretakonungur var hálshöggvinn árið 1649, Loðvík 16. Frakkakonungur árið 1793 og árið 1918 fór Nikulás 2. Rússakeisari sömu leið.[1] Með þeim dó hin sérstaka konungstign sem átti sér forsendu í guðlegu eðli konunga. Þeir voru ekki lengur ósnertanlegir. Nú þykir ekkert sjálfsagðara en að Bretadrottning eða jafnvel páfi segi af sér ef efni eru til. Fulltrúar Guðs eru orðnir sem hverjir aðrir dauðlegir embættismenn.

Á nöfnum konungs sést tign hans og í titlum hans sést hvaðan vald hans kemur. Ásýnd hans endurspeglar yfirburði hans og sérstöðu. Ásamt klæðnaði konungs og hegðun er hún táknmynd þeirrar tignar sem býr innra með kon-

---

1 Kantorowicz. The King's Two Bodies, 273–336, 383–450; Myers. Medieval kingship, 299–331; Gunnes. Kongens ære, 235–67; Beumann. Zur Entwicklung transpersonaler Staatsvorstellungen; Wilks. The Problem of Sovereignty in the Later Middle Ages, 362–407; Ullmann. Principles of Government and Politics in the Middle Ages, 178–212; Kern. Gottesgnadentum und Widerstandsrecht im früheren Mittelalter, 3–13; Brunner. Vom Gottesgnadentum zum monarchischen Prinzip, 279–81.

ungi. Hann er táknmynd Guðs í upphæðum, stjórnar í umboði hans og miðlar krafti hans til manna. En konungur var ekki Guð í öllu sínu veldi þó að hann væri sem Guð innan þessa hugmyndakerfis. Þrátt fyrir alla kónga var Guð einvaldur heimsins og bæði konungur og þegn þurftu að lúta æðra valdi innan stigveldis þar sem hver einasti maður, lærður eða leikur, átti sér stað. Þannig voru hinar evrópsku miðaldir, allir voru ójafnir og áttu engan kost á að breyta því en efstur var Guð einn.[1]

6. Konungur og aðrir konungar

HEITI KONUNGS, ásýnd, klæðnaður og hegðun eru tákn fyrir hið innsta og æðsta konungseðli sem alstaðar er tákngert þar sem konungur birtist. Hvort sem þau eru kristin eða heiðin sýna þau tengsl konungs við guðdóminn og stöðu innan samfélagsins. Þannig sáu íslenskir sagnaritarar á 13. öld hina heiðnu konungshauga. Áður var minnst á konunginn sem fór upp á haug til að geta velt sér úr konungsnafni í Ágripi og sama hugmynd sést í Heimskringlu þegar Hrollaugur í Naumudal gengur Haraldi hárfagra á hönd:

> Hrollaugr konungr fór upp á haug þann, er konungar váru vanir at sitja á, ok lét þar búa konungs hásæti ok settisk þar í. Þá lét hann leggja dýnur á fótpallinn, þar er jarlar váru vanir at sitja. Þá veltisk Hrollaugr konungr ór konungsháætinu ok í jarlssæti ok gaf sér sjálfr jarlsnafn. (Hkr. I, 99–100)

Táknrænar athafnir hafa ekki aðeins lagagildi heldur vísa þær til þess sem æðra er. Hringur Ólafs helga gengur milli konunga í ætt hans og táknar konungdóminn (Msk., 96).

Hið merkasta tákn konungs er sólin sem er á himnum eins og Guð sjálfur. Það hefur því þótt hafa táknræna merkingu að Magnús Erlingsson missir konungdóm sinn við sólarlag enda hefði það vart verið tekið fram annars: „Þat var um ſolar-fallſ ſkeið er megin-flotiN braſt." (Svs., 100) Sól Magnúss er hnigin og morguninn eftir er ný sól á himnum. Í Fagurskinnu og Morkinskinnu er tekið fram að hásæti konungs „vissi móti sólu" (Fsk., 300; Msk., 289) sem sýnir að konungi hefur verið starsýnt á sólina. Konungur og sól eru eitt og þannig má skilja sólmyrkvann við fall Ólafs helga (Helg., 196; Hkr. II, 382, 393). Ævagamalt og nær algilt er að konungur sé álitinn sólguð og dæmi um það eru til svo fjarri Norðurlöndum sem á Gilberteyjum auk þess sem faraóar gátu verið sólguðinn Ra. Konstantínus og aðrir Rómakeisarar

---

1 Sbr. Brooke. The Structure of Medieval Society.

voru nefndir sol invictus, á 9. öld líkti Notker Karlamagnúsi við sólina og á 12. öld nefnist konungur gjarnan réttlætissól (sol iustitiae) í lagatextum og er þar með líkt við Krist sjálfan. Því hefur verið haldið fram að uppspretta konungshelgi sé að honum sé líkt við sólina, hið nærandi, skapandi og guðlega afl. Þessi líking kemst í tísku aftur og aftur, t.d. er Loðvík 14. kallaður sólkonungur (roi soleil) á 17. öld.[1] Til er einnig að konungi sé líkt við tungl og á Englandi er konungi líkt við gölt, dreka, hjört og hrafn.[2] Í íslenskum konungasögum er Haraldur harðráði nefndur árgali (Msk., 155) og Hákon jarl björn (Hkr. I, 278).

Annars er líkingamál um konunga fremur sjaldgæft í þessum ritum nema af einu tagi. Þegar Sverrir tekur við Birkibeinum eru þeir „við mikilli neiſo" (Svs., 7) sem síðan er lýst í smáatriðum og er andstæða við hirð jarls sem lýst var í köflunum áður en í næstu köflum á eftir er klifað á ofureflinu (Svs., 11, 17, 19). Sagan um Sverri og Birkibeina er sagan af lítilmagnanum og ofureflinu, sagan um Davíð og Golíat í Biblíunni. Sverrir konungur er þar Davíð og þessu til stuðnings dreymir hann að maður gengi að honum „afar gamall oc ſnio-hvitr fyrir hærom. hann hafði ſceG mikit oc clæði afar ſið rioðr i andliti oc ſtutt haR um-hverfiſ oc helldr ogorligr." Þessi maður segist sendur af Guði „þvi at ec em Samuel guðſ ſpamaðr. hefi ec oc guðſ ørindi þer til handa at flytia." Síðan smyr hann hendur hans og segir: „þu scalt konungr vera." (Svs., 10) Þegar Sverrir hefur fellt Magnús minnir hann á dæmi þess að menn hafi misst ríki sitt áður fyrir tilstilli Guðs, fyrst engillinn sem þóttist honum jafn góður, þá Adam og faraó sem var refsað með tólf undrum. Síðast en ekki síst steypti hann Sál. Og í Noregi á 12. öld risu þeir upp Magnús og Erlingur „allt þar til er gvð ſendi utan af utſkeriom eiN litinn maN og lagan at ſteypa þeira ofdrambi. en ſa maðr var ec." (Svs., 106) Sverrir er sendur af Guði eins og Davíð forðum.[3]

Gamla testamentið er lykill að sögunni, konungar þess viðmið fyrir kristna konunga, Melchisedek prestkonungur, hinn góði konungur Davíð, hinn hrörnandi konungur Sál sem þó má ekki drepa og hinn vitri konungur Salómon. Kristnir Rómarkeisarar voru kenndir við þá, Eusebíos kallar Konstantínus nýjan Móses á 4. öld og árið 451 er Marsíanus keisari kallaður novus David. Þegar germanskir konungar Vestur-Evrópu taka kristni leita þeir að fyrirmyndum bæði innan og utan Biblíunnar. Kloðvík er trúskiptakonungur eins og Konstantínus og kallaður novus Constantinus af Gregoríusi frá Tours en sonur hans Klótar novus David. Á 7. öld eru Frankakonungarnir

---

1 Hocart. Kingship, 18–56 o.v.
2 Hocart. Kingship, 19–20; Chaney. The Cult of Kingship, 121–135.
3 Sbr. m.a. Nilson. Kong Sverre og kong David; Gurevich. From sagas to personality, 83.

Klótar 2. og Dagóbert 1. bornir við Salómon, hinn dæmigerða vitra friðarkonung, og á Englandi voru enskir konungar bornir við konunga Gamla testamentisins frá kristnitöku og ekki síst í sagnaritum Beda klerks. Karlungar slógu þó öll met í þessu sem öðru og ein ástæða þess er að ættin er ný. Pippinn stutti er kallaður novus David og novus Moyses og Karlamagnús er jafnan kallaður Davíð við hirð sína, um hann er varla rætt án skírskotunar til þessa fyrirmyndarkonungs Gamla testamentisins. Hann er líka nýr Salómon, nýr Konstantínus og nýr Þeódósíus, stjórnandi Guðsríkis á jörðu og kristinn Rómarkeisari. Í Gesta Karoli eftir Notker er Davíð alstaðar, hann er kjarni persónulýsingar Karls og lykill að skilningi á honum. Karlungar voru konungar Gamla testamentisins endurbornir, um það efast enginn við hirð þeirra. Loðvík guðhræddi, sonur Karlamagnúss, er kallaður Davíð af Stefáni 4. páfa, hinn nýi eilífi Davíð (Divo Hludovico vita, novo David perennitas) en í Gesta Karoli Salómon og einnig er honum líkt við yngri sonu Biblíunnar, t.d. Abel og Jakob, þar sem hann var annar sonur Karlamagnúss. Sívinsælt var að líkja vitrum konungum eins og Elfráði ríka við Salómon. Í lögum Elfráðs var allt morandi í biblíutilvísunum, jarðnesk lög hans voru samin með hliðsjón af eilífum lögum Biblíunnar.[1]

Blómaskeið Biblíukonunga er á ármiðöldum og einkum hjá Karlungum. Þá eru þeir helsta viðmið konunga en allar miðaldir sóttu konungar fyrirmyndir í heilaga ritningu. Loðvík 9. Frakkakonungur var nefndur Jósías á 13. öld og algengt var að konungum væri líkt við fyrrnefndan Melchisedek. Vinsælastur allra Biblíukonunga var Davíð, konungar um alla Evrópu létu líkja sér við hann á 12. öld en þá var mikill Biblíuáhugi víða í Evrópu, t.a.m. í Ungverjalandi og á Norðurlöndum. Með því að líkja sér við Davíð eru konungar einnig að minna á Karlamagnús og á það eflaust við um Sverri sem tók Frankakeisarann sér til fyrirmyndar í hugmyndum um samband konungs og kirkju. Fyrir utan Sverrissögu er gott dæmi frá Norðurlöndum notkun Kristófers konungs 1. á sögninni um Kain og Abel. Hann var þriðji sonur Valdimars sigursæla sem lést árið 1241. Þá tók elsti sonurinn, Eiríkur plógpeningur, við en var veginn árið 1250 og Abel, annar bróðirinn, varð konungur. Kristófer steypti Abel árið 1252 en átti í stöðugu stríði við afkomendur hans.

---

1 Sjá m.a. Kantorowicz. The King's Two Bodies, 42–86; Myers. Medieval Kingship, 137–42; Wallace-Hadrill. Early Germanic Kingship in England and on the Continent, 74–8, 98–106 o.v.; Kern. Gottesgnadentum und Widerstandsrecht im früheren Mittelalter, 68–106; Gunnes. Kongens ære, 37–49; Wallace-Hadrill. The Via Regia of the Carolingian Age; Le Goff. Le roi dans l'Occident médiéval; Ewig. Zum christlichen Königsgedanken im Frühmittelalter, 10–13, 22 o.v.; Goldammer. Die Welt des Heiligen im Bilde des Gottherrschers, 521–3; Nelson. The Political Ideals of King Alfred of Wessex; Loyn. The Governance of Anglo-Saxon England, 61–93.

Á stjórnarárum Kristófers (1252–9) var Eiríkur plógpeningur nánast dýrlingur en Abel er stimplaður bróðurmorðingi eins og Kain forðum og börn hans voru þar með réttlaus. Er varla að efa að nafn Abels er eitt af því sem gerir að verkum að beint liggur við að nota sögnina en jafnan er tekið fram að hér hafi sagan snúist við, Abel sé Kain. Kristófer erfir síðan landið eins og Set, þriðji bróðirinn, og þeir sem honum fylgdu bentu á að eins hefði farið fyrir konungunum þremur sem ríktu 1146–1157. Sveinn hafði drepið Knút og fyrirgert rétti sínum en Valdimar erfði landið.[1]

Konungar Biblíunnar voru af ýmsu tagi. Í Nýja testamentinu birtist hinn rómverski keisari sem gjalda átti það sem keisarans er og Páll postuli hvatti til að menn hlýddu. Á tímum ofsókna Trajanusar og annarra keisara Rómar, áður en Konstantínus tók kristni, komu aftur á móti upp hugsuðir á borð við Tertullíanus sem héldu því fram að Kristur væri hinn eini sanni keisari enda notar hann orðin konungur og konungsríki (basileus og basileia) um sjálfan sig. Guð er konungur, Jesús er konungur og konungar miðalda gátu valið hvorri persónu guðdómsins þeir vildu heldur líkjast, ef ekki báðum. Dæmi um konung sem hélt á lofti Kristslíkingunni var Ottó 3., postulakeisarinn. Hvergi sést það skýrar en í málverki af honum í hinni keisaralegu guðspjallabók í Aachen þar sem Ottó situr í hásæti Krists. Einnig er til að talað sé um konung sem Guð föður en byskupinn sem Krist. Biblían er notuð eftir þörfum þess sem hafði orðið hverju sinni.[2]

Í Knýtlingasögu segir frá því að Knútur helgi ætlar að taka fagra konu frillutaki, konu auðugs prests, en snýst hugur er hún segir: „Nú vil ek þess biðja, þá er þér komið fyrir þann konung, er alls á vald, at hann sé yðr svá bæna sem nú eru þér mér." Konungur sér að sér þó að honum sé fórn í: „þó er þetta lítit hjá stórum hlutum, er várr herra Jhésús Kristús hefir þolt fyrir várar sakir." (Knýtl., 149–50) Það er ekki göfuglyndi Knúts helga sem hér er til umræðu, þó að ekki sé gert lítið úr því, heldur kemur hér skýrt fram hvern Knútur konungur speglar í hverju sínu athæfi. Það er sá konungur sem öllu ræður, Jesús Kristur. Knútur er fulltrúi hans enda verður hann síðar píslarvottur. Sá hinn sami Kristur fæddist í jötu en stjarna sýndi hver var á ferð. Þegar annar helgur konungur, Ólafur helgi, fæðist er mikið ljós yfir því húsi

---

1 Sjá: Hoffmann. Die heilige Könige bei den Angelsachsen und den skandinavischen Völkern, 175–97; Lowden. The Royal / Imperial Book and the Image or Self-Image of the Medieval Ruler; Szovak. The Image of the Ideal King in Twelfth-Century Hungary.

2 Sjá m.a. Kantorowicz. The King's Two Bodies, 61–93; Leyser. Rule and Conflict in an Early Medieval Society, 78, 83–91; Wallace-Hadrill. The Via Regia of the Carolingian Age; Myers. Medieval Kingship, 15–18; Gunnes. Kongens ære, 39 og 46; Grant. The Idea of the Kingdom of God in the New Testament; Clavier. Théocratie et monarchie selon l'évangile; Goldammer. Die Welt des Heiligen im Bilde des Gottherrschers, 523–6.

(Helg., 34). Í bernsku er lífi Krists ógnað af Heródesi konungi. Hið sama gildir um Ólaf Tryggvason barnungan, móðir hans þarf að forða honum undan ofsóknum hinnar heródísku Gunnhildar konungamóður (Odd., 6–14; Hkr. I, 225–9). Sverrir konungur þarf að fela sig í ofni í bernsku (Svs., 2) og Haraldur harðráði að dyljast (Hkr. III, 69). Bæði Sverrir og Ólafur helgi ganga grýtta braut til konungdómsins (Svs., 12, 20–23; Fsk., 199) sem minnir á þrautagöngu Krists í eyðimörkinni.

Haraldur harðráði heldur inn í Jórsali sem sigurvegari eins og Kristur forðum og þvær sér í Jórdan (Fsk., 233–4). Sólmyrkvinn við fall Ólafs helga minnir einnig á konunginn eina: „gerðe myrct, – en aðr var fagrt veðr – æftir þui sem þa var, er sialfr skaparenn for af verolldenni." (Helg., 196) Og Sverrir konungur biður eins og Jesús á krossinum Guð að fyrirgefa óvinum sínum áður en hann deyr (Svs., 194). Sigurður slembir er hjá Þorgilsi Oddasyni í Saurbæ að reka sauði sem á að skera í rétt þegar íslenskur sauður ber á hann kennsl: „hliop eiɴ sa/þreɴ at honom Sigvrþi sem hann leitaði þaɴoc hialpar. S. rettir at honom hond sina. oc kippir vt or rettiɴi oc letr hla/pa vpp ifiallit oc melti. Eigi leita fleiri til tra/stsins til var. en at tra/sti scal þat verþa." (Msk., 409) Sauðurinn sér það sem aðrir sjá ekki, að Sigurður er góður hirðir eins og Kristur og Davíð, forveri hans. Afar algengt myndmál er að kalla konung hirði (pastor). Það tíðkast frá upphafi kristni meðal germanskra þjóða og er notað af Wulfstan erkibyskupi um konunga Englands á 10. öld.[1]

Eins og Guð á himnum eru konungar einir í upphæðum sínum. En einsemd konunga er bætt upp með því að allir konungar eru eins innst inni, Kristur á himnum, Davíð í Ísrael, Konstantínus í Miklagarði, Karlamagnús í Aachen. Einkenni eins konungs eru samkenni þeirra allra. Þeir mynda saman allsherjarbræðralag konunga þar sem hver konungur er öðrum líkur, þeir þekkjast innbyrðis og hafa óskilgreinanlega tign. Magnús góði og Hörða-Knútur eru kallaðir bræður þegar þeir gera frið milli ríkjanna:

> Sóru þá báðir konungar eiða, at hvárr skyldi ǫðrum vera í bróður stað í ǫllum viðskiptum, ok sá friðr skyldi standa milli ríkjanna. Þat var ok undirskilt eiðstafinn, ef Magnús konungr andaðisk barnlauss ok lifir Hǫrða-Knútr lengr, þá skal hann eignask með sætt ok vild allt Nóregskonungs veldi. Svá var ok skilt, ef Hǫrða-Knútr andaðisk barnlauss, þá skal Magnús konungr eiga allt ríki ok vera arftǫkumaðr hans réttr, sem borinn bróðir hans. (Fsk., 211)[2]

Magnús og Hörða-Knútur eru nefndir bræður þó að þeir séu það ekki. Játvarður Englandskonungur kallar einnig Hörða-Knút bróður sinn og raunar

---

[1] Sjá m.a. Chaney. The Cult of Kingship, 247–59; Loyn. The Governance of Anglo-Saxon England, 86–88.
[2] Sbr. einnig Msk., 22–3.

eru þeir hálfbræður, báðir synir Emmu drottningar, en einnig bræður sem konungar (Hkr. III, 66).[1] Í sáttargjörð Magnúss og Hörða-Knúts hittast konungarnir sjálfir og ná þegar saman. Á sama hátt nást sættir milli bræðranna Inga og Sigurðar þegar þeir hittast sjálfir eins og Sigurður hefur séð fyrir: „ef ec ma raþa. þa vil ec fara at hitta I. broþor miN sem fyrst ma ec." (Msk., 430) Miðaldir einkenndust af öruggu stigveldi þar sem hver átti sinn sess en engir voru þar jafnir konungum nema aðrir konungar. Því er eðlilegt að konungar mægist innbyrðis. Haraldur Sigurðsson er lengi í Miklagarði og biður sonardóttur Zóe drottningar en fær ekki. Það er ekki vegna þess að hann hæfi ekki hinni konungbornu mey heldur vill amma hennar Harald fyrir sjálfa sig (Fsk., 234).[2] Á sama hátt giftist Sverrir systur Svíakonungs (Svs., 107–8), Ólafur kyrri dóttur Danakonungs og hann giftir systur sína syni hans (Msk., 290). Ólafur Tryggvason á tvær konungsdætur (Hkr. I, 253, 268–9). Á hinn bóginn er hinn ríki hertogi Ótta í Saxlandi ekki „jafnræde" við systur Magnúss góða þó að frændi keisara sé (Msk., 38–41). Hún hæfir keisara betur eins og kemur í ljós þegar þau hittast (Msk., 47–49) enda átti að biðja hennar fyrir hann. Konungborið fólk er hvort öðru ætlað. Ragnhildur, dóttir Magnúss, þvertekur fyrir að giftast Hákoni Ívarssyni nema hann sé gerður að jarli (Msk., 218) og Ástríður, systir Ólafs Tryggvasonar, vill ekki ótiginn mann eins og Erling Skjálgsson (Hkr. I, 306).

Konungar hafa sérstakt samband sín á milli sem veldur því einnig að þeir eru glöggskyggnari hver á annan en aðrir. Framkoma annarra konunga staðfestir þannig hver sé konungur og hver ekki. Þegar Sigurður Jórsalafari heldur í sína miklu ferð taka allir konungar honum sem jafningja og sagan af ferð hans sýnir að Noregskonungur er jafn öðrum konungum þó að Noregur sé lítið land (Fsk., 318; Msk., 339–52; Hkr. III, 247–54). Þegar Knútur gengur suður sést hvílíkur stórkonungur hann er:

> Knútr konungr gørði ferð sína af Englandi suðr um sjá, tók þar staf ok skreppu ok allir hans menn, þeir er þar váru, gekk til Rúms suðr, ok kom í mót hónum keisarinn sjálfr ok fylgði hónum allt til Rúmaborgar. Knútr konungr setti allt spítala á veginum ok gaf fé til staða, ok svá er sagt, at hann fœddi alla þá menn, er fé þyrftu á Rúmaveg, svá at engi þyrfti biðja, er þann veg fór suðr ok sunnan. Knútr konungr hafði haft með sér marga hesta klyfjaða með gulli ok silfri, en af fé keisarans tók hann slíkt, er hann þurfti. (Fsk., 204–5)

Sjálfur keisari lætur sig ekki muna um að ganga með Knúti til Rómar og greini-

---

[1] Sbr. Fsk., 217; Msk., 54.
[2] Einnig Msk., 80 og Hkr. I, 85.

legt að þeir eru jafningjar, með hegðun sinni sýnir keisari það á táknrænan hátt.

Hugmyndir 12. og 13. aldar um jafnræði allra konunga sjást einnig í þessari áherslu á hið konunglega bræðralag. Þegar Játvarður játari skrifar Magnúsi góða bréf og lýsir kröfum sínum til Englands sér Magnús að hér fer réttur konungur og lætur af eigin kröfum (Fsk., 218). Og Einar þambarskelfir varar eftirmann hans, Harald harðráða, við að „beriaz vtanlandz til rikis annara konunga og girnaz þeira eign" (Msk., 145). Hver konungur á sitt ríki og á ekki að ganga á ríki annarra. Eins fellst jarlinn, sem heldur eina borgina sem Haraldur harðráði og félagar vinna, á að þiggja líf og ríki af Haraldi (sem þá kallast Norðbrigt) þegar hann veit að hann er konungborinn maður en hefur áður grunað það (Msk., 76). Konungar taka tillit til annarra konunga vegna þess að þeir eru eins. Í upphæðum, í Gamla testamentinu, í Róm, í Konstantínópel eða Aachen.

Þannig speglar líf konungs líf konunga í Biblíunni og utan hennar. Þegar konungum er ógnað í bernsku minnir það fyrst og fremst á Krist en verður einnig til að tengja saman Sverri, Ólaf Tryggvason, Harald harðráða, Alexander mikla, Helga Hundingsbana og fleiri. Haraldur harðráði heyr einvígi við orm eins og forfeður hans, Sigurður Fáfnisbani og Ragnar loðbrók (Msk., 82). Þegar Theodricus munkur hefur sagt frá samningi Magnúss og Hörða-Knúts segir hann frá samningi Karlamagnúss og Karlómans við upphaf ríkis Karlunga (HARN, 45–48) og tengir þar Magnús við Karlamagnús enda er hann annarstaðar sagður skírður í höfuð hans (Hkr. II, 210). Hörða-Knútur er þá Karlóman. Nafnið tengir Magnús Karlamagnúsi eins og það tengir Ólafana tvo en að auki veitir Ólafur Tryggvason Ólafi helga guðsifjar. Oddur munkur bendir á að þar með séu tengsl þeirra eins og Jóhannesar skírara og Krists, Ólafur Tryggvason verður „fyrir rennari" nafna síns á sama hátt og Jóhannes kemur á undan Kristi (Odd., 1, 155–7; Hkr. I, 310)

Ólafur helgi er sá konungur sem flestir vilja tengja sig við. Í Heimskringlu segir að Halldór Snorrason, vinur og félagi Haralds harðráða, hafi verið nær þegar menn báru saman Ólaf helga og Harald harðráða og „misjǫfnuðu mjǫk skaplyndi þeira brœðra". Þá segir Halldór: „Ek var með báðum þeim brœðrum í kærleikum miklum, ok var mér hvárs tveggja skaplyndi kunnigt. Fann ek aldri tvá menn skaplíkari." (Hkr. III, 200–1) Síðan lýsir hann þeim bræðrum og sér í þeim sama konung, vitran, hermannlegan, stjórnsaman og siðsaman. Oddur munkur ber saman Hákon Aðalsteinsfóstra og Ólaf Tryggvason sem eru mestu íþróttamenn meðal Noregskonunga:

> þat hava þeir menn mællt er glǫgt hava vitat at eigi hafi ij menn verit licari iallri atgerfi oc kurteisi en Olafr konungr T. s. oc Hakon Aðalsteins fostri oc

Í LEIT AÐ KONUNGI

var Hakon enn afrendari. maðr at afli. oc gat þo eigi Olafs iafningia um hans daga. (Odd., 161)[1]

Þessi samanburður dregur fram einstaklingseinkenni konunga eins og í mannjafnaði en sýnir um leið að þeir eru hver öðrum líkir, eins og þeir sem bera af um hæð og útlit hljóta að vera.

Hið sérstaka samband milli konunga lýsir sér einnig í því að þeir þekkja hver annan. Mitt í önnum við að leggja undir sig Noreg og í deilu við Svíakonung sækir Ólafur helgi heim móður sína og hittir hálfbræður sína. Þó að sá yngsti sé aðeins þriggja ára þekkir Ólafur þar þann konung sem síðar nefnist Haraldur harðráði: „Hér muntu konung upp fœða, móðir." (Hkr. II, 108) Á þeirri stundu er ekki ljóst að Haraldur verði konungur en bróðir hans, konungurinn, veit það. Eins veit páfi faðerni Sverris fyrstur manna (Svs., 4), drottningin í Kænugarði er ekki í vafa um eðli Ólafs Tryggvasonar þegar hún lítur í bernsk augu hans (Odd., 27) og móðir Valdimars konungs spáir fyrir um feril Ólafs áður en hún hefur séð hann (Odd., 20–21). Almennt njóta konungar velvildar hver hjá öðrum. Ólafur Tryggvason nýtur hylli drottningar Garðaríkis (Hkr. I, 232, 252)[2] og Jarisleifur, sem þar er konungur mannsaldri síðar, trúir öllu góðu um Harald harðráða en neitar að trúa rógi um Magnús góða (Msk., 5, 58–9).

Konungar hafa þá sérgáfu að geta þekkt aðra konunga. Það er eitt höfuðminni Brandsþáttar örva í Morkinskinnu. Þar lætur Þjóðólfur skáld svo um mælt „at honom þetti eigi synt at annarr maþr ueri betr til konungs fallinn i Islandi firir sacir a/rleica hans oc stormenzco." (Msk., 194) En örlætið eitt dugar konungi ekki og það sýnir Haraldur Þjóðólfi í þættinum. Með því að neyða Þjóðólf til að bera boð til Brands refsar hann honum fyrir þá framhleypni að halda að hann geti úrskurðað hver sé konungur og hver ekki. Hefði Brandur verið konungsefni hefði Haraldur sjálfur séð það því að konungar þekkja hver annan. Það er hluti af dómgreind þeirra sem lýsir sér m.a. í að Haraldur einn hefur séð galla Magnúss, frænda síns (Msk., 128). Á hinn bóginn sér Haraldur Guðinason að nafni hans er á seinasta snúningi fyrir viðureign þeirra við Stanforðabryggjur (Fsk., 283).[3] Konungur í íslenskri konungasögu er aldrei aðeins einstaklingur. Fyrst og fremst er hann konungur og skilinn í ljósi annarra konunga.

---

1 Annað orðalag er í S-gerð sögunnar þar sem þeim er einnig líkt saman.
2 Bæði hún og Geira drottning virðast stjórna ríkjum sínum einar í Heimskringlu.
3 Sbr. Msk., 274 og Hkr. III, 186.

7. Einvaldurinn

Konungar eru eins og jafnir að tign, ef ekki að verðleikum. Því dregur dilk á eftir sér ef gert er upp á milli þeirra en á því er nokkur hætta ef tveir konungar eru á einum stað. Arnór jarlaskáld gerir upp á milli Magnúss góða og Haralds harðráða með því að flytja Magnúsi sitt kvæði fyrst þó að hann komi sér hjá því að játa það. Auk þess er í kvæðinu sagt „hveʀ gramr er þer storo veʀi". Hinn vitri Haraldur skilur hvað klukkan slær og er fár við: „Lofa konvng þenna sem þv vill. s. hann. en lasta eigi aþra konvnga" (Msk., 117). Sama á við í frásögnunum um Þránd hinn upplenska (103–7) og um móðganir Haralds við Þóri konungsbróður (109–10). Frásagnir af sambúð Haralds og Magnúss í Morkinskinnu enda iðulega á að gert er upp á milli þeirra og óvild eykst milli þeirra af þeim sökum: „Haralldr konvngr [...] þotti Þrandr [...] hafa [...] synt sic iþvi at hann vildi meira soma gera M. konvngi en ser. oc licar honom illa." (Msk., 104) Sjálfur tekur Magnús undir þetta: „[k]ann uera ath sumum verde myrkare og kalldare rad Haralldz konungs frænda mins en min." (Msk., 143) Saga þeirra frænda í Morkinskinnu er saga tveggja konunga sem eru bornir saman miskunnarlaust.

Það skapar vandræði ef konungar eru fleiri en einn. Þá þarf að kveða upp úr um siði af skynsemi eins og er gert þegar Magnús og Hörða-Knútur eru viðurkenndir jafnir í siðum þegar þeir eru saman, eins og fram kemur hjá Magnúsi:

> þa ek em j Noregi og sækir þu mik heim þa skal ek fyrre ganga og fyrre skal mer veita alla þionosto. en nu skulu þier fyrre ganga er eg er hier komin. og sitia fyrre og drekka fyrre og taka fyrre alla þionosto og tign. (Msk., 33)

Ef þetta er ekki á hreinu getur soðið upp úr og konungar farið að mctast. Dæmi um það eru mannjafnaður Eysteins og Sigurðar Noregskonunga (Msk., 382–5; Hkr. III, 259–62) og viðskipti Aðalsteins Englakonungs og Haralds hárfagra (Fsk., 71–73; Hkr. I, 144–5). Aðalsteinn sendir Haraldi sverð og þau skilaboð að hann skuli þá vera „þegn hans ok sverðtakari" en Haraldur vill ekki vera „þegn hans ok enskis manns í verǫldu." (Fsk., 72)[1] Konungur á að vera undir Guði einum en enginn konungur er öðrum óæðri. Haraldur hefnir sín með að senda honum son sinn því að með því að taka við honum viðurkennir Aðalsteinn að samband þeirra sé lóðrétt á hinn veginn: „sá er ógǫfgari, er ǫðrum fœðir barn." [2] Niðurstaðan er sú að þeir séu jafnir og hvorugur undir hinum: „Í þvílíkum viðskiptum konunga fannsk þat, at hvárr þeira vildi heita

---

1 Um tákngildi sverðsins hér, sjá: Guðrún Nordal. Hinn útvaldi, 32.
2 Sbr. Hkr. I, 145; Laxdœla saga, 75.

meiri en annarr, ok er ekki gǫrt misdeili þeirar tignar fyrir þessa sǫk, ok var hvárr þeira konungr yfir sínu ríki til dauðadags." (Fsk., 73)

Metingurinn leiðir ekki til neins í þessu tilviki en óhjákvæmilegt er að samanburður tveggja konunga verði stundum öðrum í óhag. Ólafur sænski spyr dóttur sína hvort hún viti „nǫkkurn konung hafa beitt meira á einni morgunstundu." (Fsk., 179) Þar gefur hann færi á sér og Ingigerður svarar því til að níu konungar Ólafs helga séu meiri veiðr en fimm trönur nafna hans.[1] Í Heimskringlu eru átök þeirra nafna lykilþáttur Ólafssögu helga og nærri fjórðungur hennar (Hkr. II, 76–158). Afstaða Ólafs helga er sanngjörn, hann vill sættir og að „hafi þat ríki hvárr okkarr, sem óðalborinn er til." (Hkr. II, 76) Í stuttu máli: rex est imperator in regno suo. Konungar eru jafnir. Ólafur sænski vill aftur á móti hefja sig yfir aðra konunga, metast. Það sést í sögunni um morgunveiðina og í reiðilestri þar sem hann ber saman Noregs- og Svíakonunga seinustu aldir:

> ek em inn tíundi konungr at Uppsǫlum, svá at hverr hefir eptir annan tekit várra frænda ok verit einvaldskonungr yfir Svíaveldi ok yfir mǫrgum ǫðrum stórum lǫndum ok verit allir yfirkonungar annarra konunga á Norðrlǫndum. En í Nóregi er lítil byggð ok þó sundrlaus. Hafa þar verit smákonungar (Hkr. II, 97)

Ólafur sænski viðurkennir ekki jafnræði norrænna konunga og vill vera mestur. Íslenskar konungasögur hafa litla samúð með slíku. Skipti Haralds harðráða við Grikkjakonung og Zóe hina ríku sýna að hann stendur jafnfætis þeim (Msk., 60, 65–6, 77, 85).

Meðal konunga ríkir þó ákveðin stéttaskipting en hún byggir ekki á jarðnesku veldi heldur á himneskri helgi. Um tvo norska konunga leyfist að segja í íslenskri konungasögu að þeir beri af öðrum, Ólaf helga og Ólaf Tryggvason. Metingurinn hjá Haraldi hárfagra og Aðalsteini Englandskonungi gengur aftur hjá Ólafi helga og Jarisleifi í Garðaríki. Ingigerður drottning, dóttir Ólafs sænska sem vildi eiga Ólaf helga en var nauðug gefin Jarisleifi, segir manni sínum að fóstra son síns fallna heitmanns með þessum orðum: „sannlict er þat meþ ycr er melt er at sa er ogæfgari er oþrom fostrar barnn". Jarisleifur lætur sér hvergi bregða og svarar: „vna megom ver þvi. þo at Olafr konvngr se oss meiri maðr oc eigi virþi ec til vvirþingar þott ver fostrim honom barnn" (Msk., 3). Hafa ber í huga að Ólafur helgi er fallinn þegar þetta gerist. Hann er ekki lengur jarðneskur konungur heldur hefur færst nær himnum. Þá er engin minnkun lengur fyrir Jarisleif að játa að hann sé minni

---
[1] Sagan er einnig í Heimskringlu (II, 131–2) og af stakri smekkvísi, fimm orrar Ólafs sænska kallast þar á við fimm konunga Ólafs helga og orrar eru konunglegri fuglar en trönur Fagurskinnu.

maður, það sýnir einungis visku hans og sanngirni. Það er vegna þessarar nándar við konunginn á himnum að Ólafur helgi telst meiri en Jarisleifur. Eins ber að skilja áherslu Ólafssögu Odds munks á að Ólafur Tryggvason sé afbragð konunga (sjá Odd., 180, 188, 196, 226, 245). Svo síendurteknar áminningar um yfirburði Ólafs hljóta að teljast ritstjórnarstefna Odds. Ólafur er ofar en aðrir konungar í alheimsstigveldinu, hann er ekki aðeins konungur heldur helgur maður og því í enn ríkari mæli fulltrúi guðdómsins sem allir konungar spegla.

Sá Guð er einn, eins og Sverrir konungur minnir þegna sína á í ræðu á Helsingjalandi: „En at þvi er yðr hyggianda at ver eigom allir eiɴ gvð oc collum hann varn foður." (Svs., 27) Þess vegna eiga menn að halda friðinn og gæta hver annars og í orðum Sverris felst að best sé að hafa einn konung. Einn konungur og ein lög eiga að ríkja í landinu. Við lát Magnúss góða verður Haraldur harðráði einn konungur í Noregi og tekur til baka sérréttindi Upplendinga á þeim forsendum að „einn skyldi konungs réttr um allan Nóreg" (Fsk., 271). Áherslu Haralds á að konungur sé einn má skilja í ljósi sameiginlegs veldis þeirra Magnúss þar sem Haraldur var í aukahlutverki sjálfur. Magnús bauð honum að vera konungur með sér með því skilyrði að sjálfur væri hann skör hærri:

> þv scallt vera iafnrettr konvngr iollom stoþom iNoregi sem ec. oc þa er ver erom allir saman. scal ec vera fire maþr ockaʀ iheilson oc þionkon oc seti. oc ef .iii. ero tignir menn scolo ver imiðio vera. ver scolom hafa konvngs legi oc konvngs bryɢior. þer scolot oc styðia oc styrkia vart riki iþann stað er ver hofom gert þann mann íNoregi er ver hvgþom at engi skyldi vera meþan vaʀ ha/ss veri fyr ofan iorþ. (Msk., 94)[1]

Þá kemst á sú kynlega staða að tveir eru efstir og jafnir en þó ekki hnífjafnir sem á sér enga samsvörun á himnum í katólskri kristni þar sem mikil áhersla er lögð á einingu hins æðsta valds.

Í Morkinskinnu einni konungasagna er fjallað um sameiginlegt ríki Magnúss og Haralds í löngu máli (Msk., 96–145) og leiða allar frásagnir af þessu tvíkonungsríki að því sama, ókostum þess að hafa tvo kónga. Þegar í upphafi verða átök þegar Haraldur og Magnús vilja leggja skipum sínum um sama lægi (Msk., 97–99) en samkvæmt gjöf Magnúss átti hann að hafa forgang. Og fljótlega verða fleiri „greinir" milli konunga. Staða beggja er óásættanleg, sá greinarmunur sem gerður er á þeim í samningnum veldur ágreiningi. Magnús sættir sig ekki við annað en að vera einn æðstur í Noregi en um leið er óþolandi fyrir Harald að vera í öðru sæti. Um vandræðaganginn sem af hlýst er

---

[1] Einnig og með nánast sama orðalagi í Fagurskinnu (244) og Heimskringlu (III, 98–9).

fjallað rækilega í Morkinskinnu og setur hann svip sinn á allar frásagnir frá þeim tíma, til að mynda sögurnar um Þránd hinn upplenska, Þóri konungsbróður, Arnór jarlaskáld og Hreiðar heimska þó að einnig sýni sumar frásagnir að samstarf konunganna getur verið þarft og jákvætt, t.d. þegar þeir lækna saman dreng (Msk., 118–20). Heildarniðurstaðan er þó sú að ríki tveggja konunga sé til ófarnaðar. Menn bera konungana hvað eftir annað saman, Haraldi í óhag, eins og Sveinn Úlfsson gerir: „oiafnir konvngar ero þeir M. konvngr oc Haralldr konvngr." (Msk., 140)

Hér fellir annar konungur dóminn og eins og áður sagði þekkja þeir hver annan og dómgreind þeirra um hver sé góður konungur er því betri en annarra. Einnig eru dæmi um að þegnar fái slíkt dómarahlutverk. Í Morkinskinnu er það sérstaklega áberandi en hún sker sig úr öðrum konungasögum sakir áhuga á sambandi konungs og þegns. Fyrir Magnús gengur gamall maður sem var með föður hans og reynir gjafmildi hans og stenst Magnús það próf: „Konvngliga er gefit heRa" (Msk., 101). Næsta frásögn á undan er þáttur af Þorkeli dyðrli. Hann er grunaður um skattsvik sem á þeim tíma merkir að gjalda ekki konungi sinn hlut í sköttum en annað kemur á daginn:

> Ec hefi nv verit meþ noccorum konvngom oc þionat þeim af minni kvnnvstv. Fyrst meþ O. konvngi TryGva s. er ec vnna mest allra manna. Siþan var ec meþ feþr þinom. oc mondi hann eigi þess til min geta at ec monda svikia son hans. Oc þa heRa er ifir oss com riki Alfivo. oc sv en illa olld er i vfriþi var hvers mannz fe. vgþa ec at eigi mynda ekfa gett konvngs eigna þessa er ver varþvęittom oc vissom at þer attoð at retto at hafa [...] oc tac nv her heRa landscylldir þinar. oc þicciomc ec eigi hafa mer isioþ borit. (Msk., 100)

Eins og gamli maðurinn hefur Þorkell þjónað mörgum konungum og getur því kveðið upp úr um hvaða konungar séu sannir konungar og hverjir ekki og þjónusta hans við Magnús er sönnun þess að hann sé sannur konungur. Á Harald er ekki minnst.

Hér að framan var það aftur á móti Íslendingurinn Arnór sem fær það hlutverk að fella dóminn. Það er eitt af leiðarstefjum þátta Morkinskinnu að þeir sem komnir eru langt að sjá sannleikann skýrar en aðrir og einmitt þess vegna er skipt um sjónarhorn með þeim. Manna skyggnastur á konunginn er þó fíflið Hreiðar sem lætur svo um mælt þegar hann á von á að sjá Harald harðráða: „em ec ecki viðforvll. en mer er mikil forvitni á at sia. ii. konvnga senn ienom stað." (Msk., 131) Þó að þessi athugasemd virðist kjánaleg kemur hún að lykilatriði í hugmyndafræði Morkinskinnu: Það er kjánalegt að hafa tvo konunga. Það viðhorf kemur fram um leið og Haraldur setur fram kröfu sína til ríkis. Þá segir Einar þambarskelfir: „ecki fysomz ver at tvisciptaz milli hofþingia. hofvm ver iafnan einom senn þionat." (Msk., 89) Þegar Haraldur biður bændur um að gefa sér konungsnafn „þorþi engi maþr þar at gøra fire riki M. konvngs at lata heita annan mann konvng at honom lifanda." (Msk., 93)[1] Í Morkinskinnu kemur ítrekað fram að Magnús er meira metinn, eins og þessi orð Tóka hins gamla sýna: „Þat hofvm ver heyrt .s. hann ef maþr beiþiz konvngs nafns oc se annaʀ aðr ilandi oc til konvngs tecinn a Eyra þingi. etlom ver þat at sa mon mest valld a oss eiga þegnom sinom." (Msk., 108) Samt sem áður sýnir saga Magnúss og Haralds að ef konungar í landi eru fleiri en einn skapast óvissa um hver ráði sem getur leitt til ófriðar og illinda. Lagadeilur Sigurðar og Eysteins konunga síðar í Morkinskinnu (365–82) leiða að sömu niðurstöðu.

Magnús Erlingsson konungur er á sama máli. Hann telur að fleiri en einn konungur hljóti að leiða til stríðs og sundrungar, þó að menn hafi skipt ríkinu á milli sín með „kærleic oc bliðu", þá „hefir iafnan lokit þeira ſcipti með uſætti en ſumum ſtoðum með alldr-tila" (Svs., 66–7). Sverrir fellst eiginlega á það. Þegar hann er sjálfur orðinn konungur neyðist hann til að gefa Eiríki bróður sínum lönd og jarlsnafn (Svs., 120) en þverneitar að viðurkenna annan konung sem menn hafi tekið „i hofuð honom" (Svs., 143). Sama orðalag notar Sveinn Alfífuson um Magnús góða og hans uppreisn (Msk., 20). Sveinn er að vísu ekki konungur nema að nafninu til en hin almenna regla er rétt. Það vita Danakonungar. Haraldur Gormsson neitar að „tvískipta Danaveldi" og vill ekki fá syni sínum ríki (Hkr. I, 272) en Knútur ríki leysir málið með því að vera yfirkonungur en synir hans heita undirkonungar yfir Noregi, Danmörku og Englandi (Fsk., 202–4).

Þegar Sverrir býður Magnúsi að þeir skuli báðir vera konungar nefnir hann mörg fordæmi úr sögunni:

> væri þeir baþir konungar ſem fyʀ hofðu verit ſynir Magnus konungſ berfǫz eða ſynir Haʀalds konungſ gilla. oc talþi at ſiðan er Magnus konungr hinn goði hafði miðlat halpt land við Haralld konung foður-broður ſinn. þa hofðu optazt verit .ii. konungar ſeɴ i Noregi til tecnir. En ſtundum fleiri. (Svs., 66)

Sú hefð virðist eldri en Magnús góði þó að þarna sé hann upphaf hennar. Sagt er í Fagurskinnu að Eiríkur blóðöx hafi orðið óvinsæll af því að vilja vera einn konungur í Noregi (Fsk., 74) en á undan Magnúsi góða er konungur í Noregi Ólafur helgi og hann er „einvaldskonungr" og kallaður það í Fagurskinnu:

> Þá er Sigurðr sýr var andaðr, var engi sá maðr í Nóregi, er konungs nafn bar, nema Óláfr konungr, en þat hafði eigi verit í Nóregi, síðan er Haraldr enn hárfagri hafði verit í ríkinu, en þess á milli hǫfðu heraðskonungar verit. (Fsk., 181)[2]

---

1 Einnig í Fagurskinnu (240, 242).
2 Helg., 106; Hkr. II, 107.

Í LEIT AÐ KONUNGI

Í Fagurskinnu, Helgisögunni og ekki síst Heimskringlu er hér lokahnykkurinn á baráttu Ólafs helga til valda í Noregi en áður hefur hann sett af Upplendingakonungana fimm. Hann sameinar Noreg og þess vegna er það upphaf sundrungar þegar Magnús síðan veitir fordæmi fyrir tvíkonungsríki. Í Heimskringlu er Ólafur sameiningarmaður Noregs en hann á sér forvera, bæði Harald hárfagra en einnig Svíakonunginn Ingjald illráða: „Þat er sǫgn manna, at Ingjaldr dræpi tólf konunga ok sviki alla í griðum. Hann var kallaðr Ingjaldr inn illráði." (Hkr. I, 71) Það er athyglisvert að Snorri leggur áherslu á aðferðir Ingjalds og Ólafs til að ná völdum enda virðist ekki vera sama áhersla á ríki eins konungs í Heimskringlu og í Morkinskinnu.[1]

Þó að í íslenskum konungasögum sjáist rök fyrir tvíkonungsríki eru lóðin á vogarskál einveldis mun þyngri og þarf engan að undra. Þau eru rituð á 13. öld og á þeim tíma var nánast regla að konungsríki hefði aðeins einn konung. Stjórn margra keisara á dögum Díokletíanusar þótti slæmt fordæmi og eins bræðravíg Franka. Konungur er kallaður *monarchos* sem merkir sá eini sem mestu ræður en orðið verður nánast samheiti við konung. Konungur er táknmynd Guðs sem var og átti að vera einn sinnar tegundar og engum líkur: unus Deus, unus rex. Á 12. öld lýsti Friðrik rauðskeggur Þýskalandskeisari því yfir að rétt eins og Guð væri einn og páfi einn, gæti aðeins verið einn keisari. Á 13. öld benti Tómas frá Akvínó á að sama kerfi ríki hjá Guði, býflugunum og í mannheimum, konungur er aðeins einn.[2] Eins og margar aðrar hugmyndir um konunga var þessi fyrst þróuð um keisara en síðan færð yfir á aðra konunga. Konungum var líkt við fleira en býflugur. Bernharður frá Parma kallaði konung fönix og aðrir tóku það upp. Fönix í hinni grísku goðafræði er aðeins einn og þegar hann deyr deyja einstaklingur og tegund í einu. Hann brenndi sjálfan sig á báli þegar tími var kominn og endurfæddist. Eins tók sonur við af föður í erfðakonungsríki og var eitt með honum. Á þann hátt var konungurinn eilífur.[3] Einveldi og erfðakonungsríki fara saman. Um leið og hefð verður að elsti sonur taki við af föður festist einveldið í sessi.

Samstaða var um að konungur ætti að vera einn en eins og gjarnan vill verða skapaðist hér togstreita milli kenningar og reyndar. Hjá Engilsöxum og Frönkum var tíðum margkonungsríki vegna óskýrra erfða. Karlamagnús skipti ríki sínu milli þriggja sona þó að örlögin tækju í taumana og tveir dæju

---

1 Um Ólaf sem sameiningarmann Noregs hafa norskir sagnfræðingar nokkuð fjallað (sjá: Schreiner. Olav den hellige og Norges samling; Bull. Olav den hellige og Norges samling; Gunnes. Rikssamling og kristning, 240–71; Andersen. Samlingen av Norge og kristningen av landet, 109–42).

2 Sjá m.a. Myers. Medieval Kingship, 268–76; Bjørgo. Samkongedømme kontra einekongedømme, 26–8; Tellenbach. Die Unteilbarkeit des Reiches.

3 Kantorowicz. The King's Two Bodies, 385–95.

á undan honum. Hið sama gerði Loðvík guðhræddi og þá skiptist ríki Karlunga í þrennt, árið 843. En þróunin í Evrópu er í átt til einveldis. Í Þýskalandi styrkist sérstaða keisara á 10. öld og fjölskylduátökum linnir.[1] Samkvæmt Heimskringlu hafði Haraldur hárfagri sama sið og Karlamagnús: „Þá gaf hann sonum sínum ǫllum konunganǫfn ok setti þat í lǫgum, at hans ættmanna skyldi hverr taka konungdóm eptir sinn fǫður, en jarldóm sá, er kvensift var af hans ætt kominn." (Hkr. I, 136–7) Hér er lýst smekklegu kerfi sem að öllum líkindum er hannað af Heimskringluhöfundi en ekki Haraldi. Í Fagurskinnu er sagt að af tuttugu sonum hans „urðu tveir einir konungar í Nóregi, Eiríkr blóðøx ok Hákon góði." (Fsk., 71) Í Heimskringlu er Eiríkur kallaður yfirkonungur (Hkr. I, 138) og gefið til kynna að synir Haralds hafi verið smákonungar og það heiti erfist milli kynslóða til daga Ólafs helga, óháð þeirri baráttu sem Hákon góði heyr við Eirík og sonu hans um hver eigi að vera yfirkonungur sem Háleygjajarlar dragast síðan inn í. Þá brjótast tveir smákonungar til valda og verða yfirkonungar, Ólafur Tryggvason og Ólafur helgi. Ætt þess síðarnefnda heldur þeim sess. Í Heimskringlu viðurkenna yfirkonungar smákonunga og öfugt, þannig gefur Hákon góði „konungsnafn Tryggva ok Guðrøði" (Hkr. I, 151). Grethe Blom telur þetta kerfi smíðað af sagnariturum 13. aldar með hliðsjón af því kerfi sem þá var komið á en sannleikskjarni sé þó í því, Noregur hafi verið talinn eining með mörgum konungum þar sem einn ber stundum höfuð og herðar yfir aðra.[2]

Á næsta skeiði í sögu Noregs (1045–1160) eru engir yfirkonungar eða smákonungar en allmörg skeið þar sem jafnrétthair konungar stjórna saman (condominium), alls sex en flest stutt. Magnús góði og Haraldur stjórnuðu saman í tvö ár, Magnús og Ólafur Haraldssynir í þrjú, synir þeirra í eitt ár, synir Magnúss berfætts fyrst þrír og þá tveir í tuttugu ár, Magnús blindi og Haraldur gilli í fimm ár en síðan synir Haralds í um tuttugu ár. Óvíst er hvernig þessari samstjórn hefur verið háttað, hvort um var að ræða samstjórnarkerfi eða nauðsyn í hverju tilviki fyrir sig. Í íslenskum sagnaritum er oft sagt að konungar skipti landinu en að einhverju leyti hafa þeir þurft að stjórna saman. Greinilegt er að konungar hafa ekki vald til að minnka konungsrétt í sínum hluta og um margt verður að taka sameiginlegar ákvarðanir. Sigurður, Ingi og Eysteinn eru allir við setningu erkibyskupsstóls í Niðarósi 1153, dæmi eru um að Haraldur gilli og Magnús blindi setji lög saman og Jórsalaferð Sigurðar virðist fjármögnuð úr ríkjum allra konunganna. Upp úr 1150

---

[1] Sbr. Wood. Kings, Kingdoms and Consent, 17–23; Wood. The Merovingian Kingdoms, 55–70; Tellenbach. Die Unteilbarkeit des Reiches; Leyser. Rule and Conflict in an Early Medieval Society, 8–47.

[2] Blom. Samkongedømme-Enekongedømme — Håkon Magnussons Hertugdømme, 3–5.

tekur við borgarastríð og er greinilegt að menn vilja ekki lengur deila völdum. Krytur verða að stríði og ný konungsefni spretta upp með tilheyrandi umróti í 60 ár, ekki síst ef fylkingar voru álíka sterkar, eins og þegar Sverrir og Magnús börðust. Baglar ná svo styrkri stöðu í Austur-Noregi að árið 1208 fá þeir svæðisbundin réttindi með samningi. Ingi Bárðarson vildi vera konungur einn en Filippusi Baglakonungi var boðið jarlsheiti. Hann kallaði sig þó áfram konung og virðist hafa verið viðurkenndur utan síns svæðis.

Úr verður að konungur fellst á að skipta ríkinu svo fremi sem hann einn sé konungur og formlegur stjórnandi þess alls og aðrir stjórni í hans nafni. Það gerist árið 1188 þegar Sverrir lætur bróður sinn fá ríki og jarlsnafn og árið 1204 er sveinninn Guttormur konungur að nafni en Hákon galinn hlýtur jarlsnafn og ríkisstjórn. Þar með er konungsnafn og konungsvald (nomen og potestas) aðgreint, þvert á það sem æskilegt var talið. Eftir 1208 er Noregi síðan í raun þrískipt milli Inga, Hákonar og Bagla en Ingi er þó formlegur konungur yfir öllu saman og eftir 1217 er Hákon konungur (rex Norvegiae) en Skúli jarl (dux Norvegiae) og stjórnar þriðjungi ríkis. Menn sverja báðum eiða og sumu stjórna þeir saman. Hér er í raun búið að kerfisbinda tví- eða þrískiptingu Noregs en það varði ekki lengi. Eftir 1237 er Skúli hertogi sem er nýr titill en í raun eru völd hans óskýrari og þar með minni.[1] Hákon Hákonarson kom á einveldi og erfðakonungsríki í Noregi á 13. öld, synir hans voru lýstir konungar um leið og þeir voru lýstir ríkisarfar en erfðakonungsríkið var lögbundið árið 1260. Á árunum 1280–1299 var ríkinu skipt milli Eiríks konungs prestahatara og yngri bróður hans, Hákonar hertoga sem hlaut hluta landsins sem lén. Sú leið var valin víða í Evrópu á þeim tíma til að finna yngri konungssonum stað í einveldi.[2]

Í Heimskringlu eru ekki aðeins nefndir smákonungar af ætt Haralds hárfagra heldur einnig jarlar, þ.e. afkomendur hans í kvenlegg. Á dögum Haralds harðráða er aftur á móti orðin hefð að aðeins sé einn jarl (Hkr. III, 130) og væntanlega gerir Heimskringluhöfundur því skóna að Ólafur helgi hafi komið því skipulagi á um leið og hann setti af smákonungana. Ástandi mála í Noregi er svo lýst fyrir daga Ólafs: „Í þenna tíma var í Nóregi fjǫlði lendra manna. Óru þeir margir ríkir ok svá ættstórir, at þeir váru komnir af konunga ættum eða jarla ok áttu skammt til at telja, váru ok stórauðgir." (Hkr. II, 58) Sú yfirstétt styður Svein jarl gegn Ólafi og geldur fyrir. Er Ólafur sakaður um að taka af þeim völd síðar í sögunni: „þó gerðu ekki svá inir fyrri hǫfðingjar,

---

[1] Sjá umræðu hjá Bjørgo (Samkongedømme kontra einekongedømme. Samkongedømme og einkongedømme), Blom (Samkongedømme-Enekongedømme — Håkon Magnussons Hertugdømme, 5–27) og Bagge (Samkongedømme og enekongedømme).

[2] Blom. Samkongedømme-Enekongedømme — Håkon Magnussons Hertugdømme, 28–70.

KONUNGUR Á JÖRÐU OG HIMNI

at minnka várn rétt, er ættbornir erum til ríkis at hafa af konungum, en fá þá í hendr bóandasonum þeim, er slíkt hafa fyrr ekki með hǫndum haft." (Hkr. II, 211) Þegar konungsvald styrkist verða til embættismenn konungs og leysa erfðastéttina að hluta til af hólmi. Í Heimskringlu er þetta kennt við Ólaf en í raun verður þessi breyting á 13. öld í Noregi. Deilur Ólafs og erfðaaðalsins skírskota til Noregs Sverrisættarinnar.

Þegar jarl er orðinn einn er óhætt að tala um að ríkisstjórnendur séu tveir, eins og gerðist á dögum Erlings og Magnúss, Hákonar galins og Inga, Skúla og Hákonar. Áður var rakin umfjöllun Morkinskinnu og fleiri íslenskra konungasagna um samstjórn konunga og þau vandræði sem af henni leiðir. Þó að konungur sé aðeins einn er oft jarl í landinu eða annar maður sem er svo voldugur að nánast er hægt að tala um tvo konunga og í Morkinskinnu kemur skýrt fram að slíkt tvíveldi leiðir til ófarnaðar. Einn þessara valdsmanna er Einar þambarskelfir sem Haraldur harðráði lætur vega á gamals aldri. Í Heimskringlu er aðeins stuttur inngangur að vígi hans þar sem Einar er sagður „inn vinsælsti maðr" en Haraldur „ríklundaðr" og Einar er sagður verja menn fyrir því sem hann kallar „ólǫg" Haralds. Frásögnin frá víginu sjálfu er svo gott sem frá sjónarhorni Einars og samúð Heimskringlu er greinilega með Einari (III, 122–6). Í Morkinskinnu eru tvær smáfrásagnir inngangur að vígi Einars, „Fra islenzkum manne" og „Um klok raad Haralldz konungs" (Msk., 172–7). Þar sést hvernig Einar heldur sig sem konung og hirðir fé sem konungi ber með réttu. Einar heldur sig lengi vel innan marka en þó kemur að því að upp úr sýður: „Haralldr konungr mællti. ríkr erttu Einar ef þu ert konungr yfir landeno helldr enn ek þo eg se so kalladr." (174) Hér hefur Einar gengið of langt og sagan telur Harald sem hún kveður hafa „lengi bundiz oc stilltan sic af" (180) í fullum rétti. Því að óeðlilegt er að í einu landi séu tveir konungar eins og Hreiðar heimski hefur bent á.

Fyrr í Morkinskinnu hefur grunnur verið lagður að þessum ofmetnaði Einars. Þegar Magnús góði tekur ríki er hann gerður „forsiamadr Magnus og fóstrfadir hans" og þar með ríkisstjóri en þó með þeim fyrirvara: „ath þu suerir honum adr trunadareid" (Msk., 19) sem Einar gerir með semingi, svo stórlyndur er hann. Þegar Haraldur verður konungur lenda þeir strax upp á kant og Haraldur sakar Einar um ofmetnað: „goþr veri sa dagr er þinn ofsi steypiz. oc sva sem nv ertv hofþi heri en aþrir. scyldir þv bratt hofþi legri." (Msk., 108–9) Einar virðist stundum heldur vanstilltur eins og sést þegar hann æsir sig við Magnús góða (Msk., 115) en oft er „storlynde" hans litið jákvæðum augum (Msk., 146). Áður en Einar er veginn kemur skýrt fram að hann er farinn að ofmetnast. Á undan áðurnefndum smáfrásögnum er sagt að upp séu komnar „greinir" milli Haralds og Einars og er ástæðan þessi: „Einar villdi jafnazth uid konung j rikdom sinum allt j Þrændalogum. og [...] varla matte konungr koma fram malum sinum fyrir ofriki Einars." (Msk., 171)[1] Síðan sýður upp úr þó að kornið sem fyllir mælinn virðist vera að Einar sofnar þegar Haraldur segir honum frægðarsögur af æskuafrekum sínum í Miklagarði og víðar! (Msk., 178)

Einar er hvorki fyrstur né seinastur lendra manna til að keppa við konung og í ræðu Magnúss berfætts um Sveinka Steinarsson í Morkinskinnu er veitt yfirlit um það:

> Of mioc dragaz lendir menn þa fram er þeir vilia eigi þess geta er til konvngs cømr. oc hefir þat alldri fyr vel gefiz iþeso landi fyrst vm daga O. konvngs helga. mal þeira Erlings Scialgs s. sva oc vm Einar þ.s. er iafnaþiz iriki viþ Harald konvng frenda varnn. sva gafsc nv oc Steigarþori oc Agli. nv kvnna þeir eigi sialfir meta sic. enda er beþi at Sveinki er rikr oc til þess etlar hann. ef hann vill við mic þreyta. (Msk., 310)

Niðurstaða Magnúss er að „hann mondi einn vilia vera konvngr ifir Noregi" (311) og það er niðurstaða Morkinskinnu líka. Hún hefst ekki fyrr en eftir fall Erlings Skjálgssonar en í Heimskringlu kemur fram að hann keppir við konung. Þeir Ólafur sættast að vísu fyrst með semingi en Erlingur vill engum lúta nema konungi en ekki konungsvaldinu eða embættismönnum konungs. Hann niðurlægir að lokum konung sjálfan svo að til fullra vinslita kemur og gengur hann þá Knúti á hönd og berst við Ólaf helga (Hkr. II, 78, 192–3, 203–6, 312–18). Afbrot Erlings er mun meira en Einars þambarskelfis og þarf varla að fara í grafgötur um hvernig það hefði fallið að hneigð Morkinskinnu. En í Heimskringlu er Erlingi svo lýst: „Erlingr var allra manna fríðastr ok mestr ok sterkastr, vígr hverjum manni betr ok um allar íþróttir líkastr Óláfi konungi Tryggvasyni. Hann var vitr maðr ok kappsamr um alla hluti ok inn mesti hermaðr." (Hkr. II, 29) Og eftir fall hans er sagt: „var Erlingr it mesta harmaðr, ok hefir þat verit mál manna, at Erlingr Skjálgsson hafi verit maðr gǫfgastr ok ríkastr í Nóregi, þeira er eigi bæri tígnarnafn meira." (Hkr. II, 318) Í Heimskringlu er víg Erlings óhæfuverk sem einungis leiðir til ills.

Í Morkinskinnu er tekin skýr afstaða til einveldis. Það leiðir til vandræða ef konungar eru fleiri en einn en það er fullkomin óhæfa þegar aðrir fara að keppa við konung og reyna að gera sig jafna honum. Þess vegna fer illa fyrir Einari, Steigar-Þóri og öllum öðrum sem setja sig upp á móti konungi. Önnur skoðun kemur fram í Heimskringlu. Þar virðist talið að Ólafi hefði verið betra að sættast við Erling Skjálgsson og ekki er átalið þó að Einar sitji norður í landi og „þjónaði ekki konungi." (Hkr. II, 267) Samúðin í Heimskringlu er ekki með konungi heldur Erlingi og Einari, öfugt við Morkinskinnu. Hér greinir sögurnar á um túlkun sögunnar og er freistandi að setja það í sam-

---
[1] Einnig í Fsk., 262–3.

hengi við ritunartíma þeirra. Báðar eru sögurnar að líkindum ritaðar á árunum 1220–1240 en þá stjórnuðu Noregi konungur og jarl, Hákon og Skúli. Í Morkinskinnu er mælt með því að einn stjórni og að það sé konungur. Heimskringluhöfundur er á hinn bóginn fullsáttur við samstjórn þó að aðrir en konungar eigi í hlut. Því má álykta að í Heimskringlu sé tekinn málstaður Skúla jarls en höfundur hennar, Snorri Sturluson, var einmitt stuðningsmaður hans og lenti síðar í að verða uppreisnarmaður gegn konungi eins og Einar þambarskelfir og Erlingur Skjálgsson og með svipuðum árangri. Í Morkinskinnu og Heimskringlu svífur Skúli Bárðarson yfir vötnum, hann er Einar þambarskelfir og Erlingur Skjálgsson. Af umfjöllun sagnanna um þá má ráða afstöðu þeirra til samtímastjórnmála í Noregi.[1]

Aðrar sögur eru ekki jafn skýrar að þessu leyti og sagnariturum þeirra hefur e.t.v. ekki verið jafn hugleikið hvort betra sé að hafa einn konung eða tvo.[2] Knýtlingasaga leggst þó fremur á sveif með Morkinskinnu. Í miðri sögu Knúts helga er sagt frá Blóð-Agli, manni konungs, sem óhlýðnast honum, rænir hann og drepur fyrir honum menn (Knýtl., 153–162).[3] Upphaflega fer vel á með konungi og Agli en svo fer að lokum að konungur lætur taka Egil af lífi og verður ekki annað séð en að því sé fagnað. Eitt af því sem konungur ámælir Agli fyrir er að hann hafi svo margt manna með sér „sem konungar" og api þeirra siði og geri sig þar með meiri en hann á „ætt til ok kynferði." (157) Í Danmörku á aðeins að vera einn konungur og síst af öllu eiga lendir menn að setja sig á of háan hest.

8. Náð Guðs

KONUNGAR eiga að stjórna einir af því að þeir endurspegla Guð í upphæðum sem stjórnar einn. Það er hugmynd Ágústínusar sem hann sækir til Páls postula sem segir allt vald koma frá Guði (Kor. 15, 10). Til þess vísa og embættisheiti konunga, þeir þiggja konungsríki sem gjöf frá Guði fyrir náð

---

[1] Að framansögðu má vera ljóst að ég hafna alveg þeirri hugmynd Bjørgo (Samkongedømme kontra einekongedømme, 2) að í Heimskringlu séu dregnar sérstaklega fram andstæður og vandræðagangur samkonungaríkis enda hefur hann leitt hjá sér afstöðu Morkinskinnu til þessa sem Andersson (The Politics of Snorri Sturluson) hefur reynt að greina.

[2] Þrátt fyrir viðleitni Bagge (Samkongedømme og enekongedømme, 258–61) er ekki hægt að greina fyllilega afstöðu Ágrips og Fagurskinnu til samkonungsríkis en ljóst er að í engri konungasögu annarri en Morkinskinnu er beinlínis fjallað um málið og skipta þar þættir hennar mestu máli.

[3] Bjarni Einarsson hefur fært fyrir því rök að sú saga sé ættuð úr Egilssögu (On the 'Blóð-Egill' Episode in Knýtlinga saga).

hans (Dei Gratia). Sá frasi kemst í konungstitla kristinna germanskra konunga þegar á 6. öld og er föst formúla frá dögum Agilulfs Langbarðakonungs en í kjölfar hans fylgdu til að mynda enskir konungar. Talað var um náð Guðs (Dei Gratia, Christi gratia), samþykki (domino concedente) og gjöf (Dei dispensatione, dei dono og mid Godes gife). Hjá Frönkum hafði þessi tugga mikið vægi þar sem konungsættin var ný og lögð áhersla á að hún væri valin af Guði. Sonur Karlamagnúss, Loðvík guðhræddi, sýndi allar undirstöður valds síns í titli sínum: Ego Hlodowicus misericordia domini Dei nostri et electione populi rex constitutus. Þetta var mjög í anda tímans, á 9. öld var varla nokkur konungstitill þar sem ekki var nefnd náð eða mildi Guðs. Náð Guðs varð svo sérstakur valdsgrunnur Loðvíks þegar hann endurheimti völd sín aftur eftir að hafa verið settur af. Á Norðurlöndum er Nikulás Danakonungur fyrstur konunga nefndur konungur af náð Guðs og staðgengill hans af sagnaritaranum Aelnoth sem segir hann settan af Guði (Dei gratia rex Danorum, vicarius Christi et Dei, Christus domini, a Deo prepositus). Síðan kemst þetta í embættisskjöl. Eiríkur eymuni, eftirmaður hans, notaði sama titil og ávarp keisara Hins heilaga rómverska keisararíkis.

Þessir titlar sýna nálægð Guðs í konungi. Valdið er að ofan og streymir þaðan um konung til fólksins. Samningur konungs er aðeins við Guð. Samsæri gegn honum er samsæri gegn Guði, hann er ekki háður þegnum sínum fremur en Guð sköpunarverkinu, er ekki meðal þegna sinna heldur ofar þeim. Konungur er fundinn af Guði eins og Samúel finnur Sál, krýndur af þjónum hans og síðan hylltur af þjóðinni. Sú hylling er viðurkenning lýðsins á guðlegum uppruna hins konunglega valds.[1] Konungur er studdur af Guði leynt og ljóst og Guð grípur inn í til að koma fram vilja sínum ef með þarf. Vilji hans ræður gangi sögunnar: „En guð, er þetta barn hafði kosit til stórra hluta, stillti hónum til lausnar með þeim hætti, at maðr kom til Eistlands ..." (Ágr., 20). Þegar jarlarnir Eiríkur og Sveinn ráða Noregi er kristni ógnað og hefði illa farið „ef eigi hefði guð þá sína miskunn til sent með tilkvámu Ólafs" og þrítekið er að Guð komi Ólafi til valda (Ágr., 24–5). Hið sama er gefið í skyn þegar Ólafur fellur en Hrani kveður hann hafa fest fót í Noregi. Þá segir Ólafur: „Vera má þat, ef guð vill, at svá sé." (Fsk., 170–1)[2] Og Guð vill það

---
1 Sjá m.a. Ullmann. Principles of Government and Politics, 117–37; Wolfram. Intitulatio I, 90–107, 206–17; Wolfram. Lateinische Herrschertitel im neuten und zehnten Jahrhundert, 61–74; Hoffmann. Königserhebung und Thronfolgeordnung in Dänemark zum Ausgang des Mittelalters, 71–83; Damsholt. Kingship in the Arengas of Danish Royal Diplomas, 79–80; Kern. Gottesgnadentum und Widerstandsrecht im früheren Mittelalter, 77–93, 202–7; Brown. Saint Augustine, 5; Gunnes. Kongens ære, 39–49; Wallace-Hadrill. The Via Regia of the Carolingian Age.
2 Einnig: Helg., 66. Hkr. II, 36.

greinilega því að skömmu síðar er Ólafur kominn til valda eftir að hafa unnið úrslitaorrustu við Svein jarl austur fyrir Nesjar á sjálfan pálmasunnudag.

Í Sverrissögu er Guð ein af aðalpersónunum og hann er í liði Sverris: „En fva micla mifcunn fynde allzualldande guð. við SverRi konung. at hann feck af því folki mikinn farnað" (Svs., 12–13). Þegar Sverrir fer yfir vatn með of þungan flota flýtur flotinn en sekkur um leið og konungur stígur af. Það er á færi Guðs eins að koma þessu við en hann hjálpar Sverri jafnt í smáu sem stóru og er oft nefndur sem sá sem ræður úrslitum (Svs., 13–14, 26). Um það er Sverrir meðvitaður. Hann fullyrðir að Guð ætli að taka ríki af Magnúsi og Erlingi og veita honum: „mun guð sva fcipta með os. því at þeir hafa lengi yfir varo riki oc fæmðum fetið. oc cann nu vera at þeir misi er með ra/ngu fengo." (Svs., 39) Því geta allir glaðst þegar Erlingur fellur: „Syniz mer fem os hvarom-tveGiom mætti mikill fagnaðr a vera er sva hefir til fcipt um lif manna fem fialfr guð villdi." (Svs., 43) Þegar sigur er unninn er þeim þakkað sem í hlut áttu: „SverRir konungr þaccaði nu allzvalldanda guði oc hæilagri guðs moður MaRiu oc Olafi konungi. þenna fagra figr er gvð gaf honom." (Svs., 16) Þetta gerist aftur og aftur, Sverrir er óþreytandi að minna á stuðning æðri máttarvalda (Svs., 20, 35, 57–8, 140, 156); sýnir m.a. þakklæti sitt í nafngjöf Maríusúðarinnar sem er um leið áminning um uppsprettu valds hans (Svs., 85–7).

Eftir úrslitasigurinn á Magnúsi segir Sverrir þetta í ræðu: „Guð fialfan fculom ver lofa fyrir figr varn er hann hefir nu miclo berara en fyR veitt os fiN ftyrc oc crapt i þesi oRosto. oc eigi megum ver kenna os þenna fagra figr annan veg en þetta hafi farit eptir gvðf vilia oc hanf til-fcipun." (Svs., 101) Guð hefur gert Sverri að konungi, hann er beinlínis konungur af Guðs náð og minnir á það í ræðu hlaðinni tilvísunum í Biblíuna þar sem hann er sjálfur í hlutverki Davíðs konungs (Svs., 105–6). Þegar þeir Magnús höfðu hist sagði Sverrir við hann: „nu mun guð vilia at endir verði a því hinu rangliga riki er þu hefir hapt um hrið." (Svs., 68) Magnús er raunar fullviss um hið gagnstæða fram á seinustu stundu (Svs., 93) en er þó efins að lokum. Áður en hann heldur í úrslitaorrustuna við Sverri þakkar hann Guði fyrir hvort sem er, sigur eða ósigur. Hann þráir aðeins frið og gefur þar með í raun konungdóminn frá sér (Svs., 96). Sverrir efar aftur á móti aldrei að Guð sé sín megin og í ævilok þakkar honum líf sitt: „gud fe þess lofadr er hann hefir gætt min i morgum þrautum firi vopnum v-vína minna" (Svs., 193–4).[1]

Það er því Guð sem ræður, hann setur konunga og steypir þeim. Þegar Ólafur helgi ætlar að hætta að berjast fyrir konungsnafni og halda til Jórsala að ganga undir regúlu birtist Ólafur Tryggvason og minnir hann á hvaðan

---

[1] Sbr. Loescher. Die religiöse Rhetorik der Sverrissaga, 3–9 o.v.

vald hans sé: „Þat þykki mér undarligt [...] ef þú ætlask þat fyrir at leggja niðr konungstígn þá, er guð hefir gefit þér" (Hkr. II, 340). Konungar trúa því sjálfir að ríki þeirra sé gjöf frá Guði, þannig kemst Magnús góði að því að réttast sé að gefa England frá sér „bezt fallit at láta Eatvarð konung hafa ríki sitt í ró fyrir mér, en halda þessu ríki, er guð hefir mik eignask látit." (Hkr. III, 66–7) Um leið og Guð gefur ríkið hefur hann eftirlit með því og getur einnig tekið það til baka. Konungur sem sinnir starfi sínu illa brýtur gegn Guði þar sem hann er bæði táknmynd hans, fulltrúi og þiggur vald sitt frá honum. Þess vegna segist Sigurður af Reyri undrast að Ingi Haraldsson „mundi þora fyrir guði at kallask með konungsnafni, ok þat undrumk ek, er guð þolir honum þá ofdirfð, ok þat mun guð vilja, at vér steypim honum." (Hkr. III, 355)

Ekki er hægt að ganga fram hjá vilja Guðs. Hann er frá upphafi þáttur af sögu Noregskonunga. Þó að heiðinn sé að nafninu til skýtur Haraldur hárfagri málum sínum til Guðs þegar hann heitir að skerða hvorki hár sitt né kemba fyrr en hann geti sameinað Noreg (Hkr. I, 97) og það er því greinilega Guði að þakka að það tekst. Þegar Hákon góði fellur er það með Guðs vilja vegna misgjörðar hans: „lagðisk þat til hefndar við Hákon af guði eptir þat er hann hafði blótat" (Fsk., 81). Ólafur helgi vinnur Nesjaorrustu með hjálp Guðs: „Þessi orrosta varð lǫng ok sleizk með því, sem guðs forsjá var, at Óláfr konungr hafði sigr" (Fsk., 174). Og Guð heldur verndarhendi yfir Magnúsi góða í orrustu hans við Vindur: „En konungr sialfr geck vndir vopn heidinna manna hlifalaus og þorde eingin vopn aa hann ath bera. so hlifde honum guds myskunn og arnadarord fodr hans" (Msk., 46). Hann er þátttakandi í sögunni. Það er hans vegna að Magnús góði skiptir um stjórnarstíl: „guð hafði skipt skapi hans, ok var þá freka snúin til miskunnar" (Ágr., 33).[1] Það er hans vegna að Magnús berfættur útrýmir ofbeldismönnum í Noregi með hörku: „villdi guþ nv enda lata averþa þeira ofstopa" (Msk., 308). Um þetta eru konungar meðvitaðir í stóru og smáu. Játvarður játari á rétt á konungsríki en tekur þann kost að bíða uns Guð sjálfur taki í taumana og bindi enda á konungsríki hálfbræðra sinna: „vnda ek þui medan guð villde riki þessa mannz" (Msk., 54).[2] Fyrr en síðar tekur hann þó við ríkinu. Það sem Guð vill kemur fram.

Það er í ljósi þessa guðlega ákvörðunarvalds um málefni konunga að beina má sjónum að hugtökunum *gæfa*, *gifta* og *hamingja*. Tvö þessara orða eru samstofna við *gjöf* og í konungstitlum er tekið fram að konungsríki séu konunga fyrir náð Guðs, gjöf frá Guði. Því hefur verið haldið fram að gæfa konungs sé fornt fyrirbæri, til á Norðurlöndum fyrir kristnitöku. Hún er þá tengd

---

1 Sbr. Msk., 31.
2 Sbr. einnig Fsk., 217.

við sérstakt vald konungs yfir uppskeru, ársæld, friðsæld og sigursæld. Konungur er holdgervingur gæfu þjóðar sinnar og sú gæfa er eiginleiki sem býr innra með honum, óskiljanlegur og torhöndlanlegur. En heimildir sem ályktað hefur verið út frá eru flestar ritaðar í kristni og þá er algengt að gæfa sé þýðing á latneska orðinu *donum* og merki gjöf Guðs. Orðið *gifta* er notað í kvæðum Hallfreðar vandræðaskálds sem eru eldri en kristni en ekki er útilokað að um kristin áhrif sé að ræða. Nánast er algilt að konungum sé eignuð sérstök gæfa. Sennilegt er því að í heiðni hafi konungum verið eignuð konungsgæfa, sérgáfa sem fylgdi konungstign. En íslenskar konungasögur eru ritaðar í kristni og gæfan er þar skilin innan þess hugmyndakerfis.[1]

Gjöfin er frá Guði og stundum er það tekið fram í íslenskum konungasögum. Ólafur Tryggvason segir við Svoldur: „Mikil er hamingja jarlsins. oc þat vill guð nu at hann hafi rikit oc eigniz landit." (Odd., 230) Hamingja jarlsins felst í vilja Guðs sem er honum í hag í þessum slag. Þó er Ólafur Tryggvason tvímælalaust betri þjónn Guðs en hefur komið sér í vonlausa stöðu. Stundum virðist hamingjan þannig vera sjálfstæður eiginleiki konunga óháð gjöfum Guðs, hinn heiðni Hákon jarl nýtur hamingju sem varla stafar af trú og kristilegri breytni (Hkr. I, 298). Oftast er gæfan þó sambland vilja Guðs og mannlegrar breytni. Einar þambarskelfir spáir fyrir um örlög þeirra sem berjast á Stiklastöðum: „Man mikit skilia giævo ykra, firir þui at þit haveð olict stæmt raðeno." (Helg., 76) Gæfa fer bæði eftir hegðun manna og því sem Guð vill. Hið sama á við um ógæfu. Ógæfa fylgir hryðjuverki Haralds gilla á Reinaldi byskupi: „er gliclict at þetta vvercan hafi dregit Noreg til mikillar vgipto oc þeim er gerþo. oc fello meþ ibaɴ oc gvþs reiþi." (Msk., 402) Hegðun Haralds kallar reiði Guðs yfir Noreg og hann sjálfan og er það réttnefnd ógæfa.

Oft kann því að virðast sem hamingjan sé eiginleiki konunga, óháður vilja Guðs, en ef til vill er réttara að segja að hæfileikar konunga og breytni hafi áhrif á gengi þeirra og þá einnig hvort Guð styðji þá. Sagt er að Harald hárfagra „styrkði [...] hamingja ok fyrirætlan, at hann skyldi vera yfirmaðr Norðmanna ríkis" (Fsk., 58–9). Vilji Guðs og vilji Haralds og hæfileikar koma honum sameiginlega til valda og er það ítrekað síðar (Fsk., 65). Þar sem konungar eru sérstakir og fulltrúar Guðs er hamingja þeirra meiri en annarra, Guð styrkir þá sérstaklega. Hákon jarl Eiríksson leggur sérstaka áherslu á að hann njóti þess styrks enn þegar Ólafur helgi rekur hann frá völdum: „fríðir menn þér eruð sjónum, en farnir eru þér nú at hamingju." Þá svaraði jarlinn: „Eigi

---

[1] Sjá umræðu hjá: Ström. Kung Domalde i Svitjod og „kungalyckan"; Baetke. Yngvi und die Ynglinger, 19–22; Lönnroth. Dómaldi's death and the myth of sacral kingship, 78–9; Hocart. Kingship, 21–31.

Í LEIT AÐ KONUNGI

er þetta óhamingja, er oss hefir hent" (Fsk., 171; Hkr. II, 38). Hákon jarl vill ekki viðurkenna skort á hamingju vegna þess að hún er einkenni konungs. Þannig er Sverrir konungur kallaður sá „er meſtri ſtyrði giptunni" meðal Birkibeina (Svs., 23) og Haraldur konungur hefur meiri hamingju en aðrir í liði sínu: „minni treystvmc ec hamingionni bezt oc gefunni at styra knifinom" (Msk., 81). Gæfa konungs getur þó flust yfir á aðra: „feʀ Biornn nv aʋstr meþ hvlþo oc gipto þeira feðga O. konvngs oc Magnvs." (Msk., 11) Þarf það vart að koma á óvart að þeir skuli njóta gæfu konungs sem reka erindi hans ef gæfa konungs er fyrst og fremst stuðningur Guðs við mál hans. Í Morkinskinnu sést hvernig gæfa getur flust á milli manna, einkum í Auðunarþætti (Msk., 180–7) þar sem gæfan er stef og hlutgerð í gjöfum sem flytjast milli manna. Þegn konungs getur varla fengið stærra áfall en ef konungur neitar að þiggja gjöf frá honum, eins og Þorvarður krákunefʃær að reyna (Msk., 201). Með gjafasambandi við konung fá menn hlutdeild í gæfu hans.

Tengsl konungsgæfu við hylli Guðs sjást í að gæfa Ólafs helga er meiri en annarra konunga. Menn hans geta í ofviðri treyst á „liðskost góðan ok hamingju konungs" (Hkr. II, 35) og andstæðingar vilja síður „etja hamingju" við hann (Hkr. II, 102). Gæfa er ekki aðeins samsafn hæfileika þó að þeir skipti máli. Ólafur helgi nefnir þetta þegar óviturleg ráð Sighvats skálds snúast honum og syni hans til gæfu: „Er þat eigi undarligt, at gæfa fylgi vizku. Hitt er kynligt, sem stundum kann verða, at sú gæfa fylgir óvizkum mǫnnum, at óvitrlig ráð snúastk til hamingju." (Hkr. II, 210) Fyrst og fremst kemur gæfan að ofan. Magnúsi góða er „jafnan sigren ætladr" (Msk., 50) í orrustum og í lokaorrustu Sverris og Magnúss Erlingssonar fer svo að lokum að hamingjan snýst Sverri í vil. Eins og áður sagði er Sverrir ekki í vafa um hvaða afl er þar að verki. Gæfan er birtingarmynd Guðs og getur sýnt hverjum hann hefur velþóknun á.

9. Samband við guðdóminn

NORSKA KONUNGSÆTTIN hefst á draumi. Hálfdan svarta dreymir aldrei uns hann fer í svínaból að ráði Þorleifs spaka, sofnar þar og dreymir framtíð Noregs (Fsk., 57–58).[1] Í draumi öðlast hann þekkingu sem ekki fæst í vöku. Draumar eru ein leið Guðs til að birta konungum sannleika sem aðrir geta ekki nálgast. Á sama hátt dreymir Sigurð Jórsalafara eigin örlög og bræðra sinna en Eysteinn konungur ræður drauminn. Konungarnir eiga þar með báðir þátt í að viskan kemst áleiðis (Msk., 357–9). Ólafur helgi ákveður að verða

1 Einnig í Hkr. I, 90–1.

konungur yfir Noregi eftir að hann hefur dreymt „at til hans kom merkiligr maðr ok þekkiligr ok þó ógurligr" og segir hann munu vera „konungr yfir Nóregi at eilífu." (Hkr. II, 25)[1] Þá dreymir hann fyrir áframhaldandi baráttu þegar hann íhugar að freista þess ekki að vinna Noreg aftur (Hkr. II, 340) og nóttina fyrir orrustuna á Stiklarstöðum dreymir hann feigðardraum um klifur í stiga til himna (Hkr. II, 368). Á sá draumur sér samsvörun og sennilega fyrirmynd í draumi Jakobs í Biblíunni (I. Mós. 28, 12–17).

Ríki Sverrisættarinnar hefst einnig á draumi. Gunnhildi, móður Sverris, dreymir fyrir burði hans „ſem iafnan cann verða fyrir ſtor-tiþindom." (Svs., 2) Sjálfan dreymir hann fyrir miklu veldi: „hann þottiz vera i Noregi og verða at fugli ſva miclom at nef hanſ toc auſtr til landz-enda en væli-fiaðrar hanſ toku norðr i Finnbuin [...] En með vængionum hulþi hann landit allt." (Svs., 3) Hann dreymir deilu Magnúss konungs og Erlings jarls við Ólaf helga sem hann dregst sjálfur inn í og er kallaður Sverrir magnús í draumnum. Engum þarf að dyljast hvað allt þetta merkir enda hafa draumarnir jákvæð áhrif á Sverri: „En er honum komo ſlikir lutir i hug þa ſtyrctiz hann viþ þat." (Svs., 5) Fer svo að draumar stjórna lífi Sverris. Hann neitar að leggja til atlögu án þess að hafa dreymt fyrir: „Ecki em ec þess fus oc hefir mic litt dreymt." (Svs., 29) Þegar Erlingur jarl fellur hefur Sverri aftur á móti dreymt fyrir og eftir atburðinn er sagt frá því, fremur sem staðfesting á guðlegum innblæstri Sverris en til að skapa spennu (Svs., 45–6). Draumar eru símasamband Sverris til himna. Hann dreymir enn þegar hann kveður niður bændauppreisnina síðar á ævinni og hann dreymir fyrir dauða sínum (Svs., 175, 193).

Með því að birtast konungum í draumi sýnir Guð þeim það sem öðrum er hulið. Hið sama á við í vöku. Þegar Sverrir dregur upp hníf í návist Ólafs jarlsmágs sér hann fylgjur óvina sinna en síðar svíkur Ólafur hann (Svs., 124). Haraldur harðráði er „eigi ljúgspár" heldur (Ágr., 39) og Ólafur helgi spáir einnig rétt um hið ókomna og sér sýnir (Hkr. II, 317, 327, 351). Þessi konunglega skyggnigáfa er yfirnáttúruleg og helgast af sérstöðu konunga sem einnig birtist í öðrum sérgáfum. Dagur Ynglingakonungur „var maðr svá spakr, at hann skilði fugls rǫdd." (Hkr. I, 35) Svipuðu var haldið fram um keisara hins Heilaga rómverska keisararíkis á 10. öld og Karlamagnús á 9. öld. Guð birti þeim það sem öðrum var hulið í krafti helgi þeirra.[2]

Guðleg íhlutun er á ýmsum sviðum. Í Ólafssögu Tryggvasonar er sagt frá fundi hans og bænda á Rogalandi. Þeir höfðu tilnefnt þrjá bændur til að tala á móti kristniboði hans en að þeim fyrsta setti hósta svo mikinn að hann kom

---

[1] Sbr. Fsk., 170.
[2] Sbr. Leyser. Rule and Conflict in an Early Medieval Society, 85; Myers. Medieval Kingship, 143; Kalugila. The Wise King, 132.

Í LEIT AÐ KONUNGI

engu orði upp, annar var svo stamur að hann fekk heldur engu orði upp komið en sá þriðji var svo hás og rámur að enginn heyrði hvað hann sagði. Þannig fer uppreisnin út um þúfur fyrir íhlutun Guðs eins og sagan segir: „þeir voro sigraðir með sua miclum krapti" (Odd., 96).[1] Guð gerir andstæðingum Ólafs Tryggvasonar þennan grikk og síðar gefur hann mönnum Ólafs helga krafta í raun: „Ok fœrðu þá steina tuttugu menn, þannug sem þeir vildu, er engan veg gat áðr hrœrt hundrað manna" (Hkr. II, 325). Einar þambarskelfir efar ekki að Guð hafi refsað andstæðingum Ólafs helga með ríki Sveins og Alfífu (Fsk., 206–7). Einnig gefur Sverrir til kynna að Eiríkur Ívarsson erkibyskup verði blindur vegna guðlegrar refsingar (Svs., 129).[2] Allt þetta eru áminningar um veldi þess sem öllu ræður.

Fyrir bardaga Magnúss góða gegn Vindum heyrist klukknahljóð á himni sem táknar væntanlegan sigur á heiðingjum (Msk., 43). Fyrir fall Haralds harðráða verða alls kyns atburðir sem sýna að illa mun fara, vísbendingar frá Guði um það sem verða vill (Msk., 266–7, 274). Skömmu áður en Magnús deyr og Haraldur tekur einn við verður viðburður sem táknar að himnakonungur sé samþykkur þessu:

> syndizt monnum sem fiskr rende vr munne konungsens og hafde gullz lit. og sidan villde fiskuren aptur huerfa j munnen og nade eigi og ueik sier þaa j munn Haralldi konuge er hann sat nær konungi og syndizt monnum sem þaa væri hann dauckur aalitz. (Msk., 143)

Sýnir af þessu tagi eru tákn og veðrið einnig. Illa viðrar á hersveit Magnúss Erlingssonar og skömmu síðar krákur á skipi hans til vísbendingar um að nú sé stríðsgæfan að skipast (Svs., 93). Veðrið virðist standa með Haraldi harðráða í rimmu hans við Hákon Ívarsson (Msk., 228). Ólafur Tryggvason er einnig sagður byrsæll í siglingum (Odd., 151).

Tengsl konungs við Guð gátu verið óbein. Þau fara um Róm hjá Magnúsi Erlingssyni: „Ec var vigðr oc coronaðr af legatanum af Ruma-borg" (Svs., 67). Á sama hátt telur Haraldur Guðinason sig „nærmeirr konungdóminum, er hann hafði nafnit ok stólsettr, þegit auk konungs vígslu." (Fsk., 274)[3] Fram kemur í Knýtlingasögu að Valdimar Knútsson og Knútur, sonur hans, eru vígðir (Knýtl., 282, 307). Vígslan sýnir að embættið er heilagt vegna tengsla við kirkju og kristni. Það er grunnstef Knýtlingasögu. Fyrsti konungur sögunnar er fyrsti kristni konungur Danmerkur, með þeim hefst nýtt skeið, eins og sagan sjálf tekur fram: „Ok var hann fyrstr Danakonunga grafinn í

---

1 Einnig Hkr. I, 305.
2 Sbr. Gunnes. Kongens ære, 313.
3 Líka Msk., 262; Hkr. III, 171.

vígða jǫrð." (Knýtl., 97) Sveinn Úlfsson fékk páfavernd þegar á 11. öld og varð lénsmaður Péturs postula en staðgengill hans var páfi. Þetta var uppbót fyrir að hann var ekki konungssonur; með þessu fékk ætt hans nýja helgun.[1] Í Noregi kemur sama staða upp árið 1161. Efast er um að hinn nýi konungur, Magnús Erlingsson, sé réttur konungur þar sem hann sé ekki konungssonur. Þá leitar faðir hans til Eysteins erkibyskups sem bendir honum á nýja leið til að styrkja lögmæti konungs:

> eigi er ritat í ǫllum lǫgbókum, at sá skuli <eigi> konungr vera, er eigi er konungs sonr, ok væri þat at yðru ráði ok annarra byskupa, at Magnús væri til konungs tekinn yfir allt landit, þá meguð þér svá styrkja hann ok hans ríki, at þat sé guðs lǫg, at hann sé konungr. Vildið þér smyrja hann ok króna ok gefa hónum konungs vígslu, þá má eigi því neita, því at eru bæði guðs lǫg ok manna, en hann ok ek skal veita yðr fullan styrk til allrar framkvæmðar, er þér vilið kraft hafa. (Fsk., 350)[2]

Magnús erfði ríkið á óvenjulegan hátt og keppinautar í Noregi og að utan sóttu að honum. Í krýningareið sínum þiggur hann landið að léni frá Ólafi helga. Eiðurinn felur í sér að hann skuli stjórna eins og kristnir konungar áttu að gera, að mati kirkju á þeim tíma.[3]

Eiðurinn verður honum vopn en leggur honum um leið margvíslegar skyldur á herðar:

> En firir þvi at ec var fmurðr oc coronaðr til landz þesa. þa þori ec eigi firir guði at riufa sva eiða mina er þar fylgðu oc vil ec fækia til þesa landz oddi oc eGio meðan er mer deiliz lifit til oc landz-menn vilia fylgia. (Svs., 90)

Konungsvígslan gerir að verkum að ekki má steypa konungi. Hún er viðbótarhelgun sem konungur vill síður vera án. Þó að Sverri þyki lítið til um helgan rétt Magnúss notar hann tækifærið þegar legatus páfa kemur og leitar „þes

---
1 Hoffmann. Königserhebung und Thronfolgeordnung in Dänemark zum Ausgang des Mittelalters, 27–31.
2 Í Hkr. (III, 396–7) segir Erlingur: „Ef Magnús er eigi svá til konungs tekinn sem forn siðr er til hér í landi, þá meguð þér af yðru valdi gefa honum krónu, sem guðs lǫg eru til at smyrja konung til veldis. En þótt ek sjá eigi konungr eða af konungaætt kominn, þá hafa þeir konungar nú verit flestir í váru minni, er eigi vissu jafnvel sem ek til laga eða landsréttar. En móðir Magnúss konungs er konungs dóttir ok dróttningar skilfengin. Magnús er ok dróttningar sonr ok eiginkonu sonr. En ef þér vilið gefa honum konungsvígslu, þá má engi hann taka síðan af konungdóminum at réttu. Eigi var Vilhjálmr bastarðr konungs sonr, ok var hann vígðr ok krónaðr til konungs yfir Englandi, ok hefir síðan haldizk konungdómr í hans ætt á Englandi ok allir verit krónaðir. Eigi var Sveinn Úlfsson í Danmǫrk konungs sonr, ok var hann þó þar krónaðr konungr ok síðan synir hans ok hverr eptir annan þeira frænda krónaðr konungr. Nú er hér í landi erkistóll. Er þat mikill vegr ok tígn lands várs. Aukum vér nú enn með góðum hlutum, hǫfum konung krónaðan eigi síðr en enskir menn eða Danir."
3 Sjá ívitnuð rit í nmgr. á bls. 87.

við legataN at hann mynde gefa honum konungſ-vigſlo oc corona hann." (Svs., 130) Síðan vígja byskupar Noregs hann saman „til konungſ a degi postolana Petri oc Paꞏli. toc hann coronu oc var Nicolaſ byscup hofuðſ-maðr at vigſlunni." (Svs., 131) Með vígslunni er Sverrir vígður sem klerkur á degi sjálfs höfuðklerksins Péturs sem páfi er fulltrúi fyrir. Síðar skiptir þetta höfuðmáli fyrir Sverri. Þegar Þorsteinn kúgaður svíkur Bagla og gefur sig á vald Sverris kastar hann sér við fætur hans og heldur um hann lofræðu þar sem meginrökin eru að „þu ert coronaðr konungr" (Svs., 161). Eftir daga Magnúss Erlingssonar er höfuðatriði fyrir konunga að vera krýndir og það sést í konungasögum.

Krýning var lykilatriði konungsvalds á hámiðöldum, yfirlýsing um sérstöðu konungs í allsherjarstigveldi heimsins. Þeir konungar sem fyrst eru krýndir á Norðurlöndum höfðu erft krúnuna á óvenjulegan hátt en það er ekki einsdæmi. Sömu aðstæður voru við vígslu Pippins stutta árið 751 sem var upphaf nýrrar konungsættar í Frankaríki. Þegar trúboðinn Bónifatíus vígði Pippin var fallist á að kirkjan miðlaði guðlegu valdi til konunga, hún var ekki einvörðungu táknræn. Þremur árum síðar lýsir Stefán 2. páfi blóð Karlunga heilagt, ættarréttur þeirra er staðfestur af kirkjunni. Titlatog Karlunga segir sömu sögu, sagt er að Pippinn sé vígður „Dei providentia et sanctorum apostolorum Petri et Pauli intercessionibus". Með postulunum er vísað til páfa og í Páfabók (Liber pontificalis) segir: „christianissimus Pippinus rex ab eodem sanctissimo papa, Christi grata, cum duobus filiis suis reges uncti sunt." Það er túlkað svo að vígsla sé nauðsyn til að hægt sé að telja konungsembættið heilagt: „Nota quod nullus potest proprie uti isto verbo *Dei Gratia*, qui in *laicali* positus est *dignitate*, nisi sit imperator vel Rex vel alter qui sui capitis receperit *unctionem*." Þessi konungsvígsla Franka og síðar keisara var stæld eftir konungsvígslu Gamla testamentisins sem gerði konunga þess ósnertanlega og vígða þjóna Guðs (christos Domini). Hún hafði eðli málsins samkvæmt mikil áhrif á miðöldum.

Á 12. og 13. öld eru menn ekki á eitt sáttir hvort kemur fyrst, vígslan eða helgin. Konungsmenn töldu að sá guðlegi réttur sem konungar öðluðust við vígslu bættist við guðlegan rétt sem þeir erfðu með tign sinni. Vígslan væri fyrst og fremst sýning á því hvernig vald konungs kæmi frá Kristi. Á móti var spurt hvort konungar stæðu ekki skör neðar en þeir sem vígðu þá, þeir þyrftu milligöngu kirkju en páfi ekki. Varð þetta að aðalatriði í deilu keisara og páfa á hámiðöldum. Konungar viðurkenndu aldrei að konungsvígsla væri annað en staðfesting á guðlegu eðli þeirra, samþykki kirkjunnar væri nauðsyn eftir valdatöku konungs en ekki forsenda hennar. Páfi taldi vígsluna merkja að konungur væri safnaðarlimur með tiltekið hlutverk innan kirkju og skyldu við kristni sem verndari og trúboði. En konungur væri ekki vígður með vígðri olíu eins og byskup og ekki eftirlíkjari Krists. Konungar féllust ekki á það, árin 1250–1312 voru keisarar ekki krýndir og þó að völd þeirra væru skert ríktu þeir samt. Árið 1270 tók Filippus 3. Frakkakonungur við völdum við lát föður síns í Afríku og miðaði ríkisár sín við það en ekki krýningu sína, árið 1272 gerir Játvarður 1. Bretakonungur hið sama. Þá er ekki lengur talið að milli konunga (interregnum) sé Kristur konungur og páfi í umboði hans. Árið 1297 lýsir Filippus 4. Frakkakonungur því yfir að vígsla geri hann engum háðan og á 15. öld hefur náðst samstaða í Evrópu um að ekki þurfi vígslu til að gera konung að konungi.[1]

Allir konungar höfðu helga stöðu innan kirkjunnar en sumir voru sérstakir, þ.e. helgir menn eða dýrlingar með náðargáfu og sérstök tengsl við guðdóminn. Slíkir konungar eru hafnir yfir hið almenna og því ekki innan marka þessarar rannsóknar. Nokkrir norskir konungar hafa einkenni dýrlings en Ólafur helgi einn verður sannheilagur. Hann fer að hegða sér sem dýrlingur á seinasta ári sínu: „Konungr hafði þat enn í ráðagørð sinni at leggja niðr konungstígn ok fara út í heim til Jórsala eða í aðra helga staði ok ganga undir régúlu." (Hkr. II, 339) Það virðist ekki fara fullkomlega saman að vera konungur og að vera heilagur maður. Um það hafa þó verið skiptar skoðanir. Hoffmann áleit að heilagir konungar væru arftakar heiðinna heilagra konunga, birtingarmynd fornrar germanskrar helgi í kristni. Á hinn bóginn töldu Graus og fleiri að konungar yrðu ekki dýrlingar vegna embættis síns heldur þrátt fyrir það og ótengt meintri helgi germanskra konunga. Heiðni er svo gott sem horfin í Evrópu á 12. öld en þá vex konunglegum dýrlingum mjög fiskur um hrygg. Klaniczay telur að kristin helgi konunga byggi bæði á fornri helgi þeirra meðal Germana og annarstaðar og hinum nýja sið. Hinir kristnu helgu konungar kunni að hafa verið mótvægi við forna konungshelgi. Bent hefur þó verið á að fyrstu heilögu konungarnir hafi verið helgir menn sem fyrir tilviljun voru konungar, friðsamir meinlætamenn eða píslarvottar. Lykillinn að helginni sé að segja af sér, eins og Ólafur helgi hugleiðir, eða að falla, eins og Ólafur gerir að lokum.[2]

Samkvæmt Hoffmann voru norrænir, enskir og franskir konungadýrlingar af þremur megingerðum: Meinlætamenn eða munkar, konungar sem féllu í

---

1 Sjá m.a. Kantorowicz. The King's Two Bodies, 318–36; Wilks. The Problem of Sovereignty in the Later Middle Ages, 423–31; Bendix. Kings or people, 32–3; Ullmann. Principles of Government and Politics, 139–49; Kern. Gottesgnadentum und Widerstandsrecht im früheren Mittelalter, 77–93; Nelson. Inauguration Rituals; Wolfram. Intitulatio I, 213–7.

2 Hoffmann. Die heiligen Könige bei den Angelsachsen und den skandinavischen Völkern, 12–15; Klaniczay. From sacral kingship to self-representation; Klaniczay. The Paradoxes of Royal Sainthood as Illustrated by Central European Examples, 354–6. Graus. Volk, Herrscher und Heiliger im Reich der Merowinger, 313–437.

bardaga við heiðingja og konungar sem voru sviknir og drepnir saklausir. Fyrst lá helgi þeirra fremur í lifnaði eða píslarvætti en konunglegum uppruna en smám saman fór hann að skipta máli. Þá jókst smám saman áhersla á að þeir hefðu í för með sér gott ár og væru sigursælir sem skipti máli á tímum samkeppni milli Krists og Óðins, helgir konungar voru jafnvel tengdir Óðni. Auk þess þurftu konungsættir dýrling. Þegar konungar urðu helgir varpaði það ljóma á ættina. Á Norðurlöndum urðu Ólafur helgi og Ólafur Tryggvason fyrirmyndir (prototypoi) helgra konunga en sjálfir voru þeir stældir eftir enskum heilögum konungum.[1] Enginn vafi leikur á áróðursgildi heilagra konunga fyrir konungsættir. Filippus fagri gerði Loðvík 9. að dýrlingi í miðri baráttu við páfa, Játvarður játari verður dýrlingur í miðri deilu Hinriks 2. og Beckets en á sama tíma gerir Friðrik rauðskeggur Karlamagnús að dýrlingi. Klaniczay telur uppgang heilagra konunga á 11. og 12. öld í Evrópu hefjast á nýkristnuðum jaðarsvæðum. Það eigi við um heilagan Václav í Bæheimi, Ólaf í Noregi, Vladimir og sonu hans í Rússlandi, Stefán í Ungverjalandi og Knút í Danmörku. Í kjölfarið fylgi Hið heilaga rómverska keisararíki, Bretland og Frakkland en þá fjölgi heilögum konungum, til verði riddaradýrlingar og heilögum konungbornum konum fjölgi einnig á síðmiðöldum. Eftir 14. öld verði engir konungar heilagir. Þróunin fer í hring því að konungbornir píslarvottar og konur voru fyrsta heilaga kóngafólkið á ármiðöldum, aðrir fylgdu í kjölfarið.[2]

Ekki er ávallt auðvelt að greina milli andlegs og veraldlegs hlutverks konungs. Heimsmynd kristinna manna á miðöldum gerði ekki ráð fyrir fjarveru Guðs. Allt sem „veraldlegt" var skírskotaði til andlegs veruleika. Innsti kjarni allra manna var sá sami, sá Guð sem skapaði manninn í sinni mynd.[3] Konungur var aldrei einungis veraldlegur stjórnandi heldur ávallt um leið holdgerving Guðs og fulltrúi á jörðu. Það var kjarni konungsmyndar Evrópumanna á 12. og 13. öld og íslenskar konungasögur eru á sömu braut.

---

1 Hoffmann. Die heiligen Könige bei den Angelsachsen und den skandinavischen Völkern, 10–80.
2 Klaniczay. From sacral kingship to self-representation, 68–83: Nánar: Hoffmann. Politische Heilige in Skandinavien und die Entwicklung der drei nordischen Reiche und Völker; Klaniczay. Paradoxes of Royal Sainthood as Illustrated by Central European Examples; Klaniczay. Königliche und dynastische Heiligkeit in Ungarn; Szovak. The Image of the Ideal King in Twelfth-Century Hungary; Kauffmann. The Image of St. Louis; Petersohn. Kaisertum und Kultakt in der Stauferzeit; Ehlers. Politik und Heiligenverehrung in Frankreich; Gieysztor. Politische Heilige im hochmittelalterlichen Polen und Böhmern; Schreiner. Aspekte der politischen Heiligenverehrung in Byzanz; Poppe. Politik und Heiligenverehrung in Kiever Rus; Kämpfer. Herrscher, Stifter, Heiliger.
3 Sbr. Bynum. Jesus as Mother, 85–90.

III. Stoðir konungsvalds

1. Fjórar stoðir

K ONUNGUR er ekki hafinn til virðingar. Hann hefur hana frá upphafi. Sverrir konungur „þotti mikillar naturu vera" í æsku (Svs., 3). Tign konungs er frá Guði sem er helsta stoð konungsvalds en ekki sú eina. Sverrir konungur sér ástæðu til að greina byskupum Noregs sérstaklega frá því að þó að byskupar þiggi embætti sitt aðeins frá Guði hafi hann sjálfur fleiri stoðir: „þat er mitt rað við yðr goþir hofþingiar at þer gætit með vitzco rikiſ þes er guð hefir yðr til ſett. latit yðr iafnan þat i hug coma at þat er ecki ... yður foðurleifð ne arfr." (Svs., 133) Sama kemur fram þegar Játvarður Englandskonungur sendir Magnúsi góða bréf og útskýrir kröfur sínar til ríkis. Í fyrsta lagi sé England ættland hans og föðurarfur sem hann sé „rettborin" til en hafi þó ekki barist til þar sem hann „villda helldr trua guds myskunn". Í öðru lagi „var þa rad og villd allra landzmanna ath taka mik til konungs hofdingiarnir fyrst ath vpphafe og þar med allrar alþydu." Í þriðja lagi „var ek þaa konungs vigslu vigdr ok stolsettr." Í fjórða lagi „sor ek þann eid j vigslunne sem gud j himeriki late mik hallda ath hallda j ollu guds rett og hans log og landzens og deyia helldr fyrir logum og rettendum en þola vondra manna agang." Stoðir valds Játvarðar eru fjórar: náð Guðs, ættarréttur, vilji höfðingja, kirkjuleg vígsla og eiður þar sem hann sver að halda lög Guðs og manna. Á þessi rök felst Magnús og afsalar sér kröfunni til ríkis á Englandi en ágirni til þess leiðir síðar til falls Haralds, frænda hans (Msk., 53–55).[1]

Um hina kirkjulegu vígslu er rétt að hafa fá orð því að áður var greint frá gildi hennar. Þeir konungar sem áttu óljósan ættarrétt til krúnunnar, s.s. Pippinn stutti og Karlungar, Vilhjálmur bastarður, Sveinn Úlfsson og Magnús Erlingsson, lögðu því meira upp úr samþykki kirkju og konungsvígslu þar sem þá skorti þann stuðning sem konungar fengu af því að vera réttbornir til ríkis. En allir konungar þurftu stuðning kirkju því að hún var fulltrúi fyrir það vald sem konungur fékk sitt vald frá, vald Guðs.

---

[1] Sama frásögn með svipuðu orðalagi er í Fsk., 217–8; Hkr. III, 66–7.

2. Konungsættir verða til

Ólafur helgi kallar til ríkis í Noregi eftir að hafa fengið vitrun frá Guði og í sjálfu sér er það næg vísbending um rétt hans að Guð skuli vitrast honum. Í þessari vitrun er honum sagt að fara „aptr til óðala þinna" (Hkr. II, 25). Jafnvel æðri máttarvöld gleyma ekki ættinni. Þegar hann útskýrir sjálfur rétt sinn til að verða konungur Noregs alls fyrir fóstra sínum, Sigurði sýr, eru rök hans helst þau að hann sé „óðalborinn" til lands og vilji heimta „fǫðurarf" sinn og „frændleifð mína" og vill „eignask ríki þat allt til forráða, er þeir felldu frá Óláf konung Tryggvason, frænda minn, eða ek skal hér falla á frændleifð minni." (Hkr. II, 43–45) Réttur Ólafs til ríkis er fyrst og fremst erfðaréttur, hann kveðst vera réttur erfingi ríkis sem hefur gengið mann fram af manni í ætt hans. Í Ágripi er sagt að Ólafur Tryggvason hafi átt „ættar rétt" til Noregs (Ágr., 19) og algengt er að konungsríkin séu nefnd ættleifð eða föðurleifð. Ætt er höfuðforsenda konungsvalds og ekki kyn að Magnúsi berfætt mislíki þegar uppreisnarmenn gegn honum hafa ekki einu sinni fyrir að finna konungsefni úr ættinni: „Hvat megi meiri scomm oc svivirþing gera sinom konvngi þeim er ęttboriɴ er til lanz þesa. en þat er þeir hafa gort við mic. tekit einn maɴ smaboriɴ oc ecki konvngboriɴ til rikis. sva sem þesi maþr er." (Msk., 300) Sveinn Úlfsson er á hinn bóginn af ætt Danakonunga og á sér þær málsbætur fyrir að svíkja Magnús góða: „þotti mer þar til vera noccor varkvnn vm ettleifð mina. er vtlendir hofþingiar settvz ahana en ec hefþa eigi." (Msk., 91)

Í Sverrissögu er mikið gert úr mikilvægi ættarinnar enda byggir krafa Sverris til valda á að hann sé sonur Sigurðar munns og þar með konungssonur en Magnús Erlingsson sé það ekki. Þess er gætt að nefna menn sem hann þekkti alls ekki „brøðr" Sverris og Eysteinn meyla er kallaður frændi hans (Svs., 5). Sverrir er sagður harma lát Eysteins sem er kallaður konungur og áhersla er lögð á viðurkenningu Cecilie systur hans: „varþ hon fegin oc fagnaðe honum við mikille bliðo." (Svs., 7) Sverrir er síðan studdur af Þrændum: „oc ſagði iafnan þa er hann talaði hverso tra/ſtir vinir Þrendir hofðu verit Sigurði konungi foþur hanſ eða Haconi konungi broður hanſ eða Eyſteini Birkibein." (Svs., 46) Þannig er Sverrir ættrækinn þó að hann hafi aldrei hitt þessa menn en fyrir því eru skynsemissjónarmið. Ekki veitir af því að minna á skyldleikann við Sigurð og Hákon ef hann á að geta kallað Noreg „foðurleifð" sína (Svs., 20) því að sá skyldleiki er alls ekki hafinn yfir allan vafa.[1] Síðan tekur Sverrir við Eiríki sem fór til Jórdan og fellst á að þeir séu bræður

---

[1] Um faðerni Sverris hefur lengi verið deilt. Sjá: Storm. Kong Sverres fædrene Herkomst; Daae. Var Sverre kongesøn?; Paasche. Kong Sverre, 258–70, 285–6; Koht. Kong Sverre, 9–19; Holm-Olsen. Studier i Sverres saga, 15–17; Gathorne-Hardy. A Royal Impostor, 77–93; Koht. Korleis vat kong Sverre son til Sigurd munn?; Magnús Stefánsson. Kong Sverre — prest

með því skilyrði að hann sé áfram einn konungur. Eiríkur þarf að bera járn til sönnunar faðerni sínu og því til sönnunar að hann sé bróðir Sverris sem aldrei gengst sjálfur undir þess háttar skírslu (Svs., 64–5).

Þegar Magnús Erlingsson og Sverrir hittast grípur Magnús á þessu kýli: „Oc eN er mer þat ugeranda at miðla þer rikit Sverrir þeim manne er ec hyG at enga ætt eigi til þes at vera konungr. hvartki her ne i oðrum ftoðum." (Svs., 67) Síðar í sögunni er þetta endurtekið af mönnum hans (Svs., 90). Sverrir svarar með því að saka Magnús um morð á frændgarði sínum og tekur upp hefndina eftir hann og þar með sinn sess í fjölskyldu sinni:

> Fyrst þat er faþir minn var felldr Sigurðr konungr fuðr i Biorgyn. Oc þar næft var felldr EyfteiN konungr fa/ður-broþir miN auftr i Vic. Oc noccoRi ftundo fiðaR eptir fall Jnga konungf. var til konungf tekinn Hacon broþir minn um allt land. Siþan reifti Erlingr fcacki flocc imoti honom oc felldi hann fuðr a Mæri oc marga lenda menn með honom oc dyrliga drengi. Harelld broður miN let Erlingr hengia upp fuðr a Hvarffnefi sem einn cracu-unga. Sigurðr broþ- ir minn var hoGinn i Biorgyn. Eyftein bræðrung minn felldo þeir a Re. (Svs., 67–8)

Með þessu slær Sverrir rétti sínum föstum og lýsir Erling og Magnús valda- ræningja sem hafi drepið niður hina réttu konungsætt: „Sva hefir oc fram farit her i landino at þeir hafa upp hafiz er ecki varo konunga ættar sva fem var Erlingr Jarl fon Kyrpinga-Ormf. hann let gefa ser iarlf nafn en fyni finum ... konungf nafn" (Svs., 106). Ofurviðkvæmni fyrir vafasamri ætt Sverris birtist í gysi að öðrum sem þykjast vera af konungsætt. Jón kuflungur reynist heita Ormur Pétursson og af alþýðufólki og Sverrir veifar því framan í Björgynjar- menn: „mvn yðr bøiar-monnuM fegir hann. vera þat cunnict hvart Petr oc þa/ Aftriðr eiga noccora ætt til þes at fon þeira væri konungr yfir Noregi." (Svs., 117) Sama gildir um Sigurð brenni (Svs., 118), Breiðskegg (Svs., 122) og þann mann „er þeir colluðu Jnga fon Magnus konungf Erlings-fonar. þaN colluðu Birkibeinar danfcan oc heita Þorgilf þufu-fcit." (Svs., 134) Danskur þufu- skítur kemur ekki í stað konungssonar.

Það er höfuðglæpur að halda fram þeim sem ekki er af konungsætt og ekki Guði þóknanlegt: „villdi guþ nv enda lata averþa þeira ofstopa. er meþ faðømom hofo. at taca þann til hofðingia ímoti M. konvngi er ecki var ett- boriN til lanz þesa." (Msk., 308) Því skiptir höfuðmáli fyrir Sverri að fá það viðurkennt að hann sé konungssonur en það fær Sigurður slembir ekki og er

---

og sønn av Sigurd Munn? Daae, Gathorne-Hardy og síðar Koht töldu Sverri ekki son Sigurðar munns og færðu fyrir því ýmis rök en hinir sem hér eru nefndir tóku ekki undir það. Magnús hefur bent á að prestvígslualdur sé ekki rök í málinu án þess að taka afstöðu í málinu. Bestu rökin eru ónefnd, þau að slíkir hæfileikamenn sem Sverrir fæðast sjaldan í konungsætt sem hefur þvílíka þörf fyrir þá sem sú norska.

staða hans verri en Sverris þar sem hann á val á tvennu, að vera bróðurmorðingi eða ættlaus: „melto aller aeina lvnd. sogþo at þat scylldi alldregi verþa at þeir þionaþi þeim manne er myrt hafþi broþor siN. En ef eigi hefir Haralldr konvngr þiN broþir verit. þa er oc ofallit at kalla þig konvng. því at þv att ønga ętt til konvnga at telia." (Msk., 413) [1] Ef hann er bróðurmorðingi hefur hann rofið helg bönd og er „fratrum interfector" eins og Eiríkur blóðöx er nefndur af Theodricusi (HARN, 7). Því vill Ólafur helgi vill ekki drepa Upplendingakonunga, frændur sína (Hkr. II, 125). Þessi bönd eru hafin yfir náttúrulögmál. Dulrænt samband er milli Haralds harðráða og Maríu, dóttur hans: „þann sama dag er Haralldr konvngr fell. þa andaþiz Maria d. hans vestr íOrcneyiom. oc mela menn at þa/ hafi eins mannz fior haft beþi. hon var oc allra qveNa vitrost oc friþvst syndvm oc vinhollost." (Msk., 282) Og Hákon góði er faðir sinn endurborinn: „Mæltu þá tveir ok tveir sín á milli, at þar væri þá kominn Haraldr inn hárfagri ok orðinn ungr í annat sinn." (Hkr. I, 150)

Konungsætt er heild. Sú hugmynd mótar byggingu safnrita um konunga (Ágrips, Morkinskinnu, Fagurskinnu, Heimskringlu, Skjöldungasögu og Knýtlingasögu) þar sem ættarsagan er sögð frá manni til manns, konungaröðin er saga landsins. Örlög lands og konungsættar fara saman eins og kemur fram í samningi Magnúss góða og Hörða-Knúts: „so uar mællt med ockr Hordaknute at Danmork skyllde ecke j ætt huerfa þot min yrde. so hid sama Noregr þoath hann yrde hans." (Msk., 141) Ættarheildin sést í draumi Hálfdanar svarta í Fagurskinnu þar sem ættin er lokkar hans, „afspringur" hans. Hvert ættmenni er stór eða smá grein á fornu tré sem er ættin (Fsk., 58–9). [2] Í Heimskringlu dreymir drottningu líka og sá draumur er síðar túlkaður:

> Ok þýða menn þat nú, at vitat hafi um tré þat it mikla, er móður hans sýndisk í draumi fyrir burð hans, er inn nezti hlutr tréssins var rauðr sem blóð, en þá var leggrinn upp frá fagr ok grœnn, at þat jartegndi blóma ríkis hans. En at ofanverðu var hvítt tréit, þar sýndisk þat, at hann myndi fá elli ok hæru. Kvistir ok limar tréssins boðaði afkvæmi hans, er um allt land dreifðisk, ok af hans ætt hafa verit jafnan síðan konungar í Nóregi. (Hkr. I, 148)

Haraldur er frjósamastur Noregskonunga og ætt hans við völd síðan. Frjósemi er konungi nauðsyn. Í Skjöldungasögu er þess getið sem galla á Ívari beinlausa að eiga „ekki barn, því at svá segisk, at hann hefði til þess enga fýst né eðli" en því strax bætt við að „eigi skorti hann spekt né grimmð." (Skjöld., 89) Á sama hátt gerir gelding Magnúss blinda hann óhæfan um að eignast erfingja og þar með vera konungur.

Ætt hefur verið lykilatriði konungsvalds frá öndverðu fram á okkar öld.

---

1 Svipað orðalag er í Heimskringlu (III, 301) og Fagurskinnu (328).
2 Minnt er á þetta öðru hvoru síðan, t.d. í Fsk., 246. Frásögnin er líka í Hkr. I, 90–1.

STOÐIR KONUNGSVALDS

Í Germaníu Tacítusar er sagt að konungar (reges) sé valdir vegna ætternis (nobilitas) en hertogar (duces) vegna hæfni (virtus) og germanska orðið *kuningaz*, sem í íslensku er *konungr* en í ensku *cyning*, vísar til þess. Hefur verið talið að konungsættin hafi verið heilög hjá Germönum og höfuðforsenda valdsins, hornsteinn germanskra konungshugmynda. Þetta tengist þeirri hugmynd að ætt hafi verið lykill sjálfsskilnings Germana og gegnt sama hlutverki og stjórnvöld síðar. Þá er talið að öll ættin sé helg en ekki aðeins konungar. Eve Picard telur að í Germaníu sé öll þjóðin talin afkomandi guða hjá Germönum en ekki aðeins konungar. Það kann að vera eldra en kristni að rekja ættir til guða en þau rit sem reki ættir konunga sérstaklega til guða eru rituð í kristni. Hið svokallaða „germanska konungsríki" var aðalstjórnarform Vestur-Evrópu frá 7. til 10. aldar og á þeim tíma festust konungsættir í sessi og styrktu stöðu sína með því að ýta undir goðsögur um að þær væru komnar af hinum fornu germönsku guðum.

Á þeim tíma fara að koma fram ættartölur þar sem ætt konunga er rakin til guða, enskar og írskar frá 7. öld en velskar frá 9. öld. Allar ensku konungsættirnar endurgerðu ætt sína, fulla af stuðluðum nöfnum, til guða og Óðinn (Woden) var oftast með þó að menn væru kristnir. Sjö af átta enskum konungsættum eru komnar af honum. Algengast var að í ættartölum væru samtvinnaðar ætt til Óðins og ættartölur úr Mósebókum, Óðinn verður 16. liður frá syni Nóa, Sceaf. Ætt Elfráðs ríka er á 9. öld rakin um Cedric til germanskra hetja og konunga Gamla testamentisins. Deilt hefur verið um hvort þessi ættrakningaraðferð sé orðin til fyrir kristnitöku, hún er gömul en þó ekki til í ritum sem eru eldri en kristni. En vissulega hafði þetta í för með sér aukið mikilvægi ættar fyrir konungsvald. Á fornenskri tíð var talið skammarlegt að maður sem ekki væri af konungsættinni yrði konungur og hliðstæð er reiði Magnúss berfætts yfir keppinaut sínum af almúgaætt. Aldur og virðing konungsættar fóru saman. Þannig lifir Meróvekingaætt af aðrar elstu konungsættir Germana á fornri frægð og lagði höfuðáherslu á aldur sem forsendu valds síns, ættin var rakin til sjávarguðsins Merovecs. Síðan setti ætt Pippins Meróvekinga af og þá þurfti að helga hina nýju ætt sem lýsti sér í auknum áhuga á ættartölum sem sást báðum megin Ermarsunds undir lok 8. aldar, hjá Karlamagnúsi og Offa.

Á ármiðöldum vógu ættartölur þungt í sjálfsmyndargerð hinna germönsku konungsætta í Englandi og Frakklandi. Konungsætt var lykilstoð konungsvalds allar miðaldir og afar sjaldgæft að konungsætt sé steypt. Á 12. öld er Óðinn sýndur sem forfaðir engilsaxneskra konunga á myndum í handriti þannig að hefðin virðist lifa lengi. Á 11. og 12. öld er aukinn áhugi á ættartölum sem ná til guða (euhemerismi) og er þar almennt blandað saman gömlum goðsögnum og Biblíunni. Goðsögninni um uppruna frá Tróju eykst mjög ásmegin á 12. öld með auknu konungsveldi og tilvísanir í þann uppruna Frakkakonunga margfaldast. Þá er varla nokkur konungsætt með sjálfsvirðingu ekki komin frá Tróju og flestar eru einnig helgaðar af heilögum konungum á borð við Karlamagnús (færsla 1165) og Artúr (færsla 1191). Á þeim tíma koma fram norrænar konungaættartölur til Óðins og Freys. Ari ritar Íslendingabók, Skjöldungasaga er rituð og í Danmörku er aukinn áhugi á forsögulegum konungum sem sést í Danasögu Saxa. Ynglingasaga byggir á Ynglingatali sem byggir á gömlum áalista en Íslendingar bæta þar við langfeðgum og endurtúlka einstaka liði. Njörður og Freyr eru taldir konungar sem eru dýrkaðir sem guðir eftir dauðann, „ut deos venerati sunt" segir Historia Norvegiae. Í Heimskringlu er bætt við að konunginum Dómalda hafi verið blótað og skeytt er saman Yngva og Frey sem eru tveir konungar hjá Ara fróða. Íslendingar fjölga liðum úr 27 í 30 til samræmis við enskar ættartölur en hvorttveggja eru táknrænar tölur og nöfn innan ættarinnar eru látin stuðla auk þess sem alstaðar er troðið inn goðsagnahetjum. Mesta áherslu fá dauði konungs og greftrunarstaður. Ynglingar eru komnir af Óðni sem kemur frá Asíu (Hkr. I, 11–23) og á sama hátt rekur Skjöldungasaga ætt Skjöldunga til Óðins sem er sagður kominn „ex Asia" (Skjöld., 3–5). Óðinn og Freyr verða hinir miklu ættfeður norrænna konunga en að baki eru Trójumenn hinir fornu eins og annarstaðar í Evrópu.[1]

Konungsættir þurfa einnig jarðneskan forföður og flestar áttu sér margs konar upphaf. Algengt var að ríkisfeður væru tvíburar eins og Romulus og Remus, Hengest og Horsa, Raos og Raptos, Ambri og Assi og var þá venjan að annar dæi en hinn yrði hinn formlegi landsfaðir. Dæmi um slíkt er tvíeykið Ingólfur og Hjörleifur, ættfeður Íslands. Ættfaðir Noregs, Haraldur hárfagri, er aftur á móti einn.[2] Óvíst er hvort eða hvenær hann var uppi en lítið er að marka lýsingar norrænna heimilda á veldi hans. Þar er hann sagður hafa öðl-

---

1 Sjá: Sisam. Anglo-Saxon Royal Genealogies; Kern. Gottesgnadentum und Widerstandsrecht im früheren Mittelalter, 13–32; Chaney. The Cult of Kingship in Anglo-Saxon England, 15–42; Dumville. Kingship, Genealogies and Regnal Lists; Moisl. Anglo-Saxon royal genealogies and Germanic oral tradition; Loyn. The Governance of Anglo Saxon England, 12–19; Picard. Germanisches Sakralkönigtum?, 114–30, 184–219; De Vries. Das Königtum bei den Germanen, 291–3; Von Friesen. Har det nordiska kungadömet sakralt ursprung; Höfler. Der Sakralcharakter des germanischen Königtums, 78–85 (668–95 í yngri gerð); Wallace-Hadrill. The Long-haired Kings, 206–31; Guenée. States and Rulers in Later Medieval Europe, 49–65; Wolfram. Intitulatio I, 99–101; Baldwin. The Government of Philip Augustus, 362–74. Um hina íslensku hlið málanna, sjá: Turville-Petre. On Ynglingatal; Faulkes. Descent from the Gods. Nánar um íslenska ættartölugerð og erlenda strauma: Heusler. Die gelehrte Urgeschichte im altisländischen Schrifttum; Stefán Karlsson. Fróðleiksgreinar frá tólftu öld; Faulkes. The Genealogies and Regnal Lists in a Manuscript in Resen's Library; Stefán Karlsson. Ættbogi Noregskonunga; Turville-Petre. The Genealogist and History: Ari to Snorri.
2 Sjá Bianchi. Twins; Newton. The Origins of Beowulf and the Pre-Viking Kingdom of East Anglia, 77–104.

ast svipaða stöðu og konungar á 13. öld sem yfirdómari sem ræður yfir stríði og friði og stjórnar einn, leggur jafnvel á skatta eins og konungar 13. aldar og lýsingar á veldi hans eru því ítarlegri sem þær eru yngri. Eðli sagnanna er eins og áður sagði að lýsa fortíð út frá samtíð. Einnig hefur vægi að Haraldur er ættfaðirinn, Karlamagnús og Artúr Noregs, og því er veldi hans lýst sem gullöld norsks konungsvalds. Í Íslendingasögum frá og með Egilssögu er hann einnig faðir Íslands því að skattar hans hrekja norska menn þangað sem verða landnámsmenn Íslands. Flestar konungasögur hefjast á Haraldi og áherslan á frjósemi þessa ættföður Noregskonunga fer vaxandi. Saga hans í Heimskringlu er einkum saga sona hans og keppni þeirra sín á milli en dætur eru ekki nefndar nema þær helstu en um þær sagt: „Haraldr konungr gipti flestar dœtur sínar innan lands jǫrlum sínum, ok eru þaðan komnar miklar kynkvíslir." (Hkr. I, 147)[1]

Eftir að Haraldur sameinar ríkið er hann sameiningartákn þess og norska konungsættin niðjar hans. En óskýrt er hver á að erfa. Meðal germanskra þjóða virðast allir karlar í konungsættinni hafa haft erfðarétt. Þetta gat leitt til lausungar og sundrungar eins og þegar fjórir synir Kloðvíks erfðu ríki hans og því var skipt uns Klótar 1. var einn eftir en hann erfðu einnig fjórir synir og niðurstaðan var borgarastríð. Wessex er annað dæmi um hvernig erfðum gat verið háttað í germönsku konungsríki. Frá 685 til 839 tekur sonur aldrei beint við af föður og ríkið gat einnig erfst í kvenlegg. Júdit átti tvo Wessexkonunga á 9. öld, föður og son, og er Knútur ríki tók völd á Englandi giftist hann Emmu, ekkju Aðalráðs ráðalausa, og þá erfist konungsríkið um kvenlegg. Sama máli gegndi um konungserfðir í Merciu; frá 654 til 823 erfðist ríkið frá einum ættingja Penda konungs til annars án frekari reglu. Hjá Frönkum og Engilsöxum var afleiðingin oft samstjórn margra konunga en jafnvel þar sem konungur var einn gátu loðin erfðalög valdið sundrungu. Saga Þýskalands á 10. öld er saga fjölskylduátaka. Þó að keisari hefði óskorað vald og væri aðeins einn var óvíst hver myndi erfa hann, óskilgetnir synir voru oft fjölmargir og enginn sætti sig við að missa af keisaraembættinu. En virðing ættarinnar var slík að ævinlega þurfti einhvern úr konungsættinni til að leiða

---

1 Sagnfræðileg umræða um Harald hárfagra, sjá m.a.: Sars. Om Harald Haarfagres Samling af de norske Fylker og hans Tilegnelse af Odelen; Storm. Slaget i Havrsfjord; Nielsen. Studier over Haralds Hårfagres historie; Taranger. Harald Hårfagres tilegnelse af odelen; Hertzberg. Haralds Hårfagres skattepålæg og såkaldte odelstilegnelse; Bull. Sagaenes beretning om Haralds Hårfagres tilegnelse av odelen; Koht. Kampen om makten i Noreg i sagatiden; Schreiner. Harald Hårfagre og hans efterfølgere; Heber. Harald Hårfagre; De Vries. Harald Schönhaar in Sage und Geschichte; Von See. Studien zum Haraldskvæði; Andersen. Samlingen av Norge og kristningen av landet, 75–91; Krag. Norge som odel i Harald Hårfagres ætt; Kreutzer. Das Bild Harald Schönhaars in der altisländischen Litteratur; Sverrir Jakobsson. Myter om Harald Hårfager.

uppreisn ef hún átti ekki að koðna niður. Ein lausn keisara var að koma keppinautum í kirkjuna og afleiðingin er aukin tíðni háborinna byskupa og ábóta í Þýskalandi. Eðli málsins samkvæmt gat niðurstaðan einnig verið tortryggni innan ættarinnar. Þannig óttaðist Ottó 1. mjög son sinn, Ottó 2., á ákveðnu méli.[1] Sama tortryggni sést víða í íslenskum konungasögum, þannig fjallar Magnússsaga Erlingssonar í Heimskringlu um hvernig Erlingur skakki lætur drepa ættingja Magnúss, þorir ekki að láta þá lifa vegna veikrar stöðu sonar síns (Hkr. III, 392, 410, 417) en Sverrir gagnrýnir Magnús harðlega fyrir það í Sverrissögu (Svs., 67–8). Í Noregi gilti sama erfðaregla, öll konungsættin getur erft þó að annað skipulag sé á leiðinni á 13. öld. Í sögum Magnúss og Sverris vaða upp konungsefni sem eru eða segjast vera af konungsættinni en aðeins Sverrir nær að sigra Magnús og halda krúnunni og saga hans telur það sýna að hann sé valinn af Guði.

Íslenskar konungasögur eru ritaðar í lok þessa skeiðs og þar má víða finna vitund um að rétt sé að þrengja erfðarétt. Þannig telur Haraldur harðráði sig „einkum ættborinn til" Noregs eftir Magnús góða, bróðurson sinn (Msk., 145), og fram kemur í Heimskringlu að Hákon jarl telst ekki afkomandi Haralds hárfagra á sama hátt og Ólafur Tryggvason þó að þar komi einnig fram að hann sé dóttursonur hans (Hkr. I, 292). Í Ágripi er beinlínis sagt að Hákon sé ekki réttur arftaki: „En Hákon jarl réð eigi fyrir því einn fyr Nóregi, at hann ætti eptir þá at taka, er næst hǫfðu áðr fyrir hónum konungar verit" (Ágr., 18). Og í Heimskringlu kemur fram að ekki hafa allir niðjar Haralds hárfagra sama erfðarétt: „Þá gaf hann sonum sínum ǫllum konunganǫfn ok setti þat í lǫgum, at hans ættmanna skyldi hverr taka konungdóm eptir sinn fǫður, en jarldóm sá, er kvensift var af hans ætt kominn." (Hkr. I, 136–7) Þarna hefur erfðarétturinn verið takmarkaður innan ættar Haralds hárfagra á skýran og skipulegan hátt, aðeins niðjar hans í beinan karllegg hafa rétt á að kalla sig konunga: „þess er von, er hamingia fylgir, at sa mege konongsnamn bera, er til er ætterni, en hinn lænnz manz namn, er til þess er borenn." (Helg., 38)

En í þessu kerfi, sem skrifa má á reikning konungasagnaritara á 12. og 13. öld, hafa jarlar rétt til konungdóms umfram þá sem ekki eru af ættinni. Eindriði Einarsson er þannig niðji Haralds hárfagra í móðurætt og nær konungdómnum en faðir hans: „honum þótti Einarr bazt fallinn til at bera tígnarnafn í Nóregi, ef eigi væri jarls við kostr, eða sonr hans, Eindriði, fyrir ættar sakir

---

1 Sjá m.a. Wood. Kings, Kingdoms and Consent, 6–17; Kern. Gottesgnadentum und Widerstandsrecht im früheren Mittelalter, 33–42, Hoffmann. Königserhebung und Thronfolgeordnung in Dänemark bis zum Ausgang des Mittelalters, 5–11; Chaney. The Cult of Kingship in Anglo-Saxon England, 23–9; Loyn. The Governance of Anglo-Saxon England, 14–18; Leyser. Rule and Conflict in an Early Medieval Society, 8–47.

hans." (Hkr. II, 307) Hlaðajarlaættin var líka komin af Haraldi og naut því virðingar: „Meðan jarlar réðu hér fyrir landi, þá var þat ekki undarligt, at landsmenn væri þeim lýðskyldir, því at þeir váru hér ættbornir til ríkis" (Hkr. II, 75). Hvorki Hákon né synir hans reyna að kalla sig konung, jarlsheiti virðist duga þeim.[1] Konungsættin hafði sérstöðu og jarlsættin einnig þó að hún væri skör neðar. Árið 1029 deyr hún út og eftir það skipa konungar jarla og tignin erfist ekki sem hefur í för með sér aukinn styrk konungsvalds.[2]

Haraldur hárfagri er viðmið norskra konunga. Afkomendur hans eru konungsættin, þeir sem komnir eru í beinan karllegg af honum geta kallað sig konunga, allir sem einn. Hann er dæmi um jarðneskan ættföður og landsföður, gegnir sama hlutverki og Kloðvík í sagnariti Gregoríusar frá Tours og síðan. Og rétt eins og Kloðvík á sér goðsögulegan forföður í Meróvek eru Ragnar loðbrók og Sigurður Fáfnisbani forfeður Haralds hárfagra (Hkr. I, 87 o.v.). Eins og hjá enskum konungum hefst ættin hjá Óðni. Munurinn á Haraldi og Kloðvík er að Kloðvík er fyrsti kristni konungur Franka, Konstantínus Vestur-Evrópu, en Haraldur er heiðinn. Því verður Ólafur helgi nýr ættfaðir konungsættarinnar og um leið annar ættfaðir Noregs. Þó að Haraldur hafi sameinað ríkið leysist það eiginlega upp eftir hans dag og Ólafur helgi þarf að koma því saman aftur. Hinn nýi, kristni ættfaðir hentar auðvitað Noregskonungum sem á eftir koma sérdeilis vel. Magnús góði er sonur Ólafs og Haraldur bróðir hans en á hinn bóginn er Sigurður sýr, faðir Haralds harðráða og forfaðir niðja hans, aðeins einn af mörgum niðjum Haralds hárfagra. Honum og niðjum hans hentar því mun betur að miðað sé við Ólaf helga. Konungsættin er afmörkuð nánar með því að taka upp nýjan forföður, það er leið úr öngstræti óskýrs erfðaréttar. Næstu öld eftir lát Haralds harðráða er því skýrara hver eigi að erfa en áður, allir konungar eru þá synir konunga sem á undan komu. Á hinn bóginn erfa gjarnan fleiri en einn sem veldur að lokum ófriði.

Ólafur helgi er sá ættfaðir Noregskonunga sem fram kemur í konungseið Magnúss Erlingssonar árið 1163. Magnús er fyrstur Noregskonunga eftir Harald harðráða sem ekki er sonur konungs en hann þiggur landið að léni frá Ólafi helga, hinum eilífa konungi Noregs (rex perpetuus Norvegiae) en kirkjan fór með umboð hans. Ólafur og Guð voru arftakar Magnúss og í umboði þeirra átti kirkjan að bjóða krúnuna næsta manni. Gildi Ólafs fólst í að vera kristniboði og dýrlingur og æskilegur ættfaðir konungsættar. Tilraunir til að gera aðra konunga og konungsefni (t.d. Harald gilla og Eystein Haraldsson) að dýrlingum eru án efa liður í því að gera þá að ættfeðrum í stað Ólafs, binda

---
[1] Sbr. Ström. Poetry as an instrument of propaganda, 442.
[2] Sbr. m.a. Blom. Kongemakt og privilegier i Norge inntil 1387, 76 o.v.

erfðaréttinn við niðja þeirra.¹ Jafnvel þær sögur sem hefjast á ættföðurnum Haraldi hafa einnig Ólaf að ættföður. Hann er boðaður í draumi Hálfdanar svarta í 1. kafla Fagurskinnu (Fsk., 58) og síðar í sögunni nefndur „konungr at eilífu" (Fsk., 170) eins og í krýningareiðnum. Eftirmenn hans sækja vald sitt til hans. Magnús góði þarf ekki leita langt yfir skammt til að helga vald sitt. Hann er ekki aðeins Magnús heldur sonur Ólafs helga og sækir þaðan styrk sinn meðal lýðsins: „svǫruðu margir bœndr, at þeir mundu eigi at vilja sínum berjask í móti syni Ólafs ens helga" (Fsk., 209). Magnús er nánast Ólafur endurholdgaður og menn Ólafs fylgja honum: „þa hefi ec avallt verit vinr O. konvngs. oc sva vil ec vera M. s. hans oc mon ycr þvi vera vel raþit ef þit segit mer it sanna." (Msk., 10) Tekið er og fram að Ólafur og Magnús hafa sömu venjur (Msk., 37) og virðist lögð sérstök áhersla á tengsl þeirra í Morkinskinnu. Þrjár smáfrásagnir draga það fram að auki og senda Haraldi harðráða sneið um leið þar sem hann er ekki sonur Ólafs enda er í Morkinskinnu hiklaust gert upp á milli þeirra Magnúss (Msk., 99–101, 103–7). Stuðningur Guðs við Magnús er með milligöngu Ólafs. Hann birtist Magnúsi á Hlýrskógsheiði og merkingin auðsæ öllum: „enn helgi Oláfr konungr mun berjask með oss." (Fsk., 221)² Í Morkinskinnu eru afskipti Ólafs hvað ítarlegust. Hann birtist fyrst dóttur sinni sem tákn um að hjálpar hans sé þörf, læknar síðan tengdason sinn og vitrast að lokum Magnúsi sjálfum og bónda í liði hans. Auk þess er Magnús með öxi Ólafs í bardaganum (Msk., 41–44).

Magnús fær einnig hlutdeild í helgi Ólafs með því að láta smíða honum skrín sem hann varðveitir síðan, klippir hár Ólafs og negl og hefur lykil sem Haraldur síðan erfir með öðru, lykillinn að þessu skríni er lykillinn að konungsríkinu sem Ólafur er fulltrúi fyrir (Hkr. III, 20, 102, 175). Haraldur fær hlutdeild í arfinum eftir Ólaf þegar Magnús færir honum hring Ólafs og konungsríkið fylgir með (Msk., 96; Fsk., 245; Hkr. III, 101). Að Magnúsi slepptum er Haraldur sá konungur sem tengdastur er Ólafi helga. Ólafur er með honum í myrkrastofu í Miklagarði (Msk., 80–83; Fsk., 235; Hkr. III, 86) og Haraldur tekur þá fram að honum þyki rétt og maklegt að vera leystur af bróður sínum þó að Ólafur lýsi yfir að honum séu „iafnan eigi at scapi hans tiltecior". Þetta sýnir afstöðu Morkinskinnu til Haralds, hún hefur samúð með

---

1 Hoffmann. Die heiligen Könige bei den Angelsachsen und den skandinavischen Völkern, 84–89; Koht. Noreg eit len ac St. Olav; Steen. Tronfølgeloven av 1163 og konungstekja i hundreåret etter; Blom. Kongemakt og privilegier i Norge inntil 1387, 90–106 og önnur ívitnuð rit um krýningareið Magnúss (bls. 87 nmgr.). Um Ólaf sem sameinanda Noregs, sjá m.a.: Schreiner. Trøndelag og rikssamlingen; Schreiner. Olav den hellige og Norges samling; Bull. Olav den hellige og Norges samling.

2 Frásögn af þessu er einnig í Ágripi (35), Morkinskinnu (43) og Heimskringlu (III, 43).

Haraldi en sér þó galla hans. Ólafur varar Harald einnig við að æða í landvinninga til útlanda (Fsk., 277). Þannig stendur hann með þeim Magnúsi umfram aðra konunga.

Einn er þá ótalinn af konungum sem sérstaklega nota Ólaf helga sér til framdráttar en það er Sverrir. Hann hefur sérstaka ástæðu til þar sem réttur hans til ríkis er vafasamur. Landakröfur Sverris hefjast á draumi þar sem „honom þotti vera mikill ufriðr i landino af konunga deilld. oc þotti honom fem hiN hælgi Olafr konungr ætti deilldina moti Magnusi konungi oc Erlingi Jarli oc þottiz hann ætla i hug ser a hvaRa fund hann fkylldi fækia." (Svs., 4) Ólafur kemur til Sverris og sýnir honum sóma öðrum fremur, leyfir honum til að mynda að þvo sér í sama vatni og hann sjálfur eftir að hafa bannað öðrum það: „Siðan næfndi hann SværRi Magnus oc bað hann þva ser i þvi fama vatni." Magnússnafnið bendir til að Sverrir sé sonur Ólafs, Magnús endurborinn, en ekki má heldur gleyma að magnus merkir mikill og sagan reynir að sýna að Sverrir verðskuldi þá nafnbót.[1] Í draumnum kemur fram að Sverrir sé valinn konungur af Ólafi helga: „Tac nu við merkino herra oc ætla þat með fialfom þer at þetta merki fkalltu iafnan bera hæþan ifra." (Svs., 4–5) Síðar reyna menn að standa á móti Sverri undir merkjum Ólafs helga en missa það og hann tekur upp og ber til sigurs (Svs., 15–16) auk þess sem hann biður til Ólafs helga um sigur ásamt Guði og þakkar honum (Svs., 53). Sverrir er handhafi arfs Ólafs og segist standa vörð um lög hans í deilum sínum við Eirík erkibyskup (Svs., 119, 122, 130).

Með því að hafa Ólaf helga að ættföður ásamt Haraldi hárfagra fylgdi norska konungsættin erlendri venju. Nýjar ættir eða greinir ætta reyndu jafnan að helga vald sitt og oft með nýjum dýrlingum. Ladislas 1. eflir dýrkun Stefáns ættföður Ungverjalandskonunga til að styrkja sjálfan sig í sessi og Aðalráður ráðalausi endurvekur dýrkun Játvarðar píslarvottar á tíma hinnar miklu innrásar Dana í upphafi 11. aldar. Á 12. öld er mikil aukning konungsdýrlinga sem er í skýru samhengi við eflingu konungsvalds þar sem dýrlingar eru markvisst notaðir í þeim tilgangi. Konungsættir voru áður raktar til heiðinna guða en nú þurfti að koma upp kristnum forföður eins og Kloðvík. Tekið var rækilega fram að Aðalheiður, drottning Ottós mikla, væri afkomandi Kloðvíks þegar þau Ottó giftust á 10. öld. Hefur því verið varpað fram að hinn kristni forfaðir hafi að mörgu leyti tekið við hlutverki heiðinna guða við að færa ættinni gæfu og sigursæld. Í Danmörku verður Haraldur blátönn slíkur kristinn ættfaðir á dögum Sveins Úlfssonar og telur Hoffmann að reynt hafi verið að gera hann að dýrlingi til að styrkja dönsku konungsættina. Eftir

---

[1] Sjá m.a. Lönnroth. Studier i Olaf Tryggvasons saga, 91–2; Sverrir Tómasson. Formálar íslenskra sagnarita á miðöldum, 272; Gurevich. From sagas to personality: Sverris saga, 82–3.

Í LEIT AÐ KONUNGI

fall Knúts helga tekur hann við þessu hlutverki, verður dýrlingur árið 1101, á dögum Eiríks góða sem styrkir um leið eigin rétt. Í Svíþjóð deyr Steinkelsætt út og ný tekur við og þarf nýja helgun. Þá verður Eiríkur helgi að dýrlingi enda píslarvottur. Víða í Evrópu gerist hið sama. Þannig helst áhugi sagnaritara á Trójuuppruna konungsætta í hendur við færslu heilagra fornkonunga á borð við Karlamagnús og Artúr.

Með því að gera Ólaf helga að dýrlingi styrktist konungsættin og fékk kristinn ættföður til viðbótar við hinn heiðna Harald. Auk þess takmarkaðist erfingjahópurinn, aðeins erfingjar Ólafs helga gátu orðið konungar en ekki allir niðjar Haralds hárfagra. Í því felst mikilvægi sögunnar af konungunum fimm sem Ólafur setti af og þess vegna er lögð sérstök áhersla á að hann sé einn konungur í Noregi þegar Sigurður sýr deyr (Fsk., 181).[1] Konungsættin takmarkast við konungssonu af hans ætt. Síðar eru vinsældir Magnúss Erlingssonar útskýrðar með því að í umræðu sé enn frekari takmörkun: „ollu landz-folkino var sva kært allt af-kvæmi Sigurðar konungſ Iorſala-fara oc Eyſteins konungſ broþur hanſ. En þeir hotuðuz við ætt Haralds gilla oc villdu þeiri firir-coma." (Svs., 104) Frá og með Ólafi eru einnig önnur takmörk á erfðum. Allir konungar eftir Harald harðráða fram að Magnúsi Erlingssyni eru konungssynir. Það er engin tilviljun að talað er um að Magnús góði þurfi að endurheimta „föðrleifd sina" (Msk., 18). Noregur er hans með réttu sem sonar Ólafs helga en Sveinn Alfífuson er ekki sonur Noregskonungs og með þessari orðanotkun er það ítrekað. Annar keppinautur Sveins er Tryggvi Ólafsson og hann er reynt að ófrægja með því að draga í efa að hann sé konungssonur: „mæltu sumir, at hann væri prests sonr, en eigi konungs sonr." (Fsk., 206; Hkr. II, 413) Þetta bendir til að íslenskir konungasagnaritarar telji það skipta máli að konungur sé konungssonur. Í Morkinskinnu er hvað eftir annað er hæðst að Haraldi harðráða með því að nefna föður hans, Sigurð sýr (Msk., 110, 135, 149, 252). Þó að sá ágæti maður væri konungur og af ætt Haralds hárfagra er hann ekki jafngildur föður Magnúss góða, Ólafi helga.

Ekki þarf að koma á óvart að Sverrissaga leggur sérstaka áherslu á að þeir einir séu réttir konungar í Noregi sem séu konungssynir því að aðalkeppinautur Sverris um krúnuna er Magnús Erlingsson sem ekki er konungsson. Sverrir notar Ólaf helga sér til stuðnings: „alldri fyr hafþi verit i Noregi ſiþan criſtni com at ſa væri konungr. er eigi var konungſ ſon. oc eigi helldr i heiðni. þat er oc firir-boðit i lanz-la/gom þeim er hin helgi Olafr konungr ſetti." (Svs., 119) Þegar þeir Magnús hittast lýsir Sverrir því yfir að Magnús sé í besta falli staðarhaldari en enginn konungur og rökin eru þau sömu: „þat varþ en alldri fyr i Noregi at ſa væri konungr callaðr er eigi var konungſ ſon. en þu Magnus

---

[1] Einnig Hkr. II, 107.

STOÐIR KONUNGSVALDS

konungr." (Svs., 68) Synir konunga eru sérstakir eins og hnykkt er á þegar í upphafi sögu: „honum fyndez litilmaɴlict at havaz ecki at helldr en æin buanda-fon æf hann væri konungf fon." (Svs., 4) Þessi boðskapur er sem skærasti bjölluhljómur í eyrum þeirra sem styðja Sverri til konungs gegn Magnúsi. Sömu rök eru notuð í Hákonarsögu Hákonarsonar (14, 26, 106) enda staða hans svipuð og Sverris.

Í íslenskum konungasögum kemur þannig fram að synir konunga séu hinir réttu arfar þeirra en sjaldan virðist máli skipta hvort þeir séu fæddir í hjónabandi. Magnús berfættur átti sjö börn með sjö konum og Haraldur harðráði virðist hafa átt tvær konur í einu. Afleiðingin er að fram að dögum Hákonar Hákonarsonar skiptast á ríki margra konunga í einu og borgarastyrjöld á 12. öld þegar fram koma endalaus konungsefni, fæst skilgetin.[1] Í Sverrissögu kemur ekki mjög á óvart að lítil áhersla sé á þetta þar sem hann er fæddur utan hjónabands og bendir á að „þeir hafa konunga naͬfn borit margir er verit hafa ambattar fynir" sem hann er að vísu ekki sjálfur heldur af göfugu fólki í báðar ættir og hvað ætt varðar telur hann sig „engan vita betr til fallinn þann tima i Noregi hvartki firir guði ne monnuᴍ. at bera konungf nafn en fic." (Svs., 138) Aftur á móti tekur Erlingur sérstaklega fram að Magnús, sonur sinn, sé skilgetinn (Hkr. III, 396) en um það er lítið rætt í Sverrissögu. Í Skjöldungasögu kemur fram að Áli geti ekki orðið konungur þar sem móðir hans er frilla (16) og heldur ekki Hálfdan Fróðason (20). Það var frá upphafi krafa kirkjunnar að aðeins skilgetnir synir yrðu konungar sem var fyrsta skrefið til að koma stöðugleika á erfðir konunga. Þeir fóru að taka sér eina lögbundna eiginkonu og aðeins börn með þeim voru erfingjar.[2] Næsta skref er svo að elsti sonur erfi föður.

Áratuginn 1161–1170 marka nýir ættfeður upphaf breytinga á eðli konungsvalds á Norðurlöndum. Þá verður Knútur lávarður dýrlingur og ættfaðir nýrrar konungsættar í framhaldi af því að sonur hans, Valdimar, er orðinn konungur í Danmörku. Um leið lætur Valdimar krýna son sinn sem meðkonung. Árið 1161 er Játvarður játari Englandskonungur gerður dýrlingur og er þá kallaður ættfaðir ensku konungsættarinnar. Á sama tíma kemur Hinrik 2. á erfðakonungsríki með því að krýna erfingja sína meðkonunga, Vilhjálm 1155 og Hinrik 1170. Árið 1165 er Karlamagnús gerður dýrlingur að frumkvæði Friðriks rauðskeggs og í Frakklandi eru konungssynir krýndir til að einfalda erfðir. Kirkjan studdi þetta. Í Noregi gerði hún bandalag við Magnús

---

1 Sbr. Jochens. The Politics of Reproduction.
2 Sjá m.a. Jochens. The Politics of reproduction, 330; Chaney. The Cult of Kingship in Anglo-Saxon England, 24; Brooke. The Structure of Medieval Society, 67–74; Johnsen. Fra ættesamfunn til statssamfunn, 290–322.

Erlingsson undir forystu Eysteins Erlendssonar og í Danmörku unnu Áskell erkibyskup og Valdimar saman sem einn maður. Atburðir áranna 1161–1170 merkja að konungsvald hefur tekið stakkaskiptum í Danmörku.[1] Samkvæmt Knýtlingasögu er þá komin á æskileg staða þess: „Eptir orrostu þessa þá fekk Valdimarr konungr einvald yfir ǫllu Danaveldi. Var þat þá gǫrt með ráði allra landshǫfðingja." (Knýtl., 294) Almennt var talið að einveldi og erfðakonungsríki færu saman á þann hátt að konungsríkið erfðist til elsta sonar og hans eins.

Það er ekki fyrr en á 10. og 11. öld að sú venja kemst á í Frakklandi, Þýskalandi og Englandi að elsti sonur konungs taki jafnan við ríki að honum látnum sem síðan verður regla í Evrópu. Fyrst í stað er það gert með því að krýna þá að föður þeirra lifanda. Ottó 2. (973–983) var krýndur þegar árið 967. Í Frakklandi kemst þessi háttur á árin 987–1060. Frakkakonungar eignuðust alltaf sonu og krýndu þá erfingja uns sú venja er orðin svo föst í sessi að árið 1223 tekur Loðvík 8. athugasemdalaust við ríki án þess að hafa verið krýndur fyrst. Í Þýskalandi var konungskjör en elsti sonur var ávallt kjörinn fram til ársins 1254 þegar á komst kjörkonungsríki. Þegar evrópskir konungar völdu eftirmenn sína voru þeir nefndir hinir útvöldu (electi) og hélst sá siður þegar erfðakonungsríki komst á. Þegar elsti sonur tekur við því er talað um að Guð hafi valið konunginn; ríkisarfar í Frakklandi eru nefndir dieudonné frá 12. öld. Upp frá því er óhætt að tala um konungsvald af náð Guðs. Sá háttur að elsti sonur erfi ævinlega ríkið (primogenitur) er ekki lögfestur fyrr en á 18. öld en er hefð löngu fyrr. Um tíma kom bakslag í þessa reglu en hún er þó lengst af í gildi á miðöldum.[2]

Í Noregi eru sett ný erfðalög árið 1260, erfðakonungsríki hefur verið komið á. Hákon Hákonarson hafði rutt brautina með því að gifta dóttur sína úr landi og eiga einungis börn í lögmætu hjónabandi.[3] Í íslenskum sagnaritum frá upphafi þeirrar aldar, Skjöldungasögu og Ynglingasögu, er lýst konunga-

---

1 Um helga ættfeður og erfðakonungdæmi, sjá: Hoffmann. Die heiligen Könige bei den Angelsachsen und den skandinavischen Völkern; Hoffmann. Königserhebung und Thronfolgeordnung in Dänemark bis zum Ausgang des Mittelalters, 95–121; Hoffmann, Erich. Politische Heilige in Skandinavien und die Entwicklung der drei nordischen Reiche und Völker; Johnsen. Fra ættesamfunn til statssamfunn, 290–322; Guenée. States and Rulers in Later Medieval Europe, 49–65; Klaniczay. From sacral kingship to self-representation; Petersohn. Kaisertum und Kultakt in der Stauferzeit; Klaniczay. Königliche und dynastische Heiligkeit in Ungarn; Schreiner. Aspekte der politischen Heiligenverehrung in Byzanz; Poppe. Politik und Heiligenverehrung in Kiever Rus; Kämpfer. Herrscher, Stifter, Heiliger.

2 Kern. Gottesgnadentum und Widerstandsrecht im früheren Mittelalter, 33–45; Guenée. States and Rulers in Later Medieval Europe, 67–9; Bloch. Feudal Society, 383–90; Baldwin. The Government of Philip Augustus, 362–80; Brooke. The Structure of Medieval Society, 67–74; Johnsen. Fra ættesamfunn til statssamfunn, 290–322.

3 Sjá: Jochens. The Politics of Reproduction; Johnsen. Fra ættesamfunn til statssamfunn, 315–21.

STOÐIR KONUNGSVALDS

röð þar sem sonur tekur við af föður öldum saman án mikilla deilna um erfðir eins og Kristján tók við af Friðriki í Danmörku frá 16. öld. Sameiginlegur erfðaréttur ættar virðist ekki fyrir hendi í Danmörku og Noregi fyrr en á 10. og 11. öld. Konungaraðir Skjöldungasögu og Ynglingasögu eru tilbúningur þó að báðar byggi á eldri ritum og sögnum þar sem vart hefur komið fram hvernig skyldleika konunga var háttað. Höfundar sagnanna, Íslendingar á 13. öld, eru á hinn bóginn ekki í vafa um það. Hið eðlilega kerfi fyrir þeim er að synir og engir aðrir erfi feður og sjaldnast nema einn. Þess vegna eru í Knýtlingasögu sögð forn lög að elsti sonur erfi konungsríki þegar kjósa á milli sona Sveins Úlfssonar (Knýtl., 136, 139, 200, 213–14). Þar er byggt á hefð Skjöldungasögu en samkvæmt henni er þessi konungsætt Dana ótrúlega þrautseig og ekki verður annað séð en að jafnan taki elsti sonur við af föður. Einnig hefur tíska ritunartímans áhrif. Sagan tekur eigi að síður skýra afstöðu gegn því ef annar er hæfari til að rækja hlutverk konungs. Er Sveinn konungur sjálfur fulltrúi þess viðhorfs. Aftur á móti er greinilega best að allt fari saman, eins og þegar fyrirmyndarkonungurinn Eiríkur góði er tekinn til konungs (Knýtl., 213–14).[1]

Sveinn velur Knút helga eftirmann sinn og þannig hefði mátt tryggja átakalaus konungsskipti ef eftir því hefði verið farið. Í Knýtlingasögu eru Sveinn tjúguskeggur og Knútur ríki sagðir nota meðkonungsríki til að festa sonu sína í sessi eins og konungar 12. og 13. aldar. Knútur er í Heimskringlu sagður leiða „í hásæti hjá sér Hǫrða-Knút, son sinn, ok gaf honum konungsnafn ok þar með Danaveldi." (Hkr. II, 306)[2] Það er aftur á móti ekki gert eftir dauða Sveins Úlfssonar. Hann hafði tilnefnt elsta son sinn konung eftir sinn dag en sá dó á leið til Róm 1072 og eftir það erfist konungsríkið til annarra sona Sveins sem stríða um það næstu 60 ár. Þá tekur við borgarastyrjöld uns erfðakonungsríki kemst á í Danmörku á dögum Valdimars mikla. Þá er Knútur Valdimarsson „vígðr til konungs með ráði fǫður síns ok samþykki allrar alþýðu í Danmǫrku. Þá var hann fára vetra gamall." (Knýtl., 307) Fram til 1170 virðist því vera regla í Danmörku að konungur sé valinn úr hópi margra ættingja en konungar reyna að hindra óvissu með því að tilnefna erfingja sinn, eins og gert var annarstaðar í Evrópu. Það er fyrst 1170 að á kemst erfðakonungsríki í Danmörku og varði raunar aðeins til 1250.[3]

---

[1] Sbr. Hoffmann. Königserhebung und Thronfolgeordnung in Dänemark bis zum Ausgang des Mittelalters, 37–55.

[2] Sbr. Knýtl., 122.

[3] Sbr. Hoffmann. Königserhebung und Thronfolgeordnung in Dänemark bis zum Ausgang des Mittelalters; Breengaard. Muren om Israels hus, 122–49, 263–319; Hoffmann. Politische Heilige in Skandinavien und die Entwicklung der drei nordischen Reiche und Völker, 284–92, 322–4.

Í LEIT AÐ KONUNGI

Í íslenskum konungasögum eru nokkur dæmi um að norskir konungar tryggi sonum sínum ríkið eftir sinn dag. Það er Haraldur hárfagri látinn gera í Fagurskinnu, hann velur Eirík blóðöx sem eftirmann: „tignaði hann Eirík í því, at hann leiddi hann í hásæti sitt ok setti hann hǫfðingja innan hirðar ok lét hann heita konung" (Fsk., 73).[1] Hvorki þar né í Heimskringlu kemur fram að Eiríkur sé elsti sonur Haralds en í Historia Norvegiae er hann kallaður „primogenitus Ericus" (104). Eiríki er almennt illa borin sagan og eins fer illa þegar Sigurður Jórsalafari tryggir syni sínum ríkið eftir sig: „En af því trausti, er hann þóttisk hafa af ástsemð lýðsins, þá lét hann sér lifanda sverja Magnúsi syni sínum landit í ǫllum Nóregi. Hann var friðlu sonr ok allra manna vænstr, þeira er verit hafi." (Ágr., 50)[2] Fá dæmi eru um þetta og virðist ekki þurfa, frá og með sonum Haralds harðráða erfa synir yfirleitt átakalítið veldi föður síns. Það eru aðeins þessir misheppnuðu konungar sem virðast þurfa að tryggja sér konungsvald með klækjum. Í íslenskum konungasögum virðist því talið eðlilegt að sonur erfi föður og áður hefur komið fram að í sumum, t.d. Morkinskinnu, er litið hornauga að fleiri en einn konungur ríki. Niðurstaðan er erfðakonungsríki og einveldi.

Hin germanska ármiðaldahefð er að allir í konungsættinni eigi hlutdeild í helgi hennar. Ættin öll er sprottin frá heiðnum guðum sem kristnir fræðimenn telja upphaflega konunga sem voru dýrkaðir eftir dag sinn sem guðir. Þó að ætt sé styrkasta stoð konunga á 12. og 13. öld er konungur hafinn yfir ætt sína. Hann er niðji heiðinna guða en samband hans við hinn kristna Guð er fyrst og fremst persónulegt. Þegar erfðir eru takmarkaðar við sonu konungs, skilgetna sonu og að lokum elstu sonu verður konungurinn aðskilinn frá ætt sinni. Þó að ætt væri forsenda konungsvalds var hún ekki aðalatriðið. Kristni fylgir aukin áhersla á hlutverk konungs sem sést í umfjöllun um afsetningu Childerics og Meróvekingaættar árið 751. Þó að lögð sé áhersla á erfðarétt Sverris í Sverrissögu er hann ekki eina undirstaða krafna Sverris. Hann hefur erfiðað til að ná ríkinu: „En ec em konungſ ſon oc retkomiN til þesa landz oc rikiſ. hefi ec oc morg valc oc vandkvæði þolat aðr en ec næði þeso rici" (Svs., 129). Sverrir er konungsson en í sögulok er talið upp allt það sem greindi þá feðga að, hann og Sigurð munn, og þeir kostir Sverris sem þar koma fram skipta ekki síður máli fyrir konung en ætt hans.

Þó að munur sé á erfðarétti þeirra Magnúss Erlingssonar, annar sé konungssonur en hinn ekki, eru önnur atriði sem meiru skipta. Sverrir er studdur af Guði og Ólafi helga og hæfur konungur. Þeir Magnús eru aftur á móti báðir af konungsættinni og eiga nokkurn rétt til ríkis enda býður Sverrir Magnúsi

---

[1] Heimskringla tekur undir þetta (I, 138).
[2] Einnig: Hkr. III, 266 og 278.

að skipta ríkinu: „Sverrir konungr gecc ofan imoti. oc ba/ð at þeir fcylldi fcipta lande með ser i helminga. oc vera baþir ... konungar. fem varo fynir Magnus konungſ berfæz eða fynir Harallz." (Svs., 48)[1] Fjandmönnum Sverris er „noccur varkuN meþan Magnus konungr lifði eða Erlingr Jarl" þar sem þeir hafa ættarrétt en aðrir andstæðingar Sverris ekki (Svs., 151). Eftir stendur mikilvægi ættarinnar. Konungar þurfa að vera af konungsætt og á því leikur ekki nokkur einasti vafi í íslenskum konungasögum. Það er óbrúanlegt bil milli konungsættarinnar og annarra ætta.

3. Konungur, lýður og lög

ÓLAFUR HELGI byggir tilkall sitt til Noregs fyrst og fremst á að Noregur sé föðurleifð hans. Eigi að síður verður hann fyrst að hljóta land „at upplenzkum lǫgum" en þá sækir að honum múgur og margmenni (Hkr. II, 49, 70) og það sem hann segir við þegna sína er þetta: „Vil ek yðr lǫg bjóða ok frið" (Hkr. II, 51). Lögin eru önnur stoð konungsvalds í íslenskum konungasögum. Auk þess er eitt af lykilhlutverkum konungs að gæta þeirra, setja lög og dæma eftir þeim. Oftast vísar orðið til samkomulags milli konungs og þegna hans og þess þáttar sem þegnar eiga í að gera konung að konungi. Harmræn örlög Sigurðar slembis sýna að enginn verður konungur nema að einhver vilji þjóna honum, hann hlýtur engan stuðning og verður aldrei konungur þó að hæfileikamaður sé.

Oft var talið að konungar væru valdir af Guði, ekki síst eftir að erfðakonungsríki komst á en einnig fyrr. Þannig er því haldið fram í Sverrissögu að Guð velji Sverri konung. Að auki voru konungar oft valdir af feðrum sínum; Haraldur hárfagri velur Eirík úr hópi sona sinna til að vera yfirkonungur. Í þriðja lagi var talið að konungar væru kosnir á þingum þegar menn sóru þeim eiða. Sveinki Steinarsson er varaður við að „eflaz moti konvngi þinom rettkosnom oc ettbornom til lanz þesa." (Msk., 311) Stoðir Magnúss berfætts eru tvær eins og Ólafs helga, hann er ættborinn og réttkosinn. Talsverð áhersla er lögð á að Noregskonungar séu teknir til konungs á þingum. Fyrirmyndarkonungur á að vera kallaður af fólkinu jafnt sem Guði eins og Hákon Aðalsteinsfóstri: „At þessu ørendi varð rómr svá mikill, at allr búandamúgrinn œpði ok kallaði, at þeir vildu hann til konungs taka." (Hkr. I, 150) Orð Þrænda við Ólaf Tryggvason lúta að því sama: „Vist scallt þu her uel comiN til var þui at ver hofum nu lengi girnz til þin. oc giarna viliom ver þek til kon-

---

[1] Boðið er síðan endurtekið (Svs., 66).

ungs taca yfir oss. sem þu ert til boriN. [...] scallt þu eignasc allt Noregs riki. þui at ver uiliom þek til konungs kiosa yfir allum Noregi." (Odd., 77–8) Jafnan er tekið fram þegar sagt er frá nýjum konungi að hann hafi verið tekinn til konungs á þingi og honum svarnir eiðar. Auk þess er víða sagt að höfðingjar og landsfólk hafi frumkvæði að og þannig ítrekað að landslýður standi með hinum nýja konungi og lögin helgi vald hans. Það heyrir til algerra undantekninga í íslenskum konungasögum að ekki sé tekið svo til orða í hvert sinn sem nýr konungur tekur við en dæmin um hitt of mörg til að hægt sé að telja upp hér.[1] Þannig sækir konungur vald sitt til laga og lýðs. Hákon góði nær yfirráðum yfir Jamtalandi þegar Jamtur leita til hans: „Þeir sóttu síðan austan á hans fund ok játuðu honum hlýðni sinni ok skattgjǫfum ok gerðusk hans þegnar, því at þeir spurðu gott til hans." (Hkr. I, 165) Þó að erfðakonungsríki sé komið á eru lög og samþykki þinga mikilvæg. Í Knýtlingasögu er tekið fram að leitað sé samþykkis málsmetandi manna bæði þegar Eiríkur góði tekur við og Valdimar verður einvaldur. Það er hugsjón íslenskra konungasagna.

Konungur þiggur vald sitt ekki einungis frá Guði vegna ættar sinnar heldur þarf hann að njóta hylli lýðsins. Það var almenn hugmynd í Evrópu á miðöldum auk þess sem konungsvald var þar hvergi svo sterkt að ekki þyrfti að ráðgast við höfðingja. Það var þó hrein ímyndun að konungar þægju völd sín frá almúga. Víða réðu höfðingjar miklu og fyrir kom að þeir dræpu konunga og tækju nýja. Hægt er að tala um vísi að konungkjöri í Danmörku nokkrum sinnum á hámiðöldum en auk þess var kjörveldi í Hinu heilaga rómverska keisararíki og hjá Dönum og Svíum frá 13. til 16. aldar. Alstaðar í Evrópu og ekki síst á Norðurlöndum réðu aðrir með konungi, einveldi var hvergi. En konungkjör í Evrópu á miðöldum var fyrst og fremst hylling, nýir konungar voru hylltir á þingum og með því gefið til kynna að vilji þjóðarinnar skipti máli. Ekki var síður mikilvægt að farið væri að lögum en að vilji þjóðarinnar væri skýr. Í Sverrissögu er sagt hvernig konungur skal kjörinn: „var konungi. gefit konungſ nafn a atta fylcna þingi oc dømtt með vapnataki oc ſvarit honom land oc þegnar eptir landſ-logum fornum." (Svs., 17) Lykilatriði er að reglum sé fylgt, fullyrt er þannig að „ver ætlum engan rett tekinn til landz nema a Eyra-þingi i Noregi i Þrandheimi." (Svs., 143) Ekki verður séð að einhugur ríki um þetta. Þó að konungar séu oft teknir til lands á Eyraþingi er Ingi tekinn til konungs á Borgarþingi og kemur ekki fram að hann sé minni konungur fyrir (Msk., 414).

---

1 Sjá m.a. Ágr., 3, 12, 32, 50; Svs., 17, 96 og 143; Msk., 20, 145–6, 297, 337, 400, 414 og 440; Fsk., 76, 95, 145, 173,191, 209, 249, 302, 315, 321, 331, 334, 341, 361; Hkr. I, 75, 136–8, 146, 150–1, 299; II, 49, 70, 311; III, 9, 99, 107, 197, 210, 238, 278, 303, 321, 347, 374 og 383.

STOÐIR KONUNGSVALDS

Konungar gátu einnig notað lög til að styðja mál sitt, eins og Sverrir gerði í deilum við Eirík Ívarsson erkibyskup og tók hann þá sérstaklega fram að þetta væru lög hins helga Ólafs (Svs., 119). En þá þurfa þeir einnig að fylgja lögum og dæmi eru um að það sé tekið fram þegar konungum er svarið land: „tóku Óláf til konungs á Eyraþingi allir bœndr, en hann svarði þeim lǫg í móti." (Fsk., 145) Þegar Fagurskinna og aðrar konungasögur eru ritaðar á Íslandi tíðkast í Evrópu að konungar sverji eiða þar sem þeir veittu öllum rétt sinn. Það gerðu Englakonungarnir Ríkarður og Jóhann og Frakkakonungarnir Filippus 1. og Loðvík 6. Gjarnan er rætt um að milli konungs og þegna ríki samningur (pactum) og með þegnum er þá átt við aðalinn. Þar er á ferð lénsdrottinshlið konunga sem þeir leggja að vísu minni og minni áherslu á á 12. og 13. öld en hverfur aldrei.

Íslenskar konungasögur sýna að styrr stendur um hvernig skuli stjórna ríkinu og hvað konungi leyfist. Þrændir setja Hákoni Aðalsteinsfóstra stólinn fyrir dyrnar þegar hann neitar að blóta: „Ok þar eptir gerðu Þrœndir fǫr at hónum á Mærini ok báðu hann blóta sem aðra konunga í Nóregi, „ella rekum vér þik af ríki, nema þú gerir nekkvern hlut í samþykki eptir oss." (Ágr., 8)[1] Í Heimskringlu er Hákon að boða bændum kristni en Ásbjörn á Meðalhúsum verður til svara: „En ef þér vilið þetta mál taka með svá mikilli freku at deila afli ok ofríki við oss, þá hǫfum vér bœndr gǫrt ráð várt, at skiljask allir við þik ok taka oss annan hǫfðingja, þann er oss haldi til þess, at vér megim í frelsi hafa þann átrúnað, sem vér viljum." (Hkr. I, 169–70) Deilur konunga við þegna sína eru rauður þráður Heimskringlu. Hákon lýtur fyrir bændunum í einu máli til að halda konungdómnum en bændur vega Erling Eiríksson (Hkr. I, 221) og setja Ólafi sænska stól fyrir dyr á Uppsalaþingi (Hkr. II, 114–17). Í ræðu Þórgnýs lögmanns kemur fram að konungi sé vísast að styggja ekki bændurna eða lögin því að undir þessu tvennu eigi hann vald sitt. Það ítrekar Freyviður daufi þegar hann bendir konungi á að hann þurfi ekki að óttast neitt meðan Svíar fylgi honum en það geri þeir aðeins ef þeir „hafa forn lǫg ok fullan rétt sinn." (Hkr. II, 154) Orð Freyviðar eru sem forspá um örlög Ólafs helga sem á í fullu tré við alla aðra konunga meðan Norðmenn fylgja honum en fellur fyrir eigin þegnum á Stiklarstöðum. Konungar eru ekki hafnir yfir gagnrýni og í Knýtlingasögu er dæmi um að alþýðan hreinlega láti af stuðningi við konung, eftir víg Knúts lávarðar (255). Í Heimskringlu sést að vilji konungs og bænda fara ekki ævinlega saman og ekki þýði konungi að fara sínu fram gegn vilja bænda. Víða í íslenskum konungasögum virðist ríkja meðvitundarleysi um vandamálið þar sem þeir konungar sem ekki njóta hylli alþýðu eru einfaldlega taldir vondir konungar: Eiríkur blóðöx og synir

---

1 Einnig: Fsk., 80.

hans, Hákon jarl og synir hans og þar fram eftir götunum. Ólafur helgi og Knútur helgi eru undantekningar, góðir konungar sem alþýða snýst gegn. Algengara er að alþýða fylgi góðum konungum í hvívetna og þá ríkir fyrirmyndarástand þar sem eining er um ákvarðanir og allir eiga þar þátt í. Dæmi um það er beinaupptaka Knúts helga á dögum Eiríks bróður hans: „En allir báðu konunginn ráða, ok var engi sá, er í móti mælti. Ok þá með samþykki biskupa ok allrar alþýðu ok konungs atkvæði fóru þeir til Fjóns með miklu fjǫlmenni." (Knýtl., 227–8)

Konungar eru taldir sækja vald sitt til laga og þjóðarvilja en þar með var ekki sagt að þjóð megi snúast gegn konungi sínum eða setja hann af. Að vísu eru dæmi um að lýðnum sé talið skylt að ráðast gegn konungi sem hafi snúist gegn lögum en á þann rétt reyndi lítið enda erfitt að ákvarða hvenær konungur hefði drýgt slíkt brot. Auk þess voru ekki allir þess umkomnir að dæma í sök konungsins, enginn að mati Tómasar frá Akvínó. Almennt var talið mögulegt að setja konunga af en enginn vissi hvernig enda voru konungar nær aldrei settir af á miðöldum. Á 9. öld settu byskupar Franka Loðvík guðhrædda af og á 13. öld tók páfi sér það vald. Keisarar í austri eru settir af 695 og 1042 en í vestri 1298 og 1400 og Bretakonungar 1327 og 1399. Í öllum tilvikum var réttmæti aðgerðanna dregið í efa. Margir töldu að það væri hreinlega ekki hægt en á 12. öld eru Manegold frá Lautenbach og Jón frá Salisbury kunnustu talsmenn þess að setja megi konunga af. Jón hvatti til að konungur fylgdi lögum, ef hann gerði það ekki væri hann enginn konungur heldur harðstjóri (tyrannus). En Jón telur að það sé Guðs að dæma um hvenær konungur bregst, ekki þegna hans. Hann er mikill stuðningsmaður konungsvalds og enginn lýðveldissinni.

Þeir sem töldu ekki á mannlegu valdi að steypa konungi höfðu fyrir sér dæmi úr Biblíunni. Davíð átti færi á að drepa Sál í hellinum en gerði það ekki því að Sál hafði fengið ríki sitt frá Guði og var vígður til þess. Á þessu dæmi byggir Elfráður ríki þegar hann setur ósnertanleika konungsins í lög sín. Þar með var konungur ekki hafinn yfir lögin en yfir aðra menn undir lögunum og þar með ósnertanlegur. Til sögunnar um Davíð og Sál er og vitnað í Rómverjabréfinu (13, 1–2) þegar bannað er að drepa konunga þar sem vald þeirra sé frá Guði og jafnvel vondir konungar geti nýst Guði á einhvern hátt:

> Omnis anima potestatibus sublimioribus subdita sit: non est enim potestas nisi a Deo: quae autem sunt, a Deo ordinatae sunt. Itaque qui resistit potestati, Dei ordinationi resistit. Qui autem resistunt, ipsi sibi damnationem acquirunt.

Og boð Krists til Péturs um að gjalda keisara það sem keisarans er eru gjarnan skilin svo að hvorir tveggja byskup og konungur séu settir til að gæta heilagra hluta. Því verði að virða konung.

STOÐIR KONUNGSVALDS

Það átti því enginn að geta ógnað valdi konungs en þar með var ekki sagt að konungar stjórnuðu einir. Á 13. öld verða til ríkisheildir með embættiskerfi og fulltrúasamkomum þó að eftir sem áður eigi konungur seinasta orðið. Konungar studdust fyrst og fremst við aðalinn sem vildi auka vald sitt en þó ekki óháð konungi. Lög og almannavilji voru þannig stoð konungsvalds án þess að konungur ætti allt sitt undir þessu tvennu, fyrst og fremst þá hann vald sitt frá Guði og aðeins Guð mátti taka líf konungs.[1] Þó að fyrirgefa megi að konungar drepi hver annan leyfist þegnum alls ekki að drepa konung sinn. Það staðfestir Ólafur Tryggvason þegar hann lætur hengja Kark fyrir víg Hákonar jarls: „sagþi hann hafa scylldu maclig laun firir sin drottins suik. sueik hann Hakon j. oc suikia mann hann mek ef hann ma. en sua scal leiða drottins suikum." (Odd., 83)[2] Það er ekki tilviljun að Hákon er hér nefndur drottinn; hér skipti höfuðmáli hvaðan valdið er talið koma.

---

1 Um þegna og lög sem stoð konungsvalds, sjá: Post. Studies in Medieval Legal Thought; Kern. Gottesgnadentum und Widerstandsrecht im früheren Mittelalter, 121–240; Kantorowicz. The King's Two Bodies, 87–192; Ullmann. Principles of Government and Politics in the Middle Ages, 155–78; Gunnes. Kongens ære, 62–114; Dickinson. The Mediaeval Conception of Kingship and some of its Limitations; Rouse og Rouse. John of Salisbury and the Doctrine of Tyrannicide; Myers. Medieval Kingship, 245–51; Morrall. Political Thought in Medieval Times, 59–80; Reynolds. Kingdoms and Communities in Western Europe, 250–331; Bloch. Feudal Society, 379–83; Loyn. The Governance of Anglo-Saxon England, 61–78; Höfler. Der Sakralcharakter des germanischen Königtums, 97–104; Brunner. Vom Gottesgnadentum zum monarchischen Prinzip, 281–6. Um afstöðu þessa á Norðurlöndum, sjá: Christensen. Kongemagt og aristokrati; Taranger. Om kongevalg i Norge i sagatiden; Steen. Tronfølgeloven av 1163 og konungstekja i hundreåret etter; Helle. Konge og gode menn i norsk riksstyring; Hoffmann. Die Einladung des Königs bei den skandinavischen Völkern im Mittelalter.
2 Einnig Hkr. I, 297–8.

IV. Hlutverk konungs

1. Inngangur

SEM EMBÆTTISMAÐUR GUÐS hefur konungur hlutverki að gegna og í íslenskum konungasögum er sýnt hvernig konungar falla að því hlutverki. Í miðri Knýtlingasögu er þessi frásögn:

> En annan dag, er menn kómu á þingit ok nǫkkurir menn hǫfðu talat, þá stóð upp einn maðr í bóndaliðinu ok talaði ok mælti svá: „Vér Jótarnir hǫfum lengi haft vald til þess at kjósa konung yfir Danaveldi. Hǫfum vér Danir verit jafnan konungsælir, ok þessi konungr, er nú var næstum, hafði alla þá hluti með sér, er konung fríðir, en þat er herða ok stjórn at gæta landsins, því at land várt er mjǫk herskátt af víkingum. Þurfum vér þann konung, er hann sé áðr reyndr í bardǫgum ok at stjórn hersins ok þar með lands ok laga. Hafi hann ok bæði til vit ok vanda at vera hǫfðingi. Konungr þarf at vera snjallr í máli ok stilltr vel ok þó harðr til réttra refsinga, ǫrr af fé, því at hann tekr af mǫrgum. Skal hann af því mikit gefa. Þat er ok hans prýði, at hann sé fríðr ok fagr ok sœmiligr í inum bezta búnaði. Tǫkum þann til konungs, er þessa hluti hefir einn alla, sem nú eru upp taldir, því at góðr konungr er oss betri ok nytsamligri en ǫll in fornu lǫg vár. Knútur einn hefir þetta með sér, er nú er upp talt. Hann viljum vér til konungs taka. Var ok Sveinn konungr svá heilráður sínu landsfólki, at þat mun ǫllum bazt gegna at hafa hans forsjá um slíka hluti, er oss liggr svá stórt við. (Knýtl., 140)

Sá sem hér hefur orðið er aldrei nefndur í sögunni, það er ónefndur búandkarl sem tekur að sér að vera rödd almennings og koma á framfæri skoðun sögunnar á því hvað gegni landsmönnum best. Í ræðunni kemur fram að það sé mikilvægara að hafa góðan konung en góð lög. Gæfa konungs og lands fari saman og rétt sé að hlíta forsjá ríkjandi konungs. Þær dyggðir sem eiga að prýða konung eru harka og stjórnsemi, reynsla í stjórn hers, lands og laga, vit, málsnilld, stilling, réttlæti, örlæti og einnig þarf konungur að vera fríður og sterkur. Það sem ef til vill vekur mesta athygli er sú áhersla sem lögð er á skyldur konungsins, hann þarf að vera allt í senn og hafa kosti umfram aðra. Við guðleg réttindi konunga hafa bæst þungar skyldur.

Við kristnitöku Germana hófst umræða um hlutverk konunga í nýjum heimi sem sést þegar eftir kristnitöku, t.d. á Englandi. Rætt er um hlutverk og skyldur konungsins, konungur er safnaðarlimur sem hefur skyldur við kristni sem verndari og trúboði. Það er orðið starf að vera konungur. Konungur er minister Dei og siðferðislegir eiginleikar hans skipta höfuðmáli.[1] Um leið eykst sérstaða konungs, ekki er nóg að hann sé af tiltekinni ætt. Þannig eru Upplendingakonungarnir sem Ólafur helgi setur af allir af ætt Haralds hárfagra eins og Guðröður Dalakonungur segir: „Vér erum hér fimm konungar, ok er engi várr verr ættborinn heldr en Óláfr." (Hkr. II, 103) En það dugar ekki lengur. Konungur þarf að vera annað og meira en ætt hans og fyrst og síðast þarf hann að sinna starfi konungs. Í Heimskringlu er lýst hvernig keppinautur þeirra, Ólafur helgi, gerir það:

> Þat var siðr konungs at rísa upp snimma um morgna ok klæðask ok taka handlaugar, ganga síðan til kirkju ok hlýða óttusǫng ok morguntíðum ok ganga síðan á stefnur ok sætta menn eða tala þat annat, er honum þótti skylt. Hann stefndi til sín ríkum ok óríkum ok ǫllum þeim, er vitrastir váru. Hann lét opt telja fyrir sér lǫg þau, er Hákon Aðalsteinsfóstri hafði sett í Þrándheimi. Hann skipaði lǫgum með ráði inna vitrustu manna, tók af eða lagði til, þar er honum sýndisk þat. En kristinn rétt setti hann með umráði Grímkels byskups ok annarra kennimanna ok lagði á þat allan hug at taka af heiðni ok fornar venjur, þær er honum þótti kristnispell í. (Hkr. II, 73)

Ólafur er konungur vegna ættar sinnar en það er ekki hún sem setur hann skör ofar en Upplendingakonunga heldur hitt að Guð hefur valið hann til þessa embættis og hann sinnir því eins og aðeins fyrirmyndarkonungur getur gert.

Konungur hafði skyldum að gegna og í Evrópu komust lærðir menn að sömu niðurstöðu um hverjar þær væru öld eftir öld. Konungur skyldi vera trúaður, nánast munkur, mildur, herforingi, verndari kirkju og þeirra sem minna megi sín, verndari viðskipta, friðarstillir og holdgervingur öryggis, yfirdómari og lagabætir. Embætti hans var andlegt. Íslenskar hugmyndir um þetta eru á sömu lund. Í Heimskringlu er farið þessum orðum um skyldur fyrirmyndarkonungsins Ólafs helga:

> hann hafði þá stund, er hann sat í konungdóminum, starfat þat, er honum þótti mest nytsemð at vera, fyrst at friða ok frelsa landit af áþján útlendra hǫfðingja, en síðan at snúa landsfólkinu á rétta trú ok þar með at setja lǫg ok landsrétt, ok þann hlut gerði hann fyrir réttdœmis sakir at hegna þá, er rangt vildu. Þat hafði mikill siðr verit í Nóregi, at lendra manna synir eða ríkra bóanda fóru á herskip ok ǫfluðu sér svá fjár, at þeir herjuðu bæði útan lands ok innan lands. En síðan er Óláfr tók konungdóm, þá friðaði hann svá land sitt, at hann tók af rán ǫll þar í landi. (Hkr. II, 328–9)

---

[1] Sjá: Wallace-Hadrill. Early Germanic Kingship in England and on the Continent; Mayer. Staatsauffassung in der Karolingerzeit; Ewig. Zum christlichen Königsgedanken im Frühmittelalter, 41–65; Büttner. Aus den Anfängen des abendländischen Staatsgedankens; Graus. Volk, Herrscher und Heiliger im Reich der Merowinger, „334–53; Berges. Die Fürstenspiegel des hohen und des späten Mittelalters, 8–20. Orðið var notað um Danakonunga á 12. öld, sjá: Damsholt. Kingship in the Arengas of Danish Royal Diplomas, 87–9.

Niðurstaðan er þríein: Vernd, réttlæti, friður. Hún sést í vestur-evrópska konungseiðnum þar sem konungur lofaði einmitt þessu þrennu.[1] Hann sést í íslenskum konungasögum. Játvarður játari nefnir hann í bréfi til Magnúss góða:

> sor ek þann eid j vigslunne sem gud j himeriki late mik hallda ath hallda j ollu guds rett og hans log og landzens og deyia helldr fyrir logum og rettendum en þola vondra manna agang. em eg so settr fyrir land þetta af gudz alfu og landzlaga ath dæma huerium sinn rett og leggia so nidr ofrid. (Msk., 54)[2]

Í Morkinskinnu sést hvorttveggja, stoðir konungsvalds og þær skyldur sem því fylgja.

2. Hlífskjöldur lands og þegna

VERND VIRÐIST OFT vera höfuðhlutverk konungsins innan kirkjunnar. Á Karlungatíð hlýtur keisari hinn opinbera titil verndari kirkjunnar (defensor ecclesiae) en auk þess er hann gjarnan kallaður faðir og verndari Rómar (patricius Romanorum) og þannig sáu páfar hann. Þetta hlutverk tók Pippinn stutti að sér þegar Stefán 2. páfi bað hann um og til þess var Karlamagnús krýndur af Leó 3. páfa í Róm á jóladag árið 800. Það var einnig germönsk hefð að konungur væri verndari hinna smáu, sá sem veitti þeim öryggi. Í íslenskum konungasögum er Magnús góði birtingarmynd þessa hlutverks í ræðu á Hlýrskógsheiði þegar Vindur sækja að:

> Nú þótti konunginum illa hǫrmung ok hræzla liðs síns, sagði þó, at eigi vildi hann flýja lǫnd sín fyrir heiðnum mǫnnum, ef hann fengi nǫkkut lið af mǫnnum sínum eða af landsher; sagði svá með því at hann var konungr í Danmǫrk sem í Nóregi, þá vildi hann verja Danmǫrk oddi ok eggju, þó at kristnir menn vildu herja, en hálfu heldr fyrir heiðnum her, at eigi væri kristnir menn undir valdi heiðinna manna. (Fsk., 221)

Þetta kemst í konungseiðinn og Magnús Erlingsson getur þess í Sverrissögu:

> Ec fvarða þes i vigflu minne at ec fcyllda hallda landz-log oc veria með fverþi þvi er ec toc við i vigflu minne land þetta firir agirnd oc ufriþi vandra manna. Ec het oc þvi at lata helldr lifi mino en ganga a þenna eiðftaf. (Svs., 67)

Magnús er fyrst og fremst verndari samkvæmt þessum eiðstaf en Sverrir

---

1 Sjá m.a. Mayer. Staatsauffassung in der Karolingerzeit, 169–72, 177–82; Le Goff. Le roi dans l'Occident médiéval, 13; Hocart. Kingship, 95; Keynes. Crime and punishment in the Reign of King Æthelred the Unready, 67–8; Gunnes. Kongens ære, 43; Loyn. The Governance of Anglo-Saxon England, 86; Myers. Medieval Kingship, 71–2.

2 Einnig í Fsk., 218.

einnig, Birkibeinar biðja hann um að vera „hlifſciolldr fyrir þeim" (Svs., 26) og Hávarður jarlsson telur að konungurinn sé fyrst og fremst „trauſt oc hlifſciolldr" þegna sinna (Svs., 105).

Konungur á sérstaklega að vernda þá sem ekki bera vopn, þar á meðal kaupmenn.[1] Sagt er um marga konunga að þeir láti efla mjög kaupstaði, t.d. Ólaf helga, Ólaf kyrra og Sigurð Jórsalafara. Um Ólaf kyrra segir:

> Þá settisk sá staðr í Nóregi, er einn er vegsamligstr ok fyrr var getit, Niðaróss. Kaupstaðrinn í Bjǫrgyn gørðisk þar brátt mikill ok setr auðigra manna, ok gørðisk mikill flutningur til af ǫðrum lǫndum. Í þann tíma mikluðusk allir kaupstaðir, en sumir settusk at upphafi. Hófusk þá drykkjur ok skytningar í kaupstǫðum miklu meir en fyrr hafði verit.[2]

Sverrir konungur „villdi alldri caupmonnum mein gera æf þeir kynni meta ſic." (Svs., 16) Þar er einkum átt við enska og eyverska kaupmenn en ekki Þjóðverja (Svs., 110–11). Eysteinn konungur stærir sig af góðu skipalægi og vitum: „Nv mono niota þesa fiskimenn oc ka/pmenn er gøþin flytia landi þeso." (Msk., 384) Og minnt er á þetta hlutverk konungs í frásögn af Karli mærska:

> Þat mon metit til hvatvisi oc noccot sva diorfvngar at taca slict fyrir hendr konvngi yðrom at meiþa vtlenda menn eþa rena. þott her comi meþ cavpeyri sinn oc gere yþr engan ofriþ. oc vitit aldri hvart konvngr geri yþr þocc fyri eþa eigi. (Msk., 6)

Konungur er því hlífskjöldur lands og lýðs í íslenskum konungasögum eins og títt er í Evrópu og á ekki að gleyma því hlutverki sínu.

3. Dómari og lagabætir

ANNAÐ LYKILHLUTVERK KONUNGSINS snýr að lögum. Konungar eiga að fylgja lögum og standa vörð um þau enda eru þau ein helsta stoð konungsvalds. Almennt er talið í konungasögum að konungi leyfist ekki að vanvirða lögin. Hinn grimmi Danakonungur, Fróði, er sakaður um að kúga menn og brjóta lög í einu: „qvos nullo jure subegerat" (Skjöld., 20). Þarna greinir kon-

---

1 Wolfram. Intitulatio I, 236–44; Ullmann. The Growth of Papal Government in the Middle Ages, 57–74. Um vináttu konungs og kaupmanna: Myers. Medieval Kingship, 197–203; Helgi Þorláksson. Vaðmál og verðlag, 153–201. Sawyer (Kings and Merchants) tengir þetta stöðu konunga á Norðurlöndum á ármiðöldum þegar þeir voru einkum verslunarkonungar.
2 Tilvitnun er í Fsk., 299–300. Sams konar lýsing er í Hkr. III, 204–5. Sjá einnig: Helg., 106; Msk., 289; Fsk., 178, 181; Hkr. III, 204–5, 257–8, 275–6.

ung og lög á og konungi ber þá að láta af hegðun sinni þar sem konungur og lög eiga að vera eitt. Það gerir Ólafur helgi þegar hann neitar að náða Ásbjörn Selsbana fyrir bænastað Skjálgs: „Þótt þú sér mikils verðr, Skjálgr, þá mun ek eigi fyrir þínar sakir brjóta lǫgin ok leggja konungstígnina." (Hkr. II, 201) Að brjóta lög jafngildir að leggja konungstign.

Í Fagurskinnu segir að Magnús góði stjórni Danmörku „með siðum ok lǫgum" (Fsk., 216) en í Ágripi að hann hafi „landi stýrt, lǫgum skipat ok ǫllum góðum siðum ok kristni styrkt" (Ágr., 33). Á hinn bóginn sinna aðrir konungar ekki þessu hlutverki: „Synir Eiríks [...] hirðu ekki um landslǫgin." (Fsk., 99)[1] Þetta endurtekur sig með Hákon jarl (Fsk., 139) enda er bæði honum og Eiríkssonum steypt. Í Heimskringlu er löng frásögn af ólögum Sveins Alfífusonar (Hkr. II, 399–401) sem hrekst frá völdum. Þetta á einnig við um Danakonunga. Knútur helgi dæmir mönnum lög (Knýtl., 146–7) sem Eiríkur góði reisir við er hann kemur til valda: „En er Eiríkr var konungr orðinn, þá reisti hann upp lǫg í landinu ok leiðrétti siðu manna, því at margar óvenjur ok siðleysur hǫfðu yfir landit gengit, meðan Óláfr var konungr." (Knýtl., 214) Niðurstaðan er að konungar eigi að halda lög, annars fer illa. Magnús góði er fyrirmyndarkonungur í þessu tilliti þegar hann deyr en í upphafi er ekki svo vel og þá yrkir Sighvatur Bersöglisvísur og minnir hann á að halda lög (Fsk., 212–15; Msk., 25–31; Hkr. III, 26–31). Niðurstaðan eru umskipti og Magnús verður lagabætir: „Síðan lét Magnús konungr ríta lǫgbók þá, er enn er í Þrándheimi ok kǫlluð er Grágás." (Hkr. III, 31)

Konungar eiga að sýna lögunum umhyggju og halda þau, annars eru þeir að leggja tign sína. Þeir konungar sem ekki sinna lögum hrekjast frá. En konungur getur líka sett lög og gert vilja sinn að lögum og sumar íslenskar konungasögur virðast telja að vilji konungs eigi að gilda sem lög. Það er greinilega viðhorf Knýtlingasögu þegar Knútur helgi er svikinn um konungsvald með aðstoð fornra laga: „Drógu þeir þat fram, sem forn lǫg váru, at inn elzti konungsson skyldi konungr vera, en hirðu ekki um, hvat Sveinn konungr hafði þar um mælt eða hverju þeir hǫfðu honum heitit." (Knýtl., 139) Hér er greinilegt að vilji Sveins konungs hefði átt að gilda fram yfir lögin, enda hafði hann leitað til þess samþykkis alþýðu (Knýtl., 136) og það er eitt af hlutverkum konunga að setja lög. Málið er flókið enda deilt um afstöðu konungs, laga og almannavilja allar miðaldir. Árið 1155 sagði Friðrik rauðskeggur keisari að konungur setti lýðnum lög, ekki öfugt. Þetta er einkenni síðrómverskra keisarahugmynda sem brutust út á 12. öld. Þær voru að hluta arfur Karlunga en sóttu kraft í lagaendurreisn 12. aldar og kenning hennar var að Rómarlýður hefði í eitt skipti fyrir öll látið vald sitt til keisarans. Hans vilji

---

1 Í Ágripi (13) er talað um „ólǫg" þeirra.

væri lög eins og sagði í Jústíníanusarlögum: Quid principi placuit, legis habet vigorem. Ákvarðanir keisara hefðu lagagildi. Stöku sinnum var það túlkað svo að konungur gæti virt lög að vettugi en konungar gátu átt á hættu að höfðingjar settu þeim stólinn fyrir dyrnar þegar þeir vildu auka olnbogarými sitt í þeim efnum, eins og gerðist í Englandi árið 1215. Á hinn bóginn virðist almennt talið að konungi leyfðist ekki að rugla saman eigin vilja og lögum og hlýðni við kristin lög er talin ein af meginskyldum konungs frá mótunarskeiði konungshugmynda miðalda. Um það vitnar fjöldi konungsskuggsjáa. Sú skoðun var ráðandi á miðöldum að konungur yrði að takmarka vald sitt og fylgja lögum og vilja lýðsins. Þó voru menn ekki á einu máli um nákvæmlega hvernig þessu sambandi var háttað og að hve miklu leyti konungar væru yfir eða undir lögum.

Konungur er í afar sérstakri stöðu, í senn hafinn yfir lögin og háður þeim (pater et filius iustitiae, servus et dominus legis). Hann er sá sem skapar og verndar og sá sem ver og hlýðir. Samkvæmt Jústíníanusarlögum hefur hvaðeina sem honum líkar lagagildi en ævinlega er lögð áhersla á að konungurinn sé bundinn lögum, að vísu af eigin vilja en ekki af nauðsyn (legibus solutus, ratione alligatus). Konungar voru kallaðar holdgervingar laga (lex animata) þegar á ármiðöldum, á Englandi á fyrstu árum kristni. Sagt er að konungur sé lögin og geri þau. Þeirri hugmynd vex fiskur um hrygg með auknum styrk konungsvalds á 13. öld í kjölfar vaxandi þátttöku lögfræðinga í stjórn, aukins laganáms og aukinnar stjórnsýslu í Evrópu, frá Ítalíu til Norðurlanda. Þá er einnig algengt að konungur og lög séu talin eitt og hið sama eða lögin hluti af konungi. Hvað sem líður innbyrðis afstöðu konungs og laga eru lögin helg eins og konungsríkið, handan mannlegs vilja og eiga sér guðlega forsendu. Er sú hugmynd ekki einskorðuð við kristni og hefur því verið haldið fram að hér séu konungar eins og sólin, hún sé lögmál sem konungur er fulltrúi fyrir með að holdgera lög og réttlæta.

Góður konungur vinnur samkvæmt lögum þar sem hann er holdgervingur þeirra og hirðir um þau. Umhirða konungs um lög skiptist í tvennt, annars vegar er hann dómari og hins vegar er hann lagabætir. Sem dómari er konungur táknmynd og fulltrúi hins réttlátasta og æðsta af öllum dómurum en á hámiðöldum verður æ meira áberandi að Guð sé fyrst og fremst háyfirdómari. Það er því vísun til Guðs þegar margir konungar á miðöldum telja það meginhlutverk sitt að vera dómari, til að mynda Konráð 2. og Hinrik 3. Þýskalandskeisarar og Loðvík 6. Frakkakonungur, og gerðu í að dæma sjálfir persónulega eins og þeir framast máttu og sitja í dómarasæti. Þetta átti rót að rekja til ármiðalda þegar eitt aðalhlutverk konunga var að miðla málum í deilum manna og gæta þess að lög væru haldin. Þá þegar tíðkast að konungar skrifi undir hverskyns tilkynningar um lög og rétt. Þegar hinar íslensku konunga-

HLUTVERK KONUNGS

sögur eru ritaðar er réttlæti á ábyrgð konungs eins og friður og allir glæpir eru glæpir gegn konungi. Konungar áttu að dæma sjálfir því að alþýðan trúði að konunglegt réttlæti væri hið æðsta og straumur réttlætisins ætti að liggja beint frá konungi til alþýðu.[1]

Í íslenskum konungasögum birtist viðhorf áðurnefndra þýskra og franskra konunga hjá Játvarði Englakonungi sem sór „ath hallda j ollu guds rett og hans log og landzens" og lítur á aðalhlutverk sitt að halda frið með því að dæma: „em eg so settr fyrir land þetta af gudz alfu og landzlaga ath dæma huerium sinn rett og leggia so nidr ofrid." (Msk., 54)[2] Ekki þarf að efa að hlutverkið er guðlegt. Eysteinn konungur bendir sjálfur á samhengið milli réttlætis þessa heims og annars, réttlætis konungs og himnakonungs í frásögn af Ásu-Þórði í Morkinskinnu. Dómur konungs yfir þjófi endurspeglar þann dóm sem hann hlýtur á himnum:

> Konvngr biþr taca þiofinn oc leiþa amot. oc var sva gort oc var bvndit tialldit a bac honom sem siþr er til. siþan var hann dømþr. oc festr vpp vt aEyrom. Þa melti konvngr. Hvat etlar þv Ingimar hvat þiofrinn mon hafa ioþrom heimi. Gott s. Ingimarr. Nei s. konvngr beint helviti. Ingimarr s. Eigi mon þat. (Msk., 364)

Hinum rétt1áta konungi er veitt innsýn í réttlæti Guðs sem aðrir hafa ekki og því má treysta orðum hans. Konungur á að dæma. Það er því höfuðglæpur þegar Einar þambarskelfir hindrar Harald harðráða í að sinna þeirri skyldu: „hann tok af mote sannan þiof og nade konungr eigi ath dæma hann og uar Haralldr konungr sialfr æa motinu." (Msk., 171) Þetta sést víðar en í konungasögum. Í Íslendingasögum eru konungar oft látnir fella dóma yfir mönnum og málefnum sem eru lykill að túlkun sagnanna.[3]

Í mannjafnaði Eysteins og Sigurðar Magnússona er réttlæti einmitt helsti mælikvarðinn á gildi konungs og deilt er um hvor þeirra sé réttlátari konungur:

> E. konvngr svaraþi. Þat er satt broþir. En sia þicciomc ec þat stvndvm at menn søkia hingat afvnd varN. oc þicciaz þvrfa orscvrþa mala siNa. oc syniz mer

---

1 Sjá m.a. Kantorowicz. The King's Two Bodies, 87–192; Kantorowicz. Kingship under the Impact of Scientific Jurisprudence; Wilks. The Problem of Sovereignty in the Later Middle Ages, 200–29; Kern. Gottesgnadentum und Widerstandsrecht im früheren Mittelalter, 121–74; Wallace-Hadrill. The Via Regia of the Carolingian Age, 35–8; Ullmann. Principles of Government and Politics in the Middle Ages, 123–80; Reynolds. Kingdoms and Communities in Western Europe, 45–59, 319–29; Chaney. The Cult of Kingship in Anglo-Saxon England, 174–220; Wormald. Lex Scripta and Verbum Regis; Guenée. States and Rulers in Later Medieval Europe, 81–88; Gunnes. Kongens ære, 81–2, 230–5; Hocart. Kingship, 51–56; Johnsen. Fra ættesamfunn til statssamfunn, 84–99.
2 Einnig Fsk., 218 en þessari setningu er sleppt úr bréfi Játvarðs í Hkr. III, 66–7.
3 Sbr. Bjarni Guðnason. Túlkun Heiðarvíga sögu, 45–65

broþir sem noccoro se þa vm mic þioscipaþra. þa er menn søkia ørendlavst
aþin fvnd til na/þsynligra orscvrþa. S. konvngr melti. Vist ertv vitr maðr E.
konvngr. oc margir søkia til raða aþin fvnd. en heyri ec svma þat mela at þv
heitir stvndvm þvi er þv endir ecki af. oc virþir eigi mikils orþ þin. E. konvngr
svaraþi. Satt er þat broþir at margir søkia þeir amin fvnd. er ec ma eigi sva
gott gera sem vilin veri til. dømi ec oc sacar manna eptir sonom vitnom. En
ef nacqvat kømr siþar sanara vpp. þa lẹt ec hvern rettan dom hafa hvat sem
aþr hefir dømt verit. En ec heyri menn þat mẹla. at þv þiccir enda heiten. en
optast þiccir þv illo eino heita. (Msk., 383)

Eysteinn telur sér til gildis að vera sveigjanlegur dómari en Sigurður kveður
hann ekki standa við orð sín. Báðir eru sammála um að konungur eigi að vera
réttlátur en eftir sem áður er vandamál hvernig réttlæti sé best framfylgt.
Umræða konunganna um það kemur á eftir langri frásögn af deilum þeirra
um lög og rétt (Msk., 365–82). Lög og réttur eru einmitt aðalatriði Magnús-
sonasögu og reynist Eysteinn meiri lagamaður en Sigurður. Báðir vilja þó fara
að lögum og virða þing og eiga í málaferlum sín á milli. En Sigurður bregst
stundum skyldum sínum í þunglyndi og þá er lag að bera þá Eystein saman:

Sigurþr konvngr toc micla vgleþi. ov matti lit niota tals hans. sat hann scomm-
om við dryccio. en þat þotti raðamonnom hans oc vinom þvngt. oc biðia
Eystein konvng legia til noccor raþ at hann fengi vitat hvi gegndi er menn
fengo ønga orscvrþi mala sinna er hann sotto at. (Msk., 357)

Í Morkinskinnu er því sýnt að það er rétt sem sagt er um Sigurð Jórsalafara
í byrjun, að hann sé „stiornsamr oc refsingar samr. hellt vel la/gin oc var ekki
mikill laga maþr." (Msk., 356)[1] En það er munur á að halda lög og að vera
lagamaður. Konungur á ekki aðeins að vera dómari heldur einnig lagabætir.

Lagasetning var orðin eitt aðalhlutverk konunga þegar á 7. öld og Klótar
Frankakonungur var þá dómskerfið einn sér. Á 9. öld var Karlamagnús dug-
legur við lagasetningu. Lagabætur voru þó lengi í skugga dómarahlutverks
konunga. Á 11. og 12. öld leggja konungar mikla áherslu á dómarahlutverk
en eftir enduruppgötvun Jústiníanusarlaga á 12. öld og lagabylgjuna sem kom
í kjölfarið eykst áhersla á hlutverk konunga við lagasetningu og margir
konungar á 12. og 13. öld vilja vera lagabætar (rex legislator), til að mynda
Friðrik 2. keisari, Alfonso 10. í Kastilíu, Jaime 1. í Aragóníu, Loðvík 9. í
Frakklandi og Magnús lagabætir í Noregi. Síðar hætta konungar að dæma en
á 13. öld voru þeir taldir bæði dómarar og lagabætar.[2] Í Morkinskinnu er

---

1 Sbr. Hkr. III, 256.
2 Sjá m.a. Kantorowicz. Kingship under the Impact of Scientific Jurisprudence, 93–99; Myers.
Medieval Kingship, 187–97; Clanchy. England and its Rulers, 215–6; Damsholt. Kingship in
the Arengas of Danish Royal Diplomas, 91.

HLUTVERK KONUNGS

Eysteinn hvorttveggja: „scipaþa ec logonom broþir. at hveʀ metti hafa rettindi viþ aɴnan. oc ef þa/ ero halldin mon betr fara landzstiornin." (Msk., 384) Einnig er Hákonar góða sérstaklega getið við lagasetningu (Fsk., 80, 83; Hkr. I, 163, 166) og einnig Ólafs helga: „Þá er Óláfr konungr var orðinn einvaldskonungr í Nóregi, þá skipaði hann lǫgum með ráðum enna vitrustu manna ok setti á þá leið, sem síðan hafa haldizk." (Fsk., 181)[1] Einkum eru þeir Hákon spyrtir saman í Helgisögunni: „Olafr sætti log, þau er hæita Sefslog. Þau standa siðan um Upplond oc um Vikena austr. Þrenn ero log i Norege, Frostoþings oc þau log, er Hakon Aðalstæinsfostre let sætia, er Gulaþingslog hæita." (Helg., 82)

Lögin sem Ólafur setur eru helg þess vegna og því eilíf, eins og lög eiga að vera. Þess vegna er ómark þegar Hákon Þórisfóstri veitir Þrændum „réttarbœtr á marga lund" (Fsk., 302).[2] Með því að veita einum rétt sem aðrir fá ekki er réttlætið ófullkomið og lög Hákonar standa því ekki, lög Ólafs helga reynast þeim sterkari. Hann er hinn eini sanni konungur laga og réttar sem er öðrum fremri.

4. Friðarkonungurinn

SVERRIR LÝSIR ÞVÍ YFIR þegar hann verður konungur að hann muni ekki aðeins verða réttlátur konungur heldur einnig friðarkonungur: „mvn gvði þa/cc a þvi vera at ver fem nu friþfamir oc rettir." (Svs., 101) Eins og áður kom fram hét konungur þegnum sínum friði og réttlæti í krýningareið sínum og það gerir Sverrir þarna. Bréf Játvarðar játara sýnir enn og aftur konung sem er meðvitaður um hlutverk sitt. Þar segir hann: „em eg so settr fyrir land þetta af gudz alfu og landzlaga ath [...] leggia so nidr ofrid." (Msk., 54)[3] Konungar áttu að tryggja frið með því að verja ríki og trú og var einatt talið aðalhlutverk þeirra frá upphafi kristni. Það friðarhlutverk styrkist við bandalag keisara og páfa, konungur er þá bardagamaður kirkju og friður hans kristinn friður (pax et concordia). Það kann að virðast þversagnakennt en konungur var talinn tryggja frið með því að herja á aðrar þjóðir, einkum heiðnar, en það er raunar sívinsæl kenning að stríð sé friður. Með því varði konungur trú og kirkju og tryggði réttlæti og frið innanlands. Í stuttu máli haldast vernd, réttlæti og friður í hendur sem þrjár sambornar systur, aðalhlutverk konunga allar miðaldir. Þetta sést í titlatogi konunga. Karlamagnús var nefndur augustus, serenissimus og pacificus en áður höfðu Rómarkeisarar í

---

1 Einnig Hkr. II, 73–4.
2 Einnig Hkr. III, 210; Msk., 297.
3 Sbr. Fsk., 218.

vestri og austri notað þau heiti. Alcuin sagði í bréfi til hans að hann ætti að tryggi frið og næði, gleði og góða uppskeru. Karlungar álitu friðinn eign sína og friðarkonungsheitið einkarétt sinn. Samfara auknum styrk konungsvalds á 12. öld eflast hugmyndir um konungsfrið en forsenda þeirra er öflugt ríkisvald í einstökum konungsríkjum Evrópu. Þá taka konungar að fordæma önnur stríð en þau sem þeir standa fyrir, heilög stríð og krossferðir. Er sú barátta meginforsenda hugmynda um „hið opinbera" og „kerfið" og upp úr því er farið að spyrða saman konung og frið. Þegar friðurinn er kenndur við konunginn (Königsfriede í stað Volksfriede) verður hann eign hans og á hans ábyrgð, friðrof verður hátignarmóðgun. Friður varð lykilþáttur sjálfsmyndar konunga, fátt þótti þeim meira lof en að vera nefndir gæslumenn friðar, það varð viðmið þeirra um hvernig þeir gegndu skyldum sínum. Á 12. og 13. öld var konungsfriði komið á í Evrópu, upp úr 1150 fer stríðum í Evrópu að fækka mjög miðað við það sem áður var. Á síðmiðöldum er enginn ágreiningur um að meginhlutverk sterkrar stjórnar sé að varðveita friðinn; almennt er það talið meginhlutverk konungs allar miðaldir. Er sennilega óhjákvæmilegt og algilt að stjórnandi eigi að tryggja frið.[1]

Af Noregskonungum hefur Ólafur kyrri einkum ásýnd friðarkonungsins eins og nafn hans gefur til kynna og er fyrir því hefð sem hefst með Ágripi: „fyr útan orrostu þá friðaði hann fyrir sér ok fyrir lýð sínum útan lands, ok stóð hans næstu nágrǫnnum þó ógn af hónum, at hann væri hœgr ok hógværr" (Ágr., 41).[2] Þessum frið nær hann með því að sættast við Danakonung og í Fagurskinnu er tekið fram að það sé konungleg hegðun: „Þá sendi Óláfr konungr Sveini konungi sættarorð, lǫgðu stefnu með sér í Konungahellu, sem siðr var til konunga." (Fsk., 298) Afleiðing friðarins er að Noregur dafnar sem aldrei fyrr: „Þessi friðr stóð langa ævi milli Dana ok Norðmanna, hafði þá Óláfr konungr kyrrsetu ok hœglífi ok allir hans menn meira en fyrr hafði verit í Nóregi. Þá prýddisk landit allt ok efldisk, gǫrðisk fólkit auðigt ok ríkt." (Fsk., 299)[3] Ólafur kyrri er friðarkonungur og góður konungur. Friðinum fylgir gott ár og eru mörg dæmi um að þetta tvennt sé talið fara saman. Í

---

1 Sjá Bloch. Feudal Society, 408–31; Ullmann. Principles of Government and Politics, 126–30 og 195–7; Brown. Saint Augustine; Wallace-Hadrill. Early Germanic Kingship in England and on the Continent, 49–51, 94–109 o.v.; Contamine. War in the Middle Ages, 270–80, 292–6; Wolfram. Lateinische Herrschertitel im neunten und zehnten Jahrhundert, 35–46. Nánar um konungs- og guðsfrið, sjá: Hoffmann. Gottesfriede und Treuga Dei; ráðstefnuritið The Peace of God. Um guðsfrið í Noregi og á Íslandi, sjá: Johnsen. Fra ættesamfunn til statssamfunn, 161–206; Sverrir Jakobsson. „Þykir mér góður friðurinn".

2 Sjá einnig Msk., 292.

3 Sbr. Msk., 289.

HLUTVERK KONUNGS

Morkinskinnu er því einu sinni haldið fram að friður sé afleiðing af góðu ári: „var friþr oc mikil gøzca ilandino fyr arferþar sacer oc annaʀa lvta." (Msk., 99) Hið sama er uppi á teningnum í stjórnartíð Hákonar jarls: „Þá var friðr góðr með árinu" (Fsk., 112). Einnig fara ár og friður saman hjá sonum Hákonar, Eiríki og Sveini: „Friðr góðr var þá ok ár mikit. Vel heldu jarlar lǫg ok váru refsingarmenn miklir." (Fsk., 166)

Í Skjöldungasögu er mikil umræða um frið og hann settur í skýrt samhengi við persónu konungsins. Friðurinn fylgir Leifi sem síðar tekur nafn af honum eins og segir í endursögn Arngríms lærða: „Cujus tempore qam qvietè, tam pacificè vivebatur, vt, præter sanè ejus seculi morem, nullum fuisse commissum homicidium memoriæ proditum sit." (Skjöld., 5) Hið sama gildir um Fróða, son hans, en annar Leifur fær nafnið Herleifur vegna þess ófriðar sem fylgir honum (Skjöld., 7). Í Upphafi allra frásagna kemur fram að saman fer ár og friður. Sagt er um sjálfan forföðurinn: „Skjǫldr var mjǫk ágætr ok hafði undir sik mikit ríki. Í hans ríki var ár mikit ok friðr góðr." (Skjöld., 39) Hið sama gildir um Friðleif og Fróða. Það er engin tilviljun að bæði friður og ár tengjast hér upphafi Skjöldunga en hvergi er beinlínis sagt í íslenskum konungasögum hvernig standi á þessum tengslum árs og friðar. Þau eru að hluta til rökleg, friður tryggir næði til bústarfa og gott árferði gerir menn auðugri og ólíklegri til að ágirnast bú náungans.

Friður næst milli Ólafs kyrra og Sveins Úlfssonar þegar konungar hittast sjálfir og hið sama gerist hjá eftirmanni Ólafs, Magnúsi berfætti, sem fer á fund með Svíakonungi og Danakonungi og leysir ófriðarhnútinn:

> ok er þat sagt, at með svá miklum stórmælum ok ófriði sem þessir hǫfðingjar kómu saman, at svá snørisk á lítilli stundu, at þessir þrír konungar gengu á tal ok á einmæli ok eigi á svá langri stundu sem hálf matmálsstund áðr en þeir váru allir sáttir ok ǫll ríkin í friði (Fsk., 311)[1]

Það dugir að konungar hittist, þá kemst friður á, enda eru þeir í eðli sínu bræður. Þetta á við um Ólaf kyrra og Svein, Magnús berfætt, Inga og Eirík og áður um Magnús góða og Hörða-Knút sem sættast eftir langa mæðu: „Á þessari stefnu gørðu konungar frið, Magnús konungr, sonr Ólafs ens helga, ok Hǫrða-Knútr. Þann frið kǫlluðu þeir veraldarfrið; sá friðr skyldi standa allan aldr." (Fsk., 211)[2]

Allir hinir góðu konungar gæta þess að halda friðinn. Magnús góði er gott dæmi, hann er sagður fara „med fridi og stillingu vm alla hlute" (Msk., 27) og Danmörku stjórnar hann „með kyrrð ok með fullum friði." (Ágr., 35)

---

[1] Einnig: Hkr. III, 228–9; Msk., 328–30.
[2] Líka Msk., 22–23; Hkr. III, 12–13.

Hákon góði gefur Haraldi Eiríkssyni „allt ríki sitt" eftir sinn dag til að koma í veg fyrir ófrið (Fsk., 94) og Sverrir er reiðubúinn að láta af hendi hálfa föðurleifð sína til að halda frið við Magnús Erlingsson (Svs., 66). Einnig reynir Ingi Haraldsson hvað hann getur að halda frið við bræður sína þó að komi fyrir lítið (Fsk., 335–9). Konungar eiga að reyna sættir fremur en ófrið; það er ráð Sigurðar Sigurðarsonar hins vitra til Magnúss blinda (Fsk., 323). Þannig vill Ólafur helgi að „menn fari spakliga ok geri engi hervirki" þegar þeir koma til Noregs að endurheimta ríki hans frá valdaræningjum (Hkr. II, 357) og Sverrir konungur neitar að berjast við bændur enda sé það ekki hlutverk konungs að standa í innanlandsófriði (Svs., 136). Eins er með Danakonunga. Það er efst í hug Sveins Úlfssonar þegar hann vill „heldr skipta ríki með þeim ok konungdómi en þeir deili með ófriði sín í milli, ok verði fyrir þat styrjǫld í landinu ok hernaðr." (Knýtl., 136) Eins ákveður Knútur helgi að berjast ekki við bróður sinn, Harald hein, þegar hann er svikinn um konungdóminn (Knýtl., 143). Sáttfýsi Valdimars Knútssonar er við brugðið (Knýtl., 284), hann er fyrirmyndarkonungur og áttar sig á nauðsyn þess að ekki sé ófriður innanlands. Á hinn bóginn er stríð við heiðingja æskilegt, eins og fram kemur í lýsingu Eiríks góða: „Hann var í hernaði um Austrveg ok herjaði á heiðingja, en lét alla kristna menn í friði fara, þann veg sem ǫllum líkaði bezt, ok svá kaupmenn." (Knýtl., 212)

Það er ekki sama stríð og stríð, stríð getur jafnvel verið til þess að tryggja frið, einkum hernaður við aðrar þjóðir. Ekki verður séð að hegðun Hákonar góða í útlöndum dragi úr friðarkonungsímynd hans: „Eptir þat herjaði Hákon konungr víða um Selund ok rænti mannfólkit, en drap sumt" (Hkr. I, 159). Útþensla er hluti friðarins og Ólafur helgi er lofaður í Fagurskinnu fyrir að hafa fyrstur konunga lagt Orkneyjar, Hjaltland og Færeyjar undir Noreg (Fsk., 181). Það gerir hann að vísu orrustulaust og útþensla ríkis með samningum er talin Eysteini konungi til tekna í Morkinskinnu (353, 384). Á hinn bóginn hlýtur Magnús berfættur lof fyrir röskleika sinn við að „friða landið" með hernaði: „En Magnús konungr hafði þá ríki einn saman ok ankannalaust ok friðaði vel fyr landi sínu ok eyddi ǫllum víkingum ok útilegumǫnnum ok var maðr herskár ok rǫskr ok starfsamr" (Ágr., 45).[1] Þessi starfi er í þágu friðsamra manna í landinu; hernaður Magnúss leiðir til friðar: „konvngr hefir reinsat landit af hernaþar monnom er aþr gerþo mikil illvirki bvondom iþeso landi" (Msk., 308). Konungur má beita ofbeldi til að koma á konungsfriði. Í íslenskum konungasögum hegða allir konungar sér eins og ætlast var til á 13. öld. Magnús berfættur er að koma á konungsfriði sem er einkenni allra góðra konunga. Þannig er sagt að Haraldur hárfagri „siðaði vel land sitt ok friðaði."

---

[2] Sbr. Msk., 315; Hkr. III, 218.

(Ágr., 4) [1] Í Heimskringlu fær Hákon jarl líka að eiga það að hann „friðaði land" (Hkr. I, 247) og hinn sami verður hlutur Haralds harðráða í hinu helga landi: „hann friðaði veginn allt út til Jórðánar ok drap raufara ok annat fólk, þat er ófrið gørði" (Fsk., 234).[2] Hann tekur sakamenn engum vettlingatökum: „eftir þat let konungr festa hann vp agalga oc hreinsaþi sva landit en hefndi konungs." (Msk., 250–1) Það er landhreinsun að óbótamönnum og konungi til sæmdar að ganga hart fram í að refsa þeim. Með slíku ríki tryggir hann frið í landinu og það á við alla ríka konunga, jafnvel þegar Knútur konungur stýrir Noregi: „Þessu olli ríki Knúts konungs, at eigi váru rán né manndráp" (Fsk., 202).

Ein aðferð konungs til að tryggja friðinn er einfaldlega að drepa ófriðarseggina. Einnig getur hann reynt að stilla til friðar eins og Sverrir í Björgyn: „En er konungr varþ vaR við com hann a griþum oc ftefno oc fiþan fættuz þeir." (Svs., 110) Í Morkinskinnu lenda konungar oft í að stilla til friðar og sýna færni sína í því. Jafnvel hinn bráði Haraldur harðráði sættir Halla og Þjóðólf í Sneglu-Hallaþætti (Msk., 241). Það getur verið erfið skylda að halda uppi friði og hið sama á við um aðrar skyldur konunga. Hlutverk konungs ræðst af eðli hans sem foringja og táknmyndar Guðs. Vandi fylgir þeirri vegsemd sem öðrum og konungar standa sig misvel í stykkinu. Sá konungur sem ekki rækir hlutverk sitt brýtur gegn Guði og er í raun ekki konungur, eins og andstæðingar Knúts helga segja: „hann er ótrúr maðr ok ágjarn, svá at hann kann ekki hóf at, ok má hann at réttu kalla heldr víking en konung." (Knýtl., 173) Þeir hafa á röngu að standa um Knút en hitt er rétt að til konungs eru gerðar kröfur sem hann verður að fullnægja ef hann á að vera nafnsins verður.

Sá konungur sem ekki sinnir hlutverki sínu er í raun að láta af því starfi eins og Ólafur helgi minnir Skjálg á: „mun ek eigi fyrir þínar sakir brjóta lǫgin ok leggja konungstígnina." (Hkr. II, 201) Hinn kristni konungur er fulltrúi Guðs og það er hvorki ómerkur né auðveldur starfi. Skyldurnar voru margar og fjölbreytnar og gátu skarast. Kristnum konungi er lögð atlasarbyrði á herðar sem jafnvel hinir bestu konungar valda með erfiðismunum en hinir smærri og veikari kikna undir. Mun margur konungurinn hafa deilt sýn Inga konungs Haraldssonar á hlutskipti konungs: „Ek þykkjumk vandræði ok ábyrgðir hafa meirr haft í konungdóminum heldr en skemmtan ok indæli." (Hkr. III, 368) Ef sá sem vill kallast konungur ræður ekki við þær skyldur sem því fylgja er nafn konungs lagt við hégóma. Það gerist þegar sveinninn Hörða-Knútur lætur kalla sig konung í trássi við föður sinn sem krefst þess að hann komi „á fund minn ok leggi niðr hégómanafn þat, er hann hefir sik konung látit kalla." (Hkr. II, 276)

---

1 Einnig í Fsk., 71. Í Hkr. (I, 120) er sagt að hann fari til Orkneyja og „hreinsaði þar allt af víkingum."
2 Einnig Msk., 78; Hkr. III, 84.

V. Hinar konunglegu dyggðir

1. Höfuðdyggðir konunga

SÚ ÁHERSLA sem lögð var á hlutverk konungsins í hinni kristnu Evrópu miðalda kristallast í umræðunni um hinn gagnlega konung (rex utilis) og þeim greinarmun sem gerður var á nafni (nomen) og getu (potestas). Sú grein skiptir konungum í raunverulega konunga og gervikonunga og það er sá greinarmunur sem Knútur ríki gerir þegar hann kallar konungsheiti sonar síns hégómanafn. Rétt er að minna enn á ný á áhrif Karlunga í Evrópu það sem eftir lifði miðalda því að umræðan um nafn og getu var ekki síst sprottin úr skrifum um valdatöku Karlunga í Frankaríki og afsetningu seinasta Meróvekingakonungsins, Childerics 3., árið 751. Rök Karlunga og páfa fyrir valdatökunni voru einkum þau að hinn afsetti konungur hefði einungis borið nafn konungs en hinn nýi, Pippinn stutti, hefði haft getu konungs. Hann var því konungur í raun (de facto) ef ekki að lögum (de jure), gegndi hlutverki konungs og var búinn kostum konungs. Þar með er ekki gert lítið úr mikilvægi konungsættar, það er þvert á móti þess vegna að rökstyðja þarf rækilega valdatöku Pippins og Karlunga.

Karlungar nutu stuðnings páfa frá upphafi og kirkjan greip færið fegins hendi því að hún vildi frá upphafi gera hlutverk konungs að aðalatriði konungsvalds og þá hlutverk hans innan kirkjunnar. Hugmyndin um gagnslausa konunginn varð uppistaðan í tveimur bréfum Gregoríusar 7. páfa á ofanverðri 11. öld. Samkvæmt honum getur konungur verið gallaður á tvennan hátt, verið harðstjóri (tyrannus) eða gagnslaus (inutilis) en hinn kristni konungur eigi ekki aðeins að hafa vilja til að gera hinu kristna samfélagi (societas christiana) gagn heldur einnig getu. Gregoríus notar valdatöku Karlunga sem fótfestu, ekki síst þar sem keisarinn sem hann átti í stríði við, Hinrik 4., taldi sig handhafa arfs Karlunga. Í bréfunum segir hann að Childeric 3. hafi verið gagnslaus og það hafi veitt þáverandi páfa, Sakaríasi, rétt til að setja hann af. Sömu rök voru notuð þegar frankneskir byskupar settu af Loðvík guðhrædda árið 833 og umræðan var á kreiki allar miðaldir. Í bókmenntum birtist þessi hugmynd í sögninni um fiskikonunginn í Artúrskvæðum. Hagnýtt gildi sterks konungs er auk þess ómótmælanlegt.

Hugmyndin um gagnslausa konunginn hafði varanleg áhrif. Í frönskum sagnfræðibókum er frá og með 16. öld alsiða að Frakkakonungum sé skipt í sterka og veika konunga; seinasti Karlungakonungurinn, Loðvík 5., fær versta útreið og viðurnefnið duglausi (fai-noient) sem verður samheiti yfir veika konunga. Áður höfðu Karlungar og Kapetættin notað þetta skammarheiti um forvera sína.[1] Í íslenskum sagnaritum hefur þessi hugmynd sín áhrif og væri t.d. létt verk að skipta til að mynda norskum konungum sem þar er fjallað um í veika og sterka. Það verður ekki gert hér en gott dæmi um gagnslausan konung er Danakonungurinn Haraldur hein sem getur hvorki tryggt frið né réttlæti í ríkinu:

> Haraldr konungr var maðr kyrrlátr ok fálátr, ómálugr, ekki talaðr á þingum. Urðu aðrir mjǫk at hafa tungu fyrir honum. Var hann ok lítill atkvæðamaðr um þá hluti, er þurfa þótti. Engi var hann hermaðr, kyrr ok hœgr við fólkit, ok stóð lítil stjórn af honum. Fór nær slíku hverr fram í landinu sem vildi. (Knýtl., 145)

Haraldur hein er gagnslaus konungur (rex inutilis), svo veikur að ríkinu stafar ógn af. Viðurnefni hans merkir brýni sem talið er hafa verið tákn konunglegs atgervis. Sem auknefni á Haraldi er það háð því að hann er aumingi en Knútur bróðir hans hörkutól og hið eina sanna brýni sögunnar.[2] Konungur getur verið liðleskja eins og Haraldur hein en einnig er hann gagnslaus ef starfi hans leiðir ekki til farnaðar. Sú gerð gagnslausa konungsins er tákngerð í Haraldi gráfeldi sem um er sagt: „Mikit starf hafði hann í sínu ríki ok lítt til nytsemðar landsfólkinu." (Fsk., 103) Haraldur er ekki sakaður um dugleysi en þar með er ekki sagt að hann geri gagn.

Til þess að konungur geri gagn þarf hann að vera búinn kostum sem aðeins konungar hafa. Rétt eins og gagnslaus konungur er skilgreindur út frá gagni fyrir kristni og kirkju eru dyggðir hans hluti af kristilegu siðferði. Dyggðir voru miðlægar í hugsanamynstri Evrópu á miðöldum. Frá 6. öld hlutgerðu höfundar kristilegrar siðfræði kristna lífssýn í kerfi dyggða og lasta sem hafði þróast upp úr hegðunarleiðbeiningum til munka en átti einnig rót í grískri og rómverskri siðfræði. Um dyggðir konunga verður til bókmenntagrein, konungsskuggsjár, sem hafði veruleg áhrif á konungsskilning miðalda. Frá ármiðöldum, einkum Karlungatíð, eru til nokkrar konungsskuggsjár en síðan hefst sú ritun aftur á 12. og 13. öld og þá með nokkuð öðru móti. Konungsskuggsjár eru sumar einfaldar dyggðaskrár, aðrar lærðar ritgerðir en algengt er að lýsa dyggðum konunga út frá einum eða fleiri konungum. Í Regensburger Kaiserchronik er tiltekin dyggð öxull æviágrips hvers konungs og mega slík rit vel kallast konungsskuggsjár.

Konungsdyggðir eiga sér jafnan tvær hliðar. Annars vegar eru þær mót-

---
1 Peters. The Shadow King, 2–15, 34–72, 170–1 o.v. Þessi tvígreining lifir enn góðu lífi og setur mark sitt á sögulega umfjöllun og söguenknslu í skólum.
2 Mitchell. The Whetstone as Symbol of Authority in Old English and Old Norse, 16–18.

aðar af kristni og siðfræði hennar, hins vegar eru þær hagnýtar, til þess að
konungur standi sig þarf hann að vera ákveðnum kostum búinn. Þeir voru
margvíslegir en konungsskuggsjár, eiðar, titlatog, sagnarit og annað sem ritað
var í Evrópu á miðöldum eru þó furðu sammála um merkustu konungs-
dyggðir. Í fyrsta lagi átti konungur að hegða sér eins og kristinn maður, jafn-
vel munkur. Þeir konungar voru taldir skara fram úr sem höfnuðu gæðum
lífsins og voru hreinlífir. Konungar áttu að vera vitrir og vel menntaðir, semja
lög og hafa þekkingu á lögum, vera dómarar og gæta fyllsta réttlætis, hegna
jafnt ríkum sem óríkum og vera harðir í refsingum. Þeir áttu að tryggja frið
og aga í samfélaginu og beita til þess fullri hörku. Konungar áttu að vera
stjórnsamir en fara þó að ráðum viturra ráðgjafa. Þeir áttu að styrkja kristni
og kirkju en láta hana vera sjálfráða nema í neyð. Þeir áttu að verja kirkju
fyrir heiðingjum og vera góðir herstjórnendur. Þeir áttu að gefa fátækum ölm-
usu og sýna mildi. Af einstökum skuggsjárhöfundum má nefna að Wulfstan
taldi aðaldyggð konunga vera visku og bóklærdóm en nefnir alls átta dyggð-
ir. Konungar áttu að segja satt, vera guðhræddir, hógværir, þolinmóðir og ör-
látir, veita góð ráð og hugga, refsa hinum vondu en fóstra hina góðu og
vernda konur, vera ákveðnir og réttlátir og skattar þeirra áttu að vera lágir.
Ekki eru allar konungsdyggðir miðalda sérkristnar, minna má á lýsingu Grønn-
bech á einkennum norræns höfðingja. Dyggðir eru fyrst og fremst metnar út
frá árangri, hvort sem menn eru kristnir eða ekki. Ekki er þó hægt að líta fram
hjá hinu kristna merkingarkerfi sem dyggðirnar eru hluti af í ritum kristinna
manna.[1]

Á Íslandi er varðveitt þýðing á konungsskuggsjá eða ritgerð um dyggðir
sem hefur verið þýdd á sama tíma og íslenskar konungasögur eru samdar, De
virtutibus et vitiis eftir Alcuin. Umræða um dyggðir hefur verið nærri íslensk-
um sagnariturum þó að raunar sé ekki víst að þýðingin sé upphaflega íslensk.
Öllu yngri er hin norska Konungsskuggsjá.[2] Ekki þarf heldur að leita í skugg-
sjár til að sjá vitund íslenskra sagnaritara um dyggðir. Þær sögur sem hér eru
til umræðu eru hvorki konungsskuggsjár né ritgerðir um dyggðir en lýsingar

---

1 Um konungsdyggðir og konungsskuggsjár: Myers. Medieval Kingship, 249–67; Wallace-
  Hadrill. Early Germanic Kingship in England and on the Continent, 47–97, 135–41 o.v;
  Wallace-Hadrill. The Via Regia of the Carolingian Age; Peters. The Shadow King, 57–67 og
  94; Loyn. The Governance of Anglo-Saxon England, 862–90; Guenée. States and Rulers in
  Later Medieval Europe, 66–80; Damsholt. Kingship in the Arengas of Danish Royal
  Diplomas, 96–8; Einar Már Jónsson. Staða Konungsskuggsjár í vestrænum miðaldabók-
  menntum; Bagge. Society and Politics in Snorri Sturluson's Heimskringla, 146–61; Berges.
  Die Fürstenspiegel des hohen und des späten Mittelalters; Grabes. Speculum, mirror und
  Looking-glass, 25–39, 246–59 o.v.
2 Sjá: Alkuin. De virtutibus et vitiis; Gunnar Harðarson. Inngangur, 25–31. Um Konungsskugg-
  sjá, sjá bls. 88 nmgr.

konunga í þeim eru vitnisburður um æskilegar dyggðir þeirra. Þannig verða Sigurður Jórsalafari og Eysteinn fulltrúar fyrir mismunandi dyggðir konunga þegar þeir „taka sér jafnaðarmenn", eins og segir í Heimskringlu (III, 259). Þá deila þeir ekki um ætt heldur um dyggðir og er tekið fram í upphafi: „Fœri ek þat til, at jafnt nafn hǫfum vit báðir ok jafna eign. Geri ek engi mun ættar okkarrar eða uppfœzlu."

Í Morkinskinnu kemur fram að Sigurður er sterkari og betur syndur en Eysteinn hagari og betri að tefla, Sigurður er vopnfær og ríður í „tvrniment" en menn sækja fremur til Eysteins til að úrskurða um mál sín. Sigurður kveður sig orðheldnari en Eysteinn segir hann heita illu einu. Sigurður hefur farið til Jórdanar og vitjað grafar drottins, unnið átta orrustur og borgina í Sídon. Í staðinn setti Eysteinn „fiski manna vist. at fatøkir menn mętti nørasc til lifs oc hialpar" og kirkju þar, lét gera sæluhús í Dofrafjalli til að létta yfirferðina og góða höfn og skipalægi í Agðanesi þar sem áður var mannskaðahöfn. Hann lét gera höll í Björgyn og Postulakirkju, Mikjálkirkju með munklífi, bætti lög og náði Jömtum undir Noreg „meiʀ meþ bliðyrþom oc viti. helldr en meþ agang." (Msk., 382–5) Í Heimskringlu er þessari lýsingu breytt en ekki í meginatriðum.[1] Þar eru styrkur Sigurðar og mýkt Eysteins andstæður, Sigurður getur kaffært Eystein en Eysteinn syndir ekki verr og er betri á „ísleggjum" en Sigurður er bogamaður og þykir það „[h]ǫfðingligri íþrótt". Eysteinn reynist þá vera jafn bogfimur en ekki jafn sterkur. Sigurður er hærri en Eysteinn fríðari.[2] Eysteinn er meiri lagamaður og hefur betra vald á tungunni en Sigurði þykir lítið til um þó að Eysteinn hafi „numit fleiri lǫgprettu" og þykir hann ekki orðheldinn. Sigurður tínir einnig til utanlandsferð sína og Eysteinn leggur fimm kirkjur á móti átta orrustum og höfnina í Agðanesi sem honum þykir Noregi gagn að „meðan þú brytjaðir blámenn fyrir fjándann á Serklandi. Ætla ek þat lítit gagn ríki váru." (Hkr. III, 259–62)

Eysteinn og Sigurður eru tvær konungsmyndir. Sigurður er sterkur og staðfastur, Eysteinn fimur og sveigjanlegur. Eysteinn er friðsamur konungur kaupmanna og laga, Sigurður er kurteis krossferðarkonungur. Í bæði Morkinskinnu og Heimskringlu er dreginn taumur Eysteins þannig að ekki fer milli mála að hann er hin nýja konungsmynd en Sigurður hin gamla sem að vísu heldur gildi sínu að hluta en fleira þarf nú að koma til. Konungi nægir ekki að vera sterkur og stór og jafnvel krossferðin er ekki nóg, hann þarf að gæta verslunar, laga og friðar og vera með mönnum í daglegu amstri. Á þessum mannjafnaði sést að konungasögur geta verið konungsskuggsjár þó að dyggð-

---

[1] Áður (bls. 34 nmgr.) nefndi ég samanburð Sigurðar Nordals og Lies á frásögn þessara rita en sé enga ástæðu til að taka undir þann dóm þeirra að frásögn Heimskringlu sé betri.

[2] Um útlitsmun þeirra bræðra, sjá: Helgi Þorláksson. Hvernig var Snorri í sjón?, 174–80.

HINAR KONUNGLEGU DYGGÐIR

irnar séu ekki settar fram í ritgerð heldur í sögu. Í frásögn eins og mannjafnaði Eysteins og Sigurðar koma fram allar helstu dyggðir konunga.[1] Ekki er ævinlega notuð sú aðferð, þannig fara Sverrir og Magnús Erlingsson ekki í mannjöfnuð. Á hinn bóginn er Sverrissaga ekkert annað en mannjöfnuður þeirra, ekki síst sá hluti þegar þeir eru báðir konungar.

Magnúsi er svo lýst í sögunni:

> Magnus konungr var litillatr oc glaðr. hann var mioc i fið ungra manna. dryckio-maðr mikill. hann var oc kvenna-maðr mikill þotti gott at leica oc vera um-fram alla meN at fimleic. hann var oc helldr ftercr maðr. a/R oc ftiornfamr fniallr i mali. allra manna var hann oc vapndiarfaztr fcarðz-maðr mikill oc fundr-gerþa-maðr at clæðum. helldr hár maðr a voxt oc harðvaxiN miðmior limaðr vel oc fagrliga. hann var friðr maðr fionum at oðru en hann var noccot munnliotr (Svs., 105)

Magnús er fríður og vel klæddur, vopnfimur og lítillátur. En skömmu fyrr í sögunni segir Svína-Pétur um Sverri konung: „þa hafi þer rettan hofþingia oc vitran. milldan oc malfniallan retlatan oc friþfaman agetan oc oruggan til landvarnar oc allrar landz-ftiornar." (Svs., 103) Í sögulok er bætt við að „alldri drack hann afeinginn dryck sva at hann fpilti firir þat víti fínu. Sverrir konungr matadíz iafnan eínmællt hann var diarfr ok frækn ok elíu[...]nar-madr mikill vid vǫf ok voku." (Svs., 194) Magnús er eins og Sigurður Jórsalafari, hefur öll ytri einkenni konungs til að bera en ekkert er sagt um kjarna konungshlutverksins, verndun, lög og frið. Sverrir er aftur á móti vitur, málsnjallur, réttlátur, stilltur og hófsamur í neyslu matar og víns, góður herstjórnandi, duglegur, friðsamur og öruggur til landvarnar og landsstjórnar. Hann er eins og Eysteinn fulltrúi hinnar nýju konungsímyndar þar sem hlutverkið er í öndvegi.

Sverrir er einnig borinn við Sigurð munn sem sagan kveður föður hans og dregur hún bæði fram líkindi og mun þeirra:

> þat bírtíz her fem opt reyníz at eigi ma faderni manna marka at fkaplyndi þviat þeir fedgar. Sigurdr konungr ok Suerrír voro vlikír i fkapfhofnum. þvi at Sigurdr var lettlatr ok ækaflyndr enn Suerrir var ftadfaftr ok ftilltr vel. Sigurdr aud-tryGr ok tallydinn. Sverrir varudigr ok vín-vandr. Sigurdr huerfrædr ok miflyndr. Sverrir faft-vdigr ok iafn-lyndr. Sigurdr odlætr ok opín-fpiallr. Sverrir fast-ordr ok fælyndr. Sigurdr fæ-frodr ok fíolrædr. Sverrir rædugr ok ræduandr enn þo voro þeir i morgu likir bædir voro ftor-rædír ok ftorlyndir. huortueGí hírdprudr ok hegir vid víní enn ftridír vid v-víní. huortueGi ælft-fæll vid fína hird ok fylgd þviat bædir voro þrautgodir ok voro þeir meftir vínir huorratueGio er kunnazftír voro þeira hættum. (Svs., 194–5)

---

1 Um þennan mannjöfnuð hafa ýmsir fjallað, Lönnroth (Den dubbla scenen, 53–80) ber þar hæst.

195

Í LEIT AÐ KONUNGI

Þó að sagan reyni ein íslenskra konungasagna að gera eins mikið úr Sigurði og hún mögulega getur verður hann líka til spegils á Sverri. Sigurður er ekki stilltur en það er Sverrir. Sigurður er ekki varkár og gætinn en það er Sverrir. Sigurður er óstaðfastur en Sverrir staðfastur. Sigurður segir margt en veit fátt, Sverrir veit margt en segir fátt. Báðir hafa þeir á hinn bóginn þá stórmennsku sem einkennir alla konunga, eru kurteisir og njóta vinsælda. Sigurður hefur kosti allra konunga, Sverrir hefur kosti góðs konungs og þeir eru allmargir enda hefur hann miklum skyldum að gegna.

Fyrirmyndarkonungur er því ævinlega dyggðugur, stundum svo að langt mál er að telja upp alla eiginleika hans. Svo er um Ólaf helga sem umfram visku, stillingu, styrk og réttlæti annarra konunga er hinn kristni fyrirmyndarkonungur sem jafnframt er helgur maður og hefur því allar dyggðir dýrlinga einnig:

> Olafr konongr var vænn maðr oc listulegr ivirlitum, riðvaxenn oc æcki har, hærðimikill oc biartæygðr, lios oc jarpr a har oc liðaðezc væl, rauðskæggiaðr oc rioðr i anlete, rettlæitr oc ænnibræiðr oc openæygðr, limaðr væl oc litt fœttr, fraknutr oc fastæygðr, hugaðlatr oc raundriugr. Olafr var manna vitraztr oc sa, hvat bazt gængdi, ef hann lec i tome um at hyggia. En ef nokcot var braðom boret, þa var þat hætt. Olafr virði mikils kirkiur oc kænnimenn oc allan kristinn dom. Oc gœdde giauum goða menn; klædde kalna; gaf fe faðurlausum, auðræðe ækcium oc utlændum, þæim er fatœker varo; huggaðe ryggua oc studdi alla raðvanda menn bæðe i hæilræðom oc aðrum tillagum. Olafr var harðr við hærrmenn oc við hæiðingia, striðr við stulldarmenn, osvifr við osiðamenn. Hæfti hann hofðingia oc sva alla alþyðu. Hann ræfsti ransmannum hart, þær er guðs rette raskaðe, en firir gaf litilatlega, þat er við hann var misgort.
> Misiamn var orðromur um hans ráð, þa er hann var í þema hæimi. Marger kallaðu hann riklyndan oc raðgiarnan, harðraðan oc hæiftugan, fastan oc fegiærnan, olman oc odælan, metnaðarmann oc mikilatan, oc þessa hæims hofðingia firir allz sakar. En þær giorr vissu, kallaðu hann linan oc litilatan, huggoðan oc hœgan, milldan oc miuklatan, vitran oc vingoðan, tryggvan oc trulyndan, forsialan oc fastorðan, giaflan oc gofgan, frægian oc vællyndan, rikian oc raðvandan, goðan oc glœpvaran, stiornsaman oc væl stilltan, væl gæymin at guðs lagum oc goðra manna. Oc hava þæir rett ætlat, er sva hævir synzt, sem nu værða margar raunir a. (Helg., 80 og 82)

Ólafur sameinar í einum manni dyggðir konungs og byskups, stuðlaðar og óstuðlaðar. Þó að hann sé sérstakur konungur og heilagur eru dyggðir konunga almennar fremur en sértækar og eru einnig notaðar til að lýsa íslenskum byskupum; þó að hlutverk þeirra sé annað en konunga að sumu leyti er margt líkt með þeim. Þetta eru þær dyggðir sem allir skyldu tileinka sér en þó einkum þeir sem stjórna. Þó að ekki hafi allir konungar þær allar til að bera, eins og Ólafur, er hann sá sem aðrir eru mældir við, sá sem stendur næst viðmiði allra jarðneskra konunga, konunginum á himnum.

2. Hinar andlegu dyggðir

ÖLLUM KRISTNUM MÖNNUM ber að rækja trú sína, von og kærleik, hinar kristilegu höfuðdyggðir, hvort sem þeir eru dýrlingar, sitja í heilögu embætti eða hvorugt. Kristnum konungi ber því fyrst og fremst að þjóna Guði en eins og mannjöfnuður Eysteins og Sigurðar sýnir má gera það á margan hátt:

> For ec til Iordanar. ov kom ec við Pvl. oc sa ec þic eigi þar. VaN ec .viij. oRostor. oc vartv i øngaRi. for ec til grafar drottins. oc sa ec þic e. þar. for ec íana þa leið er drottiN for. oc svam ec ifir. oc sa ec þic eigi þar. oc knytta ec þer knvt. oc biðr þin þar. Þa vaN ec borgina Sidon með Iorsala konvngi oc hofþom ver eigi þiN styrc e. rað til. Þa melti E. konvngr. Nv greiþtv aþvi kylino er ec hvgþa at fyr longo myndi springa. En her ímoti mon vera smatt at telja. Norþr iVagom setta ec fiski manna vist. at fatøkir menn mętti nørasc til lifs oc hialpar. þar let ec oc kirkio reisa. oc settag þar prest vist. oc lagþag fe til kirkiogerðar. en naliga var aðr heiþit. mono þeir menn mvna at E. konvngr hefir verit íNoregi. A Þrandarnesi let ec oc kirkio gøra oc lagðag fe til. oc mono þeir menn mvna at E. konvngr hefir verit íNoregi [...] Hollina let ec oc gøra iBiorgyn oc Postola kirkio oc rið imilli. mono konvngar mvna þeir er siþaR ero þetta verc. Michals kirkio let ec oc gera. oc settac þar mvnclifi [...] Nv er þetta smatt at telia. en eigi veit ec vist at lanz bvino gegni þetta veR e. se vhallqvemra en þott þv brytiaþir blamenn fyrir eN raga karll oc hrapaþir þeim sva íhelviti. En þar sem þv hrosaþir goðgørningom þinom er þv sottir grof drottins. þa etla ec mer eigi scolo minna vega er ec let setia hreinlifis manna lif oc staþiN þar með. (Msk., 383–5)

Sigurður hefur farið í krossferð og barist við heiðingja en Eysteinn reist kirkjur og stofnað munklífi. Þó að hvor telji sig merkari og sagan hallist fremur á sveif með Eysteini um það fer ekki milli mála að báðir þjóna þeir drottni, hvor á sinn hátt. Ein leið til þess er að fara til landsins helga eins og Sigurður gerir og íslenskar konungasögur telja aðalatriði ævi hans (Ágr., 47–50; Msk. 338–52; Fsk., 315–20; Hkr. III, 239–54). Auk hans fer Sigurður slembir í Jórsalaför (Msk., 407–8; Hkr. III, 297) og Haraldur harðráði fer til landsins helga og „varði til grafar dróttins várs ok krossins helga ok annarra helgra dóma í Jórsalalandi." (Fsk., 234)[1]

Danakonungar fara einnig í pílagrímsferðir. Bæði Knútur ríki og Eiríkur góði ganga til Rómar. Knútur „setti spítala þann, er alla menn skyldi fœða um nótt, þá er þar kœmi af danskri tungu. Víða gaf hann ok til stórfé, þar sem váru klaustr eða aðrir stórir staðir." (Knýtl., 123)[2] Eiríkur leikur þetta eftir, í ferð sinni sækir hann heim „marga hǫfðingja ok hǫfuðstaði ok varði víða

---

1 Einnig Msk., 78; Hkr. III, 84.
2 Einnig Fsk., 204–5.

stórfé, þar sem váru klaustur eða aðrir helgir staðir." (Knýtl., 218) Hann er ekki minni maður en Knútur og stofnar líka spítala:

> En er hann kom til borgar þeirar, er Plácencía heitir, þá setti hann spítala skammt frá borginni. En er hann kom norðr til borgar þeirar, er Lúka heitir, þá gaf hann þar fé til þess, at allir pílagrímar, þeir er danska tungu mælti, skyldi ókeypis nóg vín drekka ok heimila gisting eiga at þeim spítala, er hann hafði settan ok áðr var frá sagt. (Knýtl., 220)

Það segir sína sögu að íslenskar konungasögur gera sem mest úr slíkum pílagrímsferðum. Sigurður er kenndur við sína för sem augljóslega er hátindur og aðalafrek hans ferils og frá öðrum Jórsalaferðum er sagt í löngu máli, jafnvel getið þeirra sem aldrei urðu; nefnt er að Sverrir konungur ætlar til Jórsala áður en hann gerir tilkall til Noregs (Svs., 9). Sögurnar eru ritaðar á tíma krossferða þegar Vestur-Evrópumenn höfðu á ný uppgötvað Miðjarðarhafið sem miðju heimsins og í Miklagarði, Jórsölum og Róm mættust allir konungar og höfðingjar heimsins. Hugur hins kristna konungs stefnir þangað og það á hann að gera, menn eru taldir meiri en ella fyrir að hafa farið. Dæmi Eysteins sýnir þó að ekki síðri starfi kristins konungs er að rækta garðinn sinn. Konungasagnariturum þykir ekki verra að sameina það að þjóna Guði og þjóð sinni.

Krossferðirnar eru sem framhald af kristniboði norrænna konunga. Með því að fara til landsins helga og breiða þannig út trúna feta Haraldur harðráði, Sigurður Jórsalafari og aðrir í fótspor þeirra konunga sem kristnuðu Noreg. Haraldur hárfagri er látinn vera í þeim hópi í A-gerð Fagurskinnu þar sem hann lýsir yfir trú á þann guð „er sólina gørði ok heiminum hagaði ok hann gørði" (Fsk., 368–9) og vinnur ríki sitt í krafti hans.[1] Samkvæmt Fagurskinnu er sonur hans, Hákon Aðalsteinsfóstri, skírður en lætur af trú opinberlega til að þóknast þegnum sínum. Á banabeði „iðraðisk hann þá þess, er hann hafði mjǫk gǫrt í móti guði ok kristinna manna lǫgum í sinni meðferð." (Fsk., 93)[2] Þessu breytir Heimskringluhöfundur, þar er Hákon píndur til að blóta en streitist á móti þó að lokum neyðist hann til að gera að vilja þegna sinna. Er orðalag í frásögninni af dauða hans mildað (Hkr. I, 166–73, 192). Orðalag Fagurskinnu og Ágrips sýnir það mat sagnaritara þeirra að það er ekki nóg að konungur sé kristinn, hann verður að nota stöðu sína til að efla kristni. Hákon fær þau eftirmæli í Historia Norvegiae að hann hafi þjónað guðum en ekki Guði: „diis et non deo serviret" (HN, 106).

Næsti konungur, Haraldur gráfeldur, tekur trú að boði Ótta keisara en

---

[1] Þessi kafli er prentaður sem viðbót í útgáfu Bjarna Einarssonar enda aðeins í A-texta sem hann leggur ekki til grundvallar útgáfu sinni. Fyrirbærið er þekkt (Lönnroth. The Noble Heathen).

[2] Svipað orðalag í Ágripi, 11.

Hákon jarl pínir menn aftur til heiðni (Fsk., 117, 120). Um trú Gunnhildarsona er sagt í Fagurskinnu: „ekki er sagt frá trúarhaldi þeira annat en sá var kristinn, er þat vildi, en hinn heiðinn, er þat vildi." (Fsk., 98) Sagnariturum þykir lítið til þeirra bræðra koma og gera því lítið úr kristni þeirra. Það er fyrst með Ólafi Tryggvasyni að menn fara að halda „rétta trú til guðs" (Fsk., 145) en eftir fall hans fer allt í sama far aftur: „Þessir jarlar hǫfðu látit skírask ok heldu kristni, en engum manni þrøngðu þeir til kristni, nema létu gøra hvern sem vildi, ok um þeira daga spilltisk mjǫk kristni, svá at náliga var alheiðit um Upplǫnd ok inn um Þrándheim, en helzk kristnin með sjónum." (Fsk., 165–6) Ólafur helgi þarf því að kristna Noreg aftur og er hinn eini sanni kristnitökukonungur:

> Óláfr konungr lagði svá mikla stund á þat, at menn skyldi allir kristnir vera í hans ríki, at annat hvárt skyldi láta líf eða fara ór landi, þriðja kosti taka skírn, eptir því sem konungr bauð. Var þá engi dalr, sá er eigi byggðu kristnir menn" (Fsk., 178)

Þá er í raun náð hátindi sögunnar í Fagurskinnu því að fram að því hefur kristni og kristniboð konunga verið aðalatriði í lýsingu þeirra, rauður þráður í sögunni.

Vegna sérstöðu hinna helgu konunga verður ekki fjallað um kristniboð þeirra hér en í Fagurskinnu er kristniboð ekki bundið við þá. Saga Noregskonunga verður kristnisaga þar sem hinir fyrri konungar eru forverar Ólafs helga og eins Hákon Aðalsteinsfóstri í Heimskringlu. Knýtlingasaga hefst á fyrsta kristna konungi Danmerkur, Haraldi Gormssyni, og kristni konunga er einnig rauður þráður þar. Í pílagrímsferðum sínum eru Knútur ríki og Eiríkur góði arftakar kristniboðskonungsins Haralds því að þeir stuðla að útbreiðslu trúarinnar og greinilegt er að stríð Valdimars konungs eru talin heilög stríð; í eftirmælum um hann kemur fram að hann „brauzk æ við heiðinn lýð, meðan hann lifði, ok vildi efla guðs kristni." (Knýtl., 315) Höfundur hennar lítur Valdimar sömu augum og Heimskringluhöfundur sem lætur hann hætta við herferð til Noregs á þessum forsendum: „Ok er þat nærr mínu skapi at fara heldr í Austrveg til heiðinna landa, er gnóg eru fyrir, en drepa eigi hér kristit fólk, þótt þeir hefði œrna makligleika til þess." (Hkr. III, 403) Á þessu er mikill munur að mati íslenskra sagnaritara. Þar eru mörg dæmi um að allt sé leyft í stríðum við heiðingja og jafnvel grobbað yfir mannfalli. Tilraun Ólafs helga til að endurheimta Noreg verður einnig að heilögu stríði. Hann gefur fé til kirkna til sáluhjálpar andstæðingum sínum (Hkr. II, 360–1), notar vígorð sem sameinar konung og Krist (Hkr. II, 355) og neitar að taka við heiðnum mönnum í her sinn og „lézk eigi vilja sœkja land með heiðnum her" (Fsk., 199).[1]

1 Hkr. II, 350, 353–4, 358.

Í LEIT AÐ KONUNGI

Þeir konungar sem ekki kristna Noreg styrkja kirkju og kristni á þann hátt sem þeir geta. Sonur Ólafs helga, Magnús góði, eflir þá kristni sem faðir hans kemur á (Ágr., 33). Þáttur í því er að reisa kirkjur. Það gera Ólafur og Magnús, Haraldur harðráði, Ólafur kyrri, Sigurður Jórsalafari og Eysteinn.[1] Ólafur helgi einskorðar sig ekki við kirkjubyggingar. Í Helgisögunni og Heimskringlu er sýnt hvernig hann hefur áhuga á öllum þáttum kristnihalds á hinu vesturnorræna svæði, vill koma alstaðar á réttum siðum, útrýma vetrarblótum og taka af „margar óvenjur ok heiðinn dóm því at jarlar hǫfðu vel haldið forn lǫg ok landsrétt, en um kristnihald létu þeir gera hvern sem vildi." (Hkr. II, 77) Í því ljósi er óvægni hans við trúboð og miklar refsingar réttlætt (Helg., 82–92, 164; Hkr. II, 73–4, 77, 83, 101, 177–191, 206–8) því að hvaðeina sem gert er til að styrkja kirkju og kristni er eins konar kristniboð.

Sjálfur verður konungur að vera til fyrirmyndar í einkalífi, stunda kristilegt líferni. Þar er Ólafur helgi til fyrirmyndar alla tíð en sérstaklega undir lok ævi sinnar: „Svá er sagt, at Óláfr konungr var siðlátr ok bœnrœkinn til guðs alla stund ævi sinnar, en síðan er hann fann, at ríki hans þvarr, en mótstǫðumenn efldusk, þá lagði hann allan hug á þat at gera guðs þjónostu." (Hkr. II, 328) Kristinn konungur á að rækja trú sína jafnt í stóru sem smáu. Ekki á að drýgja höfuðsyndir eins og Haraldur gilli sem lætur hengja byskup (Msk., 401–2; Fsk., 326; Hkr. III, 287–8) en það er ekki nóg. Konungur þarf ævinlega að hegða sér eins og sá sem hann speglar. Fyrsta verk Sverris konungs þegar hann hefur unnið lokasigur á Magnúsi Erlingssyni er að syngja sálm: „hof upp kirial oc fagnaði figri finum. fungo þetta allir með honom." (Svs., 100) Og þegar Absalon og menn hans snúa heim úr erfiðri sendiför finna þeir Valdimar konung við lestur psaltara (Knýtl., 297). Konungur þarf að halda vel helgidaga. Ásbjörn Selsbani sleppur lífs vegna þess hve vel Ólafur heldur frjádagshelgi sem Ásbjörn rauf sjálfur og drýgði mikla synd: „Er eigi þat dauðasǫk, Skjálgr, ef maðr brýtr páskafrið ... ?" (Hkr. II, 200) Mikilvægi þess að halda helgi sést í smáfrásögn í Heimskringlu þar sem skutilsveinn Ólafs helga minnir hann á sunnudaginn og hindrar í að vinna (Hkr. II, 342) og í þremur frásögnum af Sigurði Jórsalafara vill hann éta slátur á föstudegi og jafnvel á jólum og halda við hórkonur (Msk., 388–90, 393–5). Því er afstýrt af góðum mönnum en fram kemur að Sigurður er svo vanstilltur að honum er tæpast trúandi fyrir hlutverki sínu því að ein skylda sem það hefur í för með sér er að lifa kristilegu lífi. Einnig þarf að virða kirkjuhelgi. Knútur ríki lendir í banni fyrir að láta drepa Úlf jarl í kirkju og gefur kirkju jarðir til yfirbótar (Fsk., 203–4; Hkr. II, 285–6), Sverrir sér um að andstæðingar sínir

---

1 Sjá m.a. Ágr., 40; Helg., 106; Msk., 171, 352; Fsk., 181, 262; Hkr. II, 70, 81, 240–1; III, 201, 204, 208, 254–5, 276 o.v.

fái kristilega útför og lætur leita sérstaklega að þeim sem eru týndir (Svs., 101, 116) og Magnús berfættur lætur loka Kólumkillakirkju hinni einu á eyjunni helgu þar sem írsk kristni er talin villutrú: „s. þat at engi maþr scylldi sva diarfr vera. at ganga scylldi iþa kirkio siþan." (Msk., 317)[1]

Sýna þarf kirkjunni og mönnum hennar virðingu. Sverrir bannar Filippusi jarli að glepja prestkonu en hann hirðir ekki um það og fær makleg málagjöld fyrir (Svs., 170–1) enda hafði hann með því svívirt bæði kirkjuna og heilagt hjónaband. Íslenskar konungasögur eru á einu máli um að konungur eigi ekki að rekkja hjá öllum fögrum stúlkum sem hann sér, Knútur helgi er minntur á það og bent á að hann sé fulltrúi Krists (Knýtl., 149–50). Ólafur helgi áminnir Magnús góða, son sinn, um hið sama þegar hann fíflar Margréti Þrándardóttur en faðir hennar hefur áður beðið hann um að gera það ekki með þessum orðum: „Eigi samir yþr þat heRa" (Msk., 121). Það sæmir ekki konungi að misnota vald sitt með því að nauðga stúlkum til fylgilags við sig, er andstætt vilja bæði Guðs og manna enda fer illa fyrir Sigurði slefu vegna þessa ósiðar (Fsk., 102–3; Hkr. I, 217–9) og kvensemi á sinn þátt í falli Hákonar jarls eins og sérstaklega er tekið fram í Fagurskinnu: „mest var at því, at hann var ósiðarmaðr um konur" (Fsk., 139).[2] Konungar eiga að virða hjúskap sinn og annarra, það er Guðs vilji eins og sést þegar Sigurður Jórsalafari er orðinn nær vitstoli á ofanverðri ævi sinni. Þá vill hann skilja og fá sér nýja konu en er bannað af Magna byskupi „af gvþs halfo oc ens helga Petrs postola oc allra heilagra" (Msk., 398).

Konungar þurfa að gæta sjálfs sín og annarra. Knútur helgi áminnir Blóð-Egil fyrir að drekka mannsblóð: „Þessi hlutr er harðla þungligr orðinn ok mikit kristnispell í" (Knýtl., 155). Sverrir átelur menn sína fyrir að velta fyrir sér sjálfsvígi:

> En með þvi at þer vilit fialfir vapnum beriaz. þat er heiþinna manna fiðr þeira er ecki vita til guðf. En ver erom criftnir menn. oc criftinna manna born oc vitom ver at fa maðr er ser ræðr fialfr bana. a enga van til gvðf. (Svs., 22)

Eins telur Haraldur harðráði ókristilegt að fara í víking eins og hann segir Hákoni Ívarssyni:

> Þat er abyrgþar raþ oc samir ecci vel cristnom Monnom i heiþni samþi Monnom þat vel. þa er Menn uisso ecci til guþs þvi fylgir micil niðrbrotning cristninnar firir agangs sacir við cristna Menn. (Msk., 217)

Þannig gæta kristnir konungar trúarinnar og gegna því konunglega hlutverki að styðja hana. Kristni er alvörumál. Þyri, systir Sveins Danakonungs, vill

1 Sbr. einnig Fsk., 307; Hkr. III, 220.
2 Einnig Ágr., 16; Hkr. I, 290–1.

heldur „deyja með kristnum mǫnnum en koma á vald heiðins konungs ok spilla kristni sinni." (Fsk., 123) Jafnvel hinir bestu konungar eru ekki nógu góðir ef landið er ekki kristið, eins og Ágrip segir um Hákon Aðalsteinsfóstra: „var Nóregur svá góðr undir hans ríki, at hann var eigi munaðr betri fyr útan þat, at eigi var kristni á." (Ágr., 8) Þó að allt annað sé gott vantar sjálft höfuðatriðið.

Konungshlutverkið er kristið embætti og ætlast er til að hegðun konungs mótist af því. Í konungsskuggsjám sést að konungurinn á að sinna andlegum og veraldlegum skyldum og hann er konungleg og klerkleg persóna (persona regali et persona sacerdotali). Meginhlutverk konungs er að boða og viðhalda kristni og mikilvægustu konungsdyggðir voru kristnar eins og viðurnefni konunga sýna (pius, religiosus, sanctissimus, christianissimus). Þegar á ármiðöldum verður til ákveðin gerð konungs, hinn klerklegi konungur. Guntram Frankakonungur í sögu Gregoríusar frá Tours er gott dæmi frá 6. öld, síbiðjandi meinlátamaður sem er réttlátur, mildur og góður við fátæka, læknar hvers manns mein og styður kirkju.[1] Þannig konungur er Ólafur helgi en allir konungar hafa þetta í sér að einhverju leyti sem fulltrúar Krists auk þess sem allir vestur-evrópskir konungar bæði studdu og studdust við kirkjuna og hún mótaði tilfinningu þeirra fyrir sjálfum sér.

3. Hin konunglega viska

SAMT SEM ÁÐUR er konungsembættið veraldlegt embætti. Það er veraldlegt en guðlegt að því leyti sem Guð nær til allra þátta mannlegs lífs. Það er því fásinna að greina milli andlegra og veraldlegra þátta embættisins, það er hvorttveggja í senn enda veröldin andleg. Dyggðum var þó gjarnan skipt í tvo flokka og töldust þrjár andlegar, trú, von og kærleikur, en fjórar veraldlegar og í fyrrnefndu riti Alcuins sem norrænir menn þýddu um 1200 eru þær nefndar vitra (prudentia), styrkt (fortitudo), hófsemi (temperantia) og réttlæti (iustitia). Þrjár þær fyrri mynda saman hina seinustu sem er hin mikilvægasta vegna þess að konungur bæði setur lögin og þarf að fylgja þeim.[2] Um konungsdyggðir verður fjallað samkvæmt þessu kerfi Alcuins enda ekki ósennilegt að það hefðu íslenskir konungasagnaritarar gert í ritgerð um dyggð. Hjá þeim sjást konungsdyggðir þess í stað í sögunni sjálfri. Ein konungsdyggð dugar konungi ekki, hann þarf á öllum að halda til að ná og halda völdum. Í Fagurskinnu er því lýst hvernig Haraldur hárfagri vinnur Noreg allan:

1 Sbr. Myers. Medieval Kingship, 88–91 o.v.
2 Alkuin. De virtutibus et vitiis, 131–4; Kantorowicz. The King's Two Bodies, 112–3

Með þessu ǫllu verðr hann ágætr ok haldsamr á sinni fǫðurleifð, ok enn eykr hann ríkit á marga lund, svá sem dœmi finnask; sumt með orrostum, sumt með fagrmæli ok vingan við þá, er áðr stjórnuðu, sumt með hamingju hlutum, sumt með djúpræðum ok langri fyrirætlan eða nǫkkurs atburðar. (Fsk., 64–5)

Hinn endurgerði ættfaðir og sameiningarmaður Noregs er hér sagður beita hermennsku, styrk, kænsku, málsnilld og visku auk þess sem hann styðst við sjálfa gæfuna, sem merkir einatt aðstoð að ofan. Af þessum dyggðum er mikilvægi viskunnar mest. Stundum er hún talin úrslitadyggð konungs: „var þat margra mal at Tosti veri vitrari maðr. oc eigi vɛʀ til konvngs fallinn. en Haralldr broðir hans." (Msk., 262)[1]

Í Fagurskinnu er sagt að Haraldur hárfagri „var spekimaðr mikill ok langsýnn ok ágjarn" (Fsk., 58) og síðar er bætt við: „Hónum þýddusk gamlir menn með spekiráðum ok ásjá fyrirætlanar." (Fsk., 59) Í Heimskringlu er hann kallaður „vitr maðr ok skǫrungr mikill." (Hkr. I, 94) Ái norsku konungsættarinnar er þannig fulltrúi visku og djúphygli og sonur hans tekur við þeim arfi: „Hákon var blíðlátr, <djúpráðr, ráðhollr, minnigr, glaðr, heilhugðr, vitugr, kurteisari í allri atgervi en aðrir menn til vápns eptir afli ok atgervi" (Fsk., 74–5). Í Heimskringlu er látið nægja að taka einu sinni fram að hann sé vitur en orðsnilld er bætt við: „hann var vitr ok orðsnjallr ok vel kristinn." (Hkr. I, 146) Fljótlega fær hann færi á að beita visku sinnu og ráðsnilld, nær hylli alþýðu með hegðun sinni og þannig völdum í Noregi (Fsk., 76). Viska og kurteisi einkenna hann fremur en hreysti eins og sést á lokastundinni: „En víst vilda ek flýja, ef vitrum mǫnnum sýndisk eigi, at þat væri mikil skǫmm eða fólska." (Fsk., 85)

Í Heimskringlu segir um annan son Haralds, Björn, að hann hafi verið „vitr maðr ok stilltr vel ok þótti vænn til hǫfðingja." (Hkr. I, 140) Áhuginn í Heimskringlu á hæfni þessa Bjarnar til konungsdóms kemur ekki á óvart í ljósi þess að sá sami Björn er forfaðir Ólafs helga. Um Ólaf segir í fyrsta kafla sögu hans í sömu bók: „Vitr varð hann ok snimma ok orðsnjallr" (Hkr. II, 3). Í Fagurskinnu er hann kallaður „vitr maðr" (Fsk., 182), í Ágripi er sagt að hann hafi verið „mikit afbragð í vizku sinni" (Ágr., 27) og í Helgisögunni „var þat mællt, at hanum yrði alldrigin raðfatt." (Helg., 46) Einar þambarskelfir segir við Svein jarl: „Ægi er iamskipt raðom með ykr Olave kononge, er hann hævir haft tvau um samt, en þu ert raðlaus." (Helg., 76) Að því leyti er hann eins og nafni hans, Ólafur Tryggvason, sem sagður er „fullkominn í allri spekt" (Fsk., 145). Það verður aldrei tölum talið hve Ólafur helgi er fyrirmynd annarra konunga. Með áherslu á visku hans sýna konungasögurnar

---

[1] Einnig Fsk., 274.

Í LEIT AÐ KONUNGI

að viska er höfuðdyggð hins góða konungs. Í tveimur þeirra, Fagurskinnu og Heimskringlu, er sýnt að Haraldur hárfagri, ái Noregskonunga, og sonur hans, Hákon, sem fyrstur þeirra hneigist til kristni, eru forverar Ólafs að þessu leyti. Í Ágripi eru aftur á móti skarpari skil milli hinna heiðnu og kristnu konunga. Þó að Haraldur og Hákon séu merkir hafa þeir ekki sömu stöðu þar og síðar verður. Í Heimskringlu kemur á hinn bóginn fram andstæður söguskilningur í áhuga á forsögu og fornmenntum. Þar geta heiðnir blótkonungar verið fulltrúar visku og friðar, m.a. Aun hinn gamli: „Hann var vitr maðr ok blótmaðr mikill. Engi var hann hermaðr, sat hann at lǫndum." (Hkr. I, 47) Þar er einnig áberandi að aðrir en Noregskonungar eru fulltrúar visku, t.d. Sigurður jarl Hákonarson, Sigurður sýr, Hrærekur konungur og Þórgnýr lögmaður.

Þá er ógetið Morkinskinnu. Þar er ekki síður en t.d. í Fagurskinnu lögð áhersla á visku konunga. Það sem er sagt í Fagurskinnu er sýnt í Morkinskinnu. Þegar Sighvatur hefur farið með Bersöglisvísur segir í Fagurskinnu: „með því at konungr var vitr maðr, enda váru margir til at styðja kenning Sighvats, lét konungr verða gǫrva sætt annat sinni við bœndr" (Fsk., 215). Hér er sagt frá visku konungs en í Morkinskinnu eru sýnd átökin á bak við viskuna og stillinguna sem þarf með: „konungr var bædi vitr ok godgjarn og stillte sig vel þott honum væri mikid i skape." (Msk., 30–1) Eftir það er Magnús sannkallaður viskukonungur í Morkinskinnu. Hann sér fyrir hvernig kvæði Arnórs jarlaskálds muni ljúka (Msk., 116) og getur áttað sig á Hreiðari heimska og séð framtíð hans fyrir sér (Msk., 129, 135) enda segir Hreiðar við hann: „Engi er til þess feʀ konvngr at ginna þic e. livga at þer." (Msk., 128) Viska konungsins er gagnleg og það sýna þættir Morkinskinnu, hún tryggir að hann verði ekki ginntur og að dómgreind hans sé skörp.

Annar viskukonungur Morkinskinnu er Eysteinn Magnússon. Hann er sagður „spekingr mikill at viti" (Msk., 353) og síðan fylgir á eftir sagan af þeim Ívari Ingimundarsyni (Msk., 354–6) til vitnis um mannskilning konungsins sem er hluti af visku hans. Lausn þessa þáttar felst í sálfræðiráðgjöf konungs og þar kemur að enn einu hlutverki hans, að tryggja andlega vellíðan þegnanna. Þessar smáfrásagnir eru ekki í Heimskringlu en í lýsingunni á Eysteini koma fram allir þættir visku. Hann er „spekingr at viti, at ǫllu fróðr, lǫgum ok dœmum ok mannfrœði, ráðsnjallr ok orðspakr" (Hkr. III, 256). Þar er sagt það sem er sýnt í Morkinskinnu í sögunni af Ívari Ingimundarsyni og öðrum frásögnum um Eystein. Í bæði Morkinskinnu og Heimskringlu er hið sama sýnt í mannjafnaði konunga þar sem Eysteinn vinnur sigur.

Haraldur harðráði er líka ótvírætt fulltrúi viskunnar í Morkinskinnu. Sagt er að hann sé „spekingr ath vite. og þath (er) vitra manna mal ath eingin madr hafe verit diupuitrare aa ollum Nordrlondun en Haralldr konungr og manna radsniallaztr so ath honum uard alldri radfatt." (Msk., 169–70) Einnig er sagt að hann hafi verið „mikilshattar madr j ollum atgiordum og radum sinum" (Msk., 62). Í Heimskringlu er fullyrðingin úr Morkinskinnu um djúpvisku og ráðsnilld hans endurtekin og bætt við: „Var þat allra manna mál, at Haraldr konungr hafði verit um fram aðra menn at speki ok ráðsnilld, hvárt er hann skyldi til taka skjótt eða gera lǫng ráð fyrir sér eða ǫðrum." (Hkr. III, 198) Í Fagurskinnu segir: „þat er allra manna mál, at engi konungr hafi verit vitrari á Norðrlǫndum." (Fsk., 261) Þetta er ítrekað í Morkinskinnu. Þorsteinn, frændi Þóris hunds, kveður upp þann dóm um hann að „miclo er hann maþr raþgari. oc þrari a þat er honom lecz ilvnd" (Msk., 259) og undir það tekur Magnús góði: „Haralldr frendi er bra/gðottr. oc er vant viþ at sia." (Msk., 133) Vegna dómgreindar konungs er mest að marka hans orð og þau eru ítrekuð í sögu um svein sem missti vitið („Heilreþi Harallz konvngs"). Þar segir Magnús: „Engi maþr er Haralldi konvngi vitrari ilandi þeso." (Msk., 119) Frásögn Morkinskinnu af sameiginlegum konungdómi Magnúss og Haralds einkennist af deilum og togstreitu en þeir hjálpast að við að lækna þennan svein, Magnús sem fulltrúi manngæsku og helgi en Haraldur er fulltrúi visku og lærdóms (Msk., 118–20). Í ljósi þessa og þess sem áður sagði um visku Tósta Guðinasonar er engin ofrausn að kalla það háð þegar Haraldur og Tósti hittast og sagt er í Fagurskinnu: „Finnask þar nú miklir spekingar" (Fsk., 275). Þeir félagar eru þekktir að visku en eru að leggja upp í mikla heimsku för sem er dapur endir á ferli hins vitra konungs. Því veldur að hann skortir aðra höfuðdyggð, stillingu.

Þættir Morkinskinnu eru dæmisögur þar sem hinar konunglegu dyggðir sjást. Sumir konungar hafa á sér orð fyrir visku, til að mynda Magnús góði, Haraldur harðráði og Eysteinn Magnússon. Fagurskinna og Heimskringla leggja til fjögur dæmi um viskukonunga til viðbótar og hefur þegar verið fjallað um Harald hárfagra, Hákon góða og Ólaf helga. Sá fjórði er öllu tvíbentari; það er Hákon jarl. Viska hans er frumstæð, oft er því gefið undir fótinn að hún sé heiðin og hún nýtist bæði til góðs og ills. Hann er sagður „djúpráðr [...] grimmr óvinum sínum, bæði með opinberum ráðum ok leyniligum vélum" (Fsk., 104). Síðan er sagt frá því hvernig hann komst til ríkis með því að blekkja þrjá Haralda, Danakonung, Noregskonung og Gull-Harald sem upphaflega leitaði til hans „fyrir sakar vizku hans ok djúpræði, er allir menn sǫgðu, at hann væri enn vitrasti maðr" (Fsk., 104). Þessi frásögn (Fsk., 104–10; Hkr. I, 232–42) sýnir bæði visku hans og að hann svífst einskis til að ná sínu fram. Þar á hann sinn líka í hinni grimmu Gunnhildi konungamóður sem er höfuðandstæðingur hans: „Þá gerðisk kærleikr mikill með þeim Hákoni jarli ok Gunnhildi, en stundum beittusk þau vélræðum." (Hkr. I, 211)[1]

---
[1] Um visku Hákonar, sjá einnig: Hkr. I, 213, 298; Ágr., 15 og 18.

Sama máli gildir um visku sumra annarra konunga. Eysteinn Haraldsson er sagður „slœgvitr, undirhyggjumaðr" (Ágr., 52) en Magnús blindi „vitr maþr oc [...] grimr" (Msk., 411). Annar vafasamur höfðingi sem er þó ótvíræður fulltrúi viskunnar í konungasögum er Erlingur jarl skakki sem sagt er í Morkinskinnu að sé „spekingr mikill at viti." (Msk., 441)[1] Í Sverrissögu er tekið undir það (Svs., 3) en sýnt að hann á sér ofjarl og kemur á daginn þegar þeir Sverrir hittast. Þá getur Sverrir dulið eigin hug en kemst að ýmsu um jarl „af ſinni ræðo oc vitrleic" (Svs., 6). Í Sverrissögu er lýst konungi sem nær völdum með visku: „hanſ afli toc vaxa oc meiR af vitrligom raþom en af fiolmenni." (Svs., 19) Ekki verður séð að hann hafi annað umfram andstæðinga sína eða aðra sem við þá kepptu áður. Sverrir er holdgervingur viskunnar og metur hana mest alls. Þegar hernaðaraðgerð er á döfinni biður hann menn sína „vera ſpaca oc friþſama fretta vandliga hvat er titt vœri oc ihuga vm hverſ maNz rœður hvart er hann vœri meiri hattar eða minna" (Svs., 87). Á hinn bóginn þykir honum heimskan versti löstur, kallar ósigra manna sinna „vangezlo oc forſia-leyſi" (Svs., 159) og skammar bróður sinn fyrir að „hafa litla vitro ſynda i ſinum raðum." (Svs., 73) Viskan er lykillinn að velgengni Sverris. Í Sverrissögu fara Birkibeinar hvað eftir annað flatt á að hlíta ekki ráðum hans enda hefur hann enga trú á þeim: „ætla ec oc [...] illa muno gefaz yðra raðagerþ utan miN vilia." (Svs., 29–30). Sverrir er höfuð Birkibeina sem hugsar fyrir þá. Því gengur vel ef þeir fara að ráðum hans en ef út af því bregður fer allt í hönk: „En Birkibeinar varo helldr veiði-braþir. oc reru þeir ſuðr ſciotara eptir en konungr villdi." (Svs., 82)

Fyrst og fremst er Sverrir útsjónarmaður, ráðsnjall með afbrigðum, hugkvæmur og lætur „koma raþ imot raði." (Svs., 20) Fyrst í stað er höfuðatriðið að komast af og láta ekki ná sér og þá nýtist ráðkænskan: „hafði SverRir konungr ſnemma við ſet þeiri ſnoru er þeir ætluðu hann i veiða." (Svs., 25) Það er sú tegund visku sem fær hann til að hafna einvígi eða hólmgöngu við Magnús Erlingsson en bjóða í staðinn „turniment. firir þvi at þat er rikiſmanna ſiðr." (Svs., 68) Sverrir er fremur ráðagóður en hraustur, neytir ekki aflsmunar fyrr en í lokin en þá halda menn Magnúss að þeir munu eiga í fullu tré við hann: „er nu lokit flægðum hanſ oc brogðum." (Svs., 97) En Sverrir hefur beðið réttu stundarinnar. Dæmi um hernaðarbrellur Sverris eru fleiri en talin verði. Hann notar brögð til að komast undan, er með tvö merki í orrustu, villir andstæðingum sínum sýn á margvíslegan hátt, notfærir sér drykkjuskap þeirra og er jafnan skrefi á undan.[2] Þannig vinnur hann upp liðsmun

---

[1] Sbr. einnig Fsk., 348; Hkr. III, 325. Um lýsingu Erlings í Fagurskinnu og Heimskringlu hefur Ciklamini fjallað (A Portrait of a Politician).

[2] Sjá m.a. Svs., 17–18, 38, 49, 76–77, 82, 127, 186, 188–9 o.v.

oftar en einu sinni og tekið er fram að þar eru ráðin sem máli skipta: „Gerði þar mikiɴ kænleicſ mun með þeim um at-loguna oc volldi þat meſt at Birkibeinar varo vanari bardagum. En diarfir varo Eyiar-ſcᴇGiar við vapn en helldr ugætnir at hlifa ser" (Svs., 129). Kveður svo rammt að kænsku Sverris að einu sinni þora Baglar ekki annað að halda saman öllum flota sínum „meiʀ at hanſ raðum en ſcipa-fiolþa" (Svs., 149). Sverrir vanmetur aldrei styrk andstæðinga sinna, öfugt við Magnús Erlingsson sem ætlar að andstæðingar hans „þræla ættar oc ſtafcarla" séu huglausir og „bleyðiz" við árás (Svs., 59). Kænska Sverris gefur sögu hans gildi. Hún má kallast kennslubók í ráðkænsku. Stundum hafa brellur hans yfir sér gamansaman blæ; hann gabbar bændur til að veita sér að jólum með því að snúa á braut og koma aftur í miðri veislu (Svs., 24) og gerð Maríusúðarinnar sýnir að hann er verkfræðingsefni (Svs., 85–87).

Fleiri konungar Noregs eru ráðkænir. Um Harald harðráða segir: „þá er hann varð staddr í miklum háska ok bar skjótt at hǫndum, at þat ráð mundi hann upp taka, sem allir sá eptir, at vænst hafði verit, at hlýða myndi." (Hkr. III, 200) Og Magnúsi góða „þiccir viþ raðgan vm at eiga þar er frendi hans er." (Msk., 107) Haraldur beitir brellum við að losna undan skuldbindingum við Svein Úlfsson (Msk., 91), notar orm til að finna vatn (Ágr., 38; Msk., 204 –5), brellur bjarga honum undan óvígum her Dana (Msk., 167–8; Hkr. III, 116–7) og hann vinnur borgir með hinum og þessum hernaðarbrellum í anda Ódysseifs (Fsk., 232–33, 259–60; Msk., 67–77; Hkr. III, 76–81). Viðureign þeirra Hákonar Ívarssonar er keppni í hernaðartækni (Msk., 228–33) og í þeim hluta Halldórsþáttar sem vantar í Morkinskinnu er gamansöm frásögn sem lýsir ráðsnilld konungs og hvernig hann leikur sér með mannlega náttúru.[1] Almennt virðist talið að viska sé nauðsyn konunga. Í mannjafnaði konunga kemur fram að viska Eysteins nýtist Noregi ekki síður en styrkur Sigurðar, til að mynda við að ná Jömtum undir Noreg.

Önnur hlið viskunnar er málsnilld og er oft sagt að konungar séu vitrir, ráðsnjallir og snjallir í máli. Það á við um fyrirmyndarkonunginn Ólaf helga sem um er sagt: „Vitr var hann ok snimma ok orðsnjallr." (Hkr. II, 3) Það er ekki einvörðungu sagt heldur sýnt, m.a. í frásögn af veðmáli þeirra Þórarins Nefjólfssonar sem hann vinnur með snjöllu tilsvari: „Er hinn fótrinn því ófegri, at þar eru fimm tær ferligar á þeim, en hér eru fjórar, ok á ek at kjósa bœn at þér." (Hkr. II, 126) Hákon góði nær völdum með þrumuræðu (Hkr. I, 150) en sonur Ólafs, Magnús góði, er sagður „snjallmæltr" (Hkr. III, 107). Eins er Eysteinn „sniallr i mali" (Msk., 353) sem sést í mannjafnaði konunga og kemur heim við almenna visku hans. Um Sigurð munn er sagt: „Allra

---

1 Laxdœla saga, 265–7.

manna var hann snjallastr ok gǫrvastr í máli" (Hkr. III, 330), eitt af fáu sem hann hefur til ágætis sér. Erlingur jarl er einnig sagður „snjallmæltr" (Hkr. III, 325) og um Magnús, son hans, er sagt að hann hafi verið „vel mali fariɴ oc ſcoruliga. optazt ſcamtalaðr." (Svs., 90)

Sá konungur sem öðrum fremur er orðsins maður fram í fingurgóma er sonur Sigurðar munns og erkióvinur Erlings og Magnúss. Sverrissaga er einum þræði ræðusafn Sverris. Hann er réttnefndur konungur orðsins og orð eru hættulegust vopn hans. Það vita andstæðingar hans, í Helsingjalandi er reynt að hindra að hann tali á þingi (Svs., 27). Margar af ræðum Sverris eru listaverk (t.d. Svs., 50–51, 110–11) og vald hans á ræðutækni hefur tíðum meiri áhrif á atburðarásina en nokkur hetjudáð. Hann hegðar sér eins og kennt hefur verið í mælskuskólum öldum saman, þannig er sýnt hvernig hann skapar eftirvæntingu með látbragði sínu: „litaðiz um lengi oc tok ſeint til malſ" (Svs., 105). Í ræðunni sem á eftir fer sést hvernig Sverrir vinnur, bæði tækni hans og tilgangurinn sem helgar meðalið því að ræður Sverris bera ævinlega vitni skýru markmiði. Þar jarðar hann endanlega Magnús Erlingsson og stjórnartíð hans, þar vinnst sigur á sigur ofan (Svs., 105–7). Ræður Sverris hafa áhrif: „þesi tala varð Birkibeinum at mikilli fram-eggian." (Svs., 51) Oft er eggjun megintilgangur Sverris og ræður hans vitna um kappið sem hann leggur á að fá menn sína með sér í staðinn fyrir að skipa þeim fyrir enda berjast þeir þá betur (Svs., 173–4). Sverrir er höfðingi sem laðar menn að sér (charismatic leader) og þrífst á hylli þeirra. Hann er holdgervingur hinnar konunglegu mælsku.[1]

Ekki þurfa þó allir konungar að vera mælskir. Ólafur kyrri er dæmi um góðan og fámálan konung. Um hann er sagt að hann hafi verið „famalvgr optast. oc litt talaþr aþingom." (Msk., 286)[2] En í Ágripi og Morkinskinnu er tekið fram að hann hafi látið stjórnast af því sem „hann sá, at konungdóminum gegndi" (Ágr., 40; Msk., 291). Í Fagurskinnu er aftur á móti beint samband milli visku Ólafs og málsnilldar: „Óláfr konungr var ekki talaðr maðr, ok ekki var hann svá djúpvitr maðr sem faðir hans var" (Fsk., 296). Eigi að síður er eitt mikilvægasta hlutverk höfðingja að hvetja og eggja menn sína og fá til fylgdar við sig. Hinn dæmigerði ódugnaðarkonungur, Haraldur hein, er einmitt ekki málsnjall: „Haraldr konungr var maðr kyrrlátr ok fálátr, ómálugr, ekki talaðr á þingum. Urðu aðrir mjǫk at hafa tungu fyrir honum." (Knýtl., 145)[3] Einnig líður Haraldur gilli fyrir að skorta vald á tungunni: „Stirt var hon-

---

[1] Um ræður í konungasögum, sjá: Lie. Studier i Heimskringlas stil, 85–115; Knirk. Oratory in the Kings' Sagas, 51–125.

[2] Fsk., 291; Hkr. III, 303.

[3] Sbr. Mitchell. The Whetstone as Symbol of Authority in Old English and Old Norse, 15–16, 20.

um norrœnt mál, kylfði mjǫk til orðanna, ok hǫfðu margir menn þat mjǫk at spotti." (Hkr. III, 267)

Málsnilld konunga er tæki í þjónustu viskunnar. Orðsnjall konungur á því á hættu að vera tekið eins og Hvamm-Sturlu sem enginn frýði vits en var grunaður um gæsku. Þar sem Sverrir er konungur viskunnar má greina tilgang á bak við orð hans og kænsku í þeim verkum hans sem virðast bera vott kristilegum kærleika. Þannig telur hann sig vera að gera að vilja Guðs með því að leita að líki Magnúss Erlingssonar en síðar kemur fram að það er fyrst og fremst gert til að allir sjái að Magnús er dauður og enginn geti risið upp, sagst vera hann og gert tilkall til konungdómsins (Svs., 101–2, 104). Af sömu ástæðum hefur hann til sýnis lík Sigurðar, meints sonar Magnúss (Svs., 129). Bernska og hrekkleysi getur verið í lagi. Hegðun Inga eftir fall Gregoríusar Dagssonar er ekki litin neikvæðum augum þó að bernsk sé: „Þat er svá sagt, at hann kunni því svá illa, at hann grét sem barn." (Hkr. III, 365) Sama á við um hrekkleysi Magnúss góða andspænis blekkingum Sveins Úlfssonar: „En konungrinn trúði fagrmæli hans fyrir því at hann var sjálfr ósvikall, ok trúði hann orðum Sveins eptir sínum trúnaði." (Fsk., 219)[1] Hrekkleysi er ekki ævinlega dyggð og þá sker samhengið úr, barnslegt hrekkleysi Magnúss góða er dyggð en barnaskapur Magnúss blinda ekki (Hkr. III, 267–8).

Oftast eru kænska og varkárni talin konungi til tekna. Konungur má vera hrekklaus en ekki barnalegur. Það er Sverrir síst af öllu og það er ekki hól þegar honum þykir Eysteinn meyla unglegur: „faNz honum þat eina í. fem unglig myndo vera morg rað hans oc til-tæki." (Svs., 5) Aldur konungs er afstæður, ekki eru allir ungir konungar bernskir. Haraldur hárfagri er fullorðinn á unga aldri (Fsk., 58) og Magnús góði er „meir fullgiorr med afle og vizsku og stiorn og þar med aullum þroska en ath vetratale" (Msk., 24) þegar hann verður konungur.[2] Hann er eins og dýrlingur, ungur að aldri en gamall að ráðum (puer senex).[3] Hið sama gildir um Harald hárfagra og Ólaf Tryggvason sem er „lanct um fram sina iafn alldra. i allum lutum þeim er pryða ma goðan hofþingia." (Odd, 28) Ólafur helgi er sagður „bráðgǫrr ǫllum þroska, bæði afli ok vizku" (Hkr. II, 4)[4] og Haraldur harðráði „roskinmannligr" (Hkr. II, 347). Knútur ríki er nefndur gamli víða í íslenskum konungasögum (t.d. Msk., 53) og orðið er síðar notað um Hákon Hákonarson í virðingarskyni því

---

1 Msk., 35–6.
2 Sbr. Fsk., 212.
3 Sbr. Bell og Weinstein. Saints & Society, 29–30; Graus. Volk, Herrscher und Heiliger im Reich der Merowinger, 60–88; Hermann Pálsson. Leyndarmál Laxdælu, 92–4; Gad. Legenden i dansk middelalder, 55; Ásdís Egilsdóttir. Um biskupasögur, 44–6; Ásdís Egilsdóttir. Eru biskupasögur til?, 210.
4 Einnig Helg., 38.

að aldur hæfir konungi vel og fer saman við visku. Þó að barnslegt hrekkleysi Magnúss góða sé aðdáunarvert gildir ekki hið sama um önnur bernskubrek hans eins og þegar „hann hóf ríki sitt með harðræði fyr œsku sinnar sakar ok ágirndar ráðuneytis." (Ágr., 32) Í riti Theodricusar munks eru þeir Hörða-Knútur nefndir „reges adolescentulos" og vart í virðingarskyni (HARN, 46). Þegar Haraldur harðráði talar um „æskubragð" bróðursonar síns er það Magnúsi til minnkunar en hann svarar fyrir sig: „er þat satt er menn męla at braðgeþ er bernsca. oc viliom sva virþa frendi at þetta veri øscobragþ. Þa melti M. konvngr. Þetta var ettar bragþ en eiga øsco bragþ. þo at ec metta muna hvat ec gaf yðr eþa hvat ec bannaþa." (Msk., 98)[1] Magnús er ekki æskumaður þótt ungur sé, öfugt við Svein Alfífuson, keppinaut sinn, sem að mati Fagurskinnu var „mikill œskumaðr" (Fsk., 201) en í Heimskringlu er hann sagður „bernskr bæði at aldri ok at ráðum." (Hkr. II, 410) Ekki er hann heldur málsnjallur, eins og hann viðurkennir sjálfur: „Ek em bernskr mjǫk, kann ek fátt at mæla" (Fsk., 209).

Viska er talin ein höfuðdyggð konunga í íslenskum konungasögum sem kemur heim við tíðarandann í Evrópu á 12. og 13. öld. Þá var gjarnan sagt í konungsskuggsjám að ólærður konungur væri aðeins krýndur asni (rex illiteratus quasi asinus coronatus). Á 13. öld telja konungar, til að mynda Friðrik 2. keisari, Alfonso 10. í Kastilíu, Hinrik 3. í Englandi og Loðvík 9. í Frakklandi, visku megindyggð sína, einkenni og hlutverk. Fyrirmyndarkonungur var menntaður, menningarlegur og vitur. Þetta tengist auknum styrk konungsvalds og auknu embættiskerfi og fylgdu í kjölfarið auknar vinsældir Salómons hins vitra. Á ármiðöldum, einkum á 9. öld, lögðu konungar einnig áherslu á visku og lærdóm. Elfráði ríka var oft líkt við Salómon hinn vitra. Hann talaði latínu, þýddi, skrifaði og safnaði lögum. Karlamagnús heimsótti skóla og lét kalla sig kennara ríkisins (tutor regni) og Alcuin sagði Offa konungi Merciu að vera kennari (doctor) lýðs síns. Viska var lykildyggð konunga í elstu menningarsamfélögum, ómennsk og guðleg viska. Vitringur og konungur eru víða nánast samheiti. Búddha er konungur og vitringur í senn en ævintýri um hann var þýtt á norsku af konungssyninum Hákoni unga á 13. öld. Kirkjufaðirinn Ágústínus hafði sagt að konungur ætti að vera kennari (paidagogos) og menn hafa séð merki þess úr heiðni. Jere Fleck réð Rígsþulu á þann hátt að rúnakennslan þar sé vitnisburður um rúnakennslu norrænna konunga og Mazo túlkaði sögu í Ólafssögu Odds munks á svipaðan hátt.[2] Allt stefnir þetta að einu. Allir sem gera tilkall til krúnunnar þykjast vitrir þó að aðeins raunverulegir konungar geti staðið við stóru orðin:

[1] Sbr. Fsk., 247; Hkr. III, 103–4.

[2] Sjá m.a. Ullmann. The Carolingian Renaissance and the Idea of Kingship, 176–87; Kalugila. The Wise King; Hocart. Kingship, 121–6; Guenée. States and Rulers in Later Medieval Europe,

þottuz margir menn ſpurt hafa at Þorleifr væri maðr sva vitr at engi lutr kemi honom a uvart. Sva oc þat at hann væri sva vel ſiðaðr at hanſ lif væri licara munca reglu en leic-manna. þat ſogðu menn oc at hann væri ſva ſniallr at mali. oc hann kynni sva at mæla at engi maðr matti honom reiðr verþa ſa er hanſ mal heyrði. En þetta var þo allt hit meſta falſ oc hegomi ſem ſiþan reyndiz. (Svs., 121–22)

Sum viska er ekki nema fals. Það er mikilvægt að gera „grein speki ok óvizku" eins og það er orðað í Fagurskinnu og Morkinskinnu (Fsk., 270; Msk., 214–5).

Þorleifur breiðskeggur þykist vitur og málsnjall vegna þess að það er einkenni Noregskonunga. Ættfaðirinn, Haraldur hárfagri, er vitur og allir helstu konungar eftir hann, Hákon góði, Ólafur Tryggvason, Ólafur helgi, Haraldur harðráði, Eysteinn Magnússon og seinast Sverrir konungur. Um Danakonunga virðist gegna öðru máli. Ættföður þeirra er svo lýst:

> Þá er Gormr, son Hǫrða-Knúts, óx upp, var hann allra manna fríðastr sýnum, þeira er menn hǫfðu sét í þann tíma. Hann var mikill maðr ok sterkr ok inn mesti atgervimaðr um alla hluti. En ekki var hann kallaðr vitr maðr eptir því, sem verit hǫfðu inir fyrri frændr hans. (Skjöld., 87)

Gormur er atgervismaður á öðrum sviðum en viskuna skortir. Lýsing Knýtlingasögu á mesta konungi Dana fyrr og síðar, Knúti ríka, leiðir í sömu átt:

> Knútr var manna mestr vexti ok sterkr at afli, manna fríðastr, nema nef hans var þunnt ok eigi lágt ok nǫkkut bjúgt. Hann var ljóslitaðr, fagrhárr ok mjǫk hærðr. Hverjum manni var hann betr eygðr, bæði fagreygðr ok snareygðr. Hann var ǫrr maðr, hermaðr mikill ok inn vápndjarfasti, sigrsæll, hamingjumaðr mikill um alla hluti, þá er til ríkdóms heyrði. Ekki var hann stórvitr maðr ok svá Sveinn konungr með sama hætti ok enn áðr Haraldr ok Gormr, at þeir váru engir spekingar at viti. (Knýtl., 127)

Ekki er dregið í efa ágæti Danakonunga en þessi ljóður er á ráði þeirra, þá skortir visku. Sá skortur verður til að skapa stíganda í sögu þeirra því að úr þessu rætist með Sveini Úlfssyni og niðjum hans. Sveinn er „vitr madr" (Msk., 35), eins og sagt er og sýnt í Morkinskinnu. Hann velur erfingja sinn viturlega (Knýtl., 136) og visku Knúts helga er við brugðið (Knýtl., 143, 174, 182, 186). Eiríkur lamb fær viðurnefnið „inn spaki" (Knýtl., 270) en vitrastur af öllum Danakonungum er Eiríkur góði: „Eiríkr konungr var vitr maðr ok klerkr góðr ok kunni margar tungur tala. Hann var allra manna minnigastr ok snjallr í máli." (Knýtl., 216) Með honum er stórmennska fyrri Danakonunga

---

71–2; Clanchy. England and its Rulers, 215–6; Nelson. The Political Ideals of Alfred of Wessex; Haugen. Buddha i Bjørgvin; Fleck. Konr—Óttar—Geirroðr; Mazo. Sacred Knowledge, Kingship and Christianity.

fullkomnuð, viskan hefur bæst við. Eiríkur er því fyrirmyndarkonungur Danmerkur en ekki Gormur, Haraldur eða Knútur ríki.

4. Hinn konunglegi styrkur

ÞEGAR SVERRIR kastar rekum yfir konungdóm Magnúss Erlingssonar leiðir hann fram rök bæði fylgismanna sinna og andstæðinga og vitnar í suma þeirra: „þetta mæla fumir. fıgr-fæll er Sverrir vitr er Sverrir." (Svs., 106) Hann telur upp saman visku og sigursæld. Eins er Ólafur helgi sagður bera af öðrum mönnum um tvennt, vera „mikit afbragð í vizku sinni ok ǫllum vaskleik um hvern mann fram" (Ágr., 27). Þetta eru tvær af dyggðum Alcuins en sú þriðja bætist við í Morkinskinnu þegar Magnús góði er sagður „fullgiorr med afle og vizscku og stiorn" (Msk., 24) en hér verður afl og stjórn sett undir einn hatt, þann sem Alcuin kallar styrk. Sú dyggð er síst ómerkari en viska enda fer þetta saman hjá Ólafi helga og syni hans og eins er Sverrir ímynd viskunnar en einnig aflsins. Í upphafi sögu áminnir spámaðurinn Samúel hann í draumi um að vera sterkur og hraustur (Svs., 10) og ævi hans er metin í ljósi vaxandi styrks: „Oc fua fem a liðr bokina vex hanf ftyrkr. oc fegir fa hinn fami styrkr fyr[ir] hina meiri luti." (Svs., 1)

Hluti af styrk konungs eru líkamlegir yfirburðir. Konungur á að vera stór og sterkur og karlmannlegur en um leið er hinn karlmannlegi konungur árásargjarn herkonungur. Dæmi um slíkan konung er Eiríkur blóðöx: „Eirikr var mikill maðr ok fríðr, sterkr ok hreystimaðr mikill, hermaðr mikill ok sigrsæll, ákafamaðr í skapi, grimmr, óþýðr ok fálátr." (Hkr. I, 149)[1] Hér fer saman líkamsvöxtur, styrkur og dugnaður við hernað og sigursæld. Gallar Eiríks koma þó í veg fyrir að kostirnir verði að gagni því að engin ein dyggð gerir fyrirmyndarkonung. Enn skýrara er samband líkamsstyrks og herstyrks í frásögn Ágrips af landvinningum Haralds hárfagra sem er lýst nánast sem trölli: „Haraldr [...] aflaði sér meira ríkis með þeim hætti, er maðrinn var snemma rǫskr ok risuligr vexti, at hann helt orrostu við næsta konunga ok sigraði alla" (Ágr., 4). Hér kemur það fram sem er að baki lýsingum á líkamsburðum konunga. Afl þeirra og karlmennska er tákn fyrir styrk ríkisins. Hinn hermannlegi konungur táknar öflugt ríki. Ólafur Tryggvason er allra konunga hermannlegastur:

> Olafr konungr var opt þui vanr at suima ibrynio sinni. oc fara ór henni ikafi En þa er hann barðisc undir merkiom þa tok hann alopti fliugandi kesior. oc orvar sua vinstri hendi sem hǫgri oc sendi aptr iafnt baðum hondum. hann var

---

1 Einnig Fsk., 74, 77.

hueriom manni fimari oc skiotare. oc ibardogum roscquari oc snarpari oc þo at eptir se leitat um heiminn þa mon eigi finnaz þuilikr maðr at allri atgervi oc hreysti aallum Norðrlondum. (Odd., 150–1)

Ólafur Tryggvason er riddaralegur og kurteis konungur, táknmynd hernaðarmáttar landsins enda menntaður til riddaraskapar frá unga aldri: „oc ascammre stundu hafði hann numit allan riddarligan hatt. oc orrustulega speki." (Odd., 28) Hér að framan var fjallað um hinn kurteisa konung og kom fram að Hákon Aðalsteinsfóstri er ímynd hans. Hluti af eðli kurteiss konungs er að vera hermannlegur riddari. Þannig er Hákoni lýst og sagt að hann sé „kurteisari í allri atgervi en aðrir menn til vápns eptir afli ok atgervi [...] Aðalsteinn gaf hónum sverð þat, er hjǫltin váru af gulli ok Hákon reyndi svá hart, at hann hjó í kvernstein einn ok beit allt til augans." (Fsk., 75) Sem riddarakonungur heggur hann með sverði, tákni karlmennskunnar en riddarakonungar ríða einnig „itvrniment" eins og Sigurður Jórsalafari (Msk., 383). Það er algeng umsögn um Noregskonunga að þeir séu fullhugar, vopndjarfir, sigursælir, sterkir, vasklegir, vígir vel, íþróttarmenn, hermenn og bardagamenn, sagt um Harald gráfeld, Hákon jarl, Eirík jarl, Ólaf helga, Magnús góða, Harald harðráða, Sigurð slembi og fleiri.[1] Meiru skiptir að íslenskar konungasögur fjalla öðru fremur um bardaga, herferðir og önnur vígaferli og myndi æra óstöðugan að telja það allt upp hér, það er umhverfið sem þær sýna konunga sína í. Eitt dæmi er Ólafur helgi sem „var þá tólf vetra gamall, er hann steig á herskip fyrsta sinn." (Hkr. II, 4) Áður en hann verður konungur í Noregi er hann eingöngu sýndur í hernaði og fær fyrir vikið yfirbragð herkonungs eða víkingahöfðingja.[2]

Víkingahöfðinginn er konungsímynd dróttkvæða sem sést á heitum og kenningum.[3] Forsögulegir konungar á Norðurlöndum líkjast einatt víkingahöfðingjum, bæði í íslenskum konungasögnum og sögulegum fornaldarsögum sem auðvitað eru einnig konungasögur. Margir konungar Ynglingasögu eru sagðir miklir hermenn, til að mynda Vanlandi, Agni, Alrekur og Eiríkur, Yngvar og Hálfdan mildi og matarilli (Hkr. I, 28, 37, 39, 61, 78) en örlög Hugleiks og hrakningar Auns sýna hvernig getur farið fyrir kyrrum konungum (Hkr. I, 42–3, 48–9). Hinn dæmigerði forsögulegi konungur íslenskra konungasögu er Yngvi Alreksson: „Var Yngvi hermaðr mikill ok allsigrsæll, fríðr ok íþróttamaðr in mesti, sterkr ok inn snarpasti í orrostum, mildr af fé ok gleðimaðr

---

[1] Sjá m.a. Msk., 170, 424; Fsk., 102, 106, 109, 164; Hkr. I, 213; III, 80, 118, 198.
[2] Fsk., 167–70; Helg., 40–64; Hkr. II, 4–26. Sbr. Ármann Jakobsson. Konungur og bóndi.
[3] Sbr. m.a. Martin. Some Thoughts on Kingship in the Helgi poems, 370–5; Ström. Nordisk hedendom, 48; Wallace-Hadrill. Early Germanic Kingship in England and on the Continent, 3–15; Sawyer. Kings and Vikings, 144–7.

mikill. Af slíku ǫllu varð hann frægr ok vinsæll." (Hkr. I, 40) Við lok þessarar raðar herkonunga er Haraldur hárfagri sem vinnur Noreg með hervaldi og er hermennskuandinn allsráðandi í þeirri frásögn (Hkr. I, 84–117). Auk þess eru ýmsir yngri norskir konungar víkingahöfðingjar á yngri árum. Það á við um báða hina helgu Ólafa og Haraldur harðráði er leiðtogi væringja austur í Miklagarði. Eru miklar frásagnir af hernaðarafrekum þessara konunga í íslenskum konungasögum. Almennt eru konungar fremur sýndir í ófriði en friði. Þarf ekki frekara vitna við en snautlega afgreiðslu á Ólafi kyrra í Heimskringlu. Þó að hann sæti að völdum lengst allra konunga eftir Harald hárfagra fær hann styttri umfjöllun en Hákon herðibreiður sem aldrei sat öruggur á konungsstóli.

Konungar eru hermenn og herstjórar. Þeir eiga að vera eins og Ólafur Tryggvason en ekki eins og Steinkell Svíakonungur sem er „vanr miǫk selivi [...] feitr oc þungr aser. var hann drycciomaðr micill oc var hann her ecci viðriþinn. Þotti honom gott at vera kyrrom" (Msk., 227). Með nokkru stolti er sagt um Magnús Erlingsson í lok Heimskringlu:

> þat var allra manna mál, at Erlingr jarl væri brjóst ok forvista fyrir þeim feðgum, en eptir þat er Magnús konungr hafði fengit sigr af svá styrkum flokki ok fjǫlmennum ok hafði haft minna lið, þótti þá svá ǫllum mǫnnum sem hann mundi yfir alla ganga ok hann mundi þá vera því meiri hermaðr en jarl sem hann var yngri. (Hkr. III, 417)

Magnús er varla viskan holdi klædd en hann getur leitt menn í bardaga sem er mikilvægur eiginleiki konungs. Í Sverrissögu kemur þó fram að Sverrir er honum enn hæfari við að leiða menn í bardaga, eggja áfram og brýna, vera sjálfur alstaðar og síðast en ekki síst að hafa skipulagt bardagatæknina.[1] Þegar í upphafi sýnir hann að hann getur brugðist skjótt við (Svs., 16, 17, 25, 28) sem er mikil dyggð herkonungs. Er hið mesta hól um konung ef hann er eins og Magnús góði kallaður „skjótráðr" (Hkr. III, 107).

Hermennska konunga sýnir hugrekki þeirra en á sér einnig hagnýta hlið. Á hámiðöldum voru konungar fyrst og fremst herstjórnendur og allar miðaldir var herstyrkur forsenda sterks konungsvalds. Ófriðlegt var jafnan í Evrópu og nauðsyn að konungar væru herforingjar, ekki síst í krossferðunum. Það var ekki talið í andstöðu við friðarhlutverk konunga, leið þeirra til að friða land var einmitt sú að brjóta niður andstöðu og ríkið varð ekki heldur stækkað nema með hernaði. Auk heldur þurfti hinn kristni friðarkonungur að geta varið landið fyrir heiðingjum. Hlutverk evrópsks herkonungs var ekki að berjast sjálfur. Herkonungur hámiðalda var hernaðarsérfræðingur, bragðarefur í hernaði eins og Sverrir konungur. Í Evrópu var fátítt að konungar féllu í

---

[1] Sjá t.d. Svs., 8, 20–1, 33, 94–5, 98, 127–8, 141, 147, 153–9, 176, 178.

HINAR KONUNGLEGU DYGGÐIR

bardaga á hámiðöldum, þannig dó þá enginn franskur eða þýskur konungur. Konungar sagna og kvæða þreyttu hólmgöngur og einvígi en raunverulegir konungar héldu leiksýningu á eigin hermennsku. Á 16. öld særðist Frakkakonungur í burtreiðum. Þessi hernaðaráhersla sést í titlatogi konunga þar sem sigursældarheiti (t.d. invictissimus) voru fasti. Rómverska keisaraheitið imperator er heiti herstjóra sem frá og með Ágústusi var heiti Rómarkeisara og síðar Karlamagnúss og Þýskalandskeisara og missti aldrei herstjórnarmerkinguna.

Norrænir konungar hafa verið taldir hafa nokkra sérstöðu þar sem germanskir konungar hafi verið herkonungar (Heerkönigtum). Áhersla á hernað germanskra konunga á ármiðöldum og fram á hámiðaldir á Norðurlöndum á að vera heiðin leif. Eins er um norræna konunga, þeir hafi verið víkingar, höfðingjar herflokka. En þetta hefur verið dregið í efa. Þannig telur Sawyer að norrænir konungar hafi fremur sinnt verslun en hernaði. Íslenskar konungasögur eru ekki ritaðar í víkingasamfélagi. Víkingakonungar þeirra heyra til fjarlægri fortíð og má með réttu kalla þá riddarakonunga fremur en víkingakonunga því að í sagnaritum 12. og 13. aldar er víkingakonungum frá fjarlægri fortíð lýst frá sjónarhóli þeirra sem þekkja annan heim, heim riddaraaldar. Ynglingum, Skjöldungum og Haraldi hárfagra er lýst á sama hátt í íslenskum sagnaritum og Karlamagnúsi og Artúr. Hernaður er ekki norrænt eða germanskt sérkenni. Hver einasti konungur þarf að kunna að fara með ógn og ofbeldi og fram á vora tíma er stríð helsta íþrótt konunga. Hvarvetna er sigursæld konungsdyggð sem sumir telja að uppruna sólardyggð. Á miðöldum er hún eins og önnur gæfa frá Guði, Kristur er nefndur sigurvegari og konungurinn sem speglar hann er sigursæll.[1] Þannig er Magnús góði í hans gervi þegar um hann er sagt að hann „giorizth nu frægr miog vm lond af riki og sigrsæld" (Msk., 52).

Hermennska er kristin dyggð ef málstaðurinn er réttur og andstæðingarnir heiðnir því að konungur er verndari kristni og kirkju og það er í því hlutverki sem Magnús góði berst við Vindur:

> Nú þótti konunginum illa hǫrmung ok hræzla liðs síns, sagði þó, at eigi vildi hann flýja lǫnd sín fyrir heiðnum mǫnnum, ef hann fengi nǫkkut lið af mǫnnum sínum eða af landsher; sagði svá með því at hann var konungr í Danmǫrk sem í Nóregi, þá vildi hann verja Danmǫrk oddi ok eggju, þó at kristnir menn

---

[1] Sjá m.a. Schlesinger. Über germanisches Heerkönigtum; Wenskus. Stammenbildung und Verfassung, einkum 299–428; Wallace-Hadrill. Early Germanic Kingship in England and on the Continent, 1–20; Sawyer. Kings and Vikings, 46–56; Sawyer. Kings and Merchants; Contamine. War in the Middle Ages, 1–118, 208–302; Chaney. The Cult of Kingship in Anglo-Saxon England, 109–12; Hocart. Kingship, 21–31; Wolfram. Lateinische Herrschertitel im neunten und zehnten Jahrhundert, 37, 54.

vildu herja, en hálfu heldr fyrir heiðnum her, at eigi væri kristnir menn undir valdi heiðinna manna. (Fsk., 221)

Hér skiptir máli hve óvarin Danmörk er enda leggja sögur Danakonunga áherslu á dug konunga við hernað. Það er ein af ástæðum þess að Sveinn Úlfsson vill heldur gera Knút helga að eftirmanni sínum en Harald hein (Knýtl., 136). Áhersla Knýtlingasögu á hagnýtt gildi herstjórnarlistar er ótvíræð. Eiríkur góði er neyddur til að verja ríki sitt fyrir ágangi Þýskalandskeisara (Knýtl., 222), herstyrkur Knúts lávarðs tryggir þjóðinni frið fyrir árásum heiðingja (Knýtl., 243–4) og í Skjöldungasögu er mestu konungum Dana hrósað fyrir dug á því sviði og jafnvel fyrir að kúga nágranna til að greiða sér skatt (Skjöld., 11, 17, 28, 56–7, 71, 80).

Það skiptir máli að konungar standi sig í hernaði. Konungur á að vera fremstur í bardaga og taka sjálfur við höggum andstæðinga sinna eins og Magnús Erlingsson minnir á er hann býður Sverri til hólmgöngu en hefur greinilega gleymt nokkru síðar þegar hann flýr úr Grjótum „oRostula/st" fyrir Sverri og er skemmt sér vel yfir því (Svs., 68, 77). Einn þeirra konunga sem berst fremstur manna sinna er Hákon Aðalsteinsfóstri sem er „framarla" í bardaga (Fsk., 88) og berst „svá djarfliga, at hann [...] hafði hvártki hjálm né brynju." (Hkr. I, 157) Ekki verður annað séð en að Hákon verðskuldi heitið kurteis konungur og það ítreka sagnaritarar í lýsingu á framferði hans: „Hákon konungr sótti at þeim svá djarfliga, at hann drap suma, en sumir hljópu vestr af berginu, ok váru hvárirtveggju drepnir, ok skilðisk konungr svá fremi við, er hvert barn var dautt." (Hkr. I, 180) Hann fellur eins og konungi ber, eftir að hafa fellt kappann Eyvind skreyju og við að reka flóttann (Ágr., 10–11; Fsk., 90; Hkr. I, 189–90). Hann flýr ekki enda vilja menn hans heldur falla en flýja (Hkr. I, 185).

Magnús góði gefur Hákoni ekkert eftir. Í orrustunni á Hlýrskógsheiði æðir hann á undan mönnum sínum og „kom fyrstr manna í móti herinum" og gekk sjálfur „undir vápn heiðinna manna hlífðarlauss" (Fsk., 222) og rekur síðan einn flóttann á silkiskyrtu einni.[1] Og Haraldur harðráði „með sína fylking gekk at svá fast, at allt støkk fyrir á tvá vegu." (Fsk., 279) Þessir konungar hlífa sjálfum sér ekki. Eitt sinn verður „Haraldr konungr Sigurðarson svá óðr, at hann hljóp fram allt ór fylkingunni ok hjó báðum hǫndum. Helt þá hvártki við honum hjálmr né brynja. Þá stukku frá allir þeir, er næstir váru." (Hkr. III, 189) Þannig hegðar konungur sér í bardaga, fyrstur til árásar en seinastur til flótta og eru mörg dæmi um það til viðbótar í konungasögum.[2] Engu máli

---
1 Frá þessu er einnig sagt og ítarlegast í Morkinskinnu, 42–6.
2 Fsk., 108, 314; Hkr. I, 105; Svs., 60; Knýtl., 223. Um konunglegt hugrekki, sjá annars: Contamine. War in the Middle Ages, 250–9.

HINAR KONUNGLEGU DYGGÐIR

skiptir þó að átt sé við helmingi meira lið, hinir norrænu herkonungar bæta það upp.

Konungur flýr ekki. Haraldur harðráði segir það „konvngligt" að berjast, „oha/fþinglict" að flýja (Msk., 165) enda þverneitar hann að yfirgefa Ólaf helga fyrir Stiklarstaði (Hkr. II, 364). Hákon góði er svo „óhræddr" við að mæta ofurefli Gunnhildarsona að hann ræðst „hlæjandi" til framgöngu (Fsk., 88). Ólafur Tryggvason er ekki beinlínis hlæjandi en þó hugur í honum þegar hann segist ekki hræðast „hrossæturnar" Dani og Svía við Svoldur þó að ofureflið sé mikið (Fsk., 152–3; Hkr. I, 355) og Magnús góði er ekki heldur vanur flótta: „Þótti honum illt, ef hann skyldi flýja verða, því at hann hafði þat aldri reynt." (Hkr. III, 42) Á það við um fleiri norska konunga. Um Harald harðráða er sagt: „Haraldr konungr flýði aldrigi ór orrostu" þó að bætt sé við að skynsamlegt undanhald hafi verið valkostur (Hkr. III, 200). Magnús berfættur fellur fremur en að flýja og bregður sér ekki við svöðusár (Msk., 334; Fsk., 313; Hkr. III, 235–6). Engu máli skiptir hver konungurinn er, jafnvel Magnús blindi og Eysteinn Haraldsson flýja ekki (Fsk., 325, 339). Slíkt gerir konungur ekki. Eins og Ingi Haraldsson orðar það: „Hefir sú mín gæfa mest verit, at ek hefi aldri á flótta komit. Ráði guð lífi mínu, hversu langt vera skal, en aldri mun ek á flótta leggjask." (Hkr. III, 368) Það fer hreinlega ekki saman að vera konungur og flýja, flótti er forréttindi þræla, eins og Sölvi klofi orðar það:

> Hinn er annarr kostr, ok er þat þó engi kostr þeim mǫnnum, er eigi eru ótignari en Haraldr konungr, at gerask þrælar hans. Betri þótti feðr mínum sá kostr at falla í bardaga í konungdómi sínum en ganga sjálfkrafa í þjónustu við Harald konung eða þola eigi vápn (Hkr. I, 105)

Skýrara verður það ekki. Konungar eiga engan kost á að flýja.[1]

Áður var minnst á þann sið tiginna manna að deyja sitjandi. Hugrekki andspænis dauðanum einkennir þá konunga sem ekki flýja úr bardaga og einnig aðra, til að mynda Hrólf kraka og Ragnar loðbrók (Skjöld., 36, 72). Að deyja konunglega er að deyja í hernaði, eins og Magnús berfættur er sagður hafa haft að orðtaki: „Til frægðar skal konung hafa, en ekki til langlífis." (Hkr. III, 237) Það veit Haraldur hilditönn og vill ekki láta vega sig í laugu á gamals aldri (Skjöld., 59–60). Margir helstu konungar norrænna konunga-

---

[1] Þetta á ekki aðeins við um konunga í íslenskum sagnaritum, sjá: Bjarni Guðnason. Sögumynstur hetjudauðans; Ármann Jakobsson. Sannyrði sverða, 54–56. Konungar flýja ekki í íslenskum konungasögum 13. aldar en ekki heldur í veruleika 20. aldar, sbr. fleyg ummæli Elísabetar Bretadrottningar, nú drottningarmóður, í upphafi seinni heimsstyrjaldar þegar hún var beðin um að senda dætur sínar í sveitina til að hlífa þeim við loftárásum: „The Princesses would never leave without me and I couldn't leave without the King, and the King will never leave."

sagna verða vopnbitnir, til að mynda Hákon góði, Ólafur Tryggvason, Ólafur helgi, Haraldur harðráði, Magnús berfættur og Knútur helgi. Örlög Auns hins gamla virðast á hinn bóginn ekki til fyrirmyndar: „Þat er síðan kǫlluð Ánasótt, ef maðr deyr verklauss af elli." (Hkr. I, 49) Norrænir konungar urðu nær aldrei gamlir svo að íslenskar konungasögur þurfa ekki að taka á ellidauða.[1] Hitt er víst að það er ekki hinn konunglegi dauði, elli og hrumleiki hæfir ekki konungum, eins og sést í erlendum goðsögum um hinn hruma og gagnslausa fiskikonung.[2]

Styrkur konunga felst ekki aðeins í herstjórn heldur einnig í stjórnsemi. Konungur á að vera ríkur. Þannig er elstu konungum Knýtlingasögu lýst sem miklum höfðingjum, einkum Knúti ríka sem um segir: „Hann hefir verit ríkastr konungr ok víðlendastr á danska tungu [...] Þat var allra manna mál, at Knútr konungr hafi ríkastr verit ok víðlendastr konunga á Norðrlǫndum." (Knýtl., 123–4) Höfuðdyggð Knúts er stórmennska eins og fram kemur í sögu af Þórarni loftungu, eins konar Íslendingaþætti inni í sögunni (Knýtl., 124–5). Hann afþakkar kvæði frá Þórarni og segir: „Það hefir engi maðr fyrr gǫrt við mik en þú at yrkja um mik dræplinga" (125).[3] Knúti dugar ekkert minna en drápa; drápa hefur sömu skírskotun og tignarmerki og klæði, ekki síst ef skáldið og skáldskaparfræðingurinn Ólafur Þórðarson heldur á penna. Fyrirmyndarkonungurinn Eiríkur góði er einnig ríkur, jafnvel svo að honum eyðist gullið á ferðalögum (Knýtl., 233, 237). Þessum höfðingskap fylgir frægð, tekið er fram að Eiríkur sé frægur um allan Austurveg (Knýtl., 212). Ekki aðeins Danakonungar eru stjórnsamir. Víða í Fagurskinnu og öðrum konungasögum er konungum hælt með því að þeir séu ríkir.[4] Stjórnsemi Magnúss góða tryggir konungdóm hans: „þa diorfvng þorþi engi maþr þar at gøra fire riki M. konvngs at lata heita annan mann konvng at honom lifanda." (Msk., 93)[5] Ríki Knúts hefur góð áhrif á landstjórnina (Fsk., 202) og friður ríkir hjá Eiríki góða: „Eiríkur hafði lǫngum starfsamt, meðan hann réð fyrir Danmǫrk. Hann lagði mikla stund á stjórn bæði lands ok laga. Hann lagði ok mikinn hug á at styrkja staði þá, er niðr váru lagðir eða hrørnandi. Hann lét gera fimm steinkirkjur af síns eins kostnaði ok lagði síðan fé til."

---
1 Í 400 ár (frá um 860 til 1263) tel ég 33 konunga í Noregi og gætu verið fleiri ef Gunnhildarsynir eru allir taldir með o.s.frv. Af þeim voru örfáir nálægt sextugu en enginn eldri nema Haraldur hárfagri (sem er dæmigerð goðsagnapersóna að því leyti).

2 Það myndi æra óstöðugan að tína til allt sem skrifað hefur verið um fiskikonungssögnina (sjá m.a. Weston. From Ritual to Romance, 113–36; Loomis. The Grail, 46–64) en um íslenska gerð hennar, sjá: Kalinke. King Arthur North-by-Northwest, 75–77.

3 Sbr. einnig Hkr. II, 311.

4 Sbr. m.a. Fsk., 145, 164, 182, 212, 228, 301, 306, 348; Msk., 24, 59, 65, 290; Hkr. III, 256.

5 Sjá Fsk., 242.

HINAR KONUNGLEGU DYGGÐIR

(Knýtl., 231) Eiríkur er *rex pacificus*, stjórnsamur konungur sem tryggir friðinn.

Annar stjórnsamur konungur er Haraldur harðráði sem „var rikr madr og stiornsamur jnnanlandz" (Msk., 169).[1] Þykir mönnum jafnvel nóg um enda er þröngt einstígi milli stjórnsemi og ofsa. Samkvæmt Ágripi er Haraldur þó réttum megin:

> Haraldr konungr tekr nú einn við ǫllum Nóregi ok stýrði með herðu mikilli ok þó með góðum friði, ok var eigi sá annarr konungr, er ǫllum mǫnnum stœði agi jafnmikill af fyr vizku sakar ok atgervi. (Ágr., 37)

Í Heimskringlu er þetta málum blandið, samkvæmt henni er hann „ríklundaðr, ok óx þat, sem hann festisk í landinu, ok kom svá, at flestum mǫnnum dugði illa at mæla í móti honum" (Hkr. III, 123). Haraldur gengur líka of langt í hernaði, til að mynda í herferðum sínum í Danmörku enda er tilgangurinn þar vafasamur, sambland hefndar og græðgi (Msk., 155–69; Fsk., 250–61; Hkr. III, 165–66) og að lokum kemur ofsinn honum í koll. Ofstjórn er sú hætta sem hinn stjórnsami konungur getur lent í. Sá sem ofstjórnar er harðstjóri (tyrannus) en óvíst er hvort Haraldur er það. Enginn Noregskonungur fellur beinlínis undir það hugtak enda túlkunaratriði hver er harðstjóri og hver ríkur konungur. Rogeir 2. á Sikiley var kallaður *rex iniustus sive tyrannus* af Bernharði af Clairvaux þegar þeim lenti saman og hvatti Bernharður menn til að berjast gegn honum en á Sikiley var friður, öryggi og efnahagsleg velferð og síðar hældi Bernharður honum fyrir frið og réttlæti og kallaði hann *amator iustitia atque defensor*.[2] Samhengið ákvarðar hver er harðstjóri.

Stjórnsemi skilur á milli keppinautanna Knúts helga og Haralds hein. Knútur er sagður stjórna „með stjórn mikilli ok skǫrungskap." (Knýtl., 200) Hann sýnir mikla hörku og óvinsældir hans eru útskýrðar með því: „Þótti þeim hann ríkr ok refsingasamr, en þeir áðr vanir sjálfræði." (Knýtl., 163) Harkan gerir hann að góðum konungi því að konungur sem er mildur getur brugðist skyldum sínum vegna óstyrks. Það á við um Harald hein og fleiri konunga í íslenskum konungasögum. Konungi ber skylda til að stjórna, annars er hann enginn konungur. Í Knýtlingasögu eru líka dæmi um að of langt sé gengið í hörku við almúga:

> Svá mikit óx grimmð ok ofríki Eiríks konungs í Danmǫrku, at ríkismenn þóttusk varla þola mega, en þó þorði engi í móti at mæla því, sem hann vildi vera láta. Hét hann þeim jafnan afarkostum, ef nǫkkurir váru þeir, er eigi vildu þegar samþykkja þat, er hann vildi, ok líkaði þat mǫrgum landsmǫnnum illa, er

---

1 Einnig Fsk., 261; Hkr. III, 118.
2 Sjá: Wieruszowski. Roger II of Sicily, Rex-Tyrannus, in Twelfth-Century Political Thought; Klaniczay. Representations of the Evil Ruler in the Middle Ages.

Í LEIT AÐ KONUNGI

þeir hǫfðu farit herfǫr til Nóregs ok fengit þar enga sœmð af, en margir hǫfðu þá ferð nauðigir farit ok sinn kostnað þar til gefit, en aflat enskis í ferðinni, en þótti Eiríkr konungr enga þá hluti stunda vilja, er landsmǫnnum væri til nytsemðar eða ríkinu til framkvæmðar. (Knýtl., 268)

Með ónauðsynlegri hörku sýnir Eiríkur ofsa en ekki styrk. Hann er harðstjóri en ekki réttlátur konungur. Verri er þó Sveinn sonur hans:

Svá sǫgðu Danir, at Eiríkr konungr eymuni heitaðisk at gera Dǫnum allt it illa, en Sveinn konungr, son hans, léti gera. Hann kǫlluðu Danir Svein svíðanda, því at hann var við allt fólk harðr ok grimmr. (Knýtl., 275)

Þessir konungar ganga of langt í stjórnsemi. Þeir hafa ekki vald yfir styrk sínum, tempra hann ekki með stillingu.

Þó að konungur eigi ekki að ofstjórna ber honum skylda til að stjórna og það á enginn að gera fyrir hann. Þeir konungar sem ekki stjórna eru gagnslausir eins og Haraldur hein. Eiríki blóðöx er síst til hróss að vera „áhlýðinn" við Gunnhildi, konu sína, (Ágr., 7; Fsk., 74) og ekki heldur sonum hans að láta hana stjórna sér: „Gunnhildr, móðir þeira, hafði mjǫk landráð með þeim." (Hkr. I, 198) Önnur slík kerlingarnorn er Álfífa sem ræður yfir syni sínum: „Álfífa móðir hans, er kǫlluð var en ríka Álfífa, hón réð mest með konunginum, ok mæltu þat allir, at hón spillti í hvern stað [...] ok svá margt illt stóð af hennar ráðum í Nóregi, at menn jǫfnuðu þessu ríki við Gunnhildar ǫld, er verst hafði verit áðr í Nóregi." En um son hennar er sagt: „Sveinn konungr var mikill œskumaðr, fríðr sjónum, ekki grimmhugaðr né ágjarn." (Fsk., 201–2) Svein skortir styrk og óöld ríkir ef konungur stjórnar ekki enda telst Sveinn ekki til merkilegra konunga.[1] Einar þambarskelfir gefur stjórn hans þennan dóm: „Ekki var ek vinr Óláfs konungs, en þó váru Þrœndir ekki þá kaupmenn, er þeir seldu konung sinn ok tóku við meri ok fyl með. Konungr þessi kann ekki mæla, en móðir hans vill illt eitt ok má auk yfrit." (Fsk., 206)

Meðal annarra talhlýðinna konunga er Haraldur gilli sem er svo „ráðþægr, svá at hann lét aðra ráða með sér ǫllu því, er vildu" (Hkr. III, 278). Afleiðingarnar eru að enginn stjórnar og hermdarverk eru unnin af mönnum konungs, til að mynda er Magnús blindaður (Msk., 401). Annar konungur sem bregst stjórnunarskyldu sinni er Hákon Þórisfóstri. Réttarbætur hans eru undanlátssemi og skapa misrétti. Í raun er hann algjör gunga sem Magnús berfættur leyfir náðarsamlegast að vera konungur: „var þat nockor varkvn meðan Hacon frendi vaʀ lifþi at þeir heldi vndir hann riki. oc letom ver þa eptir þvi svifa." (Msk., 300) Í Sverrissögu er reynt að sýna fram á að Magnús Erlingsson láti föður sinn ráða: „varo þar oll landraþin er hann var" (Svs., 3).

---

1 Sbr. Msk., 5–17; Fsk., 211–12; Hkr. II, 404 og 410.

Síðar er gefið til kynna að Magnús sé konungur með aðstoð Valdimars Danakonungs og undir hæl hans (Svs., 52, 55, 89). Dæmi um hvernig reynt er að gera sem minnst úr Magnúsi er þessi sviðsetning:

> En Magnus konungr var ſofnaðr hia iarlinum. oc iarliɴ clappaði hendi ſinni a bac honom oc bað hann vaca. konungr ſpurði hvat er titt væri. Jarl ſegir nu þesa coſti er Sverrir prestr hafði þeim boðit. Magnus konungr baþ Jarl kioſa. Jarlinn lez engan þenna cost myndo kioſa. qvaz hann helldr munu gera Sverri presti coſt en hann honom. (Svs., 37)

Magnús er eins og lítið barn hjá föður sínum og framselur konungsvald sitt í hans hendur. Það á konungur ekki að gera enda er reynt að sýna fram á í Sverrissögu að hann standi sig ekki í stykkinu og undir lok konungdóms síns lýsir hann upphafi hans á þennan hátt:

> var ec þa sva bernſkur at kunna þa hvarki raða firir orði ne eiði. Oc betra þotti mer þa at vera i leicum með oðrum ungum ſveinum en ſitia imilli hofþingia. Eigi keptumz ec til konungſ-domſinſ oc litit yndi hefi ec haft i konungdominum. (Svs., 96)

Magnús er gerður að konungi en Sverrir berst til konungdómsins. Því finnur Magnús sig aldrei í hásætinu. Hann vill ekki stjórna og er enginn konungur. Það sést í Sverrissögu og einnig í Heimskringlu. Þegar keppinautur Magnúss um konungdóminn er handtekinn fá vinir hans hann til að biðja honum griða en Erlingur setur ofan í við hann og fer sínu fram (Hkr. III, 410). Það er hann sem stjórnar.

Æska konunga er eðlileg skýring á því að þeir stjórni ekki. Jafnvel Magnús góði stjórnar lítt á yngri árum en um þá Hörða-Knút segir: „bader voru æskumenn en audradir sinum monnum og hægir" (Msk., 22). Eins er með Haraldssonu, Sigurð og Inga. Þegar þeir eru teknir til konungs eru þeir „mioc ikyʀsęti. oc reþo mioc lendir menn landraþom." (Msk., 411) Sjálfir lýsir Ingi þessu svo: „þv ert .v. vetra gamall. en ec .iii. vetra. oc megom ecki at hafaz nema vit niotim vina ockaʀa oc goþra maɴa." (Msk., 429)[1] Sama gildir um Hákon herðibreið: „En fyrir því at hann var ungr at aldri, hǫfðu aðrir hǫfðingjar ráðagørð með honum." (Hkr. III, 384) Bernska Magnúss réttlætir valdaleysi hans fyrst í stað en ekki í Sverrissögu þegar hann er fullorðinn. Æska getur gert að verkum að konungar séu gagnslausir og þó að það geti verið skiljanlegt er það aldrei gott.

Önnur hlið styrksins er staðfesta og hana sýnir Magnús Erlingsson þrátt fyrir allt þegar hann neitar að gefast upp fyrir Sverri:

> En firir þvi at ec var ſmurðr oc coronaðr til landz þesa. þa þori ec eigi firir

---

1 Einnig: Hkr. III, 314–5.

guði at riufa sva eiða mina er þar fylgðu oc vil ec fækia til þesa landz oddi oc eGio meðan er mer deiliz lifit til oc landz-menn vilia fylgia. (Svs., 90)

Konungur á einmitt eigi að víkja, hann á að láta brotna á sér eins og klettur, eins og Magnús berfættur: „ecki ma ec konvngr heita. nema ef gefa stocc þesom ofriþi." (Msk., 300–1) Konungur sem ekki er staðfastur helst ekki í sæti. Þess vegna verður Ingi að sýna Sigurði, bróður sínum, í tvo heimana, val hans er að vera staðfastur eða að missa ríkið (Msk., 456–7). Festa er ætíð jákvætt einkenni konunga og höfðingja, þannig er það ótvírætt kostur á Hákoni jarli að vera „langrækr" en galli á Sigurði munn að vera „marglyndr" (Ágr., 52). Ekki fara staðfesta og hernaður ævinlega saman, þannig sýnir Ólafur kyrri styrk sinn í samningaviðræðum (Fsk., 298–9).[1] Hinn staðfasti konungur efnir hins vegar ekki til stríðs nema að geta fylgt því eftir. Þannig virðist Haraldur Orkneyjajarl ekki mjög til höfðingja fallinn, hann egnir menn til uppreisnar gegn Sverri en ber svo allt af sér og þykist engu ráða (Svs., 132). Auðsæ er hins vegar aðdáun Heimskringlu á Hræreki konungi sem er staðfestan holdi klædd og hafi hann efnt til uppreisnar, lýtur hann aldrei (Hkr. II, 117–25). Á hinn bóginn er þrjóska engin dyggð og sveigjanleiki nauðsyn, eins og kemur fram í mannjafnaði Eysteins og Sigurðar: „En ec heyri menn þat mæla. at þv þiccir enda heiten. en optast þiccir þv illo eino heita." (Msk., 383)

Staðfesta er ekki aðeins kjölfesta styrksins heldur einnig annarrar konungsdyggðar, stillingarinnar. Sigurður Jórsalafari er hvorki stilltur né sterkur undir lok ferils síns því að þá fær hann torkennilegan sjúkdóm: „Þá sló á hann hlátri svá miklum, at þar fylgði staðleysi, ok kom þat síðan mjǫk optliga at honum." (Hkr. III, 262) Staðleysi er andstæða staðfestu, í senn óstyrkur og vanstilling. Sá sem missir stað sinn er gagnslaus konungur.

5. Hin konunglega stilling

Í RÆÐU GEGN OFDRYKKJU segir Sverrir konungur við menn sína: „ollum lutum fcylldi ftilling fylgia." (Svs., 111) Stilling er ein fjögurra höfuðdyggða Alcuins og konungsdyggð, Widukind telur hana aðra megindyggð Ottós 1. keisara.[2] Á sama máli er Einar þambarskelfir sem þykir ekki höfðinglegt að skipta skapi: „kallade Einar ath slikt væri eigi hofdingligt ath skipta so skiott skape sino fyrir eingin tilefni." (Msk., 18) Sem konungsdyggð helst hún í hendur við aðrar dyggðir, þannig er það bland visku og stillingar sem gerir

---

1 Sbr. Msk., 286–8.
2 Sbr. Leyser. Rule and Conflict in an Early Medieval Society, 36.

forföður Ólafs helga, Björn Haraldsson, að höfðingjaefni: „Bjǫrn var vitr maðr ok stilltr vel ok þótti vænn til hǫfðingja." (Hkr. I, 140) Og stilling er afleiðing visku að mati Haralds harðráða: „Þat er fornt mal at enn vitrari scyli vegia." (Msk., 98)[1] Eins og aðrar dyggðir á hún sér löst að fylginaut og sá er ofsi eða ofmetnaður. Konungar eru annað hvort stilltir eða vanstilltir en ofsafengnir og vanstilltir konungar geta ekki gegnt hlutverki sínu. Þá skortir dómgreind og hana má fulltrúa Guðs á jörðu ekki skorta.

Ái norsku konungsættarinnar, Haraldur hárfagri, er til fyrirmyndar að þessu leyti. Þegar honum er gjör óvirðing „minntisk hann þess, sem hans háttr var, at hvert sinn er skjót œði eða reiði hljóp á hann, at hann stillti sik fyrst ok lét svá renna af sér reiðina ok leit á sakar óreiðr." (Hkr. I, 144) Án stillingar getur hann ekki litið á mál og dæmt svo að hann verður að stilla sig. Eins og margir konungar er Haraldur skapmaður, það heyrir konungi til. En reiði hans á að vera réttlát, eins og þegar Atli hinn mjóvi gerir á hlut hans (Fsk., 65) og þegar Göngu-Hrólfur rænir í Noregi eftir að hann hefur friðað landið. Móðir Hrólfs biður honum friðar en konungur „var svá reiðr, at henni týði ekki at biðja." (Hkr. I, 123) Sú reiði er eðlileg, Hrólfur hefur gert konungi erfitt að vera friðarkonungur og uppsker réttláta reiði konungsins sem er jafn óbifanlegur í henni og hinn reiði Guð Gamla testamentisins sem eyðilagði Sódómu og Gómorru.

Eiríkur blóðöx er aftur á móti vanstilltur, eins og lýst er í Ágripi er hann „kallaðr blóðøx, at maðrinn var ofstopamaðr ok greypr" (Ágr., 7) og hann fellur vegna ofmetnaðar þegar hann ofmetur hreysti sína og hernaðarlist og hættir sér of langt (Fsk., 77; Hkr. I, 154). Sama gildir um sonu hans. Þó að konungar eigi að vera ríkir eiga þeir að tempra stjórnsemi með stillingu sem Eiríkssynir gera ekki. Þegar Eyvindur skáldaspillir yrkir um Hákon góða verður Haraldur gráfeldur „reiðr mjǫk" (Fsk., 97) enda fer svo að bræðurnir eru sakaðir um „ofríki ok ólǫg." (Ágr., 13) Á hinn bóginn er Hákon jarl sagður „þolinmóðr" (Fsk., 104) en hegðun hans í kvennamálum ber þó vitni lítilli stillingu. Íslenskar konungasögur eru sammála um visku Hákonar sem fleytir honum í konungdóminn en vanstilling veldur því að hann missir völd að lokum. Samanburður Odds munks á honum og Eiríki, syni hans, sýnir að það er skaplyndi Hákonar sem er gallað: „[Eiríkr] var bæði licr feðr sinum oc ulicr. likr at speki. oc harðr isocnum en ecki likr yfir liz oc sua iscaplyndi. hann var milldhugaðr oc goðraðr oc villdi miok sætta hofðingia oc smæri menn. oc hoglyndr at af tecnum uvinum sinum þeim var hann grimmr oc stirðr." (Odd., 74) Hákon er ekki „hoglyndr" eins og Eiríkur, hefur ekki fullkomna stjórn á skapi sínu.

---

[1] Sjálfur er hann raunar undantekningin sem sannar regluna, allra konunga vitrastur en vanstilltur.

Mikið skap er konungseinkenni. Ólafur Tryggvason er „allra manna glaðastr ok leikinn mjǫk, blíðr ok lítillátr, ákafamaðr mikill um alla hluti, stórgjǫfull, sundrgerðamaðr mikill, fyrir ǫllum mǫnnum um frœknleik í orrostum, allra manna grimmastr, þá er hann varð reiðr" (Hkr. I, 333). Ekki er minnst á stillingu enda er ef til vill ýjað að því í Heimskringu að Ólafur sýni ákafa í kristniboði og ofmetnað í að berjast við ofurefli liðs við Svoldur. Betra hefði verið að gæta meiri stillingar. Í Heimskringlu sem víðar er Ólafur Tryggvason forveri Ólafs helga sem líkist honum um margt. En Ólafur helgi lærir að stilla sig. Bernskusaga af honum þar sem hann söðlar fósturföður sínum bukk er dæmisaga um mikið skap hans þar sem Sigurður sýr er settur upp sem andstæða Ólafs og segir honum: „Muntu vera miklu skapstœrri en ek em." (Hkr. II, 4) Þegar Ólafur kemur síðan til Noregs eftir langa útlegð og vill vera konungur þykir Sigurði fyrirætlan hans „meirr af kappi en forsjá" og að mikið sé „í fang tekit" (Hkr. II, 45). En Ólafur hefur lært að stilla sig, nær völdum með klókindum og sem konungur er hann „siðlátr, stilltr vel, fámálugr, ǫrr ok fégjarn." (Hkr. II, 74) Hann sameinar konunglegt skap og stillingu, er bæði ör og stilltur. Þetta sýnir hann þegar Þórir selur er veginn við fætur hans: „Konungr var allreiðr ok stillti vel orðum sínum, svá sem hann var vanr jafnan." (Hkr. II, 200) Undir lok ferils hans hendir aftur á móti að hann verður „svá reiðr, at ekki mátti orðum við hann koma" (Hkr. II, 301) og gerir þá það axarskaft að taka af lífi Þóri Ölvisson, fósturson Kálfs Árnasonar, með skelfilegum afleiðingum.

Ólafur helgi er fyrirmyndarkonungur sem þrátt fyrir mikið skap er að jafnaði stilltur, hefur vald á visku sinni og styrk. Í sögu hans í Heimskringlu eru einnig dæmi um konunga sem eru svo vanstilltir og ofsafengnir að þeir eru nánast gagnslausir, til að mynda Ólafur sænski (Hkr. II, 77, 86, 96, 111 o.v) og Einar rangmunnur (Hkr. II, 161). Og þótt Knútur ríki hafi sigur á Ólafi kann hann sér ekki hóf, er ofmetnaðarmaður: „Kunna skyldi hann hóf at um síðir um ágirni sína. [...] Eða mun hann einn ætla at eta kál allt á Englandi?" (Hkr. II, 223–4) Dæmi um stilltan konung er aftur á móti Hrærekur konungur sem er jafn stilltur og hann er staðfastur, þannig að enginn getur séð hug hans: „Hrærekr konungr var þá inn kátasti, ok fann engi maðr á honum, at eigi líkaði honum allt sem bezt." (Hkr. II, 123) Það er eiginleiki sem höfundur Heimskringlu kann að meta.

Stilling leikur enn stærra hlutverk í sögu Magnúss, sonar Ólafs helga, sem hefur raunar feril sinn með því að fara „med fridi og stillingu vm alla hlute og urdu menn honom storliga fegnir" (Msk., 27). Síðan fer hann með „harðræði fyr œsku sinnar sakar" (Ágr., 32) og menn velta fyrir sér „huort mun konungr sia ecki hof aa kunna" (Msk., 25). Hann er ungur konungur og þarf að læra stillingu. Sighvatur skáld kennir honum hana með Bersöglisvísum sem Magnús hlýðir á „og stillte sig vel þott honum væri mikid i skape" (Msk., 30–1) og eftir það er „freka snúin til miskunnar" (Ágr., 33).[1] Magnús vendir kvæði í kross og verður stilltastur Noregskonunga. Þó er hann „acafa reiþr" þegar móðir hans gefur mönnum grið að honum forspurðum en stillir sig þó (Msk., 138–9). Og frásögninni „Fra Þorsteini Hallz syni" (Msk., 111–15) lyktar á að Magnús tekur Eindriða Einarsson og Þorstein Síðu-Hallsson í sátt til að halda vináttu Einars þambarskelfis þó að þeir hafi brotið gegn honum. Annað hefði verið hófleysi.

Haraldur harðráði er um margt sérstæðastur Noregskonunga, ákafur og í Morkinskinnu eru mörg dæmi um vanstilli hans. Jafnvel í réttlátri reiði gengur hann æði langt: „mattv þeir ecki festa orþ akonvngi. sva var hann reiþr." (Msk., 260) Einnig kemur fyrir að hann missir stjórn á sér og dómgreindin bregst. Hann grípur fram í fyrir Arnóri jarlaskáldi þegar hann flytur þeim Magnúsi kvæði (Msk., 116) og í frásögn af Þorvarði krákunefi (Msk., 201) er hann beinlínis í fýlu og neitar að þiggja fullgott segl af Þorvarði vegna þess að annar Íslendingur hafði gefið honum ónýtt segl. Í frásögn um Þóri konungsbróður fer hann með háðsglósur og gengur of langt í stríðni (Msk., 109). Þátturinn „Fra Haralldi konvngi oc Brandi orva" (Msk., 194–5) virðist fjalla um örlæti Brands og hvernig Haraldur leggur fyrir hann prófraun en aðalatriði hans er þó mikilvægi þess að konungur gæti stillingar. Haraldur er einnig í prófi og vegna vanstillingar má litlu muna að hann gangi of langt við að prófa Brand og falli þar með á prófinu.

Æði oft hefur Haraldur þó hemil á sér, til að mynda þegar Auðunn hinn vestfirski neitar að gefa honum hvítabjörninn (Msk., 181–2) og þegar Stúfur hlær að viðurnefni föður hans (Msk., 252).[2] Í þættinum „Fra scemton Islendings" (Msk., 199–200) tekst honum að leyna því hvernig honum líkar meðferð sagnamannsins á útferðarsögu sinni og hann stillir sig þó að Finnur Árnason kalli konu hans og frændkonu sína meri: „Haralldr konungr uirþi þat allt sem barns orð oc hava sva allir siþann virt." (Msk., 215)[3] Hann þolir Einari þambarskelfi ýmsar móðganir, áður en hann lætur vega hann, jafnvel að sofna þegar konungur segir honum „fra mo/rgom afrecs vercom sinom i vtla/ndum" (Msk., 178). Í Morkinskinnu er það orðað svo: „Nv leið sva at Einari la/ng heipt oc fianscapr er Haralldr konungr hafþi lengi bundiz oc stilltan sic at." (Msk., 180)[4] Í Morkinskinnu og Fagurskinnu sýnir keppni þeirra Einars að

---

1 Um hörku og stillingu Magnúsar og Bersöglisvísur, sjá: Ágr., 32–33; Msk., 24–31; Fsk., 212–15; Hkr. III, 22–31.
2 Þátturinn er óheill í Morkinskinnu (Laxdœla saga, 281–90)
3 Einnig Fsk., 269; Hkr. III, 154–5.
4 Einnig Fsk., 263. Þessi setning er ekki í Heimskringlu og er ef til vill rétt að minna á það sem þar segir um ríklyndi hans (Hkr. III, 123) og afstöðu hennar til margkonungsríkis.

Haraldur getur stillt sig þótt skapmaður sé, „framgjarn [...] ok áburðarsamr" (Fsk., 228–9). En ofsinn verður honum að lokum að falli þegar hann reynir að vinna England, það er ofmetnaðarferð og sést best á aðdraganda hennar og hvernig menn hans hvetja hann til að fara: „Telja menn þat upp, hversu mǫrg stórvirki Haraldr hafði unnit ok sǫgðu, at hann myndi nú sem fyrr engan hlut finna ófœran fyrir sér." (Fsk., 276)[1] Það er ofmetnaður að finna engan hlut ófæran fyrir sér. Vanstillingin verður þessum litríka Noregskonungi að fjörtjóni.

Arftaki hans er Ólafur „er búandi var kallaðr fyr spekðar sakar ok hógværis" (Ágr., 39) og annarstaðar sagður „hófsmaðr um alla hluti." (Fsk., 291) Hér sem í öðru eru Haraldur harðráði og Ólafur kyrri andstæður enda skipar Ólafur „mǫrgum þeim málum til vægðar, er Haraldr hafði með freku reist ok haldit." (Ágr., 40)[2] Lítillæti Ólafs kemur fram þegar hann er spurður hvers vegna hann haldi sig betur en fyrri konungar en hann „letzc vera þvi miNni firir raz maðr en hans faþir. at eigi fecc hann betr stillt e. stiornat rikino. við .cc. manna. en Haralldr konvngr við ix tigo eða. c." (Msk., 290)[3] Ekki verður þó séð að annarstaðar en í Heimskringlu þyki lítið til hans koma en saga hans er hvergi jafn lítill hluti Noregskonungasagna og þar. Hann stjórnar ekki verr en Haraldur þó að stjórnarstíllinn sé vissulega annar. Næsti konungur á eftir er skaphundurinn Magnús berfættur sem eftir að hafa barið niður uppreisn Steigar-Þóris „var sva reiþr at engi hafþi diarfleic til hans manna at biþia Þori griþa ne Agli." (Msk., 305)[4] Í Heimskringlu er og dæmi um ofsareiði hans og „freku" (Hkr. III, 230–1). Írlandsævintýri hans (Ágr., 46–7; Fsk., 312–5; Msk., 331–7; Hkr. III, 233–7) er sami ofmetnaður og Englandsævintýri afa hans enda er þeim líkt saman í Heimskringlu: „Hann var maðuur rǫskr ok herskár ok starfsamr ok líkari í ǫllu Haraldi, fǫðurfǫður sínum, í skaplyndi en feðr sínum." (Hkr. III, 218)

Synir Magnúss sýna hvernig heildarmynd konungsins ræðst af stillingu eða vanstillingu. Eysteinn er stilltur konungur. Í þættinum „Scipti Eysteins konvngs oc Jngimas vm Aso þorþ" í Morkinskinnu (359) er hann móðgaður af grunnhyggnum þegn en lætur sem ekkert sé: „Eysteinn konvngr talmar ecki for hans gefr at øngan ga/m fiflsco orþom þeim er hann melti. let þa eN ricri verþa gøzco sina oc vit sem hann gørþi iafnan." (Msk., 364) Í þremur smáfrásögnum af Sigurði Jórsalafara (Msk., 388–90, 393–5) sjáum við á hinn bóginn vanstilltan konung sem vill éta slátur á föstudegi og jafnvel á jólum

---

1 Frá Englandsförinni segir í: Ágr., 39; Msk., 262–80; Fsk., 274–90; Hkr. III, 169–93.
2 Einnig Msk., 291.
3 Einnig Fsk., 301. Orðalagið í Heimskringlu (III, 207) er nokkuð á annan veg.
4 Sjá Fsk., 306; Hkr. III, 217

og halda við hórkonur.¹ Þessu er afstýrt en eftir stendur að Sigurður er svo óstilltur að honum er tæpast trúandi fyrir hlutverki sínu. Hann vill taka sér nýja konu þrátt fyrir andmæli og tekur „at þrvtna oc bolgna mioc" þegar Magni byskup bannar það (Msk., 398). Einnig lendir hann í stælum við Sigurð Hranason eftir að hafa samrekkt systur hans (Msk., 367–8) og sést þar sami skapofsi. Þetta er hið sama staðleysi sem í Heimskringlu er sagt að komi skyndilega yfir hann og veldur því að vinir hans eru síhræddir: „hræddusk vinir hans, at þá myndi enn at honum komit vanstillit." (Hkr. III, 264) Í Ágripi er sagt „at hann mátti varla skapi sínu stýra, þá er at hónum kom óhœgyndi, þá er á leið upp" (Ágr., 50) en í Morkinskinnu: „þo var þat er aleið efi hans at varla fecc hann gett scaplyndis sins ne hvgar at eigi yrði þat stvndom meþ m ... afelli oc þvngligom lvtom." (Msk., 382) Sigurður þykir með merkari konungum; þetta „staðleysi" eða „óhægyndi" er geðrænt vandamál sem þeirrar tíðar menn áttu engin svör við enda sálfræðikonungurinn Eysteinn dáinn þegar hér er komið sögu. Þetta er líkamlegt mein sem gerir Sigurð í raun óhæfan og gagnslausan konung því að án stillingar getur konungur ekki gegnt hlutverki sínu.

Tveir Gillasona eru líka lítt stilltir: „Sigurðr konungr var ofstopamaðr mikill of alla hluti ok óeiramaðr, þegars hann óx upp, ok svá þeir Eysteinn báðir brœðr" og einnig er Sigurður sagður „vandlyndr ok vanstilltr" (Ágr., 52).² Sverrir, sonur hans, er aftur á móti bæði stilltur og hógvær. Til að mynda stillir hann sig um að ana í orrustur sem hann á enga von um að sigra í og mörg dæmi eru um sáttfýsi hans við andstæðinga sína. Málflutningur andstæðinga Sverris einkennist aftur á móti af hófleysi. Ásbjörn Jónsson kallar Sverri liðsmann djöfulsins (Svs., 97), Eysteinn erkibyskup játar á banabeði að hafa farið offari gegn Sverri (Svs., 114) og eftirmaður hans, Eiríkur Ívarsson, er sagður „a/R maðr" (Svs., 114); Sverrir kallar hann ofstopamann (Svs., 130). Þó að höfuðandstæðingur Sverris, Magnús Erlingsson, sé sagður lítillátur (Svs., 105) missir hann hvað eftir annað stjórn á skapi sínu, sést ekki fyrir eða er ofsareiður (t.d. Svs., 48, 61, 76).

Af Danakonungum er Knútur helgi sakaður um vanstillingu af andstæðingum sínum og er skapstór (Knýtl., 187) en sagan leggur höfuðáherslu á að hann stilli skap sitt: „Ok var konungr harðla reiðr, en stillti þó vel orðum sínum, sem hann var jafnan vanr, þótt þeir hlutir bærisk at, er honum mislíkaði allmjǫk." (Knýtl., 169) Það kemur ekki síst fram þegar hann er svikinn um konungdóminn. Þá er hann reiður mjög en mælir þó ekki orð: „Sumir hugðu, at hann væri sárr orðinn, því at andlit hans var svá rautt sem blóð. Hann sett-

---
1 Einnig Hkr. III, 269–70.
2 Sbr. Msk., 445; Hkr. III, 330.

isk niðr á hásætiskistuna ok mælti ekki. Engi þorði at krefja hann máls, ok var svá langa stund dags." (Knýtl., 142) Jafnvel þó að Knútur sé hvattur til, neitar hann að berjast við landa sína og sýnir þar bæði stillingu og staðfestu (Knýtl., 177). Ólafur, bróðir hans, er hins vegar dæmi um konung sem bregst skyldum sínum vegna vanstillingar: „Var konungrinn nú svá œrr ok óðr, at engu vætta mátti við hann koma." (Knýtl., 210) Líkist Knútur föður sínum, Sveini Úlfssyni, sem hefur vit á að reyna ekki að endurheimta England en á því fer Haraldur harðráði flatt (Msk., 263; Fsk., 275; Hkr. III, 173).

Stilling leikur lykilhlutverk í íslenskum konungasögum. Hún sker úr um hvort konungar fái nýtt aðra eiginleika sína og geti sinnt hlutverki sínu. Til þess nægir ekki ein konungsdyggð. Visku og styrk þarf að tempra með stillingu. Án stillingar og hófs er konungur ekki konungur.

6. Hið konunglega réttlæti

RÉTTLÆTI er ekki ein konungsdyggð heldur allar saman. Ef einhverja vantar má telja víst að vanti upp á réttlætið. Þegar Haraldur harðráði birtist fyrst í Morkinskinnu segir hinn dularfulli sendimaður sem síðan reynist vera Haraldur sjálfur „Haralld vera vitran mann og hafa styrk miken" (Msk., 56) og konungur og drottning Garðaríkis biðja Harald um að aðstoða Magnús „með sinni vizco oc styrcleic." (Msk., 87) Hér er klifað á tveimur dyggðum en þá þriðju vantar, stillinguna, og þá getur dómgreindin, forsenda réttlætisins, brugðist. Viska, styrkur og stilling mynda réttlæti, ef eitt af þessu vantar skortir konunginn dómgreind og þar með réttlæti. Þrátt fyrir að Haraldur harðráði eigi til að gæta ekki hófs heldur hann oftast dómgreind sinni og nýtur þar viskunnar. Hann áttar sig á að kvæði Arnórs til Magnúss góða er betra en hans: „Sia kvnnom ver hveʀ mvnr qveþanna er. mitt qveþi mon bratt niþr falla oc engi kvnna. en drapa þesi er ort er vm M. konvng mon qveþin meþan Norþrlond ero bygð." (Msk., 118) Einnig virðist hann gera sér grein fyrir að það er munurinn á þeim Magnúsi sem endurspeglast í þessu þó að honum mislíki það mjög. Þó að hann gangi of langt við að reyna Brand örva skilur hann hvað það merkir að aðra ermina vantar á kyrtilinn: „Þesi Maþr er beþi uitr oc storlyndr. a/þset er mer hvi hann hefir erminni af sprett. honom þiccir sem ec eiga eina ha/ndina oc þa þo at þiɢia avallt en veita alldrigi oc fari nv eftir honom" (Msk., 195).

Haraldur ræður rétt í tákninu og getur því fellt réttan dóm um Brand. Hann hefur einnig dómgreind til að taka við segli Þorvarðar krákunefs þó að seint sé (Msk., 203–4) og reiðast ekki þegar Stúfur setur ofan í við hann (Msk.,

252). Hann áttar sig og á því að um leið og hann reynir Auðun er Auðunn að reyna á göfgi hans og örlæti (Msk., 181–2) og báðir sjá þeir Sveinn að Auðunn er gæfumaður vegna réttrar breytni, eins og Sveinn orðar það: „eigi þurfo þer at honom at hlǫia þvi at betr hefir hann seð fyr sinni sal helldr en ér." (Msk., 184) Svein grunar áður en hann sér Auðun í stafkarlsgervi að hér sé hann kominn aftur frá Róm. Stafkarlsgervi blekkir ekki konunga, innsæi þeirra skilur þá frá öðrum. Þannig er Haraldur harðráði sá eini fyrir utan Hreiðar heimska sem sér lýti Magnúss góða, misstór augu (Msk., 128). Þættir Morkinskinnu eru stundum eins og ritgerðir um dómgreind, þann hæfileika að þekkja rétt frá röngu sem öllum dómurum og konungum er nauðsyn. Í sögunni um Gull-Ásu-Þórð reynir á Eystein konung sem dómara en hann bregst skjótt og rétt við (Msk., 363). Ólíkt himnakonunginum eru jarðneskir konungar ófullkomnir og þegar dómgreindin bregst má litlu muna að þeir séu hreinir harðstjórar. Sigurður Jórsalafari á við geðræn vandamál að stríða á efri árum en meðan Eysteinn lifir bæta þeir hvor annan upp, Eysteinn er vitur og sveigjanlegur en Sigurður staðfastur eins og fram kemur í mannjafnaði konunga (Msk., 383).

Þó að konungar spegli konung konunganna eru þeir ekki hann en skyldur konungsins eru smíðaðar um hann þannig að enginn konungur fyllir fullkomlega hlutverk sitt þar sem það er guðlegt. Réttlæti konungsins á að vera Guð, án þess eru konungsríki aðeins stórkostleg hermdarverk, eins og Ágústínus sagði. Réttlætið er hlutverk konungs í hnotskurn, felst í að bæta menn, virða guðleg, náttúruleg og mannleg lög, hugsa um heildina. Friður og réttlæti fara saman og réttlæti er jafn skilgreinandi fyrir konunginn og friður. Það gefur honum nafn samkvæmt Isidór frá Sevilla. Konungar eru svo nefndir af réttlátri stjórn og eru aðeins konungar ef þeir gera rétt: „Rex eris, si recte facias, si non facias, non eris." Einnig var nafn konungsins útskýrt með því hvernig þeir stæðu sig við að leiðbeina: „Reges a regendo vocati [...] Non autem regit, qui non corrigit."[1] Isidor taldi réttlæti meginhlutverk konungs en sú stjórnskipunarfræði byggði hvorki á lögfræði né stjórnmálum heldur málhugsun síns tíma. Almenn niðurstaða ritfærra Evrópumanna á miðöldum varð að konungar ættu að vera réttlátir en harðir í refsingum.

Hinn réttláti konungur sameinar visku, stillingu og styrk og ber ábyrgð á réttlæti í samfélaginu. Hálfdan svarti, fyrstur norskra konunga, er upphaf réttlætis í Noregi:

> Hálfdan konungr var vizkumaðr mikill ok sannenda ok jafnaðar ok setti lǫg ok gætti sjálfr ok þrýsti ǫllum til at gæta, ok at eigi mætti ofsi steypa lǫgun-

---

[1] Isidori Hispalensis episcopi etymologiarvm, IX, iii; De Civitate Dei, 154–8. Sjá nánar: Ewig. Zum christlichen Königsgedanken im Frühmittelalter, 30–4.

um, gerði hann sjálfr saktal, ok skipaði hann bótum hverjum eptir sínum burð ok metorðum. (Hkr. I, 91)

Ólafur helgi verður síðan hinn fullkomni réttláti konungur, fulltrúi hins blinda réttlætis sem hvorki tekur tillit til stéttar né stöðu, ríkis né veldis, „gaf jafnan dóm ríkum ok óríkum" (Fsk., 182).[1] Uppreisn landsmanna gegn honum er skýrð á þann hátt:

> Hann lét jafna refsing hafa ríkan ok óríkan [...] Var þat upphaf til þeirar uppreistar, er landsmenn gerðu í móti Óláfi konungi, at þeir þoldu honum eigi réttendi, en hann vildi heldr láta af tígninni en af réttdœminu. (Hkr. II, 330)

Hjá Ólafi helga hafa allir landsmenn sama rétt og þessu fylgir Haraldur harðráði: „vill hann at allir havi lanðz menn einn rett." (Msk., 187)

Í Knýtlingasögu er réttlátum konungum og ranglátum stillt upp sem andstæðum. Knútur helgi og Eiríkur góði eru réttlátir en Haraldur hein gagnslaus (inutilis) þar sem hann framfylgir ekki lögum og Ólafur hungur og Eiríkur eymuni ranglátir (tyranni eða indigni) þar sem þeirra lög eru lögleysur. Réttlæti Knúts er réttlæti hins refsiglaða himnakonungs, þess sem eyddi Sódómu og Gómorru.

> En er Knútr var konungr orðinn, þá varði hann landit harðfengiliga ok rak alla heiðingja af landi sínu ok jafnvel af sjónum, svá at engi þorði úti at liggja fyrir Danmǫrk fyrir sakir ríkis Knúts konungs ok herskapar. Hann lét drepa hvern þann mann, er sannr varð at þjófnaði, svá ok manndrápsmenn ok hernaðarmenn alla lét hann drepa, innlenzka ok útlenzka. Sá er mann hamlaði at hendi eða fœti eða veitti ǫnnur meizl, hina sǫmu refsing tók hann á sjálfum sér. Svá mikil ógn stóð af honum ok ríki hans ok refsingum, at engi þorði at stela í hans ríki. Svá mælti Knútr konungr um þann mann, er hann gekk frá herbergi sínu láslausu eða sá, er hest ætti fjǫtrlausan ok væri stolit ok hvers sem hann missti, svá at stolit væri frá honum, at sá skyldi til hans ganga ok taka þar fé sitt, en hann lézk vildu refsa þeim, er stolit hefði. Jafnan dóm lét hann hafa ríkan sem óríkan. (Knýtl., 148)

Hér er lögð áhersla á að Knútur veiti öllum jafnan rétt. Hann er réttlátur og strangur sem ber árangur því að glæpum fækkar og friður ríkir. Knútur leyfir engum að kaupa sig frá refsingu (Knýtl., 162) og vægir engum, hversu ríkur sem hann er (Knýtl., 171). Eiríkur góði hefur sama sið:

> Hann hegndi mjǫk ósiðu, eyddi víkingum ok vændismǫnnum, lét drepa þjófa ok ránsmenn eða hamla at hǫndum eða fótum eða veita aðrar stórar refsingar, svá at engi mátti vændismanna þrífask fyrir honum í ríkinu. Hann var réttdœmr ok helt ríkuliga guðs lǫg. (Knýtl., 216)

---

1 Sbr. Hkr. II, 77 og 101.

Með því að sýna hæfilegt sambland visku, stillingar og styrks nær Eiríkur að sinna hlutverki sínu eins og best verður á kosið, vera fulltrúi Guðs á jörðu, friða ríkið, halda lög og fyrir vikið er hann vinsæll af alþýðu. En ekkert næst af þeim markmiðum ef lögum er ekki fylgt af hörku, eins og sést á stjórnarárum Haralds heins: „meðan Haraldr hein hafði verit konungr yfir Danmǫrk, þá hǫfðu lítt verit hegndir ósiðir." (Knýtl., 147–8)

Konungur á að vera eins og Magnús góði að þessu leyti, blíður þeim sem hlýða honum en grimmur hinum: „vm alla þa menn er mycþuz til M. konvngs. þeim var hann ollom linr. en hinom er imot brvtvz þeim var hann grimmr." (Msk., 103) Hann má vera „maðr ríkr ok refsingasamr" (Fsk., 306) en ekki nema hann sé réttlátur. Gunnhildarsynir eru „menn grimmir ok hraustir" en „ekki heldu þeir mjǫk lǫg þau, er Hákon konungr hafði sett" (Hkr. I, 204). Grimmd andstæð lögum er andstæð réttlæti. Það er ekkert athugavert við að sýna glæpamönnum hörku en í Morkinskinnu er dæmisaga þar sem Sigurður munnur leggur trúnað á orð þrjóta og illmenna og þá er harkan til hins verra (Msk., 448–53). Það er landhreinsun að óbótamönnum og konungi til sæmdar að ganga hart fram í að refsa þeim en engin vansæmd í því fólgin að slaka á fullkomnu réttlæti í þágu friðar og vináttu eins og Magnús góði gerir í Þorsteinsþætti Síðu-Hallssonar (Msk., 111–5).

Réttlæti konungs á að vera temprað gæsku. Fyrirmyndarkonungurinn á ekki aðeins að vera réttlátur heldur fríður, kátur og glaður, blíður við alþýðu, örlátur og miskunnsamur. Eftir Bersöglisvísur er Magnús góði slíkur konungur:

> þottuzt menn þa finna j ordum konungs at gud hafde þa mykt skap hans og var þa freka snuit til myskunnar. Og annan dag vndruthu menn er konungr var þa so linr og voru þa miukar tǫlor til landzmanna og so til Þrænda sem annara. hiet konungr þa ollum monnum gæzsku og fride og efndi þat æ betr. og afladizt honum af þui mikillar frægdar og vinælld og giorir þa annad sinne sætt vid bændr og fyrirgefr ollum þat ed mykla mal er adr hafde han vid hataz. er þeir hofdu giort ofrid og barizt j mote enum helga Olafe konungi fodr hans. Og giorizt Magnus konungr hiedan fra so astfolgin ollu landz-bueno at menn þottuz vnna honum hugastum og var hann kalladr Magnus en gode. (Msk., 31)

Magnús er bæði örlátur og göfuglyndur og sýnir af sér hvort tveggja þegar hann launar hirðmanni sínum fyrir að bjarga Sveini Úlfssyni og firra sjálfan sig þar með því óhappaverki að verða honum að aldurtila (Msk., 102–3). Hann er hinn góði konungur, gæska (bonitas) er lykildyggð hans. Það er tekið fram í heitinu *góði* sem þeir Hákon Aðalsteinsfóstri hljóta einir Noregskonunga.[1] Meðal annarra norrænna gæskukonunga er Ólafur kyrri. Gæska hans er áberandi þar sem hann er andstæða bæði föður síns og sonar. Harald-

---
1 Ágr., 33; Msk., 30.

ur harðráði er til fyrirmyndar í visku og styrk en Magnús berfættur í styrk. Um hann er sagt: „Hann var maðr rǫskr ok herskár ok starfsamr ok líkari í ǫllu Haraldi, fǫðurfǫður sínum, í skaplyndi heldr en feðr sínum." (Hkr. III, 218) Í konungasögum eru þeir feðgar allir til fyrirmyndar en hver á sinn hátt. Ólafur kyrri er fyrirmyndarkonungur þegnanna sem þrífst á gleði þeirra, öfugt við hörkutólin Harald og Magnús. Eins eru feðgarnir Hákon og Eiríkur jarl andstæður. Ólafssaga Tryggvasonar segir um Eirík:

> hann var bæði licr feðr sinum oc ulicr. likr at speki. oc harðr isocnum en ecki likr yfir liz oc sua iscaplyndi. hann var milldhugaðr oc goðraðr oc villdi miok sætta hofðingia oc smæri menn. oc hoglyndr at af tecnum uvinum sinum þeim var hann grimmr oc stirðr. (Odd., 74)

Þá má nefna Eysteinn Magnússon og bræður hans sem eru „allir góðir menn ok listuligir, róir menn, hœgsamir ok friðsamir, ok er mart gótt ok dýrligt frá þeim at segja." (Ágr., 47) Eysteinn konungur er „manna glaðastr ok lítillátastr, hugþekkr ok ástsæll allri alþýðu", Óláfr „glaðr ok lítillátr, vinsæll" en Sigurðr Jórsalafari ekki blíður við þegna sína eins og hinir heldur „fámæltr ok optast ekki þýðr, vingóðr ok fastúðigr" (Hkr. III, 256).

Gæska konungs greinist oft í tvo farvegi sem bera samheitið mildi og merkir í senn miskunnsemi og örlæti. Konungur á að vera miskunnsamur, miskunna öðrum eins og hann vill að sér verði miskunnað: „nu vil ek þat firigefa þeim firir gudſ ſakir ok vænta þar a mot af honum firir-gefningar þess er ek hefir honum a moti gert." (Svs., 192)[1] Konungur á að fyrirgefa fyrir Guðs sakir enda er hann fulltrúi Guðs og að gefa grið er þáttur í að vera konungur sem gætir friðarins og tryggir hann (rex pacificus). Þegar á ármiðöldum sýna sagnfræðirit nauðsyn þess að konungar séu mildir og dæmi eru um milda konunga alstaðar í erlendum konungasögum, s.s. Regensburger Kaiserchronik.[2] Á 13. öld er þessi milda konungsgerð sett í samhengi við konungsfrið. Þess háttar friðarkonungur er Sverrir konungur sem sagður er gefa „hveriom griþ þeim er þes beiddi." (Svs., 16)[3] Í því ljósi má einnig skilja svipaða áherslu í lýsingu Hákonar Hákonarsonar í sögu hans og hafa þessir konungar sérstöðu í að taka meðvitað og ákveðið fram nánast í hverjum stríðsátökum að gefin séu grið sem á rætur að rekja til nýrra hugmynda um konungsvald. Með griðargjöfum leggja Sverrir og Hákon áherslu á að konungur gæti friðarins.[4]

---

[1] Sbr. einnig Svs., 132.
[2] Myers. Medieval Kingship, 251.
[3] Sjá einnig m.a. Svs., 16, 18, 24, 51, 53.
[4] Sjá: Ármann Jakobsson. Friðarkonungur eða fúlmenni?, 182–3.

Þó að ekki sé lögð sama áhersla á hin konunglegu grið í öðrum konungasögum eru þau ótvírætt konungleg iðja. Ólafur Tryggvason, Ólafur helgi og Magnús góði gefa mörgum grið en eru harðir í horn að taka þegar um kristni er að ræða. Jafnvel mestu hörkutól í konungastétt, Haraldur harðráði, Magnús berfættur og Magnús blindi, gefa grið við ákveðin tækifæri. Konungar eru þó misjafnir að þessu leyti. Eiríkur jarl vill gefa Vagni Ákasyni grið og hefur sitt fram þvert á vilja Hákonar jarls (Fsk., 136–7; Hkr. I, 284–5). Einnig gat verið hagnýtt að gefa grið og þarf því vart að koma á óvart að hinn klóki Sverrir stundi það af kappi. Þá getur hreinlega verið röng stjórnvaldsaðgerð að gefa ekki grið. Ólafur helgi lætur vega Þóri Ölvisson „en verk þat varð at inni mestu ǫfund" (Hkr. II, 302). Í öðru lagi getur það sýnt veldi konungs og styrka stöðu að gefa grið eins og þegar Sverrir vill ekki drepa höfuðandstæðing sinn, Nikulás byskup: „unna mynda ec Nicolasi. griþa ef hann kæmi ſialfr a miN fund oc mattu ſva ſegia honom at mart þicki mer meira til frægðar at vinna en drepa hann" (Svs., 141). Það kemur einnig skýrt fram þegar Haraldur harðráði veitir Finni Árnasyni grið eftir að hafa hlakkað yfir honum og boðið honum að þiggja grið af hundi og stráki og stillir sig þrátt fyrir svívirðingar Finns: „Þá vægði sá, er valdit átti, var hónum þat vegr, en eigi lítilræði." (Fsk., 270)[1] Haraldur hefur áður kallað það „konvnglict" að veita Þorkeli geysu grið „at þv leGr allt mal amitt vald" (Msk., 158). Forsenda griðanna er að menn leggi líf sitt í hendur konungs.

Haraldur fetar í fótspor bróðurins. Ólafur lætur ekki drepa Upplendingakonungana fimm (Hkr. II, 105–6) til að sýna veldi sitt: „trauðr em ek at týna þeim sigri, er ek fekk á Upplendingakonungum, er ek tók þá fimm á einum morgni, ok náða ek svá ǫllu ríki þeira, at ek þurfta einskis þeira banamaðr verða, því at þeir váru allir frændr mínir." (Hkr. II, 125) Það er konunglegt að hafa tekið aðra konunga höndum og gefið þeim grið. Griðin sýna yfirburði hans skýrar en að hafa náð konungunum á sitt vald. Ólafur helgi er frumkvöðull í griðamálum. Þeir Sigurður sýr deila um það eftir Nesjaorrustu hvort gefa eigi grið en Ólafur sýnir vald sitt í að gefa mörgum grið sem þó gætu reynst honum skeinuhættir og vill veita Erlingi Skjálgssyni grið þó að það takist ekki (Helg., 78, 156).[2] Eins kappkostar Sverrir að gefa eigin þegnum grið, t.d. uppreisnarjörnum bændum (Svs., 143–4) því að yfir þeim hefur hann vald og er dómari þeirra. Einnig getur hann hagnast á að gefa grið sem e.t.v. veldur því að hann gefur Böglum sem gefast upp orrustulaust grið þrátt fyrir kurr Birkibeina. Þannig sleppur Sverrir við bardaga; andstæðingar hans

---
1 Sbr. Msk., 215. Frá griðunum er sagt með öðrum orðum í Ágripi (38) og Heimskringlu (III, 154–5).
2 Hvorugt er í Heimskringlu (Hkr. II, 68 og 317).

gefast fremur upp baráttulaust ef þeir eiga von á griðum. Hann brennir ekki bæ þegar sveinn einn biður hann og bætir við að „engi myndi brendr hafa verit i dag ef bøndr hefði heima verit oc beitt griþa" (Svs., 184) en eftir það gefast allir upp. Þá er líka hægt að nota þá sem fá grið. Sverrir notar svikarann Þorstein purkunarlaust sem áróðursmann gegn Böglum eftir að hafa gefið honum grið (Svs., 161).

Enn ein ástæða konunga til að gefa grið er að festa eigin helgi í sessi. Þannig verður hefð hjá Sverri og síðar hjá Hákoni Hákonarsyni að þeir sem komast á konungsfund fá grið. Þetta er þáttur í friðarkonungsmyndinni sem dregin er upp í sögum þeirra en sýnir einnig persónulega helgi konunganna. Lokaorrustu Sverris við Magnús Erlingsson lýkur á að „allir fengu þeir griþ er naðu konungſ fundi" (Svs., 100). Dæmi um þetta eru mýmörg í Sverrissögu og er nóg að nefna eitt sem að vísu sýnir að mildi konungs eru takmörk sett:

> konungr gaf griþ um dagiN hveriom er beiddiz oc a hanſ fund comz [...] EiN buandi var ſa er tekiN var .iii. ſiNum um dagiN oc gaf konungr honom i hvert ſiN griþ. en hann liopz eN til buanda oc barðiz. hit fiorða ſiN var hann tekiN oc drepinn. (Svs., 180)

Ekki á alltaf að gefa grið. Til að mynda gerir Jón kuflungur mistök þegar hann gefur Birkibeinum grið án þess að hafa tekið af þeim eiða: „gaf Ion cuflungr þeim upp eiðana oc let þa vera myndu sva goða drengi at þeir myndo eigi ſiðr hallda orð ſin en eiða." Þeir fara svo beint til Sverris sem finnst „ at Ion kuflungr mynde ecki kunna at vera hofðingi let þat fynt hafa i þesu raði." (Svs., 112) Baglar gefa einnig grið og standa við það og almennt virðist deila þeirra Birkibeina fremur siðmenntuð. Magnús Erlingsson þverskallast aftur á móti ítrekað við að gefa Birkibeinum grið, lætur jafnvel draga þá úr kirkju til að pína þá og drepa og lætur ekki ganga frá líkum þeirra (Svs., 59, 70–71, 75, 92). Í Sverrissögu er hann andstæða Sverris sem gefur grið eftir reglum konungsfriðar. Í Heimskringlu sést sami háttur: „Magnúss konungs menn drápu allt þat, er þeir máttu, ok váru engum manni grið gefin" (Hkr. III, 415) og tekið er fram að „lítil ván þótti griða af Magnúsi konungi eða Erlingi jarli." (Hkr. III, 417) Kemur ekki á óvart að andstæðingar þeirra konungs og jarls berjist til seinasta blóðdropa.

Magnús er enginn friðarkonungur en Sverrir er ekki heldur óflekkaður, hann lætur drepa smábarnið sem sagt er sonur Magnúss Erlingssonar og kallað konungur Varbelgja (Svs., 121). Enginn konungur er fullkomin friðardúfa, jafnvel Magnús góði drepur hiklaust Dani sem þó eiga að heita þegnar hans er þeir hafa gert uppreisn gegn honum (Fsk., 224–5).[1] Samskipti konungs og

---

[1] Sbr. einnig Msk., 51–2 o.v.

þegna eru ævinlega afstæð. Magnús góði er harður og linur eftir atvikum: „vm alla þa menn er mycþuz til M. konvngs. þeim var hann ollom linr. en hinom er imot brvtvz þeim var hann grimmr." (Msk., 103) Sjálfsagt er að murka lífið úr heiðingjum, þykir jafnvel betra að ekki sé hægt að stíga niður fæti milli búka og að drepa hvert mannsbarn.[1] En gruna má Sverri um gæsku þegar hann lætur Ribbalda drepa fyrir sig unga sem aldna, konur sem karla, hunda sem köttu og þá er ekki talað um grið enda kemur Sverrir ekki nálægt vígunum sjálfur (Svs., 187–8). Grið hans eru stjórnmál, hann er að koma á konungsfriði. Annar konungur sem hefur þá stefnu er Valdimar Danakonungur sem fylgir sömu reglu um konungsfund og segir við Erling skakka: „Grið skalt þú hafa Erlingr, á engum hefi ek níðzk, þeim er á minn fund hafa komit." (Fsk., 355)[2] Í sögunum er sama stefna endurgerð hjá eldri konungum. Sagt er um Harald hárfagra: „sumir leituðu griða, ok þat fengu allir, þeir er á konungs fund kómu ok gerðusk hans menn." (Hkr. I, 98) Haraldur harðráði er einnig sagður veita þeim grið sem leggja sig á vald hans: „Eigi þicci sva vel farit at ec helldr osigrsell i orostom en ec drepa þa menn er ganga amina miscvnn. oc scal ec eigi þat vera mitt raþ s. hann" (Msk., 169). Þannig hegða konungar sér á 13. öld og þá auðvitað einnig í íslenskum konungasögum.

Með því að veita þeim grið sem ná konungsfundi er verið að sýna að yfir persónulegu svæði konungs ríki helgi sem ekki má saurga. Útskýrir það ofsareiði Ólafs helga þegar Þórir selur er veginn og „fell hǫfuðit á borðit fyrir konunginn, en búkrinn á fœtr honum." (Hkr. II, 200) Það á að vera helgt umhverfis konunginn.[3] Með því að veita grið sýna konungar einnig að það borgar sig fyrir þegna að treysta þeim, gefa sig á vald þeirra og treysta dómi þeirra. Ólafur helgi er mildur við Svein sem gefur sig á vald hans, fellur til fóta honum og segir: „Allt á guðs valdi ok yðru, herra." (Hkr. II, 119) Magnús góði sýnir Kálfi Árnasyni sömu miskunn (Msk., 15–17) og um leið sýnir hann að það að tala við konung og reyna sanngirni hans. Síðar gerir Ótta hertogi hið sama og verður keisari fyrir (Msk., 48–9) og Sigurður Hranason býður Sigurði Jórsalafara að ganga á vald hans (Msk., 369) eftir að hafa mælt til hans bræðiyrði. Í samskiptum konungs og þegns getur þegninn haft réttinn sín megin en valdið er ávallt konungs. Þeim aðstöðumun er lýst í þáttum Morkinskinnu þar sem hann er oft lykill að því að vel fer að lokum. Þættirnir sýna þann ramma sem konungur og þegnar vinna innan.[4]

Með því að fela sig á vald konungi sýna þegnar honum traust sem er lykil-

---

1 Sbr. Msk., 44–6; Fsk., 222, 316 o.v.
2 Sbr. Hkr. III, 405.
3 Þetta heldur Chaney (The Cult of Kingship in Anglo-Saxon England, 107–8) að sé heiðin leif.
4 Sbr. Vésteinn Ólason. Íslendingaþættir, 71–2.

þáttur í samskiptum konungs og þegna. Í Morkinskinnu er dæmisaga um traust þar sem konungurinn, Sigurður slembir, er í hlutverki góða hirðisins, Jesú og forvera hans, Davíðs konungs, en þegninn er úr dýraríkinu:

> hliop eiN sa/þreN at honom Sigvrþi sem hann leitaþi þaNoc hialpar. S. rettir at honom hond sina. oc kippir vt or rettiNi oc letr hla/pa vpp ifiallit oc melti. Eigi leita fleiri til tra/stzins til var. en at tra/sti scal þat verþa. (Msk., 409)

Þegninn á að sýna konungi traust og viðurkenna vald hans en standa þó á réttlætinu. Auðunn vestfirski segir þegar Haraldur harðráði ógnar honum með því að hann geti tekið dýrið af honum: „Herra þat er a yþro valldi en a/ngo iatom ver a/þro en þeso er ver ha/fom aþr etlat." (Msk., 182)[1] Auðunn viðurkennir vald konungs en er meðvitaður um að til er æðra vald sem konungur er háður eins og hann, það vald sem Ólafur Tryggvason leitar til þegar hann hefur látið taka saklausan mann af lífi: „konungr fell til fota byscupi oc iatti firir guði glôp siN" (Odd., 170).

Þess vegna stendur fyrirmyndarþegninn Auðunn á rétti sínum en gengur ekki á rétt konungs. Í sögu Auðunar kemur aftur á móti einnig fyrir Áki ármaður sem gengur á hlut konungs, tekur sér hluta af gjöf hans og fær fyrir makleg málagjöld (Msk., 182–3). Þetta er algeng manngerð í þáttum Morkinskinnu, hinn öfundsjúki hirðmaður sem telur sig hafinn yfir Íslendinga og geta mælt fyrir munn konungs (sjá m.a. Auðunarþátt, Þórarinsþátt, Hreiðarsþátt og Sneglu-Hallaþátt). Stærilæti hirðmanna er aðeins hlægilegt eins og þjónustumanna Sigurðar Jórsalafara sem „ganga [...] nv ipellz cleþom oc hyggiaz vmfram margan vascan dreng." (Msk., 382) Það getur hins vegar enginn haft orð fyrir konungi. Sá sem mælir fyrir munn ranglætisins getur ekki mælt fyrir munn hins réttláta konungs því að hann er fulltrúi réttlætisins, Guðs á himnum sem aldrei fellir ranga dóma.

Hin hlið mildinnar er örlætið, megineinkenni Áleifs Danakonungs sem heldur menn sína eins og sjálfan sig: „qvod nullum apparatum ab aulicis suis diversum habere voluerit." (Skjöld., 8–9) Örlæti er hin mesta konungsdyggð hinna ríku Danakonunga og sérstaklega Knúts ríka: „Meðan Knútr konungr var á Rómavegi, þá þyrfti engi maðr sér matar at biðja, sá er hans fundi mátti ná, svá gaf hann ǫllum nóga skotpenninga." (Knýtl., 123) Um örlæti Knúts er fjallað í löngu máli í Knýtlingasögu og skýrt með því að hann þá skatt af fleirum en gaf ekki minni hlut en aðrir (Knýtl., 124). Í Fagurskinnu er einnig lýst stórkostlegu örlæti Knúts sem fæðir alla á Rómarveginum, gefur hér og þar og eyðir til beggja átta (Fsk., 205). Önnur hlið á málinu er í Heimskringlu þar sem lýst er fémútum hans við þegna Ólafs konungs (Hkr. II, 288) og sagt

---

1 avþro í hdr.

HINAR KONUNGLEGU DYGGÐIR

að hann bjóði fram „ofrfé." Það er of í þessu hjá Knúti í Heimskringlu, örlæti hans er ofmetnaður. Hann reynir að yfirbjóða Ólaf helga sem fyrir vikið er sakaður um nísku og í Heimskringlu er reynt að verja hann, þó að e.t.v. séu ekki allir sannfærðir: „En eigi var sú sǫk við hann rétt fundin, at hann væri hnøggr fjár við sína menn. Hann var inn mildasti við vini sína." (Hkr. II, 330) Eiríkur góði er annar örlátur Danakonungur (Knýtl., 214) og konungsefnið Knútur lávarður (Knýtl., 241). Þeir Noregskonungar sem eru mildir í að gefa grið eru líka mildir á fé. Bæði Magnús góði og Ólafur kyrri eru sagðir mildir á fé og Magnús sagður „frægr miog vm lond af riki og sigrsæld og storum giofum" (Msk., 52). Mesta gjöf hans er þó að deila ríki sínu í tvennt sem er svo mikið örlæti að stórkostlegar gjafir Haralds harðráða jafnast ekki á við það.[1] Aðalsagan um Ólaf kyrra í Morkinskinnu er um karl sem kunni krákumál þar sem sýnt er örlæti konungs: „O. konvngr var ohnøgr af fegiofum við menn." (Msk., 295) Örlæti fylgir Noregskonungum frá upphafi. Þegar stolið er frá Hálfdani svarta veldur honum mestri hryggð að þá getur hann ekki verið jafn gestrisinn og áður (Hkr. I, 91–2). Örlæti Haralds hárfagra gerir hann að yfirkonungi: „Ungir drengir ok hreystimenn girndusk til hans fyrir sakar virðiligra fégjafa ok hirðprýði" (Fsk., 59). Síðan eru vísur á eftir til að sanna „mildi" hans (Fsk., 61–3).

Haraldi hárfagra er í Fagurskinnu lýst sem leiðtoga herflokks sem fær menn til sín af örlæti. Lykildyggð slíkra konunga var örlæti sem er aðaleinkenni konunga í Eddukvæðum, t.d. í Helgakviðum. Eins og fram kemur í Knýtlingasögu tengist örlæti konunga auðæfum þeirra, þeim auð sem þeir ráða yfir. Mikilvægi þeirrar dyggðar er mikið í heimi lausra ríkisheilda, margra konunga og skriði hirðmanna þar sem þeir konungar eru best liðnir sem best kjör geta boðið. Örlæti er lykildyggð á öld riddaramennskunar og væntanlega einnig á víkingaöld. Hið riddaralega örlæti er fellt að kristinni heimssýn og talið upp í kirkjulegum ritum um konungsdyggðir.[2] Í Ynglingasögu eru konungar metnir eftir örlæti, meðal annars hinn tvíbenti Hálfdan mildi og matarilli sem er í senn örlátur og nískur: „Svá er sagt, at hann gaf þar í mála mǫnnum sínum jafnmarga gullpenninga sem aðrir konungar silfrpenninga, en hann svelti menn at mat." (Hkr. I, 78) En örlæti er flókið mál eins og dæmi Haralds gilla sýnir. Í Morkinskinnu er fullyrðingunni „Haralldr konvngr var allra manna milldastr" fylgt eftir með sögu sem sannar það (Msk., 404–5) en í Morkinskinnu kemur þó fram gagnrýni á Harald. Lýsing Heimskringlu er kaldhæðin:

Haraldr gilli var maðr léttlátr, kátr, leikinn, lítillátr, ǫrr, svá at hann sparði ekki

---

[1] Sjá: Ágr. 36; Fsk., 244; Msk. 94–6; Hkr. III, 98–99.
[2] Sbr. Martin. Some Thoughts on Kingship in the Helgi poems, 370–7; Loyn. The Governance of Anglo-Saxon England, 34–6; Ganshof. Feudalism, 70–9; Bloch. The Feudal Society, 151 62.

við vini sína, ráðþægr, svá at hann lét aðra ráða með sér ǫllu því, er vildu. Slíkt allt dró honum til vinsælda ok orðlofs. (Hkr. III, 278)

Slíkt örlæti er konungi ekki til prýðis þar sem það er á kostnað ríkisstjórnarinnar. Enn síður er konunglegt að vera nískur. Tekið er fram í Morkinskinnu að Haraldur harðráði spari ekki mat við Sneglu-Halla þó að hann geri hann ekki þegar að hirðmanni sínum (Msk., 235). Haraldur er einmitt dæmi um hve erfitt getur verið að meta örlæti konunga og mikilvægi þess að tengja mildi við réttlæti. Þannig virðist Haraldur harðráði sýna af sér græðgi þegar hann sviptir Úlf hinn auðga eigum sínum en vegna þess að Úlfur átti engan rétt til þeirra eigna sýnir Haraldur örlæti þegar hann leyfir honum að halda einu af búum sínum sem hann átti ekki með réttu og því frelsi sem hann hafði ranglega tekið sér (Msk., 193).[1] Það er engin tilviljun að á eftir þeirri frásögn er þáttur þar sem Haraldur harðráði reynir Brand örva. Sá þáttur fjallar einmitt um hina konunglegu dyggð, örlæti, þó að hóf og hófleysi séu ekki síður lykildyggðir þar eins og áður var nefnt. Örlæti snýst ekki einungis um gjafir. Þó að Eysteinn konungur bjóði Ívari bæði konur, eignir og lausafé er það örlæti hans á tíma sinn sem verður til þess að Ívar lætur huggast. Rétt eins og eyrir ekkjunnar var meiri gjöf en allir þeir fjármunir sem auðmenn gátu látið af hendi rakna er sú stund sem Eysteinn hefur aflögu frá „na/þsynia malom" mesta gjöf sem er á hans valdi að gefa og hann veitir Ívari (Msk., 356).

Í Morkinskinnu er þó einkum fjallað um örlæti, gjafir og gæfu í þættinum „Fra þvi er A/þvn enn vestfirðzki førþi Sveini konvngi biarndyri" (Msk., 180–7). Félítill maður leggur á sig erfiði til að færa Danakonungi gjöf sem hann hefur keypt við aleigu sinni. Að launum þiggur hann frá Sveini konungi sex gjafir: Sveinn þiggur dýrið, gefur Auðuni silfur til suðurgöngu, gerir hann að skutilsveini og að skilnaði gefur hann honum knörr, silfur og hring. Þetta er mikil rausn eins og Haraldur kveður upp úr um og segist ekki myndu hafa gefið svo vel. En hringurinn er raunar ætlaður Haraldi.[2] Með því að gefa Haraldi hann fellir Auðunn þann úrskurð að Haraldur hafi í raun verið örlátari en Sveinn því að hann hafi gefið Auðuni líf sitt: „þvi at þv attir cost at taca hvartveGia fra mer dyrit oc sva lif mitt. en þv letz mic fara þangat ifriþi sem aðrir naþo eigi." (Msk., 187) Með því að taka við gjöfinni felst Haraldur á túlkun Auðunar og Sveinn er einnig að viðurkenna örlæti Haralds með því að gefa Auðuni hringinn til að gefa þeim sem hann eigi mikið að launa. Hér stenst Haraldur prófraunina með glæsibrag og reynist mildur konungur.

---

1 Um þá sögu hafa Magnus Olsen (En skjemtehistorie av Harald Hardråde) og Sverrir Tómasson (Vinveitt skemmtan og óvinveitt) fjallað.

2 Sbr. Njörður P. Njarðvík. Maður hét Auðun, 315–16.

Hluti af örlætinu er að þiggja, það eru fyrstu laun Sveins til Auðunar. Þar bregst Haraldi aftur á móti bogalistin er hann neitar að þiggja segl af Þorvarði krákunefi (Msk., 201–3) og hegðar sér þar með ókonunglega. Þá tekur Eysteinn orri við hlutverki hans en jafnvel hinn göfgasti hirðmaður getur ekki komið í stað konungs eins og Eysteinn viðurkennir: „en þo hefir þv nv ecci fyrir þat er nv gaf eigi konungr þer la/nin. en þar ma ec ecci at þvi hafa þo at ek sec otignari en konungr. en fyr mismvna oκaʀar tignar scalltv þiggia gullhring þenna. oc dro af hendi ser." Með því að þiggja skipið bjargar Eysteinn Haraldi frá vansæmd. Þættinum lýkur á að Haraldur viðurkennir mistök sín með því að taka við skipinu. Í raun er Haraldur örlátur eins og tekið er fram í Morkinskinnu (170) og Heimskringlu (III, 199) en hér sem oftar lætur hann skapið hlaupa með sig í gönur, gerir sig sekan um vanstillingu á kostnað þess réttlætis sem felst í örlæti.

Ekki eru allir konungar Noregs örlátir. Magnús Erlingsson er ekki aðeins ómildur í refsingum heldur er einnig sagt í Sverrissögu að hann tími ekki að veita gestum jafn vel og hirðmönnum (Svs., 72). Um Gunnhildarsonu er sagt í Fagurskinnu að „þeir hirði fé sitt í jǫrðu sem smábændr ok vildu eigi gefa mǫnnum sínum mála" (Fsk., 99).[1] Hákon jarl er í upphafi „mildr af fé" (Fsk., 104) en verður síðar „fégjarn" og þá fer að versna hans hagur (Fsk., 139). Í ríki Sveins og Alfífu er svo mikil „fégirni" að „náliga var sem hvers manns fé væri í ófriði fyrir gjǫldum ok álǫgum" (Fsk., 202) og Eysteinn Haraldsson er sagður „allra fégjarnastr ok sínkastr." (Hkr. III, 330) Af Danakonungum er Ólafur hungur jafn mikill nirfill og Eiríkur, bróðir hans, er fémildur (Knýtl., 204–5, 210–11). Aðils Svíakonungur er nískur enda verður fégræðgi hans Hrólfi kraka til bjargar á Fyrisvöllum (Knýtl., 29, 32, 44–5; Hkr. I, 57). Fégræðgi konungs þrengir að þegnum hans og ekki þarf því að koma á óvart að fégjarnir konungar reynist valtir í sessi.

Þegar Magnús góði herðir tökin segir Atli bóndi: „so skorpnar skor aa fæti mer ath huergi ma eg vr stad komazt." (Msk., 31)[2] Vinir konungs velta því fyrir sér hvað þetta merki en komast ekki að niðurstöðu. Hún er skilin eftir handa lesendum Morkinskinnu. Ef til vill er hún sú að konungur eigi að falla jafn vel að hlutverki sínu og skór að fæti, ef til vill er hún sú að konungar eigi ekki að þrengja að landi sínu og þegnum svo að þeir komist ekki úr stað. Skórinn er þá konungur en fóturinn land og þjóð. Sá skór á að leggjast þægilega og eðlilega að fætinum eins og skór Öskubusku í ævintýrinu. Skyldur konungs gagnvart Guði og hlutverki sínu eiga ekki að þrengja að landi og þjóð.

---

1 Sbr. einnig Hkr. I, 200.
2 Einnig: Ágr., 32.

VI. Konungur og veldi hans

1. Konungur og ríki

SAMBAND KONUNGS og ríkis er einfalt. Konungur er ríkið. Ef konungar eru sáttir eru ríkin sátt. Það kemur fram í frásögn af fundi hinna þriggja norrænu konunga á Konungahellu árið 1101:

> er þat sagt, at með svá miklum stórmælum ok ófriði sem þessir höfðingjar kómu saman, at svá snørisk á lítilli stundu, at þessir þrír konungar gengu á tal ok á einmæli ok eigi á svá langri stundu sem hálft matmálsstund áðr en þeir váru allir sáttir ok öll ríkin í friði, ok skyldi hverr þeira eiga sína föðurleifð óskerða, en hverr þeira höfðingjanna skyldi bæta þat, er brotit hafði sjálfr, við sína landsmenn, en þeir jafnask við sjálfir konungarnir eptir þat. (Fsk., 311)[1]

Ófriður milli ríkja er ófriður milli konunga og hið sama gildir um friðinn, hann lifir ekki konungana af eins og kemur í ljós þegar Haraldur harðráði fellur: „talþi S. Dana konvngr at slitit veri friþi milli Norþmanna oc Dana. talþi eigi lengr hafa settan verit en meðan þeir lifþi baþir Haralldr konvngr oc S. konvngr." (Msk., 286)[2] Frásögn hinna íslensku konungasagna staðfestir þessa túlkun Sveins. Verður ekki annað séð en ófriður og friður séu milli Haralds og Sveins persónulega og sé óviðkomandi þegnum þeirra.[3] Þannig er þetta hjá forsögulegum konungum Ynglingasögu: „gerðu frið millum sín, Ingjaldr konungr ok Granmarr konungr ok Hjörvarðr konungr, mágr hans. Skyldi friður sá standa millum þeira, meðan þeir lifði þrír konungar." (Hkr. I, 69) Eins eru einkamál konunga þjóðmál meðan þeir lifa. Ólafur Tryggvason missir völd vegna kvennamála sinna fremur en einhvers sem varðar sjálfan Noreg (Fsk., 147; Hkr. I, 309–10, 341–3, 349–50).

Örlög konungs og ríkis fara ekki aðeins saman vegna þess að dulræn tengsl séu á milli heldur vegna þeirrar hyggju að persóna konungsins sé sá þáttur sem hefur mest áhrif á landstjórn. Ólafi hungri og stjórnarárum hans í Danmörku er svo lýst í Knýtlingasögu: „Hann var bæði ágjarn ok fégjarn, ok var um hans daga í Danmörku hallæri mikit ok lögleysur." (Knýtl., 211) Hallærið í landinu táknar ekki aðeins óánægju Guðs með Ólaf heldur er það

---

[1] Msk., 329–30; Hkr. III, 228–30. Annað dæmi eru friðarsamningar Magnúsar góða og Hörða-Knúts.
[2] Einnig: Fsk., 297; Hkr. III, 201.
[3] Msk., 225; Fsk., 273; Hkr. III, 161.

einnig rökrétt afleiðing illrar stjórnunar. Slæmur konungur stjórnar illa og þá verður hallæri. Eins stafar hallærið á tíð Gunnhildarsona að mati Heimskringlu af því að þeir eru of margir og dýrir: „Var þat á þeira dǫgum, at árferð spilltisk í landi, því at konungar váru margir ok hafði hverr þeira hirð um sik." (Hkr. I, 203) Hallærið á sér eðlilegar skýringar en er eigi að síður á ábyrgð Gunnhildarsona, ekki er hallæri undir góðum konungi. Þess vegna er fráfall Magnúss góða „niðurfall" Danmörku og Noregi (Msk., 145). Ríkið má ekki við að missa slíkan konung.

Allar miðaldir, frá tíð Ágústínusar til Mores og Hobbes, eru lærðir menn sammála um að gengi ríkis fari eftir stjórnandanum. Ríki voru almennt nefnd á latínu *regnum* sem er dregið af *rex*, jafnvel þó að þau hefðu ekki konung, en orðið *status*, ríki á nútímavísu, hafði enn ekki hlotið þá merkingu. Eins er á íslensku, ríkið er skilgreint út frá konungi, það er veldi hans. Loðvík 11. var aðeins að segja sjálfsagða hluti þegar hann sagðist vera Frakkland í eigin persónu á 15. öld, Loðvík 14. þegar hann sagðist vera ríkið á 17. öld og Filippus fagri sem sagðist vera almannaheill, réttlæti og kristni á 13. öld. Þetta var hvorki bundið við Frakkakonunga né síðmiðaldir og endurreisn. Á 9. öld er rætt um ríkið sem konung á Englandi og Frakklandi og nánast var algilt á miðöldum að telja afrek þjóðar afrek konungs. Konungur á miðöldum er hluti fyrir heild (pars pro toto). Víða í Evrópu var hann kallaður „hinir mörgu í einum" sem þekkist þegar á dögum Sesars. Í konungi voru sagðar búa „aevis temperies, terrae habundantia, filiorum benedictio & sanitas plebis" og í bréfi til Aðalráðs konungs í Norðimbralandi árið 793 sagði Alcuin að í réttlæti og siðferði konungs lægju auður þjóðarinnar, sigursæld, ársæld, heilsa og velferð.

Eins er í Sverrissögu letrað á gröf Sverris:

> þar liGi. tign konunga. ſtod ok ſtolpí mynd ok dæmi truar prydi ok dreíngſkapar. hærdr ſkǫrugleikr. ſkíol ok hlífd ſinnar foſturiardar ok faudurleifdar. hreyſti hard-rædinnar. nidran v-vínanna. vegr Noregſ dyrd ſinnar þiodar. eflíng rettínda. rettíng. laga. æſtud allra ſinna manna. (Svs., 195)

Skýrara verður það varla. Í þessari gröf er ekki aðeins maður heldur vegur Noregs og norsku þjóðarinnar, réttlætið holdi klætt. Sverrir er norska þjóðin og Noregur. Það þarf ekki að nefna einstök dæmi í íslenskum konungasögum, þær eru sem heild dæmi um að konungur jafngildi ríki. Saga Noregs og Danmerkur er sögð með því að segja sögu konungsættar, ævisögur konunga í röð verða saga landsins. Á þann hátt voru þjóðarsögur ritaðar á miðöldum. Sagan var ævisaga og þjóðarsagan ævisaga konunga; saga Noregs árin 1177–1202 er sögð í sögu Sverris. Konungar eru land og þjóð í einum manni. Danir eru kenndir við konung sinn, Dan, en Danmörk fær síðan nafn af þeim (Knýtl., 9) og eins er með Nór og Noreg (Odd., 83). Nafn konungs færist yfir á þjóð og land, saga lands og lýðs er sögð í sögu hans. Konungur er persónugervingur þjóðareðlis. Þess vegna fylgjast að góður konungur og gott ár, friður milli þjóða fer eftir samkomulagi konunga og kvennamál konunga skipta sköpum fyrir örlög þjóða. Þetta sést á trúarbrögðum þjóða, þær taka kristni og verða síðar lúterskar með konungi sínum. Konungur er sameiningarafl þjóðar, hann er ekki aðeins fulltrúi Guðs heldur einnig það afl í mannssálinni sem kallast þjóðarvitund og sérhver maður hafði því samkennd með honum.[1]

Án konungs er ekkert ríki, jafnvel þegar hann er fjarri þykir þegnum hans erfitt: „þungt var at sitja konungslausir jafnmikit land ok ríkt, sem þeir hǫfðu" (Fsk., 203). Þegar Haraldur harðráði fellur er orrustan við Stanforðabryggjur töpuð (Msk., 278–80; Fsk., 287–9; Hkr. III, 190–2). Ingjaldur konungur illráði drepur konunga og leggur undir sig ríki þeirra enda er engin fyrirstaða þegar konungurinn er fallinn (Hkr. I, 67). Um þetta eru mýmörg dæmi frá miðöldum og ekki síst frá germönskum þjóðum. Þjóðir gefast upp þegar konungar falla, um það eru dæmi hjá Alemönnum og Ostrógotum og víðar í Evrópu. Þegar konungur er sigraður er þjóðin sigruð.[2] Þannig sigrar Hákon Aðalsteinsfóstri Gunnhildarsonu í lokaorrustu þeirra en fellur samt og útkoma orrustunnar verður því sú að þeir hreppa Noreg. Hákon fellur og þar með Noregur.

Þegar saga Noregs og Danmerkur er sögð með konunga að byggingarefni er ekki aðeins landið sjálft skilgreint út frá þeim heldur einnig tíminn. Um Sigurð Jórsalafara er sagt í Heimskringlu: „Ok var hans ǫld góð landsfólkinu, var þá bæði ár ok friðr." (Hkr. III, 277) Tíminn sem Sigurður stjórnar heyrir honum til. Íslenskar konungasögur reikna tímann út frá konungum í stað þess að miða við Krist og fylgdu þar aðferð sem notuð var víðar í evrópskum sagnaritum, til að mynda hjá Rómarkeisurum og í enskum annálum á miðöldum. Það sýnir jafnan hugarfarið á bak við. Tímatal í Konstantínópel á tíð Jústiníanusar var kennt við keisarann vegna þess að hann réð öllu. Hið sama gildir í íslenskum konungasögum, með því að reikna tímann út frá konungum er verið að staðfesta eignarhald þeirra á sögunni og ríkinu.[3] Ríki og tími eru skilgreind af mönnum og í íslenskum konungasögum er hvorttveggja nátengt konungi.

---

1 Sbr. Post. Studies in Medieval Legal Thought, 241–453; Wallace-Hadrill. Early Germanic Kingship in England and on the Continent, 105; Chaney. The Cult of Kingship in Anglo-Saxon England , 64–5; Myers. Medieval kingship, 79, 203–9 og 268; Peters. The Shadow King, 1; Guenée. States and Rulers in Later Medieval Europe, 4–6 og 87; Bendix. Kings or people, 155–7; Brunner. Vom Gottesgnadentum zum monarchischen Prinzip, 294–9.

2 Myers. Medieval Kingship, 203–9.

3 Um afstætt tímatal í konungasögum og víðar, sjá m.a. Ólafía Einarsdóttir. Studier i kronologisk metode i tidlig islandsk historieskrivning, 217–92; Bagge. Society and Politics in Snorri Sturluson's Heimskringla, 49–57; Fichtenau. „Politische" Datierungen des frühen Mittelalters.

Konungurinn var þó ekki hið eina sem skilgreindi þjóðina. Rætt var um þjóðir (gentes, nationes eða populi) óháð konungum og allt bendir til að íbúar konungsríkja á borð við England og Frakkland hafi talið sig heild, þjóð sem hefði ákveðin samkenni, þegar á ármiðöldum. Þjóðarvitundin var styrkt með ritun þjóðarsögu eða sameiginlegri dýrkun á þjóðardýrlingi á borð við Ólaf helga í Noregi. Á 12. öld þurfti nánast hvert landsvæði sinn dýrling en sumir heyrðu til þjóðum. Í Frakklandi styrktist hugmyndin um Frakkland sem föðurland (patria) á 13. öld og Frakkar voru taldir Guðs útvalin þjóð. Slík þjóðardýrkun hófst á konungum. Frakkakonungar töldu sig öðrum konungum heilagri af fjórum ástæðum, hreinleika og helgi blóðs þeirra, sambandi við kirkjuna, dýrlingafjöld í konungsættinni og lækningamætti. Þessi helgi konunga varð smám saman að helgi Frakklands. Þannig var konungur samnefnari þjóðarvitundar.

Hugmyndir um konunginn sem samnefnara þjóðarinnar og þann hluta sem skilgreinir heildina fá sér farveg í þeirri lærðu tísku að líkja kirkju og samfélagi við líkama (corpus mysticum). Kirkjan (ecclesia) var samfélag Guðs á jörðu, einn líkami, ódauðlegur sem nær yfir allt og er bæði á himni og jörðu. Allt byggði þetta á Páli postula og í kjölfarið kom hugmyndin um tvær hliðar (duo ordines) samfélagsins, andlega og veraldlega sem holdgerast í páfa og konungi. Hluti líkamahugmyndarinnar var að höfuðið væri fulltrúi líkamans alls. Páfi var þá persónugervingur kirkjunnar (papa solus totius Ecclesiae gestat personam), uppruni alls (fons et origo ad quem omnia reducuntur) og steininn (petra) sem allt byggði á. Kirkjan var persónugerð í Kristi sem átti fulltrúa sinn í Pétri postula sem var páfi sem allt gat og var allt. Þetta er síðmiðaldahugmynd, á 12. öld nota aðeins örfáir þessa kirkjulíkingu en þegar á tíð Karlamagnúss er kirkjan sögð líkami. Hann var höfuð kirkjunnar (caput ecclesiae) og það létu fleiri konungar kalla sig, einkum þó keisarar. Undir lok 13. aldar er Filippus fagri Frakkakonungur búinn að snúa kirkjuhugmyndinni um hinn alvalda páfa upp á Frakkland og sjálfan sig. Konungur er höfuð kirkju og samfélags og það höfuð sem limirnir dansa eftir og er landið allt. Höfuðið er líkaminn og konungur réttlætið í eigin persónu, ríkið er hann. Þetta var kallað smættun í einn (reductio ad unum). Þess vegna tapaðist bardaginn ef konungur féll. Án höfuðs starfar ekki líkaminn, án konungs geta þegnarnir ekkert.[1] Sverri konungi þykir enda varla taka því að „beriaz við hofuð-la/sa menn" þegar Jón kuflungur er fallinn. (Svs., 116) Kon-

---

[1] Sbr. Kantorowicz. The King's Two Bodies, 193–272; Wilks. The Problem of Sovereignty in the Later Middle Ages, 15–64, 151–83; Guenée. States and Rulers in Later Medieval Europe, 49–65; Post. Studies in Medieval Legal Thought, 241–453; Gunnes. Kongens ære, 73–107; Myers. Medieval Kingship 209–10; Strayer. On the Medieval Origins of the Modern State, 5; Reynolds. Kingdoms and Communities in Western Europe, 254–6, 301 o.v.

ungur er líka hjartað, það höfðu menn eftir Aristóteles. Meðal þeirra konunga sem kalla sig hjarta eru Filippus fagri og Sverrir í ræðu gegn byskupunum. Þegnar verða enda ókátir með höfðingja sínum: „giorizt nu og annath folkit okatt þegar hofdingen var so fyrir." (Msk., 47)

Um leið og konungur er höfuð ríkisins er hann eigandi þess þó að skiptar skoðanir séu um hve mikið sá eigandi ráði yfir eigninni. Það er rán ef menn taka ríki af konungi eins og Eiríkur jarl í Ólafssögu Tryggvasonar: „Ver hofum gert s. hann mikinn glǫp er ver hafum rænnt þenna hinn goða konung oc hinn ageta rikinu oc tigninni." (Odd., 237) Ríki og tign eru hliðstæður, eins og tignin er ríki oft skilið sem ósnertanlegt vald konungs yfir öðrum. Að hafa ríki er að stjórna, eins og fram kemur í lýsingu Hálfdanar svarta: „Hálfdan svarti, sonr Guðrøðar veiðikonungs, hafði meira ríki en hans forellri ok var fjǫlmennr ok vinsæll." (Fsk., 57) Skömmu síðar kemur aftur á móti fram að þetta vald hefur verið hlutgert. Sagt er að móðurafi sonar Hálfdanar hafi gefið „hónum allt sitt ríki eptir sik" en það er Hálfdan sem „þá tók ríkit" þegar sonurinn deyr. Hið ósnertanlega vald er hlutur sem getur færst milli manna en er eigi að síður enn persónulegt. Í þessari tvöföldu merkingu lifir hugtakið, sem ákveðni og stjórnsemi einstaklings og landstjórn sem erfist.

Þegar móðurafi gefur dóttursyni sínum ríkið er greinilega litið á það sem eign og einnig þegar hægt er að ræna konung ríkinu. Hugtakið „landsrán" er notað þegar Ólafur helgi er rekinn frá ríki (Fsk., 21; Msk., 22) og sagt að „landit var þá svikit undan honum." (Hkr. II, 312)[1] Í Heimskringlu er beinlínis tekið fram að landið sé eign konungsins: „Fyrir því máttu djarfliga sækja til landsins, at guð mun þér bera vitni, at þat er þín eiga." (Hkr. II, 340) Þegar Haraldur harðráði vill erfa bæði Noreg og Danmörku eftir Magnús telur hann Danmörku „sína eign vera sem Nóregskonungs veldi" (Fsk., 248).[2] Magnús hefur áður gefið Haraldi hálfan Noreg en síðan allan og Sveini Danmörku eftir sig.[3] Þetta merkir að bæði ríkin eru eign hans og hans til ráðstöfunar. Að lokum er sagt að Haraldur hárfagri „eignaðisk [...] fyrstr konunga einn Nóreg" (Ágr., 4). Eigi að síður virðist konungur hafa takmarkaðan ráðstöfunarrétt yfir landi sínu. Honum er ekki leyfilegt að rýra ríkið með gjöfum eins og Hákon Þórisfóstri gerir þvert gegn vilja Magnúss berfætts: „En þa toc fyr þesa soc at yfaz hvgr M. konungs. er hann þottiz hafa miNna af landi oc scottom en faþir hans hafþi haft e. foþorbroþir. þotti honom. siN lvtr eigi siþr vpp gefiN iþesi giof þeim til sømþar er þago." (Msk., 297)

Konungur og ríki eru nátengdari hvort öðru en síðar varð og ríki nánast

---

1 Einnig Msk., 12.
2 Sbr. Msk., 141, 145.
3 Ágr., 36–7; Fsk., 241; Msk., 94; Hkr. III, 105.

Í LEIT AÐ KONUNGI

óskilgreinanlegt nema út frá konungi. Þessi nánu tengsl hafa haldist í orði ef ekki í verki. Fram á þessa öld er gjarnan rætt um konung og föðurland (rex et patria) sem heild, ekki síst þegar enn á að murka lífið úr mönnum í stríði. Það er enn ein arfleifð frá miðöldum.[1]

2. Konungur og land

Þ EGAR RÆTT ER UM konung og ríki er hluti látinn tákna heild, konungur verður ríkið og hefur ríkið, er eigandi þess og höfuð sem líkaminn fylgir. En ríki er ekki aðeins konungur og stjórn hans heldur einnig það landsvæði sem stjórnað er og sú þjóð sem það byggir. Konungur er táknmynd lands og þegna eins og hann er táknmynd Guðs; saga lands og þegna er saga konungs, ákvarðanir konungs gilda fyrir land og þjóð. En meira hangir á þeirri spýtu. Tengsl konungs og lands eru eitthvert hið flóknasta fyrirbæri sem tengist konungum og um þau hefur mikið verið deilt. Talið hefur verið að hjá germönskum þjóðum sé konungur með sérstökum hætti tengdur landinu sem hann stjórnar og náttúru þess og tryggi ársæld og friðsæld. Fræðimenn skiptast síðan í tvö horn um í hvaða samhengi eigi að setja þessa hugmynd. Sumir telja að hér séu á ferð heiðnar og germanskar siðvenjur sem lifi fram í kristni og í kristnum ritum séu þær forn og heiðin leif, aðrir hafa dregið í efa að þessar hugmyndir séu heiðnar, um heiðinn sið séu of litlar heimildir til að fullyrða um hvernig tengslum konungs og lands var þar háttað. Samband konungs og lands á sér fjórar hliðar. Í fyrsta lagi er heilsa konungs og lands lögð að jöfnu, í öðru lagi tryggir konungur góða uppskeru og frið, í þriðja lagi fórnar konungur sér til að tryggja uppskeru og í fjórða lagi eru kynferðisleg tengsl milli konungs og lands.

Fyrsta hugmyndin er sú sem sést í Artúrssögnum um fiskikonunginn. Veikindi konungs eru veikindi lands, landið hrörnar með konungi. Þetta hefur verið sett í samhengi heiðins siðar af Jessie Weston og fleirum og tengt fornri frjósemisdýrkun. En þótt vitnisburður sé til um frjósemisdýrkun í heiðni og jafnvel þátt konunga í henni er ekki þar með sagt að rétt sé að túlka rit frá kristnu miðaldasamfélagi þannig. Þar fá heiðnar leifar nýja merkingu, eru túlkaðar innan nýs samhengis. Sögnin um fiskikonunginn er túlkuð innan ramma hugmyndarinnar um hinn gagnslausa konung (rex inutilis). Ef konungur er gagnslaus vegna veikinda hrörnar landið, ekki eingöngu til að sýna honum samstöðu heldur vegna þess að án styrkrar stjórnar konungs þrífst landið ekki.

---

[1] Sbr. Kantorowicz. The King's Two Bodies, 259–67; Post. Studies in Medieval Legal Thought, 434–53.

Ár og friður eru bæði vitnisburður um góða stjórn og verðlaun af himnum fyrir hana.[1]

Í norrænum ritum birtist hugmyndin um veikindi konungs og lands í tærastri mynd í frásögn Skjöldungasögu af falli Knúts Danaástar þegar Gormur hinn gamli segir: „Svá drúpir nú Danmǫrk sem dauðr sé Knútr, son minn." (Skjöld., 90) Dauði konungssonarins sést á landinu, það sýnir á sér hryggðarmörk og þannig fara saman heilsa konungsefnis og lands. Hæpið er þó að túlka þessa sögn sem heiðna arfleifð eingöngu. Hún er í Skjöldungasögu sem ber mjög vitni kristnum lærdómi og er jafnvel rituð á vegum byskups eða af honum. Það eru nefnilega ekki eingöngu heiðnir konungar sem landið veikist með, við lát sjálfs Krists engist náttúran og ein af höfuðkenningum kristinnar trúar er að náttúran, sköpunarverk Guðs, birti tákn skaparans í háttalagi sínu. Hún gerir það þegar Kristur deyr og hann spegla kristnir konungar og einnig kirkjulegir höfðingjar. Náttúran drúpir við dauða Páls Jónssonar Skálholtsbyskups, hugsanlegs höfundar Skjöldungasögu, og frá því er sagt í sögu hans sem rituð er af skjólstæðingi hans, lærisveini eða ættingja. Sú frásögn er hákristin og skyldleikinn við lýsingu Danmerkur við andlát Knúts er auðsær enda sögurnar úr sömu smiðju.[2]

Í öðru lagi báru konungar ábyrgð á uppskeru og það hefur verið talið heiðin arfleifð til kristni. Dæmi sem oftast eru tekin um þetta eru þó einvörðungu úr kristnum ritum. Það er kristinn höfundur sem segir frá því að sæði Dagóberts 3. Frankakonungs grær hraðar en annarra og hinn kristni Saxi greinir frá því að Valdimar 1. Danakonungur tryggir uppskeru með því að snerta sæði. Þetta er konungsímynd 12. aldar manns og sýnir hugsun norræns kristins fræðimanns á sama tíma og dýrkun Játvins Norðimbrakonungs í Englandi tekur þeim breytingum að í stað þess að leggja áherslu á árekstur kristni og heiðni er lögð áhersla á gott ár í ríki hans vegna stjórnar hans.[3] Þá er ónefnt það norræna dæmi sem gert er hvað mest úr, Hálfdan svarti. Í A-texta Fagurskinnu, yngri gerð hennar, er svo sagt frá greftrun hans:

> En svá var mikil ársæli konungs, at þegar er þeir fundu lík hans, þá skiptu þeir líkam hans í sundr, ok váru innyfli hans jǫrðuð á Þengilsstǫðum á Haðalandi, en líkamr hans var jarðaðr á Steini á Hringaríki, en hǫfuð hans var flutt í Skírns-

---

[1] Peters. The Shadow King, 170–209; Weston. From Ritual to Romance, 113–36. Þessi hugmynd hefur síðan með Eliot ruðst aftur inn í engilsaxneska menningararfleifð og veður nú uppi, þannig sést westonsk túlkun á Artúrssögnum í Disneymyndinni The Lion King.

[2] Sbr. Ward. Miracles and the Medieval Mind, 3–9; Ármann Jakobsson. Ástvinur Guðs, 136–8.

[3] Chaney. The Cult of Kingship in Anglo-Saxon England, 56–120; Hoffmann. Die heiligen Könige bei den Angelsachsen und den skandinavischen Völkern, 23–58; Baetke. Yngvi und die Ynglinger, 19–25 o.áfr.; Graus. Volk, Herrscher und Heiliger im Reich der Merowinger, 402–6.

sal á Vestfold ok var þar jarðat. En fyrir því skiptu þeir líkam hans, at þeir trúðu því, at ársæli hans myndi jafnan með hónum vera, hvárt sem hann væri lífs eða dauðr. (Fsk., 366)

Svipuð frásögn er í Heimskringlu (Hkr. I, 93) og er tæpast gömul. Hún er ekki í Ágripi (3) enda afurð fornmenntastefnu sem í Heimskringlu lýsir sér í áhuga á siðvenjum og heiðni, er kristin ímyndun um heiðni fremur en áframhald gamallar haugahelgi sem dæmi finnast um í Englandi og víðar. Þar með er ekki sagt að ekki hafi verið haugadýrkun í heiðni en þessi saga af Hálfdani er heldur veikur grundvöllur kenninga um þá dýrkun. Það gildir einnig um söguna af Hrollaugi konungi sem velti sér úr haugnum (Hkr. I, 99–100) og söguna um Ólaf Geirstaðaálf (Helg., 30–4) sem að vísu er heygður en á sér þó rætur í frásögnum Biblíunnar um drauma faraós og plágurnar í Egyptalandi. Byggi þessar sögur á gömlum heiðnum grunni er hann orðinn heldur hulinn, þær eru dæmigerð skrif kristinna lærdómsmanna um fortíðina.[1]

Sama gildir um sögnina um Fróða konung sem situr á haugi í Grottasöng. Í Skjöldungasögu er sú sögn tengd umræðu um frið þar sem friður er settur í skýrt samhengi við persónu konungs. Friðurinn fylgir þeim Leifi sem síðar tekur nafn af honum og Fróða, syni hans, en annar Leifur fær nafnið Herleifur vegna þess ófriðar sem fylgir honum (Skjöld., 5, 7). Í Upphafi allra frásagna kemur fram að saman fer ár og friður. Sagt er um sjálfan forföðurinn: „Skjǫldr var mjǫk ágætr ok hafði undir sik mikit ríki. Í hans ríki var ár mikit ok friðr góðr." (Skjöld., 39) Hið sama gildir um Friðleif og Fróða. Um friðarviðleitni og tengsl hennar við konunga var áður fjallað en eftir stendur Fróðasögnin og upphaf hennar. Hún er gömul en þarf þó ekki að vera eldri en kristni og víst er að norrænar heimildir um hana eru allar kristnar nema Grottasöngur. Hann er myrkt kvæði og iðulega túlkaður eins og gert er í ramma hans í Snorra-Eddu. Kvæðið sjálft veitir þó ekki tilefni til þeirra ályktana um Fróða og friðaröld sem höfundur Snorra-Eddu setur fram.[2]

Enn síður er hægt að álykta um Fróðadýrkun út frá Skjöldungasögu. Hún er afurð íslenskrar fornmenntastefnu 13. aldar eins og Heimskringla og Snorra-Edda. Þessi rit eru samtaka um að skella saman Fróða og Kristi. Fróði er uppi á dögum Ágústusar keisara og þá er gullöldin mikla sem kristnir lærdómsmenn þess tíma voru sammála um að hefði verið á dögum Ágústusar. Eins og áður kom fram getur gott ár táknað velþóknun Guðs í kristinni heimsmynd og þó að hér sé um heiðna konunga að ræða leggur sagnaritarinn kapp á að tengja stjórnunartíð þá við burð Krists. Þannig öðlast Skjöldungaættin heilagt

---

[1] Um Ólaf Geirstaðaálf, sjá: Heinrichs. Der Ólafs þáttr Geirstaðaálfs.
[2] Um Fróðasögnina: Olrik. Danmarks Heltedigtning I, 278–315; II, 277–9. Um samband Grottasöngs og Snorra-Eddu, sjá: Ármann Jakobsson. „Dapurt er að Fróða", 58–9.

KONUNGUR OG VELDI HANS

upphaf. Hér eru greinileg áhrif frá söguskilningi Ágústínusar kirkjuföður. Þegar Kristur fæðist nær sagan hámarki. Það er engin tilviljun að gullöld Skjöldungasögu miðast við þann tíma.[1] Vísbendingar eru um að Kristur og Freyr, sem tengist Fróða, hafi blandast saman þegar germanskar þjóðir tóku kristni. Því lifi Freyr innan kristni. Dæmi um það er freysnafn (frea) konunga í kristnu kvæðunum Beowulf, Wíþsíþ og Genesis. Hefur það verið túlkað svo að kristnir konungar séu fulltrúar fornrar trúar á ár og frið, nú sem Kristur í stað Freys áður. Þannig hafi enski friðarkonungurinn Játgeir ferðast um ríki sitt á 10. öld til að koma á betri tíð (tempus laetitiae) og auknu réttlæti en þetta var óaðskiljanlegt.[2]

Í sjálfu sér er varla ástæða til að efast um að heiðnir germanskir konungar hafi verið tengdir við frið og frjósemi. Það sem við vitum er aftur á móti að kristnir norrænir konungar voru það einnig, ekki aðeins í frumkristni heldur kvartar Gustav Vasa yfir því á 16. öld að Svíar telji hann ábyrgan fyrir uppskerunni og höfðu þeir þá haft alllöng kynni af kristni. Hægt er að kalla þetta heiðna leif, ekki er hægt að afsanna að svo sé. En tengsl konungs og friðar og frjósemi eru ekki bundin við germanska heiðni. Orðið *konungur* (sau) í pólynesísku merkir einnig frið og frjósemi. Freistandi er því að álykta að hér sé um algildi að ræða.[3] Á hinn bóginn eru Skjöldungasaga, Heimskringla og aðrar sögur sem fjalla um heiðna frjósemiskonunga kristnar og setja þessa fornu konunga í kristið samhengi. Í Skjöldungasögu er lagt kapp á að tengja stjórnartíð hinna ágætu friðarkonunga við burð Krists. Niðurstaða sögunnar er sú að Guð valdi góðærinu.

Höfundur Heimskringlu eignar heiðnum mönnum að kenna konungi góðæri og harðæri en trúir því ekki sjálfur. Góðæri á tíð Njarðar er svo lýst: „Á hans dǫgum var friðr allgóðr ok alls konar ár svá mikit, at Svíar trúðu því, at Njǫrðr réði fyrir ári ok fyrir fésælu manna." (Hkr. I, 23) Svíar trúa þessu, ekki Heimskringluhöfundur. Hann veit hver veldur. Um friðaröld á tíma Freys er sagt:

> Á hans dǫgum hófsk Fróðafriðr. Þá var ok ár um ǫll lǫnd. Kenndu Svíar þat Frey. [...] Þá er allir Svíar vissu, at Freyr var dauðr, en helzk ár ok friðr, þá trúðu þeir, at svá myndi vera, meðan Freyr væri á Svíþjóð, ok vildu eigi brenna hann ok kǫlluðu hann veraldargoð (Hkr. I, 24–5)

Freyr er fyrir tilviljun uppi á dögum Fróðafriðar sem tekið er fram í Snorra-

---

1 Burrows. The Ages of Man, 80–2. Tengsl gullaldar, fæðingar Krists og Ágústusar keisara eru nefnd víða í íslenskum miðaldaritum (Einar Ól. Sveinsson. Skjöldungasaga, 167). Sjá einnig: Skovgaard-Petersen. Saxo, historian of the Patria, 63–5; Weber. Intellegere historiam, 101–3).
2 Chaney. The Cult of Kingship in Anglo-Saxon England, 50–51, 89, 92–4.
3 Sjá m.a. Hocart. Kingship, 33; Gunnes. Kongens ære, 32.

Í LEIT AÐ KONUNGI

Eddu að sé um svipað leyti og Kristur fæddist. Það veldur trú á hann en ársældin er ekki konungs, það leynir sér ekki í Heimskringlu. Þar með er ekki sagt að hún sé honum óviðkomandi. Það er engin tilviljun að Hákon góði er „bæði vinsæll ok ársæll." (Fsk., 80) Vinsældir hans og ársæld eru í Heimskringlu sett í beint samhengi við að hann er góður konungur sem stjórnar af viti og skynsemi og nýtur því velþóknunar æðri máttarvalda:

> Þá er Hákon var konungr í Nóregi var friðr góðr með bóndum ok kaupmonnum, svá at engi grandaði oðrum né annars fé. Þá var ár mikit bæði á sjá ok á landi. Hákon konungr var allra manna glaðastr ok málsnjallastr ok lítillátastr. Hann var maðr stórvitr ok lagði mikinn hug á lagasetning. (Hkr. I, 163)

Í Noregskonungasögum verður gott ár leiðarminni þegar sagt er frá 10. öld. Ef til vill telja sagnaritarar Fagurskinnu og Heimskringlu að þeir sem þá voru uppi hafi talið ársæld meginviðfangsefni konunga og mælikvarða á breytni þeirra, ef til vill er ástæðan sú að náttúran getur veitt vísbendingar um vilja guðdómsins. Góðærið á tíð Hákonar líður undir lok á tíð Gunnhildarsona: „gørði hallæri mikit um þeira daga, fyrir því at af tók síldfiski ok allt sjófang, korn spilltisk. Þetta kenndi landsfólkit guða sinna reiði ok því, er konungarnir létu spilla blótstoðum þeira." (Fsk., 98) Í Fagurskinnu er ekki talið að heiðnir guðir hafi reiðst heldur er lýst trú alþýðu. Í Heimskringlu er gefin hin raunverulega skýring sem er aukinn kostnaður við hirð þeirra þar sem hver hefur eigin hirð. Afleiðingin er „hallæri mikit, ok var því meira at sem þeir hofðu lengr verit yfir landi, en búendr kenndu þat konungum ok því með, at konungar váru fégjarnir ok varð harðr réttr bónda." (Hkr. I, 221) Hér er lýst tíð fáfræði í fjarlægri fortíð áður en rétt trú komst á, einu sinni trúðu menn því að konungar réðu uppskeru en það gera menn ekki lengur. Sama hneigð er í lýsingu á tíð Hákonar jarls. Í Fagurskinnu segir: „Hákon var ríkr ok tók at efla blót með meiri freku en fyrr hafði verit. Þá batnaði brátt árferð ok kom aptr korn ok síld, grøri jorðin með blómi" (Fsk., 111).[1] Síldargengdin útskýrir góðærið en ekki blót Hákonar. Á hinn bóginn veldur góðærið vinsældum hans:

> Meðan Hákon jarl réð fyrir Nóregi, þá var góð árferð í landi ok góðr friðr innan lands með bóndum. Jarl var vinsæll við búendr lengsta hríð ævi sinnar. En er á leið, þá gerðisk þat mjok at um jarl, at hann var ósiðugr um kvennafar. (Hkr. I, 290)

Hákon heldur vinsældum sakir visku sinnar uns hann missir þær sakir vanstillingar.

Ársældin er bæði heppni, tákn um afstöðu Guðs og afleiðing af góðri stjórn. Algengast er að dyggðir, ársæld og vinsældir séu í einum pakka eins og hjá

---

1 Undir þetta tekur Heimskringla (Hkr. I, 243).

Hálfdani svarta í A-gerð Fagurskinnu: „Hálfdan konungr gørðisk vinsæll maðr í ríki sínu, því at hann var ríkr maðr ok vitr, ok eigi vissu menn ársælla konung en hann var." (Fsk., 365) Ársældin er að hluta til sjálfstæður eiginleiki en að hluta afleiðing visku Hálfdanar. Ástæðan fyrir muninum á ársæld Orkneyjajarlanna Einars og Brúsa er ekki síst munurinn á hæfi þeirra til að vera konungur: „Einarr jarl var inn mesti ofstopamaðr. Þá gerðisk í hans ríki hallæri af starfi ok fékostnaði þeim, er bœndr hǫfðu. En í þeim hluta lands, er Brúsi hafði, var ár mikit ok hóglífi bóndum. Var hann vinsæll." (Hkr. II, 161) Einar veldur hallærinu, ekki vegna dulræns sambands við náttúruna sem tengist heiðnum sið heldur vegna þess að hann er slakur stjórnandi. Árferði getur þannig tengst hugmyndinni um gagnlega og gagnslausa konunga. Í Sverrissögu er enginn vafi á að árferði getur borið vitni afstöðu konungsins til æðri máttarvalda. Veðrið skipast við bænir Sverris en tekið er fram að Guð veldur, konungur hefur aðeins milligöngu (Svs., 22–3).

Í þriðja lagi er sagan um konungsblótið eða fórnardauða konungs sem að vísu er ekki útbreidd en hefur vakið því meiri áhuga fræðimanna og orðið uppspretta mikilla kenninga um samband konungs og lands í heiðnum sið. Aðaldæmið um þennan fórnardauða er úr Heimskringlu, saga Dómalda:

> Á hans dǫgum gerðisk í Svíþjóð sultr ok seyra. Þá efldu Svíar blót stór at Uppsǫlum. It fyrsta haust blótuðu þeir yxnum, ok batnaði ekki árferð at heldr. En annat haust hófu þeir mannblót, en árferð var sǫm eða verri. En it þriðja haust kómu Svíar fjǫlmennt til Uppsala, þá er blót skyldu vera. Þá áttu hǫfðingjar ráðagørð sína, ok kom þat ásamt með þeim, at hallærit myndi standa af Dómalda, konungi þeira, ok þat með, at þeir skyldi honum blóta til árs sér ok veita honum atgǫngu ok drepa hann ok rjóða stalla með blóði hans, ok svá gerðu þeir. (Hkr. I, 31–2)

Þessi saga gengur aftur í sögu Ólafs trételgju:

> Gerðisk þar hallæri mikit ok sultr. Kenndu þeir þat konungi sínum, svá sem Svíar eru vanir at kenna konungi bæði ár ok hallæri. Óláfr konungr var lítill blótmaðr. Þat líkaði Svíum illa ok þótti þaðan mundu standa hallærit. Drógu Svíar þá her saman, gerðu fǫr at Óláfi konungi ok tóku hús á honum ok brenndu hann inni ok gáfu hann Óðni ok blétu honum til árs sér. [...] Þeir, er vitrari váru af Svíum, fundu þá, at þat olli hallærinu, at mannfólkit var meira en landit mætti bera, en konungr hafði engu um valdit. (Hkr. I, 74–5)

Heimskringla er ómarktæk heimild um norræn konungsblót vegna aldurs og hneigðar til að endurgera heiðinn sið í kristnu samhengi. Í tilviki Dómalda er hugmyndin fengin úr Historia Norvegiae: „Cuius filium Domald Sweones suspendentes pro fertilitate frugum deæ Cereri hostiam obtulerunt" (98). Aftur á móti gefur Ynglingatal ekki tilefni til að álykta um konungsblót. Heimskringla styðst þó ekki eingöngu við Historia Norvegiae enda er Dómaldi drepinn með hnífum í Heimskringlu en ekki hengdur. Nú hefur Historia Norvegiae einnig alfræðislagsíðu og freistandi er að álykta eins og Lönnroth að fornmenntaáhugi kristinna manna á 12. og 13. öld hafi skapað þessa frásögn. Þeir eru þá ekki einir um hana, gamalt en kristið sagnarit Ammíanusar Marsellínusar segir frá að Búrgundar hafi sett af gamla konunga til að ár yrði betra. Hvað sem því líður er Heimskringla ónothæf heimild um hugarfar heiðinna manna. Hún lýsir hugmyndum sagnaritara sem veit betur; í tilviki Ólafs trételgju er orsök hallærisins beinlínis tekin fram en viðhorf Svía hinna fornu vegin og léttvæg fundin. Velferð konungs og lands fer þannig saman en ekki vegna dularfullra innbyrðis tengsla heldur vegna þess að Guð ræður örlögum beggja.[1]

Í fjórða lagi eru til hugmyndir um hjónaband konungs og konungsríkis sem einkum eru tengdar Írlandi og talið er að eigi sér heiðnar rætur en lifi fram í kristni. Þessi hugmynd einkenndi vígslusiði fornírskra konunga og er tákn um endurfæðingu konunga og ódauðleika konungsvalds. Hún er ekki áberandi í íslenskum konungasögum en hefur ef til vill sett svip sinn á eldri rit, þ.e. heiðin Eddukvæði. Svava Jakobsdóttir sér merki heiðins helgs hjónabands (hieros gamos) í Hávamálum og Gro Steinsland í öðrum norrænum kvæðum. Ef rétt reynist hafa þessir vígslusiðir þá einnig tíðkast meðal Germana. Steinsland er vantrúuð á ýmsa aðra þætti sem hafa verið taldir hluti af germönsku og norrænu heilögu konungsríki en telur Skírnismál vera táknmynd slíks heilags brúðkaups. Þar sé konan tákn landsins sem konungur leggur undir sig en í norrænni hefð snúist þetta einnig um andstæður. Guð og gýgur gangi í eina sæng, andstæður mætast og úr verður nýsköpun. Þessi hugmynd verður þá langlífari en heiðnin. Hún er endurvakin í krýningu Frakkakonungsins Hinriks 2. árið 1547 þar sem látið er sem hann giftist ríki sínu. Eru þá myndhvörfin ein eftir en vel gætu þau átt sér uppsprettu í fornum siðum.

Víðast þar sem konungar eru verða til siðir og venjur um tengsl konungs og lands og Hocart telur að þær byggi oft á því að konungurinn sé hliðstæður sólinni sem gerir landið frjósamt og þess vegna sé konungur fulltrúi frjósemi landsins. Í það samhengi setur Ursula Dronke dróttkvæði um Hákon jarl, hann sé þar sólin sem frjóvgar jörðina. Þau eru óræku vitnisburður um

---

1 Sbr. Lönnroth. Dómaldi's death and the myth of sacral kingship; Baetke. Yngvi und die Ynglinger, 51–4; Chaney. The Cult of Kingship in Anglo-Saxon England, 113–20; Ström. The King God and his connection with Sacrifice in Old Norse Religion; Ström. Kung Domalde i Svitjod och „kungalyckan"; Martin. Some Aspects of Snorri Sturluson's View of Kingship. Margaret Murray (The Divine King) hefur sett fram hugmyndir um að enskir konungar eða staðgenglar þeirra hafi verið vegnir til fórnar fram á 16. öld en mér virðast þær vera tómt bull auk þess sem þær byggja að hluta á staðreyndavillum.

að í heiðnum sið var notað líkingamál úr kynlífi um samband konungs og lands. Sambúð Hákonar við Noreg er líkt við samfarir hjá Hallfreði vandræðaskáldi og Ström hefur bent á að Hákon jarl hafi ef til vill ýtt undir sögur um ársæld sína vegna þess að hann skorti rétt til Noregs á við Gunnhildarsonu sem hann hafði hrakið frá. Gott ár sé til vitnis um tengsl hans við guðdóminn sem skáldin hjálpi til við að móta, í Háleygjatali er Hákon þannig sagður ættaður frá Óðni en í Velleklu arfi Hákonar góða, studdur af goðum. Engin tilviljun sé að Hákoni sé líkt við hinn brögðótta Óðin enda minni brögð og brellur Hákonar jarls á hann.[1] Rök Ströms og Dronke eru sannfærandi og vísa þá til heiðins tíma en athygli vekur að þessar hugmyndir sjást ekki í íslenskum konungasögum, aðeins í kvæðum. Það segir ef til vill meira en margt annað um hina kristnu hneigð þeirra, þær líta fram hjá því sem í raun einkenndi hugmyndir heiðinna manna um konunga en halda öðru fram sem ósannað er að hafi tíðkast í heiðni.

Eftir stendur að tengsl konungs og lands voru náin og mikil enda velferð lands og lýðs háð konungi. Rétt er að geta þess að íslenskar konungasögur tengja ekki konunga einvörðungu við land, til er sérstök stétt sækonunga sem í Heimskringlu er svo lýst: „Váru margir sækonungar, þeir er réðu liði miklu ok áttu engi lǫnd. Þótti sá einn með fullu mega heita sækonungr, er hann svaf aldri undir sótkum ási ok drakk aldri at arinshorni." (Hkr. I, 60) Sækonungar eiga ekki að yfirgefa sjóinn og landkonungar ekki land sitt, eins og hinn gagnslausi Sveinn Alfífuson sem „lysir sidan ferd sinne or lande aa brutt og sudr til Danmerkr" (Msk., 15) og lyppast síðan niður þegar Magnús rænir hann völdum fjarstaddan (Msk., 20–1). Konungur hefur skyldur við land og þjóð, örlög konungs, lands og þjóðar eru samtvinnuð. Það er lykillinn að hugmyndum sagnanna um tengsl konungs og lands og um það fjallar dæmisagan um Harald hárfagra og Snjáfríði Svásadóttur í Ágripi og Heimskringlu:

> Ok hann festi ok fekk ok unni svá með [œr]slum, at ríki sitt ok allt þat, er hans tígn byrjaði, þá fyrirlét hann [...] Syrgði hann hana dauða, en landslýðr allr syrgði hann villtan [...] Seig hón svá í ǫsku, en konungr steig til vizku ok hugði af heimsku, stýrði síðan ríki sínu ok styrkði, gladdisk hann af þegnum sínum ok þegnar af hónum, en ríkit af hváru tveggja. (Ágr., 6)[2]

---

1 Um heilög brúðkaup: Steinsland Det hellige bryllup og norrøn kongeideologi, 307–13 o.v.; Steinsland. Myte og ideologi; Steinsland. Eros og død; Svava Jakobsdóttir. Gunnlöð og hinn dýri mjöður, 221–36; Rory McTurk. Loðbróka og Gunnlöð, 352–6; Binchy. Celtic and Anglo-Saxon Kingship, 9–14; Draak. Some Aspects of Kingship in Pagan Ireland; Hocart. Kingship, 37, 41–53; Chaney. The Cult of Kingship in Anglo-Saxon England, 86–120. Um Hákon jarl sérstaklega: Dronke. Marx, Engels, and Norse Mythology, 37; Ström. Poetry as an instrumental of propaganda.

2 Einnig í Hkr., 126.

Haraldur gleymir skyldum sínum vegna finnunnar og vanrækir bæði land og þjóð. Sambúð konungs og finnu leiðir ekki til góðs að mati kristinna sagnaritara Ágrips og Heimskringlu. En ef sambúð konungs, þegna og lands er með felldu gleðst hvert af öðru. Þarf ekki að fara fleiri orðum að því hvernig sambúð konungs og lands getur best verið.

3. Konungur og þegnar

KONUNGUR, land og þegnar eru sem heilög þrenning í þessum ummælum um Harald hárfagra. Sú þrenning setur svip sinn á margar konungasögur en þær skiptast þó mjög í tvö horn. Í sumum sögum er eins og konungar séu nánast einir í heiminum. Í Skjöldungasögu, Ágripi og Ynglingasögu tekur einn konungur við af öðrum án þess að þegnar þeirra sjáist. Í einhverjum mæli á það við um Fagurskinnu einnig en Morkinskinna er sérstök í hópi konungasagna fyrir áhuga á þegnum konungs og samskiptum þeirra við konung. Þar minnir hún á riddarasögur eins og Karlamagnússögu og sögur um Artúr konung og einnig fornaldarsögur á borð við Hrólfssögu kraka og Hálfssögu sem eru undir sterkum riddarasagnaáhrifum. Þá er áherslan á kappann eða riddarann, jafnvel svo mjög að konungur sjálfur verður skuggapersóna. Einn hluti Skjöldungasögu sker sig úr hvað þetta varðar, lýsing Hrólfs kraka (Skjöld., 26–34, 41–5). Þó eru riddarasagnaeinkenni ekki jafn sterk þar og í fornaldarsögunni um hann. Mikil áhersla á þegna konungs og samband þeirra við konung fer því oft saman við riddarasagnaáhrif.

Konungur þarf einhvern til að stjórna. Konungur úr samhengi við þegna sína er eins og dýrlingur án jarteikna, án samfélags til að vernda. Það er meginhugsunin að baki aðferðar Morkinskinnu við að segja sögu konunga. Þar er mynd konungsins dýpkuð í þáttum þar sem hann sést í samskiptum við þegnana.[1] Þeirri aðferð er best lýst með dæmi úr Hreiðarsþætti heimska. Þegar Hreiðar hittir Magnús konung bregst hann kynlega við:

> Hreiþarr s. Mitt ørendi þicci mer scylldast. Ec villda sia þic konvngr. Þicci þer nv vel þa s. konvngr. er þv ser mic. Vel vist s. Hreiþarr. en eigi þicciomc ec enn til gørla sia þic.' Hvernoc scolo viþ nv þa s. konvngr. Vildir þv at ec støþa upp. Hreiþarr s. Þat vilda ec segir hann. Konvngr melti er hann var vpp staþ-

---
1 Stefanie Würth hefur svipaða kenningu um þætti Flateyjarbókar. Hún telur að þeir hafi gjarnan það hlutverk að draga fram og dýpka ákveðna þætti í persónulýsingu konunga sem nefndir eru í meginþræði sögunnar (Elemente des Erzählens, 113–47). Ásdís Egilsdóttir hefur á sama hátt fjallað um þætti Morkinskinnu í tengslum við konungasöguna sem þeir eru í (The Icelandic Dream).

KONUNGUR OG VELDI HANS

inn. Nv mon tv þicciaz gerla sia mic mega. Eigi enn til gørla s. Hreiþarr. oc
er nv þo nęr hofi. Villtv þa s. konvngr at ec leGia af mer scickiona. Þat villda
ec vist s. Hreiþarr. Konvngr melti. Vit scolom þar þo nocqvot innaz til aþr vm
þat malit. Þer eroþ hvgqvemir margir Islendingar. oc veit ec eigi nema þv
virþir þetta til ginningar. nv vil ec þat vndan scilia. Hreiþarr s. Engi er til þess
feR konvngr at ginna þic e. livga at þer. Konvngr leGr nv af ser scicciona oc
melti. Hygþv nu at mer sva vandliga sem þic tiþir. Sva scal vera s. Hreiþarr.
Hann gengr ihring vm konvnginn oc melti opt it sama fyr mvnni ser. allvel.
allvel s. hann. Konvngr melti. Hefir þv nv set mic sem þv villt. (Msk., 127–8)

Þessi sérkennilega frásögn segir mikinn sannleika um sjónarhorn þáttanna.
Þeir eru leið til að skoða konung frá öllum hliðum, eins og Hreiðar gerir í
þáttinum. Í Íslendingaþáttum er þegninn í þáttinum hinn heimski sem kemur ókunnur í ríki konungsins, óblindaður af þekkingu. Sá heimski er einmitt
vel til þess fallinn að vera sjónbeinir frásagnarinnar. Hann er í stöðu barnsins, hins skynlausa og nær ómálga sem þó sér meira en aðrir.[1] Þannig getur
Halldór Snorrason sagt um Harald harðráða: „kaN ec scaplyndi hans" (Msk.,
155). Hreiðar heimski er hinn dæmigerði Íslendingur. Hann og aðrir Íslendingar eru það afl sem skapar framandgervingu konungasögunnar. Þannig er
Hreiðar sá eini sem sér lýti á Magnúsi fyrir utan samkonung hans, Harald
harðráða. Hinn smæsti þegn er best til þess fallinn á eftir konungi sjálfum að
lýsa honum á sannferðugan hátt.

Þættir Morkinskinnu eru órjúfanlegur hluti sögunnar og leið til að lýsa
konungi á nýjan hátt. Flestar smáfrásagnir Morkinskinnu heyra til sögu Haralds harðráða og í þeim koma fram ýmis einkenni sem getið er í lýsingu hans
í sögunni. Þar er hann sagður vera spakvitur og ráðsnjallur, mikill höfðingi,
mikill vinur skálda og Íslendinga en „þessa heims hofdingi hinn mesti" og
þótti lofið gott (Msk., 169–71). Þættir sem hann kemur við gerast og gjarnan
í veislum og skáld og Íslendingar koma mjög við sögu. Oft reynir og á ráðsnilld hans og bregst viskan honum sjaldan. Þættir Morkinskinnu verða því
til að styrkja lýsingu sögunnar á honum en á ferskan hátt, í samskiptum konungs og þegns, og eru í senn persónulýsing á einstökum konungum og fjalla
um konungshlutverkið almennt. Þó að þættir lýsi sérkennum hvers konungs
eru samkenni þeirra mikilvægari og hinar dæmigerðu konungsdyggðir fá
mest rúm í frásögninni. Af þeim eru tvær sem sérstaklega snúa að þegnum,
örlæti og miskunnsemi, og eru báðar nefndar mildi.

Konungsdyggðir leiða af sér vinsældir, ekki síst miskunn og örlæti. Í
Heimskringlu er gjarnan klykkt á því orsakarsamhengi. Haraldur hárfagri er
sagður „inn ǫrvasti af fé ok allvinsæll við sína menn." (Hkr. I, 148) Ólafur

---

[1] Í Morkinskinnu stendur „osycnligr" (127) en Ásdís Egilsdóttir (Af óskynlegum Íslendingi)
telur það misritun.

Tryggvason er á hinn bóginn „ǫrr maðr við sína menn. Varð hann af því vinsæll." (Hkr. I, 251) Magnús berfættur er og látinn vita af þessu og líkar „illa stórgjafar þær, er Hákon konungr hafði gefit bóndum til vinsælda sér." (Hkr. III, 211) Það er hægt að ganga of langt í vinsældakaupum en eftir stendur að hinn vinsæli konungur er eins og Yngvi Alreksson „hermaðr mikill ok allsigrsæll, fríðr ok íþróttamaðr inn mesti, sterkr ok inn snarpasti í orrostum, mildr af fé ok gleðimaðr mikill. Af slíku ǫllu varð hann frægr ok vinsæll." (Hkr. I, 40) Þar sem Yngvi á að vera uppi á ármiðöldum má kalla hann herkonung eða víkingakonung en lýsingin á einnig við konunga riddaraaldar. Eftir þeim eru víkingakonungar sniðnir, bæði konungar fornaldarsagna, Hrólfur kraki, Hálfur og Ragnar loðbrók en einnig Haraldur hárfagri sem eins og áður sagði verður vinsæll af örlæti og faðir hans, Hálfdan svarti, er sagður „fjǫlmennr ok vinsæll." (Fsk., 57)

Einkum eru þó hinir mildu konungar vinsælir, Hákon góði, Magnús góði, Ólafur kyrri og Eysteinn Magnússon. Hákon góði er elskaður bæði af fósturföður sínum og enskum almenningi, norsk alþýða tekur vel á móti honum og hann er harmaður eftir dauðann af vinum og óvinum (Fsk., 76, 80 og 94; Hkr. I, 146, 150–2, 192–3). Magnús góði verður konungur að vilja alls landslýðs, „fekk landit orrostulaust ok at vild allra þegna, bæði ríkra ok óríkra, ok alls múgsins, ok vildu þá vera allir heldr frjálsir en þola lengr yfirgang Dana." (Fsk., 210) Mikill fögnuður fylgir honum frá upphafi: „varð allt landsfólk því fegit, er Magnús var konungr orðinn." (Hkr. III, 11) Ástæðan er einföld: „syndi þat huersu miken astarþocka folkit lagde til hans" (Msk., 28). Hann „sezt nu j Nidaross med myklu fiolmenne og allzskyns blidu og gledi" (Msk., 20) og er frá upphafi „vinsæll ok ástsæll ǫllu landsfólki." (Hkr. III, 31) Það er enginn sem andmælir því að hann verði konungur í Danmörku (Msk., 34) enda er sagt um hann síðar á ferlinum að „allir menn leGia astvð til hans." (Msk., 121). Eftirmæli Magnúss eru „á eina lund, at engi konungr hafi verit jafnvinsæll í Nóregi sem Magnús enn góði, ok váru því þessi tíðendi margs manns harmr." (Fsk., 249)[1] Magnús er viðurkenndur allra konunga „vinsælstr, bæði lofuðu hann vinir ok óvinir." (Hkr. III, 107) Þegar hann liggur fyrir dauðanum má bróðir hans „ecke uid konung mæla fyrir harme" (Msk., 142) og „yfir hans greftri stodu marger godir menn og uasker gratande" (Msk., 147).

Þannig hrærir hinn góði konungur við mönnum sínum, hann er leiðtogi þjóðar sinnar og dauði hans ógæfa hennar. Hinn vinsæli konungur er þegnunum sem faðir og missir þeirra mikill við lát hans. Þó er rétt að alhæfa ekki um of um vinsældir Magnúss. Í Morkinskinnu er sagt: „matte so ath kuoda at aller ynne honum hugastum nema ouinir hans." (Msk., 52) Hákon Þóris-

---

[1] Einnig í Msk., 148.

fóstri sem er svo örlátur að til vandræða horfir er einnig „allra manna vinsælastr við bœndr" (Fsk., 302).[1] Örlæti hans veldur því og sést á því hve mikilvæg konungsdyggð það er í samskiptum við þegna. Hann deyr snemma og telst ekki til hinna mildu fyrirmyndarkonunga en Eysteinn Magnússon er einn þeirra. Er tekið fram í Morkinskinnu og Heimskringlu „at ifir enskis mannz liki hafi iafnmargir menn í Noregi iafnhrygvir staþit sem ifir grepti E. konvngs" (Msk., 388) eftir lát Magnúss góða. Í Fagurskinnu segir: „Hans dauða harmaði hverr maðr í Nóregi." (Fsk., 320)[2]

Í Sverrissögu koma fyrir tveir konungar. Hvað sem líður mun þeirra er Magnús Erlingsson „vinfæll oc aftfæll." (Svs., 3) Hollusta manna hans við hann er mikil. Þegar kemur að bardaga „iatuðu allir at helldr villdu deyia með Magnusi konungi. en þiona Sverri." (Svs., 44) Jafnvel þegar vindar fara að gerast mjög gagnstæðir Magnúsi „fogðu allir at honom villdo þiona oc honom fylgia oc betra væri at deyia með honom rettum konungi. en þiona þeim prefti er enga ætt atti til at vera konungr." (Svs., 90) Þátturinn af Mána skáldi sýnir líka hinar góðu hliðar Magnúss sem valda vinsældunum (Svs., 90–1). Við lát hans er harmur manna hans svo mikill að „matu ner engir vatni hallda þeir er til gengo oc kyftu likit." (Svs., 102) Sverrir konungur sjálfur viðurkennir að „hann var goðr oc aft-fæll finum vinum oc frendum [...] hann var fæmiligr hofþingi i marga ftaði oc pryddr með konungligri ætt" og dómur sögunnar er á sömu lund: „Magnus konungr var bæði vinfæll oc aft-fẹll við lanz-folkit." (Svs., 104)

Sagan fellst á vinsældir Magnúss en bendir á að þær séu ekki að öllu leyti honum sjálfum að þakka þar sem „ollu landz-folkino var sva kært allt afkvæmi Sigurðar konungf Iorfala-fara oc Eyfteins konungf broþur hanf. En þeir hotuðuz við ætt Haralds gilla oc villdu þeiri firir-coma." (Svs., 104) Í öðrum konungasögum koma þó fram vinsældir Inga Haraldssonar: „Ingi konungr var vinsæll við alþýðu." (Ágr., 52) Raunar er Magnús Erlingsson konungur í krafti hópsins sem studdi Inga og gæti því grætt á vinsældum hans en þó að það sé eins og höfundi Sverrissögu sé það þvert um geð má einnig sjá af henni að hann hafi einnig valdið nokkru um sjálfur. Hvað sem því líður er munur á þeim Sverri auðsær. Magnús er elskaður af eigin mönnum og þeim harmdauði en Sverrir nýtur virðingar óvina sinna einnig: „Sverrir konungr var harmdaudi fínum monnum ok æft-vínum ok iafn-vel mæltu þeir þat er v-uinir hans hofdu verít at eigi hefdi flikr madr komit í Noreg a þeira dogum fem Suerrir" (Svs., 195).

Af Danakonungum eru þrír taldir vinsælastir í Knýtlingasögu. Sveinn Úlfs-

---
1 Sjá Ágrip, 43; Msk., 297–8; Hkr. III, 212.
2 Sbr. Hkr. III, 263.

son „var ágætr konungr ok vinsæll, svá at eigi hefir einhverr Danakonunga ástsælli verit af ǫllu landsfólkinu." (Knýtl., 136)[1] Fyrirmyndarkonungurinn Eiríkur góði nýtur og hylli sem sést á auknefni hans. Það verður honum til lífs eftir fall Knúts helga (Knýtl., 196) og sem konungur er hann „ástsæll við fólkit. Hann var kallaðr Eiríkr inn góði, ok mæla flestir menn, at honum væri þat sannnefni, því at allir þóttusk af honum gott hljóta, þeir er til hans kómu." (Knýtl., 214) Hann verður „mjǫk harmdauði ǫllum þeim mǫnnum, er hann var kunnigr, svá at þat er sannliga sagt, at engi Danakonungr hafi ástsælli verit af allri alþýðu í þann tíma." (Knýtl., 239) Valdimar mikli er einnig vinsæll (Knýtl., 294) og verður „mjǫk harmdauði alþýðu um alla Danmǫrk." (Knýtl., 315) Ólafur hungur er aftur á móti „grimmr ok heldr óvinsæll" og verður enda „lítt harmdauði alþýðu manns." (Knýtl., 211)

Af óvinsælum konungum Noregs má nefna Eirík blóðöx og Gunnhildi, Gunnhildarsonu, Hákon jarl á efri árum, Svein Alfífuson, Magnús blinda, Sigurð munn og Eystein. Þeir eru flestir slakir konungar. Góðir konungar njóta almennt vinsælda en sumir þeirra eru þó fremur virtir en vinsælir og er Haraldur harðráði gott dæmi um það en menn: „gengu sumir undir hann með vild ok vináttu, sumir með ótta." (Fsk., 66) Í Ágripi er sagt að „agi" orsaki hollustu Norðmanna við hann fremur en gæska (Ágr., 37) og í Morkinskinnu bendir Hákon Ívarsson á að Sveinn Úlfsson sé „maðr vinsell en váR konungr er ecki vinsell" (Msk., 206). Haraldur er undantekning því að hann er konungur sem gagn er að, þrátt fyrir hörkuna. Hann er þó ekki fyrirmyndarkonungur eins og Hákon góði og Magnús góði sem eru vinsælir af dugnaði sínum og niðurstöðurnar láta ekki á sér standa. Stjórnarár Hákonar góða verða sem gullöld í konungasögum 13. aldar: „Var þá ok árferð góð í landi ok góðr friðr." (Hkr. I, 176)

Konungar afla sér sjálfir vinsælda og vinsældir eru dyggð þeirra. Samsvarandi dyggð þegnsins er hollusta. Lýðurinn á að standa með konungi; honum ber skylda til þess. Þegar Sverrir er orðinn konungur í Noregi er alþýðunni sagt að veita „honom tra/stliga fylgð oc fulltrva oc allt þat er hann a af os með rettu at hafa." (Svs., 105) Stuðningur lýðsins er réttur konungs enda fylgir alþýðan jafnan konungi sínum. Magnús góði og Hörða-Knútur fallast á jafnan rétt hvor annars en innan lands gegnir öðru máli þar sem það sé „likligazt ath huors ockar folke mune mest astud æ vera sinum konunge" (Msk., 33). Fólkið vill sinn konung og engan annan. Tryggð þess við hann er takmarkalaus. Þannig verða átök þegar hirðir Hákonar góða og Eiríkssona sameinast eftir fall Hákonar enda „þótti hvárum sínir hǫfþingjar betri." (Fsk., 95) Hollusta þegns við konung á að vera honum meiri virði en allt annað. Enginn

---

[1] Sbr. Hkr. III, 36, 38.

þegn er jafn gæfusamur og Hreiðar Grjótgarðsson sem heldur á Magnúsi blinda fötluðum í orrustu: „Oc þat melto allir at hann þotti vel oc prvlliga hafa fylgt sinom lanar drotni. oc gott er hveriom er slican orþrom getr." (Msk., 433)[1] Þó að allar konungasögur séu á einu máli um að Magnús blindi sé ekki góður konungur er tryggð við hann yfir gröf og dauða eigi að síður hin mesta dyggð þjónustumanns hans enda er hans ekki að dæma heldur að fylgja konungi sínum.

Tryggð á að ná yfir gröf og dauða. Sigurður Hranason segir: „þott lif mitt liGi viþ þa mon ec øngan maN virþa meira vm alldr en E. konvng meðan ec lifi." (Msk., 381) Samband konungs og þegns er yfirsterkara dauðanum. Einar þambarskelfir heldur ræðu yfir fóstursyni sínum látnum og lýkur henni svo „at heldr vildi hann fylgja Magnúsi konungi dauðum en hverjum konungi annarra lifanda." (Fsk., 248)[2] Þá er Haraldur harðráði konungur og vitanlega beinast orð Einars að honum en þau lýsa einnig tryggð sem varir handan við dauðann. Þannig má og skilja afneitun þegna Ólafs Tryggvasonar á falli hans: „mestr hlutr manna vildi eigi heyra, at hann myndi fallit hafa" (Fsk., 160). Konungurinn er ódauðlegur í þeim skilningi að tryggð þegna hans lifir hann. Hún nær yfir margar kynslóðir, frá ættlið til ættliðar. Þorgils nokkur býður Haraldi harðráða þjónustu sína þar sem hann „var með O. konungi breþr þinom a Sticlarstoþom" (Msk., 250). Egill ullserkur fellur í þjónustu Hákonar góða og vill „heldr falla í orrostu ok fylgja hǫfðingja mínum" en verða ellidauður (Hkr. I, 178).[3] Þorkell dyðrill er annar fyrirmyndarþegn sem geymir skatta sína handa réttum konungi, Magnúsi góða, eftir að hafa áður þjónað Ólafi Tryggvasyni og Ólafi helga (Msk., 99–101).

Hinn germanski konungur er oft talinn hafa verið foringi frjálsra hermanna og tryggð (Treue) undirstaða ríkis hans. Menn hans treystu konungi og hann var verður traustsins, þannig mynduðust tryggðarbönd öðrum sterkari. Í germönskum konungsríkjum var sú hollusta persónuleg; það var ekki fyrr en í á 11. öld að menn tóku að sýna konungi hollustu vegna stöðu hans sem konungur. Hin gamla tryggðarhugmynd lifði þá framhaldslífi, þar á meðal skylda hirðmannsins til að standa með konungi sínum fram í rauðan dauðann sem Íslendingar 13. aldar þekktu frá hetjukvæðum og fornaldarsögum og fylgdu einnig í daglegu lífi, eins og dæmi frá 13. öld sanna. Þessi sterku bönd konungs og þegns höfðu þá sett svip sinn á kristna sýn á konunginn í aldir, allt frá dögum Karlamagnúss. Hin æðsta dyggð þegna var þýdd á mál lénskerfis og riddara. Hún er sterkur þáttur í riddarasögum og verður auðveldlega

---

1 Einnig Hkr. III, 316.
2 Sbr. einnig Msk., 145.
3 Sjá Fsk., 81–2.

skilin innan kristinnar heimsmyndar út frá sambandi Jesú og lærisveina hans. Traust þeirra til hans samsvarar tryggð þegns við konung. Bæði innan kirkju og lénskerfis verða til ný tryggðartengsl sem koma í stað fjölskyldutengsla. Roberta Frank telur að það sé endurvakin riddarahugmynd sem sjáist í hetjukvæðum á borð við Bardagann við Maldon en ekki forngermanskar hugmyndir. Hin fornu hetjukvæði sýni ekki síður hugmyndir síns tíma en fornan arf. Það mun einnig eiga við um íslenskar bókmenntir og atburði 13. aldar, Árni Auðunsson er riddari í dauða sínum þegar hann fellur með Sighvati á Örlygsstöðum.[1]

Sambandi konungs og þegna er lýst í Sverrissögu:

> þa leitaðu Iamtr griþa. oc fengo konungi gifla oc fættuz við þat. oc lagði konungr a þa gialld. oc þa iatuðu þeir at geraz konungſ þegnar oc hann fengi ſyſlo-menn yfir ſac-eyri oc aþrar scylldur. (Svs., 28)

Stjórn konungs er samningur þar sem konungur fær bæði skatta og skyldur en Jamtur fá grið og réttindi. Sams konar samningur er í uppsiglingu þegar Knútur helgi gerir andstæðingum sínum tilboð sem minnir á konungseiða að viðbættum ákvæðum um skyldur þegnanna:

> Nú er þat boð Knúts konungs til allra þeira manna, er undir hans ríki búa ok hafi nǫkkut gǫrt aflaga við hann, at hann vill unna þeim sættar við sik. Vill hann, at menn leggi sitt mál á hans vald ok miskunn, sem vera á. Vill hann halda við yðr Dani lǫg ok fornan landsrétt, en hafa þar í mót af yðr hlýðni ok trúliga fylgð. (Knýtl., 179)

Konungur á að sýna þegnum sanngirni en aftur á móti ber þeim skilyrðislaust að hlýða honum. Þættir Morkinskinnu lýsa þessu. Þegnar koma til konungs og krefja hann réttlætis og fá það en á móti eru þeir hollir og vilja ekkert frekar en vináttu konungs.

Þegnar eiga að þjóna konungum frá kynslóð til kynslóðar en í staðinn verða konungar að stjórna. Til þess vísa Birkibeinar þegar Sverrir vill færast undan því að taka við stjórn þeirra:

> Ver hofum lengi þionat yðrom frendom. latit feðr vara oc bræðr oc naliga alla frendr oc friþlondin fyrir ſacir fa/ðor þinſ oc nu bioðumc ver allir enn i vandaɴ fyrir ſialfan þic. En þu vill fyrir-lita bæði os oc ſæmð þina ſialfſ. (Svs., 9)

---

1 Frank. The Ideal of Men dying with their Lord in the The Battle of Maldon; Einar Ólafur Sveinsson. „Ek ætla mér ekki á braut"; Ganshof. Feudalism, 69–105; Bloch. Feudal Society, 123–62, 231–8; Kern. Gottesgnadentum und Widerstandsrecht im früheren Mittelalter, 145–57; Whitelock. The Beginnings of English Society, 29–38; Woolf. The ideal of men dying with their lord in the Germania and in The Battle of Maldon; Lindow. Comitatus, Individual and Honor.

KONUNGUR OG VELDI HANS

Sverrir er tilneyddur til að taka sér nafn konungs því að menn hans „tolþuz eigi vilia honom þiona til þes at hann væri eigi hęri en aðrir þeir er honom fylgðo." (Svs., 11) Þannig sýna menn Sverris honum takmarkalitla hollustu frá upphafi og alþýðan fylgir í kjölfarið: „geck allt folk glaðliga undir hann hvar fem hann for" (Svs., 55). Sverrir stjórnar Birkibeinum og stappar í þá stálinu. Hvattir af honum vilja þeir heldur falla með sæmd en gefast upp. Eru þeir kallaðir níðingar sem fylgja ekki konungi sínum. Auk þess treysta menn Sverris honum skilyrðislaust: „Mælþu allra konunga heilaztr þat hefir os alldri logiz er þu hefir fagt oc figrinum heitið." (Svs., 58) Menn treysta konungi betur en sjálfum sér enda „varþ iafnan þeira lutr betri er til hanf hnigo. en hinna er fra beitto." (Svs., 19)

Milli þess sem stjórnar og þeirra sem hlýða verður að ríkja traust og konungur hefur skyldur við þegnana. Þeir eiga að geta treyst honum til að stjórna eins og það er orðað í Sverrissögu: „hann varþ at bera vannda fyrir þeim er honom þionuðo. með þvi at engi var fa annaR er rað kunni gera nema hann fialfr i þefo liði er hann hafði við tekit oc fitt rað við bundit" (Svs., 11). Konungur ber vanda þegna sinna, á að gæta þeirra eins og Guð manna og leiða áfram, er ábyrgur fyrir þeim við Guð. Vandi hvers og eins þegns er vandi hans. Hann á að gæta sveitar sinnar eins og Sverrir konungur segir syni sínum, Lávarði, og skammar hann fyrir: „Vei verþi þeim konungf-fyni er sva illa gætir finnar fveitar fem þu hefir gætt" (Svs., 135). Sjálfur er Sverrir faðir manna sinna. Þegar Birkibeinar vilja ekki fylgja honum hlýtur að fara illa en Sverrir reynir að gera gott úr glapræðinu þó að hann sé því andstæður og fylgir mönnum sínum fyrir því (Svs., 29–30). Hann stendur með liði sínu, kynnir sér háttu hvers og eins og fer sjálfur í njósnaleiðangra (Svs., 11, 24, 34, 127). Þó að hann sé foringinn er hann nálægur mönnum sínum og nýtur persónulegs stuðnings hvers og eins.

Í ljósi þessara skyldna konungs við þegna sína er ekki nema von að hann geri kröfur til þeirra. Magnús berfættur hundskammar þá sem standa sig ekki nógu vel: „caN oc vera at nv megi þat synaz hvat þer vilit veita yþrom konvngi." (Msk., 334) Almennt er þó skylda þegns fyrst og fremst ein, að svíkja konung aldrei. Á ármiðöldum var samband konungs og hirðar oft eins og samband eiganda og eignar. Þá er til orðin hugmyndin um drottinsvik sem er þekkt um alla Evrópu á miðöldum og styrkir konungsvald.[1] Orðið er til í íslenskum konungasögum. Sverrir konungur kallar Nikulás byskup „drottinffvica oc land-raða-maN" (Svs., 130) og orðið er notað í Heimskringlu og víðar um andstæðinga Ólafs helga. Í Ólafssögu Odds munks er það notað um

---

[1] Sjá: Chaney. The Cult of Kingship in Anglo-Saxon England, 73–6; Magnús Stefánsson. Drottinsvik Sturlu Þórðarsonar, 155–69.

Í LEIT AÐ KONUNGI

Kark þræl sem Ólafur Tryggvason hefur heitið griðum en stendur ekki við, „sagþi hann hafa scylldu maclig laun firir sin drottins suik. sueik hann Hakon j. oc suikia mann hann mek ef hann ma. en sua scal leiða drottins suikum." (Odd., 83)[1] Frásögnin er dæmisaga um drottinssvik. Þó að Ólafur hafi heitið Karki griðum er ekki hægt að skapa það fordæmi að drottinssvik séu látin órefsuð.

Víðar í íslenskum konungasögum er talað um „landráð" og svik við konunga og kemur skýrt fram að þau eru aldrei réttlætanleg. Jafnvel svik við hina verstu konunga eru af hinu illa. Karkur er líflátinn fyrir að vega hinn heiðna hórkarl Hákon jarl og Símon skálpur fær slæm eftirmæli af svikum sínum við Eystein konung: „Símon fekk þar illan orðróm af því máli" (Fsk., 340). Orðið *svik* er notað um afstöðu Þrænda til Sveins Alfífusonar sem ekki er þó góður konungur (Fsk., 207). Undir engum kringumstæðum er rétt að svíkja konunga. Einar þambarskelfir kveður upp úr um það í miðri deilu við Harald harðráða: „huern enda sem aa med ockr Haralldi konunge þa mun eg ecke suikia hann ne land vndan honum." (Msk., 175)

Samskipti konunga og þegna eru lárétt en konungar þarfnast eigi að síður þegna og hylli þeirra. Mörg dæmi eru um í sögunum að þegnar kveða upp úr um hvernig konungar falli að hlutverki sínu. Ef konungur gætir ekki stillingar eða missir dómgreind sína verða þegnar að taka fram fyrir hendur hans og beina honum á rétta braut. Slík framhleypni borgar sig jafnan eins og sést í sögunni um Sveinka Steinarsson og viðskipti hans við Magnús berfætt í Morkinskinnu (Msk., 306–15) og í smásögum af Sigurði Jórsalafara (Msk., 388–91, 393–4, 398–400; Hkr. III, 269–71). Það er erfitt starf að vera kennari konunga og krefst ráðkænsku. Þannig kemst Arnór jarlaskáld hjá að flytja Haraldi harðráða sitt kvæði á undan Magnúsi með málshættinum: „braðgeþ verþa vngmenni" (Msk., 116) sem Haraldur á bágt með að neita þó að í raun sé hann þekktur fyrir bráðlæti en Magnús ímynd stillingarinnar. Brandi örva og Stúfi tekst einnig að áminna Harald án þess að móðga hann (Msk., 195, 252). Þegnar eiga að yrkja um konunga Bersöglisvísur í einhverjum skilningi enda eru Bersöglisvísur besta dæmið um hvernig þegn áminnir konung þannig að báðum verður sómi að (Msk., 26–31; Fsk., 212–5; Hkr. III, 26–31). Er þar sem oftar Íslendingur í því hlutverki, þeir virðast fremur en Norðmenn komast upp með að segja konungi sannleikann umbúðalaust.

Í Morkinskinnu segir að „konvngvm hafþi lengi titt verit at hafa með ser gamla spekinga. til þess at vita forna siþo oc dømi forellra siNna." (Msk., 289) Konungar eiga að þiggja ráð, frá þessum gömlu spekingum og öðrum. Magnús blindi fer flatt á að þiggja ekki ráð Sigurðar vitra sem hann hafði þó

---

1 Frásögnin er síðan í Heimskringlu þó að orðið sé ekki notað (Hkr. I, 297–8).

beðið um (Fsk., 323–4; Hkr. III, 284–5) og Magnús góði uppsker mikið erfiði með því að hunsa Einar þambarskelfi (Msk., 36). Einnig er gefið til kynna í Ágripi að Sigurður Jórsalafari hefði betur haft spekinga með í ráðum þegar hann leyfir Haraldi gilla skírslu um faðerni sitt: „konungrinn þekkðisk <þat> meir með einvilja sínum en vitra manna ráði" (Ágr., 50). Þá sjaldan að þegnar grípa fram fyrir hendur konunga gera þeir það vegna konungs sjálfs og embættis hans eins og Kolbeinn klakka tekur fram þegar hann varar Magnús berfætt við: „hyG at. oc virþ til sialfan þic oc þina tign." (Msk., 312) Nánast sama orðalag er notað þegar Gunnhildarsynir vilja berjast innbyrðis, þeir eru beðnir að „hyggia asáma sín oc konungs tign." (Odd., 4)

Sá konungur sem eitthvað er í spunnið kann að meta þegn sem til vamms segir og Sigurður Jórsalafari metur Magna byskup meira fyrir að banna honum að giftast á ný en hinn sem leyfir það gegn gjaldi þó að hann reiðist (Msk., 398–9). Fyrirmyndarkonungurinn Ólafur helgi er þakklátur þegni sem bjargar honum frá kristnispelli:

> Sá atburðr varð á einum sunnudegi, at Óláfr konungr sat í hásæti sínu yfir borðum ok hafði svá fasta áhyggju, at hann gáði eigi stundanna. Hann hafði í hendi kníf ok helt á tannar ok renndi þar af spánu nǫkkura. Skutilsveinn stóð fyrir honum ok helt borðkeri. Hann sá, hvat konungr gerði, ok skilði þat, at hann sjálfr hugði at ǫðru. Hann mælti: „Mánadagr er á morgin, dróttinn." Konungr leit til hans, er hann heyrði þetta, ok kom þá í hug, hvat hann hafði gǫrt. (Hkr. II, 342)

Hegðun þegnsins er til fyrirmyndar þar sem framhleypni hans er í þágu konungs og tignar hans.

Morkinskinna er sérstök í hópi íslenskra konungasagna að því leyti að fjallað er um konung í ljósi þegna að verulega leyti. Niðurstaðan er að dýrmætasta eign konungs sé góður þegn: „er uist betri fylgd og framganga eins gods dreings en mikid fe." (Msk., 142) Í samskiptum konungs og þegna í Morkinskinnu reynir konungur oft þegna sína en er sjálfur í prófi í leiðinni. Konungur speglar dómarann á himnum og er því í eðli sínu „prófdómari". Í þáttum Morkinskinnu verður hann því oft að reyna menn og hefur til þess svigrúm. Það er í lagi að Ólafur kyrri blekki blinda karlinn sem skildi krákumál (Msk., 293–6) því að það er þáttur í prófrauninni. Þessi prófraun einkennist oft af tvísæi. Í Auðunarþætti leggur konungur fyrir Auðun þrjár „freistingar" sem Auðunn stenst en um leið stenst konungur þá freistingu að taka af honum bjarndýrið (Msk., 181) og báðum er launað í sögulok. Eins er í Brandsþætti. Þar reynir Haraldur Brand en kann sér ekki hófs svo að hann hefði sjálfur fallið á prófinu ef ekki hefði verið fyrir áminningu Brands (Msk., 194–5). Í Þorvarðarþætti (Msk., 201–4) má segja að hann falli á því en standist endurtektarprófið þegar hann þiggur segl Þorvarðar eftir að hafa neitað því fyrst.

Í LEIT AÐ KONUNGI

Vinátta konungs og þegns á að vera í raun. Eysteinn konungur reynist Ívari Ingimundarsyni vinur í raun og í deilum þeirra Ingimars er hann minntur á tryggð þess sem í hlut á við föður hans: „ef konvngr hefir noccorar tregþor í at fara. segit honom at ec etla at siþarsta lagi scilþomc ec viþ foþor hans vestr a Irlandi." (Msk., 363) Það er algengt stef í íslenskum konungasögum að Noregskonungar ferðist í dulargervi eins og Harún kalífi í 1001 nótt og komi upp um ótrygga þjóna. Þannig kynnir Haraldur harðráði sig ekki í upphafi Sneglu-Hallaþáttar (Msk., 234) eða þegar hann kemur aftur í Noreg (Ágr., 36; Msk., 55–6) og Magnús góði og Einar þambarskelfir dulbúa sig fyrir orrustuna á Hlýrskógsheiði til að kanna tryggð Dana (Msk., 42). Einnig er saga af Ólafi helga í dulargervi (Helg., 130).[1]

Almennt eru samskipti konungs og þegna í Morkinskinnu til fyrirmyndar þannig að hún má heita kennslubók í því hvernig slík samskipti skuli vera. En í íslenskum konungasögum eru til dæmi um hið gagnstæða. Áki bóndi segir Eiríki Svíakonungi sannleikann en er veginn að launum (Hkr. I, 109–11). Í Sverrissögu eru mörg dæmi um að þegnar séu hálfvolgir í afstöðu til konungs. Bændur í Eystridölum reyna að sleppa við að halda konungi jólaveislur (Svs., 24) og bent er á að „margr kysir a þa hond er hann villdi giarna at af væri" (Svs., 101) þegar Sverrir fær marga nýja þegna eftir fall Magnúss konungs. Þó að samskipti Sverris við Birkibeina séu dæmi um innilegt og náið samband konungs við menn sína er það engin eilíf sæla. Þykja Sverri kvartanir þeirra og kveinstafir stundum keyra úr hófi fram: „VhermaNlict mal er ſlict at kuRa at konungi ſinum þo at þer þenit eigi sva vombina ſem vercmenn við þuſt." (Svs., 189)

Þannig er stundum þrætt á bestu heimilum en ef allt er með felldu elska þegnar konung sinn og hann þá og allir eru ánægðir. Um Sigurð Jórsalafara er sagt: „Unni hann lýð sínum, en lýðrinn hónum, ok birti hann ást sinni með þessum kviðlingi:

    Búendr þykkja mér baztir,
    byggt land ok friðr standi." (Ágr., 50)

---

1 Þetta er alþjóðlegt sagnaminni (Harris. The King in Disguise).

VII. Konungsímynd íslenskra konungasagna

1. Inngangur

Nú hefur verið fjallað um konungsímynd íslenskra konungasagna út frá sjö konungasögum sem ritaðar munu á árunum 1190–1260: Sverrissögu, Skjöldungasögu, Ágripi af Noregskonungasögum, Morkinskinnu, Fagurskinnu, Heimskringlu og Knýtlingasögu. Reynt var að greina afstöðu þeirra til ýmissa þátta konungsvalds og hvernig um það er fjallað í konungasögum. Þar hefur sjónum einkum verið beint að því sem einkennir allar sögurnar en aðeins í undantekningartilvikum vikið að sérkennum hverrar um sig. Ástæða þess er sú að í öllum grundvallaratriðum er ekki hægt að greina mun á afstöðu þessara konungasagna til konunga og konungsvalds. Þar eru samkenni þeirra fleiri en sérkenni. Þó er hver konungasaga með sínum blæ og hér á eftir mun ég reyna að setja fram þær ályktanir sem ég tel leyfilegt að draga um afstöðu hverrar og einnar hinna íslensku konungasagna til konungsvalds. Ágrip af Noregskonungasögum fær þar að fljóta með þó að ekki sé það íslenskt. Ástæða þess er að yngri rit standa á herðum þess. Á hinn bóginn verður ekki vikið að íslenskum konungasögum um hina helgu Ólafa þó að hér að framan hafi verið tekin nokkur dæmi úr þeim. Ráða þar mestu tengsl þeirra við helgisögur sem krefðist sérstakrar umfjöllunar sem hér eru engin tök á að hafa.

Fyrst verður farið nokkrum orðum um norsku konungasögurnar á latínu, Historia de antiquitate regum Norwagiensium og Historia Norwegiae. Nú eru þau svo lítil að vöxtum að ekki er ástæða til að fjalla í löngu máli um afstöðu þeirra til konungsvalds. Tilhneiging hefur verið til að tengja þau við kirkjuvaldsstefnu Eysteins Erlendssonar erkibyskups í Niðarósi sem m.a. birtist í krýningareið Magnúss Erlingssonar. Þar er Ólafur helgi kallaður „rex perpetuus Norvegiae" eins og í Historia Norvegiae. Á þessu var Halvdan Koht en Paasche benti á að hugmyndin um að Ólafur sé eilífur verndari Noregs sé ekki aðeins Eysteins, þannig sjáist hún í Geisla Einars Skúlasonar. Hvað sem líður áhrifum Eysteins á Historia Norvegiae er Historia de antiquitate regum Norwagiensium tileinkuð honum og rituð af munki. Koht taldi það einnig í anda kirkjuvaldsstefnu en Paasche og fleiri drógu það í efa. Bagge telur Historia de antiquitate regum Norwagiensium ekki áróðursrit sem taki afstöðu með einum né neinum heldur rit sjálfstæðs sagnaritara. Hins vegar sé hugmyndafræði beggja rita „klerkleg". Hann segir: „The clerical point of view of these three works is expressed [...] in their ideology, classifying the kings according to the Augustinian schema of the *rex iustus* and *rex iniquus*". Hjá honum er það ekki Eysteinn heldur nafni hans frá Hippo sem notaður er til að skýra viðhorf þessara rita.[1]

Áður var varað við hörðum aðgreiningi „klerklegra" og „höfðinglegra" viðhorfa. Eins er hæpið að veifa nafni Ágústínusar kirkjuföður eins og töfrasprota og fara með töfraþuluna: rex iustus-rex iniquus. Bagge hefur fjallað á sannfærandi hátt um hugmyndafræði Historia de antiquitate regum Norwagiensium sem hann telur klerklega en hefur ekki borið ritið við konungasögur sem ekki eru ritaðar af vígðum mönnum.[2] Sannast sagna er enginn verulegur munur á því litla sem ráða má um afstöðu þessara rita til konungsvalds og því sem sést í hinum stærri íslensku konungasögum. Þannig er lýsingin á Hákoni Aðalsteinsfóstra í Historia de antiquitate regum Norwagiensium í sömu átt og þar: „Hic fuit aspectu pulcher, viribus corporis robustus, animi virtute præstans, omni populo gratissimus. Hic regnavit in pace" (HARN, 9). Hákon er sagður fríður sýnum, mikill og sterkur, hinn mesti andans maður, vinsæll og ríkir í friði. Sama mynd er dregin upp í íslenskum konungasögum en að sjálfsögðu í lengra máli. Eins er Magnús góði í Historia de antiquitate regum Norwagiensium í engu frábrugðinn Magnúsi góða í Morkinskinnu eða Heimskringlu,

> vir fuit bonitate conspicuus, lenitate præditus, in re militari strenuus, in rerum publicarum administratione miro callebat ingenio, unde et in congressionibus pæne semper victor extitit; morum suavitate et liberalitate subjectis omnibus gratissimus fuit. (HARN, 55)

Hér er sami fyrirmyndarkonungur á ferð og annarstaðar, mildur, góður, mikill hermaður og stjórnarmaður og vinsæll af þegnum sínum.

Haraldur harðráði er sjálfum sér líkur í Historia de antiquitate regum Norwagiensium: „Hic fuit vir strenuus, in consilio providus, manu promptus, sui

---

1 Bagge. Society and Politics in Snorri Sturluson's Heimskringla, 16. Um viðhorf Historia de antiquitate regum Norwagiensium og Historia Norvegiae til konungsvalds, sjá: Koht. Norsk historieskrivning under kong Sverre, 76–81; Koht. Sagaenes opfatning av vor gamle historie, 393; Paasche. Tendens og syn i kongesagaen, 4–6; Johnsen. Om Theodoricus og hans Historia de Antiquitate Regum Norwagiensium, 66–84; Hanssen. Theodoricus monachus and European Literature, 105–22.

2 Bagge. Theodoricus Monachus. Auðvitað má halda því fram að sé umfjöllun hans þar um Theodricus borin við Heimskringlu eins og hann lýsir henni (Society and Politics in Snorri Sturluson's Heimskringla) komi fram ákveðnar andstæður en ef undan eru skilin fáein atriði (Society and Politics in Snorri Sturluson's Heimskringla, 142, 199, 236) hefur hann ekki dregið fram þessar andstæður.

tenax, alieni cupidus" (HARN, 56). Eins má greina sama hógværa og stillta friðarkonunginum í Eysteini Magnússyni og í íslenskum konungasögum:

> Augustinus extitit probitate conspicuus, moderatione et prudentia non minus se ipsum quam subjectos regens, rex pacificus, rerum publicarum diligens administrator, christianæ religionis adprime cultor" (HARN, 64)

Ekki er óvænt að Hákon jarl er sagður „malus" (HARN, 11) og viðurnefni blóðaxar sagt vera „fratrum interfector" (HARN, 7). Þó að Hákon jarl hafi ekki viðurnefnið vondi á norrænu máli eða Eiríkur bróðurbani er hvergi dregin fjöður yfir fólsku Hákonar og í Heimskringlu lýst í löngu máli hvernig Eiríkur drepur bræður sína einn af öðrum. Theodricus er einnig á sömu braut og íslenskar konungasögur í lýsingu á lagasetningu Ólafs helga: „Leges patria lingua conscribi fecit juris et moderationis plenissimas, quæ hactenus a bonis omnibus et tenentur et venerantur." (HARN, 29)

Konungsmynd Historia de antiquitate regum Norwagiensium er að mestu svipuð því sem einkennir íslenskar konungasögur. Ritið er smátt og ágripskennt en að því marki sem hægt er að greina sýn þess á konunginn er hún æði nálæg íslenskum konungasögum. Þó er þar ein fullyrðing sem ekki á sinn líka í íslenskum konungasögum en það er sú staðhæfing að Ólafur hafi verið kallaður bæði „rex" og „imperator" sem má útleggja konungur og keisari og vísar að auki til Rómar: „Olavus vero rex — hoc enim nomen a suis jam sortitus fuerat, more antiquorum Romanorum, quia et ibi exercitus sibi solebat creare imperatorem et regium nomen imponere" (HARN, 27). Vera má að höfundur sé með þessu að sýna lærdóm sinn en erfitt að greina viðhorfin að baki. Róm er honum hugleikin en ekki íslenskum konungasögum. Auk þess einkennir fornmenntastefna bæði Historia de antiquitate regum Norwagiensium og Historia Norvegiae. Sú síðarnefnda er þó sérstæðari, fremur alfræði en konungasaga. Nánast er ógjörningur að fullyrða um hugmyndafræði hennar, svo fáorð sem hún er um hvern konung.[1] Hvorugt rit sýnir nokkur þau sérstæðu viðhorf til konunga og konungsvalds sem hægt er að tengja kirkjuvaldsstefnu Niðaróskirkju svo að óyggjandi sé.

2. Ágrip af Noregskonungasögum

ÁGRIP AF NOREGSKONUNGUM er fyllra en latínuritin tvö og fremur hægt að greina hneigð þess. Lykilatriði í lýsingu þess á Noregskonungum virðist vera kristni þeirra. Hákon Aðalsteinsfóstri er fyrsti kristni konungurinn en

---

[1] Athyglisverð en lítið rædd er tilgáta Kohts (Den fyrste norske nasjonalhistoria) um að hún sé fyrsta „þjóðarsaga" Noregs en ekki ræðir hann sérstaklega þar viðhorf sögunnar til konunga.

Í LEIT AÐ KONUNGI

svíkur kristni en síðan eigast við andstæður, Hákon jarl og synir hans annars vegar, hins vegar hinir kristnu Ólafur Tryggvason og Ólafur helgi. Einnig virðast friðsamir konungar meira metnir en herskáir, Ólafur kyrri ekki síður en Haraldur harðráði og Magnús berfættur. Þær konunglegu dyggðir sem einkum eru áberandi eru viska og styrkur en hinar andlegu dyggðir mega sín þó lítils hjá ofuráherslu sögunnar á hið ytra borð konunga. Í engri annarri konungasögu hefur útlit konunga, fegurð, hæð og styrkur, sama hlutfallslegt vægi. Í Ágripi eru lögð drög að því að skipta Noregskonungum í góða og vonda konunga. Eiríkur blóðöx er vondur, Hákon góður, Eiríkssynir slakir, Hákon jarl fyrst góður en hegnist svo fyrir heiðnina, Ólafur Tryggvason góður, Hákonarsynir vondir og þannig koll af kolli.[1] Almennt eru íslenskar konungasögur á einu máli um þessa grófu skiptingu.

Koht taldi að Ágrip lýsti mati Sverris konungs á Noregssögunni. Í lýsingu Hákonar jarls sé Erlingur skakki undir niðri og Ólafur Tryggvason sé þá tákn Sverris. Aðrir hafa dregið þetta í efa og víst er erfitt að festa hendur á slíku.[2] Konungsímynd Ágrips er um sumt loðin og ómótuð. Þannig eru menn kallaðir konungar í Ágripi sem eru það ekki og almenn virðing fyrir konungbornu fólki er minni en síðar verður sem sést í örlögum Gunnhildar konungamóður og Hákonar jarls. Þó að Gunnhildur sé jafnan heldur skuggaleg nýtur hún í síðari ritum ósnertanleika konunga og skylduliðs þeirra en svo er ekki í Ágripi. Annars er samanburður torveldur milli Ágrips og yngri konungasagna. Konungsímynd Ágrips er ótvírætt ekki jafn skýr og fullmótuð og í yngri konungasögum. Þar eru frávik frá því sem síðar verður regla.

3. Sverrissaga

SVERRISSAGA greinist í tvennt að efni eins og segir í henni sjálfri: „Oc fua fem a liðr bokina vex hanſ ſtyrkr. oc ſegir ſa hinn ſami ſtyrkr fyr[ir] hina meiri luti." (Svs., 1) Þessi seinni hluti bókarinnar heitir Grýla en perfecta fortitudo í Flateyjarbók og hefur verið túlkað svo að Grýla sé sá kraftur sem veki mönnum ugg.[3] Fyrri hluti bókarinnar lýsir því hvernig konungur verður til, er þroskasaga konungs, þó með þeim fyrirvara að Sverrir er konungur frá upphafi til enda, frá fæðingu í andlát. Aftur á móti eykst styrkur hans er líður

---

1 Um tengsl þessarar skiptingar og rits Sæmundar, sjá: Ellehøj. Studier over den ældst norrøne historieskrivning, 21–2.
2 Sjá: Koht. Sagaenes opfatning av vor gamle historie, 393; Paasche. Tendens og syn i kongesagaen, 9–10; Indrebø. Aagrip, 61–3.
3 Sbr. Sverrir Tómasson. Perfecta fortitudo.

á sögu, fyrst eftir fall Erlings skakka en eftir fall Magnúss Erlingssonar er hann óskoraður konungur Noregs. Frá upphafi styður Guð hann enda er hann valinn af Guði. En saga hans er átakasaga þar sem hátindi er ekki náð fyrr en í miðri sögu. Fyrst þarf að leysa margar þrautir og bygging sögunnar sýnir þekkingu sagnaritarans á forminu. Í upphafi líkir hann sögu Sverris við stjúpmæðrasögu og þannig sér hann ævi Sverris. Líf hans er ævintýr.

Í þeim hluta bókarinnar sem þeir Magnús eru báðir konungar er áhersla lögð á rétt Sverris. Hann er í fyrsta lagi konungssonur. Í öðru lagi er hann valinn af Guði sem styður hann í hverri raun, birtist honum í draumum, aðstoðar hann með veðri og vindum og veitir að lokum sigur. Í þriðja lagi þarf hann að þola miklar raunir til að verða konungur. Í fjórða lagi er hann hæfasti konungurinn, vitur, sterkur og réttlátur. Í miðri sögu verða hvörf sem sjást einna best í ræðu Svína-Péturs: „Nu er ibrotu ſa Sverrir er við hernaði for til margra ca/pſstaða. bra/tu ero nu oc þeir ſomu Birkibeinar er her ſveimoðu um bøinn oc ſopuðu uhreinliga hondum um hirðzlor yðrar buanda." (Svs., 103) Nú er Sverrir orðinn konungur og verndari allra þegna sinna. Þá skiptir engu máli hverjir voru áður þegnar hans eða ekki, hann er konungur allra sem vilja fylgja honum. Það sést á áherslu hans á grið þegna sinna. Eftir þessi hvörf ógnar enginn Sverri þrátt fyrir stöðug innanlandsátök. Þau eru því jafnframt ris sögunnar.

Fyrri hluti Sverrissögu er í raun mannjöfnuður konunga. Þeir Magnús eru bornir saman, Sverri í vil. Tekið er fram að Magnúsi sé ekki alls varnað, ekki er beinlínis litið á hann sem valdaræningja og fylgismenn hans fá orðið öðru hverju. Auk þess benda margar lýsingar á Magnúsi til ákveðinnar samúðar með honum enda kallar Sverrir hann göfugan mann yfir greftri hans og sýnir honum fulla virðingu. Magnús nýtur þess eflaust að vera vígður og krýndur af réttum aðilum. En lokaniðurstaða Sverris er þó að Magnús hafi aldrei verið réttur konungur. Glæpurinn er þó ekki hans heldur Erlings skakka og Sverrir biður menn að

> biðia fyrir þeim er fram ero farnir af þesom heimi oc biðia til guðſ at Erlingi Jarli ſe fyrir-gefnar allar þær ſynþir er hann gerði meðan hann var i þesa heimſ lifi. oc eincum þat er hann toc sva micla dirfð til eiN lendr maðr. at hann let gefa konungſ nafn ſyni ſinum. en a þat ofan reiſti hann flocc oc merki amoti konunga ſonum Haconi konungi oc Æyſteini konungi oc felldi þa baða fra rikino. (Svs., 43)

Krafa Magnúss nýtur eigi að síður viðurkenningar í sögunni og veldur mannjafnaðinum. Færa þarf sérstök rök fyrir Sverri og það gerir sagan. Þannig sýnir hún mikla meðvitund um flesta þætti konungsvalds.

Í Sverrissögu leikur enginn vafi á að vald konungs kemur frá Guði en einnig er áhersla lögð á að Sverrir sé sonur konungs en Magnús ekki og að konungur eigi að vera sonur konungs. Sverrir er ekki ótvírætt af norsku konungsættinni en hamrað er á því að hann sé það og sýnir þar með mikilvægi þess að heyra henni til. En auk þess sýnir Sverrissaga ótvírætt að Sverrir er hæfasti konungurinn. Sverrir er vitur konungur, sterkur, stilltur, réttlátur og mildur. Hann hegðar sér eins og konungar eiga að gera, er til fyrirmyndar. Hann nær enda árangri, sigrar í öllum orrustunum og nær völdum í Noregi af eigin rammleik en ekki í krafti annarra eins og Magnús. Sverrissaga veit hvernig konungar eiga að vera. Hún er ekki áróðursrit sem segir það heldur sagnfræðirit sem sýnir það. Viðhorf hennar til konungsvalds koma fram í lýsingum og í ræðum Sverris. Þau eru skýr og sterk og þar sem Sverrissaga er rituð af íslenskum manni, Karli Jónssyni ábóta, er hún órækur vitnisburður um að á hinu konungslausa Íslandi er til orðin þekking á konungsvaldi og þáttum þess.[1]

Raunar er Karl ekki einn að, hann er undir handleiðslu Sverris að einhverju marki. Í Sverrissögu segir „en yfir fat fialfr Sv[er]rir konungr. oc reð fyrir hvat rita fkylldi" (Svs., 1) en einnig að obbinn af sögunni sé ritaður eftir sögn manna sem þekktu Sverri en hann hafi aðeins verið heimild að frásögn af nokkrum orrustum. Lárus H. Blöndal hefur fært rök að því að Karl ábóti hafi sjálfur átt frumkvæði að þeirri sagnaritun en ekki verið fenginn til þess af Sverri konungi þó að hann hafi notið stuðnings hans. Þessu til stuðnings hefur Bagge bent á að sterkasti áróðurinn fyrir Sverri í sögunni komi fram í ræðum hans. Sagan haldi ákveðinni fjarlægð þar frá þó að hún standi fremur með Sverri en Magnúsi. Greina megi viðhorf sem séu ekki Sverris heldur sagnaritarans sjálfs. Til að mynda sé lítið gert úr deilum Sverris við byskupana og páfa en einbeitt sér að öðru.[2] Hugmyndaheimur verksins er því ekki síður íslenskur en norskur og ekki leikur á tveim tungum að hann setur mark sitt á íslenskar konungasögur sem eru yngri en Sverrissaga. Þær bera flestar vitni mikilli þekkingu á þáttum konungsvalds og sömu umræðu og hugmyndum um það og finna má í Evrópu allri á 12. og 13. öld.

Karl er íslenskur og kemur úr þjóðveldissamfélagi. Um Ísland fjallar hann þó lítið og Íslendingar koma óvenju lítið við sögu miðað við önnur sagnarit sem sannanlega eru íslensk. Þó er sagt frá vígslu Páls Jónssonar byskups og dvöl í Noregi (Svs., 131). Þá er á einum stað lýst konungslausri þjóð, í Járnberalandi sem var talið heyra til Svíakonungs. Íbúar þess skilja ekki konungs-

---

[1] Bagge (La Sverris saga; Ideology and Propaganda in Sverris saga) hefur fjallað lauslega um viðhorf Sverrissögu í tengslum við einstaklingshugtakið og er um sumt á sömu brautum og hér eru farnar.

[2] Lárus H. Blöndal. Um uppruna Sverrissögu, 158–75; Bagge. Ideology and Propaganda in Sverris saga.

hugtakið, „hofþo þeir alldri fet konung koma fyr i fitt land [...] Var þat mikil nauþ at flytiaz milli sva heimſcra þioða." (Svs., 12) Járnberar eru heimskir. Þá skortir kunnáttu á konungum og siðum þeirra. Ósennilegt er að Karl Jónsson á Þingeyrum hafi ekki séð fyrir sér hliðstæðu hinna heimsku Járnbera þegar hann færði sögu sína í letur, ekki aðeins til dýrðar Sverri konungi heldur einnig til upplýsingar konungslausri þjóð á áhrifasvæði Noregskonunga.

4. Skjöldungasaga

SKJÖLDUNGASAGA er sagnfræðirit í anda kristinnar fornmenntastefnu þar sem áhugi á forsögu Danmerkur fléttast við viðleitni til að tengja söguefnið veraldarsögunni og umheiminum. Bjarni Guðnason sér í henni vitund um sögulega þróun og viðleitni til að skýra hvernig Danmörk varð að einu ríki. Hann tengir hana annars vegar tísku í sagnaritun 12. aldar sem verk Geoffreys frá Monmouth og Saxa falla undir, hins vegar uppgangi Danmerkur, auknum styrk konungsvalds þar og nýjum hugmyndum um þjóðerni og þjóðareiningu. Skjöldungasaga sé þannig ætluð Dönum en ekki þeim einum og ekki rituð af Dana heldur íslenskum lærdómsmanni sem fyrst og fremst sé knúinn af áhuga á fortíð og sagnfræði en ættarmetnaður eigi þó sinn þátt í rituninni.[1] Þar sem Skjöldungasaga fellur svo vel að tíðaranda 12. aldar veitir hún mikilvægar vísbendingar um viðhorf íslenskra höfðingja og menntamanna um það leyti til konungs og konungsvalds.

Í Skjöldungasögu sést ekki heilsteypt hugmyndafræði um konunga og hlutverk þeirra. Hún einkennist af fjölbreytni, er gegnsósa af hinum og þessum viðhorfum ritunartíma síns sem eiga sér stað innan kristinnar heimssýnar þó að sumt efni hennar sé ættað úr heiðni. Þetta eru alþjóðlegar hugmyndir sem endurspegla hið alþjóðlega menningarumhverfi sem íslenskir sagnfræðingar á miðöldum lifðu og hrærðust í. Í Skjöldungasögu er ekki sama meðvitund um eðli konungs og í Sverrissögu en þó má sjá að hún þekkir fyrirmyndirnar. Hrólfi kraka er svo lýst:

> Rolfo Krage inter ethnicos Reges celeberrimus multa virtute insignis erat: sapientiã, potentiã seu opibus, fortitudine et modestiã atque mirã humanitate, statura procera et gracili. (Skjöld., 26)

Dyggðir hans eru dæmigerðar dyggðir konungs: viska, styrkur og hógværð. Honum er ætlað að verða fyrirmynd (ideal) í sögunni. Einnig er útlit hans nefnt þó að lýsingin sé stutt. Þó að Skjöldungasaga sé íslensk en Ágrip norskt

---

1 Sjá m.a. Bjarni Guðnason. Formáli, lxii–lxx; Bjarni Guðnason. Um Skjöldunga sögu, 267–83.

fer ekki hjá því að margt sé skylt með konungsmynd þessara sagna og einkum þó áhersla á útlit konunga. Skjöldungasaga er rit um heiðna fornkonunga og setur þá ekki undir mælistiku kristinnar hugsunar nema með óbeinum hætti og óumflýjanlega þar sem höfundur hennar er kristinn. Í Skjöldungasögu svífur Guð yfir vötnum en er ekki beinn þátttakandi í atburðarásinni. Sagan er enda sennilega rituð af manni sem sameinar öðrum betur að vera vígður og höfðingi, Páli Jónssyni byskupi.

Þegar á heildina er litið virðist mér skortur Skjöldungasögu á heilsteyptri hugmyndafræði um konunga bera þess skýr merki að þegar hún er rituð, um aldamótin 1200, er umræða meðal íslenskra höfðingja um konung og konungsvald enn frumstæð. Fyrirbærið lokkar og laðar íslenska sagnaritara og er til umfjöllunar en nokkuð skortir á þá margþættu umræðu og skýru hneigð sem sést í yngri konungasögum. Skjöldungasaga virðist þar ekki jafn vel með á nótunum og Sverrissaga og ef til vill veldur þar nokkru um að ritun Sverrissögu hefst við norsku hirðina. Ekki má heldur gleyma því að Sverrissaga er mun lengri og fyllri.

Sagan er samin upp úr ættartölu og ættin er burðarás hennar. Hún hefur verið talin rituð af þeirri ætt sem merkust þóttist á Íslandi um 1200. Því er hægt að setja hana í samhengi við sagnaritun á vegum Oddaverja og hugmyndir þeirra um konunga og konungsvald og verður vikið betur að því síðar.

5. Morkinskinna

ÞÁ ER KOMIÐ AÐ ÞREMUR sambornum systrum, Morkinskinnu, Fagurskinnu og Heimskringlu. Morkinskinna er elst. Áður var fjallað um afstöðu fræðimanna til hennar fram á seinustu ár og því haldið fram að Morkinskinna væri meðvitað höfundarverk með skýrar hneigðir, rit en ekki aðeins handrit. Eins er í Morkinskinnu tekin skýr afstaða til konungsvalds en sagan brýtur auk þess blað í sagnaritum um marga konunga. Í stað þess að láta nægja að þylja upp kosti konunga og galla eru þeir sýndir við störf og í samskiptum við þegna. Í Morkinskinnu er ekki látið nægja að segja að Haraldur harðráði sé vitur eða Magnús góður heldur eru sýnd dæmi. Hún hefur því annað yfirbragð en Ágrip, Fagurskinna og Skjöldungasaga. Því valda þættir hennar sem áður voru taldir útúrdúrar en ég tel óaðskiljanlegan hluta sögunnar og fráleitt að dæma hana að þeim slepptum.

Morkinskinna var lengi talin sundurlaus og ósamkvæm sjálfri sér, öfugt við Heimskringlu.[1] Þá voru viðhorf hennar lítt til umræðu. Koht taldi að hún

---
1 Sjá m.a. Storm. Snorre Sturlassons historieskrivning, 172.

væri „kirkelig i sit partistandpunkt" en Paasche vildi heldur tala um trúarlega hneigð: „Hans religiøsitet er klar, hans kirkelige partipaastande er det værre at faa øie paa."[1] Sjálfur fæ ég ekki séð að Morkinskinna sé kirkjulegri eða trúarlegri í viðhorfi til konungsvalds en aðrar konungasögur. Viðhorf hennar eru almenn og kristin og einkenna flestöll evrópsk rit þess tíma. Í Morkinskinnu sjást á hinn bóginn skýr merki meðvitundar um konungsvald og allt sem því fylgir, af eldri sögum sést aðeins í Sverrissögu jafn skýr vitund um ýmsar hliðar þess. Vera má að það stafi af því að þessar sögur eru fyllri en eldri sögur.

Andersson hefur nýlega reynt að greina viðhorf Morkinskinnu til Noregskonunga sem hann telur séríslenskt (og raunar norðlenskt). Hann telur að í Morkinskinnu séu þeir konungar mest metnir sem rækti garðinn sinn, t.d. Magnús góði, Ólafur kyrri og Eysteinn, en hinir síður sem herji á önnur lönd, t.d. Haraldur harðráði, Magnús berfættur og Sigurður Jórsalafari. Orsök þessa sé að Íslendingar óttist afskipti Noregskonunga af Íslandi. Morkinskinna einkennist þannig af því að dregnar eru fram andstæður í fari konunga. Þar leiki þættir lykilhlutverk. Í Morkinskinnu sjáist þannig skuggahliðar Haralds harðráða í þáttunum og dregin séu fram átök þeirra Magnúss, á kostnað Haralds. Eins sé Sveinkaþáttur í Morkinskinnu til háðungar Magnúsi berfætti og í mannjafnaði Eysteins og Sigurðar halli mjög á Sigurð. Úr þessu öllu sé svo dregið í Heimskringlu.[2] Eins og fram hefur komið get ég ekki tekið undir að Íslendingaþættir dragi upp neikvæða mynd af Haraldi. Þvert á móti koma þar bæði kostir hans og gallar fram. Haraldur er því alls ekki neikvæð persóna í Morkinskinnu heldur samsett og þrívíð, raunar svo að Bjarni Aðalbjarnarson sá ástæðu til að lýsa undrun á: „Þættir Msk. leiða í ljós allólíka eiginleika í fari Haralds svo að mönnum verður varla ætlað að trúa, að hann hafi í rauninni verið svo blandinn."[3] Fyrir vikið er Haraldur Morkinskinnu ein áhugaverðasta persóna íslenskra miðaldabókmennta.

Andersson beinir sjónum að umfjöllun Morkinskinnu um konunga en getur ekki um viðhorf hennar til konungsvalds. Mín hyggja er hins vegar sú að hinir einstöku konungar séu aukaatriði, konungshugtakið aðalatriði. Morkin-

---

1 Koht. Sagaenes opfatning av vor gamle historie, 394; Paasche. Tendens og syn i kongesagaen, 2–3. Kvalén (Den eldste norske kongesoga, 51–3 o.v.) tekur undir niðurstöður Paasches.

2 Andersson. Kings' Sagas, 226; Snorri Sturluson and the saga school at Munkaþverá; The Politics of Snorri Sturluson. Ítarlegust er umfjöllun hans í síðustu greininni sem er einna merkust úttekt á viðhorfum Morkinskinnu til þessa.

3 Bjarni Aðalbjarnarson. Formáli (Heimskringla III), xxxviii. Indrebø (Harald Hardraade i Morkinskinna) hafði áður haldið því fram að í þáttunum væri dregin fram neikvæð hlið Haralds og væri sú mynd þvert á meginsöguna. En þessi hugmynd byggir á skilgreiningu á þáttum sem hér er hafnað.

skinna er sem dyggðaspegill sem sýnir hverjar helstu dyggðir konungs eru og tengir við Noregskonunga. Hinar veraldlegu höfuðdyggðir viska, styrkur, stilling og réttlæti eru í öndvegi og fyrirmyndarkonungar sameina þær. Haraldur harðráði og Eysteinn eru vitrir konungar, Haraldur og Magnús berfættur sterkir konungar en Harald skortir nokkuð á þá stillingu sem til að mynda Eysteinn og Magnús góði temja sér. Í Morkinskinnu sést enn fremur meðvitund um skyldur konungs: vernd, frið og lög. Eysteinn er lagakonungurinn en hinir mestu friðarkonungar eru Magnús góði og Ólafur kyrri. Allir góðir konungar sinna þó öllum skyldum konungs og hafa hinar konunglegu dyggðir. Í Morkinskinnu er valdið frá Guði eins og hvergi er efast um í íslenskum konungasögum en aðrar stoðir konungsvalds eru ætt, kirkja og þing. Þessar konungshugmyndir eru allt eins riddaralegar og kirkjulegar enda er riddarahugmyndin kristin.[1]

Taka má undir með Koht um að Morkinskinna beri merki deilna milli konungs og sterkra höfðingja. Þar er sú skoðun greinileg að í hverju ríki eigi helst að vera einn konungur. Þess vegna er lögð áhersla á togstreitu Magnúss góða og Haralds harðráða þegar þeir eru báðir konungar í Noregi, síðan á deilur Haralds við Einar þambarskelfi sem er sakaður um að vilja vera jafningi konungs og þá koma valdaránstilraun Steigar-Þóris, deilur Eysteins og Sigurðar, barátta Magnúss blinda og Haralds gilla og tilraun Sigurðar slembis til að ná völdum. Í Morkinskinnu er samúðin jafnan með ríkjandi yfirvaldi, til að mynda telst Magnús fremri en Haraldur en staðið er með Harald í deilunni við Einar þambarskelfi.[2] Á ritunartíma Morkinskinnu voru Hákon konungur og Skúli jarl mestir menn í Noregi og þarf varla að fara í grafgötur um að höfundur Morkinskinnu hefur stutt Hákon í þeirri deilu, konung gegn jarli. Á hinn bóginn hallast Heimskringla á hina sveifina, þar er samúðin augljóslega með Einari þambarskelfi. Höfundur hennar er enda maður Skúla jarls.

Sérkenni Morkinskinnu er áhersla hennar á konunginn í samskiptum við þegna sína. Í latínuritunum, Ágripi og Skjöldungasögu eru konungar oft eins og einir í heiminum. Í Morkinskinnu sjást þeir í viðskiptum við þegnana í þáttum. Lýsing þeirra skerpist, nýir þættir eru dregnir fram og sýnt er hvernig konungar falla að því hlutverki sem þeim er ætlað. Þegnarnir gegna hlutverki framandgervingar. Þeir koma að konungi eins og barn að óþekktum hlut og séður með þeirra augum verður hann skýrari en ella. En rétt eins og þættir eru leið til að skoða konung í ljósi þegna hans sýna þeir einnig þegna í samhengi

---

1 Lönnroth (Den dubbla scenen, 69–70) hefur nefnt riddaraáhrif í mannjafnaði Morkinskinnu og borið saman við Konungsskuggsjá. Annars hafa tengslum Morkinskinnu og riddarahugsjónarinnar ekki verið gerð nógu góð skil og er það framtíðarverkefni.

2 Þetta leiðir Andersson (The Politics of Snorri Sturluson, 58–71) hjá sér með því að einblína á lýsingu einstakra konunga.

við konung. Þegar Hreiðar heimski hefur skoðað konung frá öllum hliðum
fær konungur að athuga hann á sama hátt:

> Nv scal iafnmeli meþ ocr s. konvngr. Scaltv nv standa vpp oc leGia af þer
> scickio. oc vil ec sia þic. Hreiþarr fleygir af ser felldinom oc hefir sa/rgar
> crvmmor. maðrinn hentr mioc oc liotr. en þvegnar helldr latliga. Konvngr
> hyGr at honom vandliga. (Msk., 128–9)

Þannig sýna þættir þegna í ljósi konungs og í þessu tilviki Íslending. Morkinskinna er rituð af Íslendingi og þeir þegnar sem honum þykir mikilvægt að máta við konung eru Íslendingar.

Þó að Íslendingar í þáttunum séu hvorki aðalpersónur þeirra né í grundvallaratriðum öðruvísi en norskir þegnar konungsins hafa þeir sérstöðu. Noregskonungur er ekki beinlínis stjórnandi Íslendinga nema í Noregi þó að hann sé þrepi fyrir ofan og valdið hans. Meginmunurinn er þó að Íslendingar þáttanna eru langt að komnir og óvanir því að skoða sig í þeim spegli sem þeim er réttur af Noregskonungi. Í Íslendingaþáttum er Íslendingurinn einn á stærra sviði en hann er vanur. Ísland er lítið en umheimurinn stór og hætt er við að þeir sem eru stórir í litlu landi verði þar smáir. Íslendingaþættir sýna að svo er ekki. Þar hitta Íslendingar konung sjálfan, handhafa guðlegs valds, og bera sig ekki aðeins við hann heldur einnig við þarlenda hirðmenn. Þar kemur fram að Íslendingar eru jafngóðir gagnvart konungi og aðrir og hafa jafnvel sérstöðu, eru ekki síðri þegnar konungs en Norðmenn eða aðrar þjóðir og þurfi ekki að óttast samanburðinn. Segja má því að tilgangur þátta Morkinskinnu sé öðrum þræði hinn sami og yfirlýstur tilgangur Landnámabókar: „Þat er margra manna mál, at þat sé óskyldr fróðleikr at rita landnám. En vér þykjumsk heldr svara kunna útlendum mǫnnum, þá er þeir bregða oss því, at vér séim komnir af þrælum eða illmennum, ef vér vitum víst várar kynferðir sannar."[1]

Eitt af einkennum Íslendinga í þáttum Morkinskinnu er höfðingjadirfska sem á köflum er hlægileg en skilar árangri því að oftast komast Íslendingar upp með meira en aðrir. Dæmigerð er lýsingin á inngangi Arnórs jarlaskálds í höllu þeirra Magnúss góða og Haralds harðráða: „Hann for þegar. oc þo ecki af ser tiorona. oc nv er hann com at stofonni. þa melti hann viþ dyrvorðo. gefit rum scaldi konvnga. gek inn siþan. oc firir þa M. konvng oc Haralld konvng oc melti. Heilir allvalldar baþir." (Msk., 116) Íslendingar bera sig djarflega þegar þeir koma á fund konunga og kveðja þá vel. Oftast fellur sú dirfska konungi vel. Þó að hegðun Íslendinganna jaðri stundum við að vera móðgandi, halda þeir sér jafnan réttum megin við strikið. Þessi ofdirfska ber

---

1 Íslendingabók. Landnámabók, 336 nm. Þessi athugasemd er úr Þórðarbók og þar með úr Melabók og Styrmisbók.

vitni sérstöðu Íslendinga. Þeir vilja hver og einn vera þegn konungs persónulega, án milligöngumanna. Þar hefur Morkinskinnuhöfundur fyrir sér Ólafssögu Odds munks þar sem Hallfreður vandræðaskáld heimtar að konungur sjálfur haldi sér undir skírn (Odd., 125). Sú óskammfeilni er dæmigerð fyrir Íslendinga í Morkinskinnu. Þeir elska konung en fyrirlíta Norðmenn. Vegna fjarlægðarinnar eru Íslendingar óháðari konungi en aðrir þegnar hans og því betur til þess fallnir að segja honum sannleikann. Eins og Hreiðar heimski sér að augu Magnúss góða eru misstór sjá þeir oft það sem þeir sem nær standa taka ekki eftir. Íslendingar lenda því oft í stöðu hirðfíflsins sem oft og tíðum var eini hirðmaður konungs sem gat sagt honum eins og var.[1] Þegar í upphafi Morkinskinnu þarf Sighvatur að segja Magnúsi konungi „huar komit var". Þá yrkir hann Bersöglisvísur og við það stillist Magnús þannig að hann er síðan kallaður hinn góði (Msk., 25–31). Sú frásögn gefur fyrirheit um það sem síðan verður því að Íslendingar í Morkinskinnu eru hvað eftir annað að yrkja upp Bersöglisvísur. Arnór jarlaskáld gerir upp á milli Magnúss góða og Haralds harðráða (Msk., 116–18), Auðunn veldur þíðu í samskiptum konunganna Haralds og Sveins með því að leyfa báðum að sýna örlæti sitt (Msk., 180–7), Brandur hinn örvi minnir Harald harðráða á að gæta skaps síns (Msk., 194–5) og Stúfur á að hlæja ekki að uppruna annarra (Msk., 253–4).

Íslendingar eru bestu þegnar Noregskonungs. Haraldur harðráði segir um Úlf stallara: „Her liGr nv sa maþr er dyGvastr var oc drottinhollastr." (Msk., 265) Þeir eru jafningjar og jafnvel ofjarlar norskra hirðmanna. Íslendingaþættir Morkinskinnu minna á ameríska drauminn að rætast. Þar kemur fram að smáþjóðakomplexinn varð ekki til á 20. öld. Íslendingar þykja einrænir og skrýtnir og eru gjarnan nefndir „mörlandar" í Morkinskinnu og víðar (Msk., 364). Þeir eru „heimskir", langt að komnir og hjáræunulegir en meira er í þá spunnið en virðist við fyrstu sýn. Þeir eru þó meðvitaðir um að vera sérkennilegir og fremur hallærislegir. Hegðun Íslendinga við hirðina í Morkinskinnu er sérviskuleg svo að ekki sé meira sagt. Auðunn vestfirski eyðir aleigunni í að kaupa bjarndýr til að gefa Danakonungi og hirðmenn konungs hlæja að honum (Msk., 181, 184). Stúfur hegðar sér svo undarlega gagnvart konungi að hann getur ekki orða bundist og segir: „Kynligr Maþr ertv s. hann oc engi hefir þannig fyR malom breytt við mic" (Msk., 253). Greinilegt er að Einar Skúlason er talinn furðuverk. Hann er seinasta dróttkvæðaskáldið og á í harðri samkeppni við annars konar „trúða" (Msk., 446–8). Þó að Einar sé snjall og fljótur að kveða hefur myndast gjá milli skálds og viðtökuhóps þar sem enginn getur lært kvæði Einars.

---

1 Sbr. Skúli B. Gunnarsson. Hið íslenska hirðfífl.

KONUNGSÍMYND ÍSLENSKRA KONUNGASAGNA

Í þáttum Morkinskinnu er oft togstreita milli konungs og þegns en niðurstaða þeirra er þó jákvæð, ef Íslendingar og konungur hegða sér eins og á að gera eru samskipti þeirra til fyrirmyndar. Haraldur harðráði er sagður „allra Noregs konunga vinsælaztr uid Jslendinga" (Msk., 170) og kemur við flesta Íslendingaþætti. Vera má að það stafi af áhuga konungs á sagnaskemmtun og kveðskap sem nokkrir þættir fjalla um (Msk., 199–200, 234–50, 251–4). Hann er eini Noregskonungurinn sem er skáld (t.d. Msk., 156) og hefur gaman af Íslendingum þó að hann sýni þeim stundum fjandskap þegar hann hemur ekki skapsmuni sína. Notar hann þá annarleika Íslendingsins sem svipu: „Þa melti konungr við hann styGliga. Hvat skylldir þv fara vtan af Islandi til ricra Manna oc gǫraz sva at vndrom." (Msk., 237) Þegar öllu er á botninn hvolft er Haraldur þó vinur Íslendinga og það segir sína sögu um stöðu þeirra í heiminum. Ótiginn maður frá litlu og afskekktu landi fær varla betri meðmæli en vináttu konungs.

Frásagnir þáttanna af samskiptum Íslendinga og konunga styrkja sjálfsvitund Íslendinga. Þeir hafa fundið bæði til annarleika og smæðar erlendis en í Morkinskinnu er sýnt að þeir gerðu sitt gagn og voru góðir þegnar konungs. Þessi sjálfsskilningur Íslendinga rímar við vitund þeirra um sjálfa sig sem skáldskapar- og bókaþjóð. Fram kemur í Einarsþætti að dróttkvæði þykja æði gamaldags og hallærisleg á ofanverðri 12. öld. En þó er sagt að Eysteinn konungur „virþi Einar mikils" (Msk., 446). Einnig bendir viðurnefnið „mörlandi" til að gert hafi verið gys að Íslendingum og íslenskum sagnariturum hefur sviðið það. Í Morkinskinnu sést að Íslendingar hafi átt hauk í horni þar sem konungur var þegar á móti blés og erlendir menn hæddust að þeim.

Þættir Morkinskinnu fjalla um samskipti konungs og þegns sem einkennast af vináttu, réttlæti og hófi. Þetta eru fyrirmyndarsamskipti sem benda til að Morkinskinna sé sem kennslubók í kurteisi. Þar er notuð sú kennsluaðferð miðalda að kenna með dæmum (docere verbo et exemplo).[1] Þættir Morkinskinnu fjalla um kurteisi í frumskilningi orðsins. Morkinskinna er bæði sagnfræðirit og leiðbeining fyrir þá sem lifa í samtíðinni og þar með Íslendinga um hvernig eigi að hegða sér við hirðina. Kurteisi er lykilorð riddaralífsins og Morkinskinna er riddaraleg saga, sennilega rituð á svipuðum tíma og Hákon Hákonarson fór að flytja riddarasögur til Noregs með þýðingu Tristramssögu, árin 1220–1235. Riddarahugmyndir einkenna flestöll rit þess tíma, Íslendingasögur, fornaldarsögur og konungasögur. Morkinskinna er meðal fyrstu íslensku sagnanna sem kalla má riddarabókmenntir. Hún er skrifuð af Íslendingi sem hafði ótvírætt haft kynni af kurteisri hirð riddarakonungsins Hákonar Hákonarsonar. Á 13. öld varð tíska hjá íslenskum höfðingjum að

---

[1] Sbr. Bynum. Jesus as Mother, 36–43, 53.

Í LEIT AÐ KONUNGI

gerast hirðmenn konunga, með Snorra Sturluson í broddi fylkingar en á eftir fylgdu Gissur Þorvaldsson, Sturla Sighvatsson og fleiri. Hagnýtt gildi sagnarits sem jafnframt var handbók í kurteisi og hegðun við hirðina hefur því verið mikið.[1]

Í Morkinskinnu er staða Íslendinga gagnvart Noregskonungi lykilatriði. Hún sýnir leit hjáleigunnar að viðurkenningu meðal hinna stóru, rétt eins og fullyrðing Landnámu um að mikilvægt sé að sýna útlendingum að Íslendingar séu ekki þrælaættar. Þar er sýnt að Íslendingar hafa verið og geta verið konungi nytsamir þegnar og að konungur virðir þá sem slíka. Morkinskinna endurspeglar vangaveltur og leit og þættir hennar hafa haft áhrif á heimssýn Íslendinga. Þau gildi sem eru boðuð í Morkinskinnu eru lóð á vogarskál konungsaðdáunar og viðleitni til að skilgreina Íslendinga innan alheimsskipulags miðalda. Þær hugmyndir um stöðu Íslendingsins sem koma fram þar hafa hjálpað Íslendingum að meta eigin stöðu eftir að þeir gengu Noregskonungi á hönd nokkrum áratugum síðar.

6. Fagurskinna

FAGURSKINNA er frá sama skeiði og Morkinskinna en eins og áður kom fram eru höldur á hvort hún sé íslensk. Paasche og Bjarni Einarsson eru sammála um að telja hana konungholla umfram aðrar sögur og telur þá Bjarni eins og Indrebø að hún sé rituð á vegum Hákonar Hákonarsonar og sýni viðhorf hans til konungsvalds.[2] Vissulega er Fagurskinna ekki gagnrýnin á Noregskonunga eða konungsvald almennt en ekki fæ ég séð að það sé sérkenni hennar og rökin fyrir að hún standi nær Hákoni Hákonarsyni en aðrar konungasögur hafa sum verið hrakin en önnur eru úrelt. Konungshollusta getur komið fram með ýmsu móti og það gerir hún í öllum íslenskum konungasögum. Fagurskinnuhöfundur er því varla meiri konungsmaður en Morkinskinnu- eða Heimskringluhöfundur en á hinn bóginn minni nýjungamaður í skáldskap og ef til vill er hann ekki jafn sanngjarn í garð andstæðinga Noregskonunga og þeir.

Fagurskinna ber að mestu vitni sömu viðhorfum um dyggðir og skyldur

---

1 Geraldine Barnes (sjá ma. Arthurian Chivalry in Old Norse, 67–85; Some current issues in riddarasögur research, 78–88) hefur áður bent á að sagnfræðirit eða skemmtisögur geti einnig verið kennslubækur, t.d. riddarasögur. Nánar um handbækur í kurteisi: Barber. The Knight & Chivalry, 136–49 og rit um konungsskuggsjár (sjá bls. 193 nmgr.).

2 Paasche. Tendens og syn i kongesagaen, 6–9; Bjarni Einarsson. Formáli, cxxii o.v; Ólafía Einarsdóttir. Harald Dovrefostre af Sogn, 160–4.

konunga og mikilvægustu stoðir konungsvalds og sjást í Morkinskinnu. Það kemur vart á óvart þar sem þær Morkinskinna eru nánast samhljóða um það skeið sögunnar sem Morkinskinna nær yfir. Fagurskinnuhöfundur styðst þar við Morkinskinnu en fylgir Ágripi um fyrri hluta sögunnar. En þrátt fyrir að hafa í grundvallaratriðum sömu sýn á konunginn eru áhersluþættir Fagurskinnu aðrir en Morkinskinnu og þær segja sömu sögu hvor á sinn hátt. Í Morkinskinnu eru konungar sýndir í dæmisögum, þáttunum, en í Fagurskinnu er sagt frá þeim. Fagurskinna er samin í kringum kvæðið Noregskonungatal sem stiklaði á ætt Haralds hárfagra og ættin er því byggingarefni Fagurskinnu. Hár leikur þar lykilhlutverk, ættin er frá manni sem er kenndur við hár og boðuð sem hár í draumi. Annað leiðarhnoða er kristni konunga og hvernig landið kristnaðist, einkum fram að Ólafi helga. Má segja að fyrri konungar séu forverar hans, rétt eins og konungar Gamla testamentisins voru forverar Krists. Ólafur kemur kristni endanlega á í Noregi en fram að því er kristni konunga aðalatriði frásagnarinnar, hvort þeir eru kristnir og hvernig þeir halda kristni. Hákon Aðalsteinsfóstri er fyrsti kristni konungurinn en Ólafur Tryggvason vinnur áfangasigur og Ólafur helgi lýkur verkinu. Þessi rauði þráður er að nokkru sóttur til Ágrips og annarra eldri rita.

Annað einkenni Fagurskinnu er áhersla á ytri einkenni konunga, til að mynda útlit þeirra, fegurð og kurteisi. Einnig kemur þó fram að höfuðdyggðir konunga eru þær sömu og í Morkinskinnu, viska, styrkur, stilling og réttlæti. Konungar eiga að halda lög og gæta friðarins og góðum konungi fylgir jafnan ársæld. Nauðsyn konunga er ótvíræð, þannig er sagt um æviverk Haralds hárfagra: „Hér eptir siðaðisk landit, guldusk skattar et øfra sem et ýtra." (Fsk., 70) Sömu konungar eru eftirlæti Fagurskinnu og Morkinskinnu en af eldri konungum eru Haraldur hárfagri, Hákon Aðalsteinsfóstri og hinir helgu Ólafar mest metnir og er það sama niðurstaða og í Ágripi. Gallar konunga á borð við Eirík blóðöx koma skýrt fram. Eins er Fagurskinnuhöfundur fjandsamlegur Sveini Úlfssyni og honum er lýst sem svikara og klækjaref en í Morkinskinnu er Sveini hælt á hvert reipi. Þar er skýrt að hann á að erfa Danmörku eftir Magnús góða (Msk., 140–1) og í Auðunarþætti er hann sýndur í jákvæðu ljósi (Msk., 180–7). Þetta helgast eflaust af áherslu á ætt Haralds hárfagra í Fagurskinnu. Sveinn er ekki af norsku konungsættinni og því hið mesta fól.

Sjónarhorn Fagurskinnu er þó ekki aðeins norskt. Þannig er haft eftir Morkinskinnu að Haraldur harðráði hafi verið „allra Nóregskonunga vinsælastr við Íslendinga" (Fsk., 261) og lýst er hjálp hans við Ísland í hallæri og öðrum góðgerðum. Af þeirri frásögn má ráða að Íslendingar séu taldir nánast þegnar Noregskonungs. Annars er Fagurskinna fáorð og þar sem hún þiggur bróðurpart efnis síns frá Morkinskinnu er erfitt að meta hneigð hennar. Fagurskinna er ágripskenndari og bætir litlu við þar sem þær fara saman. Þó að sjá megi mun á þeim Morkinskinnu um einstök atriði virðist konungsmynd þeirra að mestu fara saman þó að frásagnaraðferðin sé jafn ólík Morkinskinnu og frekast má verða.

7. Heimskringla

ÞÁ ER ÞAÐ HEIMSKRINGLA. Áður var nefnt að hún hefur verið í miðju konungasagnarannsókna. Þannig hefur það einnig verið þegar fjallað hefur verið um hneigð sagnanna. Kirkjuleg hneigð Morkinskinnu og konungshollusta Fagurskinnu miðast við Heimskringlu. Heimskringla er aftur á móti dæmi um afstöðu veraldlegra höfðingja til konungsvalds enda höfundurinn fundinn og er veraldlegur höfðingi. Þess er því leitað í Heimskringlu sem vænta má af Snorra Sturlusyni og engin leið að forðast það þar sem Snorri er sjaldgæft tækifæri í íslenskum fornbókmenntum, nafngreindur höfundur sem margt er vitað um og hægt er að beita á ævisögulegri rannsóknaraðferð. Koht taldi að í Heimskringlu væri sagan skilin sem togstreita konungs og stórbænda og hefði sú söguskoðun mótað hugmyndir norskra sagnfræðinga síðan, t.d. á 19. öld. Í þeirri togstreitu drægi Heimskringla taum stórbændanna. Sandvik tók að mestu undir þetta en Paasche taldi erfitt að sjá þessa sögumúð, a.m.k. væri Heimskringla tæplega áróður fyrir höfðingjaveldi. Þar að auki var hann ekki heldur viss um að Snorri hefði slíka heildarsýn á sögu Noregs og undir það hafa fleiri tekið, m.a. Diana Whaley.[1]

Sverre Bagge hefur með réttu bent á að hæpið sé að telja norræn sagnarit áróðursrit eða boðbera stefnu. Þá sé litið fram hjá eðli þeirra sem sagnfræði. Heimskringla standi hvorki með höfðingjum né konungi. Munurinn á henni og norsku smáritunum þremur og Fagurskinnu sé að þær séu dæmigerð evrópsk sagnfræði en þjóðfélagssýn Heimskringlu sé í anda íslenskra sagnarita sem séu mótuð af annarri samfélagsgerð. Bókmenntalegt umhverfi Íslands og Noregs hafi verið öðruvísi en það sem evrópskir klerkar áttu að venjast, einna líkast Ítalíu. Vegna meira jafnræðis og keppni um völdin hafi norrænir menn haft annan skilning á stjórnmálum þar sem meiri áhersla sé á valdatafl en guðlegan rétt. Snorri telji konungsvald „charismatische Herrschaft", þannig séu dyggðir konunga metnar út frá hagnýti fremur en siðferði. Margar tegundir konunga geti reynst vel, bæði Ólafur kyrri og Magnús berfættur séu góðir konungar. Góðir konungar séu þeir sem nái árangri.[2]

[1] Koht. Sagaenes opfatning av vor gamle historie, 384–93; Paasche. Tendens og syn i kongesagaen, 11–14; Schreiner. Tradisjon og saga om Olav den hellige, 82–226; Sandvik. Hovding og konge i Heimskringla; Beyschlag. Snorris Bild des 12. Jahrhunderts in Norwegen; Whaley. Heimskringla, 98–101.

[2] Bagge. Society and Politics in Snorri Sturluson's Heimskringla. Hugmyndir Bagge um íslensk-

Lýsing Bagges á Heimskringlu er að flestu leyti skynsamleg en honum verður svo starsýnt á sérstöðu Heimskringlu að gleymast vill að Heimskringla er að verulegu leyti samin upp úr öðrum ritum sem hún breytir óverulega.[1] Umræða hans um konungsmynd Heimskringlu á því að verulegu leyti einnig við Ágrip, Fagurskinnu og Morkinskinnu enda er mat þessara sagnaritara á Noregskonungum mjög á sömu lund. Það er ekki heldur einsdæmi að telja þann konung dyggðugan sem nær árangri heldur nánast algilt meðal kristinna miðaldasagnaritara. Íslenskar konungasögur virðast að mestu meta konunga eftir sama staðli sem er óaðskiljanlegur frá þeim kristna hugmyndaheimi sem höfundar þeirra lifðu og hrærðust í þó að þær horfi einnig á hagnýtið. Heimskringla er þannig sammála Fagurskinnu um ágæti Hákonar Aðalsteinsfóstra en kveður enn fastar að orði. Sagt er í lengra máli frá uppreisn Þrænda gegn Hákoni til að sýna að hann verður nauðugur að láta af kristniboði en frásögn Fagurskinnu um iðran Hákonar vegna mótgjörða við Guð endurtekin. Guð Fagurskinnu er líka persóna í Heimskringlu sem ekki má líta fram hjá.

Mikil áhersla er lögð á visku og orðsnilld konunga í Heimskringlu eins og í öðrum sögum en frásögnin er fyllri og ítarlegri en í Fagurskinnu. Í Heimskringlu eru þannig tekin mörg dæmi um visku Ólafs helga í stað þess að láta sér nægja að segja að hann hafi verið vitur. Auk þess eru konungar settir í auknum mæli í samhengi við þegna sína eins og í Morkinskinnu en í eldri ritum, Ágripi og Fagurskinnu, eru þeir að mestu einir á sviðinu. Í Heimskringlu er eins og í eldri konungasögum lögð mikil áhersla á friðar- og lagastarf konunga og vinsældir. Úr lögum og þróun þeirra er heldur meira gert en í fyrri sagnaritum og enn meiri áhersla er á hermennsku og bardaga og var þó mikil fyrir. Ólafur kyrri fær hvergi hlutfallslega minna rými en í Heimskringlu en Haraldur harðráði er mikils metinn. Þannig er frásögnin af sameiginlegu ríki þeirra Magnúss góða sögð í sögu hans en ekki í sögu Magnúss. Í Heimskringlu er dæmisaga um hörku hans og harðfylgi á unga aldri og sjálfur Ólafur helgi þekkir þar framtíðarkonung. Styrkur og óbilgirni eru konungsdyggðir í Heimskringlu og hermennska aðalhlutverk konunga. Ekki er Heimskringla þó sérstök að því leyti. Herferðir konunga eru uppistaðan í flestöllum konungasögum; nánast er barist á hverri síðu í Sverrissögu og Hákonarsögu.

Á hinn bóginn er Heimskringla fyrsta mikla Noregskonungasagan sem er lituð af fornmenntastefnu, í kjölfar Historia Norvegiae og Skjöldungasögu.

---

ar og norskar konungasögur koma einnig fram í öðrum ritum hans (m.a. Det politiske menneske og det førstatlige samfunn; Theodoricus Monachus — Clerical Historiography in Twelfth-century Norway; Snorri Sturluson und die europäische Geschichtsschreibung; Helgen, helt og statsbygger; The Norwegian Monarchy in the Thirteenth Century; Ideology and Propaganda in Sverris saga; La Sverris saga).

1 Sbr. gagnrýni Anderssons (The Politics of Snorri Sturluson).

Í LEIT AÐ KONUNGI

Historia de antiquitate regum Norwagiensium, Ágrip og Fagurskinna hefja söguna á Haraldi hárfagra en Snorri fylgir Historia Norvegiae í að segja einnig frá fornkonungum. Þessi fornmenntastefna er með vísindablæ. Í Heimskringlu er jafnan reynt að búa til rökrétt kerfi þegar sagt er frá siðum og lögum og búa til heild þar sem allt fellur hvert að öðru.[1] Hin hlið fornmenntastefnu Snorra er sú sem einnig sést í fornaldarsögum, dísir, finnar og tröll og önnur firn. Haraldur Dofrafóstri sést í mýflugumynd í stroki Haralds hárfagra að heiman með finna einum.[2] Eins og fornaldarsögur er Heimskringla oft riddaraleg. Snorri býr til rómönsu úr sameiningu Noregs; heitstrenging Haralds hárfagra er til þess að komast yfir konu um leið og Noreg allan. Heimskringla ber þess vitni að vera rituð þegar nýjar bókmenntagreinar eru að verða til. Riddarabókmenntir eru á leið til Noregs þegar Snorri ritar Heimskringlu sem sækir eins og Morkinskinna margt til þeirra. Áhugi Hákonar Hákonarsonar á hæverskum bókmenntum á þannig sinn þátt í höfundarverki Snorra Sturlusonar.

Einn angi fornmenntastefnu Heimskringlu er ótvíræður lagaáhugi. Í henni eru klausur um lög og siðvenjur sem ekki eru sóttar í eldri konungasögur en sýna að fyrirmyndarkonungur er lagabætir. Að þessu leyti fylgir Snorri tísku 13. aldar. Frásagnir Heimskringlu af lagabótum Hákonar góða eru nýjung (Hkr. I, 163) og einnig er ný frásögn af lögum Magnúss góða (Hkr. III, 31) en báðir þessir konungar eru í fremstu röð í öllum íslenskum konungasögum. Þriðji fyrirmyndarkonungurinn er Eysteinn sem í mannjafnaði konunga stendur fyrir lög, verslun, frið og samninga eins og í Morkinskinnu. Um hann er sagt í Heimskringlu: „Vann Eysteinn konungr Jamtaland með viti, en eigi með áhlaupum sem sumir hans forellrar." (Hkr. III, 255–6)[3] Hér er Heimskringla samstíga flestum konungasögum, nýjungin felst í áherslu á fornar hefðir og siði.

Mesta viðbót Heimskringlu er að auka hlut Ólafs helga sem fær mun meira vægi en í Ágripi og Fagurskinnu. Í Heimskringlu er hann ekki aðeins kristniboðskonungur heldur einnig sá sem styrkir konungsvald í Noregi öðrum fremur og fyrsti einvaldurinn. Upphaf sögunnar snýst um hvernig hann nær einn völdum í Noregi og er þar einn konungur við lát fóstra síns, Sigurðar

---

[1] Um alfræði og lærdóm Snorra, sjá: Clunies-Ross. Skáldskaparmál, 151–76.

[2] Sú frásögn vitnar um togstreitu föður og sonar sem er algeng í konungasögum og víðar í íslenskum miðaldabókmenntum en ekki gafst tími til að rannsaka hér. Um sögnina, sjá m.a. Finnur Jónsson. Sagnet om Harald hårfagre som „Dovrefostre"; Bugge. Mythiske Sagn om Halvdan Svarte og Harald Haarfagre; Ólafía Einarsdóttir. Harald Dovrefostre af Sogn.

[3] Líka í Msk., 353. Diana Whaley segir: „On the whole, it seems likely that Snorri's ideal king is such one as Magnús góði, in whom military prowess is tempered by wisdom and moderation and whose battles are in just cause." (Heimskringla, 101). Þetta er rétt en Magnús er þó ekki besta dæmið því að Snorri bætir litlu við það sem sagt er um hann annarstaðar.

sýrs. Á hinn bóginn er í Heimskringlu einnig lögð áhersla á aukna andstöðu við konungsvaldið. Þrænskir andstæðingar Hákonar Aðalsteinsfóstra og óvinir kristindómsins fá mál í Heimskringlu í ræðu Ásbjarnar á Meðalhúsum sem skýrir út fyrir konungi hvernig hann sé háður vilja þegna sinna:

> En ef þér vilið þetta mál taka með svá mikilli freku at deila afli ok ofríki við oss, þá hǫfum vér bœndr gǫrt ráð várt, at skiljask allir við þik ok taka oss annan hǫfðingja, þann er oss haldi til þess, at vér megim í frelsi hafa þann átrúnað, sem vér viljum. (Hkr. I, 170)

Það er engin tilviljun að orðið *of-ríki* er notað. Konungur á að stjórna en ekki um of.

Orð Ásbjarnar á Meðalhúsum sannast í uppreisn Þrænda gegn Erlingi Eiríkssyni sem þeir drepa sakir ofríkis (Hkr. I, 221). Undir Hákoni jarli „tóku bœndr at kurra illa, svá sem Þrœndir eru vanir, allt þat er þeim er í móti skapi." (Hkr. I, 291) Það er ekki laust við að Heimskringla hafi íróníska fjarlægð á þetta þrænska eðli en eigi að síður eru skilaboðin þau að konungi sé betra að hafa bændurna með sér eins og Ólafur Tryggvason þegar hann nær völdum í Noregi (Hkr. I, 299, 315). Heimskringla er í senn konungholl og höfðingjaholl. Konungar eru ekki einir heldur geta stórhöfðingjar nánast verið jafnir þeim. Þannig segir Erlingur Skjálgsson í Heimskringlu „Hersar hafa verit frændr mínir. Vil ek ekki hafa nafn hæra en þeir." (Hkr. I, 307) Erlingur á sér sjálfstæðan valdagrunn óháð konungi og nýtur augljósar aðdáunar í sögunni þar sem sem hvað eftir annað virðist hvatt til valdajafnvægis milli konungs og stórhöfðingja. Eigi að síður kemst hetja Heimskringlu, Ólafur helgi, til valda með því að raska þessu jafnvægi. Þegar hann kemur til valda mætir hann tveimur fulltrúum smákonungaveldisins, Sigurði sýr og Hræreki konungi. Þeir tala þar máli hinnar gömlu og hverfandi tíðar gegn manni nýja tímans, Ólafi. Þó að í Heimskringlu sé staðið með Ólafi sést einnig nokkur samúð með hinu gamla kerfi sem þarf e.t.v. ekki að koma á óvart í ljósi fornmenntahneigðar sögunnar. Sigurður og Hrærekur verða dæmi um hvernig fer fyrir fortíðinni. Sigurður gengur í lið með Ólafi og lagar sig að nýjum sið, Hrærekur streitist á móti. Afleiðingarnar eru að Hrærekur missir völd og endar á Íslandi en ætt Sigurðar sýrs tekur við Noregi (Hkr. II, 39–49).[1]

Smákonungaveldið hrynur í Noregi en bændur standa eftir og þangað á konungurinn að sækja vald sitt. Það kemur fram í tveimur dæmisögum frá

---

1 Í Heimskringlu er Haraldur harðráði látinn segja við Magnús góða: „Er þat ok satt, at þá var ekki gott smákonungum í Nóregi, er faðir þinn var sem ríkastr." (Hkr. III, 101). Það er aftur á móti sótt til Morkinskinnu (96) sem annars er ekki sérlega hliðholl smákóngum og enginn vafi er á að Snorri telur þessa þróun óumflýjanlega þótt hann hafi samúð með smákonungum (sjá: Ármann Jakobsson. Konungur og bóndi).

Í LEIT AÐ KONUNGI

Svíþjóð þar sem í forgrunni eru Þórgnýr lögmaður og Freyviður daufi. Báðir eru þeir fulltrúar gamals tíma sem er þó einnig eilífur og sýna fram á að konungur getur ekki verið án laga og stuðnings alþýðu. Meðan Svíar fylgja konungi þarf hann ekkert að óttast en annars fer illa (Hkr. II, 109–118, 153–4).[1] Konungsvaldi eru takmörk sett. Uppsalaþing setur Svíakonungi stólinn fyrir dyrnar meðan Ólafur helgi verður einvaldur í Noregi. Síðan fellur Ólafur og e.t.v. eru orð Freyviðar daufa um að konungur sem hefur alþýðuna með sér geti allt forspá um þau örlög. Eigi að síður er Ólafur helgi réttur konungur og svik alþýðu við hann ekki réttlætt. Öðru nær, þau eru harðlega fordæmd. Heimskringla hefur skýra afstöðu til drottinsvika, hún sést í sögunni af aftöku Karks, dæmisögu um örlög þeirra sem svíkja sinn herra. Orðið *drottinsvik* er mikið notað í Heimskringlu. Á hinn bóginn sést einnig samúð með Erlingi Skjálgssyni og Einari þambarskelfi sem hún telur ekki drottinsvikara og afstaðan til Einars er gjörbreytt frá Morkinskinnu, eitt af fáum tilvikum þar sem hægt er að sjá afgerandi mun á söguskoðun þessara tveggja rita.[2]

Almennt er í Heimskringlu gerður minni munur á konungi og höfðingja sem er konunglegur í háttu. Gullinn hjálmur Gregoríusar Dagssonar er nánast konunglegur: „Hann gekk með hjálm gullroðinn á þingit, ok allt hans lið var hjálmat." (Hkr. III, 338) Um Gregoríus er sagt í eftirmælum:

> En þat var almæli, at hann hafi verit mestr hǫfðingi lendra manna í Nóregi í þeira manna minnum, er þá váru uppi, ok bezt verit við oss Íslendinga, síðan er Eysteinn konungr andaðisk inn ellri. (Hkr. III, 364)

Þrátt fyrir mikla aðdáun á Gregoríusi er hann mestur höfðingi lendra manna, ekki borinn við konung sjálfan. Ekki fer þó milli mála að með því að nefna Eystein er sagt að Gregoríus hafi verið stjórnandi Noregs í raun. Í deilum höfðingja og konungs er í Morkinskinnu ævinlega staðið með konungi en ekki í Heimskringlu. Þrátt fyrir mikla aðdáun á konungsvaldi eru sumir höfðingjar dáðir sem konungar væru. Einn af þeim er Skúli konungsfóstri sem í Heimskringlu og raunar fleiri sögum virðist þykja ágætt að stjórni fyrir Ólaf kyrra.[3] Sá hinn sami Skúli er forfaðir annars Skúla sem freistandi er að kenna

---

1 Þórgnýr er að minni hyggju uppspuni Snorra (sbr. Konungur og bóndi) og má nefna til viðbótar því sem ég hef áður nefnt rök Nermans (Torgny lagman), Beckmans (Torgny lagman) og Wesséns (Lagman och lagsaga, 73–6; sbr. einnig: Jón Jónsson. Athugasemd um Þorgný lögmann).

2 Það væri að æra óstöðugan að nefna allt það sem ritað hefur verið um þessa þætti Heimskringlu sem hafa að vonum vakið mikla athygli innlendra sem erlendra fræðimanna. Ég læt mér nægja að nefna hér: Sandvik. Hovding og konge i Heimskringla, 29 o.áfr.; Gunnar Karlsson. Stjórnmálamaðurinn Snorri, 41–50; Bagge. Society and Politics in Snorri Sturluson's Heimskringla, 111–45; Ármann Jakobsson. Konungur og bóndi.

3 Msk., 283–4; Hkr. III, 197–8. Sjá: Sandvik. Hovding og konge i Heimskringla, 97.

að nokkru um þessa tvíbentu afstöðu Heimskringlu til deilna konungs og höfðingja. Höfundur hennar, Snorri Sturluson, var hirðmaður Skúla Bárðarsonar og Snorri studdi hann og galt fyrir með lífinu þegar hann síðar gerði uppreisn gegn Hákoni konungi. Skúli vildi ekki afnema konungsvaldið heldur verða sjálfur konungur. Heimskringla er ekki heldur andsnúin konungsvaldi en þar sést þó stundum samúð með stórhöfðingjum sem vilja jafnast við konung auk þess sem lögð er áhersla á stuðning þings og þjóðar við konung.

Snorri Sturluson virðist heldur kleyfhuga í afstöðu sinni til konungsvalds, er bæði aðdáandi konungs og á báðum áttum. Koma báðir þættir fram í bræðrunum Hræreki og Hringi. Hrærekur vill vera sjálfráður og laus við ofríki og ójafnað innlends yfirkonungs:

> hǫfum vér nú haldit vináttu við Danakonung, ok hǫfum vér af honum traust mikit haft um alla hluti, er vér þurfum at krefja, en sjálfræði ok hóglífi innan lands ok ekki ofríki. Nú er þat at segja frá mínu skaplyndi, at ek uni vel við svá búit. Veit ek eigi þat, þótt minn frændi sé konungr yfir landi, hvárt batna skal við þat minn réttr nǫkkut, en ella mun ek engan hlut eiga í þessari ráðagǫrð. (Hkr. II, 48)

Hrærekur styður þann konung sem honum hentar en Hringur vill treysta á auðnu Ólafs helga. Rétt er þó að vekja athygli á að ekki er rætt um að hafa engan konung heldur styður Hrærekur útlendan konung. Eins var Snorri sjálfur fyrstur Íslendinga svo að vitað sé til að takast á hendur að koma Íslendingum undir erlendan konung.

Heimskringla fjallar eins og Morkinskinna mikið um Íslendinga og samskipti þeirra við konung og er að mestu á sömu brautum. Þar er stutt við fullyrðingar úr Morkinskinnu um vináttu Haralds harðráða og Íslendinga:

> Er saga mikil frá Haraldi konungi sett í kvæði, þau er íslenzkir menn færðu honum sjálfum eða sonum hans. Var hann fyrir þá sǫk vinr þeira mikill. Hann var ok inn mesti vinr hegat til allra landsmanna. Ok þá er var mikit hallæri á Íslandi, þá leyfði Haraldr konungr fjórum skipum mjǫlleyfi til Íslands ok kvað á, at ekki skippund skyldi vera dýrra en fyrir hundrað vaðmála. Hann leyfði útanferð ǫllum fátœkjum mǫnnum, þeim er sér fengi vistir um haf. Ok þaðan af nærðist land þetta til árferðar ok batnaðar. (Hkr. III, 119)

Hér er Haraldur nánast konungur Íslendinga sem bjargar þeim frá óáran en er hylltur af íslenskum skáldum í staðinn. Þannig er fyrirmyndarsamband Íslands og konungs í Heimskringlu. Fjarlægur konungur veitir neyðaraðstoð og er hylltur fyrir. Á hinn bóginn eru bein afskipti konungs af landinu greinilega illa séð. Ekki er hægt að skilja landvættasöguna um sendimann Haralds Gormssonar öðruvísi (Hkr. I, 270) en þar er auðvitað Danakonungur á ferð.[1]

---

1 Sjá: Einar Ólafur Sveinsson. Landvættasagan.

Á hinn bóginn eru afskipti Ólafs Tryggvasonar af kristnitöku Íslendinga jákvæð (Hkr. I, 329–33, 347) þó að hann beiti Íslendinga hálfgerðum þvingunum. Ólafur helgi er einnig látinn telja Ísland til ríkis síns (Hkr. II, 74–77) en er gerður afturreka með skattkröfur (Hkr. II, 241) eftir margívitnaða ræðu Einars Þveræings sem lofar konung en vill heldur gefa honum gjafir en gjalda skatt og alls ekki láta hann fá Grímsey fyrir her. Þau sjónarmið eru endurómur af orðum Hræreks konungs sem ber saman sjálfræði og hóglífi undir fjarlægum konungum og ofríki innlends konungs.

Sjálfsagt er að viðurkenna konung að forminu til en best að vera sem sjálfráðastur. Sú er niðurstaða Heimskringlu sem er fengin með mikilli umhugsun og umræðu um konungsvald. Hún er ekki angi íslenskrar þjóðernishyggju heldur afstaða höfðingja sem vill vera sjálfráður undan æðra valdi og trúir á stjórn hinna fornu þinga í samráði við konung. Ekki er hægt að líta á að Heimskringla sé hlynnt gamla goðaveldinu óbreyttu, hún er konungasaga. Þvert á móti kemur fram í Heimskringlu að best sé að sá sem mestu ræður sé útlendur konungur en ekki innlendur ofsamaður þó að konungur heiti. Heimskringla er konunghöll en um leið höfðingjasinnuð. Niðurstaðan er ekki að konungur og höfðingjar séu andstæður. Þvert á móti eiga konungar að virða höfðingja og öfugt.

8. Knýtlingasaga

KNÝTLINGASAGA er yngst þeirra sagna sem hér var fjallað um. Hafa þær Skjöldungasaga sérstöðu sem einu sögurnar um Danakonunga en á þeirri hálfu öld sem er á milli ritunar þessara Danakonungasagna hefur íslensk sagnaritun tekið vaxtarkipp. Sögur Noregskonunga liggja þar á milli, Morkinskinna, Fagurskinna og Heimskringla. Ritun fornaldar- og riddarasagna er hafin og afstaða íslenskra rita til konungsvalds hefur þroskast og mótast um leið og hið stjórnmálalega umhverfi hefur tekið stakkaskiptum. Erlendis hefur konungsvaldi vaxið ásmegin, ekki síst í Danmörku og Noregi undir stjórn afkomenda Sverris og Valdimars. Þar eru ríki og kirkja sambornar systur. Á Íslandi er öldin önnur, þar ríkir skálmöld og skeggöld sú sem kennd hefur verið við ætt Ólafs hvítaskálds og tekur sinn toll í mannfórnum. Að þessu verður að hyggja þegar fjallað er um afstöðu Knýtlingasögu til konungsvalds.

Í Knýtlingasögu er lýst samfélagi í jafnvægi, konungur trónir á tindinum en tekur tillit til afstöðu kirkju og fylgir þeim siðalögmálum sem hún setur honum. Þetta er andi friðarstefnu afkomenda Valdimars mikla en vera má að hér hafi höfundur einnig í huga þann ófrið sem hrjáði heimaland hans á þeim tíma er Knýtlingasaga er skrifuð. Um fyrstu konunga Danmerkur, eftir að Haraldur Gormsson kristnar Dani, er sagan svo fáorð að vart er hægt að tala um sögusamúð. Þeir feðgar eru þó miklir höfðingjar og greinilegur stígandi í höfðingskapnum fram að Knúti ríka en við dauða hans „endisk sá inn mikli hǫfðingskapr Danakonunga, er þeir langfeðgar hǫfðu haft, at hverr inn síðasti hafði meira ríki en hans faðir." (Knýtl., 126) Fyrst þegar kemur að næstu kynslóð skýrist afstaða Knýtlingasögu til einstakra konunga. Sveinn Úlfsson er til fyrirmyndar en synir hans skiptast í tvo hópa: Annars vegar eru hinir góðu konungar, Knútur helgi og Eiríkur góði. Hins vegar eru Haraldur hein, Ólafur hungur og Nikulás, ýmist vanhæfir eða illir. Þetta kemur heim við hin svokölluðu Óðinsvérit sem draga fram helgi Knúts en er andstætt söguskoðun Hróarskeldukrónikunnar þó að jafnvel þar sé fallist á að Nikulás hafi verið lítill bógur. Þessi rit eru frá fyrri hluta 12. aldar en frá seinni hluta aldarinnar eru sögur Sveins Ákasonar og Saxa sem fara bil beggja en eru þó hliðhollir Knúti. Knýtlingasaga er tvíbent í afstöðu sinni til Eiríks eymuna, tekur undir með Hróarskeldukróniku og Sveini Ákasyni um ofríki hans en hefur samúð með honum í viðureign hans við þá feðga, Nikulás og Magnús, og fylgir þar Saxa. Knýtlingasaga er líka jákvæðari í garð Eiríks lambs en bæði Hróarskeldukrónika og Saxi. Einnig er gengið lengra en í öðrum sögum í lofi um Eirík góða og veldur örugglega einhverju um að höfundur styðst við Eiríksdrápu Markúsar Skeggjasonar.

Eiríkur góði er tvímælalaust fyrirmyndarkonungur sögunnar. Viðmið hennar er almenn hugsjón um konungsvald sem einstakir konungar eru bornir við. Hinir einstöku konungar geta hver og einn varpað ljósi á aðalatriðið, konungshugsjón sögunnar. Knýtlingasaga ber öll merki þroskaðrar umræðu um konung og konungsvald sem er í tengslum við almennan skilning samtímans á heiminum og eðli hans. Sýn hennar á konunginn, hlutverk hans, afstöðu til laga, ytri einkenni og dyggðir og afstöðu gagnvart þegnum, ætt og Guði sjálfum er sú sama og einkennir íslenskar konungasögur sem heild og vesturevrópsk rit 12. og 13. aldar. Höfundur Knýtlingasögu er alþjóðlegur sagnaritari með alþjóðlegar hugmyndir, ekki að elta erlenda tískustrauma heldur er hann sem Íslendingur hluti af alþjóðlegum hugmyndaheimi. Það sem var satt í Róm var líka satt á Íslandi, sá sannleikur varð ekki ómerkari fyrir að vera ritaður á þjóðtungu og þeim íslensku lesendum sem Knýtlingasaga er ætluð er hann ekki síður skiljanlegur en páfanum í Róm.

Þegar Knýtlingasaga er rituð, um miðja 13. öld, hefur konungsvald eflst í Noregi og Danmörku. Ísland logar aftur á móti í óeirðum og illdeilum. Við þær deilur kemur Ólafur Þórðarson hvítaskáld, líklegur höfundur Knýtlingasögu, lítið en þau fáu orð sem eftir honum eru höfð sýna að sá sem þar hefur orðið er mótaður af kurteisishugmyndum konungshirða þeirra tíma og ein-

Í LEIT AÐ KONUNGI

dreginn aðdáandi og stuðningsmaður Hákonar Hákonarsonar og konunga almennt.[1] Knýtlingasaga er rituð í goðaveldi í dauðateygjunum. Þeir sem vildu fylgjast með straumnum sáu enga framtíð án konungs.

9. Íslendingar og konungar á 13. öld

Á FYRSTU BLAÐSÍÐUM þessa verks var greint frá nokkrum helstu vandamálum í íslenskri bókmenntasögu 12. og 13. aldar. Þar var sagt frá helstu flokkum íslenskra sagnarita og fram kom að konungasögur eru ein elsta tegund þeirra miðað við núverandi hugmyndir um þróun sagnaritunarinnar. Um upphaf þeirra er fátt eitt vitað og hið sama á við upphaf íslenskrar sagnaritunar yfirleitt. Fram kom að til eru erlend sagnarit sem sum eru hliðstæð konungasögum en þau eru þá á latínu. Íslenskar konungasögur eru aftur á móti á norrænu máli og erfitt hefur reynst að finna erlend sagnarit sem séu að öllu leyti sambærileg að lengd og efnistökum. Upphaf íslenskrar konungasagnaritunar er ráðgáta. Þó eru nokkrar vísbendingar um það sem vert er að nefna aftur. Í fyrsta lagi geymdu Íslendingar samnorræna kveðskapararfleifð. Í öðru lagi hefst ritöld með kristni og flest varðveitt rit frá 12. öld tengjast kirkju með einum eða öðrum hætti. Í þriðja lagi er fræðiritun hafin á 12. öld. Íslendingabók Ara er þar fremst í flokki en einnig munu ættvísi- og mannfræðirit eins og Landnámabók eiga sér forvera frá 12. öld. Í fjórða lagi eru elstu konungasögur tengdar helgum konungum (Hryggjarstykki og sögur Ólafs helga) en þjóðarsöguritun virðist hefjast í Noregi þó að bak við glytti í glötuð rit Sæmundar og Ara.

Þá eru komnir fram fjórir þættir sem kenning um uppruna íslenskra konungasagna þarf að taka tillit til og aðeins eftir sá fimmti. En það er sá þáttur sem ég hef beint sjónum að í þessu riti: Konungar. Fyrir nokkrum áratugum bylti Bjarni Aðalbjarnarson hugmyndum manna um þróun byskupasagnaritunar á Íslandi með þessum orðum: „Da Torlaks hellighet var blitt anerkjent, måtte det være en nærliggende tanke å skrive hans biografi."[2] Í stuttu máli: Helgi Þorláks er forsenda og þá um leið upphaf byskupasagnaritunar á Íslandi. Án helgs manns er engin helgisaga. Hið sama gildir um norrænar konunga-

---

1 Bjarni Guðnason. Formáli, cxix–clxxxiii. Ólafur var við hirð bæði Noregs- og Danakonungs og sagt er að á fundinum á Höfðahólum árið 1252 hafi hann staðið upp og beðið þess „at menn tæki sæmiliga bréfum ok erindum svá ágæts herra sem Hákon konungr var, en gera eigi sem margr angrgapi, at svara fólsku tiginna manna erindum" (Sturlunga saga, 120). Seinna á sama fundi segir hann: „Þat er siðr hæverskra manna at þegja eigi móti konungs erindum" (Sturlunga saga, 121 og 291).

2 Bjarni Aðalbjarnarson. Bemerkninger om de eldste bispesagaer, 37.

sögur. Á undan þeim eru konungar og þá er komið að þversögn íslenskrar konungasagnaritunar: Allar líkur benda til að á Norðurlöndum hefjist konungasagnaritun hjá þeirri einni þjóð í Evrópu sem engan hafði konunginn. Ritunin sjálf er íslensk en efnið er sótt að utan því að á Íslandi var engin kynni af konungum að hafa.

Um íslenska menningu og erlenda á miðöldum og tengsl þeirra hafa menn ekki orðið á eitt sáttir. Ekki eru hér tök á að ræða alla þá sögu en sem dæmi má taka skrif þriggja öndvegisfræðimanna. Einar Ólafur Sveinsson setti fyrir tæpum 60 árum fram sýn sína á Sturlungaöld, ritunartíma íslenskra konungasagna, og hún er í stuttu máli þessi: Á 13. öld mættust á Íslandi gamalt og nýtt. Annars vegar innlend menning þjóðveldisins sem einkenndist af trú á sjálfstæði, jafnræði og frelsi, húmanisma og víðsýni og Einar nefnir „þjóðveldismannahugsunarháttinn." Hins vegar útlend menning kirkju og kurteisi sem þrátt fyrir ýmsa kosti er úrkynjuð og full neikvæðni og þröngsýni, öfugt við kirkjustefnu höfðingja á 12. og 13. öld sem einkenndist af mildi og umburðarlyndi. Fyrir keðju ólánlegra tilviljana nær þessi nýja kirkjumenning að festa rætur hér ásamt riddarabókmenntum, Íslendingar læra „ósiði af erlendum þjóðum" og glopra að lokum sjálfstæðinu úr hendi sér af misgáningi því að í raun vildi ekki nokkur maður ganga Noregskonungi á hönd.[1] Hugmyndir Einars voru í senn þjóðernissinnaðar og settar fram af kynngi og andagift og náðu mikilli hylli meðal fræðimanna, ekki síst á Íslandi þar sem lýðveldið var að komast á legg.

Aldarfjórðungi síðar andmælti Lars Lönnroth Einari Ólafi og hafnaði hugmyndum hans um þessi mót tveggja skauta. Um leið hafnaði hann ofuráherslu Einars á andstæðurnar erlent og innlent, andlegt og veraldlegt. Hann taldi að menning Íslands væri í nánum tengslum við evrópska menningu þess tíma og hæpið væri að gera ráð fyrir sérstakri þjóðveldismenningu heldur hefði kirkjan hér sem annarstaðar í Evrópu verið undirstaða menningarlífs.[2] Sverre Bagge hefur tekið enn einn pól í hæðina í skrifum sínum seinasta áratug. Hann fjallar um Heimskringlu í samhengi við evrópska sagnaritun á miðöldum og leggur þannig áherslu á að íslensk sagnaritun sé angi evrópskrar sagnfræði. Höfuðáhersla hans er þó á sérstöðu Heimskringlu og annarra íslenskra höfðingjabókmennta sem hann telur ekki eiga sinn líka í Evrópu. Orsaka þess leitar hann í formgerð íslenska samfélagsins þar sem jafnræði og keppni um völd hafi verið meiri en annarstaðar í Evrópu. Segja má að Bagge endurveki hugmyndir Einars Ólafs um tvenns konar menningu á Íslandi og

---

1 Einar Ólafur Sveinsson. Sturlungaöld.
2 Lönnroth. Tesen om de två kulturerna, 33–61 o.v. Sjá einnig: Lönnroth. Sponsors, Writers, and Readers of Early Norse Literature.

veiti nýtt inntak. Eftir stendur hættan á að gera skarpan greinarmun á „andlegum" og „veraldlegum" skrifum sem hér hefur verið varað við.[1] Hér hefur verið leitast við að horfa á íslenskar konungasögur í evrópsku samhengi. Aðeins var vikið að erlendri sagnaritun í upphafi. Þó að þar séu rætur íslenskra konungasagna er sérstaða þeirra veruleg. Öðru máli gegnir um viðhorf íslenskra konungasagna til konungsvalds. Þar er konungsvaldi og þáttum þess lýst á sama hátt og gert er í Evrópu á 12. og 13. öld, hugmyndir þeirra eiga sér jafnan hliðstæður erlendis. Í íslenskri menningu 13. aldar eru kirkjulegt og veraldlegt ekki andstæður og ekki verður vart við að íslensk viðhorf og erlend takist á. Þess er ekki heldur að vænta. Íslendingar voru aðfluttir, kristni kom til þeirra frá Norðurlöndum og Bretlandi og um leið ritmenningin. Þó að hafið gerði Ísland afskekkt voru samskipti við útlönd eigi að síður mikil. Samgöngur á landi voru síst betri en á sjó og Evrópa því engin menningarheild; kotbændur í Frakklandi gátu talist jafn fjarri siðmenningunni og íslenskir starfsbræður þeirra. Síðast en ekki síst eru rætur íslenskra konungasagna í erlendum bókmenntum.

Fyrstu íslenskar sögur um konunga voru helgisögur og hluti af þeirri alþjóðlegu bókmenntagrein. Fyrstu norrænar sögur um aðra konunga en þá helgu eru ekki íslenskar heldur norskar. Fyrsta íslenska sagan um norskan konung sem ekki var helgur var Sverrissaga og konungur sjálfur tengist þeirri ritun þó að sagnaritarinn sé íslenskur. Hann er hins vegar munkur. Þjóðveldismaður Einars Ólafs kemur hvergi að upphafi íslenskra konungasagna. Sverrissaga er samstarfsverkefni íslensks munks og norsks konungs og þannig eru allar hinar íslensku konungasögur bæði íslenskar og norskar, íslenskar vegna höfunda sinna, norskar vegna efnis síns. Eins eru þær alþjóðlegar þar sem þær eru allar að einhverju leyti tengdar kirkjunni sem var alþjóðleg stofnun. Þær fáu konungasögur sem ekki eru sögur helgra manna eða ritaðar af kirkjunnar mönnum, til að mynda Heimskringla, sýna ótvíræðan og yfirgripsmikinn kristilegan lærdóm. Hin þjóðlega taug konungasagna er fyrst og fremst tungan.

Ísland kristnaðist einna fyrst Norðurlanda og fyrst í stað var því kristin menning sótt til Bretlandseyja. Vel má vera að það sé að dæmi Beda prests og annarra enskra sagnaritara sem Ari fróði ritar Íslendingabók sína á íslensku. Með því leggur hann grunn að íslenskri hefð í sagnaritun en um leið er Íslendingabók um margt lík erlendum króníkum og höfundur hennar er prestur en ekki veraldlegur valdsmaður. Ari er þar að auki nátengdur Skálholtsstól, í fóstri hjá bróður Gissurar Ísleifssonar byskups. Enda eru byskupar í Skálholti í miðpunkti frásagnar seinustu kafla bókarinnar, ekki síst Gissur sem er lýst sem höfðingja yfir Íslandi. Sagt er að landsmenn hafi verið hlýðnir hon-

---

[1] Sjá m.a. Bagge. Society and Politics in Snorri Sturluson's Heimskringla, 232–47.

um og tíundað hversu vinsæll hann hafi verið: „Gizurr byskup vas ástsælli af ǫllum landsmǫnnum en hverr maðr annarra, þeira es vér vitim hér á landi hafa verit."[1] Þá segir frá tíundarlögum sem Gissuri eru þökkuð, manntali sem hann lét gera og eftir að greint hefur verið frá láti hans eru raktar ættir þeirra byskupa sem landið hefur átt. Íslendingabók hefst á landnámi úteyjarinnar í norðri, sagt er frá löggjöf, byggð Grænlands, kristnitöku og að lokum frá byskupum þeim sem landið hefur haft. Henni lýkur á að landið hefur fengið sterkan höfðingja sem setur því lög.

Í Íslendingabók eru byskupar miðja frásagnar allt frá kristnitöku.[2] Þeim er lýst sem þeir væru konungar yfir landinu. Ari þekkir byskupasögu Adams frá Brimum sem segir um Íslendinga: „Episcopum suum habent pro rege; ad illius nutum respicit omnis populus; quicquid [...] ille constituit, hoc pro lege habent."[3] Þetta fellur að lýsingu Gissurar Ísleifssonar í Íslendingabók, hann setur þar lög sem allir fylgja. Munurinn er sá að Ari notar ekki orðið konungur um Gissur. Lýsing hans á hinum sterka manni á Íslandi, nánast einvaldi, kallar ekki á orðið. Það er hins vegar notað í Hungurvöku:

> Hann tók tígn ok virðing svá mikla þegar snemmendis byskupsdóms síns, ok svá vildi hverr maðr sitja ok standa sem hann bauð, ungr ok gamall, sæll ok fátœkr, konur ok karlar, ok var rétt at segja at hann var bæði konungr ok byskup yfir landinu meðan hann lifði.[4]

Hungurvaka er rituð u.þ.b. 80 árum síðar en Íslendingabók, um svipað leyti og konungasagnaritun Íslendinga er að hefjast af fullum krafti. Á þeim tíma hefur eitthvað gerst á Íslandi sem veldur því að Gissur er nú kallaður konungur. Auðvitað má vera að hugmyndin sé fengin frá Adami frá Brimum en meira kemur til. Enginn vafi leikur á að höfundur Hungurvöku telur „konungdóm" Gissurar hið mesta framfaraskeið í Íslandssögunni og æskilegt að á Íslandi sé konungur.[5]

Eins og fram kom áður leggja íslenskar konungasögur ekki nafn konungs við hégóma. Það kann að virðast einkennilegt að nota orðið um byskup í ljósi þess að um 1200 hafði umræða um aðskilnað andlegs og veraldlegs valds einkennt seinustu aldir en fordæmin eru þó allnokkur. Raunar hafa flest skeið sögunnar verið heldur óskýr mörk milli andlegra og veraldlegra leiðtoga. Þannig voru konungar trúarleiðtogar í Róm til forna en þegar þeim var steypt

---

1 Íslendingabók, 22.
2 Enda telur Mundal (Íslendingabók vurdert som bispestolskrønike) að hún sé byskupasaga, byggð á króníku Adams frá Brimum sem hún færir sterk rök fyrir að Ari þekki.
3 Adam von Bremen. Hamburgische Kirkengeschichte, 273.
4 Hungrvaka, 85.
5 Sjá: Ármann Jakobsson. Nokkur orð um hugmyndir Íslendinga um konungsvald fyrir 1262, 33–6.

varð til sérstakt hofgoðaembætti (pontifex maximus) sem keisarar tóku svo að sér. Eins var með miðaldakeisara sem þóttust arftakar Rómar, þeir lögðu einatt áherslu á að vera bæði konungar og byskupar. Það gerðu Konstantínus, Karlamagnús, þýskir keisarar af ætt Ottós mikla og Frakkakonungar á 13. öld. Þeir voru konungar og klerkar í senn, byskupar byskupanna og yfirmenn kirkju. Karlamagnús varð æfur þegar hann sá byskup með sprota því að hann einn átti að vera hinn eini sanni byskup. Eins neitaði Haraldur harðráði samkvæmt Adam frá Brimum að taka mark á öðrum erkibyskupum í Noregi en sjálfum sér: „clamitans se nescire, quis sit archiepiscopus aut potens in Norvegia, nisi solus Haroldus."[1] Eins fór Vilhjálmi Englandskonungi, keppinaut hans, samkvæmt sagnariti Eadmers. Sumir konungar lögðu ríka áherslu á kristilega hegðun og til varð sérstök konungsgerð síbiðjandi meinlætamanna. Eins eru kristniboðskonungar eins konar trúboðsbyskupar eins og Ólafssaga Odds munks gefur til kynna með því að tengja Ólaf Marteini frá Tours (Odd., 94, 113). Í vígslu sumra evrópskra miðaldakonunga, ekki síst eftir 10. öld, var lögð áhersla á þennan byskupsþátt konungs en raunar var allar miðaldir stutt á milli vígslusiða konunga og byskupa. Frá og með 11. öld andæfði páfagarður þessu og krafðist aðskilnaðar andlegs og veraldlegs valds, þó undir þeim formerkjum að páfi sameinaði bæði konungs- og byskupstign, rétt eins og Gissur Ísleifsson.[2]

Þannig mátti snúa öllu við. Eins og konungur gat verið byskup gat byskup verið konungur. Á ármiðöldum voru byskupar sterkir og héldu eigin hirðir, voru sjálfráðir embættismenn keisara og konunga. Arfleifð þessa á miðöldum eru kenningar um völd byskupa (episcopalismi). Hver byskup er talinn páfi í eigin umdæmi (quasi princeps in ecclesia) og sumir töldu þá jafnoka konunga, konunga í byskupsdæmi sínu, eða jafnvel yfir konunga hafna. Byskupar voru taldir arftakar postula og þar með Krists og páfi aðeins æðsti byskupinn, fremstur meðal jafningja. Allir byskupar eru bræður sem kjósa páfa og aðstoða hann og konunga við að stjórna. Sjálfir er þeir kosnir af klerkum sínum og óháðir páfa eða konungi nema í neyð. Þeir eru vígðir sem konungar og bera kórónu, mítur, og önnur veldistákn konunga, s.s. bagal og hring (principalis et regalis). Einnig er í titlatogi þeirra frasinn „gratia Dei" sem annars heyrði til konungum einum og merkti að þeir væru aðeins undir Guði. Áberandi er hve mjög bar á sterkum byskupum í Norður-Evrópu á 10. öld og síðar. Þannig var Aðalbjartur Brimabyskup eins konar konungur Norður-Þýskalands og þannig er honum lýst af Adam frá Brimum sem einnig dáir hina sterku byskupa Íslands. Þýskir byskupar voru gjarnan af konungsættinni og

---

[1] Adam von Bremen. Hamburgische Kirkengeschichte, 160.

[2] Sjá m.a. Hocart. Kingship, 119–29; Myers. Medieval Kingship, 131–47; Gunnes. Kongens ære, 42–114 o.áfr.

hegðuðu sér eins og ætt þeirra sæmdi, skiptu sér af stjórnmálum og voru nefndir *terrae principes*. Síðar náðu byskupar í Lundi að verða sams konar veraldlegir herrar. Þeir voru aðeins þrír á 12. öld, Össur, Áskell og Absalon og einkum sá þriðji náði að verða í senn konungur, byskup og herforingi í ríki sínu. Saxi kallar hann hvað eftir annað *pontifex maximus* í Danasögu sinni en sá var titill Rómarkeisara frá Ágústusi til Gratíanusar og einnig notaður um páfa, Brimabyskupa og aðra Lundarbyskupa. Á 15. öld var heitið aftur notað um páfa sem þá sáu sjálfa sig sem endurreisnarmenn Rómarveldis hins forna og þann merkingarauka hafði heitið ávallt.[1]

Absalon stjórnaði með Danakonung sér við hlið en Sverrir bregst hart við þegar Eiríkur Ívarsson erkibyskup fer að leika konung og halda hirð (Svs., 123). Sjálfur vildi Sverrir vera konungur og erkibyskup enda hafði honum verið spáð því að verða erkibyskup eða byskup (Svs., 3, 7–8). Sverrir var prestur og andstæðingar hans klifa á því til að sýna að hann geti ekki verið konungur (Svs., 40, 90, 130, 160, 163 o.v.). Formlegur greinarmunur var gerður á hinum biðjandi og hinum stríðandi stéttum. Það kemur víðar fram í íslenskum konungasögum, t.d. þegar konungsefnið Tryggvi er sagt sonur prests (Hkr. II, 413) og bæði Sverrir og Sigurður slembir eru sagðir hafa skap til annars en kennimennsku (sbr. Hkr. III, 297 o.v.). Prestur á þannig ekki að verða konungur en á hinn bóginn er konungur í eðli sínu trúarleiðtogi og þar með byskup. Í Sverrissögu er sýnt að það þykir lýti á Sverri að vera prestur en ekki er víst hver skoðun sagnaritarans er. Ekki er fjöður dregin yfir þessa fortíð Sverris. Hann er ekki lengur prestur en telur sig vera byskup í krafti þess að vera konungur: „Allda-fcipti er mikit orðit fem þer megut fia. oc er undarliga orðit. er ein maðr er nu fyrir .iii. Ein fyrir konung. oc einn fyrir Jarl. einn fyrir erkibyscup. oc em ec fa." (Svs., 42) Sverrir ætlar sér ekki aðeins að steypa Magnúsi konungi heldur einnig Erlingi jarli og Eysteini erkibyskupi og það merkja ummæli hans.[2] Hann ætlar að vera þrír menn.

Eins er með Gissur Ísleifsson. Haraldur harðráði segir að úr honum megi gera þrjá menn: „Hann ma vera vikinga hofþingi oc er hann vel til þess fenginn. Þa ma hann oc vera konungr af sino scaplyndi oc er vel fengit. með þriðia hetti ma hann vera byscvp oc þat mvn hann hellzt hliota." (Msk., 251) Áður kom fram að konungar hafa þá gáfu að þekkja ævinlega aðra konunga. Ummæli Haralds sýna því að Gissur er þrír menn í einum á sama hátt og Sverrir.

---

1 Wilks: The Problem of Sovereignty in the Later Middle Ages, 332–353; The Conversion of Western Europe, 89–101; Leyser. Rule and Conflict in an Early Medieval Society, 27, 33, 79–80 og 105; Scharer. Die Intitulationes der angelsächsischen Könige im 7. und 8. Jahrhundert, 50–2; Hocart. Kingship, 127–9; Linton. Pontifex maximus hos Saxo.

2 Paasche (Sverre Prest; Kong Sverre) taldi áhuga Sverris á málefnum kristni og kirkju helgast af því að hann hefði verið prestur. Vel má það vera en Sverrir sker sig ekki úr að þessu leyti.

Í LEIT AÐ KONUNGI

Sé hann hæfur til að vera konungur er hann í raun hæfur til að vera byskup og öfugt. Eins er með víkingahöfðingjann, hann er tákn fyrir herstjórnarlist norrænna konunga. Sú þrenning birtist fyrst í Hungurvöku. Í Íslendingabók er Gissur fyrst og fremst byskup þó að konunglegur sé. Í Hungurvöku er hann orðinn konungur og byskup í einum manni eins og Sverrir felur í sér þrjá menn. Hann er sagður „algǫrr at sér um alla hluti, þá er karlmaðr átti at sér at hafa" en slíkt skiptir ekki máli fyrir byskup. Hér er á ferð víkingahöfðingjaeðli konungsins Gissurar. Eins er þar sagt um Gissur að hann hafi „af guðs góðgipt ok sjálfs sinni atgørvi gǫfgastr maðr verit á Íslandi bæði lærðra manna ok ólærðra."[1] Í Gissuri sættast andstæðurnar lært og ólært, hann er hafinn yfir báðar eins og sá konungur sem Sverrir konungur vill vera.

Í Hungurvöku er Gissur ekki aðeins stjórnsamur byskup eins og í Íslendingabók. Notað er orðið konungur og Gissur Ísleifsson er fyrsti Íslendingurinn sem nefndur er konungur Íslands, að vísu ekki fyrr en löngu eftir lát sitt. Hungurvaka er tvennt í senn. Annars vegar og fyrst og fremst er hún saga byskupsstóls í Skálholti, staðarsaga (gesta episcoporum) og grein af meiði helgisagna. Þar er Gissur Ísleifsson fulltrúi stjórnsemi, lykildyggðar byskups sem lifir virku lífi (vita activa) í þágu Guðs. Eitt einkenni slíkra rita er áhugi á öllu sem staðnum sjálfum kemur við, Skálholti.[2] En það leiðir að Haukdælaætt sem fyrst byggði bæ þann „er í Skálaholti heitir, er nú er allgǫfgastr bœr á ǫllu Íslandi." Sagt er um Gissur hvíta að hann hafi komið með kristni til Íslands og þá væntanlega kristnað landið á eigin spýtur. Getið er um börn byskupa af Haukdælaætt en á börn annarra byskupa er ekki minnst. Það kemur því vart á óvart að höfundur Hungurvöku nefnir „hinn fróða mann Gizur Hallsson" sem meginheimild sína en Gissur var sonarsonur Teits Ísleifssonar, bróður Gissurar byskups. Sagan fylgir Gissuri Hallssyni af stakri nákvæmni. Sagt er frá því að Þorlákur Runólfsson tekur Gissur í fóstur og „var byskup við hann svá ástúðlegr sem hann væri hans son, ok spáði honum þat er síðar gekk eptir, at slíkr merkismaðr mundi trautt finnask á Íslandi sem hann var, ok varð á því raun síðan." Með því að fóstra Halli barn viðurkennir Þorlákur að hann sé honum ótignari en samkvæmt Pálssögu eru byskupar ekki óæðri öðrum leikum mönnum en konungum og jörlum. Næst segir frá Gissuri í Hungurvöku er hann verður samferða Klængi byskupi á heimleið úr frægðarferð „frá Róm sunnan" og „áttu þá menn at fagna tveim senn hinum mestum manngersemum á Íslandi." Gissur er jafnmikilvægur í sögunni og Klængur þó að sá síðarnefndi sé byskup.[3]

---

[1] Hungrvaka, 83 og 90.

[2] Ásdís Egilsdóttir. Eru biskupasögur til?, 212–9.

[3] Hungrvaka, 72, 75, 95 og 107; Páls saga, 437–8. Sjá nánar: Ármann Jakobsson. Ástvinur Guðs, 139.

Hungurvaka er þannig einnig saga konungsins Gissurar Ísleifssonar og konungsættarinnar Haukdæla. Í sögunni er lögð áhersla á að ein ætt sé í sérstökum tengslum við byskupsstólinn. Svo mjög kveður að þessu að beint liggur við að álykta að skrásetjari af ætt Haukdæla sé öðrum þræði að rita konungasögu af forfeðrum sínum fyrir börn sín en þau eru einmitt nefnd sem viðtakendur sögunnar.[1] Samkvæmt Hungurvöku sækir íslenska konungsættin vald til fólksins að einhverju leyti. Ísleifur Gissurarson er „valðr til byskups af allri alþýðu á Íslandi" og það er alþýðan sem fær Gissur til að fara utan til byskupsvígslu. Vald íslensku byskupakonunganna er þó auðvitað fyrst og fremst frá Guði og ástæða þykir til að taka fram að Gissur byskup hafi verið „jafnan mikils virðr hvar sem hann kom, ok var þá tígnum mǫnnum á hendi er hann var útanlands. Haraldr konungr Sigurðarson var þá konungr í Nóregi, ok mælti þeim orðum við Gizurr, at honum kvazk svá sýnask til, at hann mundi bezt til fallinn at bera hvert tígnarnafn sem hann hlyti."[2] Meðmæli frá erlendum tignarmönnum auka tign Gissurar, ekki síst þegar hann er beinlínis lýstur hæfur til að bera konungsnafn í Morkinskinnu.

Tilraun höfundar Hungurvöku til að lýsa íslenskri konungsætt er veikburða þó að viljinn sé fyrir hendi. Til þess liggja tvær ástæður. Í fyrsta lagi er verkið staðarsaga Skálholtsstaðar þó að höfundur noti tækifærið og gefi hrifningu sinni á glæsibrag forfeðranna lausan taum. Í annan stað hafa Haukdælir tæplega staðið undir þeirri tign sem höfundur Hungurvöku vill augljóslega veita þeim. Konungdómur þeirra varð aldrei til nema í fjarlægri fortíð og önnur ætt hefur gert sterkari kröfu til tignarinnar þegar Hungurvaka er rituð: „Þeir váru ok hans vinir [Klængs] traustastir er mest váru virðir á Íslandi, Jón Loptsson ok Gizurr Hallsson."[3] Þó að Haukdælir séu ætt sögunnar verður Hungurvökuhöfundur að setja nafn Gissurar Hallssonar á eftir nafni mannsins sem ásamt Gissuri Ísleifssyni er sterkasti einstaklingur í sögu Íslands á 12. öld, Jóns Loftssonar. Jón Loftsson er annað dæmi um að Íslendingi sé lýst sem konungi um aldamótin 1200.

Jón Loftsson hefur sennilega verið augljósasta konungsefni Íslendinga á þeim tíma þó að haukdælskir sagnaritarar héldu fram sínum fræga forföður. Jón var af norsku konungsættinni, ríkastur og voldugastur allra íslenskra höfðingja á seinni hluta 12. aldar. Kvæðið Noregskonungatal sýnir að hann hefur haldið á lofti uppruna sínum og látið yrkja um sig lof að konunga sið.[4]

---

1 Sjá: Ármann Jakobsson. Nokkur orð um hugmyndir Íslendinga um konungsvald fyrir 1262, 34–7; Ármann Jakobsson. Byskupskjör á Íslandi.
2 Hungrvaka, 76, 83 og 84.
3 Hungrvaka, 109.
4 Guðbrandur Vigfússon og F. York Powell töldu Ynglingatal hugsanlega fyrirmynd (Corpus Poeticum Boreale II, 309) og einnig hefur Háleygjatal verið nefnt í því sambandi.

Í LEIT AÐ KONUNGI

Á þeim tíma hafa íslenskar konungasögur ekki enn komist á legg en konungakvæði jafngildir konungasögu síðar. Kvæðið er til marks um þá félagsstöðu sem Jón Loftsson og fjölskylda hans gerði tilkall til.[1] Oddaverjar og Haukdælir höfðu undir lok 12. aldar ríkari ættarvitund en aðrar íslenskar fjölskyldur og konungsættarmetnað sem sést í Hungurvöku hjá Haukdælum, víðar hjá Oddaverjum. Þeir voru frumkvöðlar í sagnaritun, ekki síst þeirri sem beindist að konungum. Sæmundur í Odda er ásamt Ara fyrstur Íslendinga til að rita um konunga, e.t.v. eftir að sonur hans mægist við Noregskonunga. Auk þess hafa Orkneyingasaga og Skjöldungasaga verið eignaðar Oddaverjum og sú síðarnefnda tengir þá dönsku konungsættinni. Allt menningarstarf þeirra einkennist af vilja til að verða konungsætt á Íslandi. Fjölskyldumeðlimir voru þannig iðnir við að skíra börn sín konunganöfnum undir lok 12. aldar og á 13. öld.[2]

Þrátt fyrir þennan ríka metnað og tengsl Jóns Loftssonar við norsku konungsættina er hann hvergi nefndur konungur í varðveittu sagnariti. Í ættartölum Sturlungasögu er bent á konunglegan uppruna Jóns „er mestr höfðingi ok vinsælastr hefir verit á Íslandi" og í Sturlusögu er hann sagður „dýrstr maðr [...] á landi þessu." Jón er í Sturlungu allri í hlutverki hins látna konungs yfir landinu sem fyrst og fremst var dómari, setti niður deilur og hélt uppi friðnum: „Váru þá sem mestar virðingar Jóns, ok var þangat skotið öllum stórmálum, sem hann var."[3] Jón er fjórum sinnum í Sturlungu látinn gera um mikilvæg mál, einu sinni ásamt Gissuri Hallssyni en þrisvar einn, og kemur ávallt á sáttum. Rit Sturlungu eru að líkindum yngri en hinar sunnlensku byskupasögur en þangað sækja þær ímynd Jóns og orðin til að lýsa honum. Pálssaga segir að hann sé „gofgastur hofdingi à aullu Jslandi." Eins kalla allar sögur af Þorláki helga Jón Loftsson mesta höfðingja á Íslandi, jafnvel Oddaverjaþáttur veitir honum það tignarnafn. Sá titill virðist erfast. Sæmundur, sonur hans, er nefndur göfgastur maður á öllu Íslandi og í Þorlákssögu er talað um hinn æðsta höfuðstað í Odda.[4] Hinar sunnlensku byskupasögur tengjast Oddaverjum, ekki síst saga Páls byskups, og eru sammála um eitt sem Sturlunga tekur síðan upp: Jón er fremsti höfðingi á öllu landinu, ekki héraðshöfðingi heldur landshöfðingi. Yfirráðasvæði hans er landið allt.

Jón er þannig ótvírætt æðsti höfðingi (primus) Íslands í huga þeirra sem

---

1 Sjá m.a. Sørensen. Fortælling og ære, 124–5; Bjarni Guðnason. Um Skjöldungasögu, 157.

2 Einar Ól. Sveinsson. Nafngiftir Oddaverja; Einar Ólafur Sveinsson. Sagnaritun Oddaverja, 16–39; Úlfar Bragason. Um ættartölur í Sturlungu; Gunnar Karlsson. Nafngreindar höfðingjaættir í Sturlungu.

3 Sturlunga saga I, 51, 104 og 113.

4 Þorláks saga, 180, 198 og 250; Páls saga, 416 og 420. Í B-gerð Þorlákssögu er bætt við „af leikmönnum." (Þorláks saga, 198).

rita byskupasögur á Suðurlandi um 1200 en í latínugerð Þorlákssögu er notað enn áhugaverðara orðalag. Þar segir: „Eodem anno ipſe Thorlacuſ comitante ſecum preclariſſimo huiuſ patrie principe Iohanne ad sediſ epiſcopaliſ locum peruenit."[1] Eins og Sverrir Tómasson hefur áður bent á merkir *princeps patriæ* 'mesti höfðingi á Íslandi' og hefur athyglisverða merkingarauka. Ágústus kallaði sig *princeps* af hógværð til þess að forðast nafnið *rex* sem átti við hina gömlu konunga Rómar og það festist við Rómarkeisara eftir það. Síðar notaði Karlungaætt heitið þegar hún fór að taka völd í Frankaríki á 8. öld og það var gert til að sýna fram á að höfðingi þeirra væri ekki aðeins herforingi (dux) heldur konungsígildi. Hjá þeim var heitið *princeps* undanfari að því að taka öll völd og kalla sig *rex*. Heitið sem áður merkti einmitt að vera ekki konungur gefur nú í skyn hið konunglega og þá tvíræðni notaði Pippinn stutti sér. Eftir hans daga er það skýrt og afgerandi notað um krýnda konunga og aðeins um þá sem höfðu konungsríki til að státa sig af, einkum í Þýskalandi þar sem undir keisara voru smákonungar sem eigi að síður töldu sig sem konunga af náð Guðs. Notkun heitisins *princeps* kann því að benda til þýskra áhrifa sem ekki þarf að undrast hjá Oddaverjum á 12. öld. Notkun þess í elstu brotum Þorlákssögu lýsir ekki hógværð Oddaverja, þvert á móti er það enn eitt dæmið og ef til vill það sterkasta um að ættin hegði sér sem konungsætt um aldamótin 1200.[2]

Draumar Oddaverja tengjast einkum persónu Jóns Loftssonar. Niðjar hans eru miklir höfðingjar en um engan er hægt að segja að hann sé eins og konungur yfir landinu. Þess vegna myndast tómarúm þegar hann fellur frá sem Ormur Breiðbælingur, sonur hans, lýsir: „Vér áttum föður þann, er hafði mikil metorð hér á landi, svá at eigi var sá maðr, er eigi þætti sínu máli vel komit, ef hann skyldi um gera."[3] Konungurinn er látinn, sættir hafa rofnað og ófriðarský á lofti. Synir Jóns eru of smáir til að passa í föt hans. Ekkert verður úr tilraunum Sæmundar Jónssonar til að mægjast við Orkneyjajarla og deilur hans við Björgynjarmenn verða til þess að Norðmenn íhuga að senda her til Íslands. Ekkert verður þó af því og eignar Íslendingasaga Snorra Sturlusyni heiðurinn af því.[4] Synir Jóns Loftssonar eru þess ekki megnugir að etja kappi

---

1 Þorláks saga, 165.
2 Íslensk bókmenntasaga I, 280–1; Wolfram, Intitulatio I, 33–4, 107–8; 137–55; Myers. Medieval Kingship, 7–10, 104–6, 111. Picard. Germanisches Sakralkönigtum?, 91–113; Brunner. Der fränkische Fürstentitel im neunten und zehnten Jahrhundert, 184; Garms-Cornides. Die langobardischen Fürstentitel; Lohrmann. Die Titel der Kapetinger bis zum Tod Ludwigs VII, 238–9; Reuter. The Medieval German Sonderweg?; Damsholt. Kingship in the Arengas of Danish Royal Diplomas, 80. Rétt er að taka fram að þessi merkingarauki á ekki við um notkun orðsins *princeps* í ft. (*principes*). Þá táknar það einfaldlega fremstu höfðingja landsins.
3 Sturlunga saga, 200.
4 Sturlunga saga, 242, 270 og 277.

við Noregskonunga en af einum þeirra verður þó til saga. Í upphafi 13. aldar er rituð saga Páls Jónssonar, sennilega í því skyni að fullgera staðarsögu Skálholtsstaðar. Að auki hefur Páll sérstaka stöðu meðal byskupa sem frændi og eftirmaður Þorláks helga en þó vekur athygli hve gjörólík lýsing þeirra er. Páll er sagður „manna kurteisastr" en þvílíka einkunn fær Þorlákur aldrei. Lýsingarorðið kurteis er eins og aðskotahlutur í byskupasögu en þegar betur er gáð á það prýðilega við.

Páll er einmitt kurteis í þeim skilningi að hann sómir sér vel við hirðina og sagan eyðir fyrstu köflunum í að sýna fram á það. Hann er hrokkinhærður eins og riddarar Þiðriks af Bern og í dróttkvæðri vísu í sögunni er hann kallaður eyðir ormseturs, þ.e. örlátur maður en við örlæti voru konungar kenndir fremur en byskupar.[1] Páll fer til Englands til náms og er öðrum fremri í „kurteysi lærdóms syns" en síðan hjá Haraldi Orkneyjajarli „og lagdi hann mykla vyrding á hann." Þegar Páll fer utan til að taka vígslu er langur kafli þar sem dritað er niður nöfnum stórmenna. Þegar hann kemur til Niðaróss „þöttisk huor þeirra manna best hafa, er hans sæmd og virding giordi mesta, þui helldur er gofgari voru." Sverrir konungur, Knútur konungur, Absalon erkibyskup, Eiríkur erkibyskup, Þórir byskup og Pétur byskup koma allir við þá sögu og láta sig málefni Páls miklu varða. Knútur leggur ráð til að vígslu Páls verði hraðað og Sverrir „tignadi hann þui meir j ollum hlutum, sem hann hafdi leingur med honum verid". Sagan segir hann hafa verið sem föður eða bróður Páls og með því viðurkennir hann Pál sem jafningja. Dómur konungs er sá sem mestu skiptir.

Höfundur Pálssögu fyllist líka stolti þegar hann lýsir tign Páls sjálfs: „Aller virdtu hann mykils sem von var, og hanz frændur voru aller þeir er gofgaster voru j landinu." Oddaverjar eru engin smámenni í augum höfundar Pálssögu. Fyrsta verk Páls þegar út er komið verður að veita helstu fyrirmönnum á Íslandi „dyrdliga veytslu" og hann heldur áfram að halda veislur meðan hann lifir. Í sögunni er enda talað um hjúkólf frásagnarinnar, saga Páls er að mati sagnaritarans sem ein heljarmikil veisla. Orðin rausn og stórmennska lýsa Páli en dýrð og heilagleiki heilögum Þorláki. Þó að Pálssaga sé helgisaga minnir höfðingskapur hans ekki síður á konung en byskup. Hann er fyrst og fremst kurteis, kann að haga sér meðal erlendra stórmenna. Páll sameinar riddaraskap og heilagleik, eins og ýmsir konungar 13. aldar, t.d. Loðvík 9. Frakkakonungur.[2]

---

1 Páls saga, 409 og 436. Orðið „hrokkinhárr" er notað um hann eins og bræðurna Fasold og Ekka í liði Þiðriks (Saga Þiðriks konungs af Bern, 176–7). Klængur Þorsteinsson hefur nokkra sérstöðu hvað byskupslegt örlæti varðar (sbr. Ásdís Egilsdóttir. Eru biskupasögur til?, 218).

2 Páls saga, 409–19. Sbr. einnig: Ármann Jakobsson. Nokkur orð um hugmyndir Íslendinga um konungsvald fyrir 1262, 37–9; Ármann Jakobsson. Ástvinur Guðs; Bell og Weinstein. Saints & Society, 222

KONUNGSÍMYND ÍSLENSKRA KONUNGASAGNA

Hungurvaka, Pálssaga og Þorlákssaga verða til við upphaf konungasagnaritunar á Íslandi. Eins og í konungasögum sameinast í þeim erlent og innlent, þær eru á íslensku eins og Íslendingabók Ara en bókmenntagreinin er erlend, helgisögur. Hinar sunnlensku byskupasögur eru að því leyti systur íslenskra konungasagna en einnig að öðru leyti. Þar hafa konungar slæðst inn. Í lýsingu Gissurar Ísleifssonar og Páls Jónssonar er konungurinn skammt undan og hið sama á við um Jón Loftsson. Íslenskar konungasögur eru sagnarit um konunga, þar eru þeir í aðalhlutverki. Í þessum sögum er aftur á móti gælt við hugmyndina um íslenskan konung. Sá metnaður fær útrás í lýsingu látinna ættarhöfðingja í helgisögum en staða Haukdæla og Oddaverja í samfélaginu leyfði ekki að metnaðurinn kæmi grímulaus fram. Íslendingabók og byskupasögurnar sunnlensku lýsa fáræði. Þar verður ekki annað séð en Íslandi sé stjórnað af fámennri klíku sem fer sínu fram og í eru Oddaverjar og Haukdælir. Á dögum Gissurar Ísleifssonar ræður hann með aðstoð Sæmundar og Markúsar Skeggjasonar og síðan stjórnar þessi klíka byskupsstólunum fram á 13. öld.[1]

Engin samstaða hefur náðst um þróun íslensks samfélags fram á Sturlungaöld. Ljóst er þó að hugmyndir um íslenska þjóðveldið sem stéttlaust samfélag jafnrétthárra frjálsra manna á ekki við nein rök að styðjast. Þeir Íslendingar sem sjást í Landnámabók eru fámenn höfðingjastétt en þorri þjóðarinnar var engu betur settur en almenningur annarstaðar í Evrópu. Vera má að þjóðfélagsmynd Íslendingabókar og byskupasagnanna sé heldur ýkt og fleiri hafi komið að stjórn landsins en Oddaverja- og Haukdælaklíkan sem árið 1200 átti báða byskupa landsins og lögsögumanninn. Enn valtara er þó að treysta því sem Íslendingasögur segja um samfélag sem byggist á lögum sem allir séu jafnir fyrir. Sennilega liggur sannleikurinn einhvers staðar á milli. Eins og víðast í Evrópu á 12. öld náði ekkert vald til alls samfélagsins og aðeins nokkrir stórhöfðingjar hafa haft áhrif á landsvísu en sumir, t.d. Gissur Ísleifsson og Jón Loftsson, meiri en aðrir. Á 12. og 13. öld eiga völd að hafa safnast á færri hendur en áður en allt er það byggt á líkum þar sem fáar traustar heimildir eru um jafnræðisskeiðið þar á undan. Í Íslendingabók og byskupasögum sjást engin merki þess. Þar ríkir friður og eindrægni í fáræðinu en líklegra þykir að vegna óvissu um stjórnvald hafi ófriður og deilur sett svip á samfélagið.[2]

---

[1] Sbr. Ármann Jakobsson. Byskupskjör á Íslandi. Umræða um raunverulega stöðu þessa gengis er m.a. í: Jón Thor Haraldsson. Ósigur Oddaverja; Helgi Þorláksson. Gamlar götur og goðavald, 14–20 o.v.

[2] Hér er ekki hægt að fjalla um þróun íslenska þjóðveldisins að neinu marki en vísast til eftirtalinna rita: Einar Olgeirsson. Ættasamfélag og ríkisvald í þjóðveldi Íslendinga; Sigurður Líndal. Utanríkisstefna Íslendinga á 13. öld og aðdragandi sáttmálans 1262–4; Gunnar Karlsson. Goðar og bændur; Gunnar Karlsson. Frá þjóðveldi til konungsríkis; Sørensen. Saga og sam-

Í LEIT AÐ KONUNGI

Hvað sem því líður er ljóst að bæði þessi sunnlensku rit og íslenskar konungasögur horfa í átt að öðru þjóðskipulagi. Íslendingabók lýsir friðsömu fáræði undir stjórn Gissurar Ísleifssonar en í Hungurvöku kunna menn að nefna það, Gissur er þar kallaður konungur. Um leið hleypur bólga í íslenska konungasagnaritun. Og aftur er komið að upphafi hennar sem er nátengt áhuga Íslendinga á konungum og konungsvaldi. Íslenskar konungasögur sýna svo að ekki verður um villst að Íslendingar eru teknir að velta fyrir sér konungum þegar í upphafi 13. aldar og einnig á Íslandi þó að um það náist engin sátt. En fleiri hafa áhuga á íslenskum konungasögum. Á 12. öld réðu evrópskir konungar munka til að rita sögu sína og Sverrir virðist hafa gert hið sama þó að óvíst sé hvort Karl ábóti kom til hans eða hvort sent var eftir honum.[1] Síðar á Hákon Hákonarson þátt í að flytja riddarabókmenntir til Norðurlanda og þá hefst annars konar konungasagnaritun á Íslandi. Bæði í Noregi og á Íslandi var þá farið að rita fornaldar- og riddarasögur og í þeim eru einnig konungar. Hér að framan hefur lítt verið vikið að lýsingu konunga á borð við Þiðrik af Bern, Artúr, Karlamagnús, Hrólf kraka og Hálf en enginn vafi er á að þeir eru hluti af konungsmynd Íslendinga. Fram hefur og komið að lýsing þessara konunga hafi áhrif á konungasögur. Sögur þeirra eiga flestar sammerkt með Morkinskinnu að fjalla minnst um konungana sjálfa heldur um kappa sem vinna dýrleg afrek í nafni þeirra, sýna þeim skilyrðislausa hlýðni og deyja gjarnan í þjónustu konungs síns. Konungarnir eru miðja frásagnar en kappar þeirra í sviðsljósinu. Þjónusta við konung er meginefni þessara sagna og það gildir einnig um Morkinskinnu sem er riddaraleg konungasaga.[2]

Á fyrri helmingi 13. aldar lýsir áhugi Íslendinga á konungum sér ekki lengur í draumórum um íslenska konunga af tiltekinni ætt eins og í sunnlensku byskupasögunum. Nú er farið að velta fyrir sér þeim konungi sem næstur var og sambúð hans við Íslendinga. Það kemur fram í Fagurskinnu og

---

fund; Helgi Þorláksson. Stórbændur gegn goðum; Gunnar Karlsson. Völd og auður á 13. öld; Helgi Þorláksson. Stéttir, auður og völd á 12. og 13. öld; Hastrup. Culture and History in Medieval Iceland; Byock. Feud in the Icelandic Saga; Byock. The Age of the Sturlungs; Byock. Medieval Iceland; Jón Viðar Sigurðsson. Frá goðorðum til ríkja; Helgi Þorláksson. Hvað er blóðhefnd?

1 Sbr. Koht. Norsk historieskrivning under kong Sverre, 71–3; Lárus H. Blöndal. Um uppruna Sverrissögu, 158–175.

2 Fyrir samhengi riddara-, konunga- og fornaldarsagna hefur enn ekki verið gerð skýr grein en um riddarasögur og konunga þeirra vísast til yfirlitsrita Kalinke um riddarasögur almennt (Riddarasögur, fornaldarsögur, and the problem of genre; Norse Romances) og um Artúrssögnina á Íslandi (King Arthur North-by-Northwest) auk nýlegra greina Barnes (Arthurian Chivalry in Old Norse, 67–85; Some current issues in riddarasögur research) og ráðstefnurits frá fornsagnaþinginu 1982 (Les Sagas de chevaliers). Um konungsmynd fornaldarsagna Norðurlanda hefur Hughes fjallað stuttlega í fyrirlestri (The Ideal of Kingship in the Fornaldar sögur Norðurlanda) en ítarleg rannsókn á þessari riddarakonungsímynd bíður betri tíma.

Heimskringlu sem báðar nefna Íslendinga í þjónustu konungs. Það kemur fram í fornaldar- og riddarasögum þar sem haldið er fram mikilvægi göfugs þegns í þjónustu göfugs konungs. Einna skýrast kemur það þó fram í þeirri kennslubók í kurteisi sem heitir Morkinskinna og lýsir fyrst íslenskra konungasagna Noregskonungi fyrst og fremst sem konungi þegna sinna, ekki síst Íslendinga. Athygi vekur að milli konunga og Íslendinga ríkir jafnan beint samband, án milligöngu norsku hirðarinnar og í því felast eflaust skilaboð til einhverra. Sagnaritari Morkinskinnu mátar Íslendinga við Noregskonung og niðurstaðan er að þeir henti honum og hann þeim.

Á fyrri hluta 13. aldar eru elstu Íslendingasögur settar saman og þar koma konungar einnig fyrir. Í Egilssögu er lýst átökum Íslendinga, Kveldúlfsættarinnar, við konunga. Hún er rituð á goðaveldisöld og ótvírætt andsnúin Noregskonungi. Almennt eru þó samskipti Íslendinga við konung á sömu lund og í Morkinskinnu, þeim er tekið með kostum og kynjum af konungum og vinna sér enn meiri frægð í þjónustu þeirra. Sumar sögurnar eru ritaðar þegar Íslendingar voru þegar orðnir þegnar Noregskonunga en aðrar ekki, þar á meðal eru Laxdælasaga og Vatnsdælasaga oftast taldar. Athygli hefur vakið mikil notkun orðsins *kurteisi* í þessum sögum en annað samkenni þeirra er að segja sögu ættar þar sem hver tekur öðrum fram í höfðingskap og tign. Vatnsdælasaga hefur verið kölluð „höfðingja skuggsjá" en í Laxdælu er þó gengið enn lengra. Laxdælum er lýst sem jafningjum konunga, ekki síst Kjartani Ólafssyni við hirð Ólafs Tryggvasonar, enda konungbornir. Kjartan er jafnvel sagður jafnhár konungir sjálfum sem eru skýr skilaboð. Þeir eru því sem konungsætt í sögunni og það á einnig við um Vatnsdæli.[1]

Íslendingar höfðu ævinlega lofað norska konunga, það sést í dróttkvæðum.[2] Um miðja 13. öld hefur konungaáhugi Íslendinga fengið nýjan svip. Á Íslandi ríkja ófriður og ættvíg sem mörg sagnarit taka harða afstöðu gegn, til að mynda Heiðarvígasaga og Þorsteinsþáttur stangarhöggs.[3] Athygli vekur að í Knýtlingasögu, seinustu íslensku konungasögunni sem rituð er fyrir 1262, er áhersla lögð á að góðir konungar haldi friðinn, stríði við útlönd en séu mildir við landsmenn. Þar eru konungsvald og friður lögð að jöfnu og hið sama gildir um rit Sturlu Þórðarsonar lögmanns sem öll eru raunar rituð eftir 1262. Elst þeirra er Hákonarsaga. Þar nær hámarki vitund íslenskra sagnarita um hlutverk konungs og konungsdyggðir. Segja má að persóna Hákonar hverfi nokkuð í skugga þess fyrirmyndarkonungs sem hann er í sögunni. Allt kapp er lagt

---

1 Einar Ólafur Sveinsson. Sturlungaöld, 30; Beck. Laxdæla saga — A Structural Approach, 387–88; Heller. Laxdœla saga und Königssagas.
2 Beyschlag. Möglichkeiten mündlicher Überlieferung in der Königssaga.
3 Bjarni Guðnason. Túlkun Heiðarvígasögu, 178–84 o.v.

á að sýna að Hákon sé konungssonur og þannig réttur konungur, hann sé studdur af þegnum sínum og styðjist við forn lög. Umfram allt hefur hann þá eiginleika sem konungi eru nauðsyn. Hann er dómari sem setur niður deilur og sættir menn en einnig er lögð áhersla á að hann styðji við kirkju og kristni. Hákon er því bæði réttlátur konungur (rex iustus) og kristinn konungur (rex christianissimus) en þó einkum friðarkonungur (rex pacificus). Í Hákonarsögu er mikið fjallað um hernað konungs og þar kemur Hákon jafnan eins og friðarkonungum 13. aldar sæmdi. Hann lætur taka af manndráp í Noregi og limlestingar og er mildur þeim sem ganga á vald hans og gefur öllum grið þó að hann sé harður andstæðingur.[1]

Ekki þarf að leika nokkur vafi á að áhersla Hákonarsögu á frið helgast af því að höfundur hennar kemur til Noregs úr stríðshrjáðu landi þar sem skortur á sterku ríkisvaldi hafði leitt til ófarnaðar. Mat hans er að Ísland hafi þarfnast konungs eins og önnur lönd og þar getur hann vitnað í sjálfan sendimann páfagarðs: „hann kallaði vſannlikt at land þat þionaði ecki vndir eínn-huern konung ſem ǫll ônnur i verǫlldínni."[2] Þegar Hákonarsaga er rituð hafði ræst úr þessu, Íslendingar höfðu fengið konung og þar með frið. Í síðari verkum Sturlu birtist sama söguskoðun. Íslendingasaga hans er hörð ádeila á ófrið Sturlungaaldar og um leið uppgjör við hið forna goðaveldisskipulag sem þá varð gjaldþrota. Þegar Sturla ritar Íslendingasögu er hann orðinn einn helsti embættismaður konungs á Íslandi og Íslendingasaga ber þess vitni. Þegar Íslendingar ganga konungi á hönd verður loksins friður á Íslandi. Hann einn gat hoggið á þann hnút ófriðar og ættvíga sem samkeppni höfðingja um völd á landinu var komin í.[3]

Þá skrifar Sturla tvö sagnarit enn. Saga Magnúss lagabætis er framhald af Hákonarsögu en Kristnisaga brúar bilið milli Landnámu og Sturlungasögu.

---

1 Sjá nánar: Ármann Jakobsson. Hákon Hákonarson — friðarkonungur eða fúlmenni? Um Hákonarsögu, sjá m.a.: Ker. Sturla the Historian, 186–95; Sjöstedt. Om Hakonarsagans tillkomstförhållanden; Bjørgø. Skaldekveda i Hákonar saga; Bjørgø. Om skriftlege kjelder for Hákonar saga; Bjørgø. Håkon Håkonssons ettermæle; Bjørgø. Hákonar saga og Bǫglunga sǫgur; Bagge. The Norwegian Monarchy, 162–8; Ólafía Einarsdóttir. Om samtidssagaens kildeværdi belyst ved Hákonar saga Hákonarsonar. Af umfjöllun minni um Hákonarsögu má sjá að ég hafna alveg þeirri hugmynd (sjá m.a. Ólafía Einarsdóttir. Skulis oprør og slaget ved Örlygsstaðir, 106) að Magnús lagabætir hafa setið yfir Sturlu og séð um að koma þessari konungshugmynd til skila. Tel ég mig hafa fært næg rök fyrir því að íslenskir sagnaritarar hafi ekki þurft að láta norskan konung segja sér hvernig konungur eigi að vera.
2 Hákonar saga, 144. Sjá: Ólafía Einarsdóttir. Om samtidssagaens kildeværdi belyst ved Hákonar saga Hákonarsonar, 49–50.
3 Sjá nánar: Ármann Jakobsson. Sannyrði sverða; Ármann Jakobsson. Nokkur orð um afstöðu Íslendinga til konungsvalds fyrir 1262, 31.

Við ritun hennar byggir Sturla á Hungurvöku og eldri sagnaritum.[1] Gissur Ísleifsson var stjórnsamur byskup í Íslendingasögu, konungur og byskup í Hungurvöku. Í Kristnisögu er honum lýst sem friðarkonungi: „Gizurr biskup friðaði svá vel landit, at þá urðu engar stórdeilur með hǫfðingjum, en vápnaburðr lagðiz mjǫk niðr." Eins og Hákon Noregskonungur gerir Gissur vopn óþörf: „þá var svá lítill vápnaburðr, at ein var stálhúfa þá á alþingi, ok reið drjúgum hverr bóndi til þings, er þá var á þingi." Í ríki hans er konungur einnig lagabætir og þegnar hans hlýðnir: „Þat er mikit mark til þess, hversu landsmenn váru hlýðnir þeim manni, er því kom til leiðar, at allt land var virt ok allt fé þat er á því var, ok lǫgtekit at svá skyldi vera, meðan landit væri byggt."[2] Vald Gissurar Ísleifssonar í sagnaritum eftir dauðann nær hámarki í Kristnisögu. Þar verður tímabilið 1030–1118 friðaröld í sögu Íslands og Gissur er friðarkonungur eins og Hákon konungur í Hákonarsögu.[3]

Sturla Þórðarson er seinasti Íslendingurinn sem frumsemur sögu Noregskonungs. Um leið og Íslendingar ganga Noregskonungi á hönd leggst konungasagnaritun af á Íslandi. Við tekur blómaskeið annarra bókmennta þar sem konungar koma stundum við sögu. Ekki fer hins vegar milli mála að öldin áður en Íslendingar verða þegnar Noregskonungs er skeið frjósamrar og skapandi hugsunar og umræðu Íslendinga um konunga og konungsvald sem á ekki sinn líka í Íslandssögunni. Sú umræða fann sér farveg í fortíðaráhuga, var útkljáð í íslenskum konungasögum. Niðurstaðan varð að Íslendingar fengu konung eins og aðrar þjóðir. Ein mesta kaldhæðni íslenskrar bókmenntasögu er að um leið hættu þeir að mestu að rita konungasögur.

---

1 Finnur Jónsson varð fyrstur til þess að eigna Sturlu Kristnisögu (Indledning (Hauksbók), lxx–lxxi) sem hluta Íslandssögu en fleiri eru á þeirri skoðun, m.a. Jón Jóhannesson (Gerðir Landnámabókar, 70–1) og Jakob Benediktsson (Formáli, lxxiv). Um Magnússsögu lagabætis, sjá: Ólafía Einarsdóttir. Hvornår forfattedes sagaen om Magnus lagabøter.
2 Kristni saga, 48, 50 og 54.
3 Raunar birtist friðarkonungshugmyndin í mýflugumynd í lýsingu Magnúsar Einarssonar í Hungurvöku og Jóns Loftssonar víða í Sturlungu en Gissur Kristnisögu er fyrsti ótvíræði íslenski friðarkonungurinn.

VIII. Lokaorð

HUGMYNDAHEIMUR íslenskra konungasagna er lykill að skilningi á bókmenntagreininni, ekki síst hugmyndir þeirra um konung og konungsvald enda er forsenda ritunar konungasagna áhugi á konungum. Hér hefur því verið leitast við að skilja þessi viðhorf með því að bera þau við það sem vitað er um viðhorf annarra evrópskra manna á 12. og 13. öld til konungsvalds. Meginniðurstaðan er sú að ekki sé marktækur munur á, hugmyndir íslenskra konungasagna verða skildar í evrópsku ljósi. Eftir sem áður eru þær einstakar. Sú sérstaða felst ekki í því sem þær segja heldur hvernig. Íslenskar konungasögur sýna fremur en segja. Hugmyndir þeirra um konungsvald birtast í dæmum. Þetta á við þær allar. Fleira sameinar þær en skilur að. Hér hefur þó verið leitast við að lýsa einnig sérkennum hverrar sögu og sýna hvernig viðhorf sagnanna birtast sem í sjálfu sér er ekki síður merkilegt en hver þau eru.

Við fyrstu sýn kann að virðast heldur ómerkileg niðurstaða að viðhorf íslenskra konungasagna séu keimlík því sem þekkist í Evrópu. En ekki má gleyma að íslenskt samfélag var ekki eins og önnur í Evrópu. Íslendingar höfðu engan konung. Það telst því til stórtíðinda hversu skýrar hugmyndir um konungsvald koma fram í íslenskum konungasögum og hve vel íslenskir konungasagnaritarar hafa verið heima í umræðu samtímans. Blómaskeið íslenskra konungasagna er stutt, aðeins tæp öld. Á þeim tíma nær konungasagnaritun ótrúlegum þroska. Konungasögur verða leið Íslendinga til að móta afstöðu sína til konungsvalds og öðlast skilning á fyrirbærinu. Konungasagnaöld fer saman við Sturlungaöld. Þá beið íslenska goðaveldið skipbrot og ófriður lék landið grátt. Þeim sem þá voru uppi hefur eflaust þótt sem þeir lifðu tímana tvenna. Annars vegar var þeirra eigið samfélag í andarslitunum, hins vegar var konungsvald að styrkjast með aukinni reglu og frið handan við hafið. Konungasögurnar snúast um þessi tímamót, valkostinn sem Íslendingar stóðu frammi fyrir. Þessi staða á tímamótum átti sinn þátt í konungasagnaritun Íslendinga.

Mörgum öldum eftir að Íslendingar fengu konung þótti mörgum sem það hefði verið ógæfuskref í íslenskri sögu. Þá heyrðist það oft að Íslendingar hefðu á Sturlungaöld verið meðvitundarlausir þegar skrefið var stigið, þeir hefðu ekki vitað hvað þeir voru að kalla yfir sig. Konungasögurnar sem þeir rituðu á þeim tíma sýna að þetta er ekki rétt. Íslendingar vissu vel hvað konungur var og gengu Noregskonungi á hönd af fúsum og frjálsum vilja. Glæður þess vilja sáust á Þingvöllum 17. júní 1944 þegar fögnuður þjóðarinnar yfir nýfengnu sjálfstæði blandaðist trega og eftirsjá í húrrahrópum fyrir Kristjáni konungi 10. og fjölskyldu hans.

Viðauki

HÉR ERU LISTAR yfir konunga Noregs og Danmerkur á því skeiði sem fjallað var um. Ártöl eru samkvæmt rithefð og eru ætluð til hjálpar við lestur eingöngu án þess að tekin sé afstaða til þess hvað rétt er.

Noregskonungar

Haraldur hárfagri	860–930
Eiríkur blóðöx (s)	930–935
Hákon góði (Aðalsteinsfóstri) (br)	935–961
Haraldur gráfeldur og bræður hans (s. Eiríks)	961–970
Hákon jarl	970–995
Ólafur Tryggvason (s.s.s. Haralds hárfagra)	995–1000
Eiríkur og Sveinn (s. Hákonar)	1000–1015
Ólafur helgi (s.s.s.s. Haralds hárfagra)	1015–1028
Sveinn Alfífuson (s. Knúts Danakonungs)	1028–1035
Magnús góði (s. Ólafs helga)	1035–1047
Haraldur harðráði (br. Ólafs helga)	1046–1066
Magnús (s)	1066–1069
Ólafur kyrri (br)	1066–1093
Hákon Þórisfóstri (s. Magnúss Haraldssonar)	1093–1094
Magnús berfættur (s. Ólafs kyrra)	1093–1103
Ólafur (s)	1103–1115
Eysteinn (br)	1103–1123
Sigurður Jórsalafari (br)	1103–1130
Magnús blindi (s)	1130–1135
Haraldur gilli (br. Sigurðar Jórsalafara)	1130–1136
Sigurður slembir (br)	1136–1139
Sigurður munnur (s. Haralds gilla)	1136–1155
Ingi (br)	1136–1161
Eysteinn (br)	1142–1157
Hákon herðibreiður (s. Sigurðar munns)	1157–1162
Magnús Erlingsson (d.s. Sigurðar Jórsalafara)	1161–1184
Sverrir (s. Sigurðar munns)	1177–1202

Hákon (s) 1202–1204
Guttormur (br.s) 1204
Ingi Bárðarson (d.s. Sigurðar munns) 1204–1217
Hákon (s. Hákonar Sverrissonar) 1217–1263
Skúli Bárðarson (br. Inga) 1239–1240
Magnús lagabætir (s. Hákonar) 1263–1280

Danakonungar

Gormur gamli .... d. um 958
Haraldur blátönn (s) 958–987
Sveinn tjúguskeggur (s) 987–1014
Haraldur 2. (s) 1014–1018
Knútur ríki (br) 1018–1035
Hörða-Knútur (s) 1035–1042
Magnús góði 1042–1047
Sveinn Ástríðarson (sy.s. Knúts ríka) 1047–1076
Haraldur hein (s) 1076–1080
Knútur helgi (br) 1080–1086
Ólafur hungur (br) 1086–1095
Eiríkur góði (br) 1095–1103
Nikulás (br) 1104–1134
Eiríkur eymuni (s. Eiríks góða) 1134–1137
Eiríkur lamb (sy.s) 1137–1146
Sveinn svíðandi (s. Eiríks eymuna) 1146–1157
Knútur (s.s. Nikulásar) 1146–1157
Valdimar mikli (s.s. Eiríks góða) 1146–1182
Knútur (s) 1182–1202
Valdimar sigursæli (br) 1202–1241
Eiríkur plógpeningur (s) 1241–1250
Abel (br) 1250–1252
Kristófer (br) 1252–1259

English summary

I. Introduction

IN 1262 King Hákon Hákonarson of Norway became King of Iceland as well. According to the traditional interpretation, he managed to recruit the allegiance of the Icelanders through trickery and the Icelanders had little knowledge of what this would entail.

Yet over the course of the century preceding this a number of sagas were written in Icelandic about the Norwegian and Danish kings, the so-called *konungasögur*, or Sagas of Kings. The present work examines these sagas and the image they present of royal power in general in their description of Scandinavian kings. The sagas reflect the ideas of their composers and provide information as to the Icelandic conception of royal power during the period prior to their submission to the Norwegian monarchy.

The *konungasögur* are among the earliest types of sagas that Icelanders composed and are considered older, for instance, than the Sagas of Icelanders (*Íslendingasögur*), mythical-heroic sagas (*fornaldarsögur*) and knightly romances (*riddarasögur*). They have no direct parallels abroad, although they do resemble foreign national histories and rulers' lives to some extent. The fact that the *konungasögur* are written in Icelandic, however, puts them in a class apart.

The oldest Icelandic *konungasögur*, works by historiographers Sæmundur and Ari, have been lost, but three Norwegian sagas of kings exist from the 12th century: *Ágrip*, *Historia Norvegiae* and a work by the monk Theodoricus. These are, however, too brief to be of real use for purposes of comparison with the Icelandic *konungasögur*. The latter include: *Sverris saga*, *Skjöldunga saga*, *Morkinskinna*, *Fagurskinna*, *Heimskringla* and *Knýtlinga saga*. All of them were presumably composed during the period 1200–1260. In addition, there are sagas of the two saintly King Ólafurs, which are not treated specifically in this work since kings who have been sanctified are in a class of their own, and the intention here is to form a conception of normal monarchs. All of the above-named works can be assumed to reflect Icelandic ideas of monarchical power, despite the fact that *Fagurskinna* may be of Norwegian origin. Even should this prove to be the case, it would make little difference to the overall conclusions. Parts of *Morkinskinna* have also long been considered to be younger than the original work, but arguments are presented here in support of the conclusion that the saga as preserved truly reflects the original, and that the *Morkinskinna* we know is a work from the first half of the 13th century.

For the past decades there has been relatively little research on the *konungasögur*. Principal emphasis has been placed on individual sagas (e.g. in important work by Professors Bjarni Guðnason and Jónas Kristjánsson) but not on the literary genre as a whole. In this case, however, an attempt will be made to examine the ideology of the *konungasögur* as a literary genre. Historical methodology will be applied and the ideas reflected in the sagas placed in historical context. The sagas are regarded as historiography. In medieval historiography, it is pointed out, the general implications are usually kept in view when individual events are described. It is also argued that distinguishing between clerical attitudes and secular ones would be counter-productive, if not misleading, since both clerics and laymen were found among the authors of the sagas and their audiences.

Monarchical power has in general been connected to some extent with religion, and this aspect is examined here. The Germanic monarchy arose through an integration of Roman practices, the Christian faith and Germanic customs. In Germanic states, such as France, England and Germany, the monarchy was entwined with the church from its origins, as the monarchs played a key role in the Christianisation of their realms. From the 11th to the 14th century the Pope would contest with the Holy Roman Emperor, especially, but also with the monarchs in general, as to their relative status towards the Almighty. During the 12th and 13th centuries royal power in Europe grew appreciably in strength, and the same was true of the Scandinavian countries. At the same time interest in the ideological aspects of the monarchy grew. This is visible in the Scandinavian countries, for instance, both in the speech delivered by King Sverrir attacking the bishops and in the work the *King's Mirror* (*Konungs skuggsjá*), which have been recently discussed by Erik Gunnes and Sverre Bagge, respectively. The royal image of the *konungasögur* provides an interesting subject for comparison with these works.

II. The king on earth and in heaven

DISCUSSION in the Icelandic *konungasögur* concerns various aspects of the monarchy, both internal and external. It clearly makes a difference whether individuals are referred to as kings; the name is not to be taken in vain. Even though another word than king (*konungur*, corresponding to the Latin *rex*) could be used for a king, what is most important is the indication provided by the adjective "kingly" (*konunglegur*) as to how kings are expected to behave.

The appearance of kings is often described in *konungasögur* and is an indication of their nature and character. Kings are to be tall, handsome and strong, and regally attired. Special emphasis is, however, usually placed on their hair and eyes, especially in the Norwegian dynasty descended from King Haraldur Finehair. Kings stand out, because of their physical appearance, they are easily identi-

ENGLISH SUMMARY

fied by it, as they should be. These external symbols of royalty are not only striking in Icelandic *konungasögur*; they grew in general during the 13th century.

Kings were also expected to behave in a special manner. They were to be well-mannered (*kurteisir*), some sort of "super-knights", who were more proficient than other men in all the various skills. Ólafur Tryggvason and Hákon Aðalsteinsfóstri are examples of such kings. Their conduct is also to give an indication of their magnanimity. There are, in addition, several examples of kings curing ills, while in the 13th century the myth of the healing power of the royal touch was widespread, not least in England and France (cf. research by M. Bloch).

Above and beyond these aspects, a king was to possess a regal dignity which is difficult to define. It involves untouchability; no one is to lay hand upon the king or defile his presence and in the sagas of King Sverrir and Hákon Hákonarson men who manage to reach the king's presence are regularly granted pardon. In addition, there are several instances in *konungasögur* of men intending to do harm to the king losing their nerve once they come face to face with him, so great is his regal dignity.

All this is related to the fact that kings were the image of Christ, his substitutes and representatives on this earth and possessed a holiness as a result. Although ideas of the holiness of kings are, in fact, much older than Christianity, the holiness of monarchs was understood in this context in Europe in the Middle Ages.

In this respect all kings are the same king, Jesus Christ, and it is very common for them to be compared to one another. It was especially popular to compare kings with Constantine, Charlemagne and the biblical kings David and Solomon, as well as to Christ himself. Thus events in the lives of kings typically reflect those connected with Christ himself, such as enduring hardships or persecution in childhood. Among the Norwegian kings, Haraldur Hard-ruler, Magnús Erlingsson and Sverrir are all, for instance, linked to St. Ólafur. Frequently kings are portrayed as brothers, recognising one another even in disguise, and are reconciled upon meeting in person even though they had previously been hostile to one another.

Just as Christ and God are one, there should only be one king. The king is at the peak, far above the rank and file, possessing no equals. In the *konungasögur*, however, the kings are often two, and in such cases competition generally arises, as they are weighed one against the other (*mannjöfnuður*). It is thus clearly indicated in *Morkinskinna* that more than one king leads to trouble and that others should not be placed on a level equal to that of the king. This is not as evident in other sagas, but the first half of Sverris saga involves a contest between the two kings, Sverrir and Magnús Erlingsson. They are weighed against one another, and Sverrir proves to be more of a king.

The sagas show kings as possessing a special good fortune (*hamingja*). This is a clear reference to the kings holding their power in trust from God and enjoying his special favour. There are many examples where God intervenes in favour of kings, for instance, with the winds and the weather. Special emphasis is placed on this in *Sverris saga*. Kings thus have a direct relationship with divinity but the fact that they are consecrated as well makes a difference. On the other hand, it appears likely that the consecration is regarded as a confirmation of the holiness of a king and not as its source.

III. The foundations of royal power

THE KING exalts his dignity, but is not exalted by it. The principal foundation of royal power is thus the grace of God, but in addition the king must be of royal descent. He must enjoy the support of powerful men and the entire populace. And he must be consecrated by the church. These are the foundations of royal power and the Icelandic *konungasögur* are clearly conscious of them. Thus Edward the Confessor mentions them all in his reply to King Magnús the Good which is preserved in *Morkinskinna* and elsewhere.

In the serial biographies of a number of kings it is most often their divine lineage which connects them. This was fashionable in England as early as the 7th and 8th centuries and European genealogies of the 12th century often connect the mythological dynasties with the Trojans, as is done in *Heimskringla* and *Snorra-Edda*. Both in *Skjöldunga saga* and *Heimskringla*, as in many other instances in medieval Icelandic works, this is traced back to the Norse god Óðinn.

Dynasties also need an earthly founding father and in the sagas of Norwegian kings this role is fullfilled by Haraldur Fine-hair. The right of succession was, however, not unambiguous, and thus the inheritance often had to be narrowed down with the addition of another forefather. Thus St. Ólafur is no less the ancestor of the Norwegian kings than Haraldur Fine-hair. This is in fitting with his role as the king who christianised Norway; in many countries the christianising kings were given just such status. In *Heimskringla* both St. Ólafur and Haraldur Fine-hair play a role in unifying the Norwegian state. It was not until the 12th and 13th centuries that Scandinavian kingdoms began to pass by inheritance from father to son and it became important for a king to be a king's son.

In *Sverris saga* and *Hákonar saga* emphasis is placed on the king being the son of a king; this both Sverrir and Hákon are, while their rivals are not. Interestingly enough, in Icelandic *konungasögur* the realm is passed from father to one son in the distant past, i.e. that portion of the saga which is probably invented for the most part, e.g. *Ynglinga saga* and *Skjöldunga saga*. In the part of the saga which takes place in the 11th and 12th centuries, on the other hand, the kingdom is often divided, as was actually the case. Nowhere in the *konungasögur* does legitimate birth appear to be of central importance, though for Magnús Erlingsson legitimacy is important indeed, and this was not an established custom in the Scandinavian countries at the time of their writing.

The relationship between the king and the law is complex. On the one hand, it is regarded as highly important that the king be acclaimed by the common people and it is to appear as if the people have chosen him. Emphasis is placed on the king abiding by the law. On the other hand, the king is above the law; he makes the law and embodies the law. The king's mere subjects have no right to rise up against him; such is only permitted those having a better claim to the position of ruler, e.g. St. Ólafur and King Sverrir. A prime example of this is the story of the slave Karkur, who betrays the unjust Earl Hákon. Ólafur Tryggvason, himself rebelling against Hákon, has the slave executed. However, in *Heimskringla* there is increased emphasis on the king being on good terms with the magnates and not tyrannising them. This is the message of several episodes which the author of *Heimskringla* has added to his known sources.

This hardly comes as much of a surprise. Those who write of the European monarchs generally take care to insist on the legitimacy of the monarchy. Even authors such as John of Salisbury, who urged rebellion against an unjust king, are of the opinion that the populace cannot decide whether a king is unjust or not. It is only up to God to do so.

IV. The role of the king

WHILE CHRISTIANITY was still in its infancy among the Germanic peoples, those who wrote of the monarchy emphasised that the kings had been accorded a role as the servants of God, they had a *ministry*. The role of the king included three responsibilities, in particular. They were to protect their subjects, especially those who did not bear arms, women, the poor and merchants. They were to ensure law and justice. And they were to ensure that their subjects lived in peace.

In the *konungasögur* consciousness of these tasks of kings is evident and some of the kings even refer to the royal oath, which in Europe usually made a mention of these three responsibilities. Kings deal with merchants and found market towns. Considerable emphasis is placed on the connection between kings and laws as revealed in two aspects: on one hand, the king passes judgement; on the other hand, he makes the laws. In Europe the role of judge was more popular in the 11th and 12th centuries, while in the 13th it was that of legal reformer. The Icelandic *konungasögur* emphasise both aspects. Hákon Aðalsteinsfóstri, St. Ólafur and Hákon Hákonarson are among the legal reformers, while later Hákon's son Magnús had Norwegian laws reformed, thereby following in the footsteps of other 13th-century kings, such as Frederick II, Alfonso X and Louis IX.

The European monarchs were inclined to regard themselves as peaceful rulers and the European peace movements of the 11th and 12th centuries often appealed to them in this capacity. The *konungasögur* often mention that the king brought peace to his country, which he naturally went about in a variety of ways. They are thus allowed to wage war against other peoples, especially heathen ones, e.g. the Wends. But they indicate clearly that kings are to ensure peace for their own subjects.

What is most striking here is how conscious the Icelandic *konungasögur* appear of the obligations involved in the monarchy. It is clear that here the Christian conception prevails: that the king is carrying out a Christian ministry and thus bears a greater burden than others.

V. Royal virtues

THE EMPHASIS followed by Christian kings in their role as monarchs is often reflected in king's mirrors (*konungs skuggsjár*), essays on royal virtues. Such a mirror was composed in the 13th century in Norway, but the Icelandic *konungasögur* could be said to comprise in part a kings' mirror, as in this genre the stories of individual kings are used to reflect upon the monarchy and kingly virtues.

A king who failed to fulfil his obligations properly was considered useless (*inutilis*). There are several examples of such kings in Icelandic *konungasögur*, such as Haraldur hein in *Knýtlinga saga*. Icelandic historiography shows a clear tendency to divide kings into good and poor ones, as was done in many areas of Europe. Comparisons (*mannjöfnuður*) made in the *konungasögur* often provide important information as to their conceptions of royal virtues. An example of such a passage is the comparision made between the Magnússons, Sigurður and Eysteinn, in *Morkinskinna* and *Heimskringla*. Here two conflicting images of kings are presented. Sverrir is also compared to his father, Sigurður munnur, in *Sverris saga* and the entire first part of *Sverris saga* is, in fact, a comparison of Sverrir and Magnús Erlingsson.

Royal virtues were both religious and secular. Kings were to protect and support the church in every way possible and serve as an example for others in Christian conduct. This they could do in a number of ways, such as going on Crusades and building churches. In sagas including both heathen and Christian kings, the faith of the kings is naturally the central point. Thus in *Fagurskinna* the kings preceding the christianisation are practically all either represented as missionary kings or apostates.

The "worldly" virtues of kings are, however, even more important. In kings' mirrors and essays on virtues they are most often four in number: wisdom, strength, temperance and justice. The Icelandic *konungasögur* indicate that kings needed to possess all of them. In the 13th century European kings emphasised their wisdom and learning, and the same tendency is visible in the Icelandic *konungasögur*.

Youthful and irresponsible behaviour by a monarch is often criticised, while good kings prove to be wise beyond their years, following the example of Christ. Among those kings showing special wisdom are Haraldur Hard-ruler, Eysteinn Magnússon and Sverrir. Repeated mention is made of how wise they are. This wisdom can take various forms, including subtle plotting and military trickery. The gift of oratory is, furthermore, one aspect of wisdom. It makes no small difference in *Sverris saga* especially, where time and again Sverrir has to win support for his cause through speech-making.

The strength of kings can take the form of physical prowess. The kings often advance in the front line in battle and are the last to flee. Kings must be capable warriors in order to defend their territory and may also do so cruelly. This image of a king has often been linked to that of Viking leaders, and such warriors are certainly prominent in the *fornaldarsögur* and the sagas of ancient kings, *Ynglinga saga*, for example. It may be, however, that there are even stronger parallels to be found in the kings of the Age of Chivalry and chivalric attitudes.

The strength of kings is also manifest in their capacity to rule. Strong kings keep a tight grip on the reins of state. On the other hand, there is a delicate balance to be kept between a strong ruler and an oppressor, where rule becames tyranny. It is here that temperance enters the picture. If kings lack moderation their wisdom and strength are to little avail. This is clear in the case of Haraldur Hard-ruler. *Morkinskinna* contains examples where, should he fail to restrain himself, he is dangerously close to becoming a tyrant, despite the fact that he possesses exceptional strength and wisdom.

Kings typically have a stormy temperament, and such strong response is a royal attribute. Good kings, such as St. Ólafur, have to control their tempers despite great anger. The Magnússons, Eysteinn and Sigurður, are depicted as opposites in the royal comparison table (*mannjöfnuður*). There is a great difference in the extent of their respective self-control. The tales of *Morkinskinna* show how Eysteinn generally controls his emotions, while Sigurður is plagued by a lack of control which borders on the insane.

The fourth royal virtue is justice, which medieval sources often refer to as a combination of all the other virtues. Only the king who is wise, strong and at the same time restrained, can be just. No earthly king can be completely just, this is the prerogative of Christ alone. But the *konungasögur* do contain many examples of good kings.

Kindness shown by a king is often referred to using the term *mildi* and includes both generosity and mercy. In numerous instances in the *konungasögur* the charity of kings is emphasised. Miserliness is, in fact, the main flaw of a number of kings, the sons of Gunnhildur, for example. The kings show mercy by pardoning their subjects. In so doing they prove both their own superiority and holiness, in addition to winning the support of the population.

VI. The king and his realm

IN THE MIDDLE AGES states were not administrative units, independent of their rulers, as is the case today. The king was the realm. It was common in the Middle Ages for the king to be referred to as the heart or head of the kingdom, or even as the kingdom itself. Without the king there was no kingdom. For this reason his subjects generally surrender if their king is killed in battle, and numerous examples of such are to be found in the Icelandic *konungasögur*. Thus when King Hákon Aðalsteinsfóstri falls in battle against the sons of Gunnhildur, whom he has in fact defeated, they nonetheless take over his kingdom.

Kings are also often referred to as the owners of their kingdoms, and it is said that their kingdom is stolen from them if others attempt to take over. At the same time they are the symbol of their country. The connection between a king and his country has been extensively investigated, using examples from the Icelandic *konungasögur*, such as the sacrifice of Dómaldi and the burial of Hálfdan the Black. All of these examples have, however, been recorded by Christian writers and reveal Christian conceptions of heathen customs rather than serving as evidence of heathen ideas.

Among the sagas of Scandinavian kings, *Morkinskinna* is unique in emphasising the connection between a king and his subjects. In this respect it resembles the knightly romances and its tales of Icelanders resemble the tales of the kings' champions in the latter. The tales of *Morkinskinna* show the king dealing with this subjects and thus add more dimensions to his image. They are parables, showing how such dealings can take place.

There is no doubt as to the importance placed on fair dealings with subjects. A king's popularity and mass appeal are generally considered to his credit. His subjects are, on the other hand, praised for showing him loyalty extending beyond the grave. A king's subjects are to obey him and submit to his will. This will bring theim good fortune. At the same time the king is responsible for them and directs them. King Sverrir, especially, often acts as a father to his men.

Kings should also listen to the wise counsels of their subjects and treat them well. At the same time specific behaviour is expected of subjects and the tales (*þættir*) of *Morkinskinna* show how this is to be. As a result, these anecdotes generally have a happy ending. In this respect *Morkinskinna* is a sort of textbook in courtly manners and conduct. It describes how men are to act in the king's presence.

ENGLISH SUMMARY

VII. The image of the king in the Icelandic konungasögur

ALTHOUGH the image of the kings presented in the Icelandic *konungasögur* composed between 1200 and 1260 is very varied, it must be emphasised that their differences are relatively slight compared to what they share in common. The image of the king presented in *Sverris saga, Skjöldunga saga, Morkinskinna, Fagurskinna* and *Heimskringla* is basically the same as that of, for instance, *Knýtlinga saga* and *Hákonar saga*, despite the fact that the former were composed earlier and even though some were written in Norway.

Sverre Bagge has emphasised the differences between, for instance, *Heimskringla* and the work of Theodoricus the monk, *Historia de antiquitate regum Norwagensium*. But it is questionable to refer to an opposition of clerical and aristocratic attitudes. There are more correspondences than differences between the images of the king in these narratives. The principal difference between the two lies in the brevity and condensed wording of Theodoricus. It is thus difficult to detect any signs of an ideology of ecclesiastical supremacy in his work.

Ágrip is also a short work and the image of the king it presents is in many respects fuzzy and unformed. The untouchability of royal persons is thus not respected. *Ágrip* does, however, show the division of the Norwegian kings into good and bad, a division which forms the fabric of the Icelandic *konungasögur*.

Sverris saga is a considerably more extensive and detailed work. Since Sverrir is, in fact, a usurper of power of sorts, much effort is spent on showing how he is chosen by God to be king, and is an actual king's son, who has had to struggle to regain his kingdom and succeed in a number of trials. Sverrir is also shown simply to be a capable king: strong, controlled, just and above all wise and wellspoken. The first half of the saga is a sort of comparison of Sverrir and Magnús Erlingsson.

Sverris saga is not a propaganda work, declaring Sverrir to be the most capable ruler, but rather a historical work showing why and how he is the most capable. The attitude of the saga could just as well be that of the saga author himself, the Icelandic abbot Karl Jónsson of the monastery of Þingeyrar, as of the king himself. It is interesting to note that there is one mention of a nation which has no king. These people are referred to as foolish. It may well be that the saga of Sverrir was thus not only written in his honour, but also for the elucidation of a people without a king living in the area of influence of the Kings of Norway.

Skjöldunga saga was composed under the influence of a classical revival and shows the author's extensive scholarship. Despite the fact that its kings are heathen, they are not condemned as such. The saga does not present a comprehensive image of the king. It does, however, describe typical royal virtues and emphasises not least the outward appearance of the kings. *Skjöldunga saga* has been considered to have been composed under the auspices of the Oddaverjar clan. In such case it would represent one of many examples of the interest of the Oddaverjar in royal dynasties and royal power.

Morkinskinna is unique among the Icelandic *konungasögur* in including *þættir* which give it a more courtly flavour than the other works. These tales have traditionally been considered interpolations and examples of a different ideology. It has, for instance, long been the view (of Indrebö and others) that Haraldur Hard-ruler is described positively in the saga but negatively in the *þættir*.

Arguments are advanced here, however, for regarding the *þættir* as merely showing various aspects of Haraldur's character, rather than merely criticising him, and revealing especially how his lack of restraint sometimes overshadows his good characteristics: wisdom, strength and generosity. In *Morkinskinna* the individual kings are only secondary while the concept of the king is the principal focus. The conduct of Haraldur and other kings of Norway are used as examples in order to discuss the characteristics of the king and his royal virtues, in this instance the importance of temperance.

Two things are especially noteworthy in the ideas presented in *Morkinskinna*. In the first place, examples (in the *þættir*) are used to show that it is best for a single king to rule and that misfortune will result if members of the aristocracy pit their strength against the king. Thus Magnús the Good receives clear support, and not Haraldur Hard-ruler, in the tales which take place during the year of their co-rule. Sympathy does, on the other hand, lie with Haraldur in *þættir* relating his disputes with Einar þambarskelfir. The saga does not take sides with or against Haraldur, but against multiple kingship and for the rule of one legitimate king.

The second noteworthy feature of *Morkinskinna* is its interest in Icelanders. The *þættir* in *Morkinskinna* show how Icelanders should conduct themselves in the presence of the king and how they can prove themselves just as good or even better subjects of the king than the Norwegians. The attitude of *Morkinskinna* is thus Icelandic, but that does not make it any less loyal to the king. It would appear that its author regards it as favourable for Icelanders to become the king's retainers and subjects of the Norwegian king, just as was then becoming fashionable among leading Icelanders, and resulted in the Icelandic acceptance of the Norwegian monarch.

Fagurskinna has at times been considered more royalist than other *konungasögur*. This is rejected here, as it is pointed out that they all show kingship in a favorable light. *Fagurskinna* is unique in its emphasis on the first Kings of Norway as missionaries. There is also appreciable interest in the appearance of the kings, not least of their fine hair, which has symbolic importance. Here just as in the case, for example, of *Ágrip*, kings are classified as either good or bad.

More scholarly discussion has centred on *Heimskringla* than on other sagas of

ENGLISH SUMMARY

kings of Norway and scholars have tended to overemphasise its unique status. It can, however, be argued that for the most part, the image of the king presented in *Heimskringla* is not unlike that of the other *konungasögur*. Comparison of the individual *konungasögur* does not lend support to Bagge's conclusion that in *Heimskringla* the monarchy is regarded as „charismatische Herrschaft", in opposition to the predominance of the ideas of St. Augustine in the older works. Upon closer inspection all of the *konungasögur* appear to have a double focus: the virtues of the kings always have both a practical and at the same time an ethical side. Much of what Bagge correctly identifies as characteristics of *Heimskringla* also apply to the other Icelandic *konungasögur*, although some of them are rather too summary in nature to support wide generalisations.

Heimskringla is characterised by a classical revival. This is clearly evident in the interest shown for the laws and legislating of the kings, an indication as well that legislation is regarded as one of the key functions of kings. It is also unique in the sympathy shown to magnates who oppose the monarchy in some way, e.g. Ásbjörn of Meðalhús, Erlingur Skjálgsson, King Hrærekur og Þorgnýr the lawman. It also shows considerable sympathy with strong men who rule alongside the king, e.g. Einar þambarskelfir and Gregoríus Dagsson.

This may possibly be connected with the support shown by *Heimskringla* author Snorri Sturluson for Earl Skúli Bárðarson, who began as the right arm of King Hákon Hákonarson only to end in rebelling against the king. It is clear that Snorri supported the monarchy in general, but with the proviso that men of rank were entitled to their rights and the king should not oppress them. It is interesting to note that in a speech delivered by King Hrærekur, he states that it is better for magnates to serve a distant monarch than one in the same country. This could apply to the relationship between Icelanders and the Norwegian kings.

Knýtlinga saga and *Skjöldunga saga* are the only sagas of Danish kings in this group. The image of the king in these sagas differs to some extent, with increased emphasis placed on the king's character rather than appearance. The hierarchical society portrayed in the saga is worthy of special note. When a good king rules alone, balance reigns in the society; the church and the king work together in unity and peace and well-being prevail. *Knýtlinga saga* is regarded as having been composed near the end of the Icelandic commonwealth, at a time when Iceland was sundered by hostility and conflict. Its presumed author, Ólafur Þórðarson hvítaskáld, is himself one of the actors in *Sturlunga saga* and appears to be a convinced monarchist.

Many explanations have been offered as to why the Icelanders began to compose *konungasögur*. The present author is of the opinion, however, that the primary cause must be the following: a great deal of interest existed in Iceland concerning kings and kingship in general. This interest is not only evident in the *konungasögur*. Bishop Gissur Ísleifsson, for instance, is referred to as a king in 13th-century historiography and the descriptions of Jón Loftsson and his son Páll Jónsson in Sturlunga saga and the bishops' sagas have more than a little touch of the regal to them. It may well be that behind this flirting with the monarchy lies the ambition of the Icelandic upper-class families to raise their status still further.

The Icelandic society of the time was very definitely neither an egalitarian nor a democratic one, but an aristocracy. In the 13th century it underwent a major crisis, which concluded with its accession by the Norwegian king. I regard the Icelandic *konungasögur* as evidence that during the century preceding their acceptance of the Norwegian king, the concept of the monarchy was a favourite subject with Icelanders. The discussion which took place in their Icelandic *konungasögur* reflects issues which were of concern to their contemporary society.

The last original Icelandic *konungasaga* is the saga of Hákon Hákonarson, composed by lawman Sturla Þórðarson. It describes Hákon as a just and exemplary king, playing down his individuality. On the other hand, the exemplary monarch is seldom far from mind when Icelandic historiographers relate the qualities and faults of individual kings.

Once the Icelanders had agreed to accept the Norwegian king as their monarch they ceased to compose *konungasögur*. The lack of an actual king was the prerequisite for the interest in the king and monarchy which forms the premise for the *konungasögur*.

Translation: Keneva Kunz

Heimildaskrá

1. Frumheimildir

Adam von Bremen. *Hamburgische Kirkengeschichte.* Bernard Schmeidler gaf út. Hannover und Leipzig 1917. (Scriptores rerum Germanicarum in usum scholarum ex Monumentis Germaniae historicis separatim editi. Magistri Adam Bremensis Gesta Hammaburgensis ecclesiae pontificum)

Alkuin. *De virtutibus et vitiis i norsk-islandsk overlevering og udvidelser til Jonsbogens kapitel om domme.* Ole Widding gaf út. Khöfn 1960. (Editiones Arnamagnæanæ, ser. A, vol. 4)

Ágrip af Nóregskonunga sǫgum. Fagrskinna — Nóregs konunga tal. *Íslenzk fornrit* XXIX. Bjarni Einarsson gaf út. Rvík 1985.

Corpus Poeticum Boreale. The Poetry of the Old Northern Tongue from the Earliest Times to the Thirteenth Century. I–II. Guðbrandur Vigfússon og F. York Powell gáfu út. Oxford 1883.

Danakonunga sǫgur. Skjǫldunga saga. Knýtlinga saga. Ágrip af sǫgu Danakonunga. *Íslenzk fornrit XXXV.* Bjarni Guðnason gaf út. Rvík 1982.

De civitate Dei Libri XXII. Sancti Aurelii Augustini, Hipponensis episcopi, opera omnia, post Lovanensium theologorum recensionem. Tomus septimus. *Patrologiæ latinæ* XLI. París 1861.

Diplomatarium Islandicum. Íslenzkt fornbréfasafn, sem hefir inni að halda bréf og gjörninga, dóma og máldaga, og aðrar skrár, er snerta Ísland eða íslenzka menn. I. 834–1264. Jón Sigurðsson gaf út. Khöfn 1857–1876.

Flateyjarbok. En samling af norske konge-sagaer med indskudte mindre fortællinger om begivenheder i og udenfor Norge samt annaler. I–III. C.R. Unger og Guðbrandur Vigfússon gáfu út. Kria 1860–8.

Hákonar saga Hákonarsonar etter Sth. 8 fol., AM 325 VII 4to og AM 304 4to. Marina Mundt gaf út. Oslo 1977. (Norsk historisk kjeldeskrift-institutt. Norrøne texter 2)

Heimskringla I. Bjarni Aðalbjarnarson gaf út. *Íslenzk fornrit* XXVI. Rvík 1941.

Heimskringla II. Bjarni Aðalbjarnarson gaf út. *Íslenzk fornrit* XXVII. Rvík 1945.

Heimskringla III. Bjarni Aðalbjarnarson gaf út. *Íslenzk fornrit* XXVIII. Rvík 1951.

Hungrvaka. *Byskupa sǫgur* I. Jón Helgason gaf út. Khöfn 1938.

Isidori Hispalensis episcopi etymologiarvm sive originvm. Libri XX. W.M. Lindsay gaf út. Oxford 1911.

Íslendingabók. Landnámabók. Jakob Benediktsson gaf út. *Íslenzk fornrit* I. Rvík 1968.

Kristni saga. Þáttr Þorvalds ens víðfǫrla. Þáttr Ísleifs biskups Gizurarsonar. Hungrvaka. Bernhard Kahle gaf út. Halle 1905. (Altnordische Saga-Bibliothek 11)

Laxdœla saga. Halldórs þættir Snorrasonar. Stúfs þáttr. Einar Ólafur Sveinsson gaf út. *Íslenzk fornrit* V. Rvík 1934.

Í LEIT AÐ KONUNGI

Monumenta Historica Norvegiæ. Latinske Kildeskrifter til Norges Historie i Middelalderen. Gustav Storm gaf út. Kria 1880. (Ljóspr. útg. frá 1973)

Morkinskinna. Finnur Jónsson gaf út. Khöfn 1932.

Olafs saga hins helga. Die „Legendarische saga" über Olaf den Heiligen. Hs. Delagard. saml. nr. 8^II). Anne Heinrichs, Doris Janshen, Elke Radicke og Hartmut Röhn gáfu út. Heidelberg 1982.

Páls saga. Byskupa sǫgur II. Jón Helgason gaf út. Khöfn 1978.

Saga Þiðriks konungs af Bern. Fortælling om kong Thidrik af Bern og hans kæmper. I norsk bearbejdelse fra det trettende aarhundrede efter tydske kilder. C.R. Unger gaf út. Kria 1853.

Saga Ólafs Tryggvasonar af Oddr Snorrason munk. Finnur Jónsson gaf út. Khöfn 1932.

Snorri Sturluson. Edda. Finnur Jónsson gaf út. [2. útg.] Khöfn 1926.

Sturlunga saga I–II. Jón Jóhannesson, Magnús Finnbogason og Kristján Eldjárn sáu um útgáfuna. Rvík 1946.

Sverris saga etter cod. AM 327 4°. Gustav Indrebø gaf út. Kristiania 1920.

Tacitus. Agricola. Germania. Dialogus. Maurice Hutton og W. Peterson þýddu. [2. útg.] Cambridge, Mass. og London 1970. (Loeb Classical Library 35)

Þorláks saga A. Byskupa sǫgur II. Jón Helgason gaf út. Khöfn 1978.

2. Eftirheimildir

Aland, Kurt. Der Abbau des Herrscherkultes im Zeitalter Konstantins. The Sacral Kingship. Contributions to the Central Theme of the VIIIth International Congress for the History of Religions (Rome, April 1955). La regalità sacra. Contributi al tema dell' VIII congresso internazionale di storia delle religioni (Roma, aprile 1955). Leiden 1959, 493–512. (Studies in the History of Religions 4)

Albeck, Gustav. Knytlinga. Sagaerne om Danmarks konger. Studier i ældre nordisk litteratur. Khöfn 1946.

Allwohn, Adolf. Der religionspsychologische Aspekt des sakralen Königtums. The Sacral Kingship. Contributions to the Central Theme of the VIIIth International Congress for the History of Religions (Rome, April 1955). La regalità sacra. Contributi al tema dell' VIII congresso internazionale di storia delle religioni (Roma, aprile 1955). Leiden 1959, 37–47. (Studies in the History of Religions 4)

Almquist, Bo. Den fulaste foten. Folkligt och litterärt i en Snorri-anekdot. Scripta Islandica (17) 1966, 17–44.

Amory, Frederic. Saga Style in some Kings' Sagas, and Early Medieval Latin Narrative. Acta Philologica Scandinavica (32) 1979, 67–86.

Andersen, Per Sveaas. On the Historicity of Certain Passages in the Saga of Olaf Haraldsson. Papers of the Third International Saga Conference. Oslo, July 26th–31st, 1976. Osló 1976.

HEIMILDASKRÁ

Andersen, Per Sveaas. *Samlingen av Norge og kristningen av landet, 800–1130*. Handbok i Norges historie 2. Bergen, Osló & Tromsø 1977.

Andersson, Theodore M. The Conversion of Norway according to Oddr Snorrason and Snorri Sturluson. *Mediaeval Scandinavia* (10) 1977, 83–95.

Andersson, Theodore M. Ari's *konunga ævi* and the Earliest Accounts of Hákon Jarl's Death. Opuscula (6). *Bibliotheca Arnamagnæana* (33) 1979, 1–17.

Andersson, Theodore M. King's Sagas (Konungasögur). *Old Norse-Icelandic Literature. A Critical Guide*. Carol J. Clover og John Lindow ritstýrðu. *Islandica XLV*. Ithaca/London 1985, 197–238.

Andersson, Theodore M. Norse Kings' Sagas. *Dictionary of the Middle Ages* (9) 1987.

Andersson, Theodore M. Lore and Literature in a Scandinavian Conversion Episode. *Idee, Gestalt, Geschichte. Festschrift Klaus von See. Studien zur europäischen Kulturtradition*. Gerd Wolfgang Weber ritstýrði. Odense 1988, 261–84.

Andersson, Theodore M. Snorri Sturluson and the saga school at Munkaþverá. *Snorri Sturluson. Kolloquium anläßlich der 750. Wiederkehr seines Todestages*. Alois Wolf gaf út. Tübingen 1993, 9–25.

Andersson, Theodore M. The Politics of Snorri Sturluson. *Journal of English and Germanic Philology* (93) 1994, 55–78.

Arent Madelung, Margaret. Snorri Sturluson and Laxdoela: The hero's accoutrements. *Saga og språk. Studies in language and literature*. John M. Weinstock ritstýrði. Austin 1972, 45–92.

Aufhauser, Joh. B. Die sakrale Kaiseridee in Byzanz. *The Sacral Kingship. Contributions to the Central Theme of the VIIIth International Congress for the History of Religions (Rome, April 1955). La regalità sacra. Contributi al tema dell' VIII congresso internazionale di storia delle religioni (Roma, aprile 1955)*. Leiden 1959, 531–42. (Studies in the History of Religions 4)

Ármann Jakobsson. Sannyrði sverða. Vígaferli í Íslendinga sögu og hugmyndafræði sögunnar. Óprentuð BA-ritgerð við Háskóla Íslands. Rvík 1993.

Ármann Jakobsson. „Dapurt er að Fróða". Um fáglýjaðar þýjar og frænku þeirra. *Mímir* (41) 1993–4, 56–66.

Ármann Jakobsson. Nokkur orð um Íslenska bókmenntasögu. *Mímir* (41) 1993–1994, 105–107.

Ármann Jakobsson. Nokkur orð um hugmyndir Íslendinga um konungsvald fyrir 1262. *Samtíðarsögur. Forprent. Níunda alþjóðlega fornsagnaþingið á Akureyri 31.7–6.8. 1994*. Rvík 1994, 31–42.

Ármann Jakobsson. Sannyrði sverða. Vígaferli í Íslendinga sögu og hugmyndafræði sögunnar. *Skáldskaparmál* (3) 1994, 42–78.

Ármann Jakobsson. Hákon Hákonarson — friðarkonungur eða fúlmenni? *Saga* (33) 1995, 166–185.

Ármann Jakobsson. Ástvinur Guðs. Páls saga byskups í ljósi helgisagnahefðar. *Andvari* (Nýr fl. 35) 1995, 126–142.

Ármann Jakobsson. Konungur og bóndi. Þrjár mannlýsingar í Heimskringlu. *Lesbók Morgunblaðsins* 22. febrúar 1997.

Ármann Jakobsson. Tvö nýleg rit um Heimskringlu. Væntanleg í *Skáldskaparmálum*.

Ármann Jakobsson. Byskupskjör á Íslandi: Stjórnmálaviðhorf byskupasagna og Sturlungu. Væntanleg í *Studia theologica islandica*.

Ármann Jakobsson. Tröllasagnfræði. Hvers konar saga er Bárðar saga Snæfellsáss? Væntanleg í enskri þýðingu í *Saga-Book*.

Árni Magnússons Levned og Skrifter. I–II. Finnur Jónsson og Jón Helgason gáfu út. Khöfn 1930.

Ásdís Egilsdóttir. Eru biskupasögur til? *Skáldskaparmál* (2) 1992, 207–20.

Ásdís Egilsdóttir. Af óskynlegum Íslendingi. *Orðaforði heyjaður Guðrúnu Kvaran 21. júlí 1993*. Rvík 1993, 11–13.

Ásdís Egilsdóttir. Um biskupasögur. *Studia theologica islandica* (9) 1994, 39–54.

Ásdís Egilsdóttir. The Icelandic Dream. Nationality and the Ideology of Kingship in the Old Icelandic Short Narrative. Fyrirlestur fluttur 31. maí 1995 við Háskólann í Nottingham.

Baetke, Walter. *Christliches Lehngut in der Saga-religion. Das Svolder-problem. Zwei Beiträge zur Saga-kritikk*. Berichte über die Verhandlungen der sächsische Akademie der Wissenschaften zu Leipzig. Philol.-hist. Klasse 98.6. Berlin 1952.

Baetke, Walter. *Yngvi und die Ynglinger. Eine quellenkristische Untersuchung über das nordische „Sakralkönigtum"*. Berlín 1964. (Sitzungsberichte der sächsischen Akademie der Wissenschaften zur Leipzig. Philol.-hist. Klasse 109.3)

Baetke, Walter. Die Ólafs saga Tryggvasonar und die Jómsvíkinga saga. Zur Historiographie des nordischen Frühmittelalters. *Formen mittelalterlicher Literatur. Siegfried Beyschlag zu seinem 65. Geburtstag von Kollegen, Freunden und Schülern*. Otmar Werner og Bernd Naumann gáfu út. Göppingen 1970, 1–18. (Göppinger Arbeiten zur Germanistik 25)

Bagge, Sverre. Samkongedømme og enekongedømme. *Historisk tidsskrift* (54) 1975, 239–72.

Bagge, Sverre. *Den politiske ideologi i Kongespeilet*. Bergen 1979.

Bagge, Sverre. The Formation of the State and Conceptions of Society in 13th Century Norway. *Continuity and Change. Political institutions and literary monuments in the Middle Ages. A symposium*. Elisabeth Vestergaard ritstýrði. Odense 1986, 43–59.

Bagge, Sverre. *The Political Thought of the King's Mirror*. Odense 1987. (Mediaeval Scandinavia Supplements 3)

Bagge, Sverre. Det politiske menneske og det førstatlige samfunn. *Historisk tidsskrift* (68) 1989, 227–45.

Bagge, Sverre. Theodoricus Monachus — Clerical Historiography in Twelfth-century Norway. *Scandinavian Journal of History* (14) 1989, 113–33.

Bagge, Sverre. Snorri Sturluson und die europäische Geschichtsschreibung. *Skandinavistik* (20) 1990, 1–19.

Bagge, Sverre. *Society and Politics in Snorri Sturluson's Heimskringla*. Berkeley o.v. 1991.

Bagge, Sverre. Helgen, helt og statsbygger — Olav Tryggvason i norsk historieskrivning gjennom 700 år. *Kongsmenn og krossmenn. Festskrift til Grethe Authén Blom.* Steinar Supphellen ritstýrði. Trondheim 1992, 21–38.

Bagge, Sverre. Kingship in Medieval Norway. Ideal and Reality. *European Monarchy. Its Evolution and Practice from Roman Antiquity to Modern Times.* Heinz Duchhardt, Richard A. Jackson og David Sturdy ritstýrðu. Stuttgart 1992, 41–52.

Bagge, Sverre. The Norwegian Monarchy in the Thirteenth Century. *Kings and Kingship in Medieval Europe.* Anne Duggan ritstýrði. London 1993, 159–77.

Bagge, Sverre. Ideology and Propaganda in *Sverris saga. Arkiv för nordisk filologi* (108) 1993, 1–18.

Bagge, Sverre. La *Sverris saga*, biographie d'un roi de Norvège. *Proxima Thulé* (2) 1996, 113–28.

Bagge, Sverre. Udsigt og innhogg. 150 års forskning om eldre norsk historie. *Historisk tidsskrift* (75) 1996, 37–77.

Baldwin, John W. *The Government of Philip Augustus. Foundations of French Royal Power in the Middle Ages.* Berkeley o.v. 1986.

Bandle, Oskar. Tradition und Fiktion in der Heimskringla. *Snorri Sturluson. Kolloquium anläßlich der 750. Wiederkehr seines Todestages.* Alois Wolf gaf út. Tübingen 1993, 27–47.

Barber, Richard. *The Knight & Chivalry.* London 1970.

Barlow, Frank. *The Feudal Kingdom of England 1042–1216.* [4. útg.] London & NY 1988.

Barnes, Geraldine. Arthurian Chivalry in Old Norse. *Arthurian Literature* (7) 1987, 50–102.

Barnes, Geraldine. Some current issues in *riddarasögur* research. *Arkiv för nordisk filologi* (104) 1989, 73–88.

Barraclough, Geoffrey. *The Origins of Modern Germany.* [2. útg.] Oxford 1947.

Barraclough, Geoffrey. *The Medieval Papacy.* London 1968.

Bayet, Jean. Prodromes sacerdotaux de la divinisation impériale. *The Sacral Kingship. Contributions to the Central Theme of the VIIIth International Congress for the History of Religions (Rome, April 1955). La regalità sacra. Contributi al tema dell' VIII congresso internazionale di storia delle religioni (Roma, aprile 1955).* Leiden 1959, 418–34. (Studies in the History of Religions 4)

Beck, Heinrich. Laxdæla saga — A Structural Approach. *Saga-Book* (21) 1977, 383–402.

Beck, Heinrich. Gylfaginning und Theologie. *Snorri Sturluson. Kolloquium anläßlich der 750. Wiederkehr seines Todestages.* Alois Wolf gaf út. Tübingen 1993, 49–57.

Beckman, Nat. Torgny lagman. Ett bidrag till karakteristikken av Snorris författarskap. *Edda* (9) 1918, 278–86.

Bekker-Nielsen, Hans. Den ældste tid. *Norrøn fortællerkunst. Kapitler af den norskislandske middelalderlitteraturs historie.* Hans Bekker-Nielsen, Thorkild Damsgaard Olsen og Ole Widding ritstýrðu. Khöfn 1965, 9–26.

Bekker-Nielsen, Hans. The Use of *Rex* in Íslendingabók. *Studies for Einar Haugen. Presented by friends and colleagues.* Evelyn Scherabon Firchow, Kaaren Grimstad, Nils Hasselmo og Wayne A. O, Neil ritstýrðu. Haag & París 1972, 53–7. (Janua Linguarum. Studia memoriae Nicolai Van Wijk dedicata, series maior, 59)

Bekker-Nielsen, Hans. Zum Verhältnis von altwestnordischen und mediävistischen Studien. *Vielfalt und Einheit. Erinnerungsband für Walter Baetke (1884–1978).* Ernst Walter og Hartmut Mittelstädt gáfu út. Weimar 1989, 27–32.

Bell, Rudolph M. og Donald Weinstein. *Saints & Society. The Two Worlds of Western Christendom, 1000–1700.* Chicago og London 1982.

Bendix, Reinhard. *Kings or People. Power and the Mandate to Rule.* Berkeley o.v. 1978.

Benton, John F. Consciousness of Self and Perceptions of Individuality. *Renaissance and Renewal in the Twelfth Century.* Robert L. Benson og Giles Constable ritstýrðu ásamt Carol D. Lanham. [2. útg.] Toronto o.v. 1991, 263–95.

Berges, Wilhelm. *Die Fürstenspiegel des hohen und des späten Mittelalters.* Stuttgart 1938. (Schriften der Monumenta Germaniae historica 2)

Berman, Melissa A. Egilssaga and Heimskringla. *Scandinavian Studies* (54) 1982, 21–50.

Berntsen, Toralf. *Fra sagn til saga. Studier i kongesagaen.* Kria 1923.

Beumann, Helmut. Zur Entwicklung transpersonaler Staatsvorstellungen. *Das Königtum. Seine geistigen und rechtlichen Grundlagen. Mainauvorträge 1954.* Theodor Mayer ritstýrði. Lindau und Konstanz 1954, 185–224. (Vorträge und Forschungen 3)

Beyschlag, Siegfried. Konungasögur. Untersuchungen zur Königssaga bis Snorri. Die älteren Übersichtswerke samt Ynglingasaga. *Bibliotheca Arnamagnæana* (8) 1950.

Beyschlag, Siegfried. Möglichkeiten mündlicher Überlieferung in der Königssaga. *Arkiv för nordisk filologi* (68) 1953, 109–39.

Beyschlag, Siegfried. Snorris Bild des Jahrhunderts in Norwegen. *Festschrift Walter Baetke. Dargebracht zu seinem 80. Geburtstag am 28. März 1964.* Weimar 1966, 59–67.

Beyschlag, Siegfried. Arbeitsthesen zum Geschichtswissen der *Königssaga* (von Harald Schönhaar bis Hakon Jarl). *Akten der Vierten Arbeitstagung der Skandinavisten des deutschen Sprachgebiets, 1. bis 5. Oktober 1979 in Bochum.* Fritz Paul ritstýrði. Hattingen 1981, 73–84.

Bianchi, Ugo. Twins. *The Encyclopedia of Religion* (15) 1987, 99–107.

Binchy, D.A. *Celtic and Anglo-Saxon Kingship. The O, Donnell Lectures for 1967–8, delivered in the University of Oxford on 23 and 24 May 1968.* Oxford 1970.

Birkeli, Fridtjov. *Hva vet vi om kristningen av Norge? Utforskningen av norsk kristendoms- og kirkehistorie fra 900- til 1200-tallet.* Oslo 1982.

Bjarni Aðalbjarnarson. *Om de norske kongers sagaer. Skrifter utgitt av det Norske Videnskaps-Akademi i Oslo II. Hist.-Filos. Klasse 1936, no. 4.* Oslo 1937.

Bjarni Aðalbjarnarson. Formáli. Heimskringla I. Bjarni Aðalbjarnarson gaf út. *Íslenzk fornrit* XXVI. Rvík 1941.

Bjarni Aðalbjarnarson. Formáli. Heimskringla II. Bjarni Aðalbjarnarson gaf út. *Íslenzk fornrit* XXVII. Rvík 1945.

Bjarni Aðalbjarnarson. Formáli. Heimskringla III. Bjarni Aðalbjarnarson gaf út. *Íslenzk fornrit* XXVIII. Rvík 1951.

HEIMILDASKRÁ

Bjarni Aðalbjarnarson. Bemerkninger om de eldste bispesagaer. *Studia Islandica* (17) 1958, 27–37.

Bjarni Einarsson. *Skáldasögur. Um uppruna og eðli ástaskáldsagnanna fornu*. Rvík 1961.

Bjarni Einarsson. On the Status of Free Men in Society and Saga. *Mediaeval Scandinavia* (7) 1974, 45–56.

Bjarni Einarsson. Formáli. Ágrip af Nóregskonunga sǫgum. Fagrskinna — Nóregs konunga tal. *Íslenzk fornrit* XXIX. Bjarni Einarsson gaf út. Rvík 1985.

Bjarni Einarsson. On the 'Blóð-Egill' Episode in *Knýtlinga saga*. *Sagnaskemmtun. Studies in Honour of Hermann Pálsson on His 65th Birthday, 26th May 1986*. Rudolf Simek, Jónas Kristjánsson og Hans Bekker-Nielsen ritstýrðu. Wien, Köln og Graz 1986, 41–7.

Bjarni Guðnason. *Um Skjöldungasögu*. Rvík 1963.

Bjarni Guðnason. Saxo och Eiríksdrápa. *Nordiska studier i filologi och lingvistik. Festskrift tillägnad Gösta Holm på 60-årsdagen den 8 Juli 1976*. Lars Svensson, Anne Marie Wieselgren og Åke Hansson ritstýrðu. Lund 1976, 127–37.

Bjarni Guðnason. Aldur og uppruni Knúts sögu helga. *Minjar og menntir. Afmælisrit helgað Kristjáni Eldjárn 6. desember 1976*. Guðni Kolbeinsson ritstýrði. Rvík 1976, 55–77.

Bjarni Guðnason. Theodricus og íslenskir sagnaritarar. *Sjötíu ritgerðir helgaðar Jakobi Benediktssyni 20. júlí 1977*. Einar Gunnar Pétursson og Jónas Kristjánsson ritstýrðu. Rvík 1977, 107–20. (Rit Stofnunar Árna Magnússonar á Íslandi 12)

Bjarni Guðnason. *Fyrsta sagan. Studia Islandica 37*. Rvík 1978.

Bjarni Guðnason. Þættir. *Kulturhistorisk leksikon for nordisk middelalder fra vikingetid til reformationstid* (20) 1978, 405–10.

Bjarni Guðnason. Frásagnarlist Snorra Sturlusonar. *Snorri, átta alda minning*. Rvík 1979, 139–59.

Bjarni Guðnason. The Icelandic Sources of Saxo Grammaticus. *Saxo Grammaticus. A Medieval Author Between Norse and Latin Culture*. Karen Friis-Jensen ritstýrði. Khöfn 1981.

Bjarni Guðnason. Formáli. Danakonunga sǫgur. Skjǫldunga saga. Knýtlinga saga. Ágrip af sǫgu Danakonunga. *Íslenzk fornrit* XXXV. Bjarni Guðnason gaf út. Rvík 1982.

Bjarni Guðnason. Sögumynstur hetjudauðans. *Tímarit Háskóla Íslands* (5) 1990, 97–102.

Bjarni Guðnason. *Túlkun Heiðarvígasögu. Studia Islandica 50*. Rvík 1993.

Bjørgø, Narve. Skaldekveda i Hákonar saga. *Maal og minne* 1967, 41–9.

Bjørgø, Narve. Om skriftlege kjelder for Hákonar saga. *Historisk tidsskrift* (46) 1967, 185–229.

Bjørgø, Narve. Hákon Hákonssons ettermæle. *Syn og segn* (74) 1968, 240–9.

Bjørgø, Narve. Hákonar saga og Bǫglunga sǫgur. *Maal og minne* 1968, 8–25.

Bjørgø, Narve. Samkongedømme kontra einekongedømme. Ein analyse av norsk kjeldemateriale i historiografisk perspektiv. *Historisk tidsskrift* (49) 1970, 1–31.

Bjørgø, Narve. Samkongedømme og einkongedømme. *Historisk tidsskrift* (55) 1976, 204–21.

Björn M. Ólsen. Om forholdet mellem de to bearbejdelser af Ares Islændingebog. *Aarbøger for nordisk Oldkyndighed og Historie* 1885, 341–71.

Björn Sigfússon. *Um Íslendingabók.* Rvík 1944.

Blatt, Franz. Saxo, en repræsentant for det 12. århundredes renæssance. *Saxostudier (Saxo-kollokvierne ved Københavns universitet).* Ivan Boserup ritstýrði. Khöfn 1975, 11–19.

Bloch, Marc. *Feudal Society.* L.A. Manyon þýddi úr frönsku. London 1961.

Bloch, Marc. *The Royal Touch. Sacred Monarchy and Scrofula in England.* J.E. Anderson þýddi úr frönsku. London og Montreal 1973.

Blom, Grethe Authén. *Kongemakt og privilegier i Norge inntil 1387.* Osló 1967.

Blom, Grethe Authén. *Samkongedømme — Enekongedømme — Håkon Magnussons Hertugdømme. Det Kongelige Norske Videnskabers Selskab. Skrifter no. 18.* Trondheim o.v. 1972, 1–87.

Boer, R.C. Studier over Skjoldungedigtningen. *Aarbøger for nordisk Oldkyndighed og Historie* (Ser 3, vol. 12) 1922, 133–266.

Bolin, Sture. *Om Nordens äldsta historieforskning. Studier över dess metodik och källvärde.* Lund 1931 (Lunds Universitets årsskrift. N.F. Avd. 1. Bd. 27. Nr. 3)

Boyer, Régis. Pagan Sacral Kingship in the Konungasögur. *The Sixth International Saga Conference 28.7.–1.8. 1985. Workshop Papers.* Khöfn 1985, 71–87.

Breengaard, Carsten. *Muren om Israels hus. Regnum og sacerdotium i Danmark 1050–1170.* Khöfn 1982.

Breengaard, Carsten. Det var os, der slog kong Knud ihjel! *Knuds-bogen 1986. Studier over Knud den hellige.* Tore Nyberg, Hans Bekker-Nielsen og Niels Oxenvad ritstýrðu. Odense 1986, 9–20. (Fynske studier 15)

Breisach, Ernst. *Historiography. Ancient, Medieval & Modern.* Chicago & London 1983.

Brekke, Egil Nygaard. *Sverre-sagaens opphav. Tiden og forfatteren. Skrifter utgitt av Det norske Videnskaps-akademi i Oslo. II. Hist.-filos. kl. 1958, no. 1.* Oslo 1958.

Brooke, Christopher. *The Twelfth Century Renaissance.* London 1969.

Brooke, Christopher. *The Structure of Medieval Society.* London 1971.

Brown, P.R.L. Saint Augustine. *Trends in Medieval Political Thought.* Beryl Smalley ritstýrði. Oxford 1965, 1–21.

Brown, Peter. *The World of Late Antiquity. From Marcus Aurelius to Muhammad.* London 1971.

Brown, Peter. *The Cult of the Saints. Its Rise and Function in Latin Christianity.* Chicago 1981.

Brunner, Karl. Der fränkische Fürstentitel im neunten und zehnten Jahrhundert. *Intitulatio II. Lateinische Herrscher- und Fürstentitel im neunten und zehnten Jahrhundert.* Wien o.v. 1973, 179–340.

Brunner, Otto. Vom Gottesgnadentum zum monarchischen Prinzip. Der Weg der europäischen Monarchie seit dem hohen Mittelalter. *Das Königtum. Seine geistigen und rechtlichen Grundlagen. Mainauvorträge 1954.* Theodor Mayer ritstýrði. Lindau und Konstanz 1954, 279–305. (Vorträge und Forschungen 3)

Buchner, Rudolf. Das merowingische Königtum. *Das Königtum. Seine geistigen und rechtlichen Grundlagen. Mainauvorträge 1954*. Theodor Mayer ritstýrði. Lindau und Konstanz 1954, 143–54. (Vorträge und Forschungen 3)

Buckhurst, Helen T. McM. Sæmundr inn fróði in Icelandic Folklore. *Saga-Book of the Viking Society* (11) 1928–1936, 84–92.

Bugge, Alexander. Sandhed og digt om Olav Tryggvason. *Aarbøger for nordisk Oldkyndighed og Historie* 1910, 1–34.

Bugge, Sophus. Bemærkninger om den i Skotland fundne latinske Norges krønike. *Aarbøger for nordisk Oldkyndighed og Historie* (8) 1873, 1–49.

Bugge, Sophus. Mythiske Sagn om Halvdan Svarte og Harald Haarfagre. *Arkiv för nordisk filologi* (16) 1900, 1–37.

Bull, Edvard. Borgerkrigene i Norge og Haakon Haakonssons kongstanke. *Historisk tidsskrift* (5,4) 1920, 177–94.

Bull, Edvard. Sagaenes beretning om Haralds Haarfagres tilegnelse av odelen. *Historisk tidsskrift* (5,4) 1920, 481–92.

Bull, Edvard. Håkon Ivarsons saga. *Edda* (27) 1927, 33–44.

Bull, Edvard. Olav den hellige og Norges samling. *Historisk tidsskrift* (5,8) 1930, 65–74.

Bynum, Caroline Walker. *Jesus as Mother. Studies in the Spirituality of the High Middle Ages*. Berkeley o.v. 1982.

Byock, Jesse. *Feud in the Icelandic Saga*. Berkeley o.v. 1982.

Byock, Jesse L. The Age of the Sturlungs. *Continuity and Change. Political institutions and literary monuments in the Middle Ages. A symposium*. Elisabeth Vestergaard ritstýrði. Odense 1986, 27–42.

Byock, Jesse. *Medieval Iceland. History and Sagas*. Berkeley o.v. 1988.

Büttner, Heinrich. Aus den Anfängen des abendländischen Staatsgedankens. Die Königserhebung Pippins. *Das Königtum. Seine geistigen und rechtlichen Grundlagen. Mainauvorträge 1954*. Theodor Mayer ritstýrði. Lindau und Konstanz 1954, 155–67. (Vorträge und Forschungen 3)

Campbell, Alistair. Knúts Saga. *Saga-Book* (13) 1946–1953, 238–48.

Cannadine, David. The Context, Performance and Meaning of Ritual. The British Monarchy and the 'Invention of Tradition', c. 1820–1977. *The Invention of Tradition*. Eric Hobsbawm og Terence Ranger ritstýrðu. Cambridge 1983, 101–64.

Carolingian culture: emulation and innovation. Rosamary McKitterick ritstýrði. Cambridge 1994.

Cederschiöld, Gustaf. *Konung Sverre*. Lund 1901.

Chaney, William A. *The Cult of Kingship in Anglo-Saxon England. The Transition from Paganism to Christianity*. Manchester 1970.

Chestnutt, Michael. The Dalhousie Manuscript of the *Historia Norvegiae*. Opuscula (8). *Bibliotheca Arnamagnæana* (38). Khöfn 1985, 54–95.

Christensen, Aksel E. *Kongemagt og aristokrati. Epoker i middelalderlig dansk statsopfattelse indtil unionstiden*. Khöfn 1945.

Christensen, Aksel E. Om kronologien i Aris Íslendingabók og dens laan fra Adam af Bremen. *Nordiske studier. Festskrift til Chr. Westergaard Nielsen på 65-års-

dagen den 24. november 1975. Johannes Brøndum-Nielsen, Peter Skautrup og Allan Karker ritstýrðu. Khöfn 1975, 23–34.

Christensen, Karsten. Forholdet mellem Saxo og Sven Aggesen. *Saxostudier (Saxo-kollokvierne ved Københavns universitet)*. Ivan Boserup ritstýrði. Khöfn 1975, 128–42.

Christensen, Karsten. *Om overleveringen af Sven Aggesens værker*. Khöfn 1978. (Skrifter udgivet af det historiske institut ved Københavns universitet, bind X)

Ciklamini, Marlene. Ynglinga saga: Its Function and Its Appeal. *Mediaeval Scandinavia* (8) 1975, 86–99.

Ciklamini, Marlene. *Snorri Sturluson*. Boston 1978.

Ciklamini, Marlene. The Folktale in *Heimskringla* (*Hálfdanar saga svarta – Hákonar saga góða*). *Folklore* (90) 1979, 204–16.

Ciklamini, Marlene. A Portrait of a Politician. Erlingr skakki in *Heimskringla* and in *Fagrskinna*. *Euphorion* (75) 1981, 275–87.

Clanchy, M.T. *England and its Rulers 1066–1272. Foreign Lordship and National Identity*. Oxford 1983.

Classen, Peter. Res Gestae, Universal History, Apocalypse. Visions of Past and Future. *Renaissance and Renewal in the Twelfth Century*. Robert L. Benson og Giles Constable ritstýrðu ásamt Carol D. Lanham. [2. útg.] Toronto o.v. 1991, 387–417.

Clavier, H. Théócratie et monarchie selon l'évangile. *The Sacral Kingship. Contributions to the Central Theme of the VIIIth International Congress for the History of Religions (Rome, April 1955). La regalità sacra. Contributi al tema dell' VIII congresso internazionale di storia delle religioni (Roma, aprile 1955)*. Leiden 1959, 447–70. (Studies in the History of Religions 4)

Clover, Carol. *The Medieval Saga*. Ithaca 1982.

Clunies-Ross, Margaret. *Skáldskaparmál. Snorri Sturluson's ars poetica and medieval theories of language*. Odense 1987.

Collins, Roger. Julian of Toledo and the Royal Succession in Late Seventh-Century Spain. *Early Medieval Kingship*. Peter H. Sawyer og Ian N. Wood ritstýrðu. Leeds 1977, 30–49.

Contamine, Philip. *War in the Middle Ages*. Michael Jones þýddi úr frönsku. Oxford 1984.

Contreni, John. The Carolingian Renaissance *Renaissances Before the Renaissance. Cultural Revivals og Late Antiquity and the Middle Ages*. Warren Treadgold ritstýrði. Stanford 1984, 59–74.

The Conversion of Western Europe, 350–750. J.N. Hillgarth ritstýrði. Englewood Cliffs, NJ 1969.

Cook, William R. og Ronald B. Herzman. *The Medieval World View. An Introduction*. NY/Oxford 1983.

Daae, Ludvig. Var Sverre Kongesøn? *Historisk tidsskrift* (4,3) 1905, 1–28.

Dahlbäck, Göran. Svensk medeltid i historiskt perspektiv. *Svensk medeltidsforskning idag. En forskningsöversikt utarbetad på uppdrag av Humanistisk-samhällsvetenskapliga forskningsrådet*. Göran Dahlbäck ritstýrði. Uppsala 1987.

Damsholt, Nanna. Kingship in the Arengas of Danish Royal Diplomas 1140–1223. *Mediaeval Scandinavia* (3) 1970, 66–108.

Damsholt, Nanna. Kongeopfattelse og kongeideologi hos Saxo. *Saxostudier (Saxo-kollokvierne ved Københavns universitet)*. Ivan Boserup ritstýrði. Khöfn 1975, 148–55.

Davies, Wendy. Celtic Kingships in the Early Middle Ages. *Kings and Kingship in Medieval Europe*. Anne Duggan ritstýrði. London 1993, 101–24.

Davíð Erlingsson. Útlegð og sögur Íslendinga. Tilraun til þekkingar. *Orðlokarr sendur Svavari Sigmundssyni fimmtugum 7. september 1989*. Rvík 1989, 9–19.

De Vries, Jan. Normannisches Lehngut in den isländischen Königssagas. *Arkiv för nordisk filologi* (47) 1931, 51–79.

De Vries, Jan. Harald Schönhaar in Sage und Geschichte. *Beiträge zur Geschichte der deutschen Sprache und Literatur* (66) 1942, 55–117.

De Vries, Jan. Das Königtum bei den Germanen. *Saeculum* (7) 1956, 289–309.

Dickinson, John. The Mediaeval Conception of Kingship and some of its Limitations, as developed in the *Policraticus* of John of Salisbury. *Speculum* (1) 1926, 308–37.

Draak, Martje. Some Aspects of Kingship in Pagan Ireland. *The Sacral Kingship. Contributions to the Central Theme of the VIIIth International Congress for the History of Religions (Rome, April 1955). La regalità sacra. Contributi al tema dell' VIII congresso internazionale di storia delle religioni (Roma, aprile 1955)*. Leiden 1959, 651–63. (Studies in the History of Religions 4)

Dronke, Peter. *Poetic Individuality in the Middle Ages. New Departures in Poetry 1000–1150*. [2. útg.] London 1986.

Dronke, Ursula. Marx, Engels, and Norse Mythology. *Leeds Studies in English* (New Series 20) 1989, 29–45.

Duby, Georges. *The Three Orders. Feudal Society Imagined*. Arthur Goldhammer þýddi. Chicago og London 1980.

Duby, Georges. *La société chevaleresque*. [2. útg.] París 1988. (Hommes et structures du Moyen Age I)

Duby, Georges. The Culture of the Knightly Class. Audience and Patronage. *Renaissance and Renewal in the Twelfth Century*. Robert L. Benson og Giles Constable ritstýrðu ásamt Carol D. Lanham. [2. útg.] Toronto o.v. 1991, 248–62.

Duby, Georges. *France in the Middle Ages 987–1460. From Hugh Capet to Joan of Arc*. Juliet Vale þýddi úr frönsku. Oxford og Cambridge, Mass. 1991.

Dumézil, Georges. *Les Dieux des Germains. Essai sur la formation de la religion scandinave*. París 1959.

Dumézil, Georges. *Mitra-Varuna. An Essay on Two Indo-European Representations of Sovereignty*. Derek Coltman þýddi úr frönsku. NY 1988.

Dumville, David N. Kingship, Genealogies and Regnal Lists. *Early Medieval Kingship*. Peter H. Sawyer og Ian N. Wood ritstýrðu. Leeds 1977, 72–104.

Edsman, Carl-Martin. Zum sakralen Königtum in der Forschung der letzten hundert Jahre. *The Sacral Kingship. Contributions to the Central Theme of the VIIIth International Congress for the History of Religions (Rome, April 1955). La regalità sacra. Contributi al tema dell' VIII congresso internazionale di storia delle religioni (Roma, aprile 1955)*. Leiden 1959, 3–17. (Studies in the History of Religions 4)

Ehlers, Joachim. Politik und Heiligenverehrung in Frankreich. *Politik und Heiligenverehrung im Hochmittelalter.* Jürgen Petersohn ritstýrði. Sigmaringen 1994, 149–75. (Vorträge und Forschungen 42)

Einar Arnórsson. *Ari fróði.* Rvík 1942.

Einar Már Jónsson. Staða Konungsskuggsjár í vestrænum miðaldabókmenntum. *Gripla* (7) 1990, 323–54.

Einar Már Jónsson. Efnisskipan í kaupmannabálki Konungsskuggsjár. *Skírnir* (165) 1991, 275–301.

Einar Olgeirsson. *Ættasamfélag og ríkisvalds í þjóðveldi Íslendinga.* Rvík 1954.

Einar Ólafur Sveinsson. Nafngiftir Oddaverja. *Bidrag till nordisk filologi tillägnade Emil Olsson den 9 juni 1936.* Lundi og Khöfn 1936, 190–96.

Einar Ólafur Sveinsson. Sagnaritun Oddaverja. Nokkrar athuganir. *Studia Islandica* (1) 1937.

Einar Ólafur Sveinsson. *Sturlungaöld. Drög um íslenzka menningu á þrettándu öld.* Rvík 1940.

Einar Ólafur Sveinsson. Skjöldungasaga. Andmælaræða við doktorsvörn Bjarna Guðnasonar 1. júní 1963. *Skírnir* (137) 1963, 163–81.

Einar Ólafur Sveinsson. „Ek ætla mér ekki á braut". *Afmælisrit Jóns Helgasonar 30. júní 1969.* Jakob Benediktsson, Jón Samsonarson, Jónas Kristjánsson, Ólafur Halldórsson og Stefán Karlsson ritstýrðu. Rvík 1969, 48–58.

Einar Ólafur Sveinsson. Landvættasagan. *Minjar og menntir. Afmælisrit helgað Kristjáni Eldjárn 6. desember 1976.* Guðni Kolbeinsson ritstýrði. Rvík 1976, 117–29.

Ellehøj, Svend. The location of the fall of Olaf Tryggvason. *Þriðji víkingafundur. Third Viking Congress. Reykjavík 1956. Árbók Hins íslenska fornleifafélags. Fylgirit 1958,* 63–73.

Ellehøj, Svend. Studier over den ældste norrøne historieskrivning. *Bibliotheca Arnamagnæana* (26). Khöfn 1965.

Ellehøj, Svend. Omkring Knýtlingas kilder. *Middelalderstudier tilegnede Aksel E. Christensen på tresårsdagen 11. september 1966.* Tage E. Christiansen, Svend Ellehøj og Erling Ladewig Petersen ritstýrðu. Khöfn 1966, 39–56.

Ewig, Eugen. Zum christlichen Königsgedanken im Frühmittelalter. *Das Königtum. Seine geistigen und rechtlichen Grundlagen. Mainauvorträge 1954.* Theodor Mayer ritstýrði. Lindau und Konstanz 1954, 7–73. (Vorträge und Forschungen 3)

Faulkes, Anthony. The Genealogies and Regnal Lists in a Manuscript in Resen's Library. *Sjötíu ritgerðir helgaðar Jakobi Benediktssyni 20. júlí 1977.* Einar Gunnar Pétursson og Jónas Kristjánsson ritstýrðu. Rvík 1977, 177–90. (Rit Stofnunar Árna Magnússonar á Íslandi 12)

Faulkes, Anthony. Descent from the gods. *Mediaeval Scandinavia* (11) 1978–1979, 92–125.

Faulkes, Anthony. The sources of Skáldskaparmál: Snorri's intellectual background. *Snorri Sturluson. Kolloquium anläßlich der 750. Wiederkehr seines Todestages.* Alois Wolf gaf út. Tübingen 1993, 59–76.

Fawtier, Robert. *The Capetian Kings of France. Monarchy and Nation (987–1328).*

HEIMILDASKRÁ

Lionel Butler og R.J. Adam þýddu úr frönsku. London 1960.

Fenger, Ole. *„Kirker rejses alle vegne", 1050–1250.* Khöfn 1989. (Gyldendals og Politikens Danmarkshistorie 4)

Ferruolo, Stephen C. The Twelfth-Century Renaissance. *Renaissances Before the Renaissance. Cultural Revivals og Late Antiquity and the Middle Ages.* Warren Treadgold ritstýrði. Stanford 1984, 114–43.

Fichtenau, Heinrich. „Politische" Datierungen des frühen Mittelalters. *Intitulatio II. Lateinische Herrscher- und Fürstentitel im neunten und zehnten Jahrhundert.* Wien o.v. 1973, 453–548.

Fidjestøl, Bjarne. *Det norrøne fyrstediktet.* Øvre Ervik 1982.

Finnbogi Guðmundsson. Formáli. Orkneyinga saga. Legenda de sancto Magno. Magnúss saga skemmri. Magnúss saga lengri. Helga þáttr og Úlfs. Finnbogi Guðmundsson gaf út. *Íslenzk fornrit XXXIV.* Rvík 1965.

Finnur Jónsson. Indledning. *Hauksbók, udgiven eftir de arnamagnæanske håndskrifter no. 371, 544 og 675, 4to, samt forskellige papirshåndskrifter.* Finnur Jónsson gaf út. Khöfn 1892–1896.

Finnur Jónsson. Sagnet om Harald hårfagre som „Dovrefostre." *Arkiv för nordisk filologi* (15) 1899, 262–7.

Finnur Jónsson. *Knytlingasaga, dens Kilder og historiske Værd. Det Kongelige Danske Videnskabernes Selskabs Skrifter 6 Rk. Hist. Phil. Afd. 6, nr. 1.* Khöfn 1900.

Finnur Jónsson. Sverrissaga. *Arkiv för nordisk filologi* (37) 1920, 97–138.

Finnur Jónsson. Ágrip. *Aarbøger for nordisk Oldkyndighed og Historie* (63) 1928, 261–317.

Finnur Jónsson. Ólafs saga Tryggvasonar (hin meiri). *Aarbøger for nordisk Oldkyndighed og Historie* 1930, 119–38.

Finnur Jónsson. Indledning. *Morkinskinna.* Finnur Jónsson gaf út. Khöfn 1932, iii–xl.

Finnur Jónsson. Indledning. *Saga Ólafs Tryggvasonar af Oddr Snorrason munk.* Finnur Jónsson gaf út. Khöfn 1932.

Fischer, Frank. *Die Lehnwörter des Altwestnordischen. I. Teil. Inaugural-dissertation zur Eralangung der Doktorswürde genehmigt von der philosophischen Fakultat der Friedrich-Wilhelms-Universität zu Berlin.* Berlín 1909.

Fleck, Jere. Konr—Óttar—Geirroðr: A Knowledge Criterion for Succession to the Germanic Sacral Kingship. *Scandinavian Studies* (42) 1970, 39–49.

Focillon, Henri. *The Year 1000.* NY o.v. 1969.

Folz, Robert. *Le Couronnement impérial de Charlemagne. Naissance de l'Empire d'Occident.* París 1964.

Folz, Robert. *The Concept of Empire in Western Europe from the Fifth to the Fourteenth Century.* Sheila Ann Ogilive þýddi. Frome & London 1969.

For Court, Manor, and Church. Education in Medieval Europe. Donna R. Barnes ritstýrði. Minneapolis 1971.

Frank, Roberta. *Old Norse Court Poetry. The Dróttkvætt Stanza. Islandica XLII.* Ithaca & London 1978.

Frank, Roberta. The Ideal of Men dying with their Lord in the The Battle of Maldon: Anachronism or Nouvelle vague. *Peoples and Places in Northern Europe 500–1600. Essays in Honour of Peter Hayes Sawyer*. Ian Wood og Niels Lund ritstýrði. Woodbridge 1991, 95–106.

Frankis, John. An Old English Source for the Guðbrandsdal Episode in Ólafs saga helga. *Papers of the Third International Saga Conference*. Oslo, July 26th–31st, 1976. Osló 1976.

Frazer, James George. *The Golden Bough. A Study in Magic and Religion. Part I. The Magic Art and the Evolution of Kings*. I–II. [3.útg.] London o.v. 1911.

Gad, Tue. *Legenden i dansk middelalder*. Khöfn 1961.

Ganshof, F.L. *Feudalism*. Philip Grierson þýddi úr frönsku. [3. útg.] London 1964.

Garms-Cornides, Elisabeth. Die langobardischen Fürstentitel (774–1077). *Intitulatio II. Lateinische Herrscher- und Fürstentitel im neunten und zehnten Jahrhundert*. Wien o.v. 1973, 341–452.

Gathorne-Hardy, Geoffrey Malcolm. *A Royal Impostor. King Sverre of Norway*. Oslo og London 1956.

Gieysztor, Alexander. Politische Heilige im hochmittelalterlichen Polen und Böhmern. *Politik und Heiligenverehrung im Hochmittelalter*. Jürgen Petersohn ritstýrði. Sigmaringen 1994, 325–41. (Vorträge und Forschungen 42)

Gimmler, Heinrich. *Die Thættir der Morkinskinna. Ein Beitrag zur Überlieferungsproblematik und zur Typologie der altnordischen Kurzerzählung*. Frankfurt a.M. 1976.

Gísli Sigurðsson. Bók í stað lögsögumanns. Valdabarátta kirkju og veraldlegra höfðingja? *Sagnaþing helgað Jónasi Kristjánssyni sjötugum 10. apríl 1994*. Gísli Sigurðsson, Guðrún Kvaran og Sigurgeir Steingrímsson ritstýrðu. Rvík 1994, 207–32.

Gjessing, Gustav Antonio. *Undersøgelse af kongesagaens fremvæxt*. I–II. Kria 1873–1876.

Gjessing, Gustav Antonio. Sæmund frodes forfatterskab. *Sproglig-historiske studier tilegnede professor C.R. Unger*. Kria 1896, 125–52.

Goetz, Hans-Werner. Die „Geschichte" im Wissenschaftssystem des Mittelalters. *Funktion und Formen mittelalterlicher Geschichtsschreibung. Eine Einführung*. Von Franz-Josef Schmale. Darmstadt 1985, 165–213.

Goffart, Walter. *The Narrators of Barbarian History (A.D. 550–800). Jordanes, Gregory of Tours, Bede, and Paul the Deacon*. Princeton, N.J. 1988.

Goldammer, Kurt. Die Welt des Heiligen im Bilde des Gottherrschers. Sakrale Majestäts- und Hoheitssymbolik im frühen Christentum und ihre religionsgeschichtlichen Beziehungen. *The Sacral Kingship. Contributions to the Central Theme of the VIIIth International Congress for the History of Religions (Rome, April 1955). La regalità sacra. Contributi al tema dell' VIII congresso internazionale di storia delle religioni (Roma, aprile 1955)*. Leiden 1959, 513–30. (Studies in the History of Religions 4)

Gonda, J. The Sacred Character of Ancient Indian Kingship. *The Sacral Kingship. Contributions to the Central Theme of the VIIIth International Congress for the*

History of Religions (Rome, April 1955). La regalità sacra. Contributi al tema dell' VIII congresso internazionale di storia delle religioni (Roma, aprile 1955). Leiden 1959, 172–80. (Studies in the History of Religions 4)

Gordon, Erma. *Die Olafssaga Tryggvasonar des Odd Snorrason.* Berlin 1938.

Grabes, Herbert. *Speculum, Mirror und Looking-glass. Kontinuität und Originalität der Spiegelmetapher in den Buchtiteln des Mittelalters und der englischen Literatur des 13. bis 17. Jahrhunderts.* Tübingen 1973. (Buchreihe der Anglia Zeitschrift für englische Philologie 16)

Grant, Frederick C. The Idea of the Kingdom of God in the New Testament. *The Sacral Kingship. Contributions to the Central Theme of the VIIIth International Congress for the History of Religions (Rome, April 1955). La regalità sacra. Contributi al tema dell' VIII congresso internazionale di storia delle religioni (Roma, aprile 1955).* Leiden 1959, 437–46. (Studies in the History of Religions 4)

Graus, Frantisek. *Volk, Herrscher und Heiliger im Reich der Merowinger. Studien zur Hagiographie der Merowingerzeit.* Praha 1965.

Graus, Frantisek. Mentalität — Versuch einer Begriffsbestimmung und Methoden der Untersuchung. *Mentalitäten im Mittelalter. Methodische und inhaltliche Probleme.* Frantisek Graus ritstýrði. Sigmaringen 1987. (Vorträge und Forschungen 35)

Greenslade, S.L. *Church & State from Constantine to Theodosius.* London 1954.

Grundmann, Herbert. *Geschichtsschreibung im Mittelalter. Gattungen—Epochen—Eigenart.* [2. útg.] Göttingen 1965.

Grønbech, Vilhelm. *Vor folkeæt i oldtiden I. Lykkemand og niding.* Khöfn 1909.

Guðbrandur Vigfússon. Prolegomena. *Sturlunga saga, including the Islendinga saga of Lawman Sturla Thordsson and other Works.* I–II. Oxford 1878.

Guðrún Nordal. Hinn útvaldi. *Vöruvöð ofin Helga Þorlákssyni fimmtugum 8. ágúst 1995.* Rvík 1995, 32–4.

Guenée, Bernard. *States and Rulers in Later Medieval Europe.* Juliet Vale þýddi úr frönsku. Oxford 1985.

Gunnar Harðarson. Inngangur. *Þrjár þýðingar lærðar frá miðöldum. Elucidarius. Um kostu og löstu. Um festarfé sálarinnar.* Gunnar Ágúst Harðarson bjó til prentunar. Rvík 1989.

Gunnar Karlsson. Goðar og bændur. *Saga* (10) 1972, 5–57.

Gunnar Karlsson. Frá þjóðveldi til konungsríkis. *Saga Íslands* II. Rvík 1975, 3–54.

Gunnar Karlsson. Stjórnmálamaðurinn Snorri. *Snorri, átta alda minning.* Rvík 1979, 23–51.

Gunnar Karlsson. Völd og auður á 13. öld. *Saga* (18) 1980, 5–30.

Gunnar Karlsson. Nafngreindar höfðingjaættir í Sturlungu. *Sagnaþing helgað Jónasi Kristjánssyni sjötugum 10. apríl 1994.* Gísli Sigurðsson, Guðrún Kvaran og Sigurgeir Steingrímsson ritstýrðu. Rvík 1994, 307–15.

Gunnes, Erik. Erkebiskop Øysten som lovgiver. *Lumen* (13) 1970, 127–49.

Gunnes, Erik. *Kongens ære. Kongemakt og kirke i 'En tale mot biskopene'.* Osló 1971.

Gunnes, Erik. Om hvordan Passio Olavi ble til. *Maal og minne* 1973, 1–11.

Gunnes, Erik. Divine Kingship, A Note. *Temenos* (10) 1974, 149–58.

Gunnes, Erik. Rikssamling og kristning 800–1177. *Norges historie* 2. Knut Mykland ritstýrði. Oslo 1976.

Gurevich, Aaron Yakovlevich. Saga and History. The 'historical conception' of Snorri Sturluson. *Mediaeval Scandinavia* (4) 1971, 42–53.

Gurevich, Aaron. From sagas to personality: Sverris saga. *From Sagas to Society. Comparative Approaches to Early Iceland*. Gísli Pálsson ritstýrði. Enfield Lock, Middlesex 1992, 77–87.

Hagnell, Eva. *Are frode och hans författarskap*. Lund 1938.

Hallberg, Peter. Ólafr Þórðarson hvítaskáld, Knýtlinga saga och Laxdæla saga. Ett försök till språklig författerbestämning. *Studia Islandica* (22) 1963.

Hallberg, Peter. Direct Speech and Dialogue in Three Versions of Óláfs Saga Helga. *Arkiv för nordisk filologi* (93) 1978, 116–37.

Hallberg, Peter. Ja, Knýtlinga saga und Laxdœla saga sind Schöpfungen eines Mannes. *Mediaeval Scandinavia* (11) 1978–9, 179–92.

Hallberg, Peter. Hryggjarstykki: Några anteckningar. *Maal og minne* 1979, 113–21.

Halldór Hermannsson. Sæmund Sigfússon and the Oddaverjar. *Islandica* (22) 1932.

Hamilton, Paul. *Historicism*. London & NY 1996.

Hanssen, Jens S.Th. Observations on Theodoricus Monachus and his History of the Old Norwegian Kings from the End of the XII. Sec. *Symbolae Osloensis* (24) 1945, 164–80.

Hanssen, Jens S.Th. Theodoricus monachus and European Literature. *Symbolae Osloenses* (27) 1949, 70–127.

Hanssen, Jens S.Th. *Omkring Historia Norwegiae. Avhandlinger utgitt av Det Norske Videnskaps-Akademi i Oslo. II. Hist.-filos. Klasse no. 2*. Oslo 1949.

Harding, Alan. *England in the Thirteenth Century*. Cambridge 1993.

Harris, Joseph. Genre and Narrative Structure in Some Íslendinga þættir. *Scandinavian Studies* (44) 1972, 1–27.

Harris, Joseph. Genre in Saga Literature: A Squib. *Scandinavian Studies* (47) 1975, 427–436.

Harris, Joseph. Theme and Genre in some Íslendinga þættir. *Scandinavian Studies* (48) 1976, 1–28.

Harris, Joseph. The King in Disguise. An International Popular Tale in Two Old Icelandic Adaptions. *Arkiv för nordisk filologi* (94) 1979, 37–81.

Harris, Joseph. Þættir. *Dictionary of the Middle Ages (12)* 1989, 1–6.

Haskins, Charles Homer. *The Renaissance of the Twelfth Century*. Cambridge, Mass. & London 1927.

Hastrup, Kirsten. *Culture and History in Medieval Iceland. An Anthropological Analysis of Structure and Change*. Oxford 1985.

Haugen, Odd Einar. Buddha i Bjørgvin. Den norrøne soga om kongssonen Josaphat og munken Barlaam. *Syn og segn* (92) 1986, 263–70.

Hay, Denys. *The Medieval Centuries*. London 1964.

HEIMILDASKRÁ

Hay, Denys. *Annalists and Historians. Western Historiography from the Eighth to the Eighteenth Centuries.* London 1977.

Heber, Gustav. *Harald Hårfagre. Hans ætt, historie og kongedømme. En kulturhistorisk analyse av forholdene i Norge i det 9. og 10. århundre.* Oslo 1934.

Heer, Friedrich. *The Holy Roman Empire.* Janet Sondheimer þýddi úr þýsku. London 1968.

Heer, Friedrich. *Charlemagne and his World.* London 1975.

Heffernan, Thomas J. *Sacred Biography. Saints and their Biographers in the Middle Ages.* NY & Oxford 1988.

Heiler, Friedrich. Fortleben und Wandlungen des antiken Gottkönigtums in Christentum. *The Sacral Kingship. Contributions to the Central Theme of the VIIIth International Congress for the History of Religions (Rome, April 1955). La regalità sacra. Contributi al tema dell' VIII congresso internazionale di storia delle religioni (Roma, aprile 1955).* Leiden 1959, 543–80. (Studies in the History of Religions 4)

Heinrichs, Anne. "Intertexture" and Its Function in Early Written Sagas. A Stylistic Observation of Heiðarvíga saga, Reykdæla saga and the Legendary Olafssaga. *Scandinavian Studies* (48) 1976, 127–45.

Heinrichs, Anne. Episoden als Strukturalelemente in der Legendarischen Saga und ihre Varianten in anderen Olafssagas. *Papers of the Third International Saga Conference. Oslo, July 26th–31st, 1976.* Osló 1976.

Heinrichs, Anne. Christliche Überformung traditioneller Erzählstoffe in der 'Legendarischen Olafssaga'. *The Sixth International Saga Conference 28/7–2/8 1985. Workshop Papers.* Khöfn 1985, 451–67.

Heinrichs, Anne. *Der Ólafs þáttr Geirstaðaálfs. Eine Variantenstudie.* Heidelberg 1989.

Helgi Þorláksson. Snorri Sturluson og Oddaverjar. *Snorri, átta alda minning.* Rvík 1979, 53–88.

Helgi Þorláksson. Hvernig var Snorri í sjón? *Snorri, átta alda minning.* Rvík 1979, 161–81.

Helgi Þorláksson. Stórbændur gegn goðum. Hugleiðingar um goðavald, konungsvald og sjálfstæðishug bænda um miðbik 13. aldar. *Söguslóðir. Afmælisrit helgað Ólafi Hanssyni sjötugum 18. september 1979.* Rvík 1979, 227–50.

Helgi Þorláksson. Stéttir, auður og völd á 12. og 13. öld. *Saga* (20) 1982, 62–113.

Helgi Þorláksson. *Gamlar götur og goðavald. Um fornar leiðir og völd Oddaverja í Rangárþingi.* Rvík 1989. (Ritsafn Sagnfræðistofnunar 25)

Helgi Þorláksson. *Vaðmál og verðlag. Vaðmál í utanríkisviðskiptum og búskap Íslendinga á 13. og 14. öld.* Rvík 1991.

Helgi Þorláksson. Hvað er blóðhefnd? *Sagnaþing helgað Jónasi Kristjánssyni sjötugum 10. apríl 1994.* Gísli Sigurðsson, Guðrún Kvaran og Sigurgeir Steingrímsson ritstýrðu. Rvík 1994, 389–414.

Helle, Knut. *Omkring Bǫglungasǫgur.* Bergen 1958. (Universitetet i Bergen. Årbok 1958. Historisk-antikvarisk rekke no. 7)

Helle, Knut. Tendenser i nyere norsk høymiddelalderforskning. *Historisk tidsskrift* (40) 1961, 337–70.

Helle, Knut. *Norge blir en stat 1130–1319. Handbok i Norges historie 1.3.* Kristianssand 1964.

Helle, Knut. *Konge og gode menn i norsk riksstyring ca. 1150–1319.* Bergen, Osló og Tromsø 1972.

Helle, Knut. Norway in the High Middle Ages. Recent views on the structure of society. *Scandinavian Journal of History* (6) 1981, 161–89.

Heller, Rolf. *Laxdœla saga und Königssagas.* Halle (Saale) 1961. (Saga 5)

Heller, Rolf. Knytlinga saga. Bemerkungen zur Entstehungsgeschichte des Werkes. *Arkiv för nordisk filologi* (82) 1967, 155–74.

Heller, Rolf. Knýtlinga saga und Laxdœla saga. Schöpfungen eines Mannes? *Mediaeval Scandinavia* (11) 1978–9, 163–78.

Hellmann, Manfred. Schlawisches, inbesondere ostslawisches Herrschertum. *Das Königtum. Seine geistigen und rechtlichen Grundlagen. Mainauvorträge 1954.* Theodor Mayer ritstýrði. Lindau und Konstanz 1954, 243–77. (Vorträge und Forschungen 3)

Henriksen, Vera. *St. Olav of Norway. King, Saint — and Enigma.* Oslo 1985.

Hermann Pálsson. *Leyndarmál Laxdœlu.* Rvík 1986.

Hertzberg, Ebbe. Haralds Haarfagres Skattepaalæg og saakaldte Odelstilegnelse. *Historisk tidsskrift* (4,4) 1907, 161–91.

Heusler, Andreas. Are's Íslendingabók und Libellus Islandorum. *Arkiv för nordisk filologi* (23) 1907, 319–37.

Heusler, Andreas. *Die gelehrte Urgeschichte im altisländischen Schrifttum. Aus den Abhandlungen der königl. preuss. Akademie der Wissenschaften vom Jahre 1908.* Berlin 1908.

Hidding, K.A.H. The High God and the King as symbols of totality. *The Sacral Kingship. Contributions to the Central Theme of the VIIIth International Congress for the History of Religions (Rome, April 1955). La regalità sacra. Contributi al tema dell' VIII congresso internazionale di storia delle religioni (Roma, aprile 1955).* Leiden 1959, 54–62. (Studies in the History of Religions 4)

Hill, Boyd H. *Medieval Monarchy in Action. The German Empire from Henry I to Henry IV.* London/NY 1972.

Hocart, A.M. *Kingship.* London 1927.

Hoffmann, Dietrich. Die Vision des Oddr Snorrason. *Festskrift til Ludvig Holm-Olsen på hans 70-årsdag den 9. juni 1984.* Bjarne Fidjestøl, Eyvind Fjeld-Halvorsen, Finn Hødnebo, Alfred Jakobsen, Hallvard Magerøy og Magnus Rindal ritstýrðu. Øvre Ervik 1984, 142–51.

Hoffmann, Erich. Die Einladung des Königs bei den skandinavischen Völkern im Mittelalter. *Mediaeval Scandinavia* (8) 1975, 100–39.

Hoffmann, Erich. *Die heiligen Könige bei den Angelsachsen und den skandinavischen Völkern. Königsheiliger und Königshaus.* Neumünster 1975. (Quellen und Forschungen zur Geschichte Schleswig-Holsteins bd 69)

Hoffmann, Erich. *Königserhebung und Thronfolgeordnung in Dänemark bis zum Ausgang des Mittelalters.* Berlin/NY 1976. (Beiträge zur Geschichte und Quellenkunde des Mittelalters 5)

Hoffmann, Erich. The Unity of the Kingdom and the Provinces in Denmark during the Middle Ages. *Danish Medieval History. New Currents.* Niels Skyum-Nielsen og Niels Lund ritstýrðu. Khöfn 1981, 95–111.

Hoffmann, Erich. Politische Heilige in Skandinavien und die Entwicklung der drei nordischen Reiche und Völker. *Politik und Heiligenverehrung im Hochmittelalter.* Jürgen Petersohn ritstýrði. Sigmaringen 1994, 277–324. (Vorträge und Forschungen 42)

Hoffmann, Hartmut. *Gottesfriede und Treuga Dei.* Stuttgart 1964. (Schriften der Monumenta Germaniae historica 20)

Holloway, Bruce David. *History, Science, and the Icelandic Intellectual Tradition in the Middle Ages.* Berkeley 1985.

Holm, Gösta. Swedish Literature, Miscellaneous. *Medieval Scandinavia. An Encyclopedia.* Aðalritstjóri: Philip Pulsiano. NY & London 1993.

Holm-Olsen, Ludvig. *Studier i Sverres saga. Avhandlinger utgitt av Det norske Videnskaps-Akademi i Oslo. II. Hist.-filos. kl. 1952, no. 3.* Osló 1953.

Holm-Olsen, Ludvig. Kong Sverre i sökelyset. *Nordisk tidskrift för vetenskap, konst och industri* (34) 1958, 167–81.

Holm-Olsen, Ludvig. Sverris saga. *Kulturhistorisk leksikon for nordisk middelalder fra vikingetid til reformationstid* (17) 1972, 551–8.

Holm-Olsen, Ludvig. Til diskusjonen om Sverres sagas tilblivelse. Opuscula Septentrionala. Festskrift til Ole Widding 10.10. 1977. Bent Chr. Jakobsen et al. ritstýrðu. Opuscula (2) *Bibliotheca Arnamagnæana* (25.2) 1977, 55–67.

Holm-Olsen, Ludvig. The Prologue to *The King's Mirror.* Did the author of the work write it? *Speculum Norroenum. Norse Studies in Memory of Gabriel Turville-Petre.* Ursula Dronke, Guðrún P. Helgadóttir, Gerd Wolfgang Weber og Hans Bekker-Nielsen ritstýrðu. Odense 1981, 223–41.

Holm-Olsen, Ludvig. Forfatterinnslag i Odds munks saga om Olav Tryggvason. *Festskrift til Alfred Jakobsen.* Jan Ragnar Hagland, Jan Terje Faarlund og Jarle Rønhovd ritstýrðu. Trondheim 1987, 79–90.

Holmsen, Andreas. Erkebiskop Eystein og tronfølgeloven av 1163. *Historisk tidsskrift* (44) 1965, 225–66.

Holtsmark, Anne. Sankt Olavs liv og mirakler. *Festskrift til Francis Bull på 50 årsdagen.* Oslo 1937, 121–33.

Holtsmark, Anne. Om de norske kongers sagaer. Opposisjonsinnlegg ved Bjarni Aðalbjarnarsons doktordisputas 23. september 1936. *Edda* (38) 1938, 145–64.

Holtsmark, Anne. Kongesaga. *Kulturhistorisk leksikon for nordisk middelalder fra vikingetid til reformationstid* (9) 1964, 41–6.

Holtsmark, Anne. Kongespeillitteratur. *Kulturhistorisk leksikon for nordisk middelalder fra vikingetid til reformationstid* (9) 1964, 61–8.

Holtsmark, Anne. Hryggiarstykki. *Historisk Tidsskrift* (45, 1) 1966, 60–4.

Holz, Hans Heinz. Zur Dialektik des Gottkönigtums. *The Sacral Kingship. Contributions to the Central Theme of the VIIIth International Congress for the History of Religions (Rome, April 1955). La regalità sacra. Contributi al tema dell' VIII congresso internazionale di storia delle religioni (Roma, aprile 1955).* Leiden 1959, 18–36. (Studies in the History of Religions 4)

Hreinn Benediktsson. *Early Icelandic Script as Illustrated in Vernacular Texts from the Twelfth and Thirteenth Centuries.* Rvík 1965. (Icelandic Manuscripts, series in folio 2).

Hughes, Shaun. The Ideal of Kingship in the *Fornaldar sögur Norðurlanda. Papers of the Third International Saga Conference. Oslo, July 26th–31st, 1976.* Osló 1976.

Hægstad, Marius. Det norske skriftgrunnlaget i „Historia Norwegiae". *Edda* (12) 1919–1920, 118–22.

Höfler, Otto. *Der Runenstein von Rök und die germanische Individualweihe. Germanisches Sakralkönigtum 1.* Tübingen/Münster/Köln 1952.

Höfler, Otto. Der Sakralcharakter der germanischen Königtums. *Das Königtum. Seine geistigen und rechtlichen Grundlagen. Mainauvorträge 1954.* Theodor Mayer ritstýrði. Lindau und Konstanz 1954, 75–104. (Vorträge und Forschungen 3)

Höfler, Otto. Der Sakralcharakter des germanisches Königtums. *The Sacral Kingship. Contributions to the Central Theme of the VIIIth International Congress for the History of Religions (Rome, April 1955). La regalità sacra. Contributi al tema dell' VIII congresso internazionale di storia delle religioni (Roma, aprile 1955).* Leiden 1959, 664–701. (Studies in the History of Religions 4)

Indrebø, Gustav. *Fagrskinna. Avhandlinger fra Universets historiske seminar 4.* Oslo 1917.

Indrebø, Gustav. Innleiding. *Sverris saga etter cod. AM 327 4°.* Gustav Indrebø gaf út. Kristiania 1920.

Indrebø, Gustav. Aagrip. *Edda* (17) 1922, 18–65.

Indrebø, Gustav. Harald Hardraade i Morkinskinna. *Festskrift til Finnur Jónsson 29. maj 1928.* Khöfn 1928.

Indrebø, Gustav. Nokre merknader til den norröne kongesoga. *Arkiv för nordisk filologi* (54) 1939, 58–79.

The Invention of Tradition. Eric Hobsbawm og Terence Ranger ritstýrðu. Cambridge 1983.

Íslensk bókmenntasaga I–II. Höfundar efnis: Vésteinn Ólason (ritstjóri), Sverrir Tómasson, Guðrún Nordal, Torfi H. Tulinius og Böðvar Guðmundsson. Rvík 1992–1993.

Jakob Benediktsson. Hvar var Snorri nefndur höfundur Heimskringlu? *Skírnir* (129) 1955, 118–27.

Jakob Benediktsson. Icelandic Traditions of the Scyldings. *Saga-Book* (15) 1957–61, 148–66.

Jakob Benediktsson. Doktorsvörn. *Lingua Islandica* (4) 1963, 136–51.

Jakob Benediktsson. Formáli. Íslendingabók. Landnámabók. Jakob Benediktsson gaf út. *Íslenzk fornrit* I. Rvík 1968.

Jakobsen, Alfred. Om forholdet mellom Fagrskinna og Morkinskinna. *Maal og minne* 1968, 47–58.

Jakobsen, Alfred. Om Fagrskinna-forfatteren. *Arkiv för nordisk filologi* (85) 1970, 88–124.

HEIMILDASKRÁ

Jakobsen, Alfred og Jan Ragnar Hagland. *Fagrskinna-studier.* Trondheim 1980.

James, E.O. The Sacred Kingship and the priesthood. *The Sacral Kingship. Contributions to the Central Theme of the VIIIth International Congress for the History of Religions (Rome, April 1955). La regalità sacra. Contributi al tema dell' VIII congresso internazionale di storia delle religioni (Roma, aprile 1955).* Leiden 1959, 63–70. (Studies in the History of Religions 4)

Jochens, Jenny. The Politics of Reproduction: Medieval Norwegian Kingship. *American Historical Review* (92) 1987, 327–49.

Johannesson, Kurt. *Saxo Grammaticus. Komposition och världsbild i Gesta Danorum.* Uppsala 1978.

Johnsen, Arne Odd. *Om Theodoricus og hans Historia de Antiquitate Regum Norwagiensium. Avhandlinger utgitt av Det Norske Videnskaps-Akademi i Oslo. II. Hist.-filos. klasse, no. 3.* Oslo 1939.

Johnsen, Arne Odd. *Fra ættesamfunn til statssamfunn.* Oslo 1948.

Johnsen, Oscar Albert. Snorre Sturlasons opfatning av vor ældre historie. Foredrag paa historikermøtet i Kristiania 1914. *Historisk tidsskrift* (5.3) 1916, 213–32.

Johnsen, Oscar Albert. Olavssagaens genesis. *Edda* (6) 1916, 209–24.

Jón Thor Haraldsson. *Ósigur Oddaverja.* Rvík 1988. (Ritsafn Sagnfræðistofnunar 22)

Jón Helgason. Höfuðlausnarhjal. *Einarsbók. Afmæliskveðja til Einars Ól. Sveinssonar 12. desember 1969.* Bjarni Guðnason, Halldór Halldórsson og Jónas Kristjánsson ritstýrðu. Rvík 1969, 156–76.

Jón Jóhannesson. *Gerðir Landnámabókar.* Rvík 1941.

Jón Jónsson (Aðils). *Íslenzkt þjóðerni. Alþýðufyrirlestrar.* Rvík 1903.

Jón Jónsson. Athugasemd um Þorgný lögmann. *Arkiv för nordisk filologi* (34) 1918, 148–53.

Jón Viðar Sigurðsson. *Frá goðorðum til ríkja. Þróun goðavalds á 12. og 13. öld.* Rvík 1989. (Studia historica 10)

Jón Stefánsson. Rúðolf of Bœ and Rudolf of Rouen. *Saga-Book* (13) 1946–1953, 174–82.

Jón Þorkelsson. Um Fagrskinnu og Ólafs sögu helga. *Safn til sögu Íslands og íslenzkra bókmenta að fornu og nýju.* I. Khöfn 1856, 137–84.

Jónas Kristjánsson. *Um Fóstbræðra sögu.* Rvík 1972. (Rit Stofnunar Árna Magnússonar 1)

Jónas Kristjánsson. The Legendary Saga. *Minjar og menntir. Afmælisrit helgað Kristjáni Eldjárn 6. desember 1976.* Guðni Kolbeinsson ritstýrði. Rvík 1976, 281–93.

Jónas Kristjánsson. Egilssaga og konungasögur. *Sjötíu ritgerðir helgaðar Jakobi Benediktssyni 20. júlí 1977.* Einar Gunnar Pétursson og Jónas Kristjánsson ritstýrðu. Rvík 1977, 449–72. (Rit Stofnunar Árna Magnússonar á Íslandi 12)

Kalinke, Marianne E. King Arthur North-by-Northwest. The matière de Bretagne in old Norse-Icelandic Romance. *Bibliotheca Arnamagnæana* (37). Khöfn 1981.

Kalinke, Marianne E. Riddarasögur, fornaldarsögur, and the problem of genre. *Les Sagas de chevaliers (Riddarasögur). Actes de la Ve Conférence Internationale sur les Sagas.* Regis Boyer ritstýrði. Toulon 1982, 77–91.

Kalinke, Marianne E. *Sigurðar saga Jórsalafara*: The Fictionalization of Fact in *Morkinskinna. Scandinavian Studies* (56) 1984, 152–67.

Kalinke, Marianne E. Norse Romances (*Riddarasögur*). *Old Norse-Icelandic Literature. A Critical Guide.* Carol J. Clover og John Lindow ritstýrðu. *Islandica XLV.* Ithaca/London 1985, 316–63.

Kalugila, Leonidas. *The Wise King. Studies in Royal Wisdom as Divine Revelation in the Old Testament and Its Environment.* Doctoral Dissertation to be publicly discussed in Dekansalen, Uppsala, on Wednesday, May 14th, 1980 at 10 a.m., for the Degree of Doctor of Theology. Lund 1980. (Coniectiana Biblica. Old Testament Series 15)

Kantorowicz, Ernst H. *The King's Two Bodies. A Study in Mediaeval Political Theology.* Princeton 1957.

Kantorowicz, Ernst H. Kingship under the Impact of Scientific Jurisprudence. *Twelfth-Century Europe and the Foundations of Modern Society.* Marshall Clagett, Gaines Post og Robert Reynolds ritstýrðu. Madison, Milwaukee og London 1966, 89–111.

Kauffmann, Martin. The Image of St. Louis. *Kings and Kingship in Medieval Europe.* Anne Duggan ritstýrði. London 1993, 265–86.

Kempf, Friedrich. Das mittelalterliche Kaisertum. Ein Deutungsversuch. *Das Königtum. Seine geistigen und rechtlichen Grundlagen. Mainauvorträge 1954.* Theodor Mayer ritstýrði. Lindau und Konstanz 1954, 225–42. (Vorträge und Forschungen 3)

Ker, William Paton. *Epic and Romance. Essays on Medieval Literature.* London 1908.

Ker, William Paton. Sturla the Historian. *Collected Essays* II. Charles Whibley ritstýrði. London 1925, 173–95.

Kern, Fritz. *Gottesgnadentum und widerstandsrecht im früheren mittelalter. Zur entwicklungsgeschichte der monarchie.* [2. útg., endurskoðuð af Rudolf Buchner] Darmstadt 1954 (1. útg. 1914).

Keynes, Simon. Crime and Punishment in the Reign of King Æthelred the Unready. *Peoples and Places in Northern Europe 500–1600. Essays in Honour of Peter Hayes Sawyer.* Ian Wood og Niels Lund ritstýrðu. Woodbridge 1991, 67–81.

Klaniczay, Gábor. From sacral kingship to self-representation. Hungary and European Royal Saints in the 11th–13th Centuries. *Continuity and Change. Political institutions and literary monuments in the Middle Ages. A symposium.* Elisabeth Vestergaard ritstýrði. Odense 1986, 61–86.

Klaniczay, Gabor. Representations of the Evil Ruler in the Middle Ages. *European Monarchy. Its Evolution and Practice from Roman Antiquity to Modern Times.* Heinz Duchhardt, Richard A. Jackson og David Sturdy ritstýrðu. Stuttgart 1992, 69–79.

Klaniczay, Gábor. The Paradoxes of Royal Sainthood as Illustrated by Central European Examples. *Kings and Kingship in Medieval Europe.* Anne Duggan ritstýrði. London 1993, 351–74.

Klaniczay, Gábor. Königliche und dynastische Heiligkeit in Ungarn. *Politik und Heiligenverehrung im Hochmittelalter.* Jürgen Petersohn ritstýrði. Sigmaringen 1994, 343–61. (Vorträge und Forschungen 42)

Kleinschmidt, Harald. Die Titularen englischer Könige im 10. und 11. Jahrhundert. *Intitulatio III. Lateinische Herrschertitel und Herrschertitulaturen vom 7. bis zum 13. Jahrhundert.* Herwig Wolfram og Anton Scharer ritstýrði. Wien o.v. 1988, 75–129.

Klingenberg, Heinz. Das Herrscherportrait in Heimskringla: +/- groß — +/- schön. *Snorri Sturluson. Kolloquium anläßlich der 750. Wiederkehr seines Todestages.* Alois Wolf gaf út. Tübingen 1993, 99–139.

Knirk, James E. *Oratory in the Kings' Sagas.* Oslo, Bergen og Tromsø 1981.

Knirk, James E. Konungasögur. *Medieval Scandinavia. An Encyclopedia.* Aðalritstjóri: Philip Pulsiano. NY & London 1993.

Koht, Halvdan. Sagaenes opfatning av vor gamle historie. Foredrag i den norske historiske forening 24de november 1913. *Historisk Tidsskrift* (5.2) 1914, 379–396.

Koht, Halvdan. Norsk historieskrivning under kong Sverre, serskilt Sverre-soga. *Edda* (2) 1914, 67–102.

Koht, Halvdan. Den fyrste norske nasjonalhistoria. *Edda* (12) 1919–1920, 90–118.

Koht, Halvdan. Kampen om makten i Noreg i sagatiden. *Historisk tidsskrift* (5,4) 1920, 283–319.

Koht, Halvdan. Norsk politisk historie i fyrrhistorisk tid. *Innhogg og utsyn i norsk historie.* Kria 1921, 1–19.

Koht, Halvdan. Noreg eit len av St. Olav. Foredrag i det Norske Vitskaps-Akademi i Oslo 19. januar 1934. *Historisk tidsskrift* (30) 1934–1936, 81–109.

Koht, Halvdan. Historia Norvegiæ. *Historisk tidsskrift* (35) 1949–1951, 49–56.

Koht, Halvdan. *Kong Sverre.* Oslo 1952.

Koht, Halvdan. Mennene bak Sverre-soga. *Syn og segn* (65) 1959, 337–50.

Koht, Halvdan. Opphavet til Sverre-saga. *Historisk tidsskrift* (39) 1960, 228–36.

Koht, Halvdan. Korleis vat kong Sverre son til Sigurd munn? *Historisk tidsskrift* (41) 1962, 293–302.

Kolbrún Haraldsdóttir. Fagrskinna. *Reallexikon der Germanischen Altertumskunde* (8) 1994, 342–51.

Krag, Claus. Skikkethet og arv i tronfølgeloven av 1163. *Historisk tidsskrift* (54) 1975, 153–78.

Krag, Claus. Perspektiv på tidlig middelalder. *Nye middealderstudier. Kongedømme, kirke, stat.* Claus Krag og Jørn Sandnes sáu um útgáfuna. Osló o.v. 1983, 11–20. (Norske historikere i utvalg 6)

Krag, Claus. Norge som odel i Harald Hårfagres ætt. En møte med en gjenganger. *Historisk tidsskrift* (68) 1989, 288–302.

Krag, Claus. *Ynglingetal og Ynglingesaga. En studie i historiske kilder.* Kristianssand 1991. (Studia humaniora 2).

Kreutzer, Gert. Das Bild Harald Schönhaars in der altisländischen Litteratur. *Studien zum Altgermanischen. Festschrift für Heinrich Beck.* Heiko Uecker ritstýrði. Berlín & NY 1994, 443–461. (Ergränzungsbind zum Reallexikon der Germanischen Altertumskunde 11)

Kristján Eldjárn, Håkon Christie og Jón Steffensen. *Skálholt. Fornleifarannsóknir 1954–1958*. Hörður Ágústsson bjó til prentunar. Rvík 1988.

Kuhn, Hans. Narrative Structure and Historicity in Heimskringla. *Parergon* (15) 1976, 30–42.

Kuhn, Hans. *Das Dróttkvætt*. Heidelberg 1983.

Kummer, Bernhard. Ein Lebensbeispiel zur Frage nach Ursprung und Fortwirkung demokratischen und sakralen Königtums in Skandinavien. Sverre und Magnus. *The Sacral Kingship. Contributions to the Central Theme of the VIIIth International Congress for the History of Religions (Rome, April 1955). La regalità sacra. Contributi al tema dell' VIII congresso internazionale di storia delle religioni (Roma, aprile 1955)*. Leiden 1959, 716–33. (Studies in the History of Religions 4)

Kvalén, Eivind. *Den eldste norske kongesoga. Morkinskinna og Hryggjarstykki*. Oslo 1925.

Kämpfer, Franz. Herrscher, Stifter, Heiliger. Politische Heiligenkulte bei den orthodoxen Südslaven. *Politik und Heiligenverehrung im Hochmittelalter*. Jürgen Petersohn ritstýrði. Sigmaringen 1994, 423–45. (Vorträge und Forschungen 42)

Lanczkowski, Günter. Das Königtum im Mittleren Reich. *The Sacral Kingship. Contributions to the Central Theme of the VIIIth International Congress for the History of Religions (Rome, April 1955). La regalità sacra. Contributi al tema dell' VIII congresso internazionale di storia delle religioni (Roma, aprile 1955)*. Leiden 1959, 269–80. (Studies in the History of Religions 4)

Lange, Gudrun. Die Anfänge der isländisch-norwegischen Geschichtsschreibung. *Studia Islandica* (47) 1989.

Lasko, Peter. *The Kingdom of the Franks. North-West Europe before Charlemagne*. London 1971.

Lárus Blöndal. Grýla. *Á góðu dægri. Afmæliskveðja til Sigurðar Nordals 14. sept. 1951 frá yngstu nemendum hans*. Rvík 1951, 173–207.

Lárus H. Blöndal. *Um uppruna Sverrissögu*. Rvík 1982. (Rit Stofnunar Árna Magnússonar 21)

Le Goff, Jacques. Le roi dans l'Occident médiéval; caracteres originaux. *Kings and Kingship in Medieval Europe*. Anne Duggan ritstýrði. London 1993, 1–40.

Lehmann, Paul. *Skandinaviens Anteil an der lateinischen Literatur und Wissenschaft des Mittelalters. 1–2. Sitzungsberichte der Bayerischen Akademie der Wissenschaften, Philosophisch-historische Abteilung 1936. Heft 7*. München 1936.

Les Sagas de chevaliers (Riddarasögur). Actes de la Ve Conférence Internationale sur les Sagas. Regis Boyer ritstýrði. Toulon 1982.

Leyser, K.J. The Polemics of the Papal Revolution. *Trends in Medieval Political Thought*. Beryl Smalley ritstýrði. Oxford 1965, 42–64.

Leyser, K.J. *Rule and Conflict in an Early Medieval Society. Ottonian Saxony*. London 1979.

Lie, Hallvard. *Studier i Heimskringlas stil. Dialogene og talene. Skrifter utgitt av Det Norske Videnskaps-Akademi i Oslo. II. Hist.-filos. klasse 1936, no. 5*. Oslo 1937.

Lie, Hallvard. Skaldestil-studier. *Maal og minne* 1952, 1–92.

Lie, Hallvard. 'Natur' og 'unatur' i skaldekunsten. *Avhandlinger utgitt av Det Norske*

Videnskaps-Akademi i Oslo II. Hist.-Filos.Klasse 1957, no. 1. Oslo 1957.

Lie, Hallvard. Egil Nygaard Brekke. Sverre-sagaens opphav (andmæli). *Historisk tidsskrift* (40, 2) 1960, 25–40.

Lindow, John. *Comitatus, Individual and Honor. Studies in North Germanic Institutional Vocabulary.* Berkeley o.v. 1976. (University of California Publications in Linguistics 83)

Lindow, John. Old Icelandic *þáttr*: Early Usage and Semantic History. *Scripta Islandica* (29) 1978, 3–44.

Linton, Michael. Pontifex maximus hos Saxo. Några reflektioner kring ärkebiskopstitulaturen i högmedeltid och renässans. *Kongemagt og samfund i middelalderen. Festskrift til Erik Ulsig på 60-årsdagen 13. februar 1988.* Århus 1988, 63–73.

Loescher, Gerhard. Die religiöse Rhetorik der Sverrissaga. *Skandinavistik* (14) 1984, 1–20.

Lohrmann, Klaus. Die Titel der Kapetinger bis zum Tod Ludwigs VII. *Intitulatio III. Lateinische Herrschertitel und Herrschertitulaturen vom 7. bis zum 13. Jahrhundert.* Herwig Wolfram og Anton Scharer ritstýrði. Wien o.v. 1988, 201–56.

Loomis, Roger Sherman. *The Grail. From Celtic Myth to Christian Symbol.* NY 1963.

Louis-Jensen, Jonna. Den yngre del af Flateyjarbók. *Afmælisrit Jóns Helgasonar 30. júní 1969.* Jakob Benediktsson, Jón Samsonarson, Jónas Kristjánsson, Ólafur Halldórsson og Stefán Karlsson ritstýrðu. Rvík 1969, 235–50.

Louis-Jensen, Jonna. „Syvende og ottende brudstykke." Fragmentet AM 325 IVa 4to. Opuscula (4). *Bibliotheca Arnamagnæana* (30) 1970, 31–60.

Louis-Jensen, Jonna. Et forlæg til Flateyjarbók? Fragmenterne AM 325 IV ß og XI, 3 4to. Opuscula (4). *Bibliotheca Arnamagnæana* (30) 1970, 141–58.

Louis-Jensen, Jonna. Ari og Gregor. *Nordiska studier i filologi och lingvistik. Festskrift tillägnad Gösta Holm på 60-årsdagen den 8 Juli 1976.* Lars Svensson, Anne Marie Wieselgren og Åke Hansson ritstýrðu. Lund 1976, 273–9.

Louis-Jensen, Jonna. Kongesagastudier. Kompilationen Hulda-Hrokkinskinna. *Bibliotheca Arnamagnæana* (32) 1977.

Lowden, John. The Royal / Imperial Book and the Image or Self-Image of the Medieval Ruler. *Kings and Kingship in Medieval Europe.* Anne Duggan ritstýrði. London 1993, 213–40.

Loyn, H.R. *The Governance of Anglo-Saxon England 500–1087.* London 1984. (The Governance of England I)

Lukman, Niels Clausen. *Skjoldunge og Skilfinge. Hunnen- und Herulerkönige in ostnordischer Überlieferung. Classica et Mediaevalia, Dissertationes 3.* Khöfn 1943.

Lukman, Niels. Sagnhistorien hos Saxo. Det 12. århundredes Normannerromantik i Saxos udformning. *Saxostudier (Saxo-kollokvierne ved Københavns universitet).* Ivan Boserup ritstýrði. Khöfn 1975, 119–27.

Lunden, Kåre. Norge under Sverreætten 1177–1319. *Norges historie* 3. Knut Mykland ritstýrði. Osló 1976.

Lunden, Kåre. Det norske kongedømme i høgmellomalderen. *Magt, normer og sanktioner. Studier i historisk metode* (12). Osló 1978, 124–40.

Lynch, Joseph H. *The Medieval Church: A Brief History.* London/NY 1992.

Lönnroth, Lars. Studier i Olaf Tryggvason saga. *Samlaren* (84) 1963, 54–94.

Lönnroth, Lars. Tesen om de två kulturerna. Kritiska studier i den isländska sagaskrivningens sociala föruttsättningar. *Scripta Islandica* (15) 1964.

Lönnroth, Lars. The Noble Heathen. A Theme in the Sagas. *Scandinavian Studies* (41) 1969, 1–29.

Lönnroth, Lars. The Concept of Genre in Saga Literature. *Scandinavian Studies* (47) 1975, 419–26.

Lönnroth, Lars. *Njáls saga. A critical introduction*. Berkeley o.v. 1976.

Lönnroth, Lars. *Den dubbla scenen. Muntlig diktning från Eddan till ABBA*. Stockholm 1978.

Lönnroth, Lars. Dómaldi's death and the myth of sacral kingship. *Structure and Meaning in Old Norse Literature. New Approaches to Textual Analysis and Literary Criticism*. John Lindow, Lars Lönnroth og Gerd Wolfgang Weber ritstýrðu. Odense 1986, 73–93.

Lönnroth, Lars. Sponsors, Writers, and Readers of Early Norse Literature. *Social Approaches to Viking Studies*. Ross Samson ritstýrði. Glasgow 1991, 3–10.

Maccarrone, Michele. Il sovrano „vicarius Dei" nell'alto medio evo. *The Sacral Kingship. Contributions to the Central Theme of the VIIIth International Congress for the History of Religions (Rome, April 1955). La regalità sacra. Contributi al tema dell' VIII congresso internazionale di storia delle religioni (Roma, aprile 1955)*. Leiden 1959, 437–46. (Studies in the History of Religions 4)

MacKay, Angus. Signs Deciphered. The Language of Court Displays in Late Medieval Spains. *Kings and Kingship in Medieval Europe*. Anne Duggan ritstýrði. London 1993, 287–304.

McTurk, Rory. Sacral Kingship in Ancient Scandinavia. A Review of Some Recent Writings. *Saga-Book* (19) 1974–1977, 139–69.

McTurk, Rory. Loðbróka og Gunnlöð. Frá frjósemisdýrkun til víkingaveldis. *Skírnir* (165) 1991, 345–359.

McTurk, Rory. Scandinavian Sacral Kingship Revisited. *Saga-Book* (24,1) 1994, 19–32.

Magerøy, Hallvard. Norsk-islandske problem. *Omstridde spørsmål i Nordens historie* III. Osló 1965.

Magnús Stefánsson. Kong Sverre — prest og sønn av Sigurd Munn? *Festskrift til Ludvig Holm-Olsen på hans 70-årsdag den 9. juni 1984*. Bjarne Fidjestøl, Eyvind Fjeld-Halvorsen, Finn Hødnebo, Alfred Jakobsen, Hallvard Magerøy og Magnus Rindal ritstýrðu. Øvre Ervik 1984, 287–307.

Magnús Stefánsson. Drottinsvik Sturlu Þórðarsonar. *Sturlustefna. Ráðstefna haldin á sjö alda ártíð Sturlu Þórðarsonar sagnaritara 1984*. Guðrún Ása Grímsdóttir og Jónas Kristjánsson ritstýrðu. Rvík 1988, 147–83. (Rit Stofnunar Árna Magnússonar á Íslandi 32)

Malmros, Rikke. Blodgildet i Roskilde historiografisk belyst. Knytlingesagas forhold til det tolvte århundredes danske historieskrivning. *Scandia* (45) 1979, 43–66.

Marold, Edith. *Kenningkunst. Ein Beitrag zu einer Poetik der Skaldendichtung*. Berlín & NY 1983.

Martin, John Stanley. Some Aspects of Snorri Sturluson's View of Kingship. *Parergon* (15) 1976, 43–54.

Martin, John Stanley. Some Thoughts on Kingship in the Helgi Poems. *Poetry in the Scandinavian Middle Ages. The Seventh International Saga Conference Spoleto, 4–10 september 1988.* Spoleto 1990.

Maurer, Konrad. Über Ari Thorgilssohn und sein Isländerbuch. *Germania* (15) 1870, 291–321.

Maurer, Konrad. Über Ari fróði und seine Schriften. *Germania* (36) 1891, 65–96.

Mayer, Theodor. Staatsauffassung in der Karolingerzeit. *Das Königtum. Seine geistigen und rechtlichen Grundlagen. Mainauvorträge 1954.* Theodor Mayer ritstýrði. Lindau und Konstanz 1954, 169–83. (Vorträge und Forschungen 3)

Mazo, Jeffrey Alan. Sacred Knowledge, Kingship, and Christianity. Myth and Cultural Change in Medieval Scandinavia. *The Sixth International Saga Conference 28.7.–1.8. 1985. Workshop Papers.* Khöfn 1985, 751–62.

Meissner, Rudolf. *Die Strengleikar. Ein Beitrag zur Geschichte der altnordischen Prosalitteratur.* Halle 1902.

Merta, Brigitte. Die Titel Heinrichs II. und der Salier. *Intitulatio III. Lateinische Herrschertitel und Herrschertitulaturen vom 7. bis zum 13. Jahrhundert.* Herwig Wolfram og Anton Scharer ritstýrði. Wien o.v. 1988, 163–200.

Milburn, R.L.P. *Early Christian Interpretations of History.* London 1954.

Mitchell, Stephen. The Whetstone as Symbol of Authority in Old English and Old Norse. *Scandinavian Studies* (57) 1985, 1–31.

Mitteis, Heinrich. *Der Staat des hohen Mittlelalters. Grundlinien einer vergleichenden Verfassungsgeschichte des Lehnszeitalters.* [7. útg.] Weimar 1962.

Moberg, Ove. Olav Haraldssons hemkomst. En historiografisk undersökning. *Historisk tidsskrift* (32) 1940–1942, 545–75.

Moberg, Ove. Två historiografiska undersökningar. 1. Knut den stores Romresa. 2. Danernas kristnande i den isländska litteraturen. *Aarbøger for nordisk Oldkyndighed og Historie* 1945, 5–45.

Moberg, Ove. Snorre Sturlasson, Knut den store och Olav den helige. *Saga och sed* 1987, 53–80.

Mogk, Eugen. Das Noregs Konungatal. *Arkiv for nordisk filologi* (4) 1888, 240–44.

Moisl, Hermann. Anglo-Saxon royal genealogies and Germanic oral tradition. *Journal of Medieval History* (7) 1981, 215–48.

Morgunblaðið. Rvík 1917 og áfr.

Morrall, John B. *Political Thought in Medieval Times.* [3.útg.] 1971.

Morris, Colin. *The Discovery of the Individual 1050–1200.* Toronto o.v. 1987. (Medieval Academy Reprints for Teaching 19)

Morris, Colin. *The Papal Monarchy. The Western Church from 1050 to 1250.* Oxford 1989.

Mowinckel, Sigmund. General Oriental and Specific Israelite Elements in the Israelite Conception of the Sacral Kingdom. *The Sacral Kingship. Contributions to the Central Theme of the VIIIth International Congress for the History of Religions*

(Rome, April 1955). La regalità sacra. Contributi al tema dell' VIII congresso internazionale di storia delle religioni (Roma, aprile 1955). Leiden 1959, 283–93. (Studies in the History of Religions 4)

Mundal, Else. Íslendingabók, ættar tala og konunga ævi. *Festskrift til Ludvig Holm-Olsen på hans 70-årsdag den 9. juni 1984*. Bjarne Fidjestøl, Eyvind Fjeld-Halvorsen, Finn Hødnebo, Alfred Jakobsen, Hallvard Magerøy og Magnus Rindal ritstýrðu. Øvre Ervik 1984, 255–71.

Mundal, Else. Refleksjonar kring historie, sanning og diktning. Metodiske problem ved å bruge sagalitteraturen som historiske kjelder. *Tradition og historieskrivning. Kilderne til Nordens ældste historie. Acta Jutlandica LXIII: 2. Humanistisk serie 61*. Kirsten Hastrup og Preben Meulengracht Sørensen ritstýrðu. Aarhus 1987, 15–25.

Mundal, Else. Íslendingabók vurdert som bispestolskrønike. *The Audience of the Sagas. The Eigthth International Saga Conference*. Göteborg 1991, 134–43.

Murray, Margaret. The Divine King. *The Sacral Kingship. Contributions to the Central Theme of the VIIIth International Congress for the History of Religions (Rome, April 1955). La regalità sacra. Contributi al tema dell' VIII congresso internazionale di storia delle religioni (Roma, aprile 1955)*. Leiden 1959, 595–608. (Studies in the History of Religions 4)

Myers, Henry Allan. *Medieval Kingship*. Chicago 1982.

Naumann, Hans. *Altdeutsche Volkskönigstum. Reden und Aufsätze zum germanischen Überlieferungszusammenhang*. Stuttgart 1940.

Nelson, Janet L. Inauguration Rituals. *Early Medieval Kingship*. Peter H. Sawyer og Ian N. Wood ritstýrðu. Leeds 1977, 50–71.

Nelson, Janet L. The Political Ideals of Alfred of Wessex. *Kings and Kingship in Medieval Europe*. Anne Duggan ritstýrði. London 1993, 125–58.

Nelson, Janet L. Kingship and empire in the Carolingian world. *Carolingian culture: emulation and innovation*. Rosamary McKitterick ritstýrði. Cambridge 1994, 52–87.

Nerman, Birger. Torgny lagman. *Arkiv för nordisk filologi* (32) 1916, 302–15.

Newton, Sam. *The Origins of Beowulf and the Pre-Viking Kingdom of East Anglia*. Cambridge 1993.

Nielsen, Yngvar. Studier over Haralds Haarfagres Historie. *Historisk tidsskrift* (4, 4) 1907, 1–80.

Nilson, Sten Sparre. Kva slag mann var kong Sverre? *Syn og segn* (52) 1946, 415–425, 445–57.

Nilson, Sten Sparre. Kong Sverre og kong David. *Edda* (48) 1948, 73–86.

Norwich, John Julius. *Byzantium. The Early Centuries*. London 1988.

Norwich, John Julius. *Byzantium. The Apogee*. London 1991.

Norwich, John Julius. *Byzantium. The Decline and Fall*. London 1996.

Nykrog, Per. The Rise of Literary Fiction. *Renaissance and Renewal in the Twelfth Century*. Robert L. Benson og Giles Constable ritstýrðu ásamt Carol D. Lanham. [2. útg.] Toronto o.v. 1991, 593–612.

HEIMILDASKRÁ

Olrik, Axel. *Kilderne til Sakses Oldhistorie. En literaturhistorisk undersøgelse.* I–II. Khöfn 1892–1894.

Olrik, Axel. Skjoldungasaga i Arngrim Jonssons Udtog. *Aarbøger for nordisk Oldkyndighed og Historie* (Ser. 2, vol. 9) 1894, 83–164.

Olrik, Axel. *Danmarks Heltedigtning. En Oldtidsstudie.* I–II. Khöfn 1903–10.

Olsen, Magnus. En skjemtehistorie av Harald Hardråde. *Maal og minne* 1953, 1–22.

Olsen, Thorkild Damsgaard. Kongekrøniker og kongesagaer. *Norrøn fortællerkunst. Kapitler af den norsk-islandske middelalderlitteraturs historie.* Hans Bekker-Nielsen, Thorkild Damsgaard Olsen og Ole Widding ritstýrðu. Khöfn 1965, 42–71.

The Origins of Anglo-Saxon Kingdoms. Steven Bassett ritstýrði. Leicester 1989.

Ólafía Einarsdóttir. *Studier i kronologisk metode i tidlig islandsk historieskrivning.* Khöfn 1964. (Bibliotheca Historica Lundensis 13)

Ólafía Einarsdóttir. Hvornår forfattedes sagaen om Magnus lagabøter. *Historisk tidsskrift* (46) 1967, 59–67.

Ólafía Einarsdóttir. Harald Dovrefostre af Sogn. *Historisk tidsskrift* (50) 1971, 131–66.

Ólafía Einarsdóttir. Sverrir — præst og konge. *Middelalder, metode og medier. Festskrift til Niels Skyum-Nielsen.* Karsten Fledelius et al. ritst. Khöfn 1981, 67–93.

Ólafía Einarsdóttir. Skulis oprør og slaget ved Örlygsstaðir. Norsk og islandsk politik 1220–1240. *Kongsmenn og krossmenn. Festskrift til Grethe Authén Blom.* Steinar Supphellen ritstýrði. Trondheim 1992, 91–113.

Ólafía Einarsdóttir. Om samtiðssagaens kildeværdi belyst ved *Hákonar saga Hákonarsonar. Alvíssmál* (5) 1995, 29–80.

Ólafur Halldórsson. Sagnaritun Snorra Sturlusonar. *Snorri, átta alda minning.* Rvík 1979, 113–38.

Ólafur Halldórsson. Um Danakonunga sögur. *Gripla* (7) 1990, 73–102.

Óskar Halldórsson. Snorri og Edda. *Snorri, átta alda minning.* Rvík 1979, 89–111.

Paasche, Fredrik. Sverre Prest. *Edda* (3) 1915, 197–212.

Paasche, Fredrik. Heimskringlas Olavssaga. Komposition–Stil–Karaktertegning. *Edda* (6) 1916, 365–83.

Paasche, Fredrik. *Kong Sverre.* Kria 1920.

Paasche, Fredrik. Tendens og syn i kongesagaen. *Edda* (17) 1922, 1–17.

Paasche, Fredrik. Om Kongespeilets forfatter. *Festskrift til Hjalmar Falk.* Oslo 1927, 170–81.

Paasche, Fredrik. *Norges og Islands litteratur inntil utgang av middelalderen.* [2. útg., endurskoðuð af Anne Holtsmark] Oslo 1957. (Norsk Litteraturhistorie I)

Page, R.I. Dumézil Revisited. *Saga-Book of the Viking Society* (20) 1978–1981, 49–69.

Painter, Sidney. *The Rise of the Feudal Monarchies.* Ithaca og New York 1951.

The Peace of God. Social Violence and Religious Response in France around the Year 1000. Thomas Head og Richard Landes ritstýrðu. Ithaca & London 1992.

Peters, Edward. *The Shadow King. Rex inutilis in Medieval Law and Literature, 751–1327.* New Haven/London 1970.

Petersohn, Jürgen. Kaisertum und Kultakt in der Stauferzeit. *Politik und Heiligenverehrung im Hochmittelalter*. Jürgen Petersohn ritstýrði. Sigmaringen 1994, 101–46. (Vorträge und Forschungen 42)

Petit-Duhaillis, Charles. *The Feudal Monarchy in France and England from the Tenth to the Thirteenth Century*. E.D.Hunt þýddi úr frönsku. London 1936.

Picard, Eve. *Germanisches Sakralkönigtum? Quellenkritische Studien zur Germania des Tacitus und zur altnordischen Überlieferung*. Heidelberg 1991. (Skandinavische Arbeiten, herausgegeben von Klaus von See 12)

Poppe, Andrzej. Politik und Heiligenverehrung in der Kiever Rus. Der apostelgleiche Herrscher und seine Märtyrersöhne. *Politik und Heiligenverehrung im Hochmittelalter*. Jürgen Petersohn ritstýrði. Sigmaringen 1994, 403–22. (Vorträge und Forschungen 42)

Post, Gaines. *Studies in Medieval Legal Thought. Public Law and the State, 1100–1322*. Princeton, N.J., 1964.

Price, Betsey B. *Medieval Thought. An Introduction*. Oxford og Cambridge, Mass. 1992.

Renaissance and Renewal in the Twelfth Century. Robert L. Benson og Giles Constable ritstýrðu ásamt Carol D. Lanham. [2. útg.] Toronto o.v. 1991.

Reuter, Timothy. *Germany in the early middle ages c. 800–1056*. London/NY 1991.

Reuter, Timothy. The Medieval German Sonderweg? The Empire and Its Rulers in the High Middle Ages. *Kings and Kingship in Medieval Europe*. Anne Duggan ritstýrði. London 1993, 179–211.

Reynolds, Susan. *Kingdoms and Communities in Western Europe, 900–1300*. Oxford 1984.

Ringgren, Helmer. Some Religious Aspects of the Caliphate. *The Sacral Kingship. Contributions to the Central Theme of the VIIIth International Congress for the History of Religions (Rome, April 1955). La regalità sacra. Contributi al tema dell' VIII congresso internazionale di storia delle religioni (Roma, aprile 1955)*. Leiden 1959, 737–48. (Studies in the History of Religions 4)

Robberstad, Knut. Ordet patria i Historia Norvegiæ. *Historisk tidsskrift* (35) 1949–51, 187–91.

Rochedieu, Edmond. Le caractère sacré de la souveraineté à la lumière de la psychologie collective. *The Sacral Kingship. Contributions to the Central Theme of the VIIIth International Congress for the History of Religions (Rome, April 1955). La regalità sacra. Contributi al tema dell' VIII congresso internazionale di storia delle religioni (Roma, aprile 1955)*. Leiden 1959, 48–53. (Studies in the History of Religions 4)

Rosén, Jerker. Kampen om kronan. *Den svenska historien 1. Forntid, vikingatid och tidig medeltid till 1319*. Claes Wannerth og Henning Stålhane ritstýrðu. Stokkhólmi 1966, 238–49.

Rosén, Jerker. Samhället ved 1100-tallets början. *Den svenska historien 1. Forntid, vikingatid och tidig medeltid till 1319*. Claes Wannerth og Henning Stålhane ritstýrðu. Stokkhólmi 1966, 250–5.

HEIMILDASKRÁ

Rosén, Jerker. Kungamakt och riksenhet. *Den svenska historien 1. Forntid, vikingatid och tidig medeltid till 1319*. Claes Wannerth og Henning Stålhane ritstýrðu. Stokkhólmi 1966, 260–71.

Rougier, Louis. Le caractère sacré de la royauté en France. *The Sacral Kingship. Contributions to the Central Theme of the VIIIth International Congress for the History of Religions (Rome, April 1955). La regalità sacra. Contributi al tema dell' VIII congresso internazionale di storia delle religioni (Roma, aprile 1955).* Leiden 1959, 609–19. (Studies in the History of Religions 4)

Rouse, Richard H. og Mary A. Rouse. John of Salisbury and the Doctrine of Tyrannicide. *Speculum* (42) 1967, 693–709.

Ryding, William W. *Structure in Medieval Narrative*. Mouton 1971.

Sadler, Donna. The King as Subject, the King as Author. Art and Politics of Louis IX. *European Monarchy. Its Evolution and Practice from Roman Antiquity to Modern Times*. Heinz Duchhardt, Richard A. Jackson og David Sturdy ritstýrðu. Stuttgart 1992, 53–68.

Sandvik, Gudmund. *Hovding og konge i Heimskringla. Avhandlinger fra Universitetets Historiske Seminar 9*. Oslo 1955.

Santini, Carlo. Historia Norwegiae. *Medieval Scandinavia. An Encyclopedia*. Aðalritstjóri: Philip Pulsiano. NY & London 1993.

Sars, J. Ernst. Om Harald Haarfagres Samling af de norske Fylker og hans Tilegnelse af Odelen. *Historisk tidsskrift* (2) 1872, 171–237.

Sawyer, Peter Hayes. Kings and Merchants. *Early Medieval Kingship*. Peter H. Sawyer og Ian N. Wood ritstýrðu. Leeds 1977, 139–58.

Sawyer, Peter Hayes. *Kings and Vikings. Scandinavia and Europe, AD 700–1100*. London/NY 1982.

Sawyer, Peter Hayes. *Da Danmark blev Danmark. Fra ca. år 700 til ca. 1050*. Marie Hvidt þýddi úr ensku. Khöfn 1988. (Gyldendals og Politikens Danmarkshistorie 3)

Saxo Grammaticus. A Medieval Author Between Norse and Latin Culture. Karen Friis-Jensen ritstýrði. Khöfn 1981.

Saxostudier (Saxo-kollokvierne ved Københavns universitet). Ivan Boserup ritstýrði. Khöfn 1975.

Schach, Paul. *Icelandic Sagas*. Boston 1984.

Scharer, Anton. Die Intitulationes der angelsächsischen Könige im 7. und 8. Jahrhundert. *Intitulatio III. Lateinische Herrschertitel und Herrschertitulaturen vom 7. bis zum 13. Jahrhundert*. Herwig Wolfram og Anton Scharer ritstýrði. Wien o.v. 1988, 9–74.

Schier, Kurt. *Sagalitteratur*. Stuttgart 1970. (Sammlung Metzler 78)

Schier, Kurt. Iceland and the Rise of Literature in 'Terra nova'. Some comparative reflections. *Gripla* (1) 1975, 168–81.

Schlauch, Margaret. *Romance in Iceland*. London 1934.

Schlesinger, Walter. Herrschaft und Gefolgschaft in der germanisch-deutschen Verfassungsgeschichte. *Historische Zeitschrift* (176) 1953, 225–75.

Schlesinger, Walter. Über germanisches Heerkönigtum. *Das Königtum. Seine geist-*

igen und rechtlichen Grundlagen. Mainauvorträge 1954. Theodor Mayer ritstýrði. Lindau und Konstanz 1954, 105–41. (Vorträge und Forschungen 3)

Schmale, Franz-Josef. *Funktion und Formen mittelalterlicher Geschichtsschreibung. Eine Einführung.* Mit einem Beitrag von Hans-Werner Goetz. Darmstadt 1985.

Schneider, Hermann. Ari und seine Bücher über Isländer und Island. *Zeitschrift für deutsches Altertüm und deutsche Litteratur* (66) 1929, 69–92.

Schneidmüller, Bernd. Herrscher über Land oder Leute? Der Kapetingische Herrschertitel in der Zeit Philipps II. August und seiner Nachfolger (1180–1270). *Intitulatio III. Lateinische Herrschertitel und Herrschertitulaturen vom 7. bis zum 13. Jahrhundert.* Herwig Wolfram og Anton Scharer ritstýrði. Wien o.v. 1988, 131–162.

Schreiner, Johan. *Tradisjon og saga om Olav den hellige. Skrifter utgitt av Det Norske Videnskaps-Akademi i Oslo. II. Hist.-filos. klasse 1926, no. 1.* Oslo 1926.

Schreiner, Johan. *Saga og oldfunn. Studier til Norges eldste historie. Skrifter utgitt av Det Norske Videnskaps-Akademi i Oslo. II. Hist.-filos. klasse 1927, no. 4.* Oslo 1927.

Schreiner, Johan. Harald Hårfagre og hans efterfølgere. *Historisk tidsskrift* (28) 1927–1929, 161–224.

Schreiner, Johan. *Trøndelag og rikssamlingen. Afhandlinger utgitt av Det Norske Videnskaps-Akademi i Oslo. II. Hist.-filos. klasse 1928, no. 3.* Oslo 1928.

Schreiner, Johan. *Olav den hellige og Norges samling.* Oslo 1929.

Schreiner, Johan. Lovene om Tronfølgen i Norge 1163–1273. *Festskrift til Erik Arup den 22. november 1946.* Astrid Friis og Albert Olsen ritstýrðu. Khöfn 1946, 88–104.

Schreiner, Johan. Kongespeilet som kampskrift. *Festskrift til Harald Grieg.* Oslo 1950, 300–6.

Schreiner, Johan. Bidrag til datering av Kongespeilet. *Historisk tidsskrift* (36) 1952–1953, 548–60.

Schreiner, Johan. Omkring Sverres saga. *Historisk tidsskrift* (36) 1952–1953, 561–78.

Schreiner, Johan. Omkring Kongespeilet. *Historisk tidsskrift* (42) 1963, 97–112.

Schreiner, Peter. Aspekte der politischen Heiligenverehrung in Byzanz. *Politik und Heiligenverehrung im Hochmittelalter.* Jürgen Petersohn ritstýrði. Sigmaringen 1994, 365–83. (Vorträge und Forschungen 42)

Seip, Jens Arup. Problemer og metode i norsk middelalderforskning. *Historisk Tidsskrift* (32) 1940–1942, 49–133.

Seip, Jens Arup. Fra ættesamfunn til statssamfunn. *Historisk Tidsskrift* (35), 1949–1951, 195–209.

Shippey, T.A. *Poems of Wisdom and Learning in Old English.* Cambridge & Totowa, N.J. 1976.

Sigurður Líndal. Utanríkisstefna Íslendinga á 13. öld og aðdragandi sáttmálans 1262–64. *Úlfljótur* (17) 1964, 5–36.

Sigurður Nordal. *Om Olaf den helliges saga. En kritisk undersøgelse.* Khöfn 1914.

Sigurður Nordal. *Snorri Sturluson.* Rvík 1920.

Sisam, Kenneth. Anglo-Saxon Royal Genealogies. *Proceedings of the British Academy* (39) 1953, 287–346.

HEIMILDASKRÁ

Sjöstedt, Lennart. Om Hakonarsagans tillkomstförhållanden. *Historisk tidsskrift* (37) 1954–6, 393–432.

Skard, Eiliv. *Målet i Historia Norwegiae. Skrifter utgitt av Det Norske Videnskaps-Akademi i Oslo. II. Hist.-filos. klasse 1930, no. 5.* Oslo 1930.

Skovgaard-Petersen, Inge. Saxo, historian of the Patria. *Mediaeval Scandinavia* (2) 1969, 54–77.

Skovgaard-Petersen, Inge. Gesta Danorums genremæssige placering. *Saxostudier (Saxo-kollokvierne ved Københavns universitet).* Ivan Boserup ritstýrði. Khöfn 1975, 20–9.

Skovgaard-Petersen, Inge. *Da Tidernes Herre var nær. Studier i Saxos historiesyn.* Khöfn 1987.

Skovgaard-Petersen, Inge. Studiet af kilderne til den ældste nordiske historie. En historiografisk oversigt. *Kilderne til den tidlige middelalders historie. Rapporter til den XX nordiske historikerkongres, Reykjavík 1987* I. Gunnar Karlsson ritstýrði. Rvík 1987, 7–29. (Ritsafn sagnfræðistofnunar 18)

Skúli B. Gunnarsson. Hið íslenska hirðfífl. Um fíflsku Sneglu-Halla og Hreiðars heimska. *Mímir* (43) 1996, 55–63.

Skårup, Povl. Ari frodes dødsliste for året 1118. Opuscula (6). *Bibliotheca Arnamagnæana* (33) 1979, 18–23.

Smalley, Beryl. *Historians in the Middle Ages.* London 1974.

Snorrastefna 25–27. júlí 1990. Úlfar Bragason ritstýrði. Rvík 1992. (Rit Stofnunar Sigurðar Nordals 1)

Snorri, átta alda minning. Rvík 1979.

Snorri Sturluson. Kolloquium anläßlich der 750. Wiederkehr seines Todestages. Alois Wolf gaf út. Tübingen 1993. (ScriptOralia 51)

Sogge, Ingebjørg. *Vegar til eit bilete. Snorre Sturlason og Tore Hund. Nordisk Institutt, Universet i Trondheim, Skrifter 1.* Trondheim 1976.

Spehr, Harald. *Der ursprung der isländischen schrift und ihre weiterbildung bis zur mitte des 13. jahrhunderts.* Halle (Saale) 1929.

Steen, Sverre. Tronfølgeloven av 1163 og konungstekja i hundreåret etter. *Historisk tidsskrift* (35) 1949–1951, 1–48.

Stefán Karlsson. Fróðleiksgreinar frá tólftu öld. *Afmælisrit Jóns Helgasonar 30. júní 1969.* Jakob Benediktsson, Jón Samsonarson, Jónas Kristjánsson, Ólafur Halldórsson og Stefán Karlsson ritstýrðu. Rvík 1969, 328–49.

Stefán Karlsson. Kringum Kringlu. *Landsbókasafn Íslands. Árbók* (nýr flokkur 2) 1976, 5–26.

Stefán Karlsson. Ættbogi Noregskonunga. *Sjötíu ritgerðir helgaðar Jakobi Benediktssyni 20. júlí 1977.* Einar Gunnar Pétursson og Jónas Kristjánsson ritstýrðu. Rvík 1977, 677–704. (Rit Stofnunar Árna Magnússonar á Íslandi 12)

Stefán Karlsson. Islandsk bogeksport til Norge i middelalderen. *Maal og minne* 1979, 1–17.

Steinnes, Asgaut. Ikring Historia Norvegiæ. *Historisk tidsskrift* (34) 1946–1948, 1–61.

Steinnes, Asgaut. Meir om Historia Norvegiæ. *Historisk tidsskrift* (35) 1949–51, 173–87.

Steinnes, Asgaut. Hundekongen. *Historisk tidsskrift* (38) 1958, 301–22.

Steinnes, Asgaut. Om kjeldene til eit arbeid av Anders Foss om kongsætti i Noreg og sumt om dei eldste Noregs-sogene. *Maal og minne* 1965, 1–44.

Steinsland, Gro. Det hellige bryllup og norrøn kongeideologi. En analyse av hierogami-myten i Skírnismál, Ynglingatal, Háleygjatal og Hyndluljóð. Oslo 1991.

Steinsland, Gro. Myte og ideologi. Bryllupsmyten i eddadiktning og hos Snorri — Om det mytologiske grunnlaget for norrøn kongeideologi. *Snorrastefna 25–27. júlí 1990.* Úlfar Bragason ritstýrði. Rvík 1992, 226–40.

Steinsland, Gro. Eros og død — de to hovedkomponenter i norrøn kongeideologi. *Studien zum Altgermanischen. Festschrift für Heinrich Beck.* Heiko Uecker ritstýrði.Berlín & NY 1994, 443–461. (Ergränzungsbind zum Reallexikon der Germanischen Altertumskunde 11)

Storm, Gustav. Norske historieskrivere paa kong Sverres tid. *Aarbøger for nordisk Oldkyndighed og Historie* (6) 1871, 410–431.

Storm, Gustav. Yderligere Bemærkninger om den skotska Historia Norvegiae. *Aarbøger for nordisk Oldkyndighed og Historie* (8) 1873, 361–85.

Storm, Gustav. Snorre Sturlassöns Historieskrivning. *En kritisk undersögelse.* Khöfn 1873.

Storm, Gustav. Slaget i Havrsfjord. *Historisk tidsskrift* (2, 2) 1879, 313–31.

Storm, Gustav. Indledning. *Monumenta Historica Norvegiæ. Latinske Kildeskrifter til Norges Historie i Middelalderen.* Gustav Storm gaf út. Kria 1880.

Storm, Gustav. Om Tidsforholdet mellem Kongespeilet og Stjórn samt Barlaams og Josafats Saga. *Arkiv for nordisk filologi* (3) 1886, 83–8.

Storm, Gustav. Smaating fra Sverressaga. *Historisk tidsskrift* (2, 5) 1886, 187–224.

Storm, Gustav. Kong Sverres fædrene Herkomst. *Historisk tidsskrift* (4, 2) 1904, 163–91.

Strayer, Joseph R. *On the Medieval Origins of the Modern State.* Princeton 1970.

Struve, Tilman. Die Stellung des Königtums in der politischen Theorie der Salierzeit. *Die Salier und das Reich. III. Gesellschaftlicher und ideengeschichtlicher Wandel im Reich der Salier.* Stefan Weinfurter ritstýrði. Sigmaringen 1991, 217–44.

Ström, Folke. *Nordisk hedendom. Tro och sed i förkristen tid.* Göteborg o.v. 1961.

Ström, Folke. Kung Domalde i Svitjod och „kungalyckan". *Saga och sed* 1967, 52–66.

Ström, Folke. Poetry as an instrumental of propaganda. Jarl Hákon and his poets. *Speculum Norroenum. Norse Studies in Memory of Gabriel Turville-Petre.* Ursula Dronke, Guðrún P. Helgadóttir, Gerd Wolfgang Weber og Hans Bekker-Nielsen ritstýrðu. Odense 1981, 440–458.

Ström, Åke V. The King God and his connection with Sacrifice in Old Norse Religion. *The Sacral Kingship. Contributions to the Central Theme of the VIIIth International Congress for the History of Religions (Rome, April 1955). La regalità sacra. Contributi al tema dell' VIII congresso internazionale di storia delle religioni (Roma, aprile 1955).* Leiden 1959, 702–15. (Studies in the History of Religions 4)

Strömbäck, Dag. The Dawn of West Norse Literature. *Bibliography of Old Norse-Icelandic Studies* (1) 1963, 7–24.

Sturdy, David J. The Royal Touch in England. *European Monarchy. Its Evolution and Practice from Roman Antiquity to Modern Times*. Heinz Duchhardt, Richard A. Jackson og David Sturdy ritstýrðu. Stuttgart 1992, 171–84.

Svava Jakobsdóttir. Gunnlöð og hinn dýri mjöður. *Skírnir* (162) 1988, 215–45.

Sverrir Jakobsson. „Þykir mér góður friðurinn". Um íslenska friðarviðleitni á Sturlungaöld. Óprentuð B.A. ritgerð við Háskóla Íslands. Rvík 1993.

Sverrir Jakobsson. Haraldur harðráði í samtíð og sögu. *Lesbók Morgunblaðsins* 18. maí 1996.

Sverrir Jakobsson. Myter om Harald hårfager. *Sagas and the Norwegian Experience. 10th International Saga Conference Trondheim, 3–7 August 1997*. Trondheim 1997, 597–610.

Sverrir Tómasson. Vinveitt skemmtan og óvinveitt. *Maukastella færð Jónasi Kristjánssyni fimmtugum 10. apríl 1974*. Rvík 1974, 65–68.

Sverrir Tómasson. Tækileg vitni. *Afmælisrit Björns Sigfússonar*. Björn Teitsson, Björn Þorsteinsson og Sverrir Tómasson ritstýrðu. Rvík 1975, 251–87.

Sverrir Tómasson. Perfecta fortitudo. *Sjötíu ritgerðir helgaðar Jakobi Benediktssyni 20. júlí 1977*. Einar Gunnar Pétursson og Jónas Kristjánsson ritstýrðu. Rvík 1977, 733–40. (Rit Stofnunar Árna Magnússonar á Íslandi 12)

Sverrir Tómasson. Hryggjarstykki. *Gripla* (3) 1979, 214–20.

Sverrir Tómasson. *Formálar íslenskra sagnaritara á miðöldum. Rannsókn bókmenntahefðar*. Rvík 1988 (Rit Stofnunar Árna Magnússonar á Íslandi 33)

Sverrir Tómasson. Ólafur helgi, eilífur konungur. *Heimskringla. Lykilbók*. Bergljót S. Kristjánsdóttir, Bragi Halldórsson, Jón Torfason og Örnólfur Thorsson ritstýrðu. Rvík 1991, lvi–lxx.

Szovak, Kornél. The Image of the Ideal King in Twelfth-Century Hungary. Remarks on the Legend of St. Ladislas. *Kings and Kingship in Medieval Europe*. Anne Duggan ritstýrði. London 1993, 241–64.

Sørensen, Preben Meulengracht. *Saga og samfund*. Khöfn 1977.

Sørensen, Preben Meulengracht. To gamle historier om Knud den Hellige — og de moderne. *Knuds-bogen 1986. Studier over Knud den hellige*. Tore Nyberg, Hans Bekker-Nielsen og Niels Oxenvad ritstýrðu. Odense 1986, 53–60. (Fynske studier 15)

Sørensen, Preben Meulengracht. Snorris fræði. *Snorrastefna 25–27. júlí 1990*. Úlfar Bragason ritstýrði. Rvík 1992, 270–83.

Sørensen, Preben Meulengracht. *Fortælling og ære. Studier i Islændingesagaerne*. Aarhus 1993.

Taeger, Fritz. Alexanders Gottkönigsgedanke und die Bewusstseinlage der Griechen und Makedonen. *The Sacral Kingship. Contributions to the Central Theme of the VIIIth International Congress for the History of Religions (Rome, April 1955). La regalità sacra. Contributi al tema dell' VIII congresso internazionale di storia delle religioni (Roma, aprile 1955)*. Leiden 1959, 394–406. (Studies in the History of Religions 4)

Taranger, Absalon. Harald Haarfagres Tilegnelse af Odelen. Kritik af dr. Yngvar Nielsen, Studier i Harald Haarfagres Historie. *Historisk tidsskrift* (4,4) 1907, 98–128.

Taranger. Absalon. Om kongevalg i Norge i sagatiden. *Historisk tidsskrift* (30) 1934–1936, 273–311.

Taylor, Lili Ross. *The Divinity of the Roman Emperor.* Middletown, Conn. 1931. (Philological Monographs 1)

Tellenbach, Gerd. Die Unteilbarkeit des Reiches. Ein Beitrag zur Entstehungsgeschichte Deutschlands und Frankreichs. *Historische Zeitschrift* (163) 1940, 20–42.

Tellenbach, Gerd. *Church, State and Christian Society at the Time of the Investiture Contest.* R.F. Bennett þýddi úr þýsku. Oxford 1970.

Tessier, Georges. *Le Baptême de Clovis ou les incertitudes de l'histoire.* París 1964.

Thierry, Solange. La personne sacrée du Roi dans la littérature populaire Cambodgienne. *The Sacral Kingship. Contributions to the Central Theme of the VIIIth International Congress for the History of Religions (Rome, April 1955). La regalità sacra. Contributi al tema dell' VIII congresso internazionale di storia delle religioni (Roma, aprile 1955).* Leiden 1959, 219–30. (Studies in the History of Religions 4)

Tobiassen, Torfinn. Tronfølgelov og privilegiebrev. En studie i kongedømmets ideoloogi under Magnús Erlingsson. *Historisk tidsskrift* (43) 1964, 181–273.

Torfi H. Tulinius. *La „Matière du Nord". Sagas legendaires et fiction dans la littérature islandaise en prose du XIIIe siècle.* París 1995.

Tucci, G. La regalità sacra nell'antico Tibet. *The Sacral Kingship. Contributions to the Central Theme of the VIIIth International Congress for the History of Religions (Rome, April 1955). La regalità sacra. Contributi al tema dell' VIII congresso internazionale di storia delle religioni (Roma, aprile 1955).* Leiden 1959, 189–203. (Studies in the History of Religions 4)

Turville-Petre, Gabriel. *Origins of Icelandic Literature.* Oxford 1953.

Turville-Petre, Gabriel. *Scaldic Poetry.* Oxford 1976.

Turville-Petre, Joan. On Ynglingatal. *Mediaeval Scandinavia* (11) 1978–1979, 48–67.

Turville-Petre, Joan. The Genealogist and History: Ari to Snorri. *Saga-Book* (20) 1978–1981, 7–23.

Ullmann, Walter. *The Growth of Papal Government in the Middle Ages. A Study in ideological relation of clerical to lay power.* [2. útg.] London 1962.

Ullmann, Walter. *Principles of Government and Politics in the Middle Ages.* London 1961.

Ullmann, Walter. *The Carolingian Renaissance and the Idea of Kingship. The Birbeck Lectures 1968–9.* London 1969.

Ulset, Tor. *Det genetiske forholdet mellom Ágrip, Historia Norwegiæ og Historia de Antiquitate Regum Norwagiensium. En analyse med utgangspunkt i oversettelseteknikk samt en diskusjon omkring begrepet 'latinisme' i samband med norrøne tekster.* Oslo 1983.

Ulset, Tor. Sturla Þórðarson og Sverris saga. *Sturlustefna. Ráðstefna haldin á sjö alda ártíð Sturlu Þórðarsonar sagnaritara 1984.* Guðrún Ása Grímsdóttir og Jónas Kristjánsson ritstýrðu. Rvík 1988, 86–93. (Rit Stofnunar Árna Magnússonar á Íslandi 32)

Úlfar Bragason. Um ættartölur í *Sturlungu. Tímarit Máls og menningar* (54, 1) 1993, 27–35.

Vale, Malcolm. *The Civilization of Courts and Cities in the North, 1200–1500. The*

Oxford Illustrated History of Medieval Europe. George Holmes ritstýrði. Oxford 1988, 297–356.

Van Bulck, V. La place du roi divin dans les cercles culturels d'Afrique Noire. *The Sacral Kingship. Contributions to the Central Theme of the VIIIth International Congress for the History of Religions (Rome, April 1955). La regalità sacra. Contributi al tema dell' VIII congresso internazionale di storia delle religioni (Roma, aprile 1955)*. Leiden 1959, 98–134. (Studies in the History of Religions 4)

Vandvik, Eirik. Magnus Erlingssons kroningseid. *Historisk tidsskrift* (34) 1946–1948, 625–37.

Vandvik, Eirik. A New Approach to the Konungs skuggsiá. *Symbolae Osloensis* (29) 1952, 99–109.

Vandvik, Eirik. Konstantins dåp og Magnus Erlingssons kroning. *Historisk tidsskrift* (37) 1954–6, 121–42.

Vauchez, André. Le saint. *L'homme médiéval*. Jacques Le Goff ritstýrði. París 1989, 345–80.

Vésteinn Ólason. Íslendingaþættir. *Tímarit Máls og menningar* (46) 1985, 60–73.

Vésteinn Ólason. Norrøn litteratur som historisk kildemateriale. *Kilderne til den tidlige middelalders historie. Rapporter til den XX nordiske historikerkongres, Reykjavík 1987* I. Gunnar Karlsson ritstýrði. Rvík 1987, 30–47. (Ritsafn sagnfræðistofnunar 18)

Von Friesen, Otto. Har det nordiska kungadömet sakralt ursprung? En ordhistorisk utredning. *Saga och sed* 1932–4, 15–34.

Von Friesen, Otto. Fredsförhandlingarna mellan Olov Skötkonung och Olav Haraldsson. *Historisk tidsskrift* (62) 1942, 205–70.

Von See, Klaus. Studien zum Haraldskvæði. *Arkiv för nordisk filologi* (76) 1961, 96–111.

Von See, Klaus. Die heilige Könige bei den Angelsachsen und den skandinavischen Völkern. Neumünster 1975 (ritdómur). *Skandinavistik* (8) 1978, 72–5.

Wallace-Hadrill, J.M. The Long-haired Kings. *The Long-haired Kings and other studies in Frankish history*. Frome & London 1962, 148–248..

Wallace-Hadrill, J.M. The *Via Regia* of the Carolingian Age. *Trends in Medieval Political Thought*. Beryl Smalley ritstýrði. Oxford 1965, 22–41.

Wallace-Hadrill, J.M. *The Barbarian West 400–1000*. [3. útg.] London 1967.

Wallace-Hadrill, J.M. *Early Germanic Kingship in England and on the Continent. The Ford Lectures delivered in the University of Oxford in Hilary Term 1970*. Oxford 1971.

Wallace-Hadrill, J.M. *Early Medieval History*. Oxford 1975.

Warren, W.L. *The Governance of Norman and Angevin England 1086–1272*. London 1987. (The Governance of England II)

Weber, Gerd Wolfgang. Intellegere historiam. Typological perspectives of Nordic prehistory (in Snorri, Saxo, Widukind and others). *Tradition og historieskrivning. Kilderne til Nordens ældste historie. Acta Jutlandica LXIII: 2. Humanistisk serie 61*. Kirsten Hastrup og Preben Meulengracht Sørensen ritstýrðu. Aarhus 1987, 95–141.

Weber, Hermann. Das „Toucher Royal" in Frankreich zur Zeit Heinrichs IV. und Ludwigs XIII. *European Monarchy. Its Evolution and Practice from Roman Antiquity to Modern Times*. Heinz Duchhardt, Richard A. Jackson og David Sturdy ritstýrðu. Stuttgart 1992, 155–70.

Weber, Max. *Wirtschaft und Gesellschaft. Grundriss der Verstehenden Soziologie.* I. [4. útg.] Tübingen 1956.

Weibull, Curt. *Saxo. Kritiska undersökningar i Danmarks historia från Sven Estridsens död till Knut VI.* Lund 1915.

Weibull, Curt. Knytlingasagan och Saxo: En källkritisk undersökning. *Scandia* (42) 1976, 5–31.

Weibull, Lauritz. *Kritiska undersökningar i Nordens historia omkring år 1000.* Lund 1911.

Weibull, Lauritz. *Historisk-kritisk metod och nordisk medeltidsforskning.* Lund 1913.

Weiser-Aall, Lily. En studie over sagnet om hundekongen. *Maal og minne* 1933, 134–49.

Wenskus, Reinhard. *Stammesbildung und Verfassung. Das Werden der frühmittelalterlichen gentes.* Köln og Graz 1961.

Wessén, Elias. Om Snorres prologus till Heimskringla och till den särskilda Olovssagan. *Acta Philologica Scandinavia* (3) 1928–9, 52–62.

Wessén, Elias. Lagman och lagsaga. *Nordisk tidskrift för vetenskap, konst och industri* (40) 1964, 73–92.

Weston, Jessie. *From Ritual to Romance.* [2.útg.] NY 1957.

Whaley, Diana Edwards. Heimskringla and Its Sources. The Miracles of Óláfr helgi. *The Sixth International Saga Conference 28/7–2/8 1985. Workshop Papers.* Khöfn 1985, 1083–1103.

Whaley, Diana. The Miracles of S. Olaf in Snorri Sturluson's *Heimskringla*. *Proceedings of the Tenth Viking Congress, Larkollen, Norway, 1985. Festskrift for Charlotte Blindheim on her 70th birtday, July 6th 1987.* James E. Knirk ritstýrði. Oslo 1987, 325–42. (Universitetets Oldsaksamlings Skrifter. Ny rekke 9)

Whaley, Diana. *Heimskringla. An Introduction.* London 1991. (Viking Society for Northern Research. Text Series VIII)

Whaley, Diana. The Kings' Sagas. *Viking Revaluations. Viking Society Centenary Symposium 14–15 May 1992.* Anthony Faulkes og Richard Perkins ritstýrðu. London 1993, 43–64.

White, Hayden. *Metahistory. The Historical Imagination in Nineteenth-Century Europe.* Baltimore & London 1973.

Whitelock, Dorothy. *The Beginnings of English Society.* Harmondsworth, Middlesex 1952. (The Penguin History of England 2)

Widengren, Geo. The Sacral Kingship of Iran. *The Sacral Kingship. Contributions to the Central Theme of the VIIIth International Congress for the History of Religions (Rome, April 1955). La regalità sacra. Contributi al tema dell' VIII congresso internazionale di storia delle religioni (Roma, aprile 1955).* Leiden 1959, 242–57. (Studies in the History of Religions 4)

Wieruszowski, Helene. Roger II of Sicily, Rex-Tyrannus, in Twelfth-Century Political Thought. *Speculum* (38) 1963, 46–78.

Wilks, Michael. *The Problem of Sovereignty in the Later Middle Ages. The Papal Monarchy with Augustinus Triumphus and the Publicists*. Cambridge 1963.

Wolf, Alois. Die Verschriftlichung von europäischen Heldensagen als mittelalterliches Kulturproblem. *Heldensage und Heldendichtung im Germanischen*. Heinrich Beck ritstýrði. Berlín & NY1988. (Ergränzungsbind zum Reallexikon der Germanischen Altertumskunde 2)

Wolfram, Herwig. *Intitulatio I. Lateinische Königs- und Fürstentitel bis zum Ende des 8. Jahrhunderts*. Graz o.v. 1967.

Wolfram, Herwig. The Shaping of the Early Medieval Kingdom. *Viator* (1) 1970, 1–20.

Wolfram, Herwig. Einleitung. *Intitulatio II. Lateinische Herrscher- und Fürstentitel im neunten und zehnten Jahrhundert*. Wien o.v. 1973, 7–18.

Wolfram, Herwig. Lateinische Herrschertitel im neunten und zehnten Jahrhundert. *Intitulatio II. Lateinische Herrscher- und Fürstentitel im neunten und zehnten Jahrhundert*. Wien o.v. 1973, 19–178.

Wolfram, Herwig. Schlußwort. *Intitulatio II. Lateinische Herrscher- und Fürstentitel im neunten und zehnten Jahrhundert*. Wien o.v. 1973, 549–56.

Wood, Ian. Kings, Kingdoms and Consent. *Early Medieval Kingship*. Peter H. Sawyer og Ian N. Wood ritstýrðu. Leeds 1977, 6–29.

Wood, Ian. *The Merovingian Kingdoms 450–751*. London & NY 1991.

Woolf, Rosemary. The ideal of men dying with their lord in the *Germania* and in *The Battle of Maldon*. *Anglo-Saxon England* (5) 1976, 63–81.

Wormald, Patrick. *Lex Scripta* and *Verbum Regis*. Legislation and Germanic Kingship, from Euric to Cnut. *Early Medieval Kingship*. Peter H. Sawyer og Ian N. Wood ritstýrðu. Leeds 1977, 105–38.

Würth, Stefanie. *Elemente des Erzählens. Die Þættir der Flateyjarbók*. Basel u. Frankfurt a.M. 1991.

Zotz, Thomas. Carolingian Tradition and Ottonian-Salian Innovation: Comparative Observations on Palatine Policy in the Empire. *Kings and Kingship in Medieval Europe*. Anne Duggan ritstýrði. London 1993, 69–100.

Þór Hjaltalín. Um Hirðskrá Magnúsar lagabætis og Sturlunga sögu. Óprentuð BA-ritgerð við Háskóla Íslands. Rvík 1994.

Öldin okkar. Minnisverð tíðindi 1931–1950. Gils Guðmundsson ritstýrði. Rvík 1951.

Ørsted, Peter. *Romersk historieskrivning. En analyse af en række generelle træk i antikkens opfattelse af historiens væsen og formål*. Khöfn 1978.

Åberg, Alf. De första sveakonungarna. *Den svenska historien 1. Forntid, vikingatid och tidig medeltid till 1319*. Claes Wannerth og Henning Stålhane ritstýrðu. Stokkhólmi 1966, 195–7.

Nafnaskrá

Aachen 66, 68, 128, 129, 131
Abel 127
Abel, Danakonungur 127, 128
Absalon, erkibyskup í Lundi 15, 200, 293, 298
Acta Sancti Olavi 24
Adam 126
Adam frá Brimum 13, 21, 25, 37, 54, 291, 292
Aðalbjartur, Brimabyskup 292
Aðalheiður, drottning Ottós mikla 165
Aðalráður, Norðimbrakonungur 242
Aðalráður 2. ráðalausi, Englandskonungur 161, 165
Aðalsteinn góði Játvarðsson, Englandskonungur 77, 79, 91, 115, 133, 134, 213
Aðils Óttarsson, Svíakonungur 239
Aelnoth, sagnaritari 85, 144
Afríka 153
Agðanes 194
Agilulf, Langbarðakonungur 144
Agnellus 25
Agni Dagsson, Svíakonungur 213
Ahab, Ísraelskonungur 52
Alcuin 65, 66, 93, 186, 193, 202, 210, 212, 222, 242
Alemannar 243
Alexander mikli 51, 52, 82, 131
Alexander 3., páfi 72, 87
Alfífa, drottning 99, 136, 150, 220, 239
Alfonso 10. hinn vitri, konungur Kastilíu 184, 210
Alrekur Agnason, Svíakonungur 213
Ambri 160
Ambrósíus kirkjufaðir, byskup í Mílanó 52, 121
Ammíanus Marsellínus, sagnaritari 252
Andersson, Theodore M. 24, 41, 273
Anjou 80–82, 114

Ansgar, munkur og trúboði 84
Antóníus Píus, rómv. keisari 50
Aquitanía 66, 80, 81
Aragónía 76, 110, 184
Ari fróði Þorgilsson 11, 16–20, 22–25, 36, 160, 288, 290, 291, 296, 299
Aristóteles 245
Aríus 52
Arngrímur Jónsson lærði 30, 187
Arnór jarlaskáld Þórðarson 133, 136, 204, 225, 228, 262, 275, 276
Artúr, konungur 29, 82, 160, 161, 166, 215, 254, 300
Artúrskvæði 191
Artúrssagnir 246, 247, 254
Asía 36, 160
Assi 160
Atli, bóndi 239
Atli hinn mjóvi, jarl 223
Auðunn vestfirski 148, 225, 229, 236, 238, 239, 263, 276, 279
Auður djúpúðga 97
Aun hinn gamli Jörundarson, Svíakonungur 204, 213, 218
Austurrómverska keisararíkið 53, 82, 98, 102, 103, 112, 122
Austurvegur 188, 199, 218
Avignon 75
Ágrip af Noregskonungasögum (Ágr.) 22, 24, 26, 34, 36, 37, 41, 90, 97, 98, 101–107, 114–119, 125, 143, 144, 146, 149, 156, 158, 162, 164, 170, 172, 173, 181, 186–189, 197, 198, 200–208, 210, 212, 216, 219, 220, 222–227, 231–233, 237, 239, 245, 248, 253, 254, 257, 258, 263–265, *267–268*, 271, 272, 274, 279, 281, 282
Ágústínus frá Hippo, kirkjufaðir 14, 44, 45, 58, 62, 66, 121, 122, 143, 210, 229, 242, 249, 266

Ágústus, rómv. keisari 50–52, 54, 60, 78, 93, 215, 248, 249, 293, 297
Áki, ármaður 236
Áki, bóndi 264
Áleifur, Danakonungur 236
Áli frækni, Svíakonungur 103, 167
Álof ríka, drottning á Saxlandi 102
Árni Auðunsson 260
Árni Magnússon 19
Ásbjörn Jónsson úr Þjórn 227
Ásbjörn á Meðalhúsum 173, 283
Ásbjörn Selsbani 181, 200
Áskell, erkibyskup í Lundi 168, 293
Ásta Guðbrandsdóttir, móðir Ólafs helga 37
Ástrasía 64
Ástríður, systir Ólafs Tryggvasonar 130
Ástríður steik 157
Ásu-Þórður 183, 226, 229
Baetke, Walter 59
Bagge, Sverre 24, 87, 88, 265, 266, 270, 280, 281, 288
Baglar 140, 152, 207, 233, 234
Baldur 93
Baldvin 4., konungur 98
Bardaginn við Maldon 260
Beda, munkur 13, 127, 290
Belsh, konungur 52
Benedikt 3., páfi 71
Benediktsregla 121
Beowulf, sjá Bjólfskviða
Bernharður af Clairvaux 219
Bernharður frá Parma 138
Bersöglisvísur 181, 204, 224, 225, 231, 262, 276
Biblían 14, 24, 51, 54, 62, 66–68, 70, 71, 121, 122, 126, 128, 131, 145, 149, 159, 174, 248
Birkibeinar 89, 126, 148, 180, 206–208, 233, 234, 260, 261, 264, 269
Bjarni Aðalbjarnarson 21, 22, 24, 31, 33, 34, 37, 38, 273, 288
Bjarni Einarsson 34, 35, 44, 278
Bjarni Guðnason 15, 17, 20, 21, 24, 28–30, 32, 40, 42, 271
Bjólfskviða (Beowulf) 13, 249

Björgyn 22, 107, 108, 157, 180, 189, 194, 197
Björgynjarmenn 297
Björn, kaupmaður 148
Björn farmaður Haraldsson hins hárfagra 203, 223
Blekinge 84
Bloch, Marc 113
Blois 81
Blom, Grethe Authén 139
Blóð-Egill 143, 201
Borgarþing 172
Bónifatíus, munkur og kristniboði 64, 66, 152
Bónifatíus 8., páfi 75, 82
Brandur örvi 132, 225, 228, 238, 262, 263, 276
Breiðskeggur (Þorleifur breiðskeggur) 157
Brekke, Egil Nygaard 27, 42
Bretagne 80, 81
Bretar 82, 110, 113, 124, 174
Bretasögur 13, 29
Bretland 29, 110, 124, 154, 290
Brevis historia regum Daciae 15
Brimar (Bremen), í Þýskalandi 293
Brúsi Sigurðarson, Orkneyjajarl 251
Bugge, Sophus 25
Búddha 210
Búrgundar 252
Búrgundí 81
Bæheimur 154
Bæjaraland 78
Canossa 74
Cassiodór, sagnaritari 13
Catalogus regum Norwagiensium 24, 25
Cecilie Sigurðardóttir munns 156
Cedric 159
Ceylon 48
Chaney, William A. 55, 57–59, 61
Childeric, Frankakonungur 63
Childeric 3., Frankakonungur 60, 72, 101, 170, 191
Codex Frisianus (Frísbók) 31
Commódus, rómv. keisari 122
Dagóbert 1., Frankakonungur 64, 127

NAFNASKRÁ

Dagóbert 3., Frankakonungur 247
Dagur, Ynglingakonungur 149
Danagjöld 79
Danasaga, sjá Gesta Danorum
Danasaga Arngríms lærða 30
Danir 14–16, 18, 21, 28, 29, 36, 40, 41, 83–85, 91, 92, 99, 104, 113, 130, 137, 150, 151, 156, 165, 168, 169, 172, 177, 178, 181, 186–188, 197, 207, 211, 216–218, 220, 227, 234, 236, 238, 239, 241, 242, 256–258, 260, 264, 271, 276, 285–288, 293
Danmörk 18, 29, 40, 77, 83–89, 91, 123, 137, 143, 151, 154, 158, 160, 165, 167–169, 172, 179, 181, 187, 199, 212, 215, 216, 218, 219, 230, 231, 241–243, 245, 247, 253, 256, 258, 271, 279, 286, 287
Danur, konungur í Danmörku 242
Danur hinn mikilláti, konungur í Danmörku 96
Davíð, konungur 50, 53, 66, 68, 121, 126, 127, 129, 145, 174, 236
De ortu regum 25
De virtutibus et vitiis, eftir Alcuin 193
Desíus, rómv. keisari 52
Díókletíanus, rómv. keisari 51, 122, 138
Dofrafjall 194
Dómaldi Vísbursson, Svíakonungur 160, 251
Dómitíanus, rómv. keisari 50
Dragseiði 17
Dronke, Ursula 252, 253
Dumézil, Georges 49
Dyggvi Dómarsson, Svíakonungur 89
Eadmer, sagnaritari 292
Egill ullserkur 259
Egill Áskelsson (Ásláks-) 142, 226
Egill Hallsson 112
Egilssaga Skallagrímssonar 143, 161, 301
Egyptaland 48, 248
Eider 84
Einar þambarskelfir Eindriðason 131, 136, 141–143, 147, 150, 162, 183, 203, 220, 222, 225, 259, 262–264, 274, 284
Einar Þveræingur Eyjólfsson 286
Einar rangmunnur Sigurðarson, Orkneyjajarl 224, 251
Einar Skúlason, skáld 35, 265, 276, 277
Einar Ólafur Sveinsson 17, 289, 290
Eindriði Einarsson 162, 225
Einhard, sagnaritari 13
Eiríksdrápa, eftir Markús Skeggjason 287
Eiríkssynir (synir Eiríks blóðöxar), sjá Gunnhildarsynir
Eiríkur, Svíakonungur 264
Eiríkur 1. góði, Danakonungur 99, 166, 169, 172, 174, 181, 187, 188, 197, 199, 211, 212, 216, 218, 219, 230, 231, 237, 239, 258, 287
Eiríkur 2. eymuni, Danakonungur 144, 219, 220, 230, 287
Eiríkur 3. lamb, Danakonungur 211, 287
Eiríkur 4. plógpeningur, Danakonungur 127, 128
Eiríkur 1. blóðöx, Noregskonungur 104, 137, 139, 158, 170, 171, 173, 181, 212, 220, 223, 258, 267, 268, 279
Eiríkur 2. prestahatari, Noregskonungur 140
Eiríkur 9. helgi, Svíakonungur 166
Eiríkur Agnason, Svíakonungur 213
Eiríkur Hákonarson, jarl 144, 187, 213, 223, 232, 233, 245, 268
Eiríkur Ívarsson, erkibyskup í Niðarósi 24, 150, 165, 173, 227, 293, 298
Eiríkur Oddsson, sagnaritari 11, 20
Eiríkur Sigurðarson, konungsson 137, 156, 157
Eistland 144
Ekka 298
Elagabalus, rómv. keisari 50, 122
Elfráður ríki, Englandskonungur 61, 95, 127, 159, 174, 210
Ellehøj, Svend 24, 25

Elsta saga Ólafs helga, sjá Ólafssaga helga hin elsta
Emma, Englandsdrottning 91, 130, 161
Engilsaxar 13, 138, 161
England 16, 18, 21, 54, 57, 61, 62, 64, 66, 73, 76, 77, 79–85, 94, 105, 113, 123, 126, 127, 129–131, 137, 146, 151, 155, 159, 161, 168, 177, 182, 210, 224, 226, 228, 242, 244, 247, 248, 298
Englar 79, 173
Englendingar 16
Erlingur Eiríksson blóðöxar, konungur 173, 283
Erlingur skakki Kyrpinga-Ormsson, jarl 89, 97, 126, 141, 145, 149, 151, 157, 162, 165, 167, 171, 206, 208, 214, 221, 234, 235, 268, 269, 293
Erlingur Skjálgsson 38, 130, 142, 143, 233, 283, 284
Ermarsund 80, 159
Eugenius 3., páfi 72
Eusebíos frá Caesarea, byskup og sagnaritari 14, 62, 121, 126
Eyjarskeggjar (Gullbeinar) 207
Eyrar 183
Eyraþing 137, 172, 173
Eysteinn orri 239
Eysteinn Erlendsson, erkibyskup í Niðarósi 21, 23, 24, 87, 151, 168, 227, 265, 293
Eysteinn meyla Eysteinsson 23, 104, 156, 157, 209, 269
Eysteinn Haraldsson, Noregskonungur 99, 102, 111, 139, 157, 163, 206, 217, 227, 239, 258, 262, 277
Eysteinn Magnússon, Noregskonungur 31–34, 37, 90, 92, 99, 102, 105, 115, 133, 137, 148, 166, 180, 183–185, 188, 194, 195, 197, 198, 200, 204, 205, 207, 211, 222, 226, 227, 229, 232, 238, 256, 257, 259, 264, 267, 273, 274, 282, 284
Eystridalir 264
Eyvindur kinnrifa 60
Eyvindur skreyja 216

Eyvindur skáldaspillir Finnsson, skáld 223
Fagurskinna (Fsk.) 12, 13, 17, 21, 22, 26, 30, *34–36*, 37, 41, 42, 44, 89, 90, 92, 97–108, 111, 114, 115, 117, 119, 125, 129–135, 137–139, 142–144, 146–151, 155, 158, 164–166, 170, 172, 173, 179–181, 183, 185–189, 192, 197–213, 216–220, 222, 223, 225, 226, 228, 230, 231, 233–237, 239, 241, 243, 245, 247, 248, 250, 251, 254, 256–259, 262, 263, 265, 272, *278–280*, 281, 282, 286, 300
Fasold 298
Filippus, jarl 201
Filippus, Baglakonungur 140
Filippus 1., Frakkakonungur 81, 173
Filippus 2. Ágúst, Frakkakonungur 77, 81, 82
Filippus 3., Frakkakonungur 153
Filippus 4. fagri, Frakkakonungur 75, 82, 110, 153, 154, 242, 244, 245
Finnbúin 149
Finnur Árnason 225, 233
Finnur Jónsson 22, 23, 27, 31, 34
Fjón 174
Flanders 81
Flateyjarbók 14, 17, 19, 22, 27, 30, 254, 268
Flavius Theodericus, sjá Þjóðrekur mikli
Fleck, Jere 210
Formósus, páfi 110
Frakkar 63, 66, 77, 78, 80–82, 98, 110, 111, 113, 114, 160, 168, 173, 191, 215, 242, 244, 292
Frakkland 29, 63, 67, 73, 75–77, 79–83, 85, 110, 111, 113, 114, 124, 154, 159, 167, 168, 184, 210, 242, 244, 290
Frank, Roberta 260
Frankar 13, 53, 63–68, 93, 94, 96, 101, 126, 127, 138–144, 152, 161, 163, 174
Frankaríki 62, 64, 71, 78, 93, 121, 152, 191, 297
Frankasaga (Historia Francorum) 13, 64
Franken 78

NAFNASKRÁ

Frankfurt 66
Frankfurtþing, árið 794 122
Freyr 49, 57, 160, 249
Freyviður daufi 173, 284
Friðleifur (Leifur) Skjaldarson, Danakonungur 187, 248
Friðrik (Danakonungar) 169
Friðrik 1. rauðskeggur, Þýskalandskeisari 73, 75, 79, 80, 82, 123, 138, 154, 167, 181
Friðrik 2., Þýskalandskeisari 79, 82, 184, 210
Frostuþingslög 185
Fróði (Friðfróði), friðgóði Friðleifsson, Danakonungur 187, 248, 249
Fróði Friðleifsson, Danakonungur 180
Fyrisvellir 239
Færeyingasaga 28, 30, 37
Færeyjar 25, 37, 188
Gamla testamentið 50, 66, 67, 121, 126, 127, 131, 152, 159, 223, 279
Garðaríki 112, 132, 134, 228
Gascoigne 81
Gautar 85
Geira Búrisláfsdóttir, drottning 106, 132
Geisli, eftir Einar Skúlason
Gelasíus 1., páfi 70, 71, 74
Genesis (kvæði) 249
Geoffrey frá Monmouth 13, 15, 16, 29, 36, 271
Germanir 54–56, 58, 61–63, 153, 159, 177, 252
Germanía, rit Tacítusar 44, 55, 56, 159
Gesta Danorum (Danasaga) 12, 15, 40, 113, 160, 293
Gesta Hammaburgensis ecclesiae pontificum, sjá Hamborgarbyskupasaga
Gesta Karoli 127
Gilberteyjar 125
Giraldus Cambrensis, sagnaritari 25
Gissur Hallsson í Haukadal 294–296
Gissur Ísleifsson, byskup 15–17, 290–295, 299, 300, 303
Gissur hvíti Teitsson 24, 294
Gissur Þorvaldsson 278
Gjessing, Gustav Antonio 18

Gjöf Konstantínusar (Donatio Constantini) 73
Golíat 126
Gormur gamli, Danakonungur 84, 104, 211, 212, 247
Gotar (sjá einnig: Ostrógotar, Vísigotar) 13, 62, 63
Gotasögur 13
Gómorra 223, 230
Granmar, konungur af Suðurmannalandi 241
Gratíanus, rómv. keisari 52, 293
Graus, Frantisek 59, 153
Grágás, lögbók Magnúss góða 181
Gregoríus 1. mikli, páfi 53, 58, 64, 65, 71
Gregoríus 4., páfi 71
Gregoríus 7. (Hildibrandur), páfi 70–72, 74, 82, 123, 191
Gregoríus Dagsson 209, 284
Gregoríus frá Tours 13, 62, 64, 126, 163, 202
Grikkir 48, 103, 134
Grímkell, byskup 178
Grímsey 286
Grjótar, í Orkadal 216
Grottasöngur 248
Grýla (hluti Sverrissögu) 27, 268
Grænland 291
Grænlendingasaga 28, 30
Grønbech, Vilhelm 54, 55, 193
Guðröður, konungur í Guðbrandsdölum 178
Guðröður, Danakonungur 84
Guðröður Bjarnarson, konungur 139
Guðröður veiðikonungur (göfugláti, mikilláti) Hálfdanarson 245
Gulaþingslög 185
Gull-Ásu-Þórðr, sjá Ásu-Þórður
Gull-Haraldur Knútsson 98, 205
Gunnes, Erik 87
Gunnhildarsynir (Eiríkssynir) 181, 199, 217, 218, 231, 239, 242, 243, 250, 253, 258, 263, 268
Gunnhildur, móðir Sverris konungs 149
Gunnhildur konungamóðir 104, 118, 129, 205, 220, 258, 268

Gunnlaugur Leifsson, munkur 23, 37
Guntram helgi, Frankakonungur 58, 113, 202
Gustav 1. Vasa, Svíakonungur 249
Guttormur, Noregskonungur 140
Göngu-Hrólfur 223
Habsborgaraættin 78
Hadríanus, rómv. keisari 50, 113
Hadríanus 2., páfi 72
Haðaland 247
Halland 84
Halldór Snorrason 37, 118, 131, 207, 255
Hallfreður vandræðaskáld Óttarsson 147, 253, 276
Hallur Teitsson 294
Hamborgarbyskupasaga Adams frá Brimum (Gesta Hammaburgensis ecclesiae pontificum) 13, 21, 25, 37
Hanssen, Jens S.Th. 24
Haraldur 1. blátönn, Danakonungur 84, 98, 137, 165, 199, 205, 211, 212, 285, 287
Haraldur 3. hein, Danakonungur 188, 192, 208, 216, 219, 220, 230, 231, 287
Haraldur 1. hárfagri, Noregskonungur 26, 31, 38, 86, 92, 100–105, 111, 114, 115, 125, 133, 134, 137–140, 146, 147, 158, 160–166, 170, 171, 178, 188, 198, 202–205, 209, 211, 212, 214, 215, 217, 218, 223, 235, 237, 245, 253–256, 279, 282
Haraldur 2. gráfeldur, Noregskonungur 92, 108, 188, 192, 198, 205, 213, 223
Haraldur 3. harðráði, Noregskonungur 31, 33, 37, 90, 92, 95, 97–99, 102–105, 107–109, 112, 116, 118, 119, 126, 129–137, 139–142, 148–150, 155, 158, 162–167, 170, 183, 189, 197, 198, 200, 201, 203–205, 207, 209–211, 213, 214, 216–219, 223, 225, 226, 228–233, 235–239, 241, 243, 245, 255, 258, 259, 262–264, 266, 268, 272–277, 279, 281, 283, 285, 292, 293, 295

Haraldur 4. gilli, Noregskonungur 20, 33, 91, 92, 100, 102, 105, 137, 139, 147, 158, 163, 166, 171, 200, 208, 220, 227, 237, 257, 263, 274
Haraldur grenski 118
Haraldur hilditönn, Danakonungur 217
Haraldur Guðinason, Englandskonungur 97, 105, 108, 132, 150
Haraldur Maddaðarson, Orkneyjajarl 120, 222, 298
Haraldur Sigurðarson munns 157
Harún kalífi 264
Haukdælir 45, 294–296, 299
Hauksbók 36
Hákon 1. Aðalsteinsfóstri, Noregskonungur 31, 97, 102–105, 107, 115, 116, 131, 132, 139, 146, 158, 171–173, 178, 185, 188, 198, 199, 202–205, 207, 211, 213, 216–218, 223, 231, 243, 250, 253, 256, 258, 259, 266–268, 279, 281–283
Hákon 2. herðibreiður, Noregskonungur 156, 157, 214, 221, 269
Hákon 4. gamli Hákonarson, Noregskonungur 27, 35, 87, 88, 140, 141, 143, 167, 168, 209, 232, 234, 274, 277, 278, 282, 285, 288, 300–303
Hákon 5. háleggur, Noregskonungur 140
Hákon galinn, jarl 140, 141
Hákon Eiríksson, jarl 102, 118, 147, 148
Hákon ungi Hákonarson, konungsson 210
Hákon Ívarsson, jarl 31, 92, 130, 150, 201, 207, 258
Hákon Þórisfóstri Magnússon, Noregskonungur 185, 220, 245, 256
Hákon jarl Sigurðarson 38, 60, 98, 102, 104, 105, 118, 119, 126, 147, 162, 163, 174, 175, 181, 187, 189, 199, 201, 205, 213, 222, 223, 232, 233, 239, 250, 252, 253, 258, 262, 267, 268, 283
Hákonarsaga Hákonarsonar 35, 167, 281, 301–303

NAFNASKRÁ

Háleygjajarlar 139
Háleygjatal 253, 295
Hálfdan mildi og matarilli Eysteinsson, konungur 213, 237
Hálfdan Fróðason 167
Hálfdan svarti Guðröðarson, konungur 17, 59, 100–103, 148, 158, 164, 229, 237, 245, 247, 248, 251, 256
Hálfssaga og Hálfsrekka 254
Hálfur, konungur 256, 300
Hálogaland 83
Hárekur úr Þjóttu 38
Hávamál 252
Hávarður jarlsson 180
Hebreabréfið 122
Hebrear 48
Heiðarvígasaga 301
Heimskringla (Hkr.) 12, 13, 15, 17–22, 25, 26, 28–31, 33–35, *36–39*, 40, 42, 60, 89–92, 96–108, 111, 112, 115–120, 125, 126, 129–135, 137–144, 146–151, 153, 155, 156, 158, 160–164, 166, 167, 169–173, 175, 178, 180, 181, 183–185, 187–189, 194, 197–201, 203–210, 212–214, 216–228, 230–239, 241–243, 245, 248–259, 261–267, 272–274, 278, *280–286*, 288, 290, 293, 301
Heinrichs, Anne 22
Helga hárprúða 101
Helgakviður Hundingsbana 237
Helgaud, ævisöguritari 113
Helgi Hálfdanarson, Danakonungur 102
Helgi Hundingsbani 131
Helgisaga Ólafs Haraldssonar 21–23, 26, 34, 38, 90, 91, 97, 99, 112, 125, 129, 137, 138, 144, 147, 162, 180, 185, 196, 200, 203, 209, 233, 248, 264
Helsingjaland 135, 208
Hengest 160
Herleifur (Leifur) Fróðason, Danakonungur 187, 248
Heródes, konungur 129
Hersir, konungur í Naumudal 118
Hið heilaga rómverska keisararíki 47, 61, 65, 66, 68, 69, 72, 73, 76–78, 82, 92, 94, 109, 113, 144, 149, 154, 172
Hieronymus, kirkjufaðir 14, 51
Hildibrandskviða 13
Hinrik, sonur Hinriks 2. Englandskonungs 167
Hinrik 1., Englandskonungur 79, 113
Hinrik 2., Englandskonungur 73, 80–82, 154, 167
Hinrik 3., Englandskonungur 80, 82, 111, 210
Hinrik 4., Englandskonungur 111
Hinrik 2., Frakkakonungur 252
Hinrik 1. fuglari, Þýskalandskeisari 68
Hinrik 2., Þýskalandskeisari 69, 78, 109, 123
Hinrik 3., Þýskalandskeisari 70, 72, 182
Hinrik 4., Þýskalandskeisari 74, 92, 113, 191
Hinrik 6., Þýskalandskeisari 80
Hinrik 7., Þýskalandskeisari 78
Hirðskrá Magnúsar lagabætis 42
Historia de antiquitate regum Norwagiensium (HARN) 12, 23, 24, 118, 131, 158, 210, 265–267, 282
Historia de profectione Danorum in Hierosolymam 24
Historia Francorum, sjá Frankasaga
Historia Norvegiae (HN) 25, 26, 36, 37, 61, 160, 170, 198, 251, 252, 265–267, 281, 282
Hjalti Skeggjason 24
Hjaltland 188
Hjörleifur Hróðmarsson 160
Hjörvarður Ylfingur, konungur 241
Hlaðajarlar, Hlaðajarlaætt 31, 163
Hlýrskógsheiði 107, 164, 179, 216, 264
Hneitir, sverð Ólafs helga 107
Hobbes, Thomas 242
Hocart, A.M. 252
Hoffmann, Erich 57, 58, 153, 165
Hohenstaufenættin 79
Holm-Olsen, Ludvig 27
Honoríus Augustodunensis 25
Horsa 160
Hólmur, við Niðarós 118

Hómerskviður 48
Hrani, fósturfaðir Ólafs helga 144
Hreiðar heimski 136, 141, 204, 229, 236, 254, 255, 275, 276
Hreiðar sendimaður 112
Hreiðar Grjótgarðsson 259
Hringaríki 247
Hringur Dagsson, konungur á Heiðmörk 285
Hrokkinskinna 31
Hrollaugur, Naumdælakonungur 125, 248
Hróarskeldukrónika 287
Hrólfssaga kraka 30, 254
Hrólfur kraki 29, 60, 217, 239, 254, 256, 271, 300
Hryggjarstykki 11, 12, 20, 21, 31, 288
Hrærekur blindi Dagsson, konungur á Heiðmörk 37, 98, 119, 204, 222, 224, 283, 285, 286
Hugi frá Viktorsklaustri 24
Hugleikur Álfsson, Svíakonungur 213
Hulda 31
Hungurvaka 17, 291, 294–296, 299, 300, 303
Hvamm-Sturla, sjá Sturla Þórðarson í Hvammi
Hvarfsnes, við Björgyn 157
Hversu Nóregur byggðisk 36
Höfðahólar 288
Hörða-Knútur Knútsson, Danakonungur 91, 104, 129–131, 133, 158, 169, 187, 189, 210, 221, 241, 258
Hörða-Knútur Sigurðarson, Danakonungur 211
Hörðaland 101
Indrebø, Gustav 31, 35, 278
Ingi Bárðarson, Noregskonungur 140, 141
Ingi Haraldsson, Noregskonungur 37, 98, 99, 102, 120, 130, 139, 146, 157, 172, 188, 189, 209, 217, 221, 222, 257
Ingi Magnússon, Baglakonungur (Þorgils þúfuskítur) 157
Ingi Steinkelsson, Svíakonungur 99, 187

Ingibjörg Halldórsdóttir 112
Ingigerður Ólafsdóttir 134
Ingimar af Aski 183, 226, 264
Ingimundur gamli Þorsteinsson 97
Ingimundur Þorgeirsson, prestur 30
Ingjaldur illráði Önundarson, Svíakonungur 138, 241, 243
Ingólfur Arnarson 160
Innócensínus 3., páfi 72, 74, 77, 80, 87
Innócensínus 4., páfi 72
Isidór frá Sevilla 62, 229
Írland 80, 226, 252, 264
Ísleifur Gissurarson, byskup 24, 70, 295
Íslendingabók 15–20, 160, 288, 290, 291, 294, 299, 300
Íslendingasaga, eftir Sturlu Þórðarson 297, 302, 303
Ísrael 50, 62, 68, 75, 129
Ítalía 65, 66, 68, 77–79, 182, 280
Ívar Ingimundarson, skáld 32, 33, 204, 238, 264
Ívar beinlausi Ragnarsson, konungur á Englandi 158
Jaime 1., konungur Aragóníu 184
Jakob 127, 149
Jakob Ólafsson, Svíakonungur 96
Jakobsen, Alfred 34, 35
Jamtaland 172, 282
Jamtur 172, 194, 207, 260
Japan 48, 113
Jarisleifur, Garðakonungur 92, 132, 134, 135
Járnberaland 270
Járnberar 271
Játgeir, Englandskonungur 77, 79, 249
Játvarður 1., Englandskonungur 80, 82, 153
Játvarður píslarvottur, Englandskonungur 165
Játvarður játari (góði) Aðalráðsson, Englandskonungur 111, 113, 129, 131, 146, 154, 155, 167, 179, 183, 185
Játvin, Norðimbrakonungur 247
Johnsen, Arne Odd 23, 24, 86
Jordanes, sagnaritari 13

NAFNASKRÁ

Jóhann landlausi, Englandskonungur 80, 81, 173
Jóhannes skírari 131
Jómsvíkingasaga 17, 28, 30, 31
Jón kuflungur (Ormur Pétursson) 157, 234, 244
Jón Loftsson í Odda 17, 36, 295–297, 299, 303
Jón frá Salisbury 80, 174
Jón Sigurðsson 17
Jón Þorkelsson 34
Jón helgi Ögmundarson, byskup 11, 17
Jónas Kristjánsson 42
Jónssaga helga 17
Jórdan 129, 156, 189, 194, 197
Jórsalaland 197
Jórsalir 129, 139, 145, 153, 197, 198
Jósías 127
Jótar 177
Jótland 83, 84
Júdit, drottning 161
Júlíanus guðníðingur, rómv. keisari 52
Júpíter 51
Jústiníanus, rómv. keisari 53, 78–80, 243
Jústiníanusarlög 75, 80, 182, 184
Kain 127, 128
Kaiserchronik 14
Kantaraborg 80
Kapetættin, Kapetingar 81, 113, 192
Karkur, þræll Hákonar jarls 175, 262, 284
Karl 1., Bretakonungur 124
Karl mikli (Karlamagnús), Frankakonungur 13, 29, 53, 65–71, 74, 76, 78, 79, 82, 86, 93, 94, 96, 113, 122, 126, 127, 129, 131, 138, 139, 144, 149, 154, 159, 160, 161, 166, 167, 179, 184, 185, 210, 215, 244, 259, 292, 300
Karl 2., Frankakeisari 68
Karl 6., Frakkakonungur 98
Karl 10., Frakkakonungur 114
Karl 4., Þýskalandskeisari 66
Karl mærski (vesæli) 180
Karl af Anjou, konungur 114

Karl Jónsson, ábóti 22, 27, 28, 270, 271, 300
Karlamagnússaga 254
Karlóman, Frankakonungur 131
Karlungar 13, 14, 66–68, 81, 82, 93, 94, 113, 121, 127, 131, 139, 152, 155, 179, 181, 186, 191, 192, 297
Kastilía 76, 112, 114, 184, 210
Kaupangur 105
Kálfur Árnason 38, 224, 235
Keltar 55, 57, 63
Ketill Þorsteinsson, byskup 16, 18, 28
Khalkedonþing, árið 451 52
Kína 48
Kjartan Ólafsson 301
Klaniczay, Gábor 153, 154
Kloðvík, Frankakonungur 62, 63, 77, 96, 110, 111, 113, 114, 126, 161, 163, 165
Klótar 1., Frankakonungur 64, 126, 161
Klótar 2., Frankakonungur 64, 127, 184
Klængur Þorsteinsson, byskup 294, 295, 298
Knirk, James E. 28
Knútur 1. ríki, Danakonungur 84, 85, 91, 97, 99, 102, 119, 130, 137, 142, 161, 169, 189, 191, 197–200, 209, 211, 212, 218, 224, 236, 237, 287
Knútur 2. helgi, Danakonungur 15, 128, 143, 154, 166, 169, 174, 177, 181, 188, 189, 192, 201, 211, 216, 218, 219, 227, 228, 230, 258, 260, 287
Knútur 3. Magnússon, Danakonungur 128
Knútur 4. Valdimarsson, Danakonungur 150, 169, 298
Knútur lávarður Eiríksson 15, 167, 173, 216, 237
Knútur Danaást Gormsson 247
Knútur Knútsson ríka, sjá Hörða-Knútur
Knýtlingasaga (Knýtl.) 28, 30, *39–40*, 99, 104, 105, 111, 128, 143, 150, 151, 158, 168, 169, 172–174, 177, 181, 188, 192, 197–201, 208, 211, 216, 218–220, 227, 228, 230, 231, 236, 237, 239, 241, 242, 257, 258, 260, 265, *286–288*, 301

Koht, Halvdan 42, 45, 265, 268, 272, 274, 280
Kolbeinn klakka 263
Konráð 2., Þýskalandskeisari 109, 182
Konstantínópel 52, 53, 62–65, 69, 71, 73, 93, 109, 131, 243
Konstantínus 1. mikli, rómv. keisari 51–53, 61–63, 65–67, 69, 74, 78, 94, 121, 123, 125–129, 163, 292
Konstantíus, rómv. keisari 52
Konungahella 99, 186, 241
Konungsannáll 17
Konungsbók Eddukvæða 11, 17
Konungsskuggsjá (Speculum regale) 87, 88, 193, 274
Konungssund 91
Konur ungur 123
Kólumkillakirkja 201
Kristján (Danakonungar) 169
Kristján 10., Danakonungur 306
Kristniréttur 16
Kristnisaga 11, 17, 302, 303
Kristniþáttur 21
Kristófer 1., Danakonungur 127, 128
Kveldúlfsætt 301
Kyrpinga-Ormur 157
Kyrrahafseyjar 48
Kænugarður 132
Kålund, Kristian 22
Ladislas 1., Ungverjakonungur 165
Landnáma(bók) 11, 17, 19, 275, 278, 288, 299, 302
Langbarðar 13, 65, 67, 102
Laxdælasaga 133, 207, 225, 301
Laxdælir 301
Lárus H. Blöndal 27, 270
Lávarður Sverrisson (Sigurður lávarður Sverrisson) 261
Leggbítur, sverð Magnúsar berfætts 106
Leifur, sjá Friðleifur
Leifur, sjá Herleifur
Leó 1. mikli, páfi 52, 70, 72
Leó 3., páfi 66, 71, 113, 179
Leó 9., páfi 72
Lex Salica (lög) 63
Liber de legibus Angliæ 25

Liber pontificalis (Páfabók) 13, 152
Lie, Hallvard 42, 43
Lisíníus, rómv. keisari 51
Loðvík 1. guðhræddi, Frankakeisari 67, 68, 71, 78, 96, 127, 139, 144, 174, 191
Loðvík 5. duglausi, Frakkakonungur 191
Loðvík 6. digri, Frakkakonungur 81, 173, 182
Loðvík 7., Frakkakonungur 81
Loðvík 8., Frakkakonungur 168
Loðvík 9. helgi, Frakkakonungur 82, 98, 127, 154, 184, 210, 298
Loðvík 11., Frakkakonungur 242
Loðvík 14., Frakkakonungur 124, 126, 242
Loðvík 16., Frakkakonungur 114, 124
Loðvík 2. þýski, Þýskalandskeisari 68, 78
Louis-Jensen, Jonna 31
Lundur 15, 28, 29, 40, 293
Lúka (Lucca), á Ítalíu 198
Lúsíus 113
Lübeck 37
Lönnroth, Lars 59, 252, 288
Madagaskar 48
Magni, byskup 201, 227, 263
Magnús 1. góði, Noregskonungur 17, 18, 31, 37, 89–92, 95, 96, 98, 102, 107–109, 112, 116, 119, 129–133, 135–139, 141, 146, 148, 150, 155, 156, 158, 162–166, 179, 181, 187, 200, 201, 204, 205, 207, 209, 210, 212–218, 221, 224, 225, 228, 229, 231, 233–235, 237, 239, 241, 242, 245, 253–259, 262–264, 266, 272–276, 279, 281–283
Magnús 2. Haraldsson, Noregskonungur 96, 104, 139
Magnús 3. berfættur, Noregskonungur 31, 90, 96, 99, 104–106, 108, 114, 137, 139, 142, 146, 156, 157, 159, 167, 171, 187, 188, 201, 217, 218, 220, 222, 226, 232, 233, 245, 256, 261–263, 268, 273, 274, 280

Magnús 4. blindi, Noregskonungur 20, 32, 91, 92, 96–98, 103, 139, 158, 170, 188, 206, 209, 217, 220, 233, 258, 259, 262, 274
Magnús 5. Erlingsson, Noregskonungur 26, 87, 89, 96, 100, 107, 108, 114, 120, 125, 126, 137, 140, 141, 145, 148–152, 155–157, 162–168, 170, 171, 179, 188, 195, 200, 206–209, 212, 214, 216, 220, 221, 227, 234, 239, 257, 264, 265, 269, 270, 293
Magnús 6. lagabætir, Noregskonungur 184, 302
Magnús Einarsson, byskup 33, 303
Magnús sterki Nikulásson Sveinssonar Danakonungs 287
Magnús Þorsteinsson Síðu-Hallssonar 96
Magnús Þórhallsson, prestur 27
Magnússsaga lagabætis 302, 303
Maine 82
Manegold frá Lautenbach 174
Margrét Þrándardóttir 201
María, guðsmóðir 145
María Haraldsdóttir harðráða 158
Maríukirkja, í Kaupangi 105
Maríusúð 207
Markús Árelíus, rómv. keisari 50
Markús Skeggjason, lögsögumaður og skáld 287, 299
Marsíanus, rómv. keisari 53, 126
Marteinn frá Tours 292
Martin, John Stanley 59
Maurer, Konrad 19, 25
Mazo, Jeffrey A. 210
Máni skáld (Tungli) 257
Meissner, Rudolf 18
Melchisedek 67, 71, 74, 122, 126, 127
Mercia 95, 161, 210
Meróvek 159, 163
Meróvekingar 60, 63, 64, 67, 93, 101, 102, 113, 159, 170, 191
Metz 64
Miðjarðarhafið 79, 198
Mikjálskirkja, í Björgyn 194, 197
Miklagildi 115

Mikligarður 65, 69, 71, 77, 103, 112, 116, 129, 130, 142, 164, 198, 214
Mílanó 52
More, Thomas 242
Morkinskinna (Msk.) 12, 13, 20, 21, 25, 26, *30–34*, 35, 37, 42, 90–92, 96–100, 102–108, 112, 114–116, 118–120, 125, 126, 129–138, 141–143, 146–148, 150, 155–158, 162, 164, 166, 170–172, 179–181, 183–189, 194, 197, 200, 201, 203–231, 233–239, 241–243, 245, 253–266, *272–278*, 279–286, 293, 295, 300, 301
Mósebækur 159
Móses 75, 126, 127
Mundal, Else 19
Müller, P.E. 40
Mæri 157
Mærin 173
Mälardalen 85
Naumudalur 125
Neró, rómv. keisari 52
Nerva, rómv. keisari 50
Nesjaorrusta 107, 146, 233
Nesjar 145
Nestorskrónika (Povest vremennikh let) 13
Niðarós 21, 23, 26, 139, 180, 256, 265, 298
Niðaróskirkja 267
Nikulás 1., páfi 71
Nikulás 2., páfi 72
Nikulás 2., Rússakeisari 124
Nikulás Árnason, byskup 96, 152, 233, 261
Nikulás Sveinsson, Danakonungur 85, 144, 287
Níkeuþing, árið 325 52, 53, 66
Njálssaga 32, 43
Njörður 49, 160, 249
Norðbrigt, þ.e. Haraldur harðráði 131
Norðimbraland 242
Norður-Ameríka 48
Norðurland 17
Noregskonungatal (kvæði) 16, 17, 279, 295

Normandí 80–82
Normannar 79, 123
Notker, sagnaritari 126, 127
Nói 159
Nór, Nóri, konungur í Noregi 242
Nýja testamentið 62, 128
Oddaverjar 17, 18, 28–30, 36, 44, 272, 296–299
Oddaverjaþáttur 296
Oddi á Rangárvöllum 16, 17, 296
Oddi Þorgilsson 17
Oddur munkur Snorrason, sagnaritari 17, 18, 22, 23, 37, 60, 102, 106, 119, 131, 135, 210, 223, 261, 276, 292
Odovakar (Odoacar), konungur 62
Offa, konungur Merciu 61, 95, 159, 210
Oktavíanus, sjá Ágústus keisari
Orkneyingar 37, 120
Orkneyingasaga 28–30, 296
Orkneyjajarlar 297
Orkneyjar 25, 158, 188, 189
Orleans 64
Ormur Breiðbælingur Jónsson 297
Ormur Pétursson, sjá Jón kuflungur
Ormurinn langi, skip Ólafs Tryggvasonar 106, 108, 119
Ostrógotar 63, 243
Ottó 1. mikli, Þýskalandskeisari 66, 68, 69, 72, 78, 103, 109, 110, 162, 165, 198, 222, 292
Ottó 2., Þýskalandskeisari 69, 94, 162, 168
Ottó 3., Þýskalandskeisari 69, 78, 94, 120, 123, 128
Ódysseifur 207
Óðinn (Woden) 49, 55, 56, 59, 60, 154, 159, 160, 163, 251, 253
Óðinsvérit 287
Ólafía Einarsdóttir 17
Ólafssaga helga hin elsta 21, 22
Ólafssaga helga Haraldssonar (hin sérstaka og í Heimskringlu) eftir Snorra Sturluson 18, 19, 22, 37, 39, 134
Ólafssaga helga Haraldssonar eftir Styrmi Kárason 22
Ólafssaga Tryggvasonar eftir Gunnlaug Leifsson 23, 38
Ólafssaga Tryggvasonar eftir Odd Snorrason 17, 22, 23, 26, 34, 60, 97, 103, 119, 129, 131, 132, 135, 147, 150, 172, 175, 209, 210, 213, 223, 232, 236, 242, 245, 261–263, 276, 292
Ólafssaga Tryggvasonar hin mesta 23, 30
Ólafssögur helga 18, 19, 21–23, 26, 34, 37–39, 90, 91, 99, 112, 125, 129, 134, 137, 138, 144, 147, 162, 180, 185, 196, 200, 203, 209, 233, 248, 264, 288
Ólafssögur Tryggvasonar 17, 21–23, 26, 30, 34, 37, 38, 60, 97, 103, 106, 119, 129, 131, 132, 135, 147, 149, 150, 172, 175, 209, 210, 213, 223, 232, 236, 242, 245, 261–263, 276, 292
Ólafstíðir 21
Ólafur hungur, Danakonungur 104, 181, 228, 230, 239, 241, 258, 287
Ólafur jarlsmágur 149
Ólafur sænski Eiríksson, Svíakonungur 37, 91, 134, 173, 224
Ólafur Geirstaðaálfur 59, 248
Ólafur helgi Haraldsson, Noregskonungur 21, 23, 37–39, 57, 86, 87, 90, 91, 97, 100–103, 105, 107, 108, 112, 113, 116, 117, 119, 120, 125, 128, 129, 131, 132, 134, 135, 137–142, 144–151, 153, 154, 156, 158, 163–166, 170, 171, 173, 174, 178, 180, 181, 185, 187–189, 196, 199–205, 207, 209, 211–214, 217, 218, 220, 223, 224, 230, 231, 233, 235–237, 244, 245, 259, 261, 263–265, 267, 268, 279, 281–286
Ólafur kyrri Haraldsson, Noregskonungur 37, 102, 104, 105, 115, 116, 130, 139, 180, 186, 187, 200, 208, 214, 222, 226, 231, 232, 237, 256, 263, 268, 273, 274, 280, 281, 284
Ólafur trételgja Ingjaldsson, konungur 251, 252

Ólafur Magnússon, Noregskonungur
  31, 99, 115, 232
Ólafur Tryggvason, Noregskonungur
  17, 21, 22, 37, 60, 86, 97, 102, 105,
  106, 114, 119, 129–132, 134–136,
  139, 142, 145, 147, 150, 154, 156,
  162, 171, 173, 175, 199, 203, 209,
  211–214, 217, 218, 224, 233, 236,
  241, 255, 259, 262, 265, 268, 279,
  283, 286, 292, 301
Ólafur Þórðarson hvítaskáld 40, 218,
  286–288
Ótta, hertogi í Saxlandi 130, 235
Paasche, Fredrik 35, 42, 43, 45, 46, 265,
  273, 278, 280
París 23, 81, 82
Parísarríkið 64
Passio et miracula beati Olavi 21
Páfabók (Liber pontificalis) 13
Páll djákni, sagnaritari 13
Páll postuli 71, 122, 128, 143, 152, 244
Páll Jónsson, byskup 28, 29, 44, 247,
  270, 272, 296, 298, 299
Pálssaga byskups 44, 294, 296, 298, 299
Penda, konungur í Merciu 161
Persar 51
Pétur, faðir Jóns kuflungs 157
Pétur byskup í Hróarskeldu 298
Pétur postuli 69–71, 75, 151, 152, 174,
  201, 244
Picard, Eve 44, 56, 59, 159
Pippinn stutti, Frankakonungur 64–66,
  70, 72, 93, 113, 127, 152, 155, 159,
  179, 191, 297
Pippinn frá Herstal 64
Plácencía (Piacenza), á Ítalíu 198
Poitiers 81
Poitou 82
Portúgal 77
Postulakirkja, í Björgyn 194, 197
Povest vremennikh let, sjá Nestors-
  krónika
Pólland 77
Púll 197
Ra, egypskur guð 48, 125
Ragnar loðbrók 29, 131, 163, 217, 256

Ragnarssonaþáttur 30
Ragnhildur Magnúsdóttir 130
Raos 160
Raptos 160
Ravenna 63
Regensburger Kaiserchronik 46, 192,
  232
Reichenau 14
Reinaldur, byskup 147
Remus 160
Ré, á Vestfold 157
Rheims 68, 81, 109, 110
Ribbaldar 235
Rígsþula 123, 210
Rígur 123
Ríkarður 1. ljónshjarta, Englandskon-
  ungur 80, 98, 173
Ríkarður 2., Englandskonungur 109,
  111
Rín 63
Rínarlönd 113
Rogaland 149
Rogeir 2. í Sikiley 117, 219
Roger frá Hoveden 25
Romulus 160
Róbert 2. guðhræddi, Frakkakonungur
  81, 113
Róm 14, 24, 48, 50–53, 56, 60, 62–72,
  75, 77, 78, 93, 94, 107, 113, 119, 122,
  124–128, 130, 131, 150, 169, 179,
  181, 185, 197, 198, 215, 229, 236,
  243, 267, 287, 291–294, 297
Rómverjabréfið 122, 174
Rómverjar 50, 54, 56, 63, 67
Rússland 154
Rögnvaldur Mærajarl 101
Sakarías, páfi 64, 191
Salómon, konungur 50, 126, 127, 210
Saltarinn 21
Samúel, spámaður 126, 144, 212
Sandvik, Gudmund 280
Saudi-Arabía 48
Saur, hundur 118
Saurbær 129
Sawyer, Peter H. 215
Saxar 54, 78

Saxi hinn málspaki 13, 15, 16, 28, 29,
  35, 36, 40, 61, 113, 118, 160, 247,
  271, 287, 293
Saxland 78, 130
Sál, konungur 126, 144, 174
Sceaf, sonur Nóa 159
Schlesinger, Walter 56
Schreiner, Johan 19, 20
Schwaben 78
Sefslög 185
Seifur 51, 52
Selund (Sjáland) 188
Sel-Þórir, ármaður Ólafs helga 117
Serkland 194
Sesar, Júlíus Gajus 50, 242
Set 128
Sextus Júlíus Africanus, sagnaritari 14
Sighvatur Sturluson 260
Sighvatur Þórðarson, skáld 35, 96, 148,
  181, 204, 224, 276
Sigismund, Þýskalandskeisari 78
Sigríður stórráða 118
Sigurður brennir 157
Sigurður slembir (slembidjákn), Noregs-
  konungur 20, 21, 97, 99, 102, 129,
  157, 171, 197, 213, 236, 274, 293
Sigurður sýr, konungur 37, 107, 137,
  156, 163, 166, 204, 224, 233, 282,
  283
Sigurður slefa Eiríksson blóðöxar 201
Sigurður Fáfnisbani 29, 131, 163
Sigurður munnur Haraldsson, Noregs-
  konungur 99, 102, 120, 130, 139,
  156, 157, 170, 195, 196, 207, 208,
  221, 222, 227, 231, 258
Sigurður Hákonarson, Hlaðajarl 204
Sigurður Hranason 227, 235, 259
Sigurður Jórsalafari, Noregskonungur
  31, 34, 37, 92, 98, 99, 102, 104, 105,
  115–117, 130, 133, 137, 139, 148,
  166, 170, 180, 183, 184, 194, 195,
  197, 198, 200, 201, 207, 213, 222,
  226, 227, 229, 232, 235, 236, 243,
  257, 262–264, 273, 274
Sigurður Magnússon 209
Sigurður Nordal 36

Sigurður af Reyri 146
Sigurður vitri Sigurðarson 188, 262
Sigurður Markúsfóstri Sigurðarson
  munns, konungur 157
Sikiley 79, 117, 219
Silvester, páfi 65
Sídon 194, 197
Símon skálpur 262
Síraksbók 21
Skallagrímur Kveldúlfsson 97
Skálholt 29, 70, 247, 290, 294, 295, 298
Skánn 84
Skírnismál 252
Skírnssalur, á Vestfold 247
Skjálgur Erlingsson 181, 189, 200
Skjöldungar 29, 60, 160, 187, 215
Skjöldungasaga (Skjöld.) 13, 14, 25,
  28–30, 36, 39, 60, 61, 96, 97, 102–
  104, 158, 160, 167–169, 180, 187,
  211, 216, 217, 236, 247–249, 254,
  265, 271–272, 274, 281, 286, 296
Skjöldur, sonur Óðins 187, 248
Skotar 66
Skotland 25, 80
Skúli jarl Bárðarson 35, 140, 141, 143,
  274, 284, 285
Skúli konungsfóstri Tóstason 35, 284
Sneglu-Halli 189, 236, 238, 264
Snjáfríður Svásadóttir 253
Snorra-Edda 30, 36, 60, 248, 249
Snorri Sturluson 13–15, 18, 19, 21, 22,
  29, 30, 33–40, 60, 61, 138, 143, 278,
  280, 282–285, 297
Soissons 64
Solinus 25
Sódóma 223, 230
Spánn 62, 64, 77, 110, 111
Stanforðabryggjur 108, 132, 243
Stefán 2., páfi 65, 152, 179
Stefán 4., páfi 68, 127
Stefán 1. helgi, Ungverjakonungur 154,
  165
Stefánskórónan 109
Steigar-Þórir 90, 142, 226, 274
Steinkell, Svíakonungur 105, 214
Steinkelsættin (í Svíþjóð) 166

Steinn, bær á Hringaríki 247
Steinsland, Gro 252
Stiklarstaðir 90, 107, 119, 120, 147, 149, 173, 217, 259
Storm, Gustav 18, 22, 24, 25
Ström, Folke 253
Sturla Sighvatsson 278
Sturla Þórðarson, lögmaður og sagnaritari 40, 301–303
Sturla Þórðarson í Hvammi (Hvamm-Sturla) 209
Sturlubók Landnámu 17
Sturlungasaga (Sturlunga) 11, 288, 296, 297, 302, 303
Sturlungaöld 289, 299, 302, 305
Sturlusaga 17, 296
Stúfur Þórðarson, skáld 225, 228, 262, 276
Styrmir fróði Kárason 22, 27
Suðureyjar 118
Suðurland 297
Suetoníus, söguritari 13
Suger, kanslari 81
Suhm, Peter Frederik 24
Sunnifa, dýrlingur 22
Súmerar 48
Svava Jakobsdóttir 252
Sveinki Steinarsson 142, 171, 262, 273
Sveinn, frændi Hræreks blinda 119, 235
Sveinn 1. tjúguskeggur, Danakonungur 84, 85, 169, 201, 211
Sveinn 2. Úlfsson, Danakonungur 84, 89–91, 98, 104, 111, 118, 136, 151, 155, 156, 165, 169, 177, 181, 186–188, 207, 209, 211, 216, 228, 229, 231, 238, 239, 241, 245, 257, 258, 276, 279, 287
Sveinn 3. svíðandi, Danakonungur 128, 220
Sveinn Alfífuson, Noregskonungur 99, 104, 137, 150, 166, 181, 210, 220, 239, 253, 258, 262
Sveinn Ákason 15, 29, 287
Sveinn Haraldsson flettis 90
Sveinn Hákonarson, jarl 107, 140, 144, 145, 187, 203, 268

Sveinn Knútsson, sjá Sveinn Alfífuson
Sverrir Sigurðarson, Noregskonungur 22, 27–29, 46, 87, 89, 96, 100, 107, 112, 114, 120, 126, 127, 129– 132, 135, 137, 140, 141, 145, 148–152, 155–158, 162, 165–167, 170, 171, 173, 179, 180, 185, 188, 189, 195, 196, 198, 200, 201, 206–209, 211, 212, 214, 216, 221, 222, 227, 232–235, 242, 244, 245, 251, 257, 258, 260, 261, 264, 268–271, 286, 293, 294, 298, 300
Sverrir Tómasson 19, 41, 297
Sverrissaga (Svs.) 13, 22, 26, 27–28, 31, 34, 35, 42, 46, 89, 96, 99, 100, 104, 107, 112, 114, 120, 125–127, 129, 130, 132, 135, 137, 145, 148–152, 155–157, 162, 165–167, 170–173, 179, 180, 185, 188, 189, 195, 198, 200, 201, 206–209, 211, 212, 214, 216, 220–222, 227, 232–235, 239, 242, 244, 251, 257, 258, 260, 261, 264, 265, 268–271, 272, 273, 281, 290, 293
Svíakonungatal Arngríms lærða 30
Svíar 14, 60, 83, 85, 96, 99, 105, 130, 132, 134, 172, 173, 187, 217, 249, 251, 252, 270, 284
Svína-Pétur 195, 269
Svíþjóð 14, 61, 77, 83–85, 88, 166, 249, 251, 284
Svoldarorrusta 37, 119
Svoldur 147, 217, 224
Syllingar 97
Sæmundur Jónsson í Odda 296, 297
Sæmundur fróði Sigfússon 16–20, 22– 25, 35, 268, 288, 296, 299
Sögubrot af fornkonungum 30
Sölvi klofi 217
Tacítus, sagnaritari 44, 54–56, 159
Teitur Ísleifsson 294
Tertullíanus, kirkjufaðir 128
Theodricus munkur, sagnaritari 21–26, 29, 35, 118, 131, 158, 210, 266, 267
Theophano, drottning Ottós 2. 94
Ti, kínverskur guð 48

Tobiassen, Torfinn 87
Toulouse 113
Touraine 82
Tóki hinn gamli 137
Tómas frá Akvínó 138, 174
Tómas Becket, erkibyskup í Kantaraborg 154
Tósti Guðinason, jarl 203, 205
Trajanus, rómv. keisari 50, 56, 63, 128
Translatio Sancti Olavi 21, 24
Tristramssaga 277
Trója 82, 159, 160, 166
Tryggvi Ólafsson, konungur 139
Tryggvi Ólafsson, konungur 97, 166, 293
Turville-Petre, Gabriel 17
Tyrkir 60
Týr 49, 55
Ulset, Tor 25
Ungverjaland 105, 109, 127, 154, 165
Upphaf allra frásagna 30, 187, 248
Upplendingar 117, 135, 138, 158, 178, 233
Upplönd 185, 199
Uppsalaþing 173, 284
Uppsalir 21, 22, 85, 134, 251
Úlfur auðgi 97, 238
Úlfur stallari 35, 276
Úlfur Sprakaleggsson, jarl 91, 200
Úrban 2., páfi 72
Vagn Ákason 233
Valdimar 1. mikli, Danakonungur 87, 97, 104, 113, 128, 132, 150, 167–169, 172, 188, 199, 200, 221, 235, 247, 258, 286
Valdimar 2. sigursæli., Danakonungur 127
Valdimar mikli í Garðaríki, sjá Vladimir mikli
Valdimarsættin (í Danmörku) 40
Valens, rómv. keisari 51
Valentíanus, rómv. keisari 51, 63
Vanlandi Sveigðisson, Svíakonungur 213
Varbelgir 234
Vatnsdælasaga 301

Vatnsdælir 301
Václav helgi, fursti í Bæheimi 154
Vellekla, eftir Einar skálaglamm 253
Vespasíanus, rómv. keisari 113
Vestfold 83, 248
Viktorsklaustur í París 23, 24
Vilhjálmur, sonur Hinriks 2. Englandskonungs 167
Vilhjálmur 1. bastarður, Englandskonungur 79, 151, 155, 292
Vilhjálmur 2., Englandskonungur 79
Vilhjálmur frá Malmesbury 13
Vindur 146, 150, 179, 215
Vita Catilli 15
Vík, Víkin, í Noregi 157, 185
Vísigotar 64, 110
Vladimir 1. mikli, stórfursti Garðaríkis 132, 154
Vogar 197
Voltaire 78
Vries, Jan De 55
Västgötakrönikorna 14
Wales 80
Weibull, Lauritz 37
Weibullbræður (Curt og Lauritz) 42
Wenceslas, keisari 78
Werlauff, Erich Christian 19
Wessex 161
Westminster 110
Westminsterkirkja 111
Weston, Jessie 246
Whaley, Diana 41, 280
Widukind munkur, sagnaritari 222
Wíþsíþ 249
Worms 73
Wulfstan, erkibyskup í Kantaraborg 129, 193
Yahweh, guð Ísraels 50
Ynglingar 25, 60, 89, 160, 215
Ynglingasaga 14, 30, 36, 89, 92, 160, 168, 169, 213, 237, 241, 254
Ynglingatal 36, 89, 160, 251, 295
Yngvar Eysteinsson, Svíakonungur 213
Yngvi 160
Yngvi Alreksson, Svíakonungur 213, 256

NAFNASKRÁ

Zenó, Miklagarðskeisari 63
Zóe, drottning í Miklagarði 130, 134
Þáttur af Upplendingakonungum
  (í Hauksbók) 36
Þengilsstaðir, bær á Haðalandi 247
Þeódósíus 1. mikli, rómv. keisari 52, 127
Þeódósíus 2., rómv. keisari 53
Þiðrik af Bern, sjá Þjóðrekur mikli
Þingeyrar 27, 271
Þingvellir 306
Þjóðólfur Arnórsson, skáld 90, 132, 189
Þjóðrekur mikli (Þiðrik af Bern), Austgotakonungur 62, 63, 77, 298, 300
Þjóðverjar 180
Þorgils fiskimaður 259
Þorgils þúfuskítur, sjá Ingi Baglakonungur
Þorgils Oddason 129
Þorkell dyðrill 136, 259
Þorkell geysa 90, 118, 233
Þorlákssaga helga 296, 297, 299
Þorlákur Runólfsson, byskup 16, 18, 28, 294
Þorlákur helgi Þórhallsson, byskup 11, 288, 296–298
Þorleifur breiðskeggur 211
Þorleifur spaki 148
Þorsteinn, frændi Þóris hunds 205
Þorsteinn kúgaður 152, 234
Þorsteinn Síðu-Hallsson 95, 96, 225, 231
Þorsteinsþáttur stangarhöggs 301
Þorvarður krákunef 148, 225, 228, 239, 263

Þór 49, 60
Þórarinn loftunga, skáld 218
Þórarinn stuttfeldur, skáld 236
Þórarinn Nefjólfsson 207
Þórgnýr lögmaður 37, 173, 204, 284
Þórir byskup í Hamri 24, 298
Þórir faxi, þræll 118
Þórir hundur 38, 205
Þórir konungsbróðir 133, 136, 225
Þórir selur 224, 235
Þórir Guðmundsson, erkibyskup í Niðarósi 24
Þórir á Steig, sjá Steigar-Þórir
Þórir Ölvisson 112, 224, 233
Þrándarnes 197
Þrándheimur 26, 172, 178, 181, 199
Þrándur hinn upplenski 133, 136
Þriðja málfræðiritgerðin 40
Þrændalög 141
Þrændir 116, 118, 156, 171, 173, 185, 220, 231, 262, 281, 283
Þyri, systir Sveins tjúguskeggs 201
Þýskaland 64, 66, 68, 70, 73, 76, 78, 79, 81, 82, 85, 110, 161, 162, 168, 215, 216, 292, 297
Æsir 93
Ævi (vita) Ólafs helga 21
Örlygsstaðir 260
Örnólfur byskup frá Metz 64
Össur Sveinsson, erkibyskup í Lundi 293